PHẬT HỌC TỪ ĐIỂN

ĐOÀN TRUNG CÒN

PHẬT HỌC TỪ ĐIỂN

佛 學 辭 典

QUYỂN NHẤT

TỰA

Quyển "**Phật học từ điển**" này, mặc dầu còn khuyết điểm phần nào, nhưng là công trình nghiên cứu liên tục trong hai mươi năm của soạn giả.

Nó không giống như "**Phật học đại từ điển**", mà cũng không giống như "**Phật học tiểu từ điển**", hai quyển ấy bằng Hán-văn. Trước hết, trong thời gian nghiên cứu Kinh sách Phật giáo bằng chữ Pháp, chữ Hán, chữ Việt, soạn giả ghi chú những danh từ Phật học theo vần A-B-C, để khi nào cần thì dở ra mà tra đặng tiện việc phiên dịch. Lần lần về sau, những danh từ ấy càng ngày càng nhiều, sự ghi chú càng ngày càng dồi dào, soạn giả bèn quyết định làm thành sách đặng lưu lại hậu thế, đề la "**Phật học từ điển**".

Nay công việc có thể tạm gọi là xong, nên soạn giả cho sách này ra chào đời để khỏi phụ lòng mong mỏi của các thiện tri thức, các Phật tử, các độc giả hâm mộ Phật pháp.

Cách trình bày "**Phật học từ điển**" như dưới đây:

Phần thứ nhứt (quyển nhứt) là phần tra cứu theo chữ Pháp, chữ Phạn, chữ Tàu, chữ Tây Tạng, bốn thứ danh từ này âm theo chữ La mã (Âu Mỹ). Như vậy đặng những bạn đọc kinh Phật bằng chữ Âu châu, khi gặp một danh từ Phật giáo mà muốn tra cứu, thì dễ   Rồi muốn nhận thức cho rộng, các bạn ấy sẽ xem danh từ bằng Việt - Hán phần sau. Kế tiếp là phần phụ lục, ghi một số danh từ triết học, ngoại giáo, cũng bằng chữ Pháp và chữ La mã.

Phần thứ hai (quyển nhứt: từ chữ A tới chữ M, quyển

nhì: từ chữ H đến chữ T, quyển ba: từ chữ tới chữ Z và phụ lục) *là phần quan trọng, phần chánh của* "**Phật học từ điển**" *vậy. Phần này sắp theo vần Việt ngữ A-B-C, có chua chữ Hán và chữ Pháp, cũng có chua những chữ âm theo Tàu, Nhựt, Tây Tạng, Phạn bằng chữ La mã.*

Những chữ viết tắt tiếp theo danh từ, nếu là chữ Phạn Sanscrit, Bắc phạn, thì đề là: (scr.). *Nếu là chữ Phạn Pali, Nam phạn, thì đề là:* (p.). *Nếu âm theo Hán, Chinois, thì đề là:* (ch.). *Nếu âm theo Tây Tạng, Thibétain, thì đề là:* (Thib., Tib.). *Nếu âm theo Nhựt, Japonais, thì đề là:* (Jap.). *Nếu âm theo Hán - Nhựt, thì đề là:* (s.jap.). *Nếu là chữ Pháp, Francais, thì đề là* (fr.). *Những danh từ Phật học nào cần giải thích rộng, thì soạn giả đã chịu khó giải thích rất tỷ mỷ, đó là nhờ công lao nghiên cứu trong khi   phiên dịch và xuất bản các Kinh sách của* "**Phật học tòng thơ**".

Thiết tưởng đó cũng là những tài liệu quí báu có thể giúp quí bạn trên đường tu học Phật pháp, hoặc nghiên cứu Phật pháp.

Cuối cùng, lại cũng có phụ lục ghi chép một số danh từ Triết học, Ngoại giáo v.v... để cho các bạn làm tài liệu khi cần.

Vậy mong rằng quyển "**Phật học từ điển**" *này sẽ góp một phần nào vào công cuộc nghiên cứu Phật giáo tại quốc thể Việt Nam, sẽ góp một phần nào vào công trình bồi bổ Văn hóa và Đạo đức Nước nhà.*

Sàigon ngày 1-7-1963.
ĐOÀN TRUNG CÒN

PHẦN THỨ NHẤT

A (*scr*) : A. Dịch nghĩa : Vô, Phi, Bất (*Không, Chẳng phải, Chẳng*).

L'Abandon du péché par la totalité des créatures (*fr.*) : Ly chư ác thú (*Tam muội*).

Abhāva (*scr* , *p*) : Vô.

Abhaya (*scr.*) : Vô sở úy, Vô-úy.

Abhaya - bhūmi (*scr.*) : Vô-úy địa, Vô sở úy địa.

Abhaya - dàna (*scr.*). Vô-úy thí.

Abhayagiri - vasin (*scr.*) Vô úy sơn trụ bộ.

Abhayamdâna (*scr.*) : Thí vô-úy.

Abhidhamma - Pitaka (*p.*) : Luận-tạng.

Abhidharma (*scr.*) : A-tỳ-đàm, A-tỳ-đạt-ma. Dịch : Luận, Đại-pháp. Vô-tỷ pháp, Đối pháp.

Abhidharma - Kosasastra (*scr.*) : A-tỳ-đạt-ma Câu-xá luận.

Abhidharma - Pitaka (*scr.*) : A-tỳ-đạt-ma tạng, Luận-tạng (*trong Tam Tạng*).

Abhidharma - Samgîtî - Sastra (*scr.*) A-tỳ-đạt-ma tập-tập luận.

Abhidharma - sùtra (*scr.*) : A-tỳ-đạt-ma Kinh. Tức A-tỳ-đạt-ma Câu-xá-luận

Abhijjhâ (*p.*): Tham.

Abhijñâ (*scr.*): Thông, Lục Thần thông, Lục Thông, Ngũ thông.

Abhimukti (*scr.*): Tín giải (*Tin và hiểu*).

Abhiññā (*p.*): Thông, Ngũ thông, Lục thông.

Abidatsuma - Kyô (*jap.*): A-tỳ-đạt-ma Kinh, Tức A-tỳ-đạt-ma Câu-xá-luận.

Abidatsumazôshûron (*jap.*): A-tỳ-đạt-ma-tạp-tập luận.

Absence de Foi, mécréance, Incroyance (*fr.*): Bất tín.

Acala (*scr.*) Bất động.

Acarya (*scr.*) A-xà-lê. Dịch: Giáo-thọ. Những kinh sách dịch từ Huyền Trang về sau, biên là: A-già-ly-dạ, A-già-lê-da. Có nghĩa: Quĩ-phạm, Chánh-hạnh.

Açaya (*scr.*) A-thể-da.

Accroissement de la Loi (*fr.*) Pháp-Tăng (*Pháp danh của thái tử* Câu-na la.)

Adbhutadharma (*scr.*) A-phù-đà đạt-ma (*Kinh*). Dịch: Vị-tăng hữu, Vị-tằng hữu pháp.

Adepte, Croyant, Fidèle (*fr.*): Tín đồ.

Adhérer, S'attacher (*fr.*): Trước; như: Trước tướng, Đối nghĩa: Ly, Giải thoát.

Adi - Bouddha (*scr.*): A-đề Phật.

Adinnâdânạm (*p.*) Du (*Thâu*), Đạo, Du-Đạo, tội trộm.

Adityasambhava - Bouddha (*scr.*) Nhựt Sanh Phật.

Admission dans l'Ordre (*fr.*): Thọ Giái.

Agada (*scr.*): A-già-đà, dịch: Phổ Khử, thuốc trừ mọi thứ bệnh, mọi thứ độc.

Āgama (*scr.*) : A-hàm (*Kinh*) Dịch : Pháp qui, Vô-tỷ pháp, Thú vô.

Agir (*fr.*) : Hữu-vi.

Agitation (*fr.*) : Trạo.

Agni (*scr.*) : Hoả thần (*trong Hoả-giáo*).

Agotra (*scr.*) : Vô-tánh.— Tên một đức Bồ-tát.

Agrégats (*fr.*) : Âm (*Uẩn*). Ngũ âm (*Ngũ uẩn*).

Agrégat : Conscience (*fr.*) : Thức uẩn.

Agrégat : Forme (*fr.*) Sắc âm (*uẩn*).

Agrégat : Sensation (*fr.*) : Thọ-uẩn.

Ahura - Mazda Yêu thần, Thần chúa tể của Yêu đạo (*Mazdéisme*).

Airâvati (*scr.*) : A-ly-la-bạt-đề (*hà*), tên sông.

Aisvarika (*scr.*) : A-thuyết-la bộ.

Ajatasatru (*scr.*) : A-chắt, A-xà-Thế. Dịch : Vị-sanh oán (*thái tử của vua Tần-bà-sa-la*).

Ajirika (*scr*) : A-kỳ-tỳ-già. Dịch : Tà-mạng.

Ajita (*scr.*) A-Dật-Đa, A-Dật. Dịch : Vô-năng Thắng.
Ajita (*scr.*) A-thị-đa (*A-la-hán*).

Ajita Kesakambala (*scr.*) : A-kỳ-đa Sí-xá-khâm-bà-la (*ở trong Lục Sư ngoại-đạo*). Cũng viết : A-xà-la Sí-xá-Khâm-bà-la.

Ajnâ (*scr.*) : A-nhã, A-nhã-đa. Dịch : Liễu bổn tế, Tri bổn tế, Tri, Dĩ Tri, Giải, Phi vô sở tri.

Ajnâ Kaundinya (*scr.*) A-nhã Kiều-Trần-Như. A-nhã, dịch là : Dĩ tri, Tri bổn tế. Liễu bổn tế. Kiều-Trần-Như, dịch là : Hoả-khí.

Ajnnä (*scr.*) : Vô-tri

Akanistha (*scr.*) : A-ca-ni-trá (*thiên*). Dịch : Sắc cứu cánh (*Thiên*).

Akâsa (*scr.*) : A-ca-xoa. Dịch : Hư-không, Không (*cõi Không*).

Akāsa - Samâdhi (*scr.*) : Hư-không Tam-muội.

Akāsānantyāyatana (*scr.*) : Hư-không-xứ, Không vô-biên xứ, Không-xứ.

Akāsānantyāyatana - Samâdhi (*scr.*) : Hư-Không xứ định, Không vô biên xứ định, Không-xứ định, Vô-biên hư-không xứ định, Vô-biên hư-không xứ giải thoát.

Akchaya (*scr.*) : Vô tận. âm phạn : A-khất-xoa-giả.

Akchayamati (*scr.*) : Vô-tận-Ý (*Bồ tát*).

Akiñeanāyyatana (*scr.*) : Bất dụng xứ, Vô sở hữu xứ.

Akiñeanyāyatana - Samadhi (*scr.*) : Diệt Định. Vô sở hữu xứ Định.

Aksobhya (*scr.*) : A-súc, A-súc bệ, A-súc-bà (*Phật*). Dịch : Bất động, Vô động, Vô-nộ, Vô-sân, Đông-Phật.

Akusalamula (*scr.*) : Bất-thiện căn.

Alamkârasûra (*scr.*) : Tịnh chiếu minh (*Tam muội*).

Alasanda (*p.*) : A-lệ-tán.

Alaya (*scr.*) ; A-lại-da (*Thức*).

Alexandrie (*fr.*) : A-lệ-tán.

Amalaka (*scr*) : A-ma-lặc (*thọ*).

Amas de mérites (*fr.*) : Công-đức-tụ, tiếng tôn xưng Phật.

Âme (*fr.*) : A-thể-da.— Hồn, Linh hồn, Thần thức, Hồn thần, Thức, Tâm thức, Thần hồn.

Ami vertueux (*fr.*) : Thiện tri-thức, Thiện hữu, hảo bằng hữu.

Amitabhâ (*scr.*) : A-Di-Đà, Di-Đà (*Phật*), Bất đoạn. quang (*Phật*), Diệm vương quang (*Phật*), Hoan hỷ quang (*Phật*), Nan Tư quang (*Phật*), Siêu Nhựt Nguyệt quang (*Phật*), Viêm vương quang (*Phật*), Vô biên quang (*Phật*), Vô-đối quang (*Phật*), Vô-lượng quang (*Phật*), Vô-lượng thọ (*Phật*), Vô-ngại quang (*Phật*), Vô-xưng quang (*Phật*).

Amitabha - Vyūha - Sûtra (*scr.*) : Vô-lượng-Thọ Kinh, Đại A-Di-Đà kinh, Di-Đà Đại-bổn, Đại-bổn, Đại Vô-lượng-Thọ kinh.

Amitabutsu (*jap.*) : A-Di-Đà Phật, Di-Đà Phật.

Amitadhvaga - Bouddha (*scr.*) : Vô-lượng tràng Phật.

Amitakyô (*jap.*) A-Di-Đà-Kinh.

Amitayus - Dhyana - sûtra (*scr.*) : Quán Vô-lượng-thọ Phật Kinh.

Amogha (*scr.*) : A-mục-khư. Dịch : Bất-Không.

Amoghavajra (*scr.*) : A-mục-khư-bạt-la. Dịch : Bất-không kim-cang. Cũng viết : Amogha. : Dịch : Bất-không.

Amour (*fr.*) Ái, Ân. Désir, Soif (*fr.*)

Amour universel (*fr.*) : Từ.

Âmra (*scr*) : Am-la (*quả*). Dịch Nan phân biệt (*khó phân biệt trái sống với trái chín*). Cũng viết : Am-ma-la (*quả*).

Âmrapâlikâ (*scr.*) : Am-la-quả nữ.

Amraskyong - ma (*Tib.*) Am-la-quả-nữ

Âmra - Vijnâna (*scr.*) Am-ma-la-thức. Dịch : Thanh tịnh thức, Vô cấu thức, Chơn như thức, Bạch tịnh thức.

Amrta (*scr.*) : A-mật-rí-đa Dịch : Cam-lộ, Bất-tử tửu, Trường-sanh tửu, Thiên-tửu.

Anâgâmi (*scr., p.*) A-na-hàm (*quả*) Dịch : Bất lai, Bất hoàn.

Anâgâmin (*scr*, *p.*) A-na-hàm (*người*) Dịch : Bất lai, Bất hoàn.

Anâgata (*scr.*) : Vị-lai.

Ananda (*scr.*) : A-nan-đà, A-nan. Dịch : Hoan-hỷ, Khánh-hỷ, Vô-nhiễm.— **Khánh-Hỷ Tôn-giả** (*Ananda*), đệ tử Thị-giả của Phật Thích-Ca.

Anantat (*scr.*) : Vô-biên, Vô-lượng.

Anantatchâritra (*scr.*) : Vô-biên-Hạnh (*Bồ tát*).

Anantavikramin (*scr.*) : Vô-lượng lực (*Bồ-tát*).

Anantavîrya - Bouddha (*scr.*) . Vô-lượng Tinh-tấn Phật.

Anasvara (*scr*) : Vô-lậu.

Anâtman (*scr.*) : Vô ngã, Phi ngã.

Anathapindika (*scr.*) : A-na-bân-đàn. Dịch : Chẩn tế bần phạp, Cấp chư cô lão, Cấp-cô-độc (*Trưởng giả*).

Anàthapindika - Vihâra (*scr.*) : A-na-bân-đi Tinh-xá, Cấp-cô-độc Tinh-xá, Cấp-cô-độc viên.

Anavatapta (*scr.*) : A-na-bà-đạp-đa (*trì*), A-nậu-đạt trì.

Anavatapta (*scr.*) : A-na-bà-đạt-đa (*Long-vương*).

Ancien, aîné (*fr.*) : Trưởng lão.

Andjali (*scr.*) : Hiệp chưởng, Hiệp trảo.

Angulimalaya (*scr.*) : Ương-quật-ma-la, Ương-quật-ma.

Anguttara Nikâya (*p.*) : Tăng nhứt tập.

Animal, Animaux (*fr.*) : Súc sanh, Bàng sanh, Hoành sanh. Phạn : Để-lật-xa (*Tiryagyoni*).

Animitta (*scr.*) : Vô tướng.

Anitya (*scr.*) : Phi thường. Vô thường. Đối nghĩa : Thường, Thường trụ.

Aniyada (*scr.*) : Du-lan-già (*tội*). Dịch : Bất định (*tội*).

Anouttara (*scr.*) : A-nậu-đa-la. Dịch : Vô thượng.

Anouttara - Samyas - Sambôdhi (*scr.*) : A-nậu-đa-la Tam-miệu Tam-bồ-đề. Dịch : Vô thượng Chánh-biến Đạo, Vô thượng Chánh đẳng Chánh giác, Phật quả, Phật đạo, Chánh giác.

Anouvyajana (*scr.*) : Bát thập tùy hảo, bát thập chủng hảo. Tám mươi tướng phụ nương theo ba mươi hai tướng chánh mà trang nghiêm thân Phật.

Antariksavāsina (*scr.*) : Không cư thiên, Hư-không cư.

Antarvàsaka (*scr.*) : An-đà-hội, Ngũ diều Y, Hạ-y (*trong Tam-y*).

Antidote (*fr.*) A-già-đà (*dược*). Dịch: Phổ khử.

Anurudha (*scr.*) : A-na-luật, A-na-luật-đà, A-na-luật-đồ, A-nê-luật-đà, A-nậu-lâu-đà, Lâu-Đậu. Dịch : Như ý, Vô tham, Vô diệt.

Apadana (*p*) : A-ba-đà-na (*Kinh*). Thí-dụ (*Kinh*).

Aparagati (*scr.*) : A-ba-na-da-đề. Dịch : Ác đạo, Ác thú (*Địa ngục, Ngạ quỉ, Súc sanh*).

Apas (*scr.*) : Thủy (*Nước*), một trong tứ đại.

Application (*fr.*) : Cần, Tinh-tấn, Công lực.

Application parfaite (*fr.*) : Chánh tinh-tấn.

Appropriation (*fr.*) : Thủ.

Apramānābha (*scr.*) : Vô lượng quang thiên.

Araha (*p.*) : A-la-ha. Dịch : Ứng-cúng. Cũng viết . A-la-hán.

Arahat (*p.*) : A-la-hán.

Araânaka (*p.*) : A-lan-nhã, A-luyện-nhã. Dịch : Nhàn cư, An cư, Ẩn cư.

Aranyaka (*scr.*) : A-lan-nhã, A-luyện-nhã. Dịch : Không nhàn, Nhàn cư.

Arâta - Kalama (*scr.*) : A-la-lá, A-lam. Dịch : Giải đãi.

Arbre de la Science (*fr.*) : Bồ-đề thọ (*Cây Bồ đề*), Đạo thọ, Giác thọ.

Argpya (*scr.*) : Cúng, cúng dường.

Arhat (*scr.*) : A-la-ha, A-la-hán, La-hán. Dịch : Ứng-cúng, Bất - sanh.

Ariyoatthangikómaggo (*p.*) : Bát Chánh - đạo, Bát Thánh - đạo.

Armée de quatre divisions (*fr.*) : Tứ binh, Tứ chủng binh.

Artharva - Véda (*scr.*) : A-tát-bì-đà.

Arûpa (*scr.*) : Vô-sắc.

Arûpadhatu (*scr.*) : Vô-sắc giới.

Arya (*scr.*) : A-lê-da. Dịch : Thánh, Thánh nhơn, Thánh giả, Tôn giả.

Arya - sacca (*p.*) : Diệu-đế, Thánh-đế, Chơn-đế, tức Tứ diệu-đế.

Aryasatyâni (*scr.*) : Diệu-đế, Thánh - đế, Chơn - đế, tức Tứ diệu-đế.

Aryatângamarga (*scr.*) : Bát chánh-đạo, Bát Thánh-đạo.

Asaddhâ (*p.*) : Bất tín.

Asamkhya (*scr.*) : A-tăng-kỳ, Tăng-kỳ. Dịch : Vô số.

Asamkrta (*scr.*) : Vô-vi. Đối nghĩa : Hữu-vi.

Asangha, Asamgha (*scr.*) : A-tăng-già. Dịch : Vô-Trứ (*Bồ tát*), Thị-Vô (*Bồ tát*).

Asaraddhya *(scr.)* : Bất tín.

Ascète *(fr.)* : Khổ-hạnh giả

Ascètes nus *(fr)* : Ni-kiền, Ni-kiền-đà, Ni-kiền tử, Ly hệ giả, Ly hệ ngoại-đạo.

Ascétisme *(fr.)* : Khổ - hạnh.

Asekha *(p.)* : Vô-học *(bực đã đắc quả A-la-hán)*.

Asita *(scr.)* : A-tư-Đà, A-tư-tiên. Dịch : Vô-tỷ, Đoan-chánh, Trường thọ *(Tiên)*

Asoka *(scr.)* : A-du-ca *(thọ)*, A-thúc-ca *(thọ)*, Vô-ưu *(hoa)*. A-Dục *(Vương)*. A-thúc-ca *(Thi giả)*.

Âsura *(scr.)* : A-tu-la, Tu-la Dịch : Phi-thiên, Thần.

Asvaghosha *(scr.)* : A-thấp-phược-lầu-sa. Dịch : Mã-Minh *(Bồ tát)*.

Asvajit *(scr.)* : Át-Bệ, A-thấp-phược-thị. Dịch : Chánh ngữ, Mã thắng, Điều Mã, Mã sư.

Atapa *(scr)* Vô-phiền-thiên.

Athlète *(fr.)* : Lực sĩ.

Atman *(scr.)* : Ngã *(Ta)*.

Attache *(fr.)* : Hệ, Hệ phược.

Atthanga Sîla *(scr.)* : Bát giái, Bát giái trai, Bát trai giái, Bát quan trai, Bát chi trai.

Attita *(scr.)* : Quá khứ

Atyantica *(scr.)* : A-điên-ca, A-xiển-đế-ca, Nhứt xiển-đề, A-xiển-đề, Xiển-đề, Nhứt-điên-ca, Triển-đề. Dịch : Vô phá *(Không phá nổi Vô-minh, Phiền não)* Bất tín, Chẳng ưa Niết-bàn.

Auditeur *(fr)* : Thinh-văn.

Augures propices *(fr.)* : Kiết-tường.

Aum (*scr.*) : Án (*chữ đầu trong nhiều câu chơn ngôn*).

Aum, le Joyau dans le Lotus (*fr.*) : Án-ma-ni bát-di hồng.

Aum-Mani-Padmé - Hum (*scr.*) : Án-ma-ni-bát-di-hồng.

Aupapâduka (*scr.*) : Hóa sanh, chuyển hóa mà sanh ra.

Austérités (*fr.*) : Khổ hạnh.

L' Autre bord (*fr.*) : Bỉ ngạn.

Avadâna (*scr.*) : A-ba-đà-na (*Kinh*). Thí dụ (*Kinh*).

Avadâna - çataka (*scr.*) : Soạn tập bá duyên Kinh.

Avaivarti (*scr.*) : A-bê-bạt-trí, A-tỳ-bạt-trí A-duy-việt-chư, A-duy-việt-trì. Dịch : Bất thối, Bất thối chuyển.

Avalokitecvara (*scr*) : Quan (*Quán*) Thể-âm (*Bồ tát*). Quán Tự-tại (*Bồ tát*).

Avantaka (*scr*) : Đại bất khả khí tử bộ (*một phái Phật giáo ở Ấn Độ*).

Avatamsaka-sûtra (*scr*) : Hoa-nghiêm Kinh.

Avatara (*scr.*) : A-bạt-đa-la. Dịch : Vô thượng.

Avenika (*scr.*) : Bất-cọng

Aveugle-né (*fr.*) : Sanh-manh.

Avîchi (*scr.*) : A-tỳ. Dịch : Vô-gián (*Địa ngục*).

Avidyâ (*scr.*) : A-vĩ-di. Dịch : Vô-minh, Si.

Avijja (*p*) : A-vĩ-di. Dịch : Vô minh.

Axobya, Aksobhya (*scr*) : A -súc, A-súc-bệ, A -súc-bà (*Phật*). Dịch : Bất động. Vô động. Vô nộ, Vô sân.

Ayana (*scr*) : Quan, (*Quán*)

Ayatana, Ayatna (*scr.*) Căn, Lục-căn, — Nhập, Lục nhập, Thập nhị Nhập.

Ayodhyâ (*scr.*) : A-du-đà (*quốc*).

Bâhulata (*scr.*) : La-hầu-la-đa (*Tổ-sư*).

Bala (*scr.*) : Lực.

Balatchakravartin, Tchakravartin (*scr.*) : Chuyển luân vương, Chuyển luân thánh-vương, Chuyển luân thánh-đế, Luân-vương.

Bali (*scr.*) : Bà-trĩ, vua loài A-tu-la.

Base (*fr*) : Bổn, Căn, Căn-bổn.

Basho (*jap.*) : Ba-Tiêu (*Thiền sư*).

Basiasita, Vaçasuta (*scr.*) : Bà-xá-tư-Đa (*Tổ sư*).

Bateau, Barque (*fr.*) : Thuyền.

Batelier (*fr.*) : Thuyền-sư.

Bâton de moine (*fr.*) : Tích-trượng, Trí-trượng. Âm-phạn : Khiết-đa-la.

Béatitude (*fr.*) : Lạc.

Bénarès : Ba-la-nại (*một thành thị ở Ấn Độ*).

Bhaddâ (*scr*) : Bạt-đà nữ, vợ cũ của Sơ tổ Ma-ha Ca-Diếp. Cũng âm là : Bhadra.

Bhadra (*scr*) : **Bạt-đà nữ,** vợ cũ của Ca-Diếp Sơ-tổ.— **Bạt-đà tôn-giả,** trong hàng Thập lục đại A-la-hán. Dịch : **Hiền.**

Bhadra-Kalpa (*scr*) : Hiền-Kiếp, Nhơn-Hiền Kiếp.

Bhadrapāla (*scr*) : Bạt-dà-bà-La. Dịch : Hiền-Hộ (*Bồ tát*).

Bhadrika (*scr.*) **Bạt - Đề**, La-Hán, đệ tử Phật Thích - Ca.— **Bạt-Đề**, Thị-giả của Cổ-Phật Ca-la-cưu-Thôn. (*Ca-la-ca-tôn-Đại*).

Bhagavat (*scr.*) : Bà-già-bà, Bạc-già-phạm, Bạc-già-thinh. Dịch : Thế-tôn.

Bhaîchadjyaguru (*scr.*) : Bệ-sái-xã-lũ-rô Dịch : Dược - Sư Lưu-Ly-Quang (*Phật*), Dược-Sư (*Phật*)

Bhaîchadjyarâdja (*scr.*) Dược-Vương (*Bồ-tát*).

Bhaîchadjyarâdja-samudgāta (*scr*) : Dược-Thượng (*Bồ tát*).

Bhallika (*scr*) : Bạt-lê-Ca, Ba-Ly.

Bhandanta (*scr.*) : Đại-đức.

Bharadvâja (*scr.*) : Phả-la-đọa. Dịch : Lợi-căn, Lợi-tánh.

Bhargava (*scr.*) : Bạt-ca-bà (*Tiên-nhơn*).

Bharnaua (*scr.*) : Bạc-già-bà, Bạc-già-tiên.

Bhauma (*scr.*) : Địa-cư.

Bhava (*scr.*) : Hữu (*Cú*).

Bhavaviveka (*scr.*) : Bàn-tỳ-phệ-già, Thanh - Biện Bồ tát, Phân-biệt-Minh Bồ-tát.

Bhichmagardjita-ghôchas-vararâdja (*scr.*) : Oai-Âm Vương (*Phật*).

Bhikchou (*scr.. p*) : Bật-sô, Bi-sô, Tỳ-kheo. Dịch : Khất-sĩ, Trừ cân-nam.

Bhiksu (*scr.,p.*) : Bật-sô, Bị-sô, Tỳ - kheo. Dịch : Khất - sĩ, Trừ cận nam.

Bhiksu-sila (*scr.*) : Tỳ-kheo giái (*Nhị bá ngũ thập giái*).

Bhiksuni (*scr., p.*) : Bật-sô-ni, Bị-sô-ni, Tỳ-kheo-ni. Dịch : Trừ-cận nữ.

Bhiksuni-sila (*scr., p.*) Tỳ-kheo-ni giái (*Tam bá tứ thập bát giái*).

Bhûmi (*scr*) : Địa.

Bien et mal (*fr.*) : Thiện Ác.

Bienfaits (*fr.*) : Ân, như : Ân huệ, Tứ ân.

Biens, richesses (*fr.*) : Tài.

Les biens de la Communauté bouddhique (*fr.*) : Tăng-kỳ vật.

Bienfaisance (*fr.*) : Từ thiện.

Bienvenu (*fr.*) : Thiện-lai.

Bimbâ (*scr.*) : Tần-bà, Tần-loa (*quả, trái cây*).

Bimbisâra (*scr.*) : Tần-bà-sa-la, Bình-Sa (*Vương*).

Bodh Gâya (*scr.*) Phật Già-da, Dịch : Chánh - Giác Sơn. Gâya (*Già-da*) : Tượng đầu Sơn, — Giác-Thành.

Bodhi (*scr.*) : Bồ đề. Dịch : Đạo, Giác, Tri, Trí.

Bodhicarÿavatâra (*scr.*) : Bồ-đề hành (*Kinh*).

Bodhicitta (*scr.*) : Bồ-đề tâm.

Bodhicitta - çastra (*scr.*) : Bồ-đề tâm luận.

Bodhidharma (*scr.*) : Bồ-đề-đạt-ma, Đạt-ma Đại sư, Đạt-ma Tổ sư.

Bodhidruma (*scr.*) : Bồ-đề thọ (*Cây Bồ-đề*) Đạo-thọ, Giác-thọ.

Bodhihrdaya (*scr.*) : Đạo-ý, Đạo-tâm, Bồ-đề tâm, Giác-tâm, tâm ý hướng về quả Phật.

Bodhimandala (*scr.*) : Đạo-trường (*tràng*).

Bodhipakkhika (*p.*) : Bồ-đề phần, Giác phần, Tam thập-thất Đạo-phẩm.

Bodhipakkhikadhamma (*p.*) : Tam thập thất đạo phẩm, Tam thập thất trợ đạo chi pháp, Tam thập thất phẩm, Tam thập thất phần pháp, Tam thập thất Bồ-đề phần, Tam thập thất trợ Bồ-đề pháp.

Bodhisat (*p.*) : Bồ-đề-tát-đóa, Bồ-tát. Dịch : Cao-sĩ, Đại-sĩ.

Bodhisattva (*scr.*) : Bồ-đề-tát-đóa, Bồ-tát. Dịch : Cao - sĩ, Đại-sĩ, Chánh-sĩ.

Bodhisattva Mahâsattva (*scr.*) : Bồ-đề-tát-đóa Ma-ha-tát-đóa, Bồ-tát Ma-ha-tát, Đại Bồ-tát.

Bodhisatva qui deviendra Bouddha dans une naissance nouvelle (*fr.*) : Nhứt sanh bổ xứ Bồ-tát.

Bodhyanga (*scr.*) : Giác-chi, Giác-ý, Bồ-đề phận.

Bodhyanga-Samâdhi (*scr.*) : Giác-ý Tam-muội.

Bois de Bambous (*fr.*) : Trúc-lâm, Trúc-viên.

Bojjhangā (*p.*) : Giác-chi, Giác-ý, Bồ-đề phần.

Bol à aumône (*fr.*) : Bát, Bát-đa-la. Ba-đa-la, Ba-đát-ra, Bát-đát-ra, Bát-hòa-ra, Bát-hòa-lan. Dịch : Ứng-lượng-khí.

Bon, Bien (*fr.*) : Thiện.

Bonheur (*fr.*) Phước (*phúc*).

Bonne Loi (*fr.*) : Diệu pháp.

Bonnô (*jap.*). : Phiền não.

Bonze en chef (*fr.*) : Hòa thượng.

Bosatsu (*jap.*) : Bồ tát.

Bouche (*fr.*) : Khẩu, Miệng, Lời nói.

Bouddha (*scr.*) : Phật, Phật - đà, Phù-đồ. Dịch : Giác - giả.

Bouddhabhadra *(scr.)* : Phật-đà-bạt-đà-la. Dịch : Giác-Hiền.

Bouddhacarita *(scr.)* : Phật sở hành tán.

Bouddha-dâna *(scr.)* Phật-đàn, Phật-đà đàn-na.

Bouddha-dharma *(scr.)* : Phật-pháp.

Bouddha, Dharma, Samgha *(scr.)* : Phật-đà, Đạt-ma, Tăng-già, — Phật, Pháp, Tăng.

Bouddhadruma *(scr.)* : Phật-thọ.

Bouddha-du-Sud *(fr.)* : Nam-Phật.

Bouddhagama, Bouddhabandhana, Bouddha-dharma *(scr.)* : Phật giáo.

Bouddha-janga *(scr.)* : Phật-đồ-Trừng *(Sa-môn La-Hán)*.

Bouddhakesa *(scr.)* : Phật-phát *(Tóc Phật)*.

Bouddhakâya *(scr.)* : Phật-thân.

Bouddhamâtr *(scr.)* : Phật-mẫu.

Bouddhamitra *(scr.)* : Phật-đà-mật-đa, Phục - đà - mật - đa *(Tổ sư)*.

Bouddhanandi *(scr.)* : Phật - đà - Nan - đề, tắt : Nan - Đề *(Tổ sư)*.

Bouddharansi *(scr.)* : Phật-quang.

Bouddha-ratna *(scr.)* : Phật-Bảo *(trong Tam-Bảo)*.

Bouddhasrỹnâna *(scr.)* : Giác Kiết-tường *(Bồ tát)*.

Bouddhavarman *(scr.)* : Phù-đà Bạt-ma, Giác-khải *(Sa-môn)*.

Bouddha-vivant *(fr.)* : Hoạt-Phật.

Bouddhayana *(scr.)* : Phật-thừa *(thặng)*.

Bouddhayasas *(scr.)* : Phật-đà-da-xá, Giác-minh *(Sa-môn)*.

Bouddhisme (*fr.*) : Phật-giáo.

Bourgeois (*fr.*) : Trưởng giả. Hạng Trưởng giả (*Phạn: Phệ-xá, Vaisya*) là hạng thứ ba trong **Tứ chủng** ở Ấn-Độ.

Brâhma (*scr.*) : Phạm, Phạm-ma, Phạm-thiên, Phạm-thiên vương.

Brahmacârî (*p.*) : Phạm-hạnh.

Brahmacarin (*scr.*) : Phạm-chí, Tịnh-hạnh giả.

Brahmacarya (*scr.*) : Phạm-hạnh, Tịnh-hạnh.

Brâhmagosha (*scr.*) : Phạm-âm, Phạm-âm-thinh, Phạm-thinh.

Brahmagosha-Bouddha (*scr.*) : Phạm-âm-Phật.

Brâhmakayia (*scr.*) : Phạm-thân.

Brâhma-Ksha (*scr.*) : Phạm-sát.

Brâhma-loka (*scr.*) : Phạm-thế-giới, Phạm-giới.

Brahmana (*scr.*) : Bà-la-môn chủng.

Brahmane, Brahme (*fr.*) : Bà-la-môn: Người Bà-la-môn, Nhà sư Bà-la-môn.

Brahmanisme (*fr.*) : Bà-la-môn giáo.

Brahmaparsadya (*scr.*) : Phạm - chúng thiên (*trong cõi Sắc-giới Sơ-thiền thiên*).

Breuvage d'immortalité (*fr.*) : Cam-lộ, Bắt - tử tửu, Trường-sanh tửu, Thiên-tửu. Phạn : A-mật-rí-đa (*Amrta*).

Bréviaire (*fr.*) : Nhựt - tụng Kinh.

Bukkakusammai (*jap.*) : Phật-giác Tam-muội.

Bukudan (*jap.*) : Phục-đoạn (*Hàng phục và đoạn tuyệt Phiền não*).

Bupatsu (*jap.*) : Phật-phát (*Tóc Phật*).

Butsumo (*jap.*) : Phật-mẫu.

Byâpato (*p.*) : Não hại.

Ca-Kravada (*scr.*) : Thiết vi sơn.

Cachemire (*fr.*) : Khắc-thập-mễ-nhĩ, một nước ở miền Bắc Ấn Độ.

Cachet mystique (*fr.*) : Mật-ấn.

Çaçikêtu (*scr.*) : Danh Tướng (*Như-Lai*).

Caitya (*scr.*) : Điện.

Çakra, Çatakratu (*scr.*) : Thích, Thích - Ca, Đế-Thích.

Çakra, Brâhma (*scr.*) : Thích, Phạm (*Đế - Thích, Phạm thiên vương*).

Çakra Dêva Indrâ (*scr.*) : Thích Đế-hoàn Nhân, Thích-Ca Đế-hoàn Nhân-đà-la, Đế-Thích. Dịch : Năng Thiên - chủ.

Cakravartin (*scr.*) : Vương Tứ thiên - hạ. Cũng viết : Chuyển luân thánh vương, Chuyển luân vương, Kim luân vương.

Çakya (*scr.*) : Thích-Ca, Thích. Phật Thích-Ca. Họ Thích-Ca.

Çakyamouni (*scr.*) : Thích-Ca-Mâu-Ni. Dịch : Năng-Nhơn, Năng-Tịch, Năng-Mãn.

Câlendrarâdja (*scr.*) : Ta-la-thọ vương (*Phật vị-lai*).

Calme, Silence, Méditation (*fr.*) : Tĩnh (*Tịnh*).

Campaka (*scr.*) : Chiêm-bà (*thành*).— Chiêm-bà (*hoa*), Chiêm-bặc (*hoa*), Dịch : Hoàng hoa.

Canavasa (*scr.*) : Thương-na-hòa-tu (*Tổ sư*).

Candala (*scr.*) : Chiên-đà-la. Dịch : Đồ - giả, Nghiêm - xí, Chấp bạo ác nhơn, Hạ-tánh. Cũng viết : Chiên-đồ-la. Đàn-bà, kêu là Chiên-đà-ly.

Candrakirti (*scr.*) : Nguyệt-Cái.

Candraprabha (*scr.*) : Nguyệt-Quang.

Cari (*scr.*) : Xá-ly (*Xá-lợi*), chim Thu.—**Carira, Saîra** (*scr.*): Xá-ly (*Xá-lợi*), tro tàn, thân cốt của Phật sau khi tịch diệt.

Cariputra (*scr.*) : Xá-ly-Phất, dịch : Thu-tử, một Đại-đệ-tử của Phật Thích-Ca. Cũng viết : **Xá-ly Tử.**

Cas ambigus (*fr.*) : Bất định pháp, Du-lan-già tội.

Cas de dégradation (*fr.*) : Ba-la-di pháp, Bất cộng-trụ pháp.

Caste (*fr.*) : Chủng (*Chưởng*)

Caste des Brahmanes (*fr.*) : Bà-la-môn chủng.

Caste des intouchables (*fr.*) : Chiên-đà-la (*Candala*), ngày nay kêu là Ba-ly-a (*Pariahs*).

Castra (*scr.*) : Luận.

Cata-Çastra (*scr.*) : Bá luận.

Câturmhârâja (*scr.*) : Tứ đại thiên vương, Tứ thiên vương.

Caturmahârâjakayika (*scr.*) : Tứ thiên vương thiên.

Caturyôni (*scr.*) : Tứ chủng sanh, Tứ sanh.

Catvariaryasatyanu (*p.*) : Tứ chơn-đế, Tứ diệu đế, Tứ thánh-đế, Tứ đế, Tứ thánh-thật.

Cause (*f.*) : Duyên, Nhơn, Nhơn-duyên.

Cause et effet (*fr.*) : Nhơn Quả (*Nhơn-duyên Quả-báo*).

Causes-facteurs (*fr.*) : Nhơn-duyên.

Cause fondamentale (*fr.*) : Chánh nhơn.

Cessation, Apaisement (*fr.*) : Tịch.

Chakra du sommet de la Tête (*fr.*) : Đỉnh tướng, Vô kiến đỉnh tướng.

Champ de mérites (*fr.*) : Công đức điền, Phước điền.

Les Cheveux du Bouddha (*fr.*) : Phật phát (*Tóc Phật*)

Chorinôbosatsu (*jap.*) : Đỉnh luân vướng Bồ tát.

Cikhin (*scr.*) : Thi khí. Thi khí Phật, — Thi khí Đại Phạm.

Cinq agrégats (*fr.*) : Ngũ uẩn, Ngũ âm.

Cinq Bhiksus : Ngũ Tỳ kheo

Cinq Branches (*fr.*) : Ngũ phái.

Cinq Connaissances (*fr.*) : Ngũ Thông.

Cinq couvercles (*fr.*) : Ngũ cái.

Cinq défenses (*fr.*) : Ngũ Giái

Cinq désirs (*fr.*) : Ngũ dục.

Cinq dons de la Vue (*fr.*) : Ngũ nhãn.

Cinq éléments (*fr.*) : Ngũ Đại, Ngũ hành.

Cinq encens (*fr.*) : Ngũ hương.

Cinq entraves de la Région du Désir (*fr.*) : Ngũ độn sử, Ngũ hạ kết, Ngũ hạ phần kết.

Cinq entraves des deux Régions : Forme et Sans forme (*fr.*) : Ngũ lợi sử, Ngũ thượng Kết.

Cinq états de décadence (*fr.*) : Ngũ suy tướng.

Cinq flèches (*fr.*) : Ngũ tiễn, tức Ngũ Dục.

Cinq forces (*fr.*) : Ngũ lực.

Cinq impuretés (*fr.*) : Ngũ trược.

Cinq parties du Corps de la Loi (*fr.*) : Ngũ phần Pháp thân.

Cinq péchés (*fr.*) : Ngũ ác.— Ngũ nghịch.

Cinq Tathâgatas : Ngũ Như Lai.

Cinq Véhicules (*fr.*) : Ngũ Thừa (*Thặng*).

Cinq Voies (*fr.*) : Ngũ Đạo.

Cinquième Patriarche (*fr.*) : Ngũ Tổ, Đệ ngũ Tổ.

Cintamani (*scr.*) : Như ý châu.

Çintāna (*scr.*) : Tư duy.

Cittā (*scr.*) : Chất đa. Dịch : Tâm ý.

Clan (*fr*) : Chủng (*chưởng*).

Cœur de Bouddha (*fr.*) : Phật tâm.

Cœur de Diamant (*fr.*) : Kim cang tâm.

Cœur d' Éveil (*fr.*) : Bồ đề tâm. Đạo tâm.

Cœur magnanime (*fr.*) : Đại tâm.

Colère (*fr.*) : Nhuế (*Khuể*), Sân, Sân nhuế.

Collier de perles, de diamants (*fr.*) : Anh lạc.

Communauté (*fr.*) Tăng già, Tăng, Hòa hiệp, Chúng, Chúng Tăng, Tăng chúng, Tòng lâm, Tăng già lam, Già lam.

Concentration de l'Eveil de Bouddha (*fr.*) : Phật giác Tam muội.

Concile (*fr.*) : Kết tập pháp.

Concile à Vaisali (*fr., scr.*) : Tỳ xá ly thành kết tập (*một trăm năm sau Phật Thích Ca diệt độ*).

Connaissance (*fr.*) : Tri thức (*Tri tâm thức mạo, người quen biết*). — Tri thức (*đa tri bác thức, người hiểu nhiều biết rộng*).

Connaissance des vies antérieures (*fr.*) : Thức

túc-mạng thông, Tri túc mạng thông, Tri túc mạng, Túc-mạng thông.

Conscience (*fr.*): Thức.

Constance (*fr.*): Bất phóng dật.

Contact (*fr.*): Xúc (*nhơn duyên thứ sáu trong thập nhị nhơn duyên*).

Contemplation. Extase pure (*fr.*): Chánh định, Định, Định Huệ, Chỉ quán, Tịch chiếu minh tịnh.

Convoitise (*fr.*): Tham, Tham dục.

Corps (*fr.*): Thân, Thân thể.

Corps de Bouddha (*fr.*): Phật thân.

Corps de Brâhma (*fr.*): Phạm thân.

Corps de Diamant (*fr.*): Kim cang thân.

Corps d'essence (*fr.*): Pháp thân.

Corps Impur (*fr.*): Uế thân.

Corps métamorphique de moyens (*fr.*): Phương tiện ứng hóa thân.

Corps multipliés (*fr.*) Phân thân (*Thân của Phật, Bồ tát, phân đi các nơi mà độ chúng sanh*).

Corps physique (*fr.*): Sắc-thân.

Couvent (*fr.*): Tỳ ha la (*Vihara*), Tịnh xá, Tự, Đại tự.

Couvent du Cheval Blanc (*fr.*) Bạch mã tự.

Cramana (*scr.*): Sa môn.

Crâvasti (*scr.*) Thất la phiệt; Xá vệ (*thành*).

Créatures (*fr.*). Tát đỏa, Chúng sanh, Hữu tình, Hữu thức, Hàm sanh, Hàm linh, Hàm thức, Hàm tình.

Crî-Harsha (*scr.*): Giái Nhựt (*Vương*).

Croire, Foi, Croyant (*fr.*) : Tín (*Tin*).

Croyance, Vue (*fr.*) : Kiến.

Croyance parfaite (*fr.*) : Chánh kiến, Chánh tri kiến.

Cubhavyûha (*scr.*) : Diệu Trang Nghiêm (*Vương*).

Cudapanthaka (*scr.*) : Chú đồ bán thác ca, Châu ly bàn đà già, Châu ly bàn đặc ca, Châu đà. Dịch : Kế đạo, Đại lộ biên.

Culte (*fr.*) : Lễ.

Culte du Feu : (*fr.*) : Hỏa giáo, đạo thờ Hỏa thần (*Agni*).

Cunda, Counda (*scr.*) : Thuần Đà. Dịch : Giải Diệu - nghĩa Người thợ rèn đãi cơm Phật lần cuối cùng.

Cunyata (*scr.*) : Không (*Vô*).

Dagoba (*p.*) : Bảo tháp.

Daijoshogoron (*jap.*) : Đại thừa Trang nghiêm luận.

Daï Niti Nioraï (*jap.*) : Đại Nhựt Như lai, cũng viết : Ma ha Tỷ lư giả na, Biến chiếu Như lai, Tối cao hiển quảng Nhãn tạng Như lai, Thường trụ Tam thế Diệu pháp thân Như lai.

Daitoku (*jap.*) : Đại đức.

Dalaï-lama (*tib.*) : Đạt lại lạt ma.

Damner, Damné (*fr.*) : Đọa. Sa đọa từ trên cảnh cao xuống cảnh thấp mà chịu hành hạ, khổ não.

Dâna (*scr*) : Đàn-na, Đàn. Dịch : Bố-thí, Thí, Cúng-dường, Đàn-Thí.

Dâna-paramita (*scr.*) : Đàn Ba-la-mật, Đàn-na Ba-la-mật đa. Dịch : Bố-thí đáo Bỉ-ngạn, Bố-thí độ, Thí-độ, Đàn độ, Thí Ba-la-mật.

Dânapati (*scr.*) : Đàn-việt ;— dịch : Công-đức chủ, Đàn-chủ, Thí-chủ.

Dangereux, Danger (*fr.*) : Độc.

Dasabala (*scr.*) : Thập lực.

Dasabhûmi (*scr.*) : Thập địa.

Dasabhûmi-çastra (*scr.*) : Thập địa luận.

Dasabala-Kaçyapa (*scr.*) : Thập lực Ca-Diếp.

Dasaparamita (*scr.*) : Thập Ba - la - mật, Mười nền đại-hạnh của Bồ-tát.

Dasa-sila (*scr.*) : Thập giới (*giới-cấm*).

Déesse (*fr.*) : Thiên-nữ.

Défenses (*fr.*) : Cấm, Cấm-giới, Giới-cấm.

Délicat (*fr.*) : Diệu.

Délivrance (*fr.*) : Mộc-để, Mộc-xoa (*Moksha*), Giải thoát.

Demeure royale (*fr.*) : La-duyệt, Vương-xá (*thành*).

Dengyô-Daishi (*jap.*) : Truyền - giáo Đại-sư (*nhà sáng lập Thiên-Thai tông ở Nhật-Bản*).

Dernière naissance, dernière vie (*fr.*) : Tối hậu thân.

Désir (*fr.*) : Ái, Dục. Amour, Soif (*fr.*).

Dessin magique (*fr.*) : Man-trà-la, Mãn-trà-ra, Linh - phù, Đàn, Đạo-tràng.

Destruction, Extinction (*fr.*) : Diệt. Đồng nghĩa : Đoạn, Tuyệt, Trừ, Tịch, Hoại.

Deux cent cinquante règles des Moines (*fr.*) : Nhị bá ngũ thập giới.

Deux véhicules (*fr.*) : Nhị thừa (*thặng*).

Deux vérités (*fr.*) : Nhị đế.

Deuxième degré de Méditation (*fr.*) : Đệ nhị Thiền, Nhị Thiền, Nhị Thiền-Định.

Dêva (*scr.*) : Đề-bà. Dịch : Thiên, chư Thiên, Thiên-tử, Thiên-nhơn.

Dêvadatta (*scr.*) : Đề-bà-đạt-đa, Đề-bà-đạt, Đề-bà, Điều-bà-đạt-đa, Điều-bà-đạt, Điều-đạt. Dịch : Thiên-thọ, Thiên-dữ, Thiên-nhiệt.

Dêva-giti (*scr.*) : Thiên-đạo, Thiên-thú, (*Đường Trời*).

Dêvakhan (*scr.*) : Thiên-đường, Thiên-thượng (*đối nghĩa : Thiên-hạ*).

Dêva, Nâga (*scr.*) : Thiên Long.

Dêvarâdja (*scr.*) : Thiên - vương, Thiên - chủ, Thiên - đế. *Thiên-vương* Như-lai, hậu-thân của Đề-bà-đạt-đa.

Dêvasarman (*scr.*) : Đề-bà-thiết-ma (*La-Hán*).

Dêvasôppâna (*ser.*) : Thiên-Đạo, cõi thế-giái của Phật vị-lai Thiên-Vương (*Dêvarâdja*).

Dêvayâna (*scr.*) : Thiên-thừa.

Dêvi (*scr.*) : Thiên nữ.

Dhamma (*p.*) : Đạt-ma. Dịch : Pháp.

Dhammachakka (*p.*) : Pháp-luân.

Dhammachakkappavattana - soutta (*p.*) : Chuyển Pháp-luân kinh.

Dhammapada (*p.*) : Pháp-cú Kinh.

Dhanada (*scr.*) : Đa-văn (*nghe nhiều biết rộng*).

Dhâranî (*scr.*) : Đà-ra-ni (*Đà-la-ni*) Dịch : Chú, Mật-chú, Bí-mật-chú, Thần-chú, Chơn-ngôn, Tổng-trì, Năng trì, Năng-giữ, Trì Cú.

Dharanîmdhara (*scr.*) : Trì-Địa (*Bồ tát*).

Dharma (*scr.*) : Đạt-ma. Dịch . Pháp.

Dharma-âranya (*scr.*) . Pháp-Lan, Hán Trúc Pháp-Lan.

Dharma-Ayatna (*scr.*) : Pháp-nhập (*sự sắp nhập các tư tưởng vào ý*).

Dharmabala (*scr.*) : Pháp lực.

Dharmabhadra (*scr.*) : An-pháp-Hiền, Pháp-Hiền.

Dharma-Bouddha (*scr.*) : Đạt-ma Phật.

Dharmachakra (*scr.*) : Pháp-luân.

Dharmadara (*scr.*) : Trì-Pháp (*Phật*).

Dharmadhara (*scr.*) : Pháp (*Khẩn-na-la vương*).—

Dharmadhatu (*scr.*) : Pháp-giới.

Dharmagupta (*scr.*) : Đàm-vô-Đức.

Dharmagupta-Vinaya (*scr.*) : Tứ phần luật (*Tứ phần luật của Đàm-vô-Đức*).

Dharmakâla (*scr.*) : Đàm-ma-ca-la. Dịch : Pháp - Thời (*Sa-môn*).

Dharmakara (*scr.*) : Đàm-ma-Ca, Đàm-ma-ca-Lưu. Dịch : Pháp-Tạng (*Tỷ-kheo*).

Dharmakaya (*scr.*) : Pháp-thân.

Dharmamitra (*scr.*) : Đàm-ma-mật-đa, Pháp-Tú (*Sa-môn*).

Dharmanendin (*scr.*) : Đàm-ma-nan-đề, Pháp-Hỷ (*Sa-môn*).

Dharmapada (*scr.*) : Pháp-cú (*Kinh*).

Dharmapâla *scr.*) : Đàm-ma-ba-la (*cao - tăng*). Dịch : Hộ-Pháp. — Đàm-Quả, Sa-môn dịch kinh tại Lạc-Dương năm 207.

Dharmaprabhâsa (*scr.*) : Pháp - minh.

Dharmapriya (*scr.*) : Đàm-ma-Ty, Pháp-Thiện (*Sa-môn*).

Dharmarâdja (*scr.*) : Pháp-vương.

Dharmaraksha (*scr.*) : Đàm-ma-La-sát. Pháp - Hộ (*Sa-môn*).— Đàm-vô-Sấm, Pháp-Phong Sa-môn, Sấm-sư.

Dharma-ratna (*scr.*) : Pháp-Bảo (*Trong Tam Bảo*).

Dharmasatya (*scr.*) : Đàm-Đề, Pháp-Thiệt (*Sa-môn*).

Dharmavivardhana (*scr.*) : Pháp - Tăng (*Pháp danh của thái tử Câu-na la*).

Dharmayasas : Đàm-ma-da-xá, Pháp-Xưng (*Sa-môn*).

Dharmavaja (*scr.*) : Pháp-tràng (*Cờ đạo*).— Tên một đức Phật Như-Lai ở Hạ-phương.

Dhâtu (*scr*) : Giới (*Thế-giới*).

Dhritaka (*scr.*) : Đề-đa-Ca (*Tổ sư*).

Dhudanga (*p.*) : Đầu-đà. Dịch : Đào-thải. Tu-trị.

Dhûti (*scr.*) : Đô-Đề.

Dhyana (*scr*) : Thiền-na, Thiền. Dịch : Thiền-định, Định, Định-tâm, Tham-thiền, Tịnh-lự, Tư-duy, Quán-tưởng, Toạ-thiền.

Dhyana-parâmita (*scr.*) : Thiền Ba-la-mật, Thiền - na Ba-la-mật-đa, Thiền-độ.

Dhyana-Prajnâ (*scr.*) : Thiền Huệ (*Thiền - định và Trí-huệ*), Thiền-Trí.

Dhyana-Samadhi (*scr.*) : Thiền Định, Âm phạn : Thiền-na Tam-muội, Thiền Tam-muội.

Diamant (*fr.*) : Phạt-chiết-la, Phạt-xà-la, Kim-cang.

Dibba-Cakkhu (*p.*) : Thiên-nhãn thông.

Dibbasota (*p.*) : Thiên-nhĩ thông.

Dieux (*f.*) : Đề-bà, Thiên, chư Thiên.

Dieux et Dragons (*f.*) : Thiên Long.

Difficile (*fr.*) : Nan.

Dîpankara (*scr.*) : Đề - hoàn - kiệt, Đề-hòa-kiệt-ra. Dịch : Đính-Quang, Nhiên-Đăng, Định-Quang (*Như-Lai*).

Dire sa coulpe (*fr.*) : Sám-hối pháp, Hối pháp.

Direct (*fr.*) : Trực.

Disciple (*fr.*) : Đệ tử.

Disciple du Bouddha, Bouddhiste (*fr.*) : Phật đệ-tử, Phật - tử.

Discipline (*fr*) : Thi-la, Giái, Giái-cấm, Giái-luật.

Discourir (*fr*) : Biện.

Ditthi (*p.*) : Kiến.

Dix actes coupables (*fr.*) : Thập ác.

Dix actes méritoires (*fr.*) : Thập thiện.

Dix appellations du Bouddha (*fr.*) : Thập hiệu.

Dix causes (*fr.*) : Thập nhơn.

Dix causes, Dix effets (*fr.*) : Thập nhơn, thập quả.

Dix Forces (*fr.*) : Thập lực.

Dix grands Disciples du Bouddha (*fr.*) : Thập đại Đệ ..

Dix huit localités (*fr.*) : Thập bát giái.

Dix jours de jeûne (*fr.*) : Thập trai nhựt.

Dix mondes (*fr.*) : Thập giái (*Giới*).

Dix mondes de la Doctrine (*fr.*) : Thập Pháp-giái.

Dix règles (*fr.*) : Thập giái (*Giới-cấm*).

Dix Régions de l'Espace (*fr.*) : Thập phương.

Dix Rois (*fr.*) : Thập vương.

Dix terres (*fr.*) : Thập Địa.

Dix Vertus cardinales (*fr.*) : Thập Ba-la-mật, Mười đại-hạnh của Bồ-tát.

Djaladhara - gardjitaghôchasusuara - nakcha- -trarâdjasamkusumitâbhidjna (*scr.*) : Vân-lôi-âm-túc-vương hoa Trí (*Phật*).

Djambûnadaprabha (*scr.*) : Diêm-phù-na-đề Kim-quang (*Phật vị-lai*).

Djna (*scr.*) : Xà-na. Dịch : Trí, Huệ.

Djnâmûdra (*scr.*) : Huệ-ấn, Trí-ấn.

Djnânolka (*scr.*) : Huệ-cự (*Đuốc huệ*), Trí-cự (*Đuốc trí*)

Djyôtichprabha-Brahmā (*scr.*) : Quang-Minh Đại-Phạm

Doctrine (*fr.*) : Giáo, Đạo, Đạo-đức, Đạo-lý, Đạt-ma, Pháp.

Doctrine du Bouddha (*fr.*) : Phật-đạo, Phật-pháp.

Doctrine du Yoga (*fr.*) Du-già giáo, Mật-giáo.

Doctrine hétérodoxe (*fr.*) : Ngoại-đạo.

Doctrine secrète (*fr.*) : Bí-giáo, Mật-giáo.

Doctrine unique (*fr.*) : Nhứt Đạo.

Dompter et trancher les passions (*fr.*) : Phục-đoạn (*Hàng-phục và đoạn-tuyệt Phiền-não*).

Don, Donner (*fr.*) : Thí, Bố-thí, Thí-xả. Phạn : Đàn-na (*Dâna*).

Dôshô (*s. jap.*) : Đạo-Sanh, nhà sư Nhật-bản.

Douleur (*fr.*) : Khổ. Phạn : Đậu-khư (*Duhkha*).

Doundoubhisvaranirghosha-Bouddha (*fr.*) : Tối-thắng-âm Phật.

Doushpradarsha-Bouddha (*scr.*) : Nan-Trở Phật.

Doute (*fr.*) : Nghi.

Douze causes (*fr.*) Thập nhị Nhơn-duyên.

Douze grands Vœux (*fr.*) : Thập nhị Nguyện Vương.

Douze Sûtras du Grand Véhicule (*fr.*) Thập nhị Đại-thừa Kinh, Thập nhị bộ Kinh.

Droit divin (*fr.*) : Thần-quyền (*Thần-luật*).

Droti (*scr.*) : Kiến.

Drûma (*scr.*) : Trì-Pháp (*Khẩn-na-la vương*).

Duhkha (*scr.*) : Đậu-Khư. Dịch : Khổ.

Duhkha-aryasatya (*scr.*). Khổ-đế (*trong Tứ-diệu-đế*).

Duhkha-Samjnâ (*scr.*) : Khổ-tưởng.

Duhkha-Védana (*scr.*) Khổ-thọ, thọ-cảm khổ.

Dvâdaça-Nikaya-Çastra (*scr.*) : Thập nhị môn luận.

Eau (*fr.*) : Thủy (*Nước*), một trong Tứ đại.

Eau ayant les huit bonnes qualités (*fr.*) : Bát công-đức thủy.

Ecclésiastique et laïque (*fr.*) : Đạo tục, Xuất-gia tại-gia.

Écoulement (*fr.*) : Lậu.

Édifice (*fr.*) : Điện.

Éducation religieuse (*fr.*) : Pháp-hóa.

Effet, Efficacité (*fr.*) : Công hiệu.

Égalité (*fr.*) : Bình đẳng

Eka (*jap.*) : Huệ-Khả (*Đại sư*).

Ékacyana (*scr.*) : Nhứt thừa (*thặng*).

Ékajatipratibouddha (*scr.*) : Nhứt sanh bổ xứ (*Bồ-tát*) Bực còn một lần sanh nữa thì làm Phật.

Ékamsamayam (*scr.*) : Nhứt thì (*thời*).

Élément (*fr.*) : Đại, chất đại khái, như : Tứ đại, Ngũ đại, Lục đại.

Éléphant (*fr.*) : Già-da (*Gâya*), Tượng.

Éléphant blanc (*fr*) : Bạch-tượng.

Élixir des dieux (*fr.*) : Thiên-tửu. Phạn : A-mật-rí-đa (*Amrta*).

Éloquence (*fr.*) : Biện-tài.

Émettre le Vœu de devenir Bouddha (*fr.*) : Phát A-nậu-đa-la Tam-miệu Tam-bồ-đề tâm, Phát vô-thượng chánh-đẳng chánh-giác tâm, Phát bồ-đề tâm, Phát Tâm.

Émettre les Vœux (*fr.*) : Phát nguyện.

Empreinte de la Sagesse (*fr*) : Trí-ấn, Huệ-ấn.

Encens (*fr.*) : Hương.

Énergie spirituelle, Progrès spirituels (*fr.*) : Tinh-tấn, Cần, Cần hành, Cần tinh-tấn, âm Phạn : Tỳ-ly-da, Tỳ-lê-da (*Virya*).

Enfer (*fr.*) : Địa ngục.

Enfer Avîchi aux cinq états de supplices inin--terrompus (*fr.*) : Ngũ Vô-gián Địa-ngục.

Enfer isolé (*fr.*) : Cô-độc địa ngục, Cô-độc ngục.

Enfers intermédiaires (*fr.*) : Cận-biên Địa ngục, Cận-biên Na-lạc-ca.

Enfer où les damnés sont punis sans interrup--tion (*fr.*) : Vô-gián Địa-ngục, A-tỳ Địa-ngục.

Ennemi (*fr.*) : Oán địch.

Eno (*jap.*) : Huệ-Năng (*Đại sư*).

Enseignement (*fr.*) : Giáo.

Entraves (*fr.*) : Kết, tức Phiền-não.

Entrée des dharmas (*fr.*) : Pháp - nhập (*Sự sáp nhập của tư tưởng vào ý*).

Envie (*fr.*) : Tật, Tham.

Ermite, Ermitage (*fr.*) : A - lan - nhã, A - luyện - nhã, — không-nhàn, nhàn-cư, An-cư, Ẩn-cư. Cũng viết : Tiên ; Tiên-nhơn.

Erreur et illusion (*fr.*) : Si

Ésotérisme (*fr.*) : Bí-giáo, Mật - giáo, Bí-mật giáo, Hình nhi thượng.

Espace (*fr.*) : Hư-không, không gian, âm phạn : A-ca-xoa.

Espèce (*fr.*) : Chủng (*Chưởng*)

Esprit (*fr.*) : Hồn, Thần, Ý, Tinh thần, Thần - căn, Thần linh.

Esprit d'Éveil (*fr.*) : Bồ - đề. Dịch : Đạo, Giác, Tri, Trí.
Esprits errants (*fr.*) : Quỉ.

Essence de la Grande Splendeur (*fr.*) : Đại oai -
đức tạng (*Tam-muội*).

État de Bouddha parfaitement accompli : A-
nậu-đa-la Tam-miệu Tam-bồ-đề. Vô - thượng Chánh biến đạo,
Vô-thượng chánh-đẳng Chánh-giác, Phật-quả, Phật-đạo, Chánh-
giác.

État de celui qui a la Connaissance de tout
(*fr.*) : Tam-miệu-Tam-bồ-đề, Chánh-đẳng Chánh - giác, Đẳng-
chánh-giác, Chánh biến giác, Chánh-giác, Cực-quả.

Etats d'Esprit constitutifs de l'Éveil (*fr.*) : Giác-
chi, Giác-ý, Bồ-đề phận.

Étendard (*fr.*) : Tràng (*cờ*).

Étendard et Oriflamme (*fr.*) : Tràng, phan (*cờ, phướn*).

Étendard, Oriflamme, Parasol (*fr.*) : Tràng, phan,
bảo-cái (*cờ, phướn, lọng*).

Êtres (*fr.*) : Tát-đỏa, Chúng-sanh, Hữu - tình, Hữu - thức,
Hàm-sanh, Hàm-linh, Hàm-thức, Hàm-tình.

Êtres malfaisants (*fr.*) : Quỉ.

Eunuque (*fr.*) : Hoàng-môn, Bất-nam.

Évocations (*fr.*) : Phù chú.

Excellent, Délicat, Sublime (*fr.*) : Diệu.

Existence (*fr.*) : Hữu.

Exotérisme (*fr.*) : Hiển-giáo. Hình nhi hạ.

Expliquer (*fr.*) : Giản nghĩa.

Extase (*fr.*) : Tam-muội, Tam-ma-bạt đề, Tam-ma-địa, Tam-
ma-đế, Tam-ma-đề. Định, Thiền-định, Chánh-thọ, Chỉ-quán.

Extase de la Cessation (*fr.*) : Tịch-diệt Tam-muội,
Tịch-diệt định, Diệt-tận định.

Extinction (*fr.*) : Diệt. Đồng nghĩa : Đoạn, tuyệt, Trừ, Tịch, Hoại.

Extrême (*fr.*) : Cực.

Fa-chen (*ch.*) : Pháp-Thạnh (*Cao-tăng Trung Hoa*).

Fa-Hien (*ch.*) : Pháp-Hiển (*Cao-tăng Trung Hoa*).

Fa-hoa-tsoung (*ch.*) : Pháp-Hoa tông.

Fa-siang-tsoung (*ch.*) : Pháp-tướng-tông.

Faux (*fr.*) : Vọng.

Félicité (*fr.*) : Phước-khánh, Phước.

Femme (*fr.*) Nữ, Nữ-nhơn, Phụ nữ.

Femme, fille laïque (*fr.*) : Ưu-bà-di (*Upasika*), Dịch : Tín-nữ, Cận-sự-nữ.

Feu (*fr.*) : Thọ-đề (*Tejas*), Hỏa, Lửa.

Feuille de latanier (*scr.*) : Bối-diệp (*Lá bối*), Kinh điển đạo Phật.

Fils de Bonne famille, Homme vertueux, Cro--yant (*fr.*) : Thiện nam-tử.

Fils de Cakya, adepte de Cakya Mouni (*fr.*) : Thích-tử.

Fils de la Doctrine (*fr.*) : Pháp-tử.

Fils du Dêva Içvara (*fr, scr.*) . Tự-tại Thiên tử.

Fils du Roi de la Loi (*fr.*) : Pháp-vương tử, Phạn : Câu-ma-la (*Kumâra*).

Fin, Final (*fr.*) : Cứu cánh, tất cánh.

Fin de l'œuvre parfaite (*fr.*) : Chánh-nghiệp.

Flambeau (*Torche*) **de la Science** (*fr.*) : Huệ - cự (*Đuốc huệ*), Trí-cự (*Đuốc trí*).

Foe koue ki (*ch.*) : Phật quốc ký, sách của đại sư Pháp-Hiển.

Foi (*fr.*) : Tín, Tín-căn, Tín-tâm.

Force (*fr.*) : Lực.

La Force de la Loi (*fr.*) : Pháp lực.

Force magique (*fr.*) : Thần lực.

Force vitale (*fr.*) : Sanh lực.

Forme (*fr.*) : Sắc.

Formules de conjurations magiques (*fr.*) : Chú trớ (*Chú thư*).

Formules magiques (*fr.*) : Đà-ra-ni (*Đà-la-ni*), Chú, Thần-chú, Chơn-ngôn, Tổng-trì.

Formule magique de la Miséricorde (*fr.*) : Đại-bi tâm đà-la-ni, Thiên-thủ, Thiên-nhãn Vô-ngại đại-bị tâm đà-la-ni.

Formule magique " Habileté dans tous les sons " : Pháp-âm phương tiện Đà-la-ni.

Fornication (*fr.*) : Dâm, Tà dâm, phạm tội Dâm.

Fou (*fr.*) : Cuồng.

Foudô (*jap.*) : Bất động.

Foudre (*fr.*) : Phạt-chiết-la, Phạt-xà-la (*Vajra*), Kim-cang.

Fouguen (*jap.*) : Phổ-Hiền. Phạn : Tam-mạn-đa Bạt-đà-la (*Samantabhadra*).

Franchise, Sincérité (*fr.*) : Trực-tâm.

Fugu (*jap.*) : Bất-cọng.

Fuji (*jap.*) : Phú-sĩ (*Núi Nhựt Bản*).

Fuslien (*jap.*) : Bất tín.

Futur (*fr.*) : Vị-lai.

Fuzengon (*jap.*) : Bất thiện-căn.

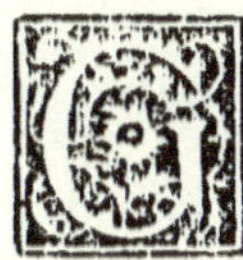

Gadgadasvara (*scr.*) : Diệu-Âm (*Bồ tát*).

Gandaprabhasa (*scr.*) : Hương-Quang (*Phật*).

Gandha, Candana (*scr.*) : Chiêm-dàn.

Gandhahastin Bodhisattva (*scr.*) : Càn-đà-ha-đề Bồ-tát.

Gandhâra (*scr.*) : Càn-đà-la, Kiện-đà-ra.

Gandharva (*scr.*) : Càn-thát-bà, Kiện-thát-bà, Kiền-đà-la. Dịch : Hương-thần, Hương-âm thần, Nhạc-thần.

Gandottama-Bouddha (*scr.*) : Hương-Thượng Phật.

Ganga (*scr.*) : Hằng-hà, Hằng-già, Căng-già.

Gange (*fr.*) : Hằng hà, Hằng-già, Căng-già.

Gantha (*p.*) : Hệ, Hệ phược.

Ganuda (*scr.*) : Công-đức Thi (*Bồ-tát*).

Garudas (*scr.*) : Ca-lâu-la. Dịch : Kim-sí diểu.

Gâtha (*scr.*) : Kệ-đà, Già-đà, Già-tha, Kệ. Dịch : Cô khởi tụng, Phúng tụng, Cô khởi Kệ, Tụng.

Gāti (*scr.*) : Luân-hồi, Luân-chuyển, Sanh-tử.

Gaunamati (*scr.*) : Cồ - na - mạt - đề.   Dịch :   Đức - Huệ (*La-Hán*).

Gautama (*scr.*) : Cồ-Đàm.

Gavâmpati (*scr.*) : Ca-phạm-ba-đề, Kiều-Phạm-ba-đề, Kiều-Phạm-bát-đề, Già-bà-bạt-đề. Dịch : Ngưu-vương, Ngưu - chủ, Ngưu-tướng, Ngưu-thi.

Gâya (*scr.*) : Già-da. Dịch : Tượng (*voi*). Già-da sơn. Dịch : Tượng đầu sơn. Già-da thành.

Gâya-Kâçyapa (*scr.*) : Già-da Ca-Diếp.

Gayasirsa (*scr*) : Già-da sơn. Dịch : Tượng đầu sơn.

Gelougs-pas (*tib.*) : Hoàng-giáo (*ở Tây tạng*).

Générations (*fr.*) : Lịch-đại.

Généreux, Vertueux (*fr.*) : Nhơn (*Nhân*), Nhơn-đức.
Générosité (*fr.*) : Đàn-na, Đàn, Bố thí.

La Générosité, Vertu cardinale (*fr.*) : Đàn - na Ba-la-mật, Đàn Ba-la-mật, Thí Ba-la-mật, Thí-độ.

Génie (*fr.*) : A-tu-la, Tu-la, Dịch : Phi-thiên, Thần.

Génie du Feu (*fr.*) : Hỏa thần.

Génie protecteur de la Doctrine (*fr.*) : Vi - Đà, Vi-côn.

Germe (*fr.*) : Chủng (*Chưởng*), Chủng - tử, Phạn : Hột - rị (*Hrich*).

Geste magique (*fr.*) : Mẫu-đà-la (*Mûdra*), Ấn, Pháp - ấn.

Geya (*scr.*) : Kỳ-dạ (*Kinh*). — Dịch : Trùng-tụng, Ứng-tụng.

Ghanavyuha-sûtra (*scr.*) : Hậu-nghiêm Kinh.

Ghosha (*scr.*) : Cồ-sa, Diệu-Âm (*La-Hán*).

Gigimmikkyô (*jap.*) : Giải thâm-mật Kinh, kinh chữ Phạn, do Huyền Trang dịch ra chữ Hán.

Gîtamitra (*scr.*) : Chỉ-đa-mật.

Godana (*scr.*) : Cồ-da-ni (*Châu*), Tây Ngưu - hóa (*Châu*), Ngưu-hóa châu, Tây Cồ-đà-ni.

Gopika (*scr.*) : Cồ-tỳ-gia, Cồ-Di. Dịch : Minh-nữ.

Gotamide (*scr.*) : Kiều- đàm - Di, Ma-ha Kiều-đàm di (*Một tên khác của bà Ma-ha Ba-xà-ba-đề*).

Grain (*fr.*) : Chủng (*Chưởng*), Chủng - tử. Phạn : Hột - rị (*Hrich*).

Grains de sable du Gange (*fr.*) Hằng-ha sa, Căng-già sa, Hằng-hà sa số, Hằng-sa (*số lớn*).

Grains de poussière infiniment petits (*fr.*) : Vi-trần.

Grand (*fr.*) : Đại, Hồng.

Grand bateau (*fr.*) : Đại-thuyền, tức Phật-pháp.

Grand batelier, Conducteur d'un grand bateau (*fr.*) : Đại thuyền sư, Vô thượng Thuyền sư, tức Phật.

Grand Brahmane (*fr.*) : Đại Bà-la-môn

Grand Conducteur (*fr.*) : Đại Đạo Sư (*tiếng xưng Phật*)

Grand Donateur (*fr.*) Đại Thí-chủ (*Phật*).

Grand Ermite (*fr.*) Đại-Tiên.

Grand fleuve (*fr.*) Đại-hà (*Sanh-tử, Luân-hồi, Phiền não*).

Grand Héros (*fr.*) : Đại-hùng (*Phật*). — Đại-sĩ (*Bồ-tát*). Đại Trượng phu.

Le Grand Illuminé (*fr.*) Đại-giác (*Phật*).

Grand Kalpa (*fr.*) Đại-Kiếp.

Grand magicien (*fr.*) Đại Ảo-sư.

Grand maître (*fr.*) Đại Sư.

Grand Médecin (*fr.*) : Đại-Y, Đại-Y vương, Đại Lương-Y (*Phật, Bồ-tát*).

Grand moine (*fr.*) : Đại Sa-môn.

Grand Véhicule (*fr.*) : Phạn : Ma-ha-diễn, Ma-ha diễn-na. Dịch : Đại-thừa (*Đại-thặng*).

Grand Vide (*fr.*) : Đại Không.

Grande Communauté (*fr.*) : Ma-ha Tăng - già, Đại-chúng, Đa chúng.

Grande douleur (*fr.*) : Đại-khổ.

Grande Illumination (*fr.*) : Khoát-nhiên đại-ngộ.

Grande Intelligence (*fr.*) : Đại-Trí, Đại Trí-huệ, Đại-Huệ.

Grande Loi, Grande Doctrine (*fr.*) : Đại-Pháp

Grande Sagesse (*fr.*) : Đại-Trí, Đại Trí-huệ, Đại-Huệ.

Grantha (*scr.*) : Hệ, Hệ-phược.

Gravité (*fr.*) : Bất phóng-dật.

Grossier (*fr.*) : Thô.

Grudhakuta (*scr.*) : Khuất - khuất - sá - bá - đà. (*Quật quật-trá-bá-đà*), Kỳ-xà-quật sơn, Kê-túc sơn, Linh-thứu sơn, Linh-sơn, Thứu-phong sơn, Tôn-túc sơn.

Guhya (*scr.*) : Bí-mật.

Gunavarman (*scr.*) : Cầu-na-bạt-ma. Dịch : Công - đức - Khải (*Sa-môn*).

Gupta (*scr.*) : Cúc-đa.

Guru, Sāstā (*scr.*) : Sư..

Haine (*fr.*) : Não hại, Sân, Sân-nhuế.

Haklenayaças (*scr.*) : Hạc-lặc-na.

Haritaki (*scr.*) : Ha-lê-lặc, viết tắt : Ha-lê. Cũng viết : Ha-ly-lặc. Giống cây có trái dùng làm thuốc.

Harivarman (*scr.*) : Ha-ly-bạt-ma.

Hébétement (*fr.*) : Hôn-trầm.

Hérésie (*fr.*) : Tà-đạo, Tà-giáo, Tả-đạo.

Hermaprodite (*fr.*) : Hoàng-môn, Bất-nam.

Héros d'esprit d'éveil (*fr.*) : Bồ-đề-tát-đóa, Bồ-tát.

Le Héros des Trois mondes (*fr.*) : Tam giới Hùng.

Le Héros du Monde (*fr.*) : Thế-Hùng.

Hétérodoxie (*fr.*) : Tà-đạo, Tà-giáo, Tả-đạo, Dị-giáo.

Hetupaccaya (*p.*) : Nhơn-duyên.

Hetupratyapa (*scr.*) : Nhơn-duyên.

Hiei (*jap.*) : Tỷ-Vệ (*sơn*) ở Nhật-Bản.

Himalaya (*scr.*) : Hỷ-mã-lạp-nhã, Hỷ-mã-lạp-sơn, Ma-la-da sơn, Ma-la diên-sơn. Dịch : Tuyết-sơn, Tuyết lãnh.

Himitsu (*jap.*) : Bí mật.

Hinayana (*scr.*) : Tiểu-thừa (*thặng*).

Hiranyavatî (*scr.*) : A-ly-la-bạt-đề, Ê-lan-nhã, Bạt-đề (*hà*). Dịch : Hữu kim (*cổ vàng*).

Histoire (*fr.*) : Lịch sử.

Hiuan-Tsang (*ch.*) : Huyền Trang (*cao-tăng Trung hoa*).

Hobenôgeshin (*jap.*) : Phương tiện ứng-hóa thân.

Ho-mei (*ch.*) : Hòa-Mặc (*vương*).

Hoa-yen-King (*ch.*) : Hoa-Nghiêm Kinh.

Hoa-yen-tsoung (*ch*) : Hoa-Nghiêm-tông.

Hokkyô (*jap.*) : Pháp Hoa (*kinh*).

Homme (*fr.*) : Nam, nam tử. — Nhơn (*người ta*)

Homme de bien, Homme vertueux (*fr.*) : Thiện-nhơn.

Hommes et Dieux (*fr.*) : Nhơn Thiên.

Hônen (*jap.*) : Pháp-Nhiên (*nhà sáng lập Tịnh-Độ tông bên Nhựt*).

Honganji (*jap.*) : Hồng-quang-tự (*Chùa Nhựt Bản*).

Hôryûji (*jap.*) : Pháp-long-tự (*Chùa Nhựt Bản*).

Yosshimbutsu (*jrp.*) : Pháp-thân.

Hossô-shu (*jap.*) : Pháp-Tướng tông.

Hou-fa (*ch.*) : Hộ-pháp.

Hphags-skyes-po (*tib.*) : Lưu Ly (*thái tử*), Tỳ-Lưu-Ly.

Hrich (*scr.*) : Hột-rị. Dịch : Chủng-tử. Tức : Phật chủng-tử, Phật chủng-tánh, Phật-tánh.

Huit chemins des Saints (*fr.*) : Bát Thánh-đạo, Bát Chánh-đạo.

Huit consciences ou connaissances (*fr.*) : Bát-thức.

Huit défenses (*fr.*) : Bát-giái, Bát giái trai, Bát trai giái, Bát quan trai, Bát chi trai.

Huit douleurs (*fr.*) : Bát Khổ.

Huit Enfers chauds (*fr.*) : Bát nhiệt Địa ngục. Cũng viết : Bát Đại Địa ngục.

Huit Enfers froids (*fr.*) : Bát hàn Địa ngục.

Huit grands Enfers (*fr.*) : Bát đại Địa ngục, Bát nhiệt Địa ngục.

Huit vents (*fr.*) : Bát phong.

Huns (*fr.*) : Hung nô.

Ici-bas, Empire (*fr.*) : Thiên hạ.

Içvara (*scr.*) : Tự-tại thiên.

Iddhi (*p.*) : Thần biến, Thần thông biến hóa, Thần cảnh thông, Thần cảnh trí chứng thông, Thần thông, Thần túc thông.

Iddhividha (*pr.*) : Thần-túc thông.

Idée, croyance perverse (*fr.*) : Tà-kiến.

Idée maîtresse, But (*fr.*) : Tông-chỉ (*Tôn-chỉ*).

Ignorance (*fr.*) : A-vĩ-di (*Avidyä*), Vô-minh. Ajnnâ, Vô tri.

Iksvāku (*scr.*) : Nhứt-soa-cưu-vương, dịch : Cam-giá thị.

Illimité, Sans limite (*fr.*) : Vô biên.

Illuminé *fr.* : Ngộ. Đồi nghĩa · Mê.

Illusion (*fr.*): Ảo (*Huyễn*), Bào-ảnh.

Impermanence (*fr.*): Phi thường, Vô thường.

Impression (*fr.*): Hành.

Impur, Impureté (*fr.*): Bất tịnh, Trược (*Trọc*).

Inconstance (*fr.*): Phóng-dật.

Incroyance (*fr.*): Bất tín.

Inde (*fr.*): Ấn Độ, Thiên trước, Tày-Thiên, Tây-vực.

Indépendant, Libre (*fr.*): Tự-tại.

Indra (*scr.*): Nhơn-đà-la, Đế-Thích.

Indra - Prîti (*scr.*): Nhơn-đà-la Bạt - đế, Hỷ - kiến thành (*thành-đô của đức Đế-Thích*).

Indriya (*scr.*): Căn.

Ingata (*scr.*): Nhơn-yết-đà (*trong hàng thập lục Đại A-la-hán*).

Inintelligence (*fr.*): A-vĩ-di, Vô-minh.

Initiation (*fr.*): Bí truyền.

Innombrable (*fr.*): Vô số. Phạn: A - tăng - kỳ (*Asam--khya*).

Instant (*fr.*): Tu-du (*gian*), Phút chút.

Instruit (*fr.*): Ngộ. Đối nghĩa: Mê.

Intelligence (*fr.*): Minh, Trí.

Intérieur, Interne (*fr.*): Nội.

Intuition (*fr.*): Trực-giác.

Intuitionisme (*fr.*): Trực-giác chủ nghĩa.

Invocation du Bouddha (*fr.*): Niệm Phật.

Invoquer (*fr.*) : Xưng, Xưng niệm.

Itivrtaka (*scr.*) : Y-đế-mục-đa-già. Dịch : Bổn-sự (*Kinh*).

Jaliniprabha-Bouddha (*scr.*) Võng-Minh Phật.

Jambud (*scr.*) : Diêm-phù (*thọ*).

Jambudvîpa (*scr.*) : Diêm-phù-đề, Thiệm-bộ châu.

Jampeïan (*tib.*) : Văn-Thù (*Bồ-tát*).

Jâramarana (*scr.*) : Lão Tử, Già và chết (*trong Thập nhị Nhơn-duyên*).

Jâta (*scr.*) : Sanh (*Sinh*).

Jâtaka (*scr.*) : Xà-đà-già, Dịch : Bổn-sanh (*kinh*).

Jayata (*scr.*) : Xà-da-đa (*Tổ sư*).

Jetavana (*scr.*) : Kỳ-thọ Cấp-cô-độc viên, Kỳ-viên, Thệ-đa lâm.

Jetrjeta (*scr.*) : Kỳ-Đà (*Thái tử*). Dịch : Chiến thắng.

Jetrjeta-vihâra, **Jetavana-vihâra** (*scr.*) : Kỳ-đà tinh-xá, Kỳ-hoàn tinh-xá. Cũng viết : Kỳ-đà lâm.

Jeûne (*fr.*) : Trai (*chay*).

Jiva (*scr.*) : Mạng (*đời sống*).

Jivajiva (*scr.*) : Kỳ-bà Kỳ-bà. Dịch : Cọng mạng (*điểu*), Sanh sanh, Mạng-mạng.

Jo-Jitsou-shu (*jap.*) : Thành Thật tông.

Joie (*fr.*) : Hỷ, Khả, Lạc, Hoan hỷ. Phạn : Nan-đà (*Nanda*)

Joshôjin-Bosatsu (*jap.*) : Thường-tinh-tấn Bồ-tát.

Jou-lu-ta (*ch.*) : Như-lư-Đạt.

Joyaux (*fr.*) : Bảo (*Bửu*).

Jugement parfait (*fr.*) : Chánh tư duy.

Jûji (*jap.*) : Thập địa.

Jûjiron (*jap.*) : Thập-địa luận.

Juste milieu, Voie moyenne (*fr.*) : Trung-đạo.

Jyâhroda (*scr.*) : Như-lư-đạt.

Ka (*jap.*) : Hỏa (*Lửa*).

Kaçyapa (*scr.*) : Ca-Diếp, Ca-diếp-Ba.

Kaçyapa-Mātanga (*scr.*) : Ca-Diếp Ma-Đằng, Nhiếp Ma-Đằng.

Kaçyapa-piceya (*scr.*) : Ca-Diếp Tỷ-bộ.

Kâlasûtra (*scr.*) : Hắc thằng Địa ngục.

Kakousthâ (*scr.*) : Ca-khuất-đa.

Kakuda-Katyâyana (*scr.*) : Ca-la-cưu-đà Ca-chiên-diên (*trong Lục sư ngoại-đạo*).

Kalâma (*scr.*) : Ca-lam.

Kalânusârin (*scr.*) : Kiên-hắc (*chiến-đàn*).

Kalasivi (*scr.*) : Chi-Cương-lương-tiếp.

Kâlayasa (*scr.*) : Cương-lương-da-xá. Dịch : Thời-Xưng (*Sa-môn*).

Kâlôdaka (*scr.*) : Ca-lưu-đà-già. Dịch : Thời-Thủy.

Kâlôdâyin (*scr.*) : Ca-lưu-đà-di (*Thinh-văn-La-hán của Phật Thích Ca*).

Kalpa (*scr.*) : Kiếp, Kiếp-ba, Dịch : Bá-vạn niên, Đại-thời.

Kalpa moyen (*scr.*, *fr.*) : Trung-Kiếp.

Kâma (*scr.*, *p.*) : Dục, Tham, Tham dục.

Kâmacchanda (*p.*) : Tham, Tham dục.

Kâmadhâtu (*scr.*) : Dục-giái (*trong Tam-giái*).

Kamaladalavimalanakchatrarâdja - samkusu - -mitâbhidjna (*scr.*) : Tịnh-hoa Túc-vương Trí (*Như Lai*).

Kâmavacara (*scr.*) : Dục-giái (*trong Tam-giái*).

Kamisumicchâcâro (*p.*) : Tà dâm.

Kamma (*p.*) : Nghiệp, Định - mạng, Định - nghiệp, Nghiệp-quả, Quả, Quả báo.

Kammuryôjukyô (*jap.*) : Quán Vô-lượng-Thọ kinh.

Kanada (*scr.*) : Ca-na-đạt.

Kanadeva (*scr.*) : Ca-na đề-bà. Viết tắt : Đề-bà, Tổ sư thứ 14.

Kanakabharadvâja (*scr.*) : Ca-nặc-ca-bạt-ly-đọa-xà (*trong hàng 16 Đại-A-la-hán*).

Kanakamouni (*scr.*) : Ca-na-già Mâu-ni, Yết-nặc-ca Mâu-ni, Ca-na mâu-ni, Câu-na-hàm mâu-ni. Dịch : Kim-Tịch, Kim-Tiên-nhơn.

Kanakavatsa (*scr.*) : Ca-nặc-ca-phạt-sa (*trong hàng 16 Đại A-la-hán*).

Kanishka (*scr.*) : Ca-nhị-sắc-ca (*Vương*).

Kapilavastou (*scr.*) : Ca-tỳ-la thành, Ca-tỳ-la-vệ, Ca-tỳ-la-tô-đô, Duy-vệ-la, Ca-duy-la. Dịch : Diệu-đức thành.

Kapimala (*scr.*) : Cà-lỳ-ma-la, Tỳ-La Trưởng lão.

Kapphina (*scr.*) : Kiếp-tân-Na. Cũng viết : Ma-ha-Kiếp-tân-Na.

Karanda (*scr.*) : Ca-lan-đà (*viên*).

Kararuci (*scr.*) : Cương-lương-lâu-chí, dịch : Chơn - Hỷ (*Sa-môn*).

Karavinka (*scr.*) : Ca-lăng-tần-già. Dịch : Diệu âm điểu, Hảo thinh điểu. Cũng viết : Ca-lân-đề, Ca-lan-già.

Karika (*scr.*) : Ca-ri-Ca (*trong hàng 16 Đại-A-la-hán*).

Karma (*scr.*) : Nghiệp, Định-nghiệp, Nghiệp-quả, Quả, Quả-báo.

Karmadana (*scr.*) : Kiết-ma (*Yết-ma*), Kiết-ma-đà-na Cũng viết : Duy-na. Dịch : Thứ-đệ.

Karuna-bhāvana (*p.*) : Bi, Đại-bi.

Kârunika (*scr.*) : Đại-bi.

Kârunika-hridaya-dhârâni (*scr.*) : Đại-bi tâm đà-la-ni, Thiên thủ Thiên-nhãn vô ngại đại-bi tâm đà-la-ni.

Kâsâva (*pr.*) : Cà-sa. Dịch : Hoại-sắc, Bất-chánh sắc.

Kasaya (*scr.*) : Cà-sa. Dịch : Hoại-sắc, bất-chánh sắc, Hoại-nạp. Cũng viết : Pháp y, Phước-điền y.

Kashmir (*Angl.*) : Khắc-thập-mễ-nhĩ, một nước miền Bắc Ấn Độ.

Kâtyana, Kâtyâyana (*scr.*) : Ca-chiên-diên, Ca-đa-diễn-na. Dịch : Văn-Sức (*Tôn-giả*). Cũng viết : Ma-ha Ca-chiên-Diên.

Kantaka (*scr.*) : Càn-trắc (*mã*).

Kapila (*scr.*) : Ca-tỳ-la (*trong hàng Lục Sư ngoại-đạo*).

Kauçika (*scr.*): Kiều-thi-Ca. Tiền-thân của Phật Di-Đà.— Tên riêng của đức Đế-Thích.

Kaundinya (*scr.*): Kiều-Trần-Na, Kiều-trần-Như, tức A-nhã Kiều-Trần-Như.

Kausambî (*scr.*) Câu-đàm-di (*đô thành*).

Kausthila (*scr.*): Câu-hy-la, Ma-ha Câu-hy-la (*Thinh-văn La-hán của Phật Thích-Ca*).

Kâya (*scr., p*): Thân.

Ke (*jap.*): Hệ.

Kégonkyo (*jap.*): Hoa-Nghiêm Kinh.

Kégonshu (*jap.*): Hoa-Nghiêm tông.

Kesa (*s. jap.*): Cà-sa. Dịch: Hoại-sắc, Bất chánh sắc.

Kêtou (*scr.*): Tướng (*tướng mạo.*)

Ketu (*scr.*): Kê - Đầu (*một người Bà-la-môn hồi đời Phật Thích-Ca*).

Kevura (*scr.*): Anh-lạc (*chuỗi ngọc*).

Khanika (*p.*): Sát-na

Kia-liou-t'ou-kia (*ch.*): Ca-lưu-đà-già. Dịch: Thời-Thủy.

Kia-ye-pi-pou (*ch.*): Ca-Diếp Tỷ-bộ.

Kien-Hoei (*ch.*): Kiên-Huệ (*Bồ-tát*).

Kinnaras (*scr.*): Khẩn - na - la (*trong Thiên Long bát bộ*). Dịch: Nhơn phi nhơn.

Kiu-chee-Tsoung (*ch.*): Câu-xá tông.

Kiu-na-mouv-ti (*ch.*): Cồ-na-mạt-đề, Đức-Huệ (*La-hán*).

Kôgonkyô (*jap.*): Hậu-Nghiêm Kinh.

Kôbô-daishi (*jap.*): Hoằng-pháp Đại sư (*Nhà sáng lập Chơn-Ngôn tông Nhật bản*)

Kongôchokyô (*jap.*) Kim-Cang đảnh Kinh.

Kônin (*jap.*) : Hoằng-Nhẫn (*Đại-sư Thiền-tông*)

Konjin (*jap.*) Hôn-trầm.

Kosala (*scr.*) : Câu-tát-la, Kiều-tát-la (*quốc*).

Kosthaka (*scr.*) : Câu-sắt-tha-ca (*quốc*).

Kou-cha-shu (*jap.*) : Câu-xá-tông.

Kouan-non (*jap.*) : Quan-Âm.

Kouan-Yin (*ch.*) : Quan - Âm.

Kouchan (*ch.*) : Cổ-sơn.

Kôya-san (*jap.*) : Cao-dã-san.

Krakucchanda (*scr.*) : Ca-la-ca-tôn-đại, Câu-lưu-tôn, Cưu-lưu-tần, Ca-la-cưu-thôn (*Cổ-Phật*).

Ksama (*scr.*) : Sám, Hối, sám-hối, hối-quá.

Ksamayati (*scr.*) : Hối-pháp, Sám-hối pháp.

Ksana (*scr.*) : Sát-na.

Ksema (*scr.*) : An.

Ksha (*scr.*) : Sát, Sắt - sát. Dịch : Thổ, Điền. Cũng viết : Sát-độ (*thổ*).

Kshânti (*scr.*) : Sàn-đề : Dịch : Nhẫn, Nhẫn-nhục, An-nhẫn.

Kshantidêva (*scr.*) : Sàn-đề-đề-bà, dịch : Nhẫn-nhục Thiên (Thầy dạy võ của Thái tử Tất-đạt-Đa.)

Kshânti-paramita (*scr.*) : Sàn-đề Ba-la-mật, Nhẫn Ba-la-mật, Nhẫn-nhục Ba la-mật, Nhẫn-độ.

Kshatriya (*scr.*) : Sát-đế-ly, Sát-ly.

Ksitigarbha, Kshigarbha (*scr.*) : Địa - Tạng (*Bồ-tát*).

Kumâra (*scr*) : Câu-ma-la (*vương*), Cũng dịch : Pháp-vương tử, Đồng tử.

Kumârajîva (*scr.*): Cưu-ma-la-thập (*Tam Tạng Pháp sư*) Dịch: Đồng-Thọ. Viết tắt: La-Thập (*Pháp sư*).

Kumârata (*scr.*): Cưu-ma-la-đa.

Kumbhânda (*scr.*): Câu-bàn-trà, Cưu-bàn-trà (*quỉ*).

Kunala (*scr.*): Câu-na-la.

Kusinagara (*scr.*): Câu-thi-na thành, Câu-na thành, Câu-thi-na-kiệt. Dịch: Dắc-thành.

Kutsha (*Koutcha*): Dao-Tần, xứ sở của pháp-sư Cưu-ma-la-Thập.

Kyôto (*jap.*): Kinh đô.

Kwanroku (*jap.*): Khuyến-Lặc, nhà sư Cao-ly.

Kyilkhor (*tib.*): Man-trà-la, Mãn-trà-ra (*Mantra*). Dịch: Linh-phù, Đàn, Đạo-tràng.

Laïc, Laïque (*fr.*): Nam, kêu là: Ưu-bà-tắc, Ô-ba-sách-ca, Cận-sự nam, tại gia cư-sĩ, cư-sĩ, Thiện-nam. Nữ, kêu là: Ưu-bà-di, Ô-ba-ty-ca, Cận-sự-nữ, Tín-nữ. Tiếng chung: cư-gia.

Lama (*tib.*): Lạt-ma, nhà sư Tây tạng.

Lankâvatâra-sûtra (*scr.*): Lăng-già kinh. Viết trọn: Lăng-già-a-bạt-đa-la-bảo Kinh.

Latanier, Palmier à sucre (*fr.*): Bối-đa-la, đa-la-thọ, Bối-đa thọ, Bối thọ, cây thốt nốt.

Légèreté, Inconstance (*fr.*): Phóng-dật.

Leng-kia-King (*ch.*): Lăng-già kinh.

Lhassa : Lạp-Tát (*kinh đô Tây-Tạng*)

Lîçavi (*scr.*) : Lê-xa, Ly-sa, Lực sĩ.

Liens (*fr.*) Phược.

Lion (*fr.*) : Sư tử.

Localité (*fr*) : Giái (*Cảnh-giái*).

Loi, Doctrine, Principe (*fr.*) : Đạt-ma, Pháp.

Loi des Rétributions (*fr.*) : Nghiệp, Định-mạng.

Loka (*scr.*) : Giái (*Cảnh-giái*), Thế-giái.

Lokakshin (*scr.*) : Chi Lâu-ca-Sấm.

Lokanātha (*scr*) : Lộ-ca-na-tha. Dịch : Thế-tôn.

Lokavit, Locavit (*scr.*) : Lộ-ca-phại, dịch : Thế gian giải, Tri thế-gian, một trong Thập hiệu của Phật.

Lokisvara-Bouddha (*scr.*) : Thế-tự-tại vương Phật, Tự tại-vương Phật

Lotus (*fr.*) : Ba-đầu-ma, Bát-đầu-ma, Ba-đầu-mộ, Bát-đặc-ma, Liên-hoa, Hoa, Liên.

Le Lotus·de la Bonne Loi (*fr.*) : Diệu-pháp Liên-hoa Kinh, Pháp-Hoa Kinh.

Lu-tsoun (*ch.*) : Luật-tông.

Lueur brillante émanant du Corps du Bouddha (*fr.*) : Phật-quang.

Lumbini (*scr.*) : Lam-tỳ-ni, Lam-tỳ-viên, Lam-vi-ni (*viên*).

Lumière (*fr.*) : Minh.

Madhura (*scr.*) : Mỹ. Tên một vị vua loài Càn-thát-bà.

Madhurasvara (*scr.*) : Mỹ - Âm (*Càn-thát-bà vương*).

Madhyamayâna (*scr.*) : Trung-thừa (*thặng*).

Madhyâmika - câstra (*scr.*) : Trung - luận. Cũng viết : Trung-bổn. Viết trọn : Trung-quán luận.

Madura (*scr.*) : Ma-nỗ-la (*Tổ sư*).

Magadha (*scr.*) : Kiệt-xà, Ma-kiệt-đà, Ma-kiệt đễ, Ma-yết-đà, Ma-già-đà.

Maggo (*pr.*) : Mạt-già, dịch nghĩa : Đạo.

Magicien (*fr.*) : Aỏ-sư, Thuật-sĩ.

Magie (*fr*) : Aỏ, Aỏ thuật, Ma thuật.

Mahâ (*scr.*) : Đại.

Mahâbhîdjnâdjnânabhibhû (*scr.*) : Đại - thông Trí - Thắng *(Như lai)*.

Mahâbhûta (*scr.*) : Đại, chất đại khái, như : Tứ đại, Ngũ-đại, Lục-đại.

Mahâ-Bodhi (*scr.*) : Đại Bồ-đề, Đại Đạo.

Mahâ-Brahma (*scr.*) : Đại Phạm, Đại Phạm-thiên.

Mahâ-Brahmane (*scr.*) : Đại Bà-la-môn.

Mahâdanapati (*scr.*) : Đại Thí-chủ (*Phật*).

Mahâdharma (*scr.*) : Đại-pháp.

Mahâdharma-Chakra (*scr.*) : Đại-Pháp Luân, Bánh xe Pháp Lớn.

Mahâdharma-Kinnaras Râdja (*scr*) : Đại-Pháp Khẩn-na-la vương ; vị vua loài Khẩn-na-la, tên là Đại-Pháp.

Mahâ Djna (*scr.*) : Đại-Trí, Đại Trí-huệ, Đại-Huệ.

Mahâ-Duhkha (*scr.*) : Đại-Khổ.

Mahâ Gotamide (*scr.*) : Ma-ha Kiều-đàm-Di.

Mahâ Himalaya (*scr.*) : Đại Tuyết-sơn.

Mahâ-Kaçyapa (*scr.*) : Ma-ha Ca-Diếp, Đại Ca-Diếp.

Mahâkalpa (*scr.*) : Đại-Kiếp.

Mahâkapphina (*scr.*) : Ma-ha Kiếp-Tân-Na.

Mahâkâtyâyana (*scr.*) : Ma-ha Ca-chiên-Diên.

Mahâ Kausthila (*scr.*) : Ma-ha Câu-hy-la.

Mahâkâya (*scr.*) : Đại-Thân (*Ca-lâu-la vương*).

Mahâmahesvara, Mahêsvara (*scr.*) : Đại Tự-tại thiên, Đại Tự-tại thiên-thần.

Mahâmandaravas (*scr.*) : Ma-ha Man-đà-la hoa.

Mahâmandjûchakas (*scr.*) : Ma-ha man-thù-sa-hoa.

Mahâmati (*scr.*) : Đại-Huệ (*Bồ-tát*).

Mahâ Maudgalyâyana (*scr.*) : Ma-ha Mục-kiện-Liên, Đại Mục-kiện-Liên.

Mahâ Mâyâ (*scr.*) : Ma-ha Ma-da. Dịch : Đại Thuật, Đại Huyễn (*Ảo*).

Mahâ Mérou-Bouddha (*scr.*) : Đại Tu-Di Phật.

Mahânama (*scr.*) : Ma-ha-nam.

Mahânaman (*scr.*) : Ma-ha-na-ma.

Mahâ-Pari-Nibbana (*p.*) : Đại Bát Niết-bàn, Đại Niết-bàn. Đọc trọn : Ma-ha Ba-ly Niết-bàn-na.

Mahâ-Pari-Nibbana-Sutta (*p.*) : Đại Bát Niết-bàn kinh, Đại Niết-bàn kinh.

Mahâ-Pari-Nirvana (*scr.*) : Đại Bát Niết-bàn, Đại Niết-bàn. Đọc trọn : Ma-ha Ba-ly Niết-bàn-na.

Mahâ-Pari-Nirvâna-Sûtra (*scr.*) : Đại Bát Niết-bàn Kinh, Đại Niết-bàn Kinh.

Mahâprabha Bouddha (*scr.*) : Đại-Quang Phật.

Mahâ Pradjâpati (*scr.*) : Ma-ha Ba-xà-ba-dề. Dịch : Đại Ái-Đạo (*Tỷ-kheo-ni*). Cũng viết : Ma-ha *Bà-xà-bà-dề*, dì ruột của Phật-Thích-Ca.

Mahâ Prajnâ (*scr.*) : Ma-ha Bát - nhã. Dịch : Đại - Trí, Đại Trí-huệ, Đại-huệ.

Mahâ Prajnâ Paramita (*scr.*) : Ma - ha Bát-nhã Ba - la-mật.

Mahâpratibhâna (*scr.*) : Đại-Lạc-Thuyết (*Bồ -tát*).

Mahâpûrna (*scr.*) : Đại-Mãn (*Ca-lâu-la vương*).— Đại viên-mãn-đà-la-ni Thần-chú uể tích chơn - ngôn.

Mahâratnakêtou (*scr.*) : Bảo-Tướng (*Phật hiện tại*).

Mahârddhiprâpta (*scr.*) : Như - Ý (*Ca-lâu-la vương*).

Maharishi, Maharchis (*scr.*) : Đại-Tiên.

Mahârkiskanda-Bouddha (*scr.*) : Diệm-kiên Phật, Đại-Diệm-Kiên Phật.

Mahâsamgha (*scr.*) : Ma-ha Tăng - già. Dịch : Đại-chúng, Đa-chúng.

Mahâsattva (*scr.*) : Ma-ha-tát, Ma-ha-tát-đóa. Dịch : Đại-tâm chúng-sanh.

Mahâ-Sramana (*scr.*) : Đại Sa-môn.

Mâhasthâma, Mâhasthamaprâpta (*scr.*) : Đại-Thế-Chí (*Bồ-tát*), Thế-Chí (*Bồ-tát*), Đắc-Đại-Thế Bồ-tát.

Mahâtedjas Mahâtedjô (*scr.*) : Đại Oai-đức. Tên một vị vua trong loài Câu-lâu-la.

Mahâtedjôgarbha (*scr.*) : Đại Oai-đức-tạng (*Tam-muội*)

Mahâvagga (*scr.*) : Phạm-võng (*Kinh*).

Mahâvaïrocana (*scr.*) : Ma-ha-tỳ-lư-già-na, Đại-Nhựt Như-lai, Biến-Chiếu Như-lai, Tối-cao-hiển quảng-nhãn-tạng Như-lai, Thường-trụ Tam thế Diệu pháp-thân Như-lai.

Mahâvairocanabhisambodhisûtra (*scr.*) : Đại-Nhựt Kinh.

Mahâvibhâshana (*scr.*) : Đại-Trí, Đại trí-huệ, Đại-Huệ.

Mahâvikramin (*scr*) : Đại-Lực. (*Bồ-tát*).

Mahâyana (*scr.*) : Ma-ha-diễn, Ma-ha-diễn-na. Dịch : Đại-thừa (*Đại-thặng*). Thượng-diễn, Thượng-thừa.

Mahâyânabhidarma-samyukta-Sangiti-Çastra (*scr.*) : Đại-thừa A-tỳ-đạt-ma tạp-tập luận. Huyền Trang có dịch ra chữ Hán, đề : Đại-thừa A-tỳ-đạt-ma tạp-tập luận thuật ký.

Mahâyâna-samparigraha-çastra (*scr.*) : Nhiếp Đại-thừa luận.

Mahâyânasûtralankâra-çastra (*scr.*) : Đại-thừa Trang-Nghiêm luận, Trang-Nghiêm luận.

Mahesvara, Mahâmahesvara (*scr.*) : Ma-hê-thủ-la-thiên.

Mahinda (*p.*) : Ma-thẩn-đà.

Mahindra (*scr.*) : Ma-thẩn-đà.

Mahôragas (*scr*) : Ma-hầu-la-già, Ma-hồ-lạc-ca, Mạc-hô-lạc-ca. Dịch : Đại măng thần. (*Thần rắn lớn*).

Mains jointes (*fr.*) : Hiệp chưởng.

Maison de culte (*fr.*) : Hương-thất, chỗ thờ Phật.

Maison embrasée (*fr.*) : Hỏa-trạch.

Maître (*fr.*) : Sư.

Maître de la Loi (*fr.*) : Pháp sư.

Le Maître des Formules (*fr.*) : Bí mật Chủ. Tiếng tôn xưng ngài Kim-cang-Thủ (*Vajrapâni, La Main-de-Diamant*).

Maître en Discipline (*fr.*) : Luật sư.

Maître en Métaphysique (*fr.*) : Luận sư.

Maître en Yoga (*fr.*) : Du-già sư, Du-chỉ.

Maîtrèya (*scr.*) : Di-Lặc. Dịch : Từ-thị, Từ-tôn, Từ.

Maîtreya-Bodhisattva (*scr.*) : Di - Lặc Bồ-tát, Từ-Thị Bồ-tát.

Maîtreya-Samâdhi (*scr.*) : Từ-định.

Mal (*fr.*) : Ác, Bất-thiện, — Bệnh.

Maladie, Malade (*fr.*) : Bệnh.

Mallika (*scr.*) : Mạt-ly (*Hoàng hậu vua Ba-Tư-Nặc*).— Mạt-ly, Ma-ly là một thứ hoa thơm.

Mâna (*scr.*) : Mạt-na (*thức*).

Manasvin (*scr*) : Ma na-tư (*Long vương*).

Mandâra (*scr.*) : Man-đà-la. Dịch : Giải-đảo, Đàn.

Mandâravas (*scr.*) : Man-đà-la-hoa. Dịch : Thích ý hoa. Tức : Hoa sen trắng ở cảnh Tiên.

Mandjûchakas (*scr.*) : Man-thù-sa-hoa.

Mani (*scr.*) : Ma-ni. Dịch : Như ý, Ly-cấu.

Manière de vivre perverse (*fr.*) : Tà-mạng.

Manifestation surnaturelle (*fr.*) : Thần cảnh.

Mânjuri (*scr.*) : Văn-Thù, Văn-thù-sư-ly, Mãn-thù-thi-Ly, Man-thù-thất-ly. Dịch : Diệu-Đức (*Bồ-tát*).

Manô (*p.*) : Kiêu-mạn, Mạn, ngạo mạn.

Manôdjna (*scr.*) : Nhạc (*âm nhạc*).— Nhạc (*Càn - thất - bà vương*).

Manôdjnasvara (*scr.*) : Nhạc-âm (*Càn-thất-bà vương*).

Mantra (*scr.*) : Man-trà-la, Mãn-trà-ra. Dịch : Linh-phù, đàn, đạo-tràng.

Mānusyā (*scr. p.*) : Mạt-nô-sa, Ma - nao - xá. Dịch : Nhơn (*Người ta*).

Mâra (*scr.*) : Ma, Ma-la, Ma vương.

La Marche à la Lumière (*fr.*) : Bồ-đề hành kinh.

Marga (*scr.*) : Mạt-già, dịch nghĩa : Đạo.

Mardjaka (*scr.*) : A-lê (*thọ*). Dịch : Cúc-hương xao (*nhành hương cúc*).

Marga-aryasatya (*scr.*) : Đạo-đế (*trong Tứ diệu đế*), Đạo Thánh-đế.

Marîchi (*scr.*) : Mạt-ly chi (*nữ thần*).

Maskari Gosalêputra (*scr.*) : Mạt-già-lê Câu-xá-ly tử (*trong Lục-sư ngoại đạo*).

Matanga (*scr.*) : Ma-đăng-già (*nữ*).

Mathura (*scr.*) : Ma-đột-la, Mã-thầu-ra (*quốc*).

Mati (*scr.*) : Ý.

Maudgalyâyana, Moggallâna (*scr.*) : Mục-kiện-Liên, Mục-Liên (*Đại Thinh-văn của Phật Thích-Ca*).

Mauvais (*fr.*) : Ác, Bất-thiện, Hắc.

Mâyâ (*scr.*) : Ma-da (*Phu-nhơn*). Dịch : Ảo (*Huyễn*).

Mdhymâgama (*scr.*) : Tham.

Mécréance (*fr.*) : Bất tín.

Médire (*fr.*) : Báng, Phỉ báng, Hủy báng.

Médisance (*fr.*) : Ác-khẩu, Ác-ngôn, Ác-ngữ.

Méditation, Méditer (*fr.*) : Tham-thiền, Thiền, Thiền-định, Thiền-na Quán, Tư-duy, Tu.

La Méditation, Vertu cardinale (*fr.*) : Thiền Ba-la-mật, Thiền-na Ba-la-mật, Thiền-độ.

Méditation-Contemplation (*fr.*) : Thiền-Định (*Tham-thiền và nhập Định*).

Méditation et Sagesse (*fr.*) : Thiền Huệ (*Thiền - định và Trí Huệ*).

Méditation pure (*fr.*) : Tịnh Tam-muội.

Méditation sur l'Extinction (*fr.*) : Diệt-quán.

Mêghadundubhisvararâdja (*scr.*) : Vân-lôi-âm-vương (*Phật*).

Mémoire parfaite, Pensée vraie (*fr.*) : Chánh-niệm.

Mendier (*fr.*) : Hành khất, Thác bát, Hành bát, Hóa trai.

Mendier la nourriture (*fr.*) : Khất thực.

Meneur (*fr.*) : Đạo-thủ.

Mensonge (*fr.*) : Vọng-ngữ.

Mer (*fr.*) : Hải (*Biển*).

Mère de Bouddha (*fr*) : Phật-mẫu.

Mérites (*fr.*) : Công-đức, Phước, Phước-đức.

Mérites et démérites (*fr.*) : Công quá, công tội, phước tội.

Mérou (*scr.*) : Tu-Di (*sơn*), Tu-di-lâu (*sơn*), Tu-mê-lư (*sơn*), Dịch : Diệu-cao (*sơn*).

Méroudvaja-Bouddha (*scr.*) : Tu-di-tướng Phật.

Mérouprabhâsa-Bouddha (*scr.*) : Tu-di quang Phật.

Méroupradîpa-Bouddha (*scr.*) : Tu-di-đăng Phật.

Métaphysique (*fr.*) : A-tỳ-đạt-ma , — Luận.

Métempsychose (*fr.*) : Luân-hồi, Luân-chuyển, Sanh-tử.

Mettā (*p.*) : Từ.

Meurtre (*fr.*) : Sát-giái, sát-sanh, Sát, Đại sát-giái, Sát giái tội.

Micchâditti (*p.*) : Si, Vô-minh, Tà-kiến.

Micchaka (*scr.*) : Di-già-Ca (*Tổ sư*).

Milei (*ch.*) : Di-Lặc. Dịch : Từ-thị, Từ-tôn.

Milinda (*scr., p.*) : Di-Lan-Đà.

Mille Bouddhas (*fr.*) : Thiên Phật.

Mille deux cent cinquante personnes (*fr.*) : Thiên nhị bá ngũ thập nhơn.

Ming-ti (*ch.*) : Minh-Đế (*vua Minh, đời Hậu-Hán*).

Miraculeux (*fr.*) : Thần-diệu, Thần-linh.

Mirai (*jap.*) : Vị-lai.

Mirokou (*jap.*) : Di-Lặc. Dịch : Từ-thị, Từ-tôn.

Misanthrope (*fr.*) : Yếm-nhơn (*danh từ triết học*).

Misanthropie (*fr.*) : Yếm-nhơn chủ-nghĩa (*danh từ Triết học*).

Miséricorde (*fr.*) : Bi, Đại-bi, Từ bi.

Miséricordieux (*fr*) : Đại - bi (*tiếng tôn xưng Phật, Bồ-tát*).

Moi (*fr.*) : Ngã, Bổn-ngã.

Moine, Moine mendiant (*fr.*) : Bật-sô, Bị-sô, Tỳ-kheo (*Bhisu*). Dịch : Khất-sĩ. Cũng viết : Sa-môn, Sa-môn-na (*Sramana*).

Moine indien (*fr.*) : Phạm-Tăng.

Moine résident, Bonze chef (*fr.*) : Trụ-trì, Thủ-tọa, Thượng-tọa.

Moksha (*scr.*) : Mộc-đế, Mộc-xoa. Dịch : Giải thoát.

Monde (*fr.*) : Giới, Thế-giái, Thế gian.

Monde de Brâhma (*fr.*) : Phạm thế-gian, Phạm-giái.

Monde des Dieux (*fr.*) : Thiên-đạo, Thiên-thú, Thiên đường, Thiên-thượng (*đối nghĩa : Thiên hạ*).

Monde sans forme (*fr.*) : Vô-sắc giái.

Mondjou (*jap.*) : Văn-Thù (*Bồ-tát*).

Mont des vautours (*scr.*) : Kỳ-xà-quật sơn, Khuất-khuất-sá-bá-đà. Dịch : Thứu đầu sơn, Linh thứu sơn, Linh-sơn, Thứu-phong-sơn.

Morale (*fr.*) : Đạo đức.

Mort, Mourir (*fr.*) : Tử.

Motsujiki (*jap.*) : Khất thực.

Mouni (*scr.*) : Mâu-ni. Dịch : Nhơn, Nhơn-từ, Mãn, Tịch-tĩnh, Tịch-nhiên.

Mounimitra (*scr.*) : Mâu-ni mật-đa-la (*La-Hán*). Dịch : Tịch-Hữu.

Moyen, Habileté dans l'emploi des moyens (*fr.*) : Phương tiện.

Moyen provisoire (*fr.*) : Quyền.

Mrgadava (*scr.*) : Lộc-dã viên, Lộc-uyển, Lộc-viên.

Mrganika (*scr.*) : Lộc-Dã (*bà phi thứ ba của thái tử Tất-đạt-Đa*).

Mrsa (*scr.*) : Vọng.

Musā (*p.*) : Vọng.

Mucilinda (*scr.*) : Chơn-liên-đà.

Mûdrâ (*scr.*) : Mẫu-đà-la. Dịch : Ấn (*dấu in*), Phong (*niêm pheng*), Thủ-ẳn (*kết ấn bằng tay*), Pháp-ẩn.

Se Multiplier (*fr.*) : Phân thân.

Mundana (*scr.*) : Thế-phát.

Mūrdhaja (*scr.*) : Quán đỉnh.

Musâvado (*p.*) : Hư-cuống ngữ, Vọng-ngữ.

Musique (*fr.*) : Nhạc (*âm nhạc*).

Mysticisme (*fr.*) : Mật-giáo, Bí-giáo, Bí-mật giáo, Thần-bí chủ-nghĩa.

Mysticisme contemplatif (*fr.*) : Thiền-tông.

Mystique (*fr.*) : Mật, Thần bí.

Mythologie (*fr.*) : Thần thoại.

Nadi Kâçyapa (*scr.*) : Na-đề Ca-Diếp.

Nâga (*scr.*) : Na-già. Dịch : Long, Long-thần.

Nâgabodhi (*scr.*) : Long-Trí.

Nâga-râdja (*scr.*) : Long vương.

Nagarahâra (*scr.*) : Na-càn-ha-la, một kinh thành ở Ấn-độ hồi đời Phật.

Nagarjuna (*scr.*) : Na-già-hạt thọ-na, Long-Mãnh (*Tổ sư*), Long-Thọ (*Bồ-tát*).

Nagasena (*scr, p.*) : Na-ca-tê-na, trong hàng Thập-lục Đại A-la-hán do Phật phái đi truyền giáo. — Na-Tiên (*Tỳ-kheo*).

Naihsargikapra-cittiya (*scr.*) : Ni - tát - kỳ - ba - dật - đề. Dịch : Xả-đọa, Ứng xả đối trị (*3o giái trong 25o giái Tỳ kheo*).

Nairānjanâ (*scr.*) : Y-liên-thiền, Ni-liên-thiền (*hà*). Liên-hà-trắc, Ni-liên hà.

Naissance, Vie (*fr.*) : Sanh (*sinh*).

Naissance, Vieillesse, Maladie, Mort (*fr.*) : Sanh, Lão, Bệnh. Tử.

Naisvasamjnānasamjnāyatana (*scr.*) : Phi tưởng phi phi tưởng thiên, Phi tưởng phi phi tưởng xứ.

Nakula (*scr.*) : Năc-cư-la (*Trong hàng Thập lục Đại A-la-hán*).

Nalanda (*scr.*) : Na-lan-đà. Chùa Na-lan-đà, Thành Na-lan-đà.

Namah (*scr.*) : Nam - mô, Nẳng - mô. Dịch : Qui y, Qui mạng, Chí tâm hướng . . .

Nāma-Rûpa (*scr.*) : Danh-Sắc (*trong Thập nhị nhơn-duyên*).

Namō (*p.*) : Nam-mô, Nẳng-mô. Dịch : Qui y, Qui mạng, Chí tâm hướng . . .

Nanda (*scr.*) : Nan-đà. Dịch : Thiện hoan-hỷ, Hoan hỷ.

Nandimitra (*scr.*) : Nan-đề-mật-đa-la (*La-hán*).

Nan-Fa-Hien (*ch.*) : An-Pháp-Hiền.

Nan-Fa-K'inn (*ch.*) : An-pháp-Khâm.

Naraka (*p.*) : Na-lạc-ca, Na-ra-ca, Nại-lạc-ca. Dịch : Địa ngục.

Natchatrarâdja-Bouddha (*scr.*) : Túc-vương Phật.

Natchatrarâdja-samkusumi-tâbhidjnā (*scr.*) : Túc-vương Hoa (*Bồ tát*).

Nature (*fr.*) : Tánh, Tự nhiên.

Nature de Bouddha (*fr.*) : Phật-tánh.

Nayaka, Nayoka (*scr., p.*) : Đạo-sư, Đại đạo-sư, Bực dắt dẫn chúng-sanh.

Néant (*fr.*) : Không.

Négatif (*fr.*) : Tiêu cực. Đối nghĩa : Tích cực (*Positif*).

Néhan-gyô (*jap.*) : Niết-Bàn Kinh.

Népal : Nê-bạc-nhĩ.

Neuf consciences ou connaissances (*fr.*) : Cửu thức.

Ngan-che-Kao (*ch.*) : An-Thế-Cao.

Ngomitoufou (*ch.*) : A-Di-Đà Phật.

Nidana (*scr.*) : Ni-đà-na. Dịch : Nhơn, Nhơn-duyên. Đối : Quả.— Nhơn-duyên (*Kinh*), một thể kinh do Phật thuyết.

Nijuquishikiron (*jap.*) : Nhị thập duy-thức luận.

Nilaja (*scr.*) : Liên-hà-trắc, Ni-liên-hà, Ni-liên thiền hà, Y-liên-thiền.

Nioraï (*jap.*) : Như-Lai.

Niraya (*scr.*) : Địa ngục. Đọc theo Phạn : Nê-lê-giả.

Nirdha (*scr.*) : Diệt, Đồng nghĩa : Đoạn, Tuyệt, Trừ, Tịch, Hoại.

Nirdha-aryasatya (*scr.*) : Diệt-đế, Diệt Thánh-đế, Diệt khổ đế, Tịch-diệt chơn đế.

Nirgrantha (*scr.*) : Ni-kiền, Ni-kiền-đà, Ni-kiền-tử, Dịch : Ly hệ giả, Ly hệ ngoại-đạo.

Nigrantha-Jnatiputra (*scr.*) : Ni-kiền-đà Nhã-đề-tử, Ni-kiền tử, Ni-kiền.

Nirmānarati (*scr.*) : Tu-niết-mật-đà. Dịch : Hóa-lạc thiên.

Nirodha (*pr.*) : Diệt. Đồng nghĩa : Đoan, Tuyệt, Trừ, Tịch, Hoại.

Nirodha-Samâpatti (*pr.*) : Diệt tận Định, Diệt tận Tam-muội. Diệt thọ tưởng Định, Tịch diệt Định, Tịch - diệt Tam-muội.

Nirvana (*scr.*) : Niết-bàn, Niết-bàn-na, Nê - hoàn, Nê - bạn. Dịch : Diệt độ, Diệt. Đồng nghĩa : Tịch-diệt, Bất-sanh, Vô-vi, An-lạc, Giải thoát.

Nirvana définitif ou final (*fr.*) : Đại Bát Niết - bàn, Đại Niết-bàn.

Nirvânasûtra (*scr.*) : Niết - bàn Kinh.

Nîta-artha (*scr.*) : Liễu-nghĩa.

Nîta-attha (*p.*) : Liễu-nghĩa.

Nitchiren (*jap.*) : Nhựt-Liên (*Bồ-tát*), giáo-tổ Nhựt-Liên-tông.

Nitchiren-shu (*jap.*) : Nhựt-Liên tông (*Pháp-Hoa tông*).

Nityôdhyukta (*scr.*) : Bất hưu-tức (*Bồ-tát*).

Nivarana (*scr.*) : Ngũ ác, Ngũ cái.

Noble voie octuple (*fr.*) : Bát Chánh-đạo, Bát Thánh-đạo.

Noir (*fr.*) : Hắc, Đen.

Nombre (*fr.*) : Số.

Nom-et-Forme (*fr.*) : Danh-Sắc (*trong Thập nhị nhơn-duyên*).

Non-agir (*fr.*) : Vô-vi.

Non-moi (*fr.*) : Vô-ngã, Phi-ngã.

Nonne, Religieuse (*fr.*) : Tỳ-kheo-ni, Ni.

Notion (*fr.*) : Ý

Nyagrodha (*scr.*) : Ni-câu-đà, Ni-câu-luật-đà, Ni - cư - đà. Dịch : Vô-tiết-thọ (*cây chẳng có đốt*). Ni-cư-đà lâm, Ni-câu-luật viên, Ni-câu-đà viên (*vườn thượng uyển của vua Tịnh Phạn, đức Phật Thích-Ca có về ở đó mà thuyết pháp*).

Obscur (*fr.*) : Hắc, Ám, Hắc-ám, U-ám, Minh, Minh-ám, Minh-muội.

L'Observation des Règles, Vertu cardinale (*fr.*) : Thi Ba-la-mật, Thi-la Ba-la-mật, Giới Ba-la-mật, Giới độ.

Obstructions (*fr.*) : Chướng, Chướng-ngại.

Occident (*fr.*) : Tây phương, Tây thiên.

Occultisme (*fr.*) : Bí-mật giáo.

Océan (*fr.*) : Đại-hải, Cự-hải.

Océan de Douleurs (*fr.*) : Khổ-hải.

Oeil (*fr.*) : Nhãn.

Oeil céleste (*fr.*) : Thiên-nhãn.

Oeuvre (*fr.*) : Công nghiệp.

Officier de la Loi (*fr.*) : Pháp-tướng.

Offrandes (*fr.*) : Cúng-cụ, Cúng-vật.

Offrir (*fr.*) : Cúng, cúng dường.

Ongles joints (*fr.*) : Hiệp trảo.

Optimisme (*fr.*) : Lạc-thiên chủ nghĩa, Lạc quan chủ nghĩa (*danh từ Triết học*).

Optimiste (*fr.*) : Lạc-thiên, Lạc-quan (*danh từ Triết học*).

Oracle (*fr.*) : Thần-thác.

Oreille (*fr.*) : Nhĩ, Nhĩ-căn.

Oreille céleste (*fr.*) : Thiên-nhĩ.

Organe (*fr.*) : Căn.

Orgueil (*fr.*) : Kiêu-mạn, Ngạo-mạn, Mạn.

Oriflamme (*fr.*) : Phan.

Ornements, Orner (*fr.*) : Trang-nghiêm.

Orthodoxe (*fr.*) : Chánh-thống.

Orthodoxie (*fr.*) : Chánh-giáo.

Ôsaka (*jap.*) : Đại-bản (*thành-phố Nhật Bản*).

Oudâyin, Ouḍayi (*scr.*) : Ưu-đà-di.

Ovâsista (*scr.*) : Bà-tư-Trá.

Padmâ (*scr.*) : Ba-đầu-ma, Bát-đầu-ma, Ba-đầu-mộ, Bát-đặc-ma. Dịch : Liên-hoa (*Hoa sen*), Hoa, Liên.

Padmaçrî (*scr.*) : Hoa-Đức (*Bồ-tát*).

Padmaprabha (*scr.*) : Hoa-Quang Như-lai.

Padmâ-Sambhava (*scr.*) : Liên-hoa Sanh (*nhà sư Ấn Độ truyền giáo ở Tây-Tạng*).

Padmâvati (*scr.*) : Liên-Hoa (*Hoàng hậu vua A-Dục*).

Padmavrichabhavikrâmin (*scr.*) : Hoa-Túc An-hành (*Phật vị-lai*).

Pagode (*fr.*) : Tỳ-ha-la (*Vihara*), Tinh - xá, Tự, Đại-tự Phạm-vũ.

Pagodon (*fr.*) : Am.

Pai-cheu-li-mi-touo-louo (*ch*) : Bạch Thi-Ly-mật-đa-la.

Pai-yen : Bạch-Diên (*Sa-môn*).

Paix (*fr.*) : An, An-ổn. Quiétude (*fr.*).

Pâla (*scr.*) : Hộ, Hộ-niệm, Ủng-hộ.

Pâla dharma (*scr.*) : Hộ Pháp

Pali : Ba-ly, Nam-phạn (*chữ Kinh Phật-giáo miền Nam*), Phạn, Phạn-ngữ.

Palmier à sucre (*fr.*) : Đa-la thọ, Bối-đa-la, Bối-thọ.

P'an P'i-fei-kia (*ch.*) : Bàn-tỷ-phệ-giả, Thanh-Biện Bồ-tát, Phân-Biệt-minh Bồ-tát.

Pânâtipâto (*p.*) : Sát-giái, Sát sanh, Sát, Đại-sát giái.

Pandaka (*scr.*) : Ban-xà-Ca, Đại Quỉ-thần vương.

Panjab (*scr.*) : Bàng-giả-phố, Đại-Tần.

Pannâ (*p.*) : Bát-lạt nhã, Bát-nhã, Ban-nhã, Ba-nhã, Bát-la-nhã. Dịch : Trí-huệ, Huệ, Trí, Minh.

Panthaca (*s r.*) : Bán-thác-Ca (*hàng Thập lục Đại A-la-hán*).

Para (*scr*) : Bỉ ngạn.

Parabole (*fr.*) : Thí-dụ, Dụ. Phạn : A-ba-đà-na.

Paradis (*fr.*) : Thiên đường.

Parajika (*scr.*) : Ba-la-di pháp, Bất cọng-trụ pháp, Tứ Ba-la-di, Tứ trọng cấm, Tứ trọng, Tứ cấm.

Paramartha (*scr.*) : Chơn-đế, nhà sư thế-kỷ thứ sáu.

Paramitas (*scr.*) : Lục Ba-la-mật, Ba-la-mật, Ba-la-mật-đa. Cứu cánh đáo bỉ ngạn ; Đáo bỉ ngạn, Độ vô cực ; Độ (*như Lục Độ*).

Paramiti (*scr.*) : Bát-lạt-mật-đế (*Sa-môn*).

Paranirmitavasavartin (*scr.*) : Tha-hóa tự-tại Thiên. Viết tắt : Tha-hóa Thiên.

Parasol (*fr.*) : Bảo-cái.

Parassa utsparinnanāna (*p.*) : Tha tâm thông, Tha tâm trí, Tha tâm trí thông, Tri tha tâm trí.

Parc aux gazelles (*fr.*) : Lộc-dã viên, Lộc-uyển, Lộc-viên.

Parinirvana (*scr.*) : Ba-ly Niết-bàn-na, Bát-Niết-bàn, Bát-Nê-hoàn. Dịch : Nhập diệt, Diệt độ, Nhập Niết-bàn, tức Vô-dư Niết-bàn.

Parittabha (*scr.*) : Thiểu-quang (*Thiên*).

Parittasūbha (*scr.*) : Thiểu-tịnh (*Thiên*).

Parole (*fr.*) : Khẩu, Ngữ.

Parole lascive (*fr.*) : Ỷ-ngữ, Tạp-uế ngữ. Cũng viết : Vô-nghĩa ngữ.

Parole mystique (*fr.*) : Mật-ngữ.

Parole parfaite (*fr.*) : Chánh-ngữ.

Pârva (*scr.*) : Hiếp tôn-giả, Hiếp Tỷ-kheo.

Passé (*fr.*) : Quá-khứ.

Passions (*fr.*) : Phiền-não.

Passionné, obscurci (*fr.*) : Mê, Mê-ám, Mê-độn, mê hoặc, mê muội, mê-tâm.

Pâtalipoutra (*scr.*) : Ba-trá-ly-Phất thành. Dịch : Hoa-thị Thành.— Dã-ly-bà-đô-ca (*Pàtalipcutra*), phái ngoại-đạo tại thành Pàtalipoutra.

Paticcasamuppâda (*p.*) : Thập nhị Nhơn-duyên.

Patience, Résignation (*fr.*) : Sàn-đề, Nhẫn, Nhẫn-nhục.

Patience, Vertu cardinale (*fr.*) : Sàn-đề Ba-la-mật, Nhẫn Ba-la-mật, Nhẫn-nhục Ba-la-mật, Nhẫn-độ.

Patigha (*p.*) : Não hại, Sân.

Patra (*scr.*) : Bát, Bát-đa-la, Ba-đa-la, Ba-đát-ra, Bát-đát-ra, Bát-hòa-ra, Bát-hòa-lan. Dịch : Ứng-lượng khí.

Patriarches (*fr.*) : Tổ sư, Tổ sư Đông-độ, Tổ sư Tây-thiên.

Patta (*p.*) : Bát, Bát-đa-la, Ba-đa-la, Ba-đát-ra, Bát-đát-ra, Bát-hòa-ra, Bát-hòa-lan. Dịch : Ứng-lượng-khí.

Pauvre (*fr.*) : Bần. Tiếng tự-khiêm, như : Bần đạo, Bần tăng.

Payattika (*scr.*) : Ba-dạ-đề, Ba-dật-đề. Dịch : Ứng đối trị (*90 giái linh tinh của Tỳ-kheo*).

Pays de la frontière (*fr.*) : Biên-địa.

Péché (*fr.*) : Tội, như : Ngũ nghịch, Thập ác.

Péchés qui font subir cinq états de supplices ininterrompus dans l' Enfer Avîchi (*fr.*) : Ngũ Vô-gián tội.

Peine (*fr.*) : Công-phu.

Pèlerinage (*fr.*) : Hành cước, Hành hương.

Pénchén-Lama (*tib.*) : Ban-Thiền Lạt-ma.

Penjab (*scr.*) : Bàng-già-phố, Đại-Tần.

Pensée, Penser (*fr.*) : Niệm, Tưởng.

Pensée de douleur (*fr.*) : Khổ-tưởng.

Perception (*fr.*) : Tưởng (*một Uẩn trong Ngũ Uẩn*).

Perception de douleur (*fr.*) : Khổ-tưởng.

Se perfectionner, Pratiquer les vertus, Mé- -diter (*fr.*) : Tu.

Période cosmique (*fr.*) : Kiếp, Kiếp-ba, Bá-vạn niên, Đại-thời.

Permanent, Permanence (*fr.*) : Thường, Thường trụ.

Perroquet-roi (*fr.*) : Anh-võ vương (*chim két chúa*).

Pervers (*fr.*) : Tà.

Perversité, Sottise (*fr.*) : Tà-kiến, Si, Vô-minh.

Peshawar (*scr.*) : Bạch-sa-ngoã (*thành*).

Pessimisme (*fr.*) : Yểm-thể chủ nghĩa, Bi quan chủ nghĩa (*danh từ triết học*).

Pessimiste (*fr.*) : Yểm-thể, Bi-quan (*danh từ Triết-học*).

Petit Kalpa : Tiểu-Kiếp.

Petit Sûtra d' Amida (*fr.*) : A-Di-Đà Kinh.

Petit véhicule (*fr.*) : Tiểu-thừa (*thặng*).

Pharusavâcâ (*fr.*) : Ác-khẩu, ác-ngôn, ác-ngữ.

Philanthropie (*fr.*) : Bác-ái chủ-nghĩa (*danh từ triết học*).

Piçâtcha (*scr.*) : Tỳ-xá-xà. Dịch : Đảm tinh quỉ (*quỉ ăn tinh khí của người ta*).

Pilingavatsa (*scr.*) : Tất-lăng-già-bà-tá. Dịch : Dư - tập (*thói quen còn lưu lại*).

Pindola Bharadvâja (*scr.*) : Tân-đầu-lư Phả-la-đọa, Tân-độ-la Bạt-ra-đọa-xà. Pindola (*Tân-đầu-lư*), dịch : Bất động, tức Bất động Tôn-giả. Bharadvâja (*Phả-la-đọa*), dịch : Lợi-căn.

Pingala (*scr.*) : Tân-già-la (*con trai của bà La-sát Ha-ly-đế*),

Pippala *(scr.)* : Tất-bát-la, Ba-ba-la *(tên thiệt của cây Bồ-đề)*.

Pisunâvâcà *(p.)* : Ly gián ngữ, Lưỡng-thiệt.

Pîti *(p.)* : Hỷ.

Pitié *(fr.)* : Bi.

Plaisir Lạc.

Planter *(fr.)* : Chủng *(Chưởng)*.

Potala *(tib.)* : Bảo-đà nham, Bồ-đề-lạc-ca sơn.

Pournajit *(scr.)* : Phú-lan-na-ca, Phú-Na *(La-Hán, đệ-tử của Phật Thích-Ca)*.

Pouvoir de l'Oeil céleste *(fr.)* : Thiên-nhãn thông.

Pouvoir de l'Oreille céleste *(fr.)* : Thiên-nhĩ thông.

Pouvoir de se déplacer à travers l'Espace *(fr.)* : Thần-túc thông.

Pouvoir surnaturel *(fr.)* : Thần biến, Thần thông biến hóa, Thần cảnh thông, Thần cảnh trí chứng thông, Thần thông, Thần-túc thông, Thần-lực.

Prabhapâla *(sc.)* : Hộ-Minh *(Bồ-tát)*.

Prabhûtaratna *(scr.)* : Đa-Bảo *(Phật)*.

Pradânaçûra *(scr.)* : Dõng-Thí *(Bồ-tát)*.

Prahâna *(p.)* : Chánh-cần, Tứ chánh cần, Tứ tinh-tấn, Tứ chánh đoạn, Tứ ý đoạn, Tứ chánh thắng *(trong Tam thập thất đạo phẩm)*.

Prajâpati *(scr.)* : Ba-xà-ba-đề, Bà-xà bà-đề. Dịch : Sanh-chủ. Dì của thái-tử Thích-Ca.

Prajnâ *(scr.)* : Bát-lạt-nhã, Bát nhã, Ban-nhã, Ba-nhã, Bát-la-nhã. Dịch : Trí-huệ, Huệ, Trí, Minh.

Prajnãkuta-Bodhisattva (scr) : Trí-Tích Bồ - tát.

Prajnâparamita (scr.) : Bát - nhã Ba-la-mật-đa, Huệ Ba-la-mật-đa. Trí-huệ đáo Bỉ-ngạn, Huệ-độ, Tri - kiến Ba-la-mật, Trí-độ.

Prajnâtra (scr.) : Bát-nhã Đa-La (*Tổ-sư đời 27*).

Pramâna-samuccaya-çastra (scr.) : Tập - lượng - luận.

Prana (scr.) : Sanh-lực.

Prani, Pranidhâna (scr.) : Nguyện, Thệ-nguyện.

Prasenajit (scr.) : Ba-Tư-Nặc (*vương*).

Prateyka-Bouddha (scr.) : Bích-chi Phật, Bích-chi. Ca Phật đà, Tắt-lặc-chi-để-ca Phật, Bát-lạt-ế-già Phật - đà. Dịch : Duyên-giác, Độc-giác.

Prateyka-Bouddha - Yana (scr.) : Duyên - giác thừa, Bích-chi-Phật thừa.

Pratimoksha (scr.) : Ba-la-để-mộc-xoa. Dịch : Biệt giải thoát, Tùy thuận giải thoát, Giới, Giới-cấm, Cấm-giới.

Pratîtyasamûtpada (scr.) : Thập nhị nhơn-duyên.

Précepteur des dieux et des hommes (fr.) : Thiên Nhơn Sư.

Prêcher (fr.) : Giảng, Giảng diễn.

Précieux (fr.) : Bảo. (*Bửu*)

Prédiction concernant l'État de Bouddha (fr.) : Thọ ký, Thọ A-nậu-đa-la Tam-miệu Tam-bồ-để-ký. Âm phạn : Hòa-ca-la-na (*Vyakarana*)

Préface, Avant-propos (fr.) : Tự, Tự-phần.

Premier degré de Méditation (fr.) : Đệ nhứt thiền, Sơ Thiền, Sơ Thiền-định.

Présent (*fr.*) : Hiện tại.

Prestidigitateur (*fr.*) : Ảo-sư.

Prestidigitation (*fr.*) : Ảo

Pretas (*scr.*) : Ngạ - quỉ.

Principes (*scr.*) : Đạo-lý, Đạt-ma, Pháp.

Prîti (*scr.*) . Hỷ

Priyadarçana (*scr.*) : Hỷ-Kiến (*Kiếp*).

Profane (*fr.*) : Phàm - phu.

Promenade (*fr.*) : Kinh hành

Prosternation (*fr.*) : Lễ, Lễ bái.

Protecteur de la Loi (*fr.*) : Hộ Pháp.

Protection (*fr.*) : Gia trì, Hộ niệm, Hộ.

Protéger la Doctrine (*fr.*) : Hộ Pháp.

Prthagjana (*scr.*) : Phàm - phu.

Pubbenivāsanussatinānā (*p.*) : Thức túc-mạng thông, Tri túc-mạng thông, Tri túc-mạng, Túc-mạng thông.

Pûja (*scr.*) : Lễ, Nghi lễ.

Punjab (*scr.*) : Bàng-già-phố, Đại-Tần.

Pûnna (*p.*) Phước (*phúc*).

Punya (*scr.*) : Phước (*Phúc*).

Punyagaça (*scr.*) : Phú-na-dạ-xa (*Tổ-sư*).

Punyamitra (*scr.*) : Bắt-như-mật-đa (*Tổ-sư*).

Punyaprasava (*scr.*) : Phước sanh Thiên' (*một cảnh Tiên ở Sắc-giới*).

Punyatâra (*scr.*) : Phất-nhược-đa-la, Dịch : Công-đức-Hoa (*Sa-môn*).

Pur, Clair (*fr.*) : Thanh, Thanh-tịnh, Tịnh.

Purana-Kasyapa (*scr.*) : Phú-lan-na Ca-Diếp, Phú-lan-na (*trong hàng Lục sư ngoại-đạo*).

Pûrna (*scr.*) : Phú-lâu-na, tức Phú-lâu-na Di-đa-la-ni-tử (*Pûrna Maitrayaniputtra*). Dịch : Mãn-từ-tử.

Pûrnachandra (*scr.*) : Mãn-nguyệt (*Bồ-tát*).

Pûrâna-Kasyapa (*scr.*) : Bất-lan Ca-Diếp.

Pûrvasaila (*scr.*) : Đông-sơn Trụ-bộ.

Purva-Videha (*scr.*) : Đông Phất-bà-đề, Phất-bà-đề, Phất-vu-Đại, Đông thắng thân châu, Thắng Thần Châu.

Quarante huit vœux (*fr.*) : Tứ thập bát nguyện.

Quatre cas de dégradation (*fr*) : Tứ Ba-la-di, Tứ trọng, Tứ trọng cấm, Tứ trọng tội, Tứ cấm, Tứ trọng.

Quatre castes (*fr.*) : Tứ chủng, Tứ tánh.

Quatre catégories de dons (*fr.*) : Tứ sự cúng-dường, Tứ sự cung cấp, Tứ cúng dường ; viết tắt : Tứ sự.

Quatre degrés de méditation, Quatrième degré de méditation (*fr.*) : Tứ thiền.

Quatre degrés (de méditation) de Dieux (*fr.*) : Tứ thiền thiên.

Quatre éléments (*fr.*) : Tứ đại.

Quatre états de naissance (*fr.*) : Tứ chủng sanh. Tứ sanh.

Quatre états de sainteté (*fr.*) : Tứ quả.

Quatre grands vœux (*fr.*) : Tứ hoằng thệ - nguyện, viết tắt : Tứ hoằng.

Quatre périodes cosmiques (*fr.*) : Tứ Kiếp, (*Thành-Kiếp, Trụ-kiếp, Hoại-Kiếp, Không-Kiếp*).

Quatre régions du monde terrestre (*fr.*) : Tứ châu.

Quatre vérités excellentes (*fr.*) : Tứ chơn-đế, Tứ diệu-đế, Tứ thánh-đế, Tứ đế, Tứ thánh-thật.

Quatre-vingt marques secondaires du Bouddha (*fr.*) : Bát thập tùy hảo, Bát thập chủng hảo.

Quatre-vingt-dix cas de coulpe (*fr.*) : Cửu thập đơn-đề pháp. Cũng viết : Ba-dật-đề.

Quatrième degré de Méditation (*fr.*) : Đệ tứ thiền, Tứ thiền, Tứ thiền định.

Qui a la Connaissance de Tout (*fr.*) : Tam-miệu-Tam-Phật-đà, Tam-da-Tam-Phật, Tam-da-Tam-bồ. Dịch : Chánh biến giác, Chánh biến tri, Chánh biến trí, Nhứt thiết chủng trí, Chủng trí.

Qui n'a plus rien à apprendre (*fr.*) : Vô-học (*bực đã đắc quả A-la-hán*).

Qui ne revient plus en arrière (*fr.*) : A-bệ-bạt-trí. Xem : Avaivarti.

Qui Revient en arrière (*fr.*) : Thối, thối chuyển. Phạn : Tỳ-bạt-trí (*Vaivarti*)

Quiétude (*fr.*) : An, An-ổn. Paix (*fr.*).

Race (*fr.*) : Chủng (*Chưởng*).

Race des Çakyas (*fr.*) : Thích-chủng.

Racine (*fr.*) : Bổn, Căn, Căn-bổn.

Raçmiçatasahasraparipûrnadhvadja (*scr.*) : Cụ-túc Thiên Vạn Quang-minh (*Như-Lai*).

Râdja, Raja (*fr.*) : Vương (*Vua*).

Rajagriha (*scr.*) : La-Duyệt. Dịch : Vương-xá (*thành*).

Râhu (*scr*) : La-hầu (*Vua loài A-tu-la*).

Râhula (*scr.*) : La-hầu-La. Dịch : Phú-chướng (*con trai của Thái tử Tất-đạt-Đa*). Cũng đọc : Ra-hầu-la. — Ra-hổ-la (*một trong Thập lục Đại A-la-hán*).

Râkchasas (*scr.*) : La - sát, La-sát-bà. Dịch : Bạo ác, Khả úy.

Râkchasîs (*scr.*) : La sát-tư, La-sát-nữ (*ác-quỉ*).

Ramiprabhâsa (*scr.*) : Quang-Minh (*Như-Lai*).

Ratnâ (*scr.*) : Bảo (*Bửu*).

Ratnacandra, Rathachandra (*scr.*) : Bảo-nguyệt (*Bồ-tát*).

Ratnakara (*scr.*) : Bạc-già-chí-tôn. — Bảo-Tích (*của quí tích tụ*), — Bảo-Tích Bồ-tát.

Ratnakêtourâdja (*scr.*) : Bảo-Tướng (*Phật vị-lai*).

Ratnakousoumasanpouchpitagâtra Bouddha (*scr.*) : Tạp-sắc-bảo-hoa-nghiêm thân Phật.

Ratnamalaçri-Bouddha (*scr.*) : Bảo-Hoa Đức Phật.

Ratnâpâni (*sc.*) : Bảo-chưởng (*Bồ-tát*).

Ratnaprabha (*scr.*) : Bảo-quang (*Thiên tử*).

Ratna-Sambhava (*scr.*) : Nam-Phật.

Ratnatêdjôbhyyudgatarâdja (*scr.*) : Bảo - oai - đức thượng vương (*Phật*).

Rddi (*scr.*) : Thần-biến, Thần thông biến · hóa, Thần cảnh thông, Thần cảnh trí chứng thông, Thần-thông, Thần túc thông.

Rddipâda (*scr.*) : Thần-túc thông, Tứ như ý túc, Tứ thần-túc.

Réciter (*fr.*) : Tụng.

Réclusion (*fr.*) : Cấm-phòng.

Recueil de Métaphysique (*fr.*) : Luận-tạng.

Réfléchir (*fr.*) : Tư duy.

Refuge (*fr.*) : Qui, Qui-y.

Région (*fr.*) : Giới (*Cảnh giới*).

Région de la Forme (*fr.*) : Sắc-giới.

Région des Trente trois cieux (*fr.*) : Đạo-lý thiên, Đao ly thiên, Tam thập tam thiên.

Région du Désir (*fr.*) : Dục-giới (*trong Tam Giới*).

Régions occidentales (*fr.*) : Tây-vực.

Règles (*fr.*) : Giới, Giới-cấm, Cấm-giới, Thi-la (*Sila*), Ba-la-đề-mộc-xoa (*Pratimoksha*).

Règles complètes (*fr.*) : Cụ-giới, Cụ-túc-giới, tức : Tỳ-kheo giới, Tỳ-kheo ni giới.

Règles des Bouddhistes qui suivent la Grande Voie (*fr.*) : Bồ-tát Giới.

Règles des laïcs qui suivent la Grande Voie (*fr.*). Bồ-tát Ưu-bà-tắc-giái.

Règles des moines (*fr.*) : Tỳ-kheo giái (*Nhị bá ngũ thập giái*).

Règles des Nonnes (*fr.*) : Tỳ - kheo - ni giái (*Tam bá tứ thập bát giái*).

Relation spirituelle, Télépathie (*fr.*) : Thần-giao, Thần-giao cách-cảm.

Religieux (*fr.*) : Đạo-nhơn.

Religion (*fr.*) : Đạo, Đạo giáo, Tôn - giáo (*Tông - giáo*).— Phạn : Mạt-già.

Reliques (*fr.*) : Xá-ly (*Xá-lợi*).

Repas, aliments (*fr.*) : Tự (*Thực*).

Se repentir (*fr.*) : Hối, Hối-quá, sám, sám hối.

Résider, Demeurer, Rester (*fr.*) : Trụ (*Trú*).

Résignation, Vertu cardinale (*fr.*) : Sàn-đề Ba-la-mật, Nhẫn nhục Ba-la-mật, Nhẫn-độ.

Respecter (*fr.*) : Kính.

Retraite (*fr.*) : Ẩn-cư.

Rétribution de Trois actes (*fr.*) : Tam-nghiệp.

Rétribution des actes (*fr.*) : Báo, quả-báo, báo - ứng, nghiệp-báo.

Rêvata (*sr.*) : Ly-bà-đa. Dịch : Tinh tú, Đệ tử La-hán của Phật Thích-Ca.

Rêve (*fr.*) : Mộng.

Révérend (*fr*) : Đại-đức.

Ri-tsou shu (*jap.*) : Luật-tông.

Rishi (*scr.*) : Tiên, Tiên-nhơn.

Rishipatana (*scr.*) : Tiên-nhơn viên (*vườn Tiên-nhơn*) ở gần Ba-la-nại, tức Lộc-dã-viên (*vườn Lộc*). Cũng viết : Tiên - uyển.

Rohini (*scr.*) : Lô-miện-ni (*hà*).

Roi (*fr.*) : Vương (*Vua*).

Roi de la Loi (*fr.*) : Pháp-vương.

Roi des Esprits errants (*fr.*) : Qui-vương.

Roi des Ombres (*fr.*) : Diêm-La, Diêm-ma-la, Diệm-ma, Diễm-ma, Diêm-ma pháp-vương, Diêm-vương.

Roi universel (*fr.*) : Vương Tứ thiên-hạ, Chuyển luân thánh vương.

Roudraka (*scr.*) : Uất-đà-gia, Uất-đà-la, Uất-đầu-lam-Phất.

Roue de la Grande Loi (*fr.*) : Đại-Pháp Luân, Bánh xe Pháp lớn.

Roue de la Loi (*fr.*) : Pháp-luân.

Le Royaume de la Félicité (*fr.*) . Cực-lạc quốc, An-dưỡng quốc, An-lạc quốc, Thanh-thái quốc, Hảo-ý-quốc.

Ruçi (*scr.*) : Lư-Chí.

Rûpa (*scr.*) : Sắc (*hình-sắc*).

Rûpa-skanda (*scr.*) : Sắc-ấm (*Sắc-uẩn*).

Rûpâvacara, Rûpâdhâtu (*scr.*) : Sắc-giới.

Ryôgen (*jap.*) : Lương-Nguyên (*nhà sư Nhật Bổn*).

Ryôgokyo (*jap.*) : Lăng-già Kinh.

Sabhâga-nimitta (*p.*) : Tư duy.

Sabre de Grande Intelligence (*fr.*) : Đại-huệ đao.

Sacrifice, Sacrifier (*fr.*) : Xả. Phạn : Ưu-tất-xoa (*U-peksà*).

Sadâyatana (*scr.*) : Lục nhập.

Saddharma, Suơdharma (*scr.*) : Diệu-pháp.

Saddharmapundarikasûtra (*scr.*) : Diệu-pháp Liên-hoa Kinh, viết tắt : Pháp-Hoa Kinh.

Sâgara (*scr.*) : Hải (*Biển*), Hàm-hải (*Biển nước mặn*). Âm phạn : Ta già-la, Ta-kiệt-la.

Sâgaravaradharabuddhi-vikrîditâbhidjna (*scr.*) : Sơn Hải Huệ tự-tại thông Vương (*Phật*)

Sage (*fr.*) : Hiền.

Sagesse (*fr.*) : Bát-lạt-nhã, Bát-nhã, Ban-nhã, Ba-nhã, Bát-la-nhã (*Prajna*) ; — Tỳ-bà-xá-na (*Vibhâsa*) ; — Xà-na (*Djna*). Dịch : Trí, Trí-huệ, Huệ, Minh.

Sagesse et Éloquence (*fr.*) : Trí Biện.

La Sagesse, Vertu cardinale (*fr.*) : Bát - nhã Ba-la-mật-đa, Huệ Ba-la-mật-đa. Dịch : Trí-huệ đáo Bỉ ngạn, Huệ-độ.

Sagesse du Bouddha (*fr.*) : Phật-huệ (*tuệ*), Phật-trí.

Saha (*scr.*) : Ta-bà (*thế-giới*), Đại-nhẫn (*thế-giới*), Kham-nhẫn (*thế-giới*), Nhẫn-độ (*thổ*).

Sahadêva (*scr.*) : Ta-ha Đề- bà (*Một vị quan ở trào vua Tịnh Phạn*).

Sahasrâra (*scr.*) : Đỉnh-tướng, Vô-kiến đỉnh-tướng.

Saint (*fr.*) : Thánh, Thánh-nhơn.

Sakadagami (*p.*) : Tư-đà-hàm (*quả*) : Dịch : Nhứt lai quả.

Sakadagamin (*p.*) : Tư-đa-hàm (*người đắc quả*), Dịch : Nhứt lai.

Sakrdagami (*scr*) : Tư-đà-hàm (*quả*), dịch : Nhứt lai quả.

Sakrdagamin (*scr.*) : Tư-đà-hàm (*người đắc quả*), Dịch : Nhứt lai, Nhứt vãng lai.

Sala (*scr.*) : Bối-đa-la, Đa-la-thọ, Bối-đa-thọ, Bối thọ, cây thốt-nốt.

Sâla (*scr.*) : Ba-la-xoa, Ba-la-xa, Sa-la, Ta-la. Dịch : Kiên-cố.

Sâladrarâdja (*scr*) : Ta-la thọ vương (*đức Phật ở phương Thượng*).

Salaradja (*scr*) : Ta-la vương (*Phật quá-khứ*).

Samâdhi (*scr.*) : Tam-Muội, Tam-ma-địa, Tam-ma-Đế, Tam-ma bạt-Đề, Tam-ma-Đề. Dịch : Định. Thiền-định, Chánh-thọ, Chỉ, Chỉ quán.

Samantabhadra (*scr.*) : Tam-mạn-đa bạt-đà-la. Dịch : Phổ-Hiền (*Bồ-tát*), Biến-Cát (*Bồ-tát*).

Samantagandha (*scr.*) : Phổ-Hương (*Thiên tử*).

Samantaprabhâsa (*scr.*) : Phổ-Minh (*Như-Lai*).

Samâpatti (*p.*) : Tam-muội, Tam-ma-địa, Tam-ma-đề, Tam-ma-đề. Dịch : Chỉ, Chỉ-quán, Quán, Thiền-Định, Định, Đại-định, Giải-thoát, Chánh-thọ.

Samâtha (*scr.*) : Xa-ma-tha. Dịch : Chỉ-quán, Định, Định-huệ, Tịch chiếu minh tịnh.

Sama - Vêda (*scr.*) : Tam-ma Bì-đà.

Samâya (*scr.*) : Tam-muội-da.

Sambhâppalâpo (*pr*) : Ỷ ngữ, Tạp uế-ngữ. Vô nghĩa-ngữ.

Sambođhi (*scr.*) : Tam-bồ-đề.

Samgha (*scr.*) : Tăng già, Tăng-già-lam, Tăng-khư, Tăng-kỳ, Tăng,— Dịch : Hòa-hiệp, Chúng, Chúng-Tăng, Tăng-chúng, Hòa hiệp Tăng, Tòng-lâm.

Samghađisesa (*scr.*) : Tăng-già-bà-thi-sa. Dịch : Tăng-tàn, Tăng sơ tàn.

Samghamitrâ (*scr.*) : Tăng-già-mật-đa (*công chúa của vua A-Dục*).

Samghamittâ (*p.*) : Tăng-già-mật-đa (*công chúa của vua A-Dục*).

Samghanandi (*scr.*) : Tăng-già-nan-đề (*Tổ sư*).

Samghati (*scr.*) : Tăng-già-lê, Cửu điều y, Thượng-y, Đại-y (*trong Tam y*). Cũng viết : Nạp-già-lê.

Samghavarman (*scr.*) : Khang-tăng-Khải.

Samghayaças (*scr.*) : Già-da-xá-đa, Tăng-già-da-xá (*Tổ sư*).

Samgiti (*scr.*) : Kết-tập pháp.

Samjnâ (*scr.*) : Thiện ác.

Samkhya (*scr.*) : Tăng-khứ-sư. Dịch : Số luận-sư.

Sammā - ditthi (*p.*) : Chánh-kiến, chánh tri-kiến.

Sammā - kammanta (*p.*) : Chánh-nghiệp.

Sammā - Samâdhi (*p.*) : Chánh-định.

Sammā - sankappa (*p.*) : Chánh tư-duy.

Sammā - sati (*p.*) : Chánh-niệm.

Sammā - vaca (*p.*) : Chánh-ngữ.

Sammā - vāyāma (*p.*) : Chánh tinh-tấn.

Samsara (*scr.*) : Luân-hồi, Luân-chuyển, Sanh-tử.

Samskārās (*scr.*) : Hành, Hạnh.

Samskārās skanda (*scr.*) : Hành uẩn.

Samskrtā (*scr.*) : Hữu-vi. Có tạo-tác, có nhơn-duyên tạo-tác. Đối-nghĩa : Vô-vi.

Samudya (*scr.*) : Tập-đế, (*trong Tứ diệu-đế*).

Samyak - droti (*scr.*) : Chánh-kiến, Chánh tri-kiến.

Samyak - karmanta (*scr.*) : Chánh-nghiệp.

Samyak - samādhi (*scr.*) : Chánh-Định.

Samyaksambodhi (*scr.*) : Tam-miệu Tam-bồ-đề. Dịch : Chánh-Đẳng, Chánh-giác, đẳng Chánh-giác, Chánh biến-giác, Chánh-giác, Cực-quả.

Samyaksambouddha (*scr.*) : Tam-miệu tam Phật-đà. Tam da-Tam-bồ-, Tam-da Tam-Phật. Dịch : Chánh biến giác, Chánh biến trí, Chánh-giác.

Samyak - samkalpa (*scr.*) : Chánh tư duy.

Samyak - snoti (*scr.*) : Chánh-niệm.

Samyak - vac (*scr.*) : Chánh-ngữ.

Samyak - vyayama (*scr.*) : Chánh tinh-tấn.

Samyojana (*scr.*) : Kết, Thắt buộc.

Sandhinirmocanasûtra, Shandhinirmocanasû--tra (*scr.*) : Giải thâm-mật Kinh, dịch bởi Huyền Trang. Âm theo Phạn : San-địa-niết mộ chiết-na.

Sanjaya Vairatitra (*scr.*) : San-xà-da Tỳ-la-hiền-tử (*trong hàng Lục-sư ngoại-đạo*).

Sanjiva (*scr.*) : Hoạt-địa-ngục, Đẳng hoạt địa-ngục, Tưởng Địa-ngục.

Sanjnâ (*scr.*) : Tưởng (*một uẩn trong Ngũ uẩn*).

San-lunn-tsoung :(*ch.*) : Tam-luận-tông.

Sannâ (*scr.*) : Ý.

Sanronshû (*jap.*) : Tam-luận-tông.

Sans commencement (*fr.*) :Vô-thỉ.

Sans crainte (*fr.*) : Vô sở úy, Vô-úy.

Sanscrit (*scr.*) : Phạm (*Phạn*), Phạn-ngữ.

Sans écoulement, Sans passion (*fr.*) : Vô lậu.

Sans forme (*fr.*) : Vô-sắc.

Sans supérieur, suprême (*fr.*) : Vô-thượng.

Sans tache (*fr.*) : Vô-cấu.

Santal (*fr.*) : Chiên-đàn.

Saptabodhyanga (*scr.*) : Thất bồ-đề phần, Thất giác ý, Thất giác chi, Thất giác, Thất giác phần.

Saptaratna :(*scr.*) : Thất bảo.

Sarîra (*scr.*) : Xá-ly (*Xá-lợi*), tro tàn của Phật, Thánh.

Sarvabouddhasâmdarçana (*scr.*) : Hiện nhứt thiết thế gian (*tên một thế-giới*).

Sarvajnâ (*scr.*) : Tát-bà-nhã. Dịch : Nhứt thiết trí.

Sarvarthadaria - bouddha (*scr*) : Kiến - nhứt thiết-nghĩa Phật.

Sarvasattvapâpadjahana (*scr.*) : Ly chư ác - thú (Tam-muội).

Sarvasattvapriyadarçana (*scr.*) : Nhứt thiết chúng-sanh Hỷ-kiến (Bồ-tát). — Nhứt thiết chúng-sanh Hỷ-kiến (Như - lai).

Sarvastivâda, Sarvastivâdin (*scr.*) : Tát-bà-đa bộ, Tát-bà-đa-sa bộ. Dịch : Hữu bộ, Hữu bộ tông, Nhứt thiết hữu bộ.

Sāsta - dêva - manusyānām (*scr.*) : Thiên nhơn sư.

Sataparibhuta (*scr.*) : Thường Bất-Khinh (*Bồ-tát*).

Satasamitâbhiyukta (*scr.*) : Thường-Tinh-tấn (*Bồ tát*).

Sati (*p.*) : Niệm.

Sattva (*scr.*) : Tát-đóa. Dịch : Chúng-sanh, Hữu-tình, Hữu-thức, Hàm-sanh, Hàm-linh, Hàm-thức, Hàm-tình.

Satya-siddhi-çastra (*scr.*) : Thành thật luận.

Sautrântika (*scr.*) : Tăng-ca-lan-da-bộ, Tăng-ca-lan-đa-bộ.

Sauveur (*fr.*) : Cứu thế. Như : Cứu thế Quan-Âm, Cứu thế Tôn.

Sceau *fr.*) :: Ấn, Pháp-ấn. Phạn : Mẫu-đà-la (*Mûdrâ*).

Sceau de la science (*fr.*) : Huệ-ấn, Trí-ấn.

Sceau dénommé "Cœur de Bouddha" (*fr.*) : Phật-tâm ấn, Tâm-ấn, Phật-ấn.

Sceau du Cœur (*fr.*) : Tâm-ấn.

Science (*fr.*) : Huệ, Trí.

Science du Bouddha (*fr.*) : Phật-huệ, Phật-trí.

Secourir, Sauver (*fr.*) : Tế. Như Tế bần, Tế độ.

Secret (*fr.*) : Bí

Secrets subtils (*fr.*) : Bí mật.

Secte, École (*fr.*) : Tông phái, Tông.

Secte de la Terre pure (*fr.*) Tịnh-độ tông.

Secte des Bonnets jaunes (*fr.*) : Hoàng-giáo (*ở Tây Tạng*).

Secte des Bonnets rouges (*fr.*) : Hồng-giáo.

Secte orthodoxe (*fr.*) : Chánh-tông, Chánh-thống phái.

Secte Yoga (*fr.*) : Du-già tông, Du-chỉ tông, Mật-tông, Chơn-ngôn tông.

Seize Bouddhas de différentes régions (*fr.*) : Thập lục Phật.

Seize Enfers (*fr.*) : Thập lục du tăng Địa ngục.

Seng-tchao (*ch.*) : Tăng-Triệu (*đệ tử của Cưu-ma-la-Thập*)

Sens complet (*fr.*) : Liễu-nghĩa, Vô-dư nghĩa.

Sens incomplet (*fr.*) : Bất-liễu nghĩa, Hữu dư nghĩa.

Sens interne (*fr.*) : Ý.

Sens occulte ou ésotérique : Ẩn mật nghĩa.

Sens subtil, caché (*fr.*) : Mật-nghĩa.

Sensation (*fr.*) : Thọ (*thọ cảm vui, buồn*), — Tri giác (*như gần lửa thì thấy nóng, nghe tiếng thì biết người quen hay lạ*).

Sensation de douleur (*fr.*) : Khổ thọ. thọ-cảm khổ.

Sept Bouddhas (*fr.*) : Thất Phật.

Sept centres de force dans l'Homme (*fr.*) : Thất thù-thắng căn.

Sept états d'esprit constitutifs de l'Éveil (*fr*) : Thất giác ý, Thất bồ-đề phần, Thất giác chi, Thất giác phần, Thất giác.

Sept joyaux (*fr.*) : Thất bảo.

Sept sentiments (*fr.*) : Thất tình.

Sermon, Prononcer un sermon (*fr.*) : Thuyết pháp.

Serpent-génie (*fr.*) : Ma-hầu-la-già. Ma-hô-lạc-ca, Mạc-hô-lạc-ca, — Đại mãng thần.

Shi (*jap.*) : Sư.

Shingonshu (*jap.*) : Chơn-ngôn tông.

Shinnen (*jap.*) : Chơn-Nhiên.

Shinran (*jap.*) : Chơn - Loan, nhà sáng-lập Chơn-tông bên Nhật.

Shinshu (*jap.*) : Chơn-tông.

Shitennôji (*jap.*) : Tứ thiên vương tự.

Shôdaijiron (*jap.*) : Nhiếp Đại-thừa luận.

Shônin (*jap.*) : Thượng-nhơn.

Shravaka (*scr.*) : Thinh - văn.

Shûryôron (*jap.*) : Tập-lượng-luận.

Siddharta (*scr.*) : Tất-đạt-Đa, Tất-Đạt, Tất-Đa, Tất-Đà, Tất-Đàn, Tát-bà-tất-đạt. Dịch : Nhứt thiết nghĩa thành, Nhứt thiết nghĩa thành tựu, Thành tựu chúng-sanh, Tứ-tất-đàn.

Sigalavada (*scr.*) : Thi-ca-la-việt, một vị Bồ-tát tại-gia.

Sigalavada - sûtra (*scr.*) : Thi-ca-la-việt Kinh.

Sigâlôvâda - sutta (*p.*) : Thi-ca-la-việt Kinh.

Siksakaraniya (*scr.*) : Bá chúng học Pháp (*100 giới nhỏ của Tỳ-kheo và Tỳ-kheo ni*) Niết-bàn Kinh gọi là Đột-cát-la Cũng có Kinh gọi Bá chúng học pháp là vi tiểu tội.

Sila (*scr.*) : Thi-la, dịch : Giái, Giái cấm.

Silabhadra (*scr.*) : Thi-La-Bí-Đà-La. Dịch : **Giái Hiền** (*Luận - sư.*)

Sila - paramita (*scr.*) : Thi-la Ba-la-mật, Thi Ba-la-mật, Giái Ba-la-mật, Giái-độ.

Simha, Sinha Bodhisattva (*scr.*) : Đạo-Sư Bồ-tát.

Singha (*p.*) : Tăng-già. Dịch : Sư-tử. Tăng-già quốc (*Sư-tử quốc, tức nước Tích-Lan*)

Singulier (*fr.*) : Bất-cộng.

Sinha (Simha) (*scr.*) : Tăng-già. Dịch : Sư tử. Tăng-già quốc (*Sư tử quốc, tức nước Tích-Lan*) — Sư tử Tỳ-kheo.

Six années d'austérités (*fr.*) : Lục niên khổ hạnh.

Six cieux de la Région du Désir (*fr.*) : Lục dục Thiên, Lục Thiên.

Six désirs, passions (*fr.*) : Lục dục.

Six éléments (*fr.*) Lục đại

Six grandes villes (*fr.*) Lục đại - thành.

Six maîtres hétérodoxes (*fr.*) : Lục sư ngoại-đạo.

Six organes, Six sens (*fr.*) : Lục căn, Lục nhập.

Six Patriarches, Sixième Patriarche (*fr.*) Lục Tổ.

Six pouvoirs surnaturels (*fr.*) Lục Thần thông, Lục Thông.

Six saveurs (*fr.*) : Lục vị.

Six sectes hétérodoxes, Six écoles philosophi--ques (*fr.*) : Lục ngoại-đạo.

Six sentiments de Concorde (*fr.*) Lục Hòa.

Six vertus cardinales (*fr.*) Lục Ba-la-mật. Lục độ.

Six voies (*fr.*) Lục đạo.

Skanda (*scr.*) : Vi-đà (*Hộ-pháp thần*). Cũng viết : Vi-côn.

Skandas (*scr.*) : Âm (*Uẩn*). Ngũ âm (*Ngũ uẩn*).

Smrtyupasthama (*scr.*) : Tứ niệm xứ. Tứ niệm xứ quán

Snoti (*scr.*) : Niệm.

Le Soleil des Ornements (*fr.*) : Tịnh chiếu minh Tam - muội.

Sommeil, Torpeur (*fr.*) : Thụy-miên, Âm phạn : Xả-dĩ-đa (*Thinamiddha*).

Son (*fr.*) : Âm.

Song-Yun (*ch.*) : Tống-Vân (*Sa-môn Trung Hoa thế kỷ thứ sáu*).

Sot (*fr.*) : Cuồng.

Sotâpanna (*p.*) : Tu-đà-Hoàn (*nhơn, người đắc*).

Sotapatti (*p.*) : Tu-đà-hoàn (*quả*).

Soubâhou (*scr.*) : Tu - bà - Hầu (*Đại La-Hán, đệ tử Phật Thích-Ca*).

Soubhadra (*scr.*) : Tu-bạt-đà-la, Tu-bạt-đà, Tô-bạt-đà-la. Dịch nghĩa : Thiện-Hiền. Vị Thánh đệ tử cuối cùng của Phật Thích-Ca.

Souddharasmiprabha - Bouddha (*scr.*) : Tịnh-Quang Phật.

Souddhodana (*scr.*) : Thủ-đồ-đà-na, Du đầu-đàn. Dịch : Tịnh-Phạn (*Vương*), Bạch-Tịnh (*Vương*), cha của thái tử Tất-đạt-Đa.

Soujâta (*scr.*) : Tù-xà-Đa, dịch : Thiện - Sanh, cô thôn nữ cúng thức ăn cho đức Thích-Ca khi ngài sắp thành Phật.

Soumedha, Soujnâna (*scr., p.*) : Thiện-Huệ (*Bồ-tát*).

Soumérou, Mérou (*scr.*) : Tu-Di, Tu-di-lâu, Tu-mê-lư, Tô-mê-lư. Dịch : Diệu-cao, Diệu-quang. A-minh, Thiện-tích (*Sơn*)

Souméroukalpa-Bouddha (*scr.*) : Tu-Di-Sơn Phật.

Souprabouddha (*scr.*) : Thiện - Giác (*Vương*), cha của công chúa Da-du-đà-la.

Sourire (*fr.*) : Hàm-tiếu.

Soutane (*fr.*) : Cà-sà. Dịch : Hoại- sắc, Bất-chánh-sắc.

Sparça (*scr.*) : Xúc (*nhơn-duyên thứ sáu trong Thập nhị nhơn-duyên*).

Spécial, exceptionnel (*fr.*) : Thù (*Thù-đặc, Thù-thắng*).

Spiritisme (*fr.*) : Thần linh học.

La Splendeur sans tache (*fr.*) : Tịnh-quang (*Tam-muội*).

Sramana (*scr.*) : Sa-môn, Sa-môn-na.

Sravaka-Yana (*scr.*) : Thinh-văn thừa (*thặng*),

Sravasti (*scr.*) : Thất-la-phiệt, Xá-vệ (*thành*).

Sreshtha (*scr.*) : Ba-Tuần, Ba-Tuần-Du, Ba-Tỷ, Tên thiệt của Ma Vương. Dịch : Sát-giả, Ác-giả.

Srîmitra (*scr.*) : Bạch Thi Ly-mật-đa-la.

Srotapanna (*scr.*) : Tu-đà-huờn. (*hoàn*) Dịch : Nghịch-lưu Nhập lưu, Dự lưu (*Người*).

Srotanni (*scr.p*) : Tu-đà-huờn (*hoàn*). Dịch : Nghịch lưu, nhập lưu, dự lưu, Sơ-quả (*Quả*).

Sthavira (*scr.*) : Trưởng lão.

Sthîmati (*scr.*) : An-Huệ (*Bồ tát*).

Sthiramati (*scr.*) : Kiên-Huệ (*Bồ tát*).

Strophe (*fr.*) : Kệ-đà, Già-đà, Già-tha, Kệ. Cô khởi tụng, Phúng tụng, Cô khởi kệ.

Strophe de quatre vers (*fr.*) : Tứ cú kệ.

Stûpa (*scr.*) : Tháp, Tháp-bà, Đâu-bà, Du-bà, Tụy-đồ-ba, Tụy-đồ-bà, Bảo-tháp, Thất bảo tháp, Miểu, Linh-miểu.

Subconscience (*fr.*) : Hạ ý thức.

Subhadra (*scr.*) : Thiện-Hiền. Âm Phạn : Tu-bạt-đà-la, Tu-bạt-Đà, Tô-bạt-đà-la.

Subhakara (*scr*) : Thiện Vô-úy (*Sa-môn*)

Sublime (*fr.*) : Diệu.

Subhûti (*scr.*) : Tu-bồ-đề, Tu-phù-đế, Tu-phu-đề. Dịch : Thiện-Hiện, Thiện-Cát, Thiện-Nghiệp.

Submerger (*fr.*) : Trầm (*chìm*).

Sudatta (*scr.*) : Tu-Đạt, Tu-đạt-Đa (*vị Đại Trưởng giả tại thành Xá-vệ*).

Sudatta Anathapîndika (*scr.*) : Tu-đạt-Đa A-na-bân-đăn (*vị Đại Trưởng giả tại thành Xá-vệ*). Tu-Đạt-Đa là tên thiệt. A-na-bân-Đàn là biệt hiệu, dịch : Cấp cô Độc, Chẩn tế bần phạp, Cấp chư cô lão.

Suddhavāsa (*scr.*) : Tác-Bình (*Thiên tử*).

Suddhipanthaka (*scr.*) : Châu-ly-bàn-đà-già, Châu-ly-bàn-đặc-ca, Chú-đồ-bán-thác-ca, Châu-đà. Dịch : Kế-đạo, Đại lộ biên.

Sudharma (*scr.*) : Diệu-pháp.

Sudharma, Roi des Kinnaras : Diệu-Pháp Khẩn-na-la vương.

Sûdra (*scr.*) : Thú-đà-la, Thủ-đà. Dịch : Cư-sĩ (*một trong Tứ chúng*). Giai-cấp thứ tư ở Ấn-Độ thời xưa, chuyên nghề canh-nông và nghề thủ-công.

Sugata (*scr.*) : Tu-già-đà. Dịch : Thiện-thệ, một trong Thập Hiệu của Phật.

Sujet du Discours (*fr.*) : Giảng-đề.

Sukhavati (*scr.*) : An-dưỡng quốc, Cực-lạc quốc, An-lạc quốc, Thanh-thái quốc, Hảo-ý quốc, Lạc-bang, Lạc-thổ. Âm phạn : Tu-ma-đề.

Sukhavati-Vyūha (*scr.*) : A-Di-Đà (*Kinh*).

Supratiehthitatchâritra (*scr.*) : An-lập-Hạnh (*Bồ-tát*).

Suprême (*fr.*) : Vô-thượng.

Sûramgama (*scr.*) : Thủ-lăng-già-ma, Thủ-lăng-nghiêm. Phép Định, — Kinh.

Sûramgama-samâdhi (*scr.*) : Thủ-lăng-nghiêm Tam-muội, Thủ-lăng-nghiêm Định, Vương Tam-muội.

Sûramgama-sûtra (*scr.*) : Lăng-nghiêm Kinh, Thủ-Lăng-nghiêm Kinh. Viết trọn : Đại Phật đỉnh Như-lai mật-nhơn tu chứng liễu-nghĩa chư Bồ-tát vạn hạnh Thủ-lăng-nghiêm Kinh.

Suraskandha (*scr.*) : Khư-la-khiên-đà, vua loài A-tu-la.

Surata (*scr*) : Tu-la-đà (*một người Phú Trưởng-giả hồi đời Phật Thích-Ca*).

Surhomme (*fr.*) : Thượng-nhơn.

Sûrya : Minh-Nguyệt (*thiên tử*), nội-thần của đức Đế-Thích.

Sûtras (*scr.*) : Tu-đa-la. Dịch : Khế Kinh, Kinh, Trường hàng, Pháp-bổn.

Sûtra en quarante deux articles (*fr.*) : Tứ thập nhị chương Kinh.

Sûtra-Pitaka (*scr.*) : Kinh-tạng (*trong Tam Tạng*).

Suvinda (*scr.*) : Tô-tần-đà, một trong Thập lục Đại A-la-hán.

Svaka (*scr.*) : Thú-bác-ca (*trong hàng Thập lục Đại La-hán*).

Svastika (*scr.*) : Kiết-tường. Tên người phát cỏ. — Tên chữ Vạn 卐. — Ngồi tham thiền (*Kiết-tường tọa*). — Tên vị thiên thần lành (*Kiết-tường thiên*).

Swâha (*scr.*) : Ta-bà-ha, Tá-ha, Tá-hát, Tát-bà-ha.

Tache, impureté (*fr.*) : Uế.

Tacher (*fr.*) : Nhiễm. Đối : Tịnh.

Takchaka (*scr.*) : Đức-xoa-ca (*Long vương*).

Taksaçila, Taxila (*scr.*) : Đắc-xoa-thi-la.

Tamâla (*scr*) : Đa-ma-la (*thọ*).

Tamâlapa (*scr.*) : Đa-ma-la-bạt (*chiên-đàn hương*) Dịch : Tánh vô-cấu, Hoặc diệp hương.

Tamâlapatrachandanagandha (*scr.*) : Đa-ma-la-bạt chiên-đàn-hương (*Phật vị-lai*).

T'an - mouo-kia-louv (*ch.*) : Đàm-ma-ca-la, Pháp-Thời (*Sa-môn*).

T'an-mouo-mi-touo (*ch.*) : Đàm-ma-mật-đa, Pháp-Tú (*Sa-môn*).

T'an mouo Tch'eu *(ch.)* : Đàm-ma-Trì. Pháp - Huệ *(Sa-môn)*.

T'an-mouo-ye-cheu *(ch.)* : Đàm-ma-da-xá, Pháp - Xưng *(Sa-môn)*.

Tanhâ *(p.)* : Ái.

Tao-suan *(ch.)* : Đạo - Tuyên, nhà sư Trung Quốc sáng lập Luật-tông.

Tao-T'ai *(ch.)* : Đạo-Thái, Thích Đạo-Thái, Sa-môn Trung-Hoa hồi thế kỷ thứ năm d.l.

Tathāgatha *(scr.)* : Đát-thát-a-kiệt. Đa-đà-a-già-đà, Đa-đà-a-già-độ. Dịch : Như-Lai.

Tchakravartin, Balatchakravartin *(scr.)* : Chuyển luân vương, Chuyển luân Thánh-vương, Chuyển luân Thánh đế, Luân-vương.

Tch'an ~ tsoung *(ch.)* : Thiền-tông.

Tch'an - tsoung - tchou - chou *(ch.)* : Thiền - tông trứ - thuật.

Tch'an - tsoung - u - lou *(ch.)* : Thiền-tông ngữ lục.

Tchandrasûryapradîpa Bouddha *(scr.)* : Nhựt-Nguyệt Đăng Phật. — Nhựt-Nguyệt Đăng-Minh *(Như - Lai)*

Tchandravimalasûryaprabhâsaçrî *(scr.)* : Nhựt Nguyệt Tịnh Minh Đức *(Như - Lai)*.

Tchanna *(scr.)* : Xa - Nặc *(viên giữ ngựa lại đền vua Tịnh Phạn)*.

Tchâturmahâradjakyikas, Cāturmahārāja *(scr.)* : Tứ đại Thiên vương, Tứ Thiên vương.

Tch'eng - cheu - tsoung *(ch.)* : Thành-thật-tông.

Tchenn - yen - tsoung *(ch.)* : Chơn-ngôn-tông.

Tchenrézigs *(tib.)* : Quan *(Quán)* Thế-Âm *(Bồ-tát)*.

Tcheu - cheu - luom *(ch.)* Chi - Thi - Luân.

Tchèu - Fa - Tou *(ch.)* : Chi-Pháp-độ.

Tcheu-K'ai *(ch.)* : Trí-Khải, tức Thiên-Thai Trí-giả, nhà Sáng lập Thiên-thai tông ở Tàu.

Tcheu-K'ien *(ch.)* : Chi-Khiêm.

Tcheu.Tao-kenn *(ch.)* : Chi-Đạo-căn.

Têdjas *(scr.)* : Oai-đức.

Teihatsu *(jap.)* : Thế phát.

Tejas *(fr.)* : Thọ-đề. Dịch : Hỏa, Lửa.

Télépathie *(fr)* : Thần-giao cách-cảm

Témoignage intérieur *(fr.)* : Tâm chứng.

Témoigner du respect *(fr.)* : Cung.

Tendai shu *(jap.)* : Thiên-đài tông (*Thiên-thai tông*).

Tenjiku *(jap.)* : Thiên-trước (*Trúc*).

Terre *(fr.)* : Địa, Độ (*Thổ*).

Terre de Bouddha *(fr.)* : Phật-độ (*thổ*), Phật - quốc, Phật-sát.

Terre impure *(fr.)* : Uế-độ (*thổ*).

Terre pure *(fr.)* : Tịnh-độ (*thổ*).

Théologie *(fr.)* : Thần-học.

Thibet, Tibet *(fr.)* : Tây Tạng (*Quốc*).

Thîna *(p)* : Hôn-trầm.

Thinamiddha *(scr., p.)* : Xả-dĩ-đa. Dịch : Thụy-miên.

Tibet, Thibet *(fr.)* : Tây tạng (*quốc*).

T'ien-t'ai-tsoung *(ch)* : Thiên-Thai tông.

Tiryagyoni *(scr)* : Đế-lật-xa. Dịch : Súc - sanh, bàng-sanh, hoành-sanh.

Tisarana (*p.*) : Tam qui, Tam qui y, Tam qui Giái, Qui y Tam Bảo.

Todaiji (*jap.*) : Đông-đại tự, một ngôi chùa Nhật bản.

Tokyô (*jap.*) : Đông-Kinh.

Tonsure (*fr.*) : Thế phát.

Torche de la Science (*fr.*) : Trí-cự, Huệ-cự.

Touchoun (*ch*) : Đỗ-Thuận, nhà Sáng lập Hoa-Nghiêm tông ở Tàu.

Tourner la Roue de la Loi (*fr.*) : Chuyển Pháp-luân.

Tous les êtres sont appelés à devenir Bouddhas (*fr.*) : Nhứt thiết giai thành.

Tous les sûtras (*fr.*) : Nhứt thiết Kinh.

Toute Joie (*fr.*) : A-nan-đà, A-nan. Dịch : Hoan hỷ, Khánh hỷ. Khánh-hỷ tôn-giả tức A - nan, đệ tử thị-giả của Phật Thích-Ca.

Traité sur la Transcendance du Bodhiçitta (*fr.*) : Bồ-đề tâm luận.

Transformation (*fr*) : Biến.

Transgresser, violer (*fr.*) : Phạm.

Transmettre, Transmission (*fr.*) : Truyền.

Transmigration (*fr.*) : Luân-hồi, Luân chuyển, Sanh-tử.

Trapousha (*scr.*) : Đề-lê-phú bà, cũng viết : Đề-vị.

Travail, Leçon (*fr.*) : Công-khóa.

Trâyastrimças (*scr.*) : Đạo-lý (*thiên*), Đạo-lý (*thiên*). Dịch : Tam thập tam thiên.

Trente deux signes (*fr.*) : Tam thập nhị tướng.

Trente sept catégories de la Loi (*fr.*) : Tam thập thất đạo phẩm, Tam thập thất trợ Đạo chi pháp, Tam thập thất phẩm, Tam thập thất phần pháp, Tam thập thất Bồ-đề phần pháp, Tam thập thất trợ Bồ-đề pháp.

Trésor de la Métaphysique (*fr.*) : A-tỳ-đạt ma câu-xá luận.

Tribulation (*fr.*) : Não.

Tripitaka (*scr.*) : Tam Tạng.

Triratna (*scr.*) : Tam bảo (*bửu*).

Trisnâ (*scr.*) : Ái.

Tristesse, affliction (*fr*) : Ưu, Ưu-bi.

Trividhadvâra (*scr.*) : Tam nghiệp.

Triyana (*scr.*) : Tam thừa (*thặng*).

Trois bonheurs (*fr.*) : Tam Phước.

Trois cent quarante huit règles (*fr*) : Tam bá tứ thập bát giái (*Tỳ-kheo ni giái*).

Trois Connaissances (*fr.*) : Tam minh.

Trois dangereuses passions (*fr*) : Tam độc.

Trois entraves (*fr.*) : Tam Kết, Tam kết phược.

Trois études (*fr.*) : Tam học.

Trois forces (*fr.*) : Tam Lực.

Trois frères Kaçyapa : Tam Ca-Diếp.

Trois Joyaux, Trinité bouddhique (*fr.*) : Tam bảo (*bửu*).

Trois liens (*fr.*) : Tam phược.

Trois Maîtres (*fr.*) : Tam Sư.

Trois mauvaises voies (*fr.*) : Tam ác-đạo, Tam ác-thú, Tam ác, Tam đồ.

Trois maux (*fr.*) : Tam bệnh.

Trois mondes (*fr.*) : Tam giái (*giới*).

Trois obstructions (*fr.*) : Tam chướng.

Trois Recueils (*fr.*) : Tam Tạng.

Trois Refuges (*fr.*) : Tam qui, Tam qui-y, Tam qui giái, Qui y Tam bảo.

Trois sceaux (*fr.*) : Tam ấn, Tam pháp-ấn.

Trois taches, souillures (*fr.*) : Tam cấu.

Trois temps (*fr.*) : Tam thể (*Quá khứ, Hiện tại, Vị-lai*).

Trois Véhicules (*fr.*) : Tam thừa (*Thặng*).

Trois Voies (*fr.*) : Tam đạo.

Trois voies expiatoires (*fr.*) : Tam đồ.

Trois Voitures (*fr.*) : Tam xa. (*Ba cỗ xe*).

Troisième degré de Méditation (*fr.*) : Đệ tam thiền Tam Thiền, Tam Thiền định.

Trône de Diamant (*fr.*) : Kim-cang tọa.

Tsong-khapa (*tib.*) : Tông-Cáp Ba (*nhà cải cách Phật-giáo ở Tây Tạng*).

Tuer (*fr.*) : Sát.

Tushita (*scr.*) : Đâu-suất, Đâu-suất-đà, Đổ-sử-đa, Dịch : Tri-túc, Hỷ-túc, Diệu-túc, Thượng-túc (*thiên*).

Udambara (*scr.*) : Ưu-đàm-ba-la, Ưu-đàm-bát-hoa, Ưu-đàm. Dịch : Linh-thụy hoa, Linh-ứng hoa.

Udana (*scr.*) : U'u-đà-na, dịch : Tự-thuyết (*Kinh*).

Udayana (*scr.*) : U'u-đà-diên, U'u-Điển (*Vương*).

Uddhacca (*p.*) : Trạo.

Uddhata (*scr.*) : Trạo.

Udraka (*scr.*) : U'ất-đà-la, U'ất - đầu - lam - Phất, U'ất - đà - già.

Udraka-Ramaputra (*scr.*) : U'ất-đầu-lam-Phất.

Ullambana (*scr.*) : Vu-lan-bồn, Ô-lam-bà-nã.

Ullambana-sûtra (*scr.*) : Vu-lan-bồn Kinh.

Une seule pensée (*fr.*) : Nhứt tâm.

Une seule réflexion (*fr.*) : Nhứt niệm.

Unir (*fr.*) : Kết.

Union, Union du Soi individuel avec le Soi universel (*fr.*) : Du-già, Phối-hiệp, Tương-ứng.

Upâdâna (*scr.*) : Thủ (*một trong Thập nhị nhơn-duyên*).

Upadêsa (*scr.*) : U'u-ba-đề-xá. Dịch : Luận-nghị Kinh.

Upadhyaya (*scr.*) : Ô-ba-đà-da, U'u-ba-đà-da. Dịch : Hòa-thượng, Thân giáo sư, Sanh lực.

Upagupta (*scr.*) : U'u-ba-cúc-đa, U'u-ba-quật-đa (*Tổ sư*).

Upakûta (*scr.*) : U'u-ba-Kiết.

Upali, Oupali (*scr.*) : U'u-ba-ly, U'u-bà-ly, dịch : Cận - thủ, Cận-chấp.

Upananda (*scr.*) : Bà-nan-Đà, Bạt-nan-Đà (*Long vương*) — Tôn-đà-la-nan-đà, một đệ-tử La-hán của Phật Thích-Ca. Dịch : Đoan-chánh Hoan-hỷ.

Upanisad (*scr.*) : U'u-ba-ni-sa-đà.

Upâsaka (*scr.*) : Ưu-bà-tắc, Ô-ba-sách-ca. Dịch : Cận – sự nam, cư-sĩ, tại-gia cư-sĩ, cư-gia, Thiện – nam, thiện – túc nam, thanh-tín sĩ.

Upasikâ (*scr.*) : Ưu-bà-di, Ô-ba-ty-ca. Dịch : Cận-sự-nữ, Tín-nữ.

Upāya (*scr.*) : Phương tiện, Phương pháp tiện dùng.

Upâyâna (*scr, p*) : Não.

Upekkha (*p.*) : Ưu-tắt-xoa. Dịch : Xả, Xả – tướng, Hành xả, Hộ.

Upeksâ(*scr*) : Ưu-tắt-xoa. Dịch : Xả, Xả tướng, Hành xả, Hộ.

Upovasatha (*fr.*) : Ưu-bố-đà-bà, Bố – tát. Dịch : Thuyết Giới, Tụng Giới, Đoạn diệt điều ác, Tăng trưởng điều thiện

Uragasâra (*scr*) : Hải thử ngạn (*chiên-đàn*).

Uruvilva Kâçyapa (*scr.*) : Ưu-lâu-tần-loa Ca-Diếp.

Usnisa (*scr.*) : Ô-sắt-ni-sa. Dịch : Nhục-Kế.

Usnîsacakravartibodhisattva (*scr.*) : Đinh-luân-vương Bồ-tát.

Utilité (*fr.*) : Công dụng, Công-lợi.

Utpala (*scr.*) : Ưu-bát-la (*tên một vị Long vương*)

Uttara (*scr.*) : Cứu cánh, tất cánh (*Rốt cuộc, cuối cùng*).

Uttara Kuru (*scr.*) : Bắc Cu – lư châu, Bắc Cu – la châu, Bắc Cồ-lư châu, Uất-đan-việt châu.

Uttara-samgha (*scr.*) : Uất đa la tăng (*một trong Tam Y*).

Vac (*scr.*) : Ngữ (*Lời nói, nói*).

Vaca (*p.*) : Ngữ (*Lời nói, nói*).

Vaçasuta (*scr.*) : Bà-xá-tư-Đa (*Tổ sư*).

Vacuité (*fr.*) : Chơn-không.

Vâidêhî (*scr*) : Vi-đề-Hy. Dịch : Tư duy, Tư-thắng (*Vợ vua Tần-bà-sa-la*).

Vaipulya (*scr.*) : Tỳ-phật-lược, dịch : Phương-quảng (*Kinh*).

Vairocana (*scr.*) : Tỳ-lư-già-na (*Phật*).

Vaisali, Vaiçâlî (*scr.*) : Duy-da-ly, Xá-ly quốc, Tỳ-xá-ly, Tỳ-ly, Phệ-xá-ly, Tỳ-da-ly. Dịch : Quảng-nghiêm (*thành*).

Vaiseshika (*scr.*) : Tỳ-thế-sư, Vệ-thế-sư (*một học - phái hồi đời Phật Thích-Ca*).

Vaisya (*scr.*) : Phệ-xá, Tỳ-xá Dịch : Thương-cổ, Trưởng giả, một trong **Tứ chủng**. Giai cấp thứ ba ở Ấn-Độ thời xưa, sanh nhai về nghề buôn bán.

Vaisramana (*scr.*) : Tỳ-sa - môn (*Thiên vương*), Đa - văn Thiên, Đa-văn Chủ, Phổ-môn thiên.

Vaisravana (*scr.*) : Dư Thiên vương.

Vaivarti (*scr.*) : Thối (*thoái*), Thối chuyển. Âm phạn : Tỳ-bạt-trí.

Vajjâ (*p.*) : Tội, Như : Ngũ nghịch, Thập ác.

Vajra (*sur*) : Phạt - chiết - La, Bạt-nhựt-la, Phạt-xà-la. Dịch : Kim-Cang.

Vajraboddhi (*scr.*) : Bạt-nhựt-la-bồ-đề. Dịch : Kim-cang Trí.

Vajrapâni (*scr.*) : Kim-cang Lực-sĩ, Kim-cang thần, Kim-cang mật-tích, Kim cang Thủ, Chấp Kim-cang, Mật-tích Lực-sĩ.

Vajra-Prajna-Paramita Sûtra (*scr.*) : Kim-cang Bát-nhã Ba-la-mật-đa Kinh, viết tắt : Kim-cang Kinh.

Vajraputra (*scr.*) : Phạt-xà-la-phất-đa-la (*trong hàng Thập lục Đại A-la-hán*).

Vajra-Samâdhi (*scr.*) : Kim-cang Định, Kim - cang Tam-muội, Kim-cang dụ Định, Kim-cang diệt Định.

Vajrasatva (*scr.*) : Kim-cang tát-truỵ (*Bồ-tát*).

Vajrasekharatantrarājasûtra (*scr.*) : Kim-cang đảnh-Kinh.

Vajra-sekhara - vimana - sarvayoga - yogi sûtra (*scr.*) : Kim-cang phong lầu các nhứt thiết du-dà du-chỉ Kinh.

Vajrasena (*scr.*) : Kim-cang tọa.

Vakkula (*scr.*) . Bạc-câu-La, Bạc-cù-la. Dịch : Diện-vương (*mặt như mặt vua*), Thiện-dung (*Dung mạo đẹp*). Đệ tử La-Hán của Phật Thích-Ca.

Vānavâsin (*scr.*) : Phạt-na-bà-tư (*trong hàng Thập lục Đại A-la-hán*)

Vandana (*scr.*) : Hòa-nam. Dịch : Lễ bái, Đỉnh lễ.

Vara (*scr.*) : Âm (*Tiếng*).

Vārānasi (*scr.*) : Ba-la-nại.

Varaprabha (*scr.*) : Diệu-Quang (*Bồ-tát*).

Varjya (*scr.*) : Tội, như : Ngũ nghịch, Thập ác.

Vâshpa (*scr.*) : Bà-sa-Ba, Bà-sư-Ba, Bà-sư-Bà, Bà-Thấp-Bà. Dịch : Chánh-nguyện, Khởi-Khí, Lệ-xuất, Khí-Tức, Một vị trong *Ngũ Tỷ-kheo.*

Vasubandhu (*scr.*) : Bà-tu-bàn-đầu, Phạt-tô-bàn-độ. Dịch : Thiên-Thân, Thế-Thân (*Bồ-tát*).

Vâsuki (*scr.*) : Hòa-tu-kiết (*Long vương*).

Vasumatra (*scr.*) : Bà-tu-mật (*Tổ sư*).

Vayu (*scr.*) : Phong đại.

Véda, Védas (*scr.*) : Bệ-đà, Phệ-đà, Bỉ-đà, Tiết-đà, Vi-đà, Tỳ-đà-luận. Dịch : Tứ Minh.

Védana (*scr.,p.*) : Thọ (*thọ cảm*).

Védana-Skanda (*scr.*) : Thọ-uẩn (*trong Ngũ uẩn*).

Véhicule (*fr.*) : Thừa (*thặng*) âm phạn : Diễn - na (*Yana*)

Véhicule des Auditeurs (*fr.*) : Thinh-văn thừa.

Véhicule des dieux (*fr.*) : Thiên-thừa.

Véhicule des Prateyka Bouddhas (*fr.*) : Duyên - giác thừa, Bích-chi-Phật thừa.

Véhicule du Bouddha (*fr.*) : Phật-thừa (*thặng*).

Véhicule moyen (*fr.*) : Trung-thừa (*thặng*).

Véhicule unique (*fr.*) : Nhứt thừa (*thặng*).

Vêmatchitra (*scr.*) : Tỳ-ma-chắt-đa-la (*A-tu-la vương*).

Vénérable (*fr.*) : Đại-đức, Tôn-giả.

Vénérable maître (*fr.*) : Tôn-sư.

Vénérable témoin (*fr.*) : Tôn-chứng.

Vénération à (*fr.*) : Nam - mô, Nẳng - mô, Qui y, Qui mạng, Chí tâm hướng .

élément Vent, Air (*fr.*) : Phong đại.

Vénuvana (*scr.*) : Trúc-lâm, Trúc-viên.

Vérité (*fr.*) : Chơn-lý, Lý, Đế (*Tứ Đế, Nhị đế*).

Vérité "Destruction de la Douleur" : Diệt - đế, Diệt Thánh-đế, Diệt khổ đế, Tịch-diệt chơn-đế.

Vérité "Douleur" (*fr.*) : Khổ-đế (*trong Tứ diệu-đế*).

Vérité "Origine de la Douleur" : Tập-đế.

Vérité "La Voie qui mène à la Destruction de la Douleur" (*fr.*) : Đạo-đế (*trong Tứ diệu-đế*).

Vers (*fr.*) : Kệ-đà, Già-đà (*Gâtha*), Kệ, Tụng.

Versement sur la tête de l'eau des quatre océans (*fr.*) : Quán đỉnh.

Vertu (*fr.*) : Đạo đức.

Vertu cardinale (*fr.*) : Ba-la-mật, Ba-la-mật-đa. Dịch : Cứu cánh đáo bỉ ngạn ; Độ vô cực ; Độ (*như : Lục độ, Six Vertus cardinales*).

Le Vertueux de la Race des Héros (*fr.*) : Thích-ca-mâu-Ni, Năng-Nhơn.

Vestiges (Traces) du Bouddha (*fr.*) : Phật-tích.

Vibhâsha (*scr.*) : Tỳ-bà-xá-na. Dịch : Huệ, Kiến, Trí.

Vibhâsha-çastra (*scr.*) : Tỳ-bà-sa luận.

Vibhâshika, Vaibhâshika (*scr.*) : Tỳ-bà-sa luận bộ, một học-phái Tiểu-thừa tu theo Tỳ-bà-sa-luận.

Vibhaya (*scr.*) : Biện.

Viçakha (*scr.*) : Tỳ-xá-Khư, một bà Ưu-bà-Di được Phật Thích-Ca phong chức *Thông-nhơn* (*Thông-tín viên*).

Viçi (*p.*) : Nghi, Hồ-nghi.

Viçichtatchârika (*scr.*) : Thượng-Hạnh (*Bồ-tát*), Thượng-Hạnh-Ý (*Bồ-tát*).

Viçuddhatchâritra (*scr.*) : Tịnh-Hạnh (*Bồ-tát*).

Viçvâmitra (*scr.*) : Tỳ-xa-mật-đa-la, Tỳ-xa-bà-mật-đa-la (*Thầy dạy học của Thái tử Thích-Ca*).

Vide (*fr.*) : Không.

Vidyâ (*scr.*) : Minh.

Vidyacarana-sampanna (*scr.*) : Minh-Hạnh túc, Minh Hạnh viên-mãn.

Vidya-mâtra-siddhi-çastra-Kârika (*scr.*) : Duy-thức luận

Vie (*fr.*) : Mạng, Sanh, Sanh mạng, Thọ mạng, Thân mạng, Định mạng, Thiên mạng.

Vies antérieures du Bouddha (*fr.*) : Xà - đà - già, Bổn-sanh (*Kinh*).

Vieillesse, Vieillard (*fr.*) : Lão.

Vighna (*scr.*) : Duy-để-nan (*Sa-môn*).— Việt-Nan (*Trưởng-giả*).

Vihara (*scr.*) : Tỷ-ha-la. Dịch : Tinh-xá, Tự, Đại-Tự.

Vijnànâ (*scr.*) : Thức.

Vijnana Mâtra - siddhi Trimsati-çastra-karika (*scr.*) : Duy Thức tam thập luận tụng. Sách biên 30 bài tụng luận về Duy-thức, dịch & chữ Phạn của Bồ-tát Thế-Thân.

Vijnānānantyāyatana (*scr.*) : Thức vô-biên xứ, Thức-xứ, Thức-xứ thiên, Thức-xứ hữu.

Vijnānānantyāyatana-Samâdhi (*scr.*) . Vô biên thức xứ giải thoát, Thức vô biên xứ định.

Vijnânâ-skanda (*scr.*) : Thức-uẩn.

Vimala (*scr.*) : Tỷ-ma-La. Dịch : Ly-cấu, Vô - cấu, Tịnh, Thanh-tịnh.— Tịnh (*Tam-muội*).— Tỷ-ma-la (*Ly-cấu Tôn-giả, Vô-cấu Tôn-giả*), Đại đệ-tử của Phật Thích-Ca.

Vimaladattâ (*scr.*) : Tịnh - Đức (*p'hu-nhơn*), tiền - thân của Quang-chiếu-trang-nghiêm-tướng Bồ - tát trong hội Pháp - Hoa.

Vimalakirti (*scr.*) : Duy-ma-Cật, Duy-ma-la-cật, Duy-ma Cư-sĩ. Dịch : Tịnh-Danh, Vô-cấu xưng.

Vimalakirti-sûtra (*scr.*) : Duy-ma-Cật Kinh, Tịnh-Danh Kinh.

Vimalanêtra (*scr.*) : Tịnh-Nhãn (*hoàng tử*), tiền-thân của Dược-Thượng Bồ-tát.

Vimalanêtra-Bouddha (*scr.*) : Tịnh-Thân Phật, một vị Phật đời quá-khứ.

Vimalanirbhâsa (*scr.*) : Tịnh-quang (*Tam-muội*).

Vinaya (*scr.*) : Tỷ-nại-da. Dịch : Luật, Luật-nghi.

Vinaya-Pitaka (*scr.*) : Tỳ-nại-da tạng, Tỳ-ni tạng, Luật-tạng (*Trong Tam Tạng*).

Vinayisme (*fr.*) : Luật-tông.

Vipaçyi, Vipasyin (*scr.*) : Tỳ-bà-Thi (*Phật*).

Viriya (*p.*) : Tỳ-lê-da, Tỳ-ly-da. Dịch : Tinh-tấn, Cần, Cần hành, Cần tinh-tấn.

Virudhaka (*scr.*) : Trì-quốc (*Thiên vương*), cũng viết : Trị-quốc (*Thiên vương*).

Vîrya (*scr.*) : Tỳ-lê-da, Tỳ-ly-da. Dịch : Tinh-tấn, Cần, Cần hành, Cần tinh-tấn.

Visamtika çastra (*scr.*) : Nhị thập duy-thức luận.

Visaya (*scr.*) : Trần, như : Lục Trần, Ngũ Trần.

Vishnou (*scr.*) : Vi-Nữu, Tỳ-nữu (*thiên*).

Visnou, Vichnou (*scr.*) : Tỳ-nữu (*Thiên*), cũng viết : Vi-Nữu.

Visvabhū (*scr.*) : Tỳ-xá-Phù (*Phật quá khứ*).

Vœu (*fr.*) : Nguyện, Thệ nguyện.

Voie (*fr*) : Đạo. Phạn : Mạt-già.

Voie directe (*fr.*) : Trực-đạo.

Voies mauvaises (*fr.*) : Ác-đạo, Ác-thú (*Địa ngục, Nga-qui, Súc sanh*).

Voix (*fr.*) : Âm, (*Âm-thinh*).

Voix de Brâhma (*fr.*) : Phạm-âm, Phạm-âm thinh, Phạm-thinh.

Vol (*fr.*) : Dự (*Thâu*), Đạo, Du-đạo, tội trộm.

Vrai et sincère (*fr.*) : Chơn-thật.

La **Vraie nature** (*fr.*) : Chơn-tánh.

Vue (*fr.*) : Kiến.

Vulgaire, profane, mortel (*fr.*) : Tục.

Vyakarana (*scr.*) : Hòa-ca-la-na, Tỳ-giả-la-na, dịch : Thọ-Ký (*Kinh*): **Thọ-ký,** cũng viết ; **Thọ** A-nậu-đa-la Tam-miệu Tam-bồ-đề **ký.**

Vyâpâda (*p.*) : Não hại.

Vyûha (*scr.*) : Trang nghiêm.

Vyûha-Kalpa (*scr.*) : Trang nghiêm Kiếp (*một kiếp quá khứ*).

Vyûharâdja-Bodhisattva (*scr.*) : Trang nghiêm vương Bồ-tát.

Was (*scr.*) : An cư (*kết hạ ba tháng, 16 tháng tư đến Rằm tháng bảy*).

Yaçaskâma, Yasaskâma (*scr.*) : Cầu - Danh (*Bồ - tát*), Tiền thân của Di-Lặc Bồ-tát.

Yaçôdhara (*scr.*) : Da - du - đà . la, công chúa, vợ của thái tử Tất-đạt-Đa.

Yajur-vêda (*scr.*) : Dả-thọ Bì-đà, Dạ-nhu phệ - đà. Dịch : Tự-minh.

Yakchas (*scr.*) : Dạ-xoa, Dược-xoa (*qui thần*). Dịch : Dõng kiện, Khinh tật, quí nhơn (*trọng người*).

Yama (*scr.*) : Diêm - La (*vương*). Cũng viết : Diêm-ma-la, Diệm-ma, Diễm-ma, Diêm-ma pháp-vương, Diêm-vương, Tử-vương.

Yāma (*scr.*) : Dạ-ma (*Thiên*), Tô-dạ-ma, Tu-diễm-ma, Diệm-ma, Tu-dạ-ma. Dịch : Thời phân, Thiện-phân, Tri. thiện phân.

Yana (*scr.*) : Thừa (*Thặng*), Cỗ xe.

Yasa-Bouddha (*scr.*) : Danh-văn Phật.

Yasaprabha-Bouddha (*scr.*) : Danh-Văn Quang - Phật.

Yasaprabhasa-Bouddha (*scr.*) : Danh-Quang Phật.

Yasas (*scr.*) : Da-xá, Da - xa (*Thinh - văn La - Hán của Phật Thích-Ca*).

Yasaskâma -(*scr*) : Cầu-Danh (*Bồ-tát*), Tiền-thân của Di-Lặc Bồ-tát.

Yi-tsing (*ch*) : Nghĩa-Tín (*Cao-tăng Trung Hoa*).

Yoga (*scr.*) : Du-già. Dịch : Phối hiệp, Tương ứng.

Yoga-çarya-bhûmi-çastra (*scr.*) : Du - già - sư - địa luận. Viết tắt : Du-già luận.

Yoga çastra (*scr.*) : Du - già luận, viết trọn : Du-già-sư địa luận (*Yoga-çarya-bhûmi çastra*).

Yogisme (*jr.*) : Du-già tông, Du-chỉ tông, Mật-tông. Chơn-ngôn tông.

Yoguys (*s r.*) : Du-già sư.

Yojana (*scr.*) : Do-tuần, Do-diên, Du-thiện-na, Du-xà-na.

Zendô (*jap.*) : Viễn-Công (*Tổ sư sáng lập Tịnh-độ tông ở Tàu*).

Zen-shu (*jap.*) : Thiền-tông.

PHỤ-LỤC

Absolu (*fr.*) : Tuyệt-đích.

Anthropologie (*fr.*) : Nhơn học, Nhơn loại học.

Aristote (*fr.*) : A-lý-Ty-đa đức (*Hiền-triết Hy-lạp*). Cũng viết : Nhã-lý sĩ-đa-đức-nhĩ

Athée (*fr.*) : Vô-thần.

Athéisme (*fr.*) : Vô-thần chủ-nghĩa.

Atome (*fr.*) : Nguyên-tử. Phật-giáo gọi là vi-trần.

La Bible (*fr.*) : Thánh-thơ. (*của đạo Gia-tô*).

Biologie (*fr.*) : Sanh-vật học.

Chrysippe (*fr.*) : (*Hiền-triết Hy-lạp*).

Cinq Bonheurs (*fr.*) : Ngũ phước.

Cinq Livres canoniques du Confucianisme (*fr*) : Ngũ Kinh.

Cléante (*Hiền-triết Hy Lạp*).

Confucianisme (*fr.*) : Nho-giáo, Khổng-giáo.

Confucius (*fr.*) : Khổng - phu tử, Khổng tử (*Nhà sáng lập Khổng-giáo*).

Coran (*fr.*) : Hồi-hồi Kinh.

Cosmologie (*fr.*) : Vũ trụ luận.

Cyniques (*fr.*) : Khuyến-nho học-phái (*phái triết học Hy Lạp*).

Déisme (*fr.*) : Hữu-thần giáo, Hữu-thần luận.

Descartes (*fr.*) : Đặc-gia-Nhĩ (*nhà triết học người Pháp*).

Dialectique (*fr.*) : Biện chứng luận, Biện chứng pháp.

Dualisme (*fr.*) : Nhị nguyên luận.

Épictète (*fr.*) : (*Hiền triết Hy Lạp*).

Épicure (*fr*) : Ái-Bích-Cổ-Nhĩ (*Hiền triết Hy lạp*).

Ésope (*fr.*) : Y-Sách, Triết-nhơn Hy lạp.

Feu serpent, Feu igné (*fr.*) : Hỏa-hầu.

Ise (*jap.*) : Y-thể (*một xứ bên Nhật bản rất thạnh hành về Phật giáo*).

Islamisme (*fr.*) : Hồi-giáo, Hồi-hồi giáo, Thanh-chơn giáo.

Kant (*fr.*) : Khang-Đức (*nhà triết học Đức*).

Lao-tseu (*ch.*) : Lão tử (*nhà Sáng lập Lão-giáo tức Đạo-giáo*).

K'ou-fou-tzeu (*ch.*) : Khổng-phu-tử. Viết tắt : Khổng tử (*Nhà Sáng lập Khổng-giáo*)

Leibniz (*fr.*) : Lạp-Bố-Ni-Chi (*nhà triết học người Đức*).

Mahométisme, Islamisme (*fr.*) : Hồi-giáo, Hồi - hồi giáo, Thanh-chơn giáo.

Marc-Aurèle (*fr.*) : ? (*Hoàng đế và hiền triết Hy lạp*).

Matérialisme (*fr.*) : Duy-vật luận.

Médium (*fr.*) : Quan-vong.

Meiti (*fr.*) : Mặc tử (*Hiền-triết Lão-giáo người Trung Hoa*).

Mencius (*fr.*) : Mạnh tử (*Á-thánh Nho-giáo*).

Métaphysique (*fr.*) : Siêu-hình học, Huyền - học, Hình-nhi thượng học.

Météorologie (*fr.*) : Thiên-tượng học.

Mohamet (*fr.*) : Mồ-Hãn-Mặc-đức, Mục-Hãn Mặc-đức (*Giáo-tổ Hồi-hồi giáo*).

Monade (*fr.*) : Nguyên-thần.

Monisme (*fr.*) : Nguyên-luận.

Newton (*fr.*) : Nại-đoan. Nhà triết học, toán học. vật lý học, thiên văn học người Anh.

Nietzsche (*fr.*) : Ni-thể (*nhà triết học người Đức*).

Optimisme (*fr.*) : Lạc thiên chủ nghĩa, Lạc quan chủ nghĩa.

Panthéisme (*fr.*) : Phiếm-thần giáo, Vạn hữu Thần giáo.

Philosophie (*fr.*) : Triết học.

Platon (*fr.*) : Bá-lạp-đồ (*Hiền triết Hy-lạp*).

Plotin (*fr.*) : (*Hiền triết Ai Cập*).

Positif (*fr.*) : Tích cực.

Positivisme (*fr.*) : Thiệt-nghiệm phái, Thiệt-chứng luận.

Purusha (*scr.*) : Nguyên-thần.

Religion (*fr.*) : Tôn giáo.

Pythagore (*fr.*) : Tất-Đạt-kha-lạp.

Saint-Augustin (*fr.*) : (*Hiền triết người xứ Numidie*).

Schopenhauer (*fr.*) : Thúc-Bổn-Hoa (*Hiền triết người Đức*).

Sénèque (*fr.*) : (*Nhà hiền triết Hy lạp*).

Shintoïsme (*fr.*) : Thần-đạo (*ở Nhật bản*).

Socrate (*fr.*) : Tô-cách-lạp-để (*Hiền triết Hy Lạp*).

Sophisme (*fr.*) : Nguy-biện học-phái, Quỉ-biện học-phái

Spiritisme (*fr.*) : Thần-linh học.

Spiritualisme (*fr.*) : Duy-tâm luận.

Tao-tei-king (*ch.*) : Đạo-đức Kinh.

Taoïsme (*fr.*) : Đạo-giáo.

Télépathie (*fr.*) : Thần-giao cách cảm.

Théologie (*fr.*) : Thần-học.

Théosophie (*fr.*) : Thần-trí học.

Zénon (*fr.*) : (*Hiền triết Hy Lạp*).

PHẦN THỨ NHÌ

A 阿　　珠 (*scr.*)

A là chữ cái đầu tiên trong 12 chữ cái làm thành vần tiếng Phạn. Chữ *A* có nhiều nghĩa :

Vô, *phi, bất,* (không, chẳng phải, chẳng). Như : *A-Di-Đà* Phật (*Amitabhâ-Bouddha*) : *Vô-lượng-Thọ* Phật. *A - Dục* (*Asoka*) : *Vô-ưu. Bổn bất sanh* (vốn không sanh).

Bồ-đề-tâm, Pháp-môn, Vô - nhị (không hai), *Pháp - giái* (cõi pháp), *Pháp-tánh, Tự tại, Pháp-thân.*

A tự quán 阿字觀 : Phép quán-tưởng chữ *A.* Trước khi ngủ mà tưởng riết chữ *A* mãi cho tới khi ngủ thì giấc ngủ được nhẹ nhàng, không hề có ác-mộng. Nhà tu hành quán tưởng chữ *A* cho có công-phu thì thấy mình làm một với cõi Hư - không, vốn không sanh diệt, tức là đắc cái Chơn-như, Pháp-tánh, Pháp - thân. Quán-tưởng có hai cách : 1. Quán tiếng ; 2. Quán chữ.

1. *Quán tiếng* (Thính-quán) : Ngồi kiết-già, mỗi lần trong miệng thở ra thì niệm tiếng *A* ; đừng cho hơi thở nào quên niệm.

2. *Quán chữ* (Tự-quán) : Trước hết quán cho thấy mặt trăng tròn sáng, rồi quán thấy hoa sen trắng trong mặt trăng ấy ; hoa sen nở ra tám cánh, hình như cái đài. Rồi quán thấy chữ *A* (珠) sắc vàng trên đài sen ấy.—

Quán tưởng chữ *A*, dầu cho quán nghe tiếng hay là quán thấy chữ, đều được bốn công hiệu nầy :

1°) Tiêu trừ các tai nạn.

2°) Tăng ích, thêm sự lợi ích, phước đức.

3°) Hàng phục được các mối phiền não, lỗi lầm.

4°) Thâu nhiếp hết tất cả các pháp.

Đó là cách ngồi quán. Còn cách nằm tức là quán cho giấc ngủ yên thì như thế nầy : Khi nằm thì tưởng chữ *A* nơi lòng mình. Rồi tưởng chữ *A* ấy từ nơi lòng mà hiện ra nơi Không-gian. Mình tưởng cho chữ *A* ấy là biểu-hiệu của cảnh Hư-không vô-tận. Tưởng mãi cho tới khi ngủ quên. Cũng có người tưởng chữ *A* từ nơi lòng mình mà hiện ra nơi Không gian rồi hòa hợp với cảnh Hư-không.

Như vậy, *A* không phải là một chữ trong văn, mà chính là cảnh Hư-vô, cõi Vô-tận huyền bí.

A - ba - đà - na 阿 波 陀 那 Avadāna (*scr.*). — Apadana (*p.*)

Tiếng phạn, dịch nghĩa : *Thí dụ.*

A ba-đà-na là những tích xưa, những đời trước của chúng-sanh, của chư đệ tử mà Phật thuật lại giữa Đại - chúng. Còn những tích xưa về đời trước của Phật mà chính Phật thuật lại, thì kêu là *Xà-đà-già* (Jātaka), dịch nghĩa : *Bổn-sanh.*

A-ba-đà-na dịch là *Thí dụ*, vì Phật dùng những chuyện luân-hồi, nhơn-quả mà giảng cho người ta biết đều thiện nên làm, đều ác nên tránh, làm lành thì được phước, làm dữ thì mắc tội, phải đọa ; tu hành thì thành Tiên, thành Thánh, thành Phật ; phóng-túng thì lưu chuyển khổ não trong Tam-đồ, Lục-đạo.

A-ba-đà-na tức *Thí dụ* vừa là những tích có thiệt, do Phật chứng chắc, vừa là những chuyện đặt ra đặng có tích cho người ta dễ hiểu đạo lý, vừa là những cách so sánh đặng giúp cho người mau thông hiểu.

A-ba-đà-na (kinh) là một thể thuyết - pháp trong mười hai thể thuyết-pháp của Phật, một bộ trong *Thập nhị bộ Kinh.*

A - bạt - ma - la 阿 跋 摩 羅

Qui tà ác mặt xanh và sắc xanh.

A - bệ - bạt - trí 阿鞞跋致 Avaivarti (scr.). — Qui ne revient plus en arrière (fr.)

Cũng viết : *A-duy-việt-chư, A-duy-việt-trí, A-tỳ-bạt-trí* (Avaivarti). A : Bất, không; *Bệ-bạt-trí* : Thối chuyền. Có nghĩa là *Bất thối, Bất thối chuyền*. Tức là lên bực Bồ-tát, tu hành tinh - tấn mãi cho đến thành Phật Thế-tôn. Bực Bồ-tát nầy không hề thối tâm đối với Pháp lý, không còn trở lại cõi phàm-trần khổ não, trừ khi tùy tiện giáo - độ chúng-sanh ; ấy là bực chẳng hề thối chuyền đối với quả Phật. Đối-nghĩa : *Bệ-bạt-trí* (Vaivarti), dịch nghĩa : Thối, Thối-chuyền.

Trong *Kinh A-Di-Đà* có nói rằng : Những chúng - sanh, sanh về cõi Cực - lạc của đức Phật A-Di-Đà, đều là bậc Chẳng thối trở lui (*A-bệ - bạt - trí*). Có lắm vị sanh về đó, rồi thì được giáng thế làm Phật ở một cõi khác (*Nhứt sanh bồ xứ*)

A-ca-ni-trá (thiên) 阿迦尼吒(天) Akanistha (scr.)

Tên một tăng trời, dịch là *Sắc - Cứu - Cánh* Thiên 色究竟天 là tăng trời thứ mười tám trong cõi trời Sắc-giới. (Rūpadhātu), ở trên cõi Tứ-thiền-thiên, về cảnh Tịnh-phạm địa. (Xem : *Tam giới*).

Hồi đức Phật ngồi đại-định gần thành Vương-xá lúc sắp giảng kinh Diệu-Pháp Liên-Hoa, thì Ngài phóng hào quang chiếu khắp một vạn tám ngàn thế-giái về phương Đông, dưới thì chiếu tới A-tỳ địa-ngục, trên thì chiếu tới cảnh A-ca-ni-trá thiên. Tức là hào quang của Ngài rọi khắp tất cả chúng-sanh sáu nẻo trong mỗi cõi thế-giái.

A - Chất 阿質 Ajātasatru (scr.)

Thường viết : *A - xà - Thế.*

Vua *A-Chất* trước thì tàn bạo, hung ác, gây ra giặc giả với nước láng giềng, áp chế con dân. Đến sau, vua thấy Phật hiện tới bèn chịu qui y và cải-hối.

Ngài là con vua Tần-bà-sa-la (Bimbâsara) với hoàng hậu Vi-đề-hy (Vaïdehi) (Xem : *A-xà Thế*).

A - châu - Đà 阿周陀

Ngài A-châu-Đà. Ngài Mục-Liên thuở xưa xưng hiệu là *A-châu-Đà đạo-nhơn*; khi ở núi Đàn-đặc, ra mắt Tu-đại-Nã thái-tử (danh hiệu thuở nhơn-vị của đức Thích-Ca Như-lai), phát nguyện làm đệ-tử thần-thông đệ nhứt của đức Tu-đại-Nã chừng Ngài thành Phật.

Nhờ nhơn duyên ấy nên chừng Ngài Tu-đại-Nã giáng sanh và thành Phật Thích-Ca Như-lai thì A-châu-Đà sanh lại kêu là Mục-Kiện-Liên, nhờ đức Phật Thích-Ca giáo-hóa cho đắc Đạo và được Phật khen là bực thần-thông đệ nhứt trong các hàng đệ tử. (Xem : *Mục-kiện-Liên*).

A - dật - Đa 阿逸多 (Ajita (scr.)

Ngài A-dật-Đa, kêu tắt là *A - Dật*, dịch là *Vô - Năng - Thắng* (không ai thắng được), đó là tên tự của đức Di-Lặc Bồ-tát (Mai-treya Boddhisattwa). Ngài *A-Dật-Đa* Bồ-tát có dự nghe Phật giảng kinh A-Di-Đà và hầu hết các kinh-điển Đại-thừa.

Trong các Pháp - hội. mỗi khi phán với *A - Dật - Đa*, thì Phật gọi bằng tên tự *A - Dật - Đa*. (Vô-năng-Thắng). có nhiều khi cũng gọi bằng tên *Di-Lặc* (dịch nghĩa : Từ thị, ông họ Từ, có lòng từ bi vô lương).

Ngài *A-Dật-Đa* sẽ ra đời làm Phật kế tiếp đức Thích-Tôn.
(Xem : *Di-Lặc*).

A - Di - Đà Kinh 阿彌陀經 Sukhavati-Vyûha (scr.) — Amidakyô (jap.).— Petit Sûtra d'Ami-da (fr.).

Kinh A-Di-Đà của Tịnh-độ tông. ông Cưu-Ma-la-thập dịch ra Hán-văn năm 402. Do ngài A-Nan chép lại, chính là một bài Kinh của đức Phật thuyết đề Đại-chúng nghe.

Đại-ý *kinh A-Di-Đà* là xưng tán công đức Vô lượng Vô biên của đức A-Di-Đà, khuyến khích chúng-sanh nên phụng trì kinh ấy, tức là niệm danh hiệu Phật A-Di-Đà.

Vì ai mà niệm danh hiệu Ngài không xao lảng từ một ngày trở lên thì thế nào lúc lâm chung cũng được Ngài rước về cõi Cực-lạc mà hưởng các sự vui khoái thanh nhàn.

A . Di - Đà (Phật) 阿 彌 陀 (佛) Amitabhâ (scr.)— Ngomitoufou (ch.) — Amitabutsu (jap.)

Cũng kêu theo nghĩa : Vô-Lượng-Thọ Phật, Vô-Lượng-Quang Phật, Tây-Phật.

Theo lời đức Phật Thích-Ca giảng trong quyển A-Di-Đà Kinh, thì cõi của *Phật A-Di-Đà* nằm về phương Tây cách cõi Ta-bà là mười vạn ức cõi Phật. Cõi của Ngài kêu là Cực lạc quốc (Scr : Soukhavati). Thật là một cõi đầy đủ các công đức trang nghiêm, nhà đất cây cối thảy đều là bửu-châu. Lại có tiếng chim ca ngâm những bài thuyết pháp cho người ta nghe.

Đức *Phật A-Di-Đà* hào quang sáng suốt vô lượng, chiếu tới các cõi ở Thập phương mà không bị món gì che ngăn. Vì vậy nên người ta gọi Ngài là *Phật A - Di - Đà* (tức là Vô-Lượng-Quang Phật). Và chính là đời sống của Ngài với đời sống của chư Phật chư Thánh trong nước của Ngài dài dặc vô lượng, vô biên, dài đến cả triệu ức Kiếp, nên người ta mới gọi Ngài là *Phật A - Di - Đà* (tức là Vô-Lượng-Thọ Phật).

Ai muốn sanh về nước Cực-lạc của Ngài thì nên phát tâm mà trì niệm Danh Ngài không xao lảng, dầu cho một ngày trở đi, thì khi thác cũng được Ngài với chư Thánh, chư Bồ - tát hiện lại mà rước về cõi Cực - lạc.

Khi thuyết đến thời kinh Diệu-Pháp Liên-Hoa, đức Phật Thích-Ca có cho biết rằng, thuở xưa Ngài với đức *A-Di-Đà* và mười bốn vị Phật khác hiện nay ở trong mười sáu cõi là mười sáu người con ruột của đức Phật Đại-Thông-Trí-Thắng (Mahâbhidjnâdjnânabhibbû) hồi đức Phật nầy còn làm thái tử, chưa đi xuất gia. Đến chừng đức Đại-thông-trí-Thắng thành Phật thì 16 vị vương tử ấy xuất gia, theo cha mà thọ trì và thành ra 16 vị Sa-di Bồ-tát, được đức Đại-Thông-Trí-Thắng truyền quả Phật cho. Tất cả đều thành Phật, là : Phương Đông, Phật A-Sơ và Phật Tu-di-Đảnh ; Phương Đông-Nam, Phật Sư-tử-Âm và Phật Sư-tử-Tướng ; Phương Nam, Phật Hư-không Trụ và Phật Thường-Diệt ; Phương Tây-Nam, Phật Đế-Tướng và Phật Phạm-Tướng ; Phương Tây, *Phật A-Di-Đà* và Phật Độ Nhứt thế gian khổ não ; Phương Tây Bắc, Phật Đa-Ma-la-bạt-chiên-đàn hương thần thông và Phật Tu-Di-Tướng ; Phương Bắc, Phật Vân-Tự-Tại và Phật Vân-Tự-Tại-Vương ; Phương Đông-bắc, Phật Hoại-nhứt thiết thế gian bố-úy và Phật Thích-Ca-Mâu Ni-

Hoa sen tiêu biểu cho công-đức của đức Phật *A-Di-Đà*; đức *A-Di-Đà* giáng xuống cõi thế đầy ô-trược phiền não, ấy cũng như hoa sen mọc lên từ dưới bùn lầy.

Về sau nầy, sự niệm tưởng đức *Phật A-Di-Đà* rất thạnh hành, Tịnh-độ tông là tông-phái của những nhà tu trì tin đức *Phật A-Di-Đà* và nguyện về cõi Cực-lạc thế-giới của ngài. Muốn tiện bề tu học theo Tịnh-độ tông thì nên thọ trì ba bộ kinh nầy : A-Di-Đà kinh, Vô-lượng Thọ kinh, Quán Vô-lượng Thọ Kinh. —

Đức *Phật A-Di-Đà* thường hiện thân đi tiếp dẫn chúng-sanh có duyên tu niệm, có hai vị Bồ-tát chầu hai bên. Người ta gọi là *A-Di-Đà Tam-Tôn*. Chính ở cõi Cực-lạc cũng thường có hai vị Bồ-tát chầu theo Ngài : Tả Tôn là Quan-thế-Âm Bồ-tát ; Hữu Tôn là Đại-thế-Chí Bồ-tát. Người tu Tịnh-độ tông thường thờ tượng A-Di-Đà Tam Tôn. —

Phái Mật-giáo (Mật-tông) cũng có thờ Phật *A-Di-Đà* mà họ xưng là *Cam-lộ vương* ; chú của Phật *A-Di-Đà*, họ gọi là *Cam-lộ chú, Cam-lộ minh*.

A-Di-Đà Phật thập tam hiệu   阿彌陀佛十三號

Mười ba danh hiệu của đức Phật A-Di-Đà (Amitabhâ) có ghi, trong quyển « *Vô-lượng-Thọ Kinh* ».

1) *A-Di-Đà Phật* tức là *Vô-Lượng-Thọ Phật*, vì đời sống của Ngài lâu dài vô-lượng — Lại nữa, hào quang của Ngài sáng suốt vô cùng, vô tận, nên người ta cũng gọi Ngài là :

2) *Vô-Lượng-Quang Phật*, Đức Phật hào quang trí-huệ nhiều không thể lường.

3) *Vô-Biên-Quang Phật*, Đức Phật hào quang chiếu sáng không biết đến đâu là cùng, chiếu đến đâu thì giải thoát cho chúng-sanh đến đó.

4) *Vô-Ngại Quang Phật*, Đức Phật hào quang chiếu các cảnh-giới, không bị vật chi che án, tự tại như hư không, chỗ nào cũng soi tới.

5) *Vô-Đối-Quang Phật*, đức Phật hào quang trổi thắng hơn hết, hào quang thanh tịnh của Ngài không có một bực nào sánh bằng.

6) *Viêm-Vương-Quang Phật*, đức Phật hào quang tỏa sáng hơn hết.

7) *Thanh-Tịnh-Quang Phật*, đức Phật hào quang rất trong sạch, không dính một mảy bợn.

8) *Hoan-Hỷ-Quang Phật*, Đức Phật hào quang rất vui sướng; ai thấy ánh hào quang ấy, ai được chiếu vào mình, đều lấy làm thơ thới, an lạc.

9) *Trí-Huệ-Quang Phật*, đức Phật hào quang trí huệ; hào quang ấy chiếu tới đâu thì đánh tan các mối mê dục tối tăm, chúng sanh trở nên sáng suốt minh mẫn.

10) *Bất-Đoạn-Quang Phật*, đức Phật hào quang lúc nào cũng chiếu sáng, không khi nào dứt.

11) *Nan-Tư-Quang Phật*, đức Phật hào quang không ai suy xét cho cùng, trừ ra có bậc Phật mà thôi.

12) *Vô-Xưng-Quang Phật*, đức Phật hào quang không ai cân lường cho nổi, hào quang ấy rời khỏi các tướng, không thể biết cho cùng.

13) *Siêu-Nhựt-Nguyệt-Quang Phật*, đức Phật hào quang lướt qua sức chiếu của mặt trời, mặt trăng. Mặt trời, mặt trăng chẳng soi tới những vật bị ngăn bít, chẳng chiếu tới núi Thiết-vi, miền Địa ngục, chẳng chiếu tới tâm ý của người-ta, còn hào quang của Phật A-Di-Đà thì soi sáng tất cả nên lướt qua sức chiếu của mặt trời, mặt trăng.

A - du - ca 阿輸迦 Asoka (*scr.*)

Cây A-du-ca. Dịch là *Vô-ưu hoa-thọ* (cây hoa không lo). Đức Phật-mẫu vào tới vườn Lam-tỳ-ni; thấy cây hoa *Vô-ưu*, bà giơ tay mặt lên hái hoa. Liền đó, từ nách phía trái sản sanh ra Thái tử.

A-du-ca lại là tên một nhà vua rất có lòng đối với Phật-pháp, từng hộ trợ ngôi Tam bảo, mà người ta thường gọi là A-Dục.

A - du - đà (quốc) 阿瑜陀 (國) Ayodhyâ (*scr.*)

Một xứ có danh về Phật-học ngày xưa, nằm về miền Trung Ấn Độ, theo lưu-vực sông Hằng, ngày nay là xứ Oude.

Tại xứ *A-du-đà* có một ngôi Chùa to có rất nhiều nhà cao-học, hiệu là *Du-già-na giảng-đường (A-du-đà quốc giảng-đường).* Ngài Bà-tu-bàn-đầu (Vasubandhu) tức Thiên - Thân Bồ-Tát, Tổ - sư đời 21, vào thế-kỷ thứ năm, từng ở tu tại giảng-đường ấy, và giáo-hóa tại vùng *A-du-đà* (Ayodhyâ) với trọn miền trung Ấn-Độ.

Qua thế-kỷ thứ bảy, ngài Huyền-Trang, cao-tăng đời nhà Đường, nhơn khi du - hành Thiên - Trước, có viếng xứ *A-du-đà* một cách luyến mộ và có ngụ tại cảnh *Du-già-na giảng-đường* mà học đạo.

A - Dục (vương) 阿 浴 (王) Asoka (*scr.*)

Một nhà vua ở Ấn-Độ. Vua Á - Dục, hồi đức Phật ra đời, là một đứa trẻ, trong lúc chơi, đem cát cúng dường cho Phật mà coi như cơm. Nhờ phước ấy, về đời sau, sanh làm vua, gọi là *A - Dục.* Kêu trọn theo chữ Phạn là *A-du-Ca* 阿 輸 迦 (Asoka), có nghĩa là *vô-ưu,* chẳng buồn rầu, thoát khỏi sự sầu não. Vua *A - Dục* là nhà vua đại anh - hùng, nhứt thống cõi Ấn-độ vào thế-kỷ thứ ba trước Tây-lịch, đóng đô tại thành Hoa-Thị (Pâta-liputra). Chép theo những sự khảo-cứu trên những bảng đá do Ngài cấm trong xứ, ngài lên ngôi năm 273 trước Tây-lịch, chánh - thức tôn-vương năm 269 trước Tây-lịch, bèn ra đi bình - phục toàn cõi Ấn-độ.

Ngài qui-y Phật-pháp vào năm 261 trước Tây-lịch. Năm 259 trước Tây-lịch, ngài thọ giới Tỳ-kheo, nhập vào Giáo-hội Tăng-già, song còn tạm giữ ngôi vua đặng dễ bề tuyên dương Phật - pháp. Công-nghiệp hoằng Pháp của ngài rất lớn. Người - ta nói ngài có cất 84.000 cảnh tháp thờ Phật. Ngài khuyến thiện rất đắc lực, cho nhiều tấm bảng đá theo các ngả ba ngả tư đường cái mà chỉ dẫn cho dân-chúng theo điều lành.

Ngài có mở ra một cuộc kết - tập, nhóm một ngàn vị Thánh - tăng mà dượt bộ Tam - tạng (Kinh, Luật, Luận), nhứt là để bảo-tồn giái-hạnh các nhà tu trì xuất-gia.

Chẳng những lo khuyến thiện, mà ngài nêu gương từ - thiện rất đúng đắn, thường có mở ra những cuộc Đại thí-hội, chẩn bần và cúng dường các sư. Và ngài rất trọng mạng chúng - sanh, trong đền vua không hạ sát thú-vật.

Ngài in kinh sách mà phát ra cho các nhà xuất-gia đọc-tụng và ngài cũng có phát kinh cho các nhà tại-gia coi mà tu tập thiện-pháp nữa.

Vua A-Dục ở ngôi được 37 năm, tịch năm 256 sau khi Phật nhập Niết-bàn.

A-duy-việt-trí 阿 惟 越 致 Avaivarti (scr.).— Qui ne revient plus en arrière (fr)

Cũng viết : *A-bệ-bạt-trí.* Dịch nghĩa : Bất thối. bất thối chuyển. vô thối. *A* : không, bất. *Duy-việt-trí. Bệ-bạt-trí* : Thối-chuyển, lui bước.

Bực tu hành tinh-tấn, có nhiều công hạnh và phước đức, gần mãi với quả Phật, không trở lại cảnh phàm, trừ khi tuỳ tiện đô đời.

Cái pháp mà bực *A-duy-việt-trí* thuyết ra cũng có tánh-cách bất thối.— bất thối chuyển pháp luân, hễ thuyết ra thì đô cho chúng-sanh mau đắc quả Phật.

Bực *A-duy-việt-trí* thì trong tâm đầy đủ quả Phật, chỉ chờ thời-kỳ đi làm Phật thôi.

Trong *Đại A-Di-Đà Kinh* cô chép : Những vị Bồ-tát *A-duy-việt-trí* đều có ba mươi hai tướng chánh, nước da vàng ròng và tám mươi tướng phụ.

A - Đà - na 阿 陀 那

Tâm - Thức. Đó là tên riêng của cái thức A - lại - da, dịch là *Chấp-trì* (cầm giữ). Lực của cái thức nầy có cái công giữ lấy nghiệp-nhơn thiện ác (tức là hột giống) và giữ gìn thân - thể hữu tình mà chẳng phá-hoại. (Xem : *A-lại-da*).

A - đề - mục - đa - già 阿 提 目 多 伽

Một thứ hoa quí ở Thiên-Trước, Tàu dịch : Thiện tư *duy* (khéo suy xét). Hoa ấy rất thơm, người ta dùng mà cúng Phật. Và người ta cũng nấu hoa ấy cho ra dầu mà thấp đèn cúng Phật.

A - đề - Phật 阿 提 佛 Adi-Bouddha (scr.)

Đức Phật Bổn-sơ (Bổn-sơ giác giả. Bổn sơ bổn Phật). Ngài là chí-thiện pháp-thân, thường gọi là Tối-thắng Phật, Tối - thượng tháng Phật, ngài thống-lãnh tất cả chư Thiền-na Phật (Dhyani Boud-dhas) và chư Thiền-na Bồ-tát (Dhyani-Bodhisattvas), vì chư Phật và chư Bồ-tát đều do Ngài mà phát hiện ra.

Đức A-đề-Phật do nơi năm trí của mình mà hóa ra năm vị Thiền-na-Phật ở năm phương :

1) Phương trung-ương, đức *Đại-nhựt Phật* hay là Tỳ-lư-già-na Phật (Vairocana) tức là Thường trụ tam-thế diệu-pháp thân.

2) Phương đông, đức *Bất-động Như-lai* hay là A-súc-Phật (Aksobhya), tức là Kim-cang kiên-cố tự tánh thân.

3) Phương nam, đức *Bảo-sanh Phật* (Ratnasambhava) tức là Phước-đức trang-nghiêm thánh-thần.

4) Phương tây, đức *Vô-lượng-Thọ Phật* (Amitiyus), tức là thọ dụng trí huệ thân.

5) Phương bắc, đức Bất-không thành-tựu Phật (Amoghasidhi), tức là tác biến hóa thân.

A - điên - Ca 阿 顚 迦 Atyantica (*scr.*)

Chữ phạn, cũng viết : *A-xiển-đề-ca, Nhứt xiển-đề*. Dịch nghĩa : si ám, hôn độn, nghịch ác chẳng ham Chánh-pháp, chẳng mộ lẽ Niết-bàn.

A-già-đà (dược) 阿 伽 陀 (藥) Agada (*scr.*) Anti--dote (*fr.*)

Một thứ thuốc phòng ngừa và trị bệnh, tên là *A-già-đà*. *A-già-đà* là tiếng Phạn, dịch ra chữ Hán là : *Phổ khử*, trừ tất cả mọi thứ bệnh, mọi thứ độc, tức là thuốc giã độc.

Trong *Niết-bàn kinh* có chép : Bồ-tát nguyện cho chúng-sanh đặng món thuốc *A-già-đà*, nhờ sức thuốc ấy, họ trừ tất cả vô-lượng thứ độc hại.

A - Hàm 阿 含 Agama (*scr.*)

Kinh A-Hàm. Đó là tên kêu chung các kinh Tiểu-thừa vậy. Dịch là *Pháp-qui* 法歸 là nghĩa muôn pháp đều theo về nơi vô-lậu. Lại dịch là *Vô tỷ pháp* 無比法, nghĩa là cái pháp mầu-nhiệm không chi ví với được. Hoặc dịch là *Thú vô* 趣無, nghĩa là cái ý thuyết ra rốt cuộc không theo về đâu hết.

Phật thuyết kinh A-hàm tất cả là bốn bộ :

1) Trường A-hàm (Dirghagama)

2) Trung A-hàm (Madhyamagama)

3) Tạp A-hàm (Ekottaragama)

4) Tăng nhứt A-hàm (Samyuktagama)

Bốn bộ kinh *A-hàm* chuyên giải về giáo-pháp Tiểu-thừa, giảng nhận rằng các pháp đều có, cho nên người ta gọi là *Tứ-hữu.*

Sau khi thành Đạo, Phật bèn xuống thành Ba-la-nại mà thuyết pháp độ thế, trụ tại Vườn Lộc trong khoảng mười hai năm. Cho nên người ta gọi thời-kỳ giáo-hóa ấy là *A-hàm-thời,* hoặc *Lộc-uyển thời.*

Các kinh *A-hàm* đều gom vào *Tứ-diệu-đế* và *Thập nhị nhơn-duyên.* Ai thọ trì, khéo thi hành tứ diệu đế và quán tưởng mà diệt tận Thập nhị nhơn-duyên thì được đắc Đạo, thành La-hán hoặc Duyên-giác.

A - kiệt - đa (tinh - chú)   阿竭多 (星呪)

Thần-chú mà người các phái tôn-giáo bên Thiên-trước dùng để trừ nọc rắn *Ma-la.* Rắn *Ma-la* là loại rắn độc nhứt, hễ bị nó cắn thì không thể dùng thuốc chi, hoặc thần-chú chi. Chỉ trừ có chú *A-kiệt-đa* là trừ được mà thôi.

A - kiệt - đà (dược)   阿竭陀 (藥)

Món thuốc kêu là *A-kiệt-đà,* thuốc ấy có sức trị mọi thứ độc. *Niết-bàn kinh,* quyển 6, phẩm 4 (III) :

Thiện-nam-tử ! Tỷ như có một người kia, được món thuốc *A-kiệt-đà* ; người ấy chẳng còn sợ bất cứ một chất độc nào của các thứ rắn độc. Món thuốc ấy lại có sức tiêu trừ tất cả các chất độc khác. Kinh Đại-thừa nầy lại cũng thế, cũng có sức mạnh như sức món thuốc ấy, là không sợ tất cả các thứ độc hại của Ma, lại còn hàng phục được chúng, khiến chúng chẳng dấy lên nữa.

A-kỳ-đa Sí-xá-khâm-bà-la   阿耆多翅舍欽婆羅
Ajita Kesakambala (scr.)

Một vị Sư-trưởng trong Sáu vị Sư-trưởng ngoại đạo hồi Phật ra đời. Và sau khi Phật diệt, phái *Lục Sư* ngoại-đạo vẫn còn.

Trong sáu phái « Lục Sư ngoại-đạo », phái *A-kỳ-đa Si-xá-khâm bà-la* là một. (Xem : *Lục Sư ngoại-đạo*).

Trong *Niết-bàn Kinh*, một tín-đồ tại-gia của *A-kỳ-đa Si-xá-khâm-bà-la*, tên Tất-Tri-Nghĩa, có khen ông ấy trước mặt vua A-xà-Thế rằng :

« Ấy là người biết tất cả. Ngài nhìn thấy rằng vàng và đất cũng như nhau, không khác gì ! Như có kẻ dùng dao mà đâm nơi hông mặt của Ngài, đồng thời có kẻ dùng chiên-đàn mà phết nơi hông trái của ngài, ngài coi hai kẻ ấy như nhau ! Ngài không phân biệt kẻ oán với người thân. Ngài là bậc lương-y chơn-thật của đời. Dầu đi, dầu đứng, dầu ngồi, dầu nằm, lúc nào ngài cũng thiền-định, tâm trí chẳng tán loạn.

Ngài có dạy chư đệ tử như vầy :

Như tự mình làm, hoặc khiến người làm, như tự mình chém hoặc khiến người chém, như tự mình đâm hoặc khiến người đâm, như tự mình hại, hoặc khiến người hại, như tự mình trộm cắp hoặc khiến người trộm cắp, như tự mình dâm dục hay khiến người dâm dục, như tự mình nói láo hay khiến người nói láo, như tự mình uống rượu hay khiến người uống rượu, như mình giết trọn một làng, một thành, một nước, cùng dùng luân-xa mà giết hết chúng-sanh ; lại như mình bố thí cho tất cả chúng-sanh miền Nam nhiều như cát sông Hằng ; hoặc mình bố-thí cho chúng-sanh miền Bắc nhiều như cát sông Hằng … Tất cả các việc làm ấy đều không có tội, cũng không có phước.

Không có chi gọi là Bố-thí, Trì Giới, tu Định.

A - la - ha   阿 羅 訶   Arhat *(scr.)* — Araha *(p.)*

Tức A-la-ha. Một hiệu trong *Thập hiệu* của Phật. *A-la-ha* dịch là *Ứng cúng*, nghĩa là đáng thọ sự cúng-dường của loài người và chư Thiên, vì tự mình đã dứt hết phiền-não.

Cũng viết : *A-la-hán*. Đành rằng đức Thích-tôn đắc quả A-la-hán đã bao kiếp rồi, nhưng một khi giáng-sanh nơi một cõi trược thế, kế xuất-gia tu-hành, thì phải lấy lại quả *A-la-hán*. Vì vậy nên người ta gọi Phật là một vị Đại *A-la-hán*.

Nhưng trong các kinh-điển không gọi Phật là *A-la-hán*, mà gọi là *A-la-ha* hay *Ứng-cúng*, ấy là để phân-biệt rằng Phật không phải là một vị xuất thân từ nơi Thinh-văn thừa.

A - la - hán 阿 羅 漢 Arhat (*scr.*). — Arahat (*p.*).—

Quả Thánh thứ tư, Người đắc Quả Thánh thứ tư, kêu tắt : *La-hán.*
Có ba nghĩa : 1°) Sát tặc, 2°) Ứng-cúng, 3°) Bất sanh — Về ba nghĩa
ấy, « *Trí-độ luận* » có giải như vầy :

1°) *A-la* (Ar) : tặc, *hán* (hat) : phá, sát ; tức là tất cả bọn giặc
Phiền-não đều bị phá, bị giết sạch.

2°) Bực *A-la-hán* dứt sạch các lỗi lầm (nhứt thiết lậu tận) cho
nên đáng cho các hạng thiên, nhơn trên thế gian cúng-dường.

3°) *A* (A) : Bất, *La-hán* (rhat) sanh, chẳng còn sanh ra ở cõi
thế nữa.

Đắc quả *A-la-hán* thì có đủ sáu phép huyền - diệu. (Xem : *Lục
thông*). Phật có giảng sáu hạng A-la-hán. (Xem : *Lục chủng A-
la - hán*).

Chư Bồ-tát khi giáng sanh ở cõi thế ác-trược, phải ngồi thiền-
định lại mới đắc quả *A-la-hán*. Như đức Thích-Ca, giáng sanh
ở cõi Ta-bà là thế-giái ác-trược, ngài bèn xuất-gia, ngồi thiền, đắc
quả *A-la-hán* và thành Phật.—

Ai mà sát hại một vị *A-la-hán*, không thể nào xin nhập Tăng-
già, làm thầy *Tỳ-kheo.*

Trong những cuộc thuyết pháp lớn của đức Phật, thường có
1.250 đệ-tử *A-la-hán* dự nghe. (Xem : *Thiên nhị bá ngũ thập nhơn*).

Sau khi Phật tịch, có 500 vị *A-la-hán* họp *kết-tập* gần thành
Vương-xá (Rajagrha), dọn thành ba tạng Kinh. Kế đó, lối một trăm
năm sau, có 700 vị *A-la-hán* họp kết-tập kỳ nhì tại thành Tỳ-xá-
Ly (Vaiçali). Kế tới đời vua A-Dục, lối 242 hoặc 244 trước Dương-
lịch, có 1.000 vị *A-la-hán* họp Kết - tập kỳ ba tại thành Hoa - Thị
đặng nhuận sắc bộ Tam tạng Kinh và lo truyền bá đạo Phật ra
các nước ngoài.

Hồi đức Phật còn trụ thế, ngài có phái đi các nước ngoài để
truyền bá giáo-lý của Ngài, 16 vị *A-la-hán* dưới đây : 1. Tân-độ-
la-bạt-ra-đọa-xà (Pindolabharadvâja), 2. Ca-nặc-ca-phạt-sa (Kanakavat-
sa), 3. Ca-nặc-ca-bạt-ly-đọa-xà (Kanakabharadvâja), 4. Tô-tần-đà (Su-
vinda), 5. Nặc-cự-la (Na-ku-la), 6. Bạt-đà-la (Bhadra), 7. Ca-rí-ca
(Karika), 8. Phạt-xà-la-phất-đa-la (Vajraputra), 9. Thú-bác-ca (Svaka),
10. Bán-thác-ca (Panthaka), 11. La-hổ-la (Râhula), 12. Na-ca - tê-na

(Nâgasena), 13. Nhơn-yết-đà (Ingata), 14. Phạt-na-bà-tư (Vānavâsin) 15. A-thị-đa (Ajita), 16. Chú-đồ-bán-thác-ca (Çudapanthaka). Thường thường, người ta tưởng lầm là 18 vị, và chính nhà chùa cũng thờ 18 vị La-hán, chớ quả có 16 vị thôi.

Hồi đức Phật còn sanh tiền và trong thời-kỳ chánh-pháp, có nhiều ông Tỳ-kheo tuy không biết chữ, không tụng kinh, song nhờ tham-thiền rất có hiệu-lực, cắt đứt tình-dục một cách dễ dàng, trở nên trong sạch, đắc quả *A-la-hán.*

Trong nhiều quyển Kinh có kể công-đức của bực *A-la-hán* như dưới đây: các ngài đều không còn lầm lỗi, thoát khỏi phiền não, đạt tới sức mạnh huyền-vi, tư-tưởng tự-do, tâm-trí tự-tại, biết hết tất cả. Các ngài giống như những thớt tượng lớn đã làm tròn phận sự, đã làm việc phải làm, đã trút đồ nặng xuống rồi, đã đi tới chỗ cùng, đã diệt tất cả những dây trói buộc vào kiếp sống. Được tự-do tự-tại về tư-tưởng, nhờ có đạo-lý hoàn-toàn. Được hoàn-mỹ, nhờ làm chủ tư-tưởng của mình. Có đủ phép thần-thông.

Khi bực *A-la-hán* thành Đạo thì tụng câu Tứ cú thành Đạo. (Xem : *Tứ-cú thành Đạo*).

Trong *Niết-bàn Kinh* có chép : Người đắc quả *A-la-hán* (bực mới vừa thành A-la-hán đạo), trải qua hai vạn Kiếp, sẽ đắc quả Phật Như-lai.

A-la-lá (A-ra-ta) 阿 羅 邏 Arâta-kalama *(scr)*

Một ông sư tu Tiên hồi đức Thích-Ca mới ra đi tu. Cũng viết : *A-lam.* Dịch nghĩa : *Giải đãi.*

Thái-tử Thích-Ca đến phía Bắc thành Tỳ-xá-ly, gặp ông *A-la-lá,* một nhà danh-sư về phái Số-luận, cầm đầu ba trăm đệ-tử Về cách tu hành, ông nầy bảo rằng : Làm người muốn tu hành, phải theo phép xuất-gia, đi xin ăn cho đủ sống mà thôi. Phải nguyện rằng khi nào cũng giữ giới-hạnh cho hẳn-hòi, áo quần thế nào cũng xong, ăn ngủ thế nào cũng được, tìm chỗ thanh-tịnh, đi một mình, ngồi một mình, lánh xa lòng tham, lòng dâm, coi cái vui của thế-gian như tro bụi, không ưa muốn gì nữa cả. Rồi chuyên tâm vào một chỗ mà nhập định. Lần lần được định Sơ thiền, Nhị thiền, Tam thiền, Tứ thiền, lần đến định Không-vô-biên-xứ, Thức-vô-biên-xứ. Như vậy cho đến khi đặng định Bất-dụng-xứ, sanh về cảnh

Trời Vô-tưởng thì đặng giải thoát. Định Bất - dụng - xứ đó, ta đã chứng được ».

Thái-tử ở tu chưa bao lâu đã thông thuộc bằng ông A-la-lá, Ngài bèn từ giã mà đi tằm chổ giỏi hơn. Ngài bỏ thành Tỳ-xá-ly, qua sông Hằng-hà và vào nước Ma-kiệt-đề (Magadha). Ngài đến ông Uất-đầu-lam-Phất (Udraks-Rama - Putra).

Đại Niết-bàn kinh, quyển 28 : Theo ông *A-la-lá* (A-ra-Ta), vị Tiên-nhơn Ngũ Thông, ngài thọ phép Vô-tưởng Định. Thành tựu phép ấy rồi, ngài lại nói ra chổ lỗi lầm của phép ấy.

A - Lại - Da (Thức) 阿 賴 耶 (識) Alaya (scr.)

Cái thức đại-khái và cao viễn hơn hết ở nơi người. Về trí-thức, con người có tám cái thức, mà cái *A-lại-da* là thức chúa-tể. Tám cái thức ấy là : 1. Nhãn-thức (Thức của mắt), 2. Nhĩ-thức (Thức của tai), 3. Tỷ-thức (Thức của mũi), 4. Thiệt-thức (Thức của lưỡi) 5. Thân-thức (Thức của thân), 6. Ý-thức (Thức của ý), 7. Mạt-na thức (Thức Mana), 8. *A-lại-da* thức tức là cái thức của âm-linh, nhờ nó mà nhà tu học dễ thành Đạo.

Tất cả bảy cái thức kia đều ăn vào cái *A-lại-da* và tùng theo nó. *A-lại-da* thức gồm vào nó bảy cái thức kia, nó chói ra tượng-ảnh cũng như bóng lộ ra nơi bức màn thì người ta thấy dường như thật nào là hình hài sắc tướng, tiếng tăm, mùi vị, ý tứ, tức là cuộc đời. Cho nên cuộc đời là tượng-ảnh. nó ở trong trí-thức, sanh ra từ nơi trí thức và tắt mất vào đó. Vậy nên ngày nào cái *A-lại-da* thức và bảy cái thức kia không nhận ra đời thì đời dứt tuyệt.

Vì nó bao gồm các thức khác, nên người ta gọi *A-lại-da* thức là *Hàm tàng thức, tạng thức*. Tức nó là chúa tể cái *tổng-báo* của ta, các quả-báo thiện và ác đều tựu nơi cái *A-lại-da* thức. Nhà tu

học nếu phế đi các thức khác, chỉ giữ cái *A-lại-da thức*, tức là cái tâm-linh cho tinh-minh thì dễ mà đắc Đạo, nhập Niết-bàn. Vì vậy nên cũng gọi *A-lại-da* thức là *Như-lai-tạng* thức.

A - lan - nhã 阿 蘭 若 Aranyaka (scr)

Thường viết : A-luyện-nhã. Dịch nghĩa : Vô - tránh thinh, Nhàn-tịch, Không-nhàn, Viễn-ly xứ. Trong Đại - thừa bổn - sanh Tâm - địa quán Kinh, có phẩm *A-lan-nhã* do Phật giảng với Thường Tinh-Tấn Bồ-tát. (Xem : *A-luyện-nhã*).

A-lê-da 阿梨耶 **Arya** (*scr.*). — **Saint, Vénérable** (*fr.*)

Chữ phạn, dịch nghĩa : Thánh, Thánh-nhơn, Thánh-giả, Tôn-giả. Tiếng xưng bực La - Hán hoặc bực có trí đức đáng cho đời tôn kính.

A - lê thọ 阿梨樹 **Mardjaka** (*scr.*)

Cây A-lê. Dịch là *Cúc-hương xao* (nhành hương cúc), là giống thực vật mọc ra trên các giải đất nóng trong xứ Ấn-Độ, nhành nó rớt xuống đất thì gãy ra làm bảy phần.

A - Lệ - Tán 阿荔散 **Alexandrie (Égypte)** (*fr.*).— **Alasanda** (*p.*)

Xứ quê quán của vua Alexandre le Grand và các vua Hy-lạp có một lúc cai trị Ấn độ. Vua Di-lan-Đà (Ménandre, Milinda) thế kỷ thứ hai theo Dương-lịch, thuộc về dòng vua ấy.

A - ly - la - bạt - đề (hà) 阿利羅跋提 (河) **Airâvati, Hiranyavatî** (*scr.*)

Tên một con sông ở Ấn-Độ. Cũng viết : Ê-lan-nhã. Con sông nầy gần thành Câu-thi-na (Kusinagara), gần bờ sông mọc rất nhiều cây Ta-la.

Chính Phật nhập tịch ở rừng cây Ta-la, bên sông *A-ly-la-bạt-đề* vậy.

A - luyện - nhã 阿練若 **Aranyaka** (*scr.*)

Cũng viết : *A-lan-nhã* : Tức là bực tu hành xuất-gia đi đến xứ xa, vào ngồi nơi trống không, mồ mả, đồng hoang, rừng vắng, núi cao, và nơi cội cây mà thiền - định phép tịch - tĩnh, tu hành đúng theo phép Tỳ-kheo trụ xứ. Dịch nghĩa : *Không nhàn, Nhàn cư.*

Hạnh tu của vị Tỳ - kheo như vậy, kêu là *A-luyện-nhã hạnh* (A - lan - nhã hạnh). Phép tu hành nơi chỗ thanh vắng, kêu là *A-luyện-nhã pháp.* Chỗ tu hành, khu-vực nơi ấy mình thiền-định, khu-vực thanh vắng nơi mồ mả, đồng bái, núi rừng kêu là *A - luyện - nhã xứ* (A-lan-nhã xứ).

A-luyện nhã xứ có những nghĩa :

Vô tránh thinh xứ : nơi xa vắng, không có tiếng cãi cọ.

Nhàn tịch xứ : Nơi vắng lặng, thong thả.

Không nhàn xứ : nơi trống trải, không huyên náo, thong dong tự tại.

Viễn ly xứ : nơi tránh xa sự lộn xộn của thế gian.

A . ma - lặc 阿 摩 勒 Amalaka (*scr.*)

Dịch nghĩa : *Vô-cấu thanh-tịnh*. Cây a-ma-lặc có *Lá* nó giống lá táo, hoa trắng mà nhỏ, trái như trái hồ - đào, vị chua và ngọt, dùng làm thuốc được, trị bệnh phong lãnh.

A - mật - rí - đa 阿 密 哩 多 Amrta (*scr.*)

Dịch nghĩa : Cam-lộ, Bất-tử tửu, Trường-sanh tửu, Thiên-tửu. (Xem : *Cam-lộ*).

A-mục-khư.bạt-la 阿 目 佉 跋 羅 Amoghavajra; ou Amogha (*scr.*)

Cũng kêu là Bất-không, hay Bất-không Kim-Cang. Nhà sư Ấn Độ qua Tàu hồi thế-kỷ thứ tám. Ngài dịch kinh và truyền bá tông Chơn-ngôn, kinh ngài còn lại 108 bộ. Ngài là đệ-tử của Kim-cang-trí (Vajrabodhi).

A-na-ba-na (Tam-muội) 阿 那 波 那 (三 昧)

Cũng viết : *A-na-ba-na Niệm, A-na a-ba-na Niệm*. Dịch nghĩa : *Số tức quán* (Phép quán tưởng số hơi thở vô và thở ra), *Tức niệm* (phép ngồi thiền để ý về hơi thở). Tức là phép tu-luyện về hơi thở.

Trong Khế-Kinh có giải : *A - na*, nghĩa là : đưa hơi thở vào mình và giữ nó lại ; *A-ba-na*, nghĩa là : dẫn hơi thở từ trong mình mà cho ra ngoài.

A-na-ba-na Tam-muội là một phép trong *Lục chủng Tam-muội*. (Xem : *Số tức*).

A-na-bà-đạp-đa 阿那婆蹋多 Anavatapta (*scr.*)

Tên một suối nước trong núi Hỷ - mã - lạp. Suối *A-na-bà-đạp-đa* chứa nước có đủ tám vị, tám công-đức. Ai uống nước ấy thì hết đói khát và trừ được mọi sự bệnh khổ. (Xem : *Bát công-đức thủy*).

Trong kinh, có khi gọi *A-na-bà-đạp-đa* là suối (tuyền) ; cũng có khi gọi là ao (trì).

Như trong *Niết-bàn kinh*, quyển 25, có chép :

Như tại Hương-sơn (Hỷ-mã-lạp-sơn), có ao *A-na-bà-đạp-đa*. Từ nơi ao ấy, phát khởi bốn con sông cái là : Hằng-hà, Tân-đầu, Tư-Đà, Bác-xoa. Chúng-sanh ở thế-gian thường nói lời nầy : «Như ai có tội, xuống tắm ở bốn con sông cái ấy, tức thì hết tội». Nên biết rằng lời tục-ngữ ấy là hư-vọng. Chỉ có gần với Phật, Bồ-tát mới là hết tội được mà thôi.

A-na-bà-đạt-đa (Long-vương) 阿那婆達多 (龍王) Anavatapta (*scr.*)

Một vị vua loài long (nâga : rồng), cung-điện ở dưới biển cả.

Hồi Phật sắp diễn kinh Diệu - pháp Liên - Hoa, *A-na-bà-đạt-đa Long-vương* với bảy vị Long-vương khác mỗi vị đều có dắt theo rất nhiều quyến-thuộc, hiện đến dự nghe Phật thuyết Pháp.

A - na - bân - đi Tinh - xá 阿那邠坻精舍 Anathapindika - Vihâra (*scr.*)

Ngôi Tinh-xá tại thành Xá-vệ (Srâvasti), nước Câu-tát-la (Kosala), vì ông A-na-bân-đi (Anathapindica) mua cảnh vườn của ông Kỳ-đà mà cúng cho Phật, Tăng, và lập thành Tinh-xá ở trong vườn ấy, cho nên người - ta gọi là *A-na-bân-đi Tinh-xá*, cũng gọi hoàn - toàn theo nghĩa : *Cấp-cô-độc Tinh-xá, Cấp-cô-độc viên*.

A-na-bân-Đàn 阿那邠壇 Anatahpindika (*scr.*)

Biệt - hiệu mà người đồng - thời dùng để xưng tặng ông Trưởng-giả *Tu-đạt-Đa* (Sudatta), nhà giàu có bực nhứt ở thành Xá-vệ, ông có mua cảnh vườn hoa của ông hoàng Kỳ-đà mà dâng cúng cho Giáo-hội Phật.

A-na-bân-Đàn là chữ âm theo Phạn, Dịch nghĩa : *Chần-tế-băn-phạp, Cấp chư cô-lão, Cấp cô-độc* (Xem : *Cấp-cô-độc*).

A - na . hàm 阿 那 舍 Anâgâmin (*scr. et p.*) Ana-gâmi (*scr. et p*)

Quả thánh thứ ba, dưới quả A-la-hán ; nhà tu hành đạo Phật đắc quả này sau khi đã đắc hai quả Tu-đà-huờn và Tư-đà-hàm Về chữ *A-na-hàm*, người đắc quả (*A-na-hàm nhơn*) thì chữ Phạn và chữ Ba-ly gọi là *Anâgâmin* ; còn quả-vị (*A-na hàm quả*), thì chữ Phạn và chữ Ba-ly gọi là *Anâgâmi.*

Đắc quả *A-na-hàm*, chừng thác thì linh-thần lên cảnh Tiên Sắc-giái, lên đến tột bực trong cảnh Tứ-thiền-thiên. Ở đó mà tu học, rồi lần lên cảnh Tịnh-phạm-địa và cảnh Vô-sắc-giới và đắc quả A-la-hán luôn chớ không còn đáo trở lại cảnh Dục - giái, không còn lai sanh. Vì vậy nên *A-na-hàm* có nghĩa là *Bất lai, Bất hoàn.*

Về quả A-na-hàm, trong kinh *Kim - cang*, ngài Tu - bồ - đề có bạch với Phật rằng : « *A - na - hàm* kêu là Bất - lai nhưng mà thiệt không có cái Bất-lai ». Vì chính ra cái Chơn-như vẫn trường-tồn, nó không sanh không diệt, nó chẳng đi luân-hồi mà cũng chẳng nhập Niết-bàn . . .

Trong quyển *Quán Vô-Lượng-Thọ Phật Kinh*, khi đức vua Tần-bà-sa-La bị hoàng-tử A-xà-Thế cầm ngục, vua nhờ nghe được lời Phật thuyết-pháp nên đắc quả *A-na-hàm*, rồi mới nhập tịch.

Trong *Niết - bàn kinh* có chép : Nhà tu hành sau khi dứt xong *Ngũ hạ kết*, (năm mối trói buộc cỡ thấp), thì đắc quả *A-na-hàm*, kêu là *Bất - lai*. Nhà tu hành ấy sau khi bỏ xác thân, sanh lên cảnh Thượng - thiên, ở đó mà tu học luôn chớ chẳng cần sanh lại chốn Nhơn-gian. Người dứt các mối khổ và nhập Niết-bàn.

Bực *A - na - hàm* về sau, trải qua bốn vạn Kiếp sẽ thành Phật Như-lai.

A-na hàm có hai hạng : hạng đắc quả *A-na-hàm*, rồi tấn tu đắc quả A-la-hán, chừng thác thì nhập Niết - bàn. Hạng thứ hai thì còn phải sanh lên cõi Thượng-thiên, rồi mới nhập Niết-bàn.

A - na . Luật 阿 那 律 Anurudha (*scr.*)

Tôn-giả *A-na - Luật* là một vị đại đệ tử của Phật. Cũng viết : *A-nậu-lâu-đà, A-na-luật-đà, A-na-luật-độ*, có nghĩa : *Như ý, Vô tham.*

Cũng có chỗ viết : *A-nê-luật-đà*, nghĩa là : Vô diệt, Như ý. (Xem : *A-nậu-lâu-đà*).

A - na - luật - độ 阿 那 律 度 Anurudha (*scr.*)

Một vị trong họ Thích-Ca, đại đệ-tử của Phật. (Xem : *A-nậu-lâu-đà*).

A nan-Đà 阿 難 陀 Ananda (*scr.*). — Toute Joie (*fr.*)

Viết tắt : *A-Nan*. Có nghĩa : hoan hỷ, khánh hỷ, vô nhiễm, một bực Đại thinh-văn, đệ-tử của Phật, từng theo hầu bên Phật, làm bực *Thị - giả* trên hai mươi năm. *A-nan-Đà* đồng họ Thích, bà con chú bác với đức Thích - Ca Mâu - Ni, tức là em con nhà chú, song nhỏ tuổi hơn nhiều. Trong đêm *A-Nan* sanh ra ở thành Ca-tỳ-la-quốc (Ka-pilavastu) thì đức Thích-Ca Mâu - Ni bấy giờ ba mươi lăm tuổi, đắc quả Phật Thế-Tôn. Ông được đức Phật gọi là Đệ-nhứt tín-đồ của Phật về sự *Đa văn*. Ông được danh-dự theo hầu bên Phật trong cái Hiền-Kiếp nầy (Bhadra Kalpika). Ông có săn sóc Phật trong một cơn đau, được Phật phái đi trừ một nạn dịch tại thành Tỳ-xá-ly (*Vaiçâli*), trừ bịnh cho Giri Ananda. Đức Phật có cắt nghĩa với ông sự tích và tên của nhiều xứ, nhiều nước, có dạy cho ông biết tại sao ngài thành Bồ-tát, có truyền cho ông một câu thần chú Đà-la-ni (Dhārani) để ông giải thoát cho La-hầu-La (Râhula) khỏi loài yêu - quái. *A-nan-Đà* có bạch với đức Phật, tán thành sự lập giáo - hội Tỳ-kheo-ni ; nhờ ông nói vào nên đức Phật mới chuẩn y. Ông có cư-ngụ mấy tháng mùa hè tại Saketana, kế đi đến Xá-vệ cho Phật dạy việc. Đức Phật có đọc với ông nhiều thời Kinh, chính ông cũng có bạch để đức Phật giảng Kinh và giải nhiều nhơn-duyên, cớ sự.

A-nan-Đà có hầu bên Phật lúc cuối cùng, Phật có truyền cho ông những giáo-điều sau rốt, và chỉ cho ông cách hành-vi để giữ-gìn đạo-lý. Đức Phật tịch rồi, ông dự vào cuộc dọn Kinh-pháp do Phật thuyết và chính ông soạn thành bộ Kinh (Sûtra). Khi tổ sư Ca-Diếp tịch, ông lên làm Tổ đời thứ hai. Về sau, ông tịch giữa dòng sông Hằng (Gange), Xá-lỵ của ông phân ra để thờ trong hai xứ Tỳ-xá-Ly (Vaiçâli) và Hoa-Thị (Pataliputra).

Trong hội Pháp-Hoa, đức Phật có thọ - ký cho *A - nan - Đà*, phán rằng về sau *A-nan-Đà* sẽ thành Phật, hiệu là Sơn-Hải-Huệ-Tự-Tại-Thông Vương (Sâgaravaradharabuddhivikrĩditâbhidjna), cõi thế-giới của Phật Sơn-Hải-Huệ-Tự-Tại-Thông-Vương tên là Thường-lậpthắng - phan (Anavanâmitavaîdjayanta). Kỳ Kiếp của Phật ấy tên là Diệu-âm-biến-mãn (ManôdjnaçabdâbhigarJjita). (Xem : *Thị-giả*).

A - nậu - bạt - đề (hà) 阿耨跋提 (河)

Một con sông ở Thiên -Trước. Đức Phật tắm nơi sông ấy, rồi lên ăn món cháo sữa của cô mục-nữ dâng hiến. Kế Ngài đi lại ngồi nơi cội Bồ-đề và đắc quả Chánh-giác.

Đức Phật đã tu khổ-hạnh sáu năm. Trong thời-gian ấy, có nhiều ngày Ngài chẳng ăn uống chi cả hoặc có ngày ăn một vài hột cơm hột mè thôi. Ngài thấy thân thể mình ốm yếu, chẳng có thể thành Phật Ngài bỏ lối tu khổ - hạnh và ăn uống trở lại, nhơn đó Ngài mập mạnh lại.

Một hôm, Ngài đi vào xóm. cô thôn nữ Tu-xà-Đa (Soujâta) dâng cho Ngài món sữa nấu với bột và mật ong, đựng trong bát. Ngài ôm bát đến mé sông *A-nậu-bạt-đề* Ngài xuống tắm dưới sông. Kế Ngài lên ăn món cháo sữa, rồi quăng bát xuống sông. Ngài đi lại phía cây Bồ - đề, xin anh phát-cỏ Kiết - Tường (Svastika) tám bó cỏ, Ngài trải thành Bồ-đoàn. Ngài nhập định, phá bọn Ma và thành Phật.

A-nậu-đa-la Tam-miệu Tam-bồ-đề 阿耨多羅三藐三菩提 Anouttara-Samyas-Sambôdhi (*scr.*).— État de Bouddha parfaitement accompli (*fr.*)

Chữ âm theo Phạn. *A* : Vô, *Nậu-đa-la* : Thượng (*A-nậu-đa-la* : Vô thượng, cao hơn hết) ; *Tam miệu* : Chánh ; *Tam* : Biến, khắp cả. *Bồ-đề* : Đạo, Giác. Nghĩa là : *Vô-thượng chánh-biến Đạo* ; về sau, người ta dịch là : *Vô-thượng chánh-đẳng chánh-giác*, tức là quả Phật Thế-tôn, quả Phật Như-lai. Cũng dịch tắt là : *Phật-quả*, *Phật-đạo*, *Chánh-giác*.

Như hồi đức Phật thành Đạo tại cội cây Bồ - đề, ấy là Ngài đắc *A-nậu-đa-la Tam-miệu Tam-bồ-đề*.

Trong *A-D-Đà Kinh*, đức Phật có phán với Xá-ly-Phất rằng : Như kẻ thiện - nam, thiện - nữ nào nghe Kinh nầy và thọ trì, cùng nghe tên các vị Phật, thì kẻ thiện-nam, thiện-nữ ấy đặng chư Phật hộ-niệm, bèn đắc sự bất-thối đối với *A-nậu-đa la Tam-miệu Tam-bồ-đề*

Theo *Diệu-pháp Liên-Hoa Kinh, A-nậu-đa-la Tam-miệu Tam-bồ-đề* là quả Đại thừa của Bồ-tát (trên Thinh-văn-thừa và Duyên-giác thừa). Người tu Đại - thừa phải kiên-cố làm Sáu hạnh Ba-la-mật (Bố - thí, Trì-giới, Nhẫn-nhục, Tinh-tấn, Thiền-định, Trí-huệ), rốt cuộc mới đắc *A-nậu-đa-la Tam-miệu Tam-bồ-đề* và thành Phật Thế-tôn.

Về *A-nậu-đa-la Tam-miệu Tam-bồ-đề*, nếu ai có chí lớn, phát nguyện tu cho thành Phật, thì kêu là : *Phát A-nậu-đa-la Tam-miệu Tam-bồ-đề tâm*, dịch tắt : *Phát Bồ-đề tâm, Phát - tâm*. Ai tu hành Lục Ba-la-mật một cách kiên-cố, tinh - tấn chẳng hề thối lui, thì kêu là : *Kiên - cố A-nậu-đa-la Tam - miệu Tam-bồ-đề*, hay là : *Bất thối A-nậu-đa-la Tam - miệu Tam-bồ-đề*. Ai đời nầy hay một đời khác thành quả Phật Thế-tôn, thì kêu là : *Đắc A-nậu-đa-la Tam-miệu Tam-bồ-đề*, hay : *Thành A-nậu-đa-la Tam-miệu Tam-bồ-đề*, dịch tắt : *Thành Phật-đạo, thành Chánh-giác*.

Đó là nói về Quả trọn vẹn. Nhưng trong các Kinh - điển, ta thấy nhiều cỡ *A-nậu-đa-la Tam-miệu Tam-bồ-đề* :

1) Người đi ngang chùa Phật mà dỡ nón cúi đầu, người niệm câu : Nam - mô Phật, người in kinh ấn - tống, người khắc hoặc vẽ hình tượng Phật v. v. thảy đều đắc *A-nậu-đa-la Tam-miệu Tam-bồ-đề*. Tức là hạng người có sẵn quả Phật nơi mình, sau nầy cái quả ấy phát triển ra mãi cho đến hoàn-toàn.

2) Những vị La-Hán trong hàng Tiểu - thừa, nghe Phật thuyết pháp mà đắc tâm Đại - thừa, cùng những vị Bồ - tát chứng ngộ lý Nhứt thừa, tỷ như chư vị trong hội Pháp-hoa, thảy đều đắc *A-nậu-đa-la Tam-miệu Tam-bồ-đề*. Lại như trong khi giảng Niết-bàn kinh, Phật khen Ca-Diếp Bồ tát rằng : " Hiện nay, ngươi đắc thành *A-nậu-đa-la Tam - miệu Tam-bồ-đề* ". Tức là hạng người : hoặc chẳng còn thối-chuyển đối với quả Phật ; hoặc đủ trí-huệ mà thành Phật, nhưng phải chờ một đời khác mới tới phiên mình làm Phật mà giáo hóa chúng-sanh.

3) Những vị thị hiện ra đời chót mà thành Phật, như cảnh của đức Thích-tôn đắc *A-nậu-đa-la Tam-miệu Tam-bồ-đề* sau cơn thiền-định nơi cội Bồ-đề. Tức là hạng người đắc quả Phật một cách trọn vẹn.

A - nậu - đạt - trì 阿耨達池 Anavatapta *(scr.)*

Cũng viết : *A-na-bà-đạp-đa*. Dịch nghĩa : Vô nhiệt-não. Ao ở trong núi Hỷ-mã-lạp sơn, nước có đủ tám công-đức. (Xem : *A-na-bà-đạp-đa*)

A - nậu - lâu - Đà 阿㝹樓陀 Anurudha (*scr.*)

Một vị tôn-giả, Đại đệ-tử của Phật. Tên ông cũng viết là A-na-Luật. A-ni-lâu-đà, A-nê-lâu-đậu, A-nê-lô-đậu, dịch nghĩa : Như ý, Vô tham. Ông cùng một họ với đức Phật, con nhà chú, cùng ở tại thành Ca-tỳ-la-vệ (Capilavastou). Sau khi hay Phật thành Đạo và hóa độ thì ông tìm đến thọ giái xuất-gia một lượt với mấy ông Bạt-đề (Bhadrika), Bhrigou, Kim-tỳ-la (Kimbila), A-nan (Ananda) và Đề-bà-đạt-da (Devadatta). Lúc ấy, cũng có người thợ cạo ở thành Ca-tỳ-la-vệ tùng theo mấy vị thế-tử mà đến thọ giái xuất-gia.

Sau khi tu đắc quả A-la-hán, *A-nậu-lâu-đà* thường độ cho nhiều người. Ông có độ cho một cô ky-nữ. Nguyên một bữa đi xa, nhằm lúc tối, ông ghé vào quán nghỉ đêm, ghé nhằm quán của một cô ky-nữ. Cô mời ông vào phòng cô và trêu ghẹo. Ông bèn dùng phép thần - thông mà bay lên trên không. Thấy phép lạ, cô ky - nữ thụp xuống lạy và nguyện qui - y nhập Pháp, trở nên một tín - nữ đứng đắn.

Cái hạnh từ-bi và nhẫn-nhịn của *A-nậu-lâu-đà* cũng rất cao quí. Một hôm, một thiếu - phụ có chồng bên xứ Xá - vệ, giận nhà chồng nên trở về nhà cha mẹ ở thành Tỳ - xá - ly. Cũng trong lúc đó, sư *A-nậu-lâu-đà* đi một đường từ Xá-vệ đến Tỳ-xá-ly. Thiếu-phụ cầu ông đi chung đặng che chở giùm. Ông từ - bi và thành thật nên nhận lời. Anh chồng theo kịp, thấy ngỡ là ông dắt vợ mình đi. Giận lắm, anh đánh ông. *A-nậu-lâu-đà* lặng thinh và nhập định. Chồng của thiếu-phụ mới trở mặt làm vui, không dám nghi quấy cho ông và tỏ lời xin lỗi...

Cũng như nhiều vị Đại Đệ-tử khác, *A-nậu-lâu-Đà* thường du-hành theo Phật và có dự nghe nhiều cuộc thuyết-pháp của Phật. Ông lại có nghe thuyết bộ kinh rốt ráo Diệu-Pháp Liên - Hoa trước khi Phật nhập Niết-bàn, và được Phật thọ - ký cho quả Chánh - đẳng Chánh - giác.

Phật mách rằng *A-nậu-lâu-Đà* và năm trăm vị Đệ-tử La - hán đương dự nghe Phật thuyết-pháp, sẽ lần lượt thành Phật, cả thảy đồng một danh-hiệu là Phổ-Minh (Samantaprabhâsa) Như-lai.

A-nậu-lâu đà là một vị trong mười vị đệ-tử lớn nhứt của đức Phật, được đức Phật khen là *Thiên-nhãn đệ nhứt.*

Khi Phật tịch, *A-na-luật* (*A-nậu-lâu-đà*) có hiện lên Thiên-cung mà chầu bà Ma-Da, mẹ sanh của đức Thích-Ca và cho bà hay rằng đức Phật đã nhập Niết-bàn.

A - nê - lô - đậu   阿 泥 盧 豆   **Anurudha**   (*scr.*)

Một vị trong họ Thích-Ca, xuất-gia, thành La-Hán, đại đệ-tử của Phật. (Xem : *A-nậu-lâu-đà*).

A - ni - lâu - Đà   阿 尼 樓 馱   **Anurudha** (*scr.*)

Một vị Tỳ kheo, Đại La-hán, Đại Đệ-tử của Phật, từng được Phật khen là Thiên-nhãn đệ nhứt. Cũng viết : *A-na-Luật, A - nậu - lâu-Đà, A-nê-lô-Đậu, A-nê lâu-Đậu.* Về Thiên nhãn thanh - tịnh của *A-ni-lâu-Đà,* trong *Niết-bàn Kinh* quyển 30. có chép : *A-ni-lâu-Đà* dùng Thiên - nhãn mà thấy khắp mọi vật trong cõi Tam thập Tam thiên thế - giái, từ vật cảnh dương cho đến vật cảnh âm , thấy một cách rõ rệt như người - ta nhìn thấy trái am ma-lặc trong bàn tay. (Xem : *A-nậu-lâu-Đà*).

A - nhã Câu - lân   阿 若 拘 鄰   **Ajnâ Kaundinya** (*scr.*)

Thường viết : A-nhã Kiều-Trần-Như. Vị Thinh-văn La - Hán đầu tiên của Phật Thích-Ca.

Vô-lượng nghĩa Kinh : Thiện-nam-tử ! Ta đứng dậy khỏi cây Thọ-vương, đi đến thành Ba-la-nại, trong vườn Lộc-dã. Ở đó, ta chuyền Pháp-luân, giảng thời Tứ Đế với năm người mà *A - nhã Câu - lân* đứng đầu. (Xem : *A-nhã Kiều-Trần-Như*).

A - nhã Kiều - trần - Như   阿 若 憍 陳 如 **Ajnâ Kaundi- -nya** (*scr.*)

Ông A-Nhã Kiều-Trần-Như là vị Thinh-văn La-Hán trước nhứt của đức Phật. Lại kêu là *A-nhã-Đa Kiều-Trần-Na.* A-nhã là theo đạo hiệu ; *Kiều-trần-Như* là tên tộc. A-nhã dịch là *Dĩ - tri,* hay là *Tri bổn-tế, Liễu bổn-tế, Kiều-Trần-Như* dịch là *Hỏa-khí.* Ấy là bậc thượng - thủ trong năm vị Tỳ - kheo thọ tế-độ trước hết, khi đức Phật vừa ra đi truyền-Đạo (Xem : *Kiều-Trần-Như*).

Hồi Phật thuyết pháp lần đầu tại Vườn Lộc, trong năm vị Tỳ-kheo dự nghe, ông Kiều-Trần-Như là người giải liễu trước nhứt, thành La-Hán trước nhứt, cho nên Phật đặt đạo-hiệu cho ông là *A-Nhã* (A-nhã-Đa), kêu trọn là : *A-nhã Kiều-Trần-Như*

Ông chỉ nghe động thuyết pháp của Phật mà đủ tinh ngộ, dứt lục căn lục trần và đắc Đạo.

A - phù - đà - đạt - ma (kinh) 阿 浮 陀 達 磨 (經) Adbhutadharma *(scr.)*

A-phù-đà-đạt-ma (Adhutadharma) là tiếng phạn, dịch nghĩa : *Vị-tăng-hữu, Vị-tăng-hữu pháp*, tức là những pháp, những việc chưa từng có, không từng thấy, vượt khỏi sức tin và sức nhận của người đời.

A-phù-đà-đạt-ma Kinh hay *Vị-tăng-hữu Kinh* là một thể thuyết-pháp trong mười hai thể thuyết-pháp của Phật, một bộ-loại trong *Thập-nhị bộ Kinh.*

Niết-bàn Kinh : Tại sao kêu là *A-phù-đà-đạt-ma Kinh (Vị-tăng-hữu Kinh)* ? Như đức Bồ-tát, vừa lúc mới sanh ra khỏi lòng mẹ, chẳng có ai nâng đỡ, liền đi bảy bước, phóng hào-quang lớn chiếu khắp Mười phương ! Lại như con vượn, tay bưng bát mật, đem hiến cho đức Như-lai ! Và như con chó trên đầu có vá trắng, đến ngồi bên Phật mà nghe thuyết-pháp ! Như vị Ma Ba-Tuần, biến làm con trâu xanh, lướt trong vùng chén bát bằng sành, làm cho chén bát chạm nhau mà khua động, thế mà chẳng có bề một cái nào ! Như đức Phật lúc còn sơ-sanh, đi vào miếu thờ chư Thiên, làm cho tượng-cốt chư Thiên bước xuống đất mà lễ kính Ngài ! — Các bài kinh như vậy, kêu là *A-phù-đà-đạt-ma kinh (Vị-tăng-hữu kinh).*

A-Súc (Phật) 阿 閦 (佛) Axobya *(scr.)* hoặc Akso--bhya *(scr.)*

Đức Phật A-Súc. Đó là danh hiệu của một vị Phật, do chữ *A-Súc-bệ* và *A-Súc-bà* nói tắt ra, dịch là những nghĩa : *Bất-động* (chẳng động), *Vô-động* (không động), *Vô nộ* (không giận), *Vô sân nhuế* (không hờn tức). Ngài là đức Đại-Nhựt Như-lai ở đời quá khứ phát-nguyện tu hành, thành Phật ở phương Đông, cõi Phật quốc của Ngài kêu là *Thiện-khoái quốc* hay là *Hoan-hỷ quốc, Diệu-hỷ quốc.*

Trong cuộc lễ thí thực, người ta xưng hiệu đức A-súc-Phật là *Diệu-Sắc-Thân Như-lai.*

Phái Phật-giáo Đại-thừa ở xứ Nê-Bạc-Nhĩ (Népal) có thờ đức A-Súc Phật mà họ gọi là *Bất-Động Như-lai*. Phái ấy bảo rằng Ngài Bất-Động Như-lai là một vị Hóa Phật trong năm vị Phật thiền hóa thân của đức *A-Đề Phật.* Họ thờ đức A-Đề Phật là Phật bổn-sơ, Phật nguyên-thủy, tức dịch nghĩa ra là Đại-Nhựt Phật vậy.

Niết-bàn kinh quyển ba : Thuở xưa, đức Phật Thích-Ca làm một vị quốc-vương tên là Hữu-Đức. Vua ấy có tranh đấu cùng bọn sư phá Giái để cứu vị sư trì Giái và thuyết Pháp tên là Giác-Đức. Nhơn khi tranh đấu, vua bị thương nặng và thác, liền được sanh về nước của Phật. A-Súc, làm vị Đệ-tử bực nhất của đức Phật ấy. Còn vị Pháp-sư Trì Giái, Giác-Đức, chừng thác cũng được vãng sanh về nước Phật A-Súc, làm vị Đệ-tử thứ hai của đức Phật ấy. Vậy công-đức hộ Pháp có thể lớn hơn công đức tu-hành và truyền Pháp.

A-súc-bà 阿閦鞞

Một con số lớn về phép toán ở Thiên-Trước. Theo bộ Câu-xá-luận, có 50 con số lớn (đại số), mà *A-súc-bà* là con số thứ 20 trong 50 đại số ấy.

A-Tăng-Già 阿僧伽 Asangha (Asamgha (*scr.*)

Một vị Bồ-tát người Ấn độ. Cũng kêu là Vô-Trứ 無著, có nghĩa không mê, không chấp. Ngài là anh ruột của Bồ-tát Phạt-tô-Bàn-độ 伐蘇槃度 (Vasubandu). Ngài sanh vào đầu thế-kỷ thứ năm theo Dương-lịch, tại Bạch sa-ngõa (Peshawar), xứ Càn-đà-la (Gandhara). Có chỗ dịch tên Ngài là *Thị-Vô Bồ-Tát.* Ban sơ hai anh em Ngài tu theo pháp-giáo Tiểu-thừa. Kế thấy Tiểu-thừa không vừa sở ý của mình, Ngài *A-tăng-già* bèn nhập Đại-thừa và được thỏa dạ lắm. Sau đó, Ngài độ Phạt-tô-bàn-độ vào Đại-thừa.

Ngài *A-tăng-già* nhập định phép Tam-muội, xuất thần lên cung Đâu-suất mà chầu Bồ-tát Di-Lặc. Đức Di-Lặc bèn đem giáo-lý Đại-thừa về nẻo Chơn-không mà truyền cho Ngài. Và thấy Ngài cầu khẩn lắm, đức Di-Lặc chịu giáng xuống trần mà dạy đạo trong bốn tháng : mỗi đêm. Bồ-tát giáng xuống giữa hội các Thánh-tăng mà thuyết pháp. *A-tăng-già* mỗi ngày lo chép Giáo-lý của Bồ-tát và biên thêm những đoạn bình-luận riêng.

Ngài khéo góp nhặt và soạn thành năm bộ luận :

1º) Du-già sư địa luận (Yogâ-çarya-bhûmi-çastra),

2º) Phân biệt du-già luận (Vibhâga-yogâ-çastra),

3º) Đại thừa trang nghiêm luận (Mahayana-lamkara-çastra),

4º) Biện trung biện luận (Madhyânta-vibhâga-çastra),

5º) Kim-cang bát nhã luận (Vajracchedikâ prajna-paramiia çastra).

A-tăng-kỳ 阿僧祇   Asamkhya (*scr*).— Innombrable (*fr.*)

Tên số theo bên Thiên-Trước. Dịch ra chữ phạn : Vô-số (A : vô, Tăng Kỳ : Số). Một A-tăng-kỳ Kiếp. Một thời - hạn vô-số Kiếp (một Kiếp có cả trăm vạn năm).

Trong *kinh A - Di - Đà* có chép rằng : Đời sống của đức Phật A-Di-Đà với của nhơn dân trong nước Ngài thật là vô-lượng, vô-biên, vô-số (*A-tăng-kỳ*) Kiếp. Vì vậy nên gọi Ngài là Phật A-Di-Đà.— Muốn cho rõ nữa thì nên giải như vầy : một *A-tăng-kỳ* là con số một có theo sau bốn mươi bảy con số không (*Zéros*).—

A-tăng-kỳ cũng kêu tắt : *Tăng-kỳ*.

Trong Hoa-Nghiêm-Kinh, Phật có nói mười con số lớn như dướ đây : 1º) *A-tăng-kỳ* (vô số), 2º) Vô-lượng (không lường) 3o) Vô biên (không có bờ bến), 4º) Vô đẳng (không chi bằng), 5º) Bất khả sồ (không đếm được), 6º) Bất khả xưng (không xưng ra được), 7º) Bất khả tư (không thể nghĩ ra), 8º) Bất khả lượng (không thể đo lường), 9º) Bất khả thuyết (không thề nói), 10º) Bất khả thuyết bất khả thuyết.

Trong mười đại-số ấy, *A-tăng-kỳ* tương đối nhỏ hơn hết.

A-thát bì-đà 阿闥皮陀 Artharva-Véda (*scr.*)

Bộ thứ tư trong bốn bộ kinh luận cốt yếu của đạo Bà-la-môn. (Xem : *Bì-đà, Phệ-đà*).

A - thấp - phược - lầu - sa 阿溼縛裟沙 Asva--ghosha (*scr.*)

Vị Tổ-sư thứ mười hai, trong 28 đời Tổ-sư đạo Phật ở Thiên-trước, thường kêu là *Mã-Minh Bồ-tát. A-thấp-phược-lầu-sa* là tiếng âm theo Phạn (sanscrit). (Xem : *Mã-Minh Bồ-tát*).

A-thấp phược-thị 阿濕縛恃 Asvajit (scr.)

Một vị trong Ngũ Tỳ-kheo, qui-y trước nhứt và đắc quả La-Hán trước nhứt. Xem : *Át-Bệ*.

A - thế - Da 阿世耶 Açaya (scr.). — Âme (fr.)

Linh-hồn. Thần-hồn. Thần-thức, Hồn-thần.

A - thị - đa 阿氏多 Ajita (scr.)

Một vị trong 16 vị Đại A-la-hán, đệ-tử của Phật, vàng sắc lịnh của Phật, ra đi truyền Đạo ở các nước chung-quanh cõi Ấn-Độ. (Xem : tên đủ 16 vị nơi chữ *A-la-hán*).

A - thúc - ca 阿叔迦 Asoka (scr.)

Một thứ cây thường mọc ở cõi Thiên-trước. Cũng viết là : *A-du-ca*, dịch nghĩa : *Vô-ưu thọ*.

Niết-bàn kinh : Như những cây *A-thúc-ca*, ba-trá-la, Ca-ni-ca trổ hoa vào mùa xuân. Lúc ấy, những con ong bay lại nút lấy sắc, hương và tế-vị, chẳng biết chán...

Như cây *A-thúc-ca*, hễ đàn bà con gái đụng cọ vào nó, thì nó trổ hoa rất mau. (Xem : *Vô-ưu thọ*).

x   x
x

A-Thúc-Ca (Asoka) lại là tên vị Thị-giả, đệ tử hầu cận đức cổ Phật Tỳ-Bà-Thi (Vipaçyi).

A-thuyết-La-Bộ 阿說羅部 Aisvarika (scr.). —

Một phái đạo ở xứ Nê-Bạc-nhĩ (Népal), thờ phụng đức A-đề-Phật (Adhi Buddha), cũng như đức Isvara. Phái đạo nầy không có tín-đồ ở Tàu.

A-tỷ-bạt-trí 阿毗跋致 Avaivarti (ser).— Qui ne revient plus en arrière (fr.)

A-tỷ-bạt-trí (Avaivarti) là tiếng Phạn, dịch nghĩa : *Bất thối. Bất thối-chuyển*. Tức là bực Bồ - tát tấn tới mãi trên đường Trí - huệ, chẳng còn thối-chuyển đối với quả Phật. Cũng viết : *A-duy-việt-chư*,

A-duy-việt-trí. A-bệ bạt-trí. Đối - nghĩa : *Tỳ-bạt-trí)* (Vaivarti), nghĩa là : *Thối, Thối chuyền.* (Xem : *A-bệ-bạt-trí).*

A-tỳ-đàm 阿 毗 曇 Abhidharma *(scr.)*

Cũng viết : *A-tỳ-đạt-ma.* Một tạng trong ba Tạng của Phật pháp :

1°) *Tu-đa-la* (Sûtra), dịch nghĩa : Kinh.

2°) *Tỳ-nại-da* (Vinaya), dịch nghĩa : Giới luật.

3°) *A-tỳ-đàm* (Abhidharma), dịch nghĩa : Luận.

(Xem : *A-tỳ-đạt-ma, Tam tạng.)*

A-tỳ-đạt-ma 阿 毗 達 磨 Abhidharma *(scr.)*. — Métaphysique *(fr.)*

Cũng viết : *A tỳ-đàm.* Tiếng kêu chung bộ Luận. Những kinh-điển có tựa *A-tỳ đạt-ma* đều thuộc về bộ Luận, bộ nầy là một bộ trong Tam - Tạng : 1°) Kinh (Sûtra) 2°) Luật (Vinaya), 3°) Luận (Abhidharma).

A-tỳ-đạt-ma dịch là ; *Đại-pháp, Vô-tỷ pháp.* Ấy là tiếng dùng để tôn xưng cái Chơn Trí. Cũng dịch : *Đối pháp,* tức là Trí-huệ, nghĩa là dùng cái trí-huệ mà đối chọi, quan sát chơn lý của các pháp.

Phàm nhà tu Phật có ba sở học: Giới, Định, Huệ. Trì Luật tức là tức tu học về Giới ; — trì Kinh tức là tu học về Định ; — trì *Luận* (Abhidharma) tức là tu học về Huệ. —

A-tỳ-đạt-ma câu - xá - luận 阿 毗 達 磨 俱 舍 論

Abhidharma-kosa-sastra *(scr.)* — Trésor de la Métaphysiqua *(fr.)*. Ấy là bộ kinh căn-bổn của Câu-xá-tông. Nhờ có bộ kinh nầy nên mới có tông Câu-xá, vậy bộ *A-tỳ-đạt-ma câu-xá luận* chứa đủ giáo-lý, học-thuyết của *Câu-xá tông.* Bộ nầy soạn bởi Ngài Thiên-Thân (Vasu-bandhu) Bồ-tát hồi thế kỷ thứ tư thứ năm theo Dương-lịch. Về sau, đến thế kỷ thứ sáu, Ngài Chơn-đế (Paramartha) dịch và truyền nó qua Tàu trong khi Ngài vào Trung-Quốc.

Vào đời Đường, lối năm 654, Ngài Huyền Trang dịch lại một lần nữa, kỹ hơn và rõ hơn. Bộ *A-tỳ-đạt-ma Câu-xá luận* là một bộ rất có giá trị, bên Thiên-Trước người ta khen là bộ Huệ Luận. Ai coi bộ ấy thì tỉnh ngộ ra cái bổn-ngã, cái thân nầy là giả dối, chẳng thiệt, nó chỉ là giả hiệp mà thôi.

A-tỳ-đạt-ma Kịnh 阿毗達磨經 .— AbhidharmaSûtra (*scr.*).— Abidatsumakyô (*jap.*). Tức là bộ A-tỳ-đạt-ma-câu-xá-luận.

A-tỳ-đạt-ma Tạng 阿毗達磨藏 .— Abhidharma Pitaka (*scr.*): Ấy là *Luận-tạng*, một tạng trong *Tam-Tạng*. Tạng (Tàng) nghĩa là : kho đựng chứa văn chương nghĩa lý đạo Phật. Sau khi Phật tịch, giáo-hội Thánh-tăng nhóm thành *Kết-tập-pháp* (Samgîti, Concile) gần thành Vương-xá (Raj-griha), trong một động đá mà dọn thành ba Tạng : ngài A-Nan thuyết Kinh, ngài Ưu-ba-Ly đọc Luật, ngài Ca-Diếp diễn Luận. Giáo-hội chép trên lá buông thành *Tam-Tạng* mà truyền bá cho tới bây giờ.

A-tỳ-đạt-ma-tạp-tập luận 阿毗達磨雜集論 Abhidharma Samgîti Sastra (*scr.*).— Abidatsu-mazôshûron (*jap.*): Tức là toàn bộ Luận mà chư thánh-tăng soạn ra trong kỳ Kết-tập-pháp (Samgîti, Concile). Người học phái Pháp-tướng-tông thường xem bộ Luận ấy.

A-tỳ (Địa-ngục) 阿鼻(地獄) **Avîchi** (*scr.*)

   A-tỳ là chữ Phạn (Avîchi), thông dụng thành chữ Hán. *A-tỳ* dịch nghĩa . *Vô-gián* (không lúc nào ngừng). *A tỳ Địa ngục* hay *Vô-gián địa ngục* là cảnh trừng trị, nơi ấy tội nhơn bị hành hạ mãi mãi không lúc nào ngừng, từ năm nầy Kiếp kia họ chịu khổ mãi mãi, muốn thoát ra không bao giờ được.— *A-tỳ Địa ngục* là cảnh Địa ngục thấp hơn hết, nguy hơn hết khổ độc hơn hết trong tám cảnh Địa ngục lớn (*Bát Đại Địa ngục, Bát nhiệt Địa ngục.*— Những kẻ ở đời phạm tội *ngũ nghịch* và hủy báng Tam-bảo, Chánh-pháp thì khi thác sa xuống *A-tỳ Địa ngục*. Trừ Bồ-tát, vì lòng từ-bi, vào ở A-tỳ Địa ngục, nhưng không thấy khổ. (Xem : *Vô-gián Địa ngục, Ngũ Vô-gián Địa ngục, Bát nhiệt Địa ngục*).

x   x
x

A-tỳ hoán Địa-ngục 阿鼻喚地獄 : Địa ngục vô-gián kêu la. Ấy là cảnh Địa ngục thứ tám, cảnh thấp hơn hết trong tám cảnh Địa ngục nóng (Bát-nhiệt Địa ngục). Chúng-sanh phạm tội đọa ở cảnh Địa ngục ấy. bị hành khổ mãi mãi không lúc nào ngừng, họ chịu khổ chẳng nổi cho nên kêu la rất thảm thiết. Ấy là những kẻ phạm tội *Ngũ nghịch* hồi ở dương gian.

A-tỳ tiêu nhiệt địa ngục : 阿 鼻 焦 熱 地 獄 : Địa-ngục vô-gián thiêu đốt rất nóng. Ở Địa ngục A-tỳ (Vô-gián) có rất nhiều cách hành phạt, mà cách hành phạt bằng lửa đốt, bằng các món nóng áp vào mình là một. Kẻ tội-nhơn bị đốt nóng rất khổ sở, mà họ bị hành hạ mãi mãi không ngừng, từ ngày sang đêm, qua năm mãn đời, mãn Kiếp, chết đi rồi sống lại vẫn cứ bị lửa đốt mãi.

A-tu-la 阿 修 羅 **Âsura** (*scr.*). — **Génie** (*fr.*)

Hạng Thần, Viết tắt : *Tu-la.* Tàu dịch : *Phi thiên*, tức hạng chúng sanh tuy là có thần lực, có cung điện, song hình thể không được đoan-chánh như chư Tiên (thiên) các cõi trời. *A-tu-la* cũng gọi là *Thần.* Ấy là một hạng trong mười hạng chúng sanh (thập giái, thập loại), một nẻo trong sáu nẻo (lục đạo), lại cũng là một bộ trong tám bộ chúng-sanh (Thiên long bát bộ) thường hiện đến nghe Kinh và hoan nghênh Phật mỗi khi Phật thuyết Kinh Đại-thừa.

A-tu-la có ba loại : *A-tu-la thiên-đạo* ở giữa khoảng đất trống nơi thành « Bảo thành » (thành của vị Thiên-vương ở núi Tu-Di) ; *A-tu-la quỉ đạo* ở theo bờ biển, các hang núi ; *A-tu-la súc-đạo* ở dưới đáy biển có thứ gió che nước, không chảy vào cung điện được. —

Những người mộ việc tu hành, ham bố thí cúng dường, song tánh còn nóng giận, ngạo báng thì thọ cảm sanh về hạng *A-tu-la.* Trong hạng *A-tu-la*, đờn ông thì hình tướng xấu, song đờn bà rất đẹp.

Nếu hạng *A-tu-la* mà lo tu hành, lập thêm phước đức (*A-tu-la thiện-đạo*) thì sanh làm người danh-giá, sanh lên các cõi trời mà hưởng sung-sướng ; còn nếu mê muội, hại phá (*A-tu-la ác-đạo*) thì sẽ đọa xuống các bực : Địa ngục, Ngạ-quỉ, Súc sanh.

Hồi đức Phật giảng Kinh Diệu-Pháp-Liên-Hoa, có bốn vị vua loài *A-tu-la* hiện đến cúng dường và nghe Pháp, có dắt theo nhiều quyến-thuộc trong loài *A-tu-la.* Bốn vị vua loài *A-tu-la* ấy là : Bà-trĩ (Bali) A-tu-la-vương, Khư-la-khiên-đà (Suraskandha) A-tu-la vương, Tỳ-ma-chất-đa-la (Vêmatchitra) A-tu-la vương, La-hầu (Râhu) *A-tu-la-vương.*

A-Tư-Đà (A-tư-Tiên) 阿私陀 (阿私仙) **Asita** (*scr*)

Nhà tu hành trên núi, được quả Tiên-nhơn. *A-tư-đà :* vô-tỷ, đoan-chánh, trường thọ. Thường dịch : *Trường thọ Tiên.*

Hồi đức Bồ-tát từ cung Đâu-suất mà giáng-thế, thời ông *A-tư-Đà* đã già rồi, ông tu trên núi và chứng Ngũ-thông. Ông nhập định, biết có Phật ra đời giáng sanh vào nhà vua Tịnh-phạn, vào lòng bà hoàng hậu Ma-da.

Thái tử vừa lọt lòng thời ông *A-tư-Đà* đến ra mắt nhà vua. Vua đem Thái tử ra giới thiệu. Tiên nhơn trông thấy Thái tử có đủ ba mươi hai tướng đại-hùng-lực và tám mươi tướng phụ, ông nhìn một hồi lâu và khóc ròng. Ông khóc vì tiếc rằng mình chẳng sống nữa để làm đệ tử của đức Phật chẳng nghe lời diệu pháp của đức Phật.

Thật vậy, đến khi đức Thích-Ca thành Đạo, đắc quả Phật Thế-Tôn, thời ông *A-tư-Đà* đã về cảnh Thiên-thượng rồi.

x   x
x

A-tư-Tiên (*A-tư-Đà*) lại là một nhà tu núi hồi thuở quá-khứ, tiền-thân của Đề-bà-đạt-đa. Thuở ấy, ông *A-tư-tiên* là thầy của một vị vua bỏ ngôi xuất-gia vị vua ấy là tiền-thân đức Phật Thích-Ca vậy. Thuở ấy, đức Thích-Ca vì mộ Đạo vô-thượng mà theo hầu hạ ông *A-tư-tiên* rất chu đáo, chẳng sá kể thân mình. Ban ngày thì hái trái, múc nước, lượm củi nấu ăn, ban đêm thì theo đấm bóp, đồ bồn cho Thầy. Nhờ công đức vì Pháp quên mình cho nên đức Thích-Ca thành Phật sớm hơn ông Đề-bà-đạt-đa.

A-vĩ-di 阿尾儞 Avidyâ (*scr.*).— Avijja (*p.*).— Inintelligence, ignorance (*fr.*)

A-vĩ-di là tiếng Phạn, dịch nghĩa : *Vô-minh*. Tức là tâm-tánh ám-độn ; nhơn chỗ ám-độn, mê tối ấy mà lầm lạc, không hiểu chánh-pháp. (Xem : *Vô-minh*).

A-xà-la Sí-xá Khâm-bà-la 阿闍羅 翅舍 欽婆羅 Ajita Kesa-Kambala (*scr.*)

Một Thầy cả ngoại-đạo trong hàng *Lục Sư ngoại-đạo*, hồi đức Phật ra đời. Cũng viết : *A-kỳ đa Sí-xá khâm-bà-la.*

A-xà-la Sí-xá khâm-bà-la là thầy của một thiếu nữ có nhan sắc ở thành Xá-vệ. Thầy khiến mỹ nữ thường tới lui nơi Tịnh-xá của Phật vào những lúc sái thời, kế khiến mỹ nữ giả đồ có chửa, độn đồ trước bụng mà phao vu rằng chính cô ăn ở với Phật cho đến có thai. Trong khi Phật thuyết pháp ở vườn Kỳ-thọ Cấp-cô-độc, cô vào giảng - đường mà vu oan cho Phật, nói rằng cô sắp hạ sanh. Nhưng lúc ấy bốn vị Thiên vương hóa làm bốn con chuột chạy vào cắn đứt đồ độn của cô !

Lại có một lúc khác, *A-xà-la Si-xá khâm-bà-la* hiệp sức với năm vị sư-trưởng kia mà tranh biện với Phật ở thành Xá-vệ nhưng họ thua một cách chua cay (Xem : *A-kỳ đa Si-xá khâm-bà-la*).

A-xà-lê 阿 闍 梨 Acarya (*scr.*)

Thầy A-xà-lê, tức là thầy *Tỳ-kheo*. Trong những kinh chữ Hán trước ngài Huyền Trang thì chép là A-xà-lê hay A-kỳ-ly 阿 祇 利, dịch nghĩa : *Giáo-thọ* 教 授 (thầy dạy đạo). Từ ngài Huyền Trang trở về sau, trong các kinh Phật biên là A - già - ly-dạ 阿 遮 利 夜, A. già - lê - da 阿 遮 梨 耶, dịch nghĩa : *Quí phạm* (Bực thầy có đủ phép-tắc), *Chánh hạnh* (Bực thầy sửa ngay chuyện hành-vi cho đệ-tử). Vậy. *A-xà-lê* là bực thầy xứng đáng, thọ đủ giái - hạnh, có đủ nghi thức đề truyền dạy đạo-lý

Có năm hạng *A-xà-lê* (Ngũ chủng A-xà lê)

1°) Xuất-gia A-xà-lê (Thầy xuất gia)

2°) Thọ-giái A-xà-lê (Thầy thọ-giái)

3°) Giáo-thọ A-xà-lê (Thầy dạy đạo)

4°) Thọ kinh A-xà-lê (Thầy trì kinh)

5°) Y-chỉ A-xà lê (Thầy tiếp dẫn đề cho bực mới tu nương dựa mà chẳng rời).

Bên Thiên-trước, và theo Luật tu, mỗi vị Tỳ - kheo có việc đi xa thì có hai vị sư cùng đi với : một vị lớn tuổi tu và một vị *A-xà-lê* nhỏ tuổi tu. Như vậy đề tiện giữ giái hạnh.

A-xà-Thế 阿 闍 世 Ajatasatrou (*scr.*)

Trước làm thái tử, sau làm vua. nhằm đời đức Phật Thích-tôn. Cũng viết là : *A-Chất*. Tên ngài viết trọn theo phạn là : Vaidehiputra. Ajatasatrou (A-xà Thế, con bà Vi-đề-Hy).

Thái tử *A-xà-Thế* có ba tên :

1°) *A-xà-Thế*, dịch nghĩa : *Vị-sanh-Oán*, có mối oán thù từ khi hưa sanh ra : Khi vua Tần bà sa La sanh ra thái tử, mấy vị tướng-sư cho là *Vị sanh oán*, trẻ ấy có mối oán thù sẵn với cha, sẽ hại mạng cha. Nhơn đó, người ngoài đều gọi là A-xà-Thế (Vị-sanh Oán).

2°) *Thiện-Kiến*. Biết số mạng của A-xà-Thế sẽ hại cha, nhưng bà con cô-bác muốn hồi hộ cái tâm lành cho thái tử, nên thảy đều gọi là *Thiện-Kiến*.

3°) *Bà-la-lưu-Chi*. Khi sanh thái tử ra rồi, bà mẹ là Vi đề-Hy dương đứng trên lầu cao, bồng thái tử, bà nghe việc thái tử sẽ hại mạng cha, vì có mối thù từ khi chưa sanh. Nghe vậy, bà bủn rủn tay chơn, liền đó thái tử rớt xuống đất, hư hết một ngón tay Vì vậy người ta gọi thái tử là *Bà-la-lưu-Chi* (người hư hết một ngón tay).

Thái tử đinh ninh rằng mình chỉ có tên Thiện-Kiến mà thôi. Mãi về sau, gặp Đề-bà-đạt-Đa, ông nầy có ác-ý mới nói ra hai tên *A-xà-Thế* và *Bà-la-lưu-Chi* cho thái tử biết.

Nghe lời xúi của ác hữu là Đề-bà-đạt-Đa, thái tử cầm ngục cha cho đến chết, và soán ngôi Vì tội ác ấy, ông mang bệnh nặng và sợ mình phải sa Địa ngục Ông được Phật khuyên dỗ và độ cho dứt bệnh. Trước ông ố đạo Phật, nhưng từ khi được Phật độ thì ông đem lòng kính mộ, có thỉnh Phật vào đền mà cúng-dường ; ông từng đến chiêm-ngưỡng và phụng-sự Phật. Đức Phật giảng Đạo cho ông nghe, đem sự Quả-báo mà nói với ông.

Về việc Nhơn-quả giữa ông và vua cha là Tần-bà-sa-La, đức Phật có giảng trong *Đại Niết-bàn Kinh* quyển 20 như vầy :

Vua Tần-bà-sa-La hồi dời trước là một ông vua ác-tâm, ưa việc săn bắn. Một hôm, vua với quần thần ngự lên núi Tỳ-phú-la mà săn nai. Đi khắp miền mà chẳng bắt đặng con nào Duy thấy một vị Tiên-nhơn tu đắc Ngũ-thông, dương ngồi thiền Vua sanh lòng giận dữ, phán rằng : « Hôm nay ta ngự đi chơi và săn bắn, song chẳng đặng con thịt nào, chính tại người ngồi đây đuổi thú đi hết chớ gì ». Vua bèn khiến kẻ tả hữu giết đi Vị Tiên-nhơn khi sắp chết, sanh lòng giận, thối-thất Thần thông, liền thệ rằng : « Ta thật không có tội, nhưng ngươi dùng lòng và miệng mà sát hại mạng ta. Ta nguyện dời sau cũng sẽ dùng lòng và miệng mà giết trở lại ngươi. » Vua ác tâm thuở trước, chính là vua Tần-bà-sa-la hồi đời Phật. Còn vị Tiên-nhơn bị vua giết oan, chính là thái tử A-xà-Thế.

Bởi lẽ Nhơn-Quả như vậy cho nên A-xà-Thế phạm tội Ngũ nghịch mà khỏi đọa Địa ngục, lại được Phật độ. Lại nữa, hồi đời Phật Tỳ-bà-Thi, vua A-xà-Thế có đối trước Phật, phát Bồ-đề Tâm. Từ đó về sau, vua tinh-tấn tu hành và chẳng hề đọa Địa ngục.

Trong hội Pháp-Hoa tại núi Linh-Thứu, lúc ấy *A-xà-Thế* và quần-thần quyến-thuộc có đến nghe Phật giảng Diệu-pháp Liên-Hoa-Kinh, Phật có thọ-ký quả Phật cho vua *A-xà-Thế.*

Khi Phật tịch, vua *A-xà-Thế* có thỉnh Xá-ly của Phật về nước và cất tháp mà thờ. Phật tịch rồi, vua từng hộ trợ Giáo-hội Tăng-già và khuyến khích những người tu Phật.

Đến khi đức Sơ-Tổ là Ca-Diếp di tịch, Tổ có đến từ biệt vua, nhưng không gặp. Đức Sơ-Tổ đi vào non Kê-Túc (tức Linh - thứu), nhập định và tịch diệt luôn. Vua *A-xà-Thế* cùng đại-đức A-nan đồng vào động trong non Kê-túc. Cửa động mở ra, Vua và Đại-đức đỉnh lễ Tổ Ca-Diếp lần cuối cùng.

Theo Kinh Mahawansee, thái tử A - xà - Thế giết vua cha, Tần-bà-sa-la và soán vị. A-xà-Thế vương ở ngôi được ba mươi hai năm. Khi vua lên ngôi được tám năm, Phật Thích-Ca vào Niết-bàn. Về sau, vua A-xà-Thế bị con giết. Con vua A-xà-Thế Uddeyabadde ở ngôi được mười sáu năm.

A-xiển-đề-ca 阿闡底迦 **Atyantika** (*scr.*)

Tiếng cũ nói là *A-xiển-đề* 阿闡提 dịch là *Vô phá* 無破, không phá nổi vô-minh, phiền-não đặng đến cõi Giải thoát. Lại có nghĩa : Chẳng ưa muốn cảnh Niết-bàn.

Cũng nói : *Xiển-đề, Nhứt-xiển-đề.* Ấy là hạng mê-muội, tham lam, sân hận, si ám, chẳng hiểu Phật-pháp, chẳng nhận lý tội phước, linh hồn, luân-hồi, chẳng nhận rằng con người có thể tu học đặng đến cõi, Giải-thoát, Niết-bàn.

Còn hạng thầy tu thì phá giái, tham dục, sa ngã, chẳng ưa muốn cảnh nhàn lạc, Niết-bàn.

Ác 惡 **Mal, Mauvais** (*fr*)

Xấu, độc, dữ. Trái với *Thiện.* Có mười việc ác mà bực tu học nên tránh : 1 Sát sanh, 2 Du-đạo, 3 Dâm-loạn, 4 Lưỡng thiệt (đâm thọc), 5 Ác-khẩu, 6 Vọng ngữ, 7 Ỷ-ngữ (nói thêu dệt vì dâm) 8 Tật (tham) 9, Sân nhuế, 10. Si-mê (Tà-kiến).

Tuy cái *ác* có mười tội, nhưng đều do nơi ba Nghiệp nầy : Thân, Ngữ, Ý, nhứt là Ý. Vậy người tu học phải coi chừng cái Tâm Ý, lo cải tạo cho nó trở nên lành.

Trong *Vô-Lượng-Thọ-kinh* có nói rằng : Kẻ *ác* mà làm ác thì chính nó đi từ cái khổ nầy mà vào cái khổ khác (nó càng sống triền miên trong vòng khổ lụy).

Trong *Tứ thập nhị chương kinh* có nói rằng : Kẻ *ác* nghe chuyện thiện thì tức tối mà chọc phá, vậy mình phải nên nín đi, đừng có giận trách. Kẻ ấy đem lại đều ác thì tự nó làm ác cho nó mà thôi.

Lại trong *Địa-Tạng-Kinh*, phẩm thứ năm : Chớ khinh khi việc *ác* nhỏ mà cho là vô-tội. Chừng chết rồi sẽ có quả-báo, dầu nhỏ nhẹ như mảy lông sợi tóc cũng phải chịu lấy. Cha con là nghĩa chí thân, mỗi người đi mỗi ngả. Dẫu có gặp nhau, cũng không ai chịu thế cho ai được.

Ác duyên 惡緣 : Cơ duyên xấu. Những sự ở ngoài có liên lạc với mình, dẫn-dụ mình làm đều tà ác, phạm tội lỗi, kêu là *ác-duyên*. Như nữ sắc, tiền bạc là những *ác-duyên* dễ khiến nhà tu-hành thối thất đối với đường đạo đức. Trái với *thiện-duyên* là cảnh-ngộ tốt, nhơn vật lành đề nông chí mình về sự tu học.

Ác-đạo 惡道 : Aparagati (*scr*). — Voies mauvaises (*fr.*) : Đường xấu, nẻo ác. Cũng như kẻ ngồi trên xe xấu thì đi trên đường gập ghềnh xấu xí và đến nẻo tồi tàn ; cổ xe xấu tức là *ác-nghiệp*, ác-hạnh ; còn đường xấu nẻo tồi (*ác-đạo*) tức là Địa ngục, Nga quỉ, Súc-sanh. *Ác-đạo* trái với *thiện-đạo* là : Nẻo người, Nẻo Thần hiền, Nẻo Tiên. *Ác-đạo* cũng kêu là *Ác thú*.

Ác-đạo có ba nẻo, *Tam-ác-đạo*, lại có bốn nẻo, *Tứ ác-đạo*.

Phạm-võng Kinh : Hễ đọa vào *ác-đạo* thì trong hai Kiếp, ba Kiếp, chẳng nghe được những tiếng cha mẹ, Tam-bảo (Phật, Pháp, Tăng.)

Có những chúng-sanh vì tội lỗi thái quá mà khi lìa cảnh *ác-đạo* nầy thì lại sa vào cảnh *ác-đạo* khác. Cho nên trong *Tứ thập nhị chương kinh* có nói : Người ta lìa khỏi *ác - đạo* được làm người là khó. Đã được làm người, bỏ thân gái làm thân trai là khó. Đã được làm trai, sáu căn trọn đủ là khó. —

Trong Thập-phương, có những cõi thế giái thanh tịnh và có những cõi thế-giái ác-trược. Những cõi thế giái thanh tịnh (Tịnh-độ) không có những cảnh *ác - đạo*. Như trong *A-Di-Đà Kinh* có nói : Ở cõi Phật A-Di-Đà, cái tiếng *ác-đạo*, người ta còn không biết, huống chi là có thật ?

Ác hạnh 惡行   Nết hạnh ác. Ấy là cái tự-tánh quen làm những sự phi pháp, phi lý, trái nghịch, tội lỗi, tà vạy. Hoặc quen giết hại, ăn cắp ăn trộm, tà dâm phóng túng ; hoặc quen nói láo, nói nhơ nhớp, nói đâm thọc, nói dữ ; hoặc lòng hay tham lam, oán giận, mê si.

Người *ác hạnh* là người tham hưởng những sự sung sướng ở cõi thế gian, ham muốn những của cải, tài lợi, lộc vị, sắc-dục. Vì chẳng đè nén được lòng mình, bèn trở nên oán hận, điên đảo, mê si, rồi phạm những việc xấu, tệ bằng lời nói, bằng việc làm.—

Muốn trừ *ác hạnh* thì phải tu *thiện hạnh*, tức là trì *Thập thiện*, *Lục độ*.

Ác hữu 惡友   Bạn xấu, dữ. Ấy là những kẻ quen biết hay làm dữ, theo xúi mình làm những chuyện tà vạy, phi lý, vô ích, độc hại. Đồng nghĩa : *ác tri-thức* Trái với : *thiện hữu* (bạn lành).

Theo Du già, quyển 64, do năm tướng, người ta biết là một *ác hữu* :

1.— chẳng biết hổ thẹn.

2.— có ý kiến tà.

3.— biếng nhác trễ nải.

4.— nết-hạnh tà, hay làm đều bậy.

5.— tánh tình khiếp nhược, yếu ớt.—

Ác-hữu lại là một tiền thân của Đề-bà-đạt-đa (Dêvadatta), sanh ra một lượt với *Thiện hữu* là tiền thân của đức Phật Thích-Ca. Cả hai đều làm hoàng-tử. Nhưng *Ác hữu* thì có lòng ganh ghét, ngăn trở Thiện hữu làm việc từ thiện.

Ác khẩu 惡口   Pharusavâcâ (p.).— Médisance (fr.) : Miệng dữ, tức là chưởi rủa, nói hành, nói ác, chưởi thề, những lời ấy làm cho người ta buồn rầu, đau đớn. Một tội trong *Thập ác*. Cũng kêu : *ác ngôn, ác ngữ*. Đối với: *Thiện-ngữ*. **Pháp-giái kinh** : Đối với ai mà mình nói ra lời dữ làm cho người ấy sanh tức giận, tức là *ác khẩu*.

Pháp-Hoa kinh, Bất-khinh phẩm : Như ai *ác khẩu*, mắng nhiếc, phỉ báng người thì bị tội báo rất lớn.

Đại-thừa Chương cú : Lời ăn nói thô tục, lỗ mãng kề cho là lời ác, cái ác từ trong miệng mà ra.

Ác kiến 惡見

Ý kiến xấu, thấy biết sai. Ấy là cái ý kiến trái ngược của kẻ phỉ báng và chê bỏ chánh-pháp, còn đối với tà-pháp thì khen ngợi, mê theo mà cho là chơn-chánh. Kẻ *ác kiến* thì lấy cái trí-huệ ô-nhiễm làm tánh, suy độ những chơn-lý mà hiểu ra một cách điên-đảo, cái trí-huệ ô nhiễm ấy ngăn bít cái thiện-kiến của mình, bèn thâu nhiếp cái khổ làm nghiệp, vì vậy cho nên chịu lấy nhiều nỗi khổ.

Ác kiến đồng nghĩa với : *tà kiến.*

Ác kiến có năm mối : 1. Thân-kiến (ý kiến chấp cái thân là có thiệt). 2 Biên kiến (ý kiến thiên lệch, chỉ chấp nhận một phía). 3 Tà kiến (ý kiến tà vạy, điên đảo, chẳng tin nhơn-quả). 4. Giái cấm thủ kiến (ý kiến khư khư chấp lấy giái-cấm). 5 Kiến thủ kiến (ý kiến khư khư giữ lấy cái ý kiến sai lạc của mình mà cho là chơn diệu).

Ác lộ 惡露

Ác : xấu, đáng chán, đáng ghét. *Lộ* : chất nước rỉ ra, vật hiện ra ngoài. Trong thân ta, món gì chảy ra, ló ra đều là hôi hám, xấu xa, nhơ nhớp, đáng ghê, đáng chán, cho nên kêu là *ác lộ*. Như mắt thì đồ ghèn ; tai thì chảy mủ, tống ra cứt ráy ; lỗ mũi thì có nước mũi, cứt mũi ; miệng thì chảy nước miếng, đàm ; thân thì đồ mồ hôi, phẩn, nước tiểu, máu. Những món ấy kêu là *ác-lộ*.— Bởi trong thân thể con người ta toàn là *ác-lộ*, thì cái thân nầy ngẫm lại chẳng có trong sạch vậy.

Ác ma 惡魔

Ma dữ. *Ác* : dữ, phá hại. *Ma* : vốn là chữ Phạn Ma-la (Mâra) tức là thiên-ma. *Ác ma* là những hàng thiên, thần, quỉ hoặc vì ác-tâm muốn cản trở đường tu-học của nhà đạo, hoặc vì muốn thử thách coi nhà đạo có trong sạch, bền lòng chặt dạ hay chăng, nên đến mà trêu ghẹo hoặc khuấy phá, dọa nạt.

Như hồi Phật sắp thành Đạo, thì *ác-ma* Ba-Tuần đem tám mươi ức chúng đến quyết phá hoại Phật (**Pháp-uyển châu lâm**).

Ác nghiệp 惡 業   Nghiệp dữ. Những sự tạo-tác dữ mà mình đã gây ra từ những đời trước hoặc trong đời nầy, bằng thân thì : sát sanh, trộm đạo, tà dâm, bằng ngữ thì : vọng ngữ, ỷ ngữ, lưỡng thiệt, ác khẩu, bằng ý thì : tham, sân, si ; những sự tạo-tác ấy chiêu cảm đến mình những quả tật bệnh, nghèo nàn, khổ sở, chết oan uổng. Và sau khi mạng chung, cái *Ác nghiệp* lại còn đày đọa linh hồn mình vào những cảnh nguy, khổ nữa. *Ác nghiệp* là nhơn-duyên, còn cảnh khổ đời nầy và cảnh khổ đời sau là quả-báo. *Ác-nghiệp* cũng kêu là : *Bất thiện-nghiệp, Hắc-nghiệp* (nghiệp đen).— Trái với : *Thiện-nghiệp* (nghiệp lành), *Bạch-nghiệp*, (nghiệp trắng).

Ác pháp 惡 法   Pháp ác (lý điên đảo, sự tà ác). Những giáo lý trái nghịch với *thiện-pháp*, không phù hạp với Ngũ-giái, Thập-thiện, Tam-học, Lục-độ ; những sự hành-vi ác trược, ứng với Ngũ nghịch, Thập ác. Kẻ làm *ác-pháp* thì tham lam, giận hờn, mê muội, chẳng biết hổ thẹn, chẳng tin Phật-Pháp-Tăng, chê bai những bực Hiền-Thánh, lòng đầy tà kiến.

Niết-bàn kinh, quyển 25 : Tỷ như mặt trăng ở không trung, từ ngày mồng một đến ngày rằm, lần lần to lớn thêm. Bực Thiện-tri-thức cũng như vậy, có thể khiến cho những trang học-nhơn xa lần *ác-pháp*, tăng trưởng thiện-pháp.

Ác quỉ 惡 鬼   Quỉ dữ. Ấy là bọn *Dạ-xoa* (Yakchas), *La-sát* (Râtchasas) và những bọn *Ngạ-quỉ* (Pretas, linh hồn đói khát). Những loài ấy thường đi chỗ nầy chỗ kia mà phá hại người. Như loài Dạ-xoa và La-sát rất hung bạo, chúng nó ở những nơi vắng vẻ, hay ăn thịt, uống huyết người, chúng nó có thuật thay hình đổi dạng mà làm cho người mê hoặc đặng dễ hại mạng. Nhưng đối những người lòng dạ từ thiện, tu hành chánh-trực thì chúng nó chẳng hại nổi.

Kinh Pháp-Hoa, phẩm Phổ-Môn : Như trong cõi Tam-thiên đại-thiên thế-giái choán đầy những loài Dạ-xoa, La-sát, chúng nó muốn đi hại người, nhưng những ai xưng danh của ngài Quan-Thế-Âm-Bồ-Tát, thì những *ác-quỉ* ấy chẳng có thể thấy mình bằng con mắt độc-ác của chúng nó, huống chi là hại mình ?

Ác sư 惡師   Thầy độc ác. Những bọn thầy đem những lý tà-ác mà chỉ cho người, đem những pháp trái ngược mà truyền cho người, dùng những tà-thuật hại người mà dạy đệ tử, đem những sự ếm đối, thư chú, cúng-tế ác-qui ác-thần mà truyền bá ra, khiến cho người ta theo về đường tà-ác.

Ác thế 惡世   Cõi thế giái độc ác. Ấy là cõi thế-giái nơi ấy các sự ác rất thạnh. Ở cõi ác ấy, chúng-sanh phạm vô số tội ác, các tội ác nầy đều gom vào *Thập ác*. Ở cõi *ác-thế*, chúng-sanh chịu vô số quả-báo khổ não; lại ở cõi ấy, có ba Ác-đạo là Địa-ngục, Ngạ-qui, Súc-sanh, chúng-sanh ở ba nẻo ấy bị đau đớn hết chỗ nói. Ở cõi *ác-thế* có đủ *Ngũ-trược* :

1.— Kiếp trược (kỳ kiếp ô-trược).
2.— Kiến-trược (kiến-thức ô-trược).
3.— Phiền-não trược (các mối mê-dục ô-trược).
4.— Chúng-sanh trược (con người và các sanh-linh đều ô-trược).
5.— Mạng trược (Đời sống ô-trược).

Trong « **Quán-Vô-Lượng-Thọ Phật Kinh** », bà Thái-Hậu Vi-đề-Hy chán cõi Ta-bà nầy là cõi ngũ-trược *ác-thế*, bà cầu đức Phật Thích-tôn chỉ cho bà phương-pháp tu hành đề bà vãng sanh về cõi Tịnh-độ của Phật A-Di-Đà.

Ác thú 惡趣 **Aparagati** (*scr.*).— **Voies mauvaises** (*fr.*)

Ác : xấu xa, độc dữ. *Thú* : xu hướng theo Âm theo Phạn : A-ba-na-da-đề (Aparagati). Cũng kêu : *ác-đạo*. Con người ta ở đời làm những sự độc ác như *ngũ-nghịch, thập-ác*, thì khi thác thần-hồn tự-nhiên xu hướng theo những nơi tối tăm, dơ dáy, xấu xa, độc-địa, dữ tợn, nên kêu là *ác-thú*. Có ba cảnh ác-thú : Địa-ngục, Ngạ-qui, Súc-sanh, nơi ấy chúng-sanh bị hành khổ rất nặng.

Ác tri-thức 惡知識   Kẻ quen biết xấu, bạn xấu. Đồng-nghĩa : *Ác-hữu*. Đối-nghĩa : *Thiện-hữu, Thiện-tri-thức*.

Ấy là kẻ quen biết, thân thích, bạn-tác có tánh tà, ác, dùng ba nghiệp xấu về thân, ngữ, ý mà xúi giục mình tưởng sái, nói bậy, làm quấy; thường ngăn cản mình làm lành.

Niết-bàn kinh quyển 22 : Bực Bồ-tát coi kẻ *ác tri-thức* như mọi sự độc dữ, như : voi dữ, ngựa dữ, bò dữ, chó dữ, rắn độc gần mình, gai gốc trên đất, núi cao dốc hiểm, nước ngược xoáy lộn bạo tợn, người dữ, quốc-thổ dữ, thành-ấp dữ, nhà cửa dữ.

Kẻ *ác tri-thức* lại còn nguy hại hơn mọi sự độc dữ trên. Vì voi dữ và mọi sự độc dữ chỉ hoại thân, chớ không thể hoại tâm ; còn *ác tri thức* thì hủy hoại cả thân và tâm mình. Mọi thứ độc dữ kia chỉ hoại một thân đời nầy ; còn *ác tri-thức* thì hủy hoại vô lượng thân lành và vô-lượng tâm lành trong các đời sau. Mọi thứ độc dữ kia chỉ phá hoại cái thân hôi hám nầy thôi ; còn *ác tri - thức* thì phá hoại cái tịnh - thân và cái tịnh-tâm của nhà tu hành. Mọi thứ độc dữ kia chỉ làm hư cái thân xác thịt nầy ; còn *ác tri-thức* thì làm hư tới cái Pháp-thân của mình nữa. Voi dữ và mọi thứ độc dữ chẳng đọa mình tới Tam ác - đạo ; còn *ác tri-thức* thì hại mình sa vào Địa-ngục, Ngạ-qủi, Súc-sanh. Mọi thứ độc dữ kia chỉ oán nghịch với cái thân nầy mà thôi ; còn *ác tri - thức* thì oán nghịch với nền thiện-pháp,

(Xem : *Thiện tri-thức*).

Ác - xoa tụ 惡 叉 聚   Chùm trái ác-xoa. *Ác-xoa* là tiếng

Phạn. Giống cây *ác-xoa* có trái dính chùm nhau ba trái vào một cuống. Phật dùng tiếng *Ác-xoa tụ* để tỷ-dụ với Nghiệp-chướng của chúng-sanh, Nghiệp lầm của chúng-sanh, Nghiệp khổ của chúng - sanh. Các Nghiệp xấu trong ba đời (quá-khứ, hiện-tại, vị-lai) dính liền với nhau như *chùm trái ác-xoc*

Thủ Lăng-nghiêm Kinh quyển nhứt : Phật phán với ông A-Nan : « Tất cả chúng-sanh, từ vô-thủy đến nay, điên-đảo biết bao, Nghiệp-chủng của họ tự nhiên như chùm trái ác-xoa (ác xoa tụ) . . . »

Ái 愛 Trisnâ *(scr.)*. — Tanhâ *(p.)*. — **Désir, Soif,** *(fr.)*

Động-từ (verbe), nghĩa là : thương yêu, tiếc, mến (désirer, aimer). Danh-từ (nom), nghĩa là : Ý ham muốn, ý ưa thích sự vật, ý-nhiễm lấy, mắc lấy. *Ái* đối với *tăng* (ghét). Trong *thập nhị nhơn-duyên* khởi từ cái Vô-minh, *Ái* là cái nhơn duyên thứ tám. Quen gần gũi với Ngũ-dục, đó kêu là *Ái*. Do nơi *Ái* mà mà sanh ra *Thủ* (tham giữ các vật của mình). Trong quyển *Tứ thập nhị chương kinh*, Phật có phán rằng cái *Ái* (sự thương mến) và cái *Dục* (sự sa đắm vào cuộc ăn uống, chơi bời) đều làm cho nhà sư và kẻ thế trở nên ngu tối và khuất lấp. — Vì ham cái *Ái* và cái *Dục* nên người ta chẳng ngó thấy được Đạo. Tỷ như nước đã lóng trong mà mình lấy tay khuấy nó lên, rồi mọi người đồng đến đó mà soi vào thì không ai ngó thấy bóng mình ; cũng như thế, người ta vì cái *Ái* và cái *Dục* xáo trộn nhau làm cho chất trược trong lòng phấn khởi lên, nên chẳng ngó thấy được Đạo. — Con người ta, trong lúc sắp lìa trần, trong tâm khởi lên ba mối tham *ái* (*Tam ái*) :

1. — *Cảnh giái ái* : Mến tiếc cảnh giái, như vợ con quyến-thuộc, tiền của, ruộng vườn v.v…

2. — *Tự thể ái* : Mến tiếc cái thân thể của mình, chẳng nỡ lìa bỏ.

3. — *Đương sanh ái* : Ham muốn cái chổ nơi ấy mình sẽ sanh ra, mong mỏi vào sự luân-hồi.

Ta có thể phân lòng *thương* (*ái*), ra làm hai tấm : Tấm lòng thương của hạng phàm-phu và tấm lòng thương của bực Thánh-giả. *Hạng phàm-phu* thì thương mình, thương các vật thuộc về mình, đeo thương những ý kiến riêng của mình. Vì lòng *thương* (*ái*) ấy mà quên người, hai vật, làm khổ cho mình và cho kẻ khác.

Bực Thánh-giả thì có lòng *bác ái*, thương rộng cả thảy loài người, cả thảy chúng-sanh, thường quên mình mà làm sự lợi ích cho chúng-sanh hoặc về tài vật hoặc về pháp lý. Nhờ lòng thương nầy mà thiên hạ được hòa bình và mau tấn hóa lên đường Giải thoát.

Lại nữa, *Bực Thánh-giả* có lòng *yếu mến*, ưa muốn những sự trong sạch, cao siêu, không vướng sầu khổ, như nói : *ái nhạo* bố thí, *ái nhạo* tu hành, *ái-nhạo* Đại-thừa kinh.

Ái biệt ly khổ 愛別離苦   Xa lìa những nhơn vật mà

mình yêu thương thì khổ. Ấy là một mối khổ trong tám mối khổ (*Bát khổ*). Như vợ xa chồng, con lìa cha, đôi bên cứ thương nhớ nhau mãi nên thấy mình đau khổ vì chẳng được sum hiệp. Chẳng những ở Nhơn-gian, người ta mắc vào nỗi *ái biệt ly khổ*, mà nơi miền Thiên-thượng, chư Tiên cũng buồn thảm về sự hư hoại, ly tán của những vật mà mình yêu. — Vì nỗi biệt ly mà sanh ra biết bao nỗi khổ, trong đó nỗi khổ lớn nhứt là sự mạng chung !

Ái căn 愛根 : Gốc rễ yêu thương. Ái-dục là một mối phiền não, do nơi căn-bồn đó mà nảy sanh những mối phiền-não khác. Vậy nhà tu hành cần phải chặt dứt cái gốc rễ yêu thương, tríu mến thì dứt luôn được nhiều mối phiền não khác tùng theo.

Ái chấp 愛執 : Giữ lấy sở ái của mình. Cái tình giữ lấy, mắc lấy sự thương yêu, mến, tiếc, cứ tư lự về chỗ đó mãi mà khó rời bỏ.

Ái-dục 愛欲 : *Ái* là tham ái, thân ái (yêu mến). *Dục* là tham dục, lạc dục. *Ái-dục* là tình yêu mến tham dục nồng nàn đối với của cải, nhà cửa, nhứt là với vợ con. — Người vật mà mình yêu mến, tham hưởng cũng kêu là *Ái-dục.*

Trong **Vô-lượng-Thọ-kinh**, có lời Phật phán với Bồ-tát Di-Lặc : *Ái-dục*, vinh-hoa, chẳng giữ thường được, đều sẽ biệt ly, không có cái gì mình vui được hết.

Ái độc 愛毒 : Cái độc hại của lòng thương mến. Sự ân-ái tỷ như món thuốc độc, nó làm hư hại mối đạo của kẻ tu học. Vì vậy mà mấy vị tu hạnh Tỳ-kheo cần phải ly gia, cắt ái.

Ái giả 愛假 : Lòng thương yêu là không thật. Thương là do nơi tình mê mà sanh ra; nếu không mê, không lầm thì đâu có thương mến, vậy nên lòng thương là giả.

Ái hà 愛河 : Sông thương. Lời thí-dụ. Lòng thương mến, ham dục đày đọa người chìm đắm, như dòng sông lôi cuốn người. Sông thương tức là sông mê. *Ái-hà* tức là *Ái-dục hà.*

Qui nguyên trực-chỉ ;
Tây phương hữu Phật hiệu Di-Đà,

Phổ độ chúng-sanh xuất *ái hà.*

(Tây-phương có Phật hiệu Di-Đà,

Độ chúng-sanh ra khỏi *ái hà).*

Ái hải 愛海 :   Biển thương. Lòng thương yêu, trìu mến sâu rộng như biển, nơi ấy con người đắm đuối rất gớm ghê, ấy vì tình thương nhà, tiếc vật. Biển thương tức là biển khổ.

Biển-ái *Ngàn trùng khôn tát cạn ;*

Nguồn ân trăm trượng dễ khơi vơi.

(Bà Huyện Thanh-Quan)

Ái-hệ 愛係 :   Sự trói buộc của lòng thương. Tình ân nghĩa ái ràng buộc trói trăn người vào cõi luân-hồi khổ-não, lên xuống mãi trong cảnh Tam-giái, không có kỳ hạn thoát ra.

Ái-kết 愛結   Sự thắt buộc của lòng thương mến. Cũng như *ái-hệ.* Tham ái là một mối phiền não, nó thắt buộc lấy thân tâm của người, không để cho tự do, tự-tại. Ấy là một mối trong *cửu kết.*

Niết-bàn kinh, quyển 23 : Bực Bồ-tát Ma-ha-tát quán sát sâu xa, thấy sự *ái kết* cũng như kẻ oán-thù giả làm kẻ thân-thiện.

Kẻ ấy, nếu mình thật biết nó, thì nó chẳng làm gì được; còn như mình chẳng biết nó, thì nó hại mình được. Lòng tham-ái, sự *ái-kết* cũng như vậy. Nếu chúng-sanh biết được tánh nó, thì chẳng bị nó đầy vào vòng luân-hồi khổ não ; nếu chẳng biết được nó, thì luân chuyển trong lục thú (sáu nẻo), chịu đủ thứ khổ.

Ái-khát 愛渴 :   Cũng viết : Khát-ái. Cái tâm ái dục của con người tham muốn, vọng cầu như kẻ đương khát mà gặp nước.

Ái-lạc 愛樂 :   Thương mến và vui thích. Ấy là tâm *ý* của những người tin những thiện-pháp về thế gian, đem lòng thương người và vui với người.

Ái-luân 愛輪 : Vòng thương mến. Sự thương tríu ham muốn như cái bánh xe, nó đưa người đi đi lại trong chốn lục-đạo luân-hồi, nó luân chuyển mãi không hề ngừng.

Ái-lưu 愛流 : Dòng nước thân yêu. tham dục. Dòng nước ấy nó lôi cuốn và làm cho chìm đắm những kẻ ham mê.

Ái-ngục : 愛獄 : Ngục tham ái. Lòng ham muốn, tríu mến tỷ như lao ngục : nó buộc, nhốt, bức-bách thân tâm ta còn chặt chịa hơn lao ngục. Vì lao-ngục nhốt một đời ta, còn lòng tríu mến nó bức bách đến các đời sau của ta vậy.

Ái-ngữ 愛語 : Lời nói thương yêu. Ấy là một phương tiện giáo-hóa của bực Bồ-tát để thâu nhiếp chúng-sanh. Bồ-tát dùng lời lành lẽ, nhu nhuyễn, tùy thuận theo các căn cơ, tình ý của chúng-sanh mà an ủi, khai giảng, dẫn dụ họ, tất nhiên được tất cả chúng-sanh vui vẻ mà nghe theo. Nhơn đó, họ nương dựa theo Bồ-tát mà thọ-lãnh đạo lý, được trụ vào chơn-lý. Ái-ngữ là một phương pháp trong *Tứ nhiếp pháp* của Bồ-tát.

Ái nhãn 愛眼 : Mắt yêu thương. Phật và Bồ-tát lấy mắt từ ái mà trông ra chúng-sanh.

Ái nhiễm 愛染 : Thương tríu và nhiễm trước. Ấy là tình thường của chúng-sanh, hay tham ái và nhiễm lấy, mắc lấy. Tức là một mối phiền não.

Ái nhuận 愛潤 : Sự tríu mến thấm nhuần. Con người ta khi sắp chết, khởi lòng phiền não tríu mến, cái tình ấy nó thấm vào hột giống Nghiệp (Nghiệp-chủng), khiến cho họ còn sanh ra trở lại mà chịu lấy cái quả khổ. Chẳng khác nào dầu thấm vào giấy thì ăn lan qua những tờ giấy khác.

Ái nhuế 愛恚 : Thương tríu và giận hờn. Ấy là hai mối lầm (hoặc) thường đi với nhau. Vì có tríu mến thương tiếc nên sanh ra hờn giận, oán thù.

Ái-nghiệp 愛業 : Nhơn-quả trìu mến. Vì cái tâm còn trìu mến, kết thành nghiệp, cái nghiệp ấy nó đem lại cái quả, khổ hoặc sướng, vậy lòng trìu mến tức là nghiệp-duyên vậy.

Ái-quả 愛果 : Quả-báo ái-dục. Sự ham muốn, mến yêu người, vật thì đem lại cái quả-báo ngay đời nầy hoặc đời sau. Thương mến thanh cao thì đem lại cái ái-quả thanh cao, thương mến thấp trược thì đem lại cái ái-quả thấp trược.

Ái-qui 愛鬼 : Con qui thương yêu. Lòng ham chuộng, thương tríu chẳng khác nào loài ác-qui. Nó hại thân tâm của kẻ mê.

Ái tăng 愛憎 : Amour et haine (fr) : Thương và ghét. Hai mối lòng đối với nhau. Tuy đối chọi với nhau mà liên tiếp với nhau, vì có thương thì có ghét. Vậy nên những bực đạt được cái lý Trung-đạo thì chẳng còn cái ý tưởng thương-ghét (*ái tăng*), nên chẳng còn thọ cảm cái khổ. Có thương thì có khổ, như ham-mộ ưa-mến mà chẳng đặng gần, yêu thích mà chẳng đặng toại ý. Có ghét thì có khổ ; như không ưa mà phải ở gần, chán ghét mà phải chung đụng.

Thương có ba cảnh :

1ᵒˡ Trên đối với dưới, ấy là lòng thương xót.

2ᵒˡ Dưới đối với trên, ấy là lòng kính mến.

3ᵒˡ Đồng bực với nhau, ấy là lòng tương thân tương ái.

Ghét cũng có ba cảnh :

1ᵒˡ Trên đối với dưới, ấy là lòng khinh-khi.

2ᵒˡ Dưới đối với trên, ấy là lòng sợ sệt, thán oán.

3ᵒˡ Đồng bực với nhau, ấy là lòng bất bình, ganh ty, giận hờn.

Ái-thích 愛刺 : Mũi nhọn của lòng thương yêu, lòng thương yêu tức là mũi nhọn. Cái lòng ấy độc, hại như mũi nhọn của gươm, giáo ; nó đâm vào tâm, làm cho đau đớn, nhức nhối.

Ái-trước 愛著 :   Tức là ái chấp. Giữ lấy, mắc lấy cái tình thân ái, tham muốn, chẳng chịu rời bỏ cái tình thương mến.

Ấy là mối phiền não tham dục trong *Tam độc.*

Am 庵 Retraite, Pagodon (*fr.*)

Nhà tranh của bực ẩn-dật, nơi ấy có thờ Phật.— Cảnh tịnh-thất nhỏ cất nơi vắng vẻ của người tu thiền-định.— Ngôi chùa nhỏ.

Cùng nhau nương cửa Bồ-đề,
Thảo *am* đó cũng gần kề chẳng xa.

(Kim Vân Kiều)

Lão tiều trở lại lâm sơn,
Tiên, Minh hai gã đều hườn *am* mây.

(Lục Vân Tiên)

Gần dây, họ sẵn *am* vân,
Vào đó họa nhờ thang thuốc.

(Kim Thạch Kỳ Duyên)

☆

Ngó lên *am* tự chùa vàng,
Tu thì đặng đó bỏ nàng ai nuôi.

(Ca dao)

Am - la 菴 羅 Âmra (*scr.*)

Am-la thọ, Cây Am-la, một thứ cây mọc ở Thiên-trước (*Am-la* là tiếng Ấn-độ). *Am-la quả* là trái của cây am-la, trái ấy ngon ngọt ; mà hột nó rất đắng, ăn chẳng được. *Am-la* dịch nghĩa: *nan phân biệt* ; tức là trái am-la từ lúc sống cho đến lúc chín, cái vỏ nó chỉ có một màu xanh mà thôi, khó mà phân biệt trái nào sống trái nào chín ; vì vậy nên gọi là *am-la (nan phân biệt).*

Hạng tu hành xuất gia và tại gia tỷ như *am-la quả*, là vì người đời khó mà phân biệt ai là người trì giái và ai là người phá giái.

Lại tỷ như *am-la quả* là trái mà người ta khó phân biệt sống với chín, có bốn hạng tu hành mà người ta khó phân biệt :

1°) Có người hạnh tinh tế mà tâm chẳng chánh thật.

2°) Có người tâm tinh tế mà hạnh chẳng chánh thật.

3°) Có người tâm tinh tế và hạnh chánh thật.

4°) Có người tâm chẳng tinh tế và hạnh chẳng chánh thật.

Niết-bàn kinh : Như cây *am-la*, hoa thì nhiều, nhưng thành trái thì ít. Cũng như thế, chúng-sanh phát tâm tu cho thành Phật thì vô lượng, nhưng số người thành tựu thì chẳng đáng kể.

Am-la-quả nữ 菴 羅 果 女   Cũng viết : *am-la nữ*. Một cô ky nữ tài danh nhứt ở thành *Duy-da-ly* hồi Phật ra đời. Tuy làm thân ky-nữ, nhưng cô có lòng mộ Đạo, có thỉnh Phật và chư Tỳ-kheo về nhà cô mà cúng-dường. Cô là tình nhơn của vua Tần-bà-sa-la nước Ma-kiệt-đề, thành Vương-xá-Nhơn cuộc tình duyên với vua ấy, cô có sanh được một trai.

Trước khi nhập Niết-bàn, Phật có độ cho cô *Am-la quả nữ*, nhờ đó cô đắc tâm vô-thượng Bồ-đề, thành thục thiện-căn.

Am-ma-la (quả) 菴 摩 羅 (果). Âmra (*scr.*)

Trái Am-ma-la (Âmra). Cũng viết : *Am-la quả.*

Thủ-Lăng-Nghiêm quyển nhì : *A-Na-Luật* thấy trọn cõi Diêm-phù-đề cũng như người-ta xem *trái Am-ma-la* để trong bàn tay.

(Xem : *Am-la quả*).

Am-ma-la thức 菴 摩 羅 識 Âmra-Vijnâna (*scr.*)

Cái thức thứ chín, tên là : *Am-ma-la*. Dịch nghĩa : Thanh-tịnh thức, Vô-cấu thức, Chơn-như thức, Bạch-tịnh thức.

Tánh-tông lập ra chín thức (*cửu thức*), mà cái thức thứ chín, *Am-ma-la thức* vốn là trong sạch, không nhiễm ô, tức là cái Chơn-tâm thường trụ từ vô-thủy của chúng-sanh vậy. Lại cũng kêu cái thức ấy là : *Như-lai tạng.*

An 安 Ksema (*scr*).— Paix (*fr*)

Êm đềm, êm tĩnh. Trái với : *Nguy*. Như : an thân, an tâm, an cả thân tâm. Nhà tu học nhờ giữ tam nghiệp (thân, khầu, ý), nhờ giữ giái, tham thiền, hành Thập thiện, Lục độ mà được an lạc (êm đềm vui vẻ). (Xem : *Tứ an-lạc hạnh*.)

Nhà tu học không bôn ba theo các sự tríu mến, không đồ danh trục lợi nên sống trong chố *an ồn, an tĩnh.*

An-cư 安 居 was (*scr*.)

Kỳ ở yên, là thời kỳ kết hạ vậy. Tăng-đồ ở Ấn độ y theo Thánh-giáo của Phật, ở yên một chố nhằm mùa mưa (was) thường là ba tháng : từ ngày 15 tháng tư tới ngày 15 tháng bảy, trọn ba tháng. Hoặc nói là *Hạ Tọa* (ngồi trong mùa hạ), hoặc nói là *Tọa lạp* (ngồi trong tháng chạp, vì một lạp (chạp) kể là một năm tu.

Lệ *an-cư* khởi sự từ đời Phật. Mỗi năm, trong tám tháng tốt trời thì đức Phật ngự đến nước nầy nước kia mà giáo-hóa. Còn suốt trong bốn tháng mưa, chẳng hạp du-hành, vã lại lúc ấy là mùa cây cỏ, côn-trùng sanh hóa, chẳng muốn hại mạng của chúng, nên Ngài và chư Tỳ-kheo ở yên nơi một nhà thí-chủ hay một ngôi tinh-xá. Bấy giờ chư Tỳ-kheo mặc tình mà tu học.

An-dưỡng (quốc) 安 養 (國) Sukhavati (*scr*.)

Cõi nước nơi ấy người-ta sống đời một cách an-lạc. Cũng kêu : *Cực-lạc quốc.*

Ấy là cõi Tịnh-độ của đức Phật A-Di-Đà, ở về phương Tây đối với cõi Ta-bà của chúng-ta. (Xem : *Cực-lạc quốc*).

An-Dưỡng Giáo-chủ 安 養 教 主   Đức Giáo-chủ cõi An-Dưỡng. Tức là đức Như-lai *A-Di-Đà.*

An-đà-hội 安 陀 會 Antarvàsaka (*scr*.)

Cái áo lót phía trong, trong bộ tam y của nhà sư. Cái áo nầy là năm miếng vải đâu lại (ngũ điều).

Mỗi khi mặc áo *An-đà-hội*, nhà sư nên chú nguyện câu nầy :

Thiện tai giải thoát phục, vô thượng phước điền y, ngã kim đảnh đái thọ, thế thế bất xả ly. ÁN TẤT ĐÀ DA TÁ HẢ !

An-Huệ (Tuệ) 安 慧 Sthîmati (*scr.*)

Tên của một đức Bồ-tát.

An-Huyền 安 玄 biệt hiệu (alias) An-Hầu 安 候

Một nhà Ưu-bà-Tắc ở miền Tây nước Parthie, sang Tàu làm tổng-binh, có dịch kịnh tại Lạc-Dương năm 181, về đời Hậu-Hán.

An-lạc-quốc 安 樂 國 Sukhavati (*scr.*)

An-lạc quốc hay *An-lạc thế-giới* là cõi nước an ổn, khoái lạc. Cũng kêu là : *Cực-lạc quốc, Cực-lạc thế-giới* bên phương Tây, nghĩa là trong nước ấy, người ta được bình yên vui vẻ hoàn-toàn.

Vô-Lượng-Thọ Kinh : Bởi không có những tiếng chi gọi là Tam-đồ (Địa-ngục, Ngạ-qui, Súc-sanh), khổ, nạn, chỉ nghe có tiếng tự nhiên khoái lạc, cho nên cõi ấy kêu là *An-lạc-quốc* (Xem : *Cực-lạc quốc*).

An-lập-Hạnh (Bồ-tát) 安 立 行 (菩 薩) Supratich-thitatchâritra (*scr.*)

Một vị trong bốn vị Bồ-tát chưởng quản chư Bồ-tát hiện đến nghe Phật giảng kinh Pháp-Hoa và đứng đầu trong chư Bồ-tát ấy. Còn ba vị kia là : Thượng-Hạnh (Viçichtatchâritra), Vô-biên-Hạnh (Anantatchâritra), Tịnh-Hạnh (Viçuddhatchâritra).

Cả bốn vị Bồ-tát Đạo sư ấy đều đối trước Phật, nguyện ủng hộ và truyền-bá kinh Pháp-Hoa sau khi Phật nhập diệt.

An-ổn 安 隱 Paix, Quiétude (*fr.*)

Bình yên vững vàng. Thân và tâm đều được an-ổn. Kẻ tại-thế chẳng bị nợ nần trói buộc, chẳng bị oán-tặc cướp giựt, tức là *an-ổn*. Người xuất-gia, tu hạnh Giải thoát, chẳng bị những mối phiền não trói buộc và phá hại, đó tức là *an-ổn*.

Niết-bàn Kinh, quyển 31 : Hoại Kết Tặc, cố danh *An-ổn*. (Vì trừ xong các mối Trói-buộc và Tặc-nghịch, cho nên kêu là *An-ổn*).

An-pháp-Hiển 安法賢 Dharmabhadra (*scr.*). — Nan-fa-Hien (*ch.*)

Một nhà sư xứ Parthie qua Tàu, dịch kinh tại Lạc-Dương trước năm 265 (về đời Tam Quốc, ở nước Ngụy).

An-pháp-Khâm 安法欽 Nan-fa-kinn (*ch.*)

Vị sa-môn dịch kinh tại Lạc-Dương từ năm 281 đến năm 306, về đời Tây-Tấn bên Tàu.

An-thế-Cao 安世高 *biệt hiệu* 別 號 *An-Thanh* 安清 *hay An-Tĩnh* 安 靜 Ngan-che-kao (*ch.*)

Vị Sa-môn người Thiên-Trước miền Nam dịch Kinh tại kinh-thành Lạc-dương từ năm 148 đến năm 170, về đời Hậu Hán bên Tàu. Tiếp theo **Ca-Diếp Ma-Đằng** (Kàçyapa Màtanga) và **Pháp-Lan** (Dharma Aranya), *An-thế-Cao* là nhà cao tăng sang Tàu trong thời kỳ đầu và rất có công trong sự phiên dịch chữ Phạn ra chữ Hán,

Ngài vốn là một vị hoàng thái tử xứ An-Tây (Parthie), sắp lên ngôi trị nước, song ngài nhường lại cho chú ngài mà đi xuất gia. Trong vòng 23 năm ở Trung Quốc, ngài dịch được 176 bồn, song vì giặc giã và nội loạn nên thất lạc hầu hết, người ta còn giữ được lối 55 bồn.

An-thế-Cao rất sở trường trong sự diễn dịch những kinh *A-hàm*.

Trong truyện có chép rằng *An-thế-Cao* là một nhà sư học rộng, biết cả Phật-pháp và ngoại-điển. Ngài có phép Thiên-nhĩ thông, nghe biết tiếng chim, tiếng thú. Ngài cũng đắc Túc-mạng thông, biết việc đời trước của người và của mình. Ngài biết rằng ngài sẽ trả Nghiệp, cho nên lúc Trung quốc có loạn, ngài vui lòng chịu chết dưới lưỡi gươm của giặc.

An-xà-na (dược) 安 闍 那 （藥） *An-xà-na* là tiếng Phạn (Sanscrit). *An-xà-na* dược là món thuốc rất có công hiệu đối với bệnh đau mắt.

Niết-bàn kinh, quyển 37 : Kinh Niết-bàn nầy có thể là món Đại lương-dược đối với những kẻ Giới mục (cặp mắt Giới hạnh) đã hư hoại ; tỷ như ở thế-gian, *An-xà-na* dược có khả năng trị bệnh đau mắt của người đời.

Ăn (ốm) 唵 **Aum** *(scr.)*

Ăn (ốm) là chữ đầu trong nhiều câu chơn ngôn.

Đạo Phật tông Chơn-ngôn (Mật-giáo) thường dùng chữ ấy, mà đạo Bà-la-môn cũng có dùng.

Chữ ấy có công dụng thay thế cho chư Phật, chư Thánh, chư Thần. Ấy là chữ có sức linh hơn hết.

Chữ *Ăn* lại là biểu-hiệu của cái Chơn-như, cái Hư-không vô tận, cái Tuyệt đối chẳng có thể nghĩ-bàn. Tiếng *ăn* là tiếng tạo-tác, nó sáng lập ra muôn vật muôn cõi. Các thanh-âm trong Vũ-trụ phát lên là do nơi tiếng *ăn* vậy.

Những nhà tu hành huyền bí khéo suy nghiệm và niệm chữ *ăn* thì nghe rõ các thinh-âm trong các cõi thế-giới, hiểu sự phát sanh của mọi vật và tự mình được đến cảnh Giải thoát cao viễn.

Ăn-ma-ni-bát-di-Hồng 唵 嘛 呢 叭 嚩 吽 **Aum-Mani-Padmé-Hum** *(scr.)* **Aum, le Joyau dans le Lotus** *(fr.)*

Câu chú rất linh bằng tiếng Phạn, hiệp lại sáu chữ. Nên đọc : *Ốm-Ma-Ni-bát-mê-hồng.* Tức là câu *Lục-tự Đại-Minh Chơn-ngôn.* Các người tu Phật, nhứt là các người tu Phật ở Tây-Tạng thường đọc câu ấy lắm. Có lắm người nhập thất, đọc luôn câu ấy hết ngày thâu đêm. Đọc câu ấy thì được chư Phật phò-trì, tu hành tấn-hóa và khi thác thì vãng sanh về cõi Tịnh-độ.

Mỗi lần niệm mà muốn có công hiệu thì nên niệm cho đủ 108 lần.

Câu chú niệm ấy có nghĩa như vầy :

Án : chữ thay thế cho chư Phật, chư Thánh, chư Thần, gồm tất cả Võ-trụ.

Ma-ni : món quí báu (joyau)

Bát-mê : hoa sen

Hồng : chữ linh, chư quỉ thần nghe tiếng ấy đều kính nể, hộ trợ.

Vậy trọn câu niệm có ý nghĩa : Cái quí báu trong hoa sen !

Người niệm câu ấy có ý mong rằng mình sẽ vượt qua các quả mà đến ngôi vị của Phật. Hoặc họ có ý nguyện chừng thác thì sẽ được mình ngồi trong tòa sen ở cảnh Tịnh-độ ở Tây phương.

Bên Tây Tạng, từ người tu xuất-gia cho đến kẻ thiện-tín tại gia, ai nấy đều trì niệm câu Lục tự đại-minh chơn-ngôn ấy.

Riêng ai muốn chuyên môn tu pháp-môn ấy thì họ đến cầu pháp, thọ lễ «qui-y» ở một vị sư.

Anh-lạc 瓔 珞 Kevura *(scr.)*.— Collier de perles, de diamants *(fr.)*

Xâu chuỗi bằng châu ngọc. Ấy là món đồ trang sức mà các hàng quí-nhơn tại tục ở Ấn Độ đeo nơi cổ, nơi ngực, nơi đầu. Chư Bồ-tát và chư Thiên nữ cũng tự trang sức bằng *anh-lạc*. Lại những loài rắn chúa, rồng chúa cũng có đeo *anh-lạc* bằng châu báu.

Anh-võ-vương 鸚 鵡 王 Perroquet-roi. Chim két chúa.

Một hôm chim két chúa đến chầu Phật và cầu Phật đến nghỉ một đêm trong rừng của nó. Đức Phật nhận lời.

Ảo 幻 Mâyâ *(scr.)*.— Illusion, Prestidigitation, Magie *(fr.)*

Cảnh giả mà có tuồng như thật. Sự giả, cảnh bịa tạo ra bởi nhà có *ảo thuật*, làm cho mắt người ta thấy rõ ràng. Giả như vị đạo sĩ ở giữa công chúng, lấy một hột xoài khô mà trồng, kế trong phút chốc thì cây xoài lớn lên và có trái, kế trái chín.

Sự *ảo* vốn không thật, không tự-tại, không trụ được lâu dài. Các nhà học Phật chơn chánh, chư vị Bồ-tát cho đời người, các pháp hữu-vi trong thế gian đều như *ảo*, tức là giả dối, khi phát hiện ra thế nầy, khi biến đổi ra thế khác, và chỉ thoảng qua mà thôi.— *Ảo* là tiếng dịch nghĩa chữ *Mada* (Mâyâ), tên bà mẹ của Phật. Chữ *ảo* chính ra phải đọc là *huyễn*, nhưng xưa nay người ta quen đọc là *ảo*.

Ảo dã 幻野   Cảnh đồng ruộng ảo-hóa, không thật. Dã : cảnh đồng ruộng mênh mông, tức là cõi sanh tử (luân-hồi). Thật ra, con đường sanh-tử triền miền chẳng qua là mộng ảo thôi !

Ảo diệm 幻燄   Trò ảo-hóa và ngọn lửa nháng. Công danh, sự nghiệp của người-ta, các cuộc thành bại, cho đến trọn một đời người, chẳng qua là một trò ảo hóa, một ngọn đuốc nháng mà thôi ! Như vậy, có chi mà đáng tham mê, có chi mà đáng sầu tủi, oán hận, chán ngán !

Ảo hoặc 幻惑   Cũng đọc : *huyễn hoặc*. Dùng ảo thuật làm mà con mắt người-ta, chớ chẳng thiệt có. Chỉ là hư-vọng thôi.

Ảo hóa 幻化   Ảo cảnh, ảo tướng biến hóa ra do nhà thuật-sĩ, nhà tu-luyện dùng sức tư tưởng mà tạo ra. Nhưng thật sự thì chẳng có. Đời người ta chẳng khác chi một tuồng *ảo hóa*.

Ảo hữu 幻有   Sự có một cách mộng ảo. Đó là nói về những pháp hiện-hiện, có một cách tạm thời vậy thôi, chẳng khác chi tuồng ảo-hóa. Ấy là tướng chẳng phải có chẳng phải không.

Ảo lực 幻力   Sức biến hóa. Nhà học đạo nếu căn trí lớn thì *ảo lực* mạnh, nếu căn trí nhỏ thì *ảo lực* yếu. Bực thiền-định sâu xa thì *ảo lực* rất mạnh mẽ.

Ảo môn 幻門   Pháp-môn ảo-hóa. Pháp-môn dạy người ta biến hóa ra các vật, các cảnh.

Ảo mộng 幻夢   Trò biến hóa và giấc chiêm bao. Việc không thật, không bền. Tức như công danh, phú quí đều là *ảo mộng*. Những việc mơ ước xa vời không thành tựu cũng kêu là *ảo mộng*.

Ảo-pháp 幻法   Pháp thuật của vị ảo-sư cùng là pháp-môn ảo-hóa đều kêu là ảo-pháp.

Ảo-sư 幻師 **Prestidigitateur, Magicien** (*fr.*)

Ông thầy có thuật ảo-hóa, đem trình bày tài nghề mình một cách khéo léo, làm cho công chúng tưởng là chuyện có thật. Cũng kêu là ảo-nhơn. Các nhà ngoại-đạo đồng thời với Phật gọi ngài là *Ảo-sư, Đại ảo-sư.* (*Xem :* Đại ảo-sư).

Ảo-tâm 幻心   Lòng dạ ảo, không thật. Cái tâm-thức của con người tùy theo duyên mà phát sanh, tùy theo cảnh mà phát khởi, khi buồn lúc vui, có hồi khoái chí, có lúc chán nản. Cái tâm-thức ấy vốn không bền bỉ, không có tánh thật, chẳng khác chi là ảo.— Lại cái lòng dạ mông cầu, sự vô lý, không thể đạt cũng kêu là *ảo-tâm.*

Ảo tướng 幻相   Cái thể-tướng không thật, chẳng khác chi mộng ảo.

Ảo thân 幻身   Cái thân không thật. Cái thân con người khi vầy khi khác, lúc mạnh lúc đau, vừa trẻ, đến già, kế chết, chẳng khác chi trò biến hóa, giấc chiêm bao. Cho đến cái thân của đức Phật cực kỳ xinh đẹp, có đủ 32 tướng tốt chánh, 80 tướng tốt phụ thuộc, có vòng hào quang, mà Ngài cũng cho là *ảo-thân.*

Ảo-thuật chơn-ngôn 幻術真言   Câu thần chú bí mật có thuật biến hóa ra vật nầy vật khác, cảnh nầy cảnh khác. Đó là về khoa bí-truyền.

Ảo trần 幻塵   Trần-cảnh dường như trò ảo-hóa, chẳng bền, chẳng thật. *Trần* tức là *lục trần;* sắc, thinh, hương, vị, xúc, pháp.

«Qui-nguyên trực-chỉ» : Hệ niệm Tịnh-cảnh, *ảo-trần* cu diệt.

Ất-Bệ 頞鞞 **Asvajit** (*scr.*)

Một vị trong hàng *Ngũ Tỳ-kheo* được Phật độ trước nhứt khi ngài chuyển Pháp-luân ở vườn Lộc gần thành Ba-la-nại (Bénarès).— Cũng đọc : **A-thấp phược-thị** 阿濕縛恃

Có chỗ, như **Vô-Lượng-Thọ kinh** dịch tên ngài là *Chánh-Ngữ*. Át-Bệ là một vị sư rất đúng oai nghi, rất đoan-chánh trong cử chỉ, trong lời ăn tiếng nói.

Cũng có chỗ dịch tên ngài là *Mã Thắng, Điều Mã, Mã Sư*, tức là bực thắng phục, điều-trị thân-tâm mình như nhà cởi ngựa giỏi cầm cương ngựa.

Chính vì cảm hóa cử-chỉ của Át-Bệ nên Xá-ly-Phất (Çariputra) bỏ tà-sư ngoại đạo mà qui-y theo Phật, sau khi thọ lãnh nơi Át-Bệ bài kệ nầy :

> Chư pháp nhơn-duyên sanh,
>
> Diệt tùng nhơn-duyên diệt;
>
> Ngã Phật Đại Sa-môn
>
> Thường tác như thị thuyết.

(Các pháp do nhơn-duyên mà sanh ra, cũng do nhơn-duyên mà tiêu diệt. Đức Phật của tôi, ngài Đại-Sa-môn thường dạy như vậy.)

Âm 音 Vara (*scr.*). — Son, Voix (*fr*)

Tiếng nói, dọng nói. Lời ăn tiếng nói êm ái, nhu thuận, như *mỹ âm, điệu âm*. Tiếng nầy tiếng kia phổ cập với nhau điều hòa, như *âm nhạc* — Tiếng nói của chư Phật có đủ tám đặc-tánh (*Bát âm*) :

1. — *Cực hảo âm* : Tiếng rất tốt, rất êm dịu.

2. — *Nhu nhuyễn âm* : Tiếng êm dịu, nhu thuận.

3. — *Hòa thích âm* : Tiếng điều hòa, đúng đắn.

4. — *Tôn huệ âm* : Tiếng nói ra làm cho người tôn trọng và khai minh trí-huệ.

5. — *Bất nữ âm* : Tiếng hùng hồn, chẳng giống tiếng đờn bà con gái.

6. — *Bất ngộ âm* : Tiếng tròn trịa, minh mẫn, chẳng lầm lộn.

7. — *Thâm viễn âm* : Tiếng rất sâu xa, ở gần nghe chẳng lớn, ở xa nghe cũng vừa.

8. — *Bất kiệt âm* : Tiếng chẳng hết, khiến người nghe đều được ngộ Đạo.

Trong *Địa-Tạng kinh* phẫm thứ nhứt có ghi: Đức Phật Thích-Ca Mâu-Ni phát ra biết bao nhiêu tiếng nói vi-diệu. như: Đàn-na Ba-la mật âm (Tiếng bố thí). Thi-la Ba-la mật âm (Tiếng Trì-Giới), Sàn-đề Ba-la-mật âm (Tiếng Nhẫn nhục), Tỳ-ly-gia Ba-la-mật âm (Tiếng Tinh-tấn), Thiền-na Ba-la-mật âm (Tiếng thiền-định), Bát-nhã Ba-la mật âm (Tiếng Trí-huệ), Từ-bi âm, Hỷ-xả âm, Giải-thoát âm, Vô lậu âm, Trí-huệ âm, Đại Trí-huệ âm, Sư-tử hống âm, Đại sư-tử hống âm. Vân-lôi âm, Đại Vân lôi âm...

Về tôn-giáo hoặc về thế-tục, âm nhạc diều hòa đều do nơi *ngũ-âm*, *bát âm*. *Ngũ-âm*: Cung, thương, dốc, chủy, vũ. Ấy là năm thứ tiếng khác nhau, xen lẫn nhau hiệp thành âm-bộ. *Ngũ-âm* cũng kêu là ngũ thinh:

1. — Cung là tiếng thổ (đất), là vua, ở Trung ương.

2. — Thương là tiếng kim (loại kim như vàng, bạc, đồng v.v.), là quan, ở phía Tây.

3. — Dốc là tiếng mộc (loài cây), là dân. ở phía Đông.

4. — Chủy là tiếng hỏa (lửa), là việc dân-tình, ở phía Nam.

5. — Vũ là tiếng thủy (nước), là vạn vật, ở phương Bắc.

Cung thương, làu bậc *ngũ âm*,

Nghề riêng ăn đứt hồ cầm một trương (Kim Vân Kiều).

Bát âm: Trong các món âm-nhạc, mỗi món đều có một thứ âm-thinh riêng. Tất cả là tám àm.

1. — Ty (tiếng dây đàn).

2. — Trúc (tiếng ống sáo tre).

3. — Kim (tiếng chuông đồng).

4. — Thạch (tiếng khánh đá).

5. — Bào (Tiếng sênh).

6. — Thổ (tiếng trống đất).

7. — Cách (tiếng trống da).

8. — Mộc (tiếng mõ cây.)

Âm giáo 音教   Giáo pháp bằng âm thinh. Tức là sự dạy đạo của đức Phật. Ngài dùng lời nói mà thuyết pháp, giảng đạo cho các hàng đệ tử xuất-gia và tại-gia, chớ không có dùng *văn-tự*.

Âm hưởng nhẫn 音響忍   Đức nhẫn về tiếng dội. Ấy là một đức nhẫn trong *Tam nhẫn*. Đối với lời ăn tiếng nói dầu cho cộc cằn, thô tục, đều bỏ ngoài tai; đối với tiếng xao động, lộn xộn, cũng chẳng nghe chẳng biết. Lại đối với lời ngon tiếng ngọt, đối với tiếng đờn giọng hát, cũng không sanh lòng tríu mến, Ấy là *âm hưởng nhẫn*.

Âm-thinh 音聲   Tiếng người, tiếng vật, mọi thứ tiếng chi nhập vào căn tai đều kêu là *âm thinh*. Như Phật dùng *âm thinh* mà thuyết pháp để tế độ chúng-sanh. Cuộc hoằng hóa đạo-lý của ngài bằng cách giảng-thuyết kêu là *âm-thinh sự nghiệp*.

Chư tu hành đắc phép *Tam-muội* về *âm-thinh*, ngồi một chỗ mà nghe được các thứ tiếng ở các nơi xa, hoặc nghe hiểu các thứ tiếng nói của các hạng chúng-sanh: Thánh, Tiên, Thần, người, thú vật.

Ngài Quan-thế *Âm* Bồ-tát nghe được các thứ *âm thinh* của các chúng-sanh trong các cõi thế-giới, nhứt là những lời than van, thống thiết, những câu cầu nguyện trong khi hoạn nạn, tai hại. Nhờ vậy mà ngài tiện bề cứu khổ cứu nạn cho chúng-sanh.

Hòa nhã âm 和雅音   Tiếng hòa thuận, êm ái. Ấy là tiếng của các loài chim ở cõi Cực-lạc thế giới, như: Bạch hạc, Khổng tước, Anh-võ, Xá-ly, Ca-lăng-tần-già. Những loài chim ấy, ngày đêm kêu ra những tiếng dịu hòa, thanh nhã. Tiếng chim ấy ca ngâm những bài thuyết-pháp như giảng về ngũ căn, ngũ lực, bảy phần Bồ-đề và tám đường Thánh-đạo. Chúng-sanh ở Cõi ấy nghe tiếng chim kêu thì đem lòng niệm Phật, niệm Pháp, niệm Tăng

Vi diệu âm 微妙音   Tiếng rất nhiệm mầu. Ấy là tiếng tủ trong những hàng cây báu và lưới báu ở cõi Tịnh-độ của đức Phật A-Di-Đà. Mỗi khi gió thổi lay ray, phớt qua động những hàng cây báu và lưới báu thì nghe có *tiếng vi diệu*, dường như trăm ngàn món nhạc đồng hòa với nhau một lượt. Nghe tiếng ấy, tự nhiên lòng bắt niệm Phật, niệm Pháp, niệm Tăng.

Âm 陰 **Skandas** (scr.). — **Agrégats** (fr.)

Chất, món; như : *Ngũ Ấm (Ngũ Uẩn)*. Phạn : Skandas, Pháp : Agrégats. Trái với *Dương*; lẽ, vật tương đối trong vũ-trụ, phần tích cực (positif) gọi là *Dương*, phần tiêu cực (négatif) gọi là *Âm*; như trời là dương, đất là âm, sáng là dương, tối là âm, chồng là dương, vợ là âm v.v... — Không mưa không nắng, như *âm âm u u*. — Tối tăm, sâu kín, không phô trương, kẻ phàm chẳng hiểu, chỉ có quỉ thần biết mà thôi; như: âm-công, âm-chất, âm-đức, âm-oán v.v... — Tiếng dùng để gọi người chết, cảnh bên kia, như: âm-hồn, âm-phần (mồ mả), âm-gian (đối với dương gian), âm phủ.

Âm ảo (huyễn) 陰幻

Năm âm hiệp làm con người, làm chúng-sanh; năm âm ấy như ảo-hóa, chẳng thật, khi có khi không, thoạt còn thoạt mất. Tức thân người là ảo-hóa (pháp : mirage, illusion).

Âm cảnh 陰境

Cảnh-giái ngũ âm (ngũ uần), tức thân-tâm. Một cảnh trong mười cảnh : 1) *Âm cảnh*, 2) Phiền-não cảnh, 3) Bệnh-hoạn cảnh, 4) Nghiệp-tướng cảnh, 5) Ma-sự cảnh, 6) Thiền-định cảnh, 7) Chư kiến cảnh, 8) Mạn cảnh, 9) Nhị thừa cảnh, 10) Bồ-tát cảnh. Mười cảnh-giái trên có chép rõ trong «Ma-ha chỉ-quán» chương năm.

Âm-ma 陰魔

Ma ngũ âm (ngũ uần). Ngũ âm (sắc, thọ, tưởng, hành, thức) làm mê-hoặc chúng-sanh, khiến cho họ quên mất Phật-tánh nơi mình, tỷ như loài ma, nên kêu là *âm-ma*. Ấy là một thứ ma trong *Tứ ma*.

Âm, Nhập, Giái 陰入界

Ba khoa nơi con người, nơi chúng-sanh. *Âm* là *Ngũ Âm, Ngũ Uần*. *Nhập* là *Thập Nhị Nhập*. *Giái* là *Thập-bát Giái*. *Âm, Nhập, Giái* tức là thân tâm của chúng-sanh.

Niết-bàn kinh : Người ta không thể nói quyết rằng cái tâm trụ tại *Âm, Nhập, Giái*, hoặc chẳng trụ tại đó.

Âm-tạng 陰藏

Cái âm-căn của Phật không hiện ra ngoài như của người đời, nó ẩn vào trong bụng, nên kêu là *âm-tạng*. Ấy là tướng thứ mười trong *Tam thập nhị tướng*.

Âm tiền 陰錢

1.— Giấy tiền đốt cúng âm hồn.
2.— Tiền bạc dùng nơi Âm-phủ.

Âm vọng 陰妄

Ngũ âm (ngũ uần) là giả dối, chẳng thật, chẳng bền, nên kêu là *âm vọng*.

Ầm tửu 飲 酒   Uống rượu. Giới-luật của chư tu-hành tại-gia và xuất-gia đều cấm uống rượu. Chẳng những là cấm uống rượu, lại còn cấm mua rượu, bán rượu và tới lui nơi hàng rượu.

Vì rượu uống vào thì say; con người trong lúc say, mất sự tự chủ.

Uống rượu phạm mười tội lỗi như dưới đây :

1.— Nhan sắc trở nên xấu.

2.— Té ngã, ương yếu.

3.— Mắt trông thấy chẳng tỏ rõ.

4.— Hiện ra tướng hờn giận.

5.— Hư hỏng ruộng vườn, việc làm ăn, của cải và sanh mạng.

6.— Cho đến mang tật, bệnh.

7.— Tăng thêm sự gây gổ, kiện cáo.

8.— Tiếng xấu bay khắp nơi.

9.— Trí-huệ giảm thiểu.

10.— Chừng thác, đọa vào nơi ác-lụy.

Ần 恩 **Bienfaits, Amour** (*fr.*)

Ơn. Đối với *Oán.* Có hai nghĩa :

1°/ *Ần huệ.* Những sự săn sóc, vùa giúp do lòng thương. Như ơn thầy ơn bạn, ơn nhà từ thiện bố thí.

Ần trạch. Ơn thấm nhuần như nước mưa bồ trợ cho cây cối. Như ơn vua chúa, ơn cha mẹ.

Ần huệ, Ần trạch hay *Ần đức* là các sự phước lạc do bề trên, do bực đại-tâm ban bố.

Niết-bàn Kinh, quyển 26 : Ở đời, có hai hạng người khó gặp : một là hạng làm *ân,* hai là hạng nhớ *ân.*

2°/ *Ần ái.* Lòng yêu thương nhau, đùm bọc nhau, sướng cùng hưởng khổ cùng chia. Như tình ân ái giữa vợ chồng, ân nghĩa, ân tình.

Ba sinh ân ái hai hàng lệ ;

Chín đợt từ-bi một nén hương. (Đề truyện bà Thị Kính)

Ân ái hà 恩愛河   Sông ân ái. Tình thương giữa vợ chồng, cha con tỷ như nguồn nước sông. Nó làm chìm đắm con người.

Ân ái ngục 恩愛獄   Ngục ân ái. Tình thương giữa vợ chồng, con cái nó giam hãm con người, chẳng khác nào lao ngục cầm nhốt, trói buộc, hành phạt tội nhơn. Vì sự lưu luyến ấy mà chúng ta mất cái tự do, tự tại. Vì trìu mến ấy mà lắm nhà tu hành chẳng nở *xuất gia lầm đạo.*

Ân điền 恩田   Ruộng ơn. Một thứ phước trong *tam phước.* *Ân điền* là : Đối với cha mẹ có công sanh thành, đối với *sư trưởng* ra công giáo-hóa, ta phải phụng-sự đặng đền đáp, thì ta đặng phước-đức, tỷ như người nông phu trồng trực trên ruộng thì có ngày được gặt hái vậy. — Hòa thượng và A-xà-lê (Giáo-thọ) sanh cái pháp-thân ta ra; cha và mẹ sanh cái nhục-thân ta ra; bốn vị ấy kêu là *ân-điền* (**Đại-Tạng pháp số**)

Ấn 印 **Mudrâ** (*scr.*). — **Geste magique, sceau** (*fr.*)

Đọc theo Phạn : Mẫu-đà-la (Mudrâ). Phù hiệu, cách đứng ngồi có ý nghĩa về Đạo.

Dấu hiệu của một cái ý định đã quyết. Cái dấu bề ngoài dùng để tỏ rằng mình quyết tới quả Phật. Về môn *Ấn*, bàn tay mặt biểu hiệu cho « cõi Phật », bàn tay trái « cõi Người ». Ngón tay cái nghĩa là « Vô-trụ Càn-khôn », ngón trỏ thế cho « Phong », ngón giữa là « Hỏa », ngón áp út « Thủy », ngón út « Thổ ».

Thần ấn : Bắt ấn linh, nhập vào Phật-trí.

Phục-ma-ấn : Bắt ấn trừ tà.

Tâm ấn : Sự truyền đạo tâm. Đức Đạt-ma nói rằng ngài qua Tàu đặng truyền *Tâm ấn.* Phật ở trong tâm. Phải tham thiền thì trong tâm rõ ra Phật, tức là giác ngộ.

Phái Chơn-ngôn tông (Mật-tông) rất sở trường về ấn, chú ; nhờ *ấn,* chú mà nhập vào hào-quang của Phật ; trong khi bắt *ấn*, niệm chú ngồi đàn thì được chư Phật, chư Bồ-tát, chư Thần hộ trợ cho một cách đắc lực.

Lại nữa, những cách đứng, cách ngồi cùng vẻ mặt theo ta thấy nơi các tượng cốt chư Phật, chư Bồ-tát trong các chùa, đền đều là ấn tất cả, mỗi cách đứng, mỗi cách ngồi, mỗi dấu hiệu bằng tay, mỗi vẻ mặt đều có sức cảm hóa riêng vậy.

(Xem : Ngũ Phật kiết-ma ấn)

Ấn Độ 印度 Inde (*fr.*)

Cũng kêu là : *Thiên-trước, Tây-thiên, Tây-Vực,* Một cõi đất miền Nam châu Á, nơi sinh trưởng của Đức Phật Thích-Ca và nơi phát tích của đạo Phật.

Hồi đức Phật Thích-Ca ra đời, *Ấn độ* chia ra nhiều nước nhỏ và mười sáu nước lớn, có danh tiếng như dưới đây :

1.— Ma-kiệt-đà (Magadha)	9.— Câu-đàm-di (Kausambô)
2.— Tỳ-xá-ly (Vaisali)	10.— Bát-đá-la (Pancala)
3.— Câu-tát-la (Kosala)	11.— Ba-sá-ly-phất (Patalipouttra)
4.— Thất-la-phiệt (Sravasti)	12.— Mạc-thổ-la (Mathura)
5.— Chiêm-bà (Campaka)	13.— Ô-thi (Usa)
6.— Bát-la-ni-ti (Baranassi)	14.— Bôn-tra-bạc-đa (Bungavar-dhana)
7.— Ca-tỳ-la-vệ (Capilavastou)	15.— Đề-bà-bạt-da (Devatara)
8.— Câu-thi-na (Kusinagara)	16.— Kha-thi, Ca-thi (Kasi)

Trong các nước ấy, nước Ma-kiệt-đà là lớn hơn hết, ở về phía Nam sông Hằng, làm trung tâm cho toàn cõi *Ấn độ.*

Từ xưa đến nay, dân chúng ở *Ấn Độ* chia ra làm bốn giai cấp : 1°/ *Bà-la-môn,* hàng đạo-sĩ thay mặt cho các giai cấp mà giao thông với Thần linh. 2°/ *Sát-đế-ly,* hàng vua chúa công-khanh, lãnh quyền trị nước. 3°/ *Phệ-xá,* hàng thương mãi, trưởng giả. 4°/ *Thú-đà-la,* hạng làm ruộng rẫy, thợ thuyền.

Ngoài bốn giai cấp ấy, còn hạng Ba-ly-a (Pariahs), dòng nô lệ cha truyền con nối. Hồi đức Thích-Ca thành Đạo, Ngài có cái ý kiến đại từ-bi, quyết giải thoát cho các hạng dân ở *Ấn độ,* nên trong Đạo của Ngài, Ngài cho ai nấy đều thọ phép qui-y, giữ giới tại-gia hoặc xuất-gia. Vào trong Đạo Ngài mà làm thầy tu thì không còn phân biệt giai-cấp nữa.

Sau khi đức Phật diệt-độ, có 28 đời Tổ sư nối nhau mà hộ trì và truyền bá đạo Phật ở *Ấn độ* trong khoảng một ngàn năm. (Xem : *Tổ sư*).

Ẩn-cư 隱 居 Retraite

Ở kín nơi rừng núi đồng ruộng đặng lánh tục, tu hành. Chớ chẳng ở *hiển hiện* nơi thị tứ, vì đó là chốn phồn hoa náo nhiệt, khó bề tu thiền nhập định. Ẩn cư thì dành là không màng việc mua danh bán lợi, chỉ lo ở ẩn mà sửa mình, tịnh lự vậy thôi.

Ẩn-mật-nghĩa 隱 密 義 Sens occulte ou ésotérique *(fr.)*

Ý kín đáo để cho người trong môn phái hiểu mà thôi. Đối với *hiển liểu nghĩa*. Cũng như mật-giáo đối với hiển-giáo.

Trong các bài thuyết pháp của đức Phật gom vào ba tạng kinh, đều có chứa hai nghĩa: ẩn mật nghĩa và hiển liểu nghĩa.

Những lời văn trôi chảy, nói đâu hiểu đó một cách phân minh, đó là nghĩa ngoài: *hiển liểu nghĩa.*

Nghe suốt qua lời nói, đọc suốt qua câu kinh, mà thấy cái ý gốc còn lại, chẳng tiện giải bày cho người chưa có thể thấu đáo, ấy là nghĩa là sâu kín : *ẩn mật nghĩa.*

B

Ba-ba-la (thọ) 波 波 羅 (樹) Pippala *(scr.)*

Cũng viết : *Tất-bát-la.*

Tên thiệt của cây Bồ đề. Kinh Trường-A-hàm có chép rằng: Thuở đời người ta hưởng thọ tám muôi tuổi, đức Phật Tỳ-bà-Thi (Vipasyin) ra đời. Ngài là dòng Sát-ly, họ Câu-ly-nhã, cha là Bàn-Đầu, mẹ là Bàn-Đầu Bà-Đề. Ngài ở thành Bàn-Đầu Bà-Đề, ngồi dưới cây *Ba-ba-la*, thuyết pháp ba hội, độ cho người ta được 348.000 người.

(Xem : *Bồ-đề thọ*)

Ba-dạ-đề 波 夜 提 Payattika *(scr.)*

Cũng viết : *Ba-dật-để*. Tức là 90 giái trong 250 giái Tỷ-kheo, 178 giái trong 348 giái Tỷ-kheo-ni.

(Xem : *Bà-dật-đề*)

Ba-dật-để 波逸提 Payattika (*scr.*)

Tội Ba-dật-để. Tội phạm giái luật, dịch là *Đọa*, bởi vì do tội ấy mà bị đọa lạc Địa-ngục. Cũng dịch : *Ứng đối trị*, tức là đối với trưởng lão, mình xưng tội thì được trong sạch. Trong 250 giái Tỷ-kheo, có chín chục giái *Ba-dật-để*.

Trong 348 giái Tỷ-kheo-ni, có 178 giái *Ba-dật-để*

Trong Niết-bàn kinh, chép là *Ba-dạ-đề*. (Xem : *Nhị bá ngũ thập giái*. Xem rõ 90 giái Ba-dật-để của Tỷ-kheo, 178 giái Ba-dật-để của Tỷ-kheo-ni trong quyển «Tăng-đồ nhà Phật»).

Ba-đầu-ma 波頭摩 Padmâ (*scr.*)—. Lotus (*fr.*)

Chữ Phạn, có nghĩa hoa sen. Tức là hoa sen hường. hoa sen đỏ. Có khi người ta cũng gọi hoa sen trắng là *Ba-đầu-ma*. Ấy là thứ hoa sen mà ta thấy ở thế gian nầy. Cọng nó có gai nhọn.
Ba-đầu-ma cũng kêu : Bát-đầu-ma, Ba-đầu-mộ, Bát-đặc-ma.

Ba-đầu-ma-Thắng Như-Lai 波頭摩勝如來

Tên một đức Phật hồi đời quá khứ, có nghĩa : Hoa sen trồi hơn hết.
Địa-Tạng kinh : Lại thuở xưa, có đức Phật ra đời, hiệu là *Ba-đầu-ma-Thắng Như-lai*. Như có nam-tử, nữ-nhơn nghe danh hiệu đức Phật ấy cho lọt vào căn tai, người ấy sẽ được ngàn lần sanh trở đi trở lại trong sáu cảnh Tiên nơi cõi Dục-giái. Huống chi là hết lòng xưng niệm ?

Ba-la-di (pháp) 波羅夷 (法) Parajika (*scr.*) —. Cas de dégradation (*fr.*)

Dịch nghĩa : *Bất cọng trụ pháp*.

Tội trọng làm cho Phật-tử bị trục-xuất khỏi giáo-hội. Tội *Ba-la-di* lại có bốn nghĩa :

1.— *Khi-tội* : Kẻ phạm *Ba-la-di* dường như người đem Phật-pháp mà bỏ xuống biển, mất hết nhơn mầu quả đẹp

2.— *Đọa-tội* : Kẻ phạm *Ba-la-di*, chừng thác sẽ đọa trong ba nẻo : Địa-ngục, Ngạ-quỉ, Súc-sanh.

3.— *Kẻ khác, Loài khác hơn được mình* : Khi mình chưa phạm *Ba-la-di*, mình hơn bọn ma tà, ngoại-đạo. Tới chừng mình phạm rồi, họ hơn mình.

4.— *Cực-ác* : Trong các tội phạm, *Ba-la-di* là tội nặng nhứt, tỷ như đầu rơi khỏi cổ, cây bị chặt gốc, kim đã sứt lỗ, viên đá đã bể hai.

Về Tỳ-kheo giái, có bốn tội *Ba - la - di*.

1.— Đại dâm-giái.

2.— Đại đạo-giái,

3.— Đại sát-giái.

4.— Đại vọng-ngữ giái. Bốn tội *Ba-la-di* pháp nầy có ghi trong giái-bổn của Tỳ-kheo. (Xem : *Tứ ba-la-di*).

Về Tỳ-kheo-ni giái, có tám tội *Ba-la-di* : 1.— Dâm. 2.— Đạo. 3.— Sát. 4.— Vọng-ngữ. 5.— Vì ý dâm, đụng cọ với đàn ông từ nách cho chí gối. 6,— Vì ý dâm mà nắm tay, nắm áo, hẹn hò với đàn ông ở chỗ vắng. 7.— Che chở, giấu tội một Tỳ-kheo-ni phạm đại-giái. 8.— Tùng theo một ông Tỳ-kheo phạm giái và không sám-hối.

Về Bồ-tát-giái, có mười tội *Ba-la-di* :

1.— Giết, 2.— Trộm 3.— Dâm, 4.— Nói láo, 5.— Mua rượu, 6.— Nói đều lỗi của tứ chúng, 7.— Khen mình chê người, 8.— Keo tiếc lại còn chê bai, 9.— Lòng hờn giận chẳng chịu ăn năn, 10.— Gièm-chê Tam-bảo. (Xem : *Bồ-tát-giái*)

Ba-la-đề-mộc-xoa 波羅提木叉 Pratimoksha *(scr.)*

Dịch ra nghĩa theo Tàu : *Biệt giải thoát*, nhà học-đạo nhờ thiền-định và giữ mình theo *Ba-la-đề-mộc-xoa* mà đặng giải thoát. Cũng dịch ra nghĩa : *Tùy thuận giải thoát*. *Ba-la-đề-mộc-xoa* là giái-bổn, giái-hạnh.

Hồi Phật tịch, ngài có dặn chư Tỳ-Kheo mỗi tháng tựu về Giáo-hội hai lần để nghe đọc giái *Ba-la-đề-mộc-xoa* ; trong dịp ấy, ai có phạm giái thì xưng tội, ăn năn, sám hối đặng cho hội-đồng chư Tăng nhơn danh Phật mà xả đọa cho.

Ba-la-đề-mộc-xoa của chư Tỳ-kheo có 250 giái : 4 Đại-giái Ba-la-di, 13 giái Tăng-tàn, 2 giái Bất định, 30 giái Ni-tát-kỳ Ba-dật-đề, 90 giái Ba-dật-đề, 4 giái Đề-xá-ni, 100 giái Bá chúng học pháp, 7 giái Diệt-tránh.

Ba-la-đề-mộc-xoa của chư Tỳ-kheo-ni có 348 giái : 8 Đại-giái Ba-la-di, 17 giái Tăng-tàn, 30 giái Ni-tát-kỳ Ba-dật-đề, 178 giái Ba-dật-đề, 8 giái Đề-xá-ni, 100 giái Bá-chúng học pháp, 7 giái diệt-tránh.

Lại có *Ba-la-đề-mộc-xoa* của Bồ-tát đệ-tử, Thức-xoa-ma-na, Sa-di, Sa-di-ni, Ưu-bà-tắc, Ưu-bà-di·

Theo trong quyển *Phật Di-Giáo-Kinh* thì *Ba-la-đề-mộc-xoa* (Giái-hạnh) đối với nhà tu hành, như ánh-sáng đối với tối-tăm, của báu đối với nhà nghèo. *Ba-la-đề-mộc-xoa* chẳng khác gì Phật vậy·

Đại Bát Niết-bàn Kinh, quyển 4, Như-lai tánh, phẩm 4 (1) : *Ba-la-đề-mộc-xoa,* kêu là : Tri-túc, Thành-tựu oai-nghi, không lãnh và không chứa những vật bất-tịnh ; cũng kêu là : Tịnh-mạng··· Ba-la-đề-mộc-xoa cũng là : rời khỏi những nghiệp bất thiện, tà vạy của Thân, Khẩu, ý.

Ba-la-la (hoa) 波 羅 羅 (華)

Một thứ hoa bên Thiên-trước, mùi rất thơm· Tàu dịch ; *Huân-hoa* 熏 華 .Chính người ta nung (huân) thứ hoa ấy mà lấy dầu thắp đèn cúng Phật·

Ba-la-mật 波 羅 蜜 Paramita *(scr·)* .— Vertu Cardinale *(fr·)*

Kêu trọn chữ theo phạn : *Ba-la-mật-đa·* Dịch nghĩa : Cứu cánh đáo bỉ ngạn ; độ vô cực, Độ· Tức là đại-hạnh của bực Bồ-tát· Đại-hạnh của Bồ-tát là có thể làm cho trót các hạnh để giáo-hóa người, qua đến Mé bên kia (Bỉ ngạn), Niết-bàn ; lại nhơn cái đại-hạnh ấy, độ hết các pháp rộng xa, nên kêu là Độ vô cực·

Ba-la-mật của Bồ-tát hiệp lại là sáu nền đai-hanh : 1. Đàn Ba-la-mật (Bố-thí), 2. Thi Ba-la-mật (Trì giái), 3· Sàn-đề Ba-la-mật (Nhẫn-nhục), 4. Tỳ-lê-da Ba-la-mật (Tinh-tấn), 5. Thiền Ba-la-mật (Thiền-định), 6. Bát-nhã Ba-la-mật (Trí-huệ).

Một vị Bồ-tát có khi cả muôn Kiếp làm một nền đại-hạnh cũng chưa thấy tròn. Rồi cả muôn Kiếp mới làm xong một nền hạnh khác. Lần lượt như vậy cho đến hành xong sáu *Ba-la-mật* thì thành Phật. Đó là *Lục Ba-la-mật* hay *Lục độ.* — *Ba-la-mật* lại là bốn đức *Thường, Lạc, Ngã, Tịnh* của chư Phật, chư Bồ-tát. Bốn đức nầy thi-hành cho dõng mãnh thì đưa nhà học đạo Đại-thừa đến bờ bên kia, tức là Niết-bàn của bực Phật. (Xem: *Tứ đức Ba-la-mật*).—

Ba-la-mật lại là bốn đức nầy : Khổ, Không, Vô-thường, vô-ngã (Khổ Không, Phi thường, Phi ngã). Ai tu hành theo bốn chơn-lý ấy, đắc nhập bốn chơn-lý ấy thì thoát khỏi biển mê mà đến bờ giác, Niết-bàn.

Trong «Quán-Di-Lặc Thượng Sanh Đâu-Suất Thiên Kinh»

có chép : Ở cõi Đâu-Suất, tự-nhiên có gió thổi động những cây bảy báu. Cây khua đụng với nhau thành ra tiếng diễn thuyết những *Ba-la-mật* Khổ, Không, Vô thường, Vô ngã.

Lại có Mười Ba-la-mật của Bồ-tát : 1. Bố-thí. 2. Trì giái, 3. Nhẫn-nhục, 4. Tinh-tấn, 5. Thiền-định, 6 Bát-nhã, 7. Phương-tiện, 8. Nguyện, 9. Lực, 10. Trí. (Xem : *Thập Ba-la-mật*).

Ba-la-nại 波 羅 奈 Vârânasi, nay đọc: Bénarès

Một thành   ở Ấn-độ. Kêu theo tiếng Phạn và kêu xưa là *Vârânasi (Ba-la-nại).* Phật đến *Ba-la-nại* mà thuyết pháp lần đầu, quay « Bánh xe Pháp » (chuyển Pháp-luân). *Ba-la-nại,* lúc Phật ra đời, là một thành trong sáu thành đáng chú ý ở Ấn độ. (Xem : *Lục đại thành*) Hồi đức Thích-Ca thành Đạo, đức Phạm-Thiên (Brahma) hiện đến mà yêu cầu Ngài đi truyền Đạo độ đời, nên Ngài từ giã cảnh rừng Già-da (Gaya) mà sang thành *Ba-la-nại.* Đến nơi, Ngài thuyết pháp lần đầu tiên. Trước hết ngài độ năm vị chơn-nhơn mà thâu làm Đệ tử, và Ngài thâu thêm năm mươi vị nữa. Từ đó, Ngài thường thuyết pháp và dạy đạo trong vườn Lộc (*Lộc-dã-viên*) tại thành *Ba-la-nại.* Ở đó, Ngài hay giảng đủ về kinh luật luận (Tripitaka) ; Ngài có truyền Đà-la-ni Dharma-Sâgara ; Ngài có dạy đạo cho cô Crîmati, vợ của một người Bà-la-môn ở trong thành.

Nhiều tích trong Tạng Kinh mà Phật thuật ra thì ngày xưa xảy ra tại *Ba-la-nại.*

Ông Tôn-đà-la-nan-đà (Upananda) khi thọ lãnh gia tài, có chia một phần cho giáo hội chư Tỳ-kheo tại thành *Ba-la-nại*. Hồi thuở xưa, trước Phật Thích-Ca ra đời, đức vua Brahmadatta thường trị vì ở *Ba-la-nại*. Phật có thuật nhiều tích về vua Bahmadatta ở thành *Ba-la-nại*.

Trước Phật Thích-Ca, Phật Ca-Diếp (Kaçyapa) ra đời, lúc bấy giờ con người sống 20 ngàn tuổi. Đức Phật Ca-Diếp sau khi thành Đạo, có ngự xuống thành *Ba-la-nại*, vào Vườn Lộc mà thuyết phép độ chúng-sanh.

Ba-la-xa hoa 波 羅 奢 華   Bông (hoa)   của cây Ba-la-xa. Hoa ấy, trong ngày đêm có ba màu: Khi mặt trời chưa hiện ra, thì hoa ấy đen, có ánh mặt trời chiếu tới thì hoa ấy đỏ, lúc mặt trời lặn thì hoa ấy vàng. Vì *hoa ba-la-xa* mầu đỏ, nên người ta ví nó với máu (huyết). Lúc nghe tin Phật sắp vào Niết-bàn, chư đệ-tử lấy làm xúc động, máu hiện ra khắp thân thể, dường như hoa *Ba-la-xa* (Niết-bàn kinh, quyển nhứt).

Ba-la-xoa 波 羅 叉 (**Ba la-xa**) 波 羅 奢 **Sâla** (*scr.*)

Tên một cây (Sâla) tốt và đẹp, hoằng hoại đơm bông; cây ấy ở trong vườn Lam-tỳ-ni (Lumbini), tại thành Ca-tỳ-la-vệ (Kapilavastu) của vua Tịnh-Phạn (Suddhodana). Bà hoàng-hậu Ma-Da (Maya) ngự ra vườn Lam-tỳ-ni, nắm một cành cây *Ba-la-xoa* và trổ sanh thái tử Thích-Ca bên hông mặt. Trong cõi Thiên-trước, nhiều nơi đều có mọc cây *Ba-la-xoa*.

Ba-Ly 波 利 **Bhallika** (*scr*).
    Xem : *Bạt-Lê-Ca*.

Ba-ly 波 利 **Pali**   Chứ kinh phương Nam, nhứt là miền Tích-Lan (Ceylan). Những kinh Phật Tiểu-thừa miền Nam thì chép và đọc bằng chữ *Ba-ly*, tiếng *Ba-ly*.

Còn kinh Phật miền Bắc, kinh Đại-thừa thì chép bằng chữ Phạn (Sanscrit).

Người-ta cũng gọi Ba-ly (Pali) là *Nam-phạn* và Sanscrit là *Bắc-phạn*.

Ba-ly-chất-đa-la (thọ) 波 利 質 多 羅 (樹)   Cây *Ba-ly-chất-đa-la*. Tại từng trời thứ 33 (*Tam thập tam thiên*) là từng trời trung ương của đức *Đế-Thích*, có cây ấy, rễ nó vô đất, nhành túa ra bốn phía, hương hoa túa ra khắp cả chung quanh đều năm chục do-tuần.

Cây *Ba-ly-chất-đa-la* mọc trong vườn Hoan-hỷ là hoa viên của đức Đế-Thích. Hồi đức Phật-tổ còn trụ thế, ngài có từng lên cảnh trời Đao-ly (Tam thập Tam thiên), vào vườn Hoan-hỷ, ngự nơi cội cây *Ba-ly-chất-đa-la* mà thuyết pháp giáo-hóa chư Thiên.

Pháp-hoa kinh gọi cây *Ba-ly-chất-đa-la* là *Thiên-thọ vương* 天 樹 王 (cây trên cõi Thiên đường, vua trong loài cây cối).

Ma-da kinh : Có một lúc, Phật hiện lên cảnh trời Đao-ly (Tam thập Tam thiên), vào vườn Hoan-hỷ, ngồi nơi cội cây *Ba-ly-chất-đa-la* mà an cư trong ba tháng. Ngài phái Văn-Thù Bồ-tát đến cho mẹ ngài hay. Trước hết, ngài thuyết pháp độ mẹ.

Niết-bàn kinh : Ở dưới bóng cây *Ba-ly-chất-đa-la*, trong ba tháng mùa hạ, ban ngày chư Thiên Đao-ly thường tựu lại hưởng mọi sự vui chơi.

Ba-Tiêu 芭 蕉 Basho (*jap.*)

Nhà sư Thiền-tông kiêm thi sĩ trứ danh ở Nhựt, sanh năm 1644, tịch năm 1694. Ngài vốn con nhà danh giá, song ưa sự thanh-đạm trong đường tu-niệm, thích sống một cách chất phác, tầm thường, nên ngài lấy danh hiệu là Ba-Tiêu (cây chuối).

Thiền-sư, ngài là một bực tu Thiền đắc Phật-tâm : đối với tất cả chúng-sanh, ngài xử một cách từ, bi, hỷ, xả. Và trọn đời ngài, ngài chẳng biết mến tríu cái chi.

Thi sĩ, ngài là một bực thi-hào có danh, đi đâu cũng đem theo một trấp mực và một cán bút, lửng thửng theo sườn non, vân du về miệt nhà quê và thường làm nhiều bài đoản cú tài tình. Ngài rất khéo dung hòa cái tâm thi-nhơn với cái tâm thiền sư vậy.

Ngài giản dị cho đến trong thất của ngài hễ nằm xuôi chơn thì đụng vách. Khi ngài tịch, người ta chỉ thấy nơi thất ngài một cái bát, một nghiên mực, vài quyển kinh với một cốt Phật mà thôi. Chìu theo ý ngài, người ta trồng một cây chuối (Ba-Tiêu) khít ngôi mộ sơ sài của ngài !

Ba-Tuần 波 旬 Sreshtha (*scr.*)

Thiên-ma Ba-Tuần. Tên thiệt của *Ma-vương*, chúa loài ác-ma

thường thử thách Phật và người tu Phật. Lại cũng viết là: *Ba-tuần-Du* 波旬瑜 hay là *Ba-Tỷ* 波睥, dịch là *Sát-giả* 殺者, *Ác-giả* 惡者. (Xem: *Ma-vương*).

Đức Thích-Ca tắm ở sông A-nậu-bạt-đề, kế ăn món cháo sữa do cô thôn nữ phụng hiến. Rồi Ngài đi lại ngồi nơi cội cây Bồ-đề, phá Ma *Ba-Tuần*, đắc thành A-nậu-đa-la Tam-miệu Tam-bồ-đề.

Ma-vương *Ba-Tuần* cũng ủng hộ Phật pháp và những người tu Phật. Như lúc Phật sắp vào Niết-bàn, *Ba-Tuần* có đem lễ lại cúng Phật, có truyền một câu Thần chú để bảo vệ những người tu Phật. Thần chú ấy như vầy: Trác chỉ, trá sá la trác chỉ, lô ha lệ, ma-hạ lô ha lệ, a la giả la, đa la tá-ha.

Ba-tư-Nặc (vương) 波斯匿 (王) Prasenajit (*scr.*)

Vua nước Câu-tát-la (Kosala), ở thành Xá-vệ (Sravasti), ngài sanh ra một ngày với đức Thích-Ca. Trong đời làm vua của ngài, ngài từng cúng dường, phụng sự đức Phật và bao bọc chở che cho Giáo-hội Tăng-già. Ngài có đến chầu Phật, khen tán Phật và bạch hỏi Phật về nhiều vấn đề: về bốn chủng-phái bên Ấn Độ, về việc thần tiên. Ngài từng giao-hảo thân thiện với vua Tịnh-Phạn từ lúc đức Thích-Ca chưa thành Đạo cho đến khi đắc Đạo. Vua có đến bái yết Phật và hỏi coi Ngài có phải là đức Phật mà người ta gọi chăng. Vua có dàn giá trống kèn ky-nhạc đặng đến viếng Phật. Đức Thích-tôn có giảng đạo chổ Giải thoát cuối cùng cho vua nghe, chỉ cách và khuyên vua những phương-thế đặng trị dân cho trúng đạo. Có một lần vua bất bình với ông Chần Tế Bần Phạp cũng ở thành-Xá-Vệ, có Phật can thiệp mới yên.

Theo trong **Thủ Lăng - Nghiêm Kinh** hồi năm 62 tuổi, nhơn ngày đám giỗ vua Cha, vua Ba-tư-Nặc có thỉnh Phật và các Đệ-tử vào cung mà đãi cơm. Sau khi thọ trai, Phật có giảng kinh Thủ Lăng-nghiêm, vua Ba-tư-Nặc có dự nghe.

Trong «Nhân Vương Hộ quốc Bát-nhã Ba-la-mật-đa Kinh», đức Phật Thích-Ca có dạy: Hồi thuở quá khứ, cách nay mười ngàn Kiếp, trong Pháp-hội của Phật Long-quang-Vương, vua Ba-tư-Nặc làm Bồ-tát Tứ Địa; còn ta thuở ấy làm Bồ-tát Bát Địa.

Vua bị con là Lưu-ly thái tử (Tây-Tạng : Hphags-skyes-po) phế đi mà đoạt ngôi. (Về sau, thái-tử nầy đem binh đánh giòng họ Thích và tàn phá đất nước của họ Thích sau một trận giặc lâu dài. Thái tử nầy sẽ bị thiêu trong một cơn hỏa hoạn).

Vua Ba-tư-Nặc bị tiếm ngôi, bèn sang ngụ bên thành Vương-Xá (Râjagriha) gần vua A-xà-Thế (Ajâtasatrou), được vua A-xà-Thế tiếp đãi trọng hậu.

Vua *Ba-tư-Nặc* thăng-hà tại vườn hoa của vua A-xà-Thế trong một cơn trúng thực vì ngài ăn nhiều củ cải và uống nhiều nước lã.

Ba-trá-la (thọ) 波 吒 羅 (樹)   Một thứ cây mọc ở cõi Thiên-Trước. Cây ấy trổ hoa vào mùa xuân. Vì hoa nó sắc tốt, mùi thơm, vị ngọt, nên đoàn ong bay lại hút hưởng chẳng biết chán.

Ba-trá-ly Phất thành 波 吒 利 弗 城 **Pàtaliputra (scr.)**

Dịch ra tiếng Tàu là : *Hoa-thị thành*. Thành ấy cất sau khi Phật tịch, là kinh đô vua A-Dục ở Ấn độ. Tại thành ấy, có nhóm cuộc Kết tập pháp kỳ ba, có 1.000 vị Thánh-tăng họp lại để duợt ba Tạng kinh và truyền bá đạo Phật ra các nước ngoài cõi Ấn-độ. Nhờ vậy mà *thành Ba-trá-ly-Phất* (Hoa-Thị) được danh thơm trong lịch sử Phật-giáo.

Ba-xà-ba-Đề (Bà - xà-bà Đề) 波 闍 波 提 (婆 闍 婆 提) **Prajâpati (scr.)**

Cũng kêu là *Ma-ha Ba-xà-ba-Đề*. Ma-ha : Đại ; Ba-xà-ba-đề, dịch là : Sanh-chủ. Dì của đức Phật Thích-Ca. Làm bạn với vua Tịnh-Phạn. Khi bà hoàng hậu Ma-Da sanh đức Thích-Ca ra được bảy ngày thì bà thăng-hà, từ ấy bà *Ba-xà-ba-đề* trông nom, nuôi nấng đức Thích-Ca cho tới lớn.

Đến sau, đức Thích-Ca tu thành Đạo, bấy giờ vua Tịnh-Phạn đã thăng-hà, thì bà qui-y thọ Pháp, được Phật thâu nhận vào Đạo. Bà là vị Tỳ-kheo-ni, nữ đệ-tử xuất-gia trước nhứt. Bà lập ra Giáo-hội Tỳ-kheo-ni và chủ trương Giáo-hội ấy, bấy giờ có rất nhiều bà và cô trong hàng quí phái xin xuất-gia nhập Đạo.

Trong hội Pháp-Hoa, đức Phật có thọ-ký cho bà *Ma-ha Ba-xà-ba-đề*, bảo rằng : « Người còn thờ phụng sáu vạn tám ngàn ức Phật. Người sẽ thành Bồ-tát Ma-ha-tát hộ-trì Pháp Phật. Sau khi hành đủ đạo Bồ-tát rồi, người sẽ thành Phật, hiệu là Nhứt-thiết-chúng-sanh-Hỷ-Kiến (Sarvasattva-priya darçana) Như-lai.

Bá bát kết nghiệp 百 八 結 業

Một trăm lẻ tám món kết nghiệp. Lại kêu là *Bá bát phiền não*, là tên riêng về nghĩa kết làm phiền não (phiền não kết nhóm thành chuyện sanh-tử, cho nên kêu là *kết*). Do phiền não sanh ra các món ác-nghiệp, kêu là *kết nghiệp*. Một trăm lẻ tám món phiền não đó là : kiến-hoặc của tam-giới có 88 sử, tu-hoặc có 10 sử, kêu là 98 tùy-miên, lại thêm vào 10 triền : vô tàm, vô quí, hôn-trầm, ác-tác, não, tật, trạo cử, thụy-miên, phẫn, phúc; hiệp thành 108 món vậy.

Bá bát phiền-não 百 八 煩 腦

Một trăm lẻ tám món phiền não, tức là *Bá bát kết nghiệp*.

(Xem : Bá bát kết nghiệp)

Bá chúng học pháp 百 衆 學 法 Siksakaraniya (scr.)

Một trăm giái nhỏ mà chư Tỳ-kheo và Tỳ-kheo-ni phải học cho biết. Rủi có phạm thì tự sám hối nơi lòng là đủ, khỏi phát-lộ trước ban Tăng-già. Tuy là giái nhỏ, nhưng trong mỗi kỳ nửa tháng, Tỳ-kheo và Tỳ-kheo-ni phải đọc qua. Cũng viết : *Vi-tiểu tội*.

Trong Niết-bàn kinh gọi là *Đột-cát-la*.

(Xem rõ *Bá chúng học pháp* trong quyển «Tăng-đồ nhà Phật»).

Bá luận 百 論 Çata-çastra (scr.)

Một bộ kinh trong ba bộ của Phái Tam-luận-tông. Tam-luận-tông có ba bộ kinh chánh : Trung-luận (Madhyamaka-Çastra), Thập-nhị môn luận (Dvâdaça-nikaya) và *Bá-luận*. Hai bộ trên soạn ra bởi đức Long-Thọ Bồ-tát, Tổ sư đời thứ mười bốn. Bộ *Bá-luận* soạn bởi Đề-Bà Bồ-tát, Tổ sư đời thứ mười lăm, đệ tử của ngài Long-Thọ. Về sau, đại sư Cưu-ma-la-thập dịch bộ Bá-luận với bộ Trung-luận và bộ Thập-nhị-môn-luận ra chữ Tàu và truyền bá giáo-lý Tam-luận-tông ở Tàu.

Bộ *Bá-luận* phân ra làm 20 phẩm, mỗi phẩm có 5 câu kệ, vì số 100 câu kệ nên kêu là Bá-luận. Bộ nầy phá những ý kiến mê chấp của hai phái Đại-thừa và Tiểu-thừa, để trưng ra cái thiệt lý mực trung của nền Trung-đạo thuộc về Đại-thừa.

Bá-nạp (y) 百衲（衣）   *Bá-nạp* hay *Bá-nạp y* là cái áo của các thầy tu đạo Phật, vì áo ấy đâu lại bởi cả trăm miếng vải. Cũng viết : *Nạp-già-lê, Tăng-già-lê, Pháp-y.*

Theo Luật, nhà sư đạo Phật phải lượm vải bỏ, gom góp vá lại cho thành áo mà mặc, cho nên áo ấy kêu là *Bá-nạp, Bá-nạp y.*

Bá phi 百非   Một trăm đều chẳng phải, chẳng thật. Trước hết là bốn câu : 1) Có thì chẳng không (Hữu nhi bất không). 2) Không thì chẳng có (Không nhi bất hữu). 3) Cũng có cũng không (Diệc hữu diệc không). 4). Chẳng phải có chẳng phải không (Phi hữu phi không).

Bốn câu ấy, mỗi câu đều có dính-dấp với bốn đều chẳng phải, tức $4 \times 4 = 16$ phi.

Nhơn cho ba đời (quá khứ, hiện tại, vị lai), tức là $16 \times 3 = 48$ phi.

Nhơn cho hai khoảnh-khắc (đã khởi, chưa khởi), tức là $48 \times 2 = 96$ phi.

Cọng với bốn câu gốc, tức là $96 + 4 = 100$ phi.

« Qui-nguyên trực chỉ » :... lìa khỏi tứ cú, dứt tuyệt *bá phi*, thông-đạt vô-lượng vô-biên pháp-môn.

(Xem : *Tứ cú, Tứ cú phân-biệt*).

Bá-phước trang-nghiêm 百福莊嚴   Trăm phước trang nghiêm là làm cho trang hoàng nghiêm-chỉnh. Nghĩa là Bồ-tát, sau ba A-tăng kỳ Kiếp lớn, lại trải qua một thời gian trăm Kiếp lớn mới tới Phật-quả, cảm phước-nghiệp được 32 tướng vậy. Do mỗi tướng có một trăm phước, ấy là trăm phước trang nghiêm, liền lấy một trăm trang nghiêm làm một tướng vậy.

Bá-phước trang nghiêm tướng là tiếng kêu chung cái thân toàn vẹn của Phật và Bồ-tát, đủ 32 tướng quí, mỗi tướng quí do cả trăm phước đức trang nghiêm cho.

Bá-vạn-niên 百 萬 年 Kalpa (*scr.*)

Cũng kêu là Kiếp, Kiếp-ba (Kalpa). Một thời-kỳ dài đến cả trăm muôn năm. (Xem : *Kiếp*).

Bà-chỉ-đa (thành) 婆 枳 多 (城)

Một đô-thành trong sáu cảnh đô-thành lớn nhứt ở cõi Thiên-Trước, hồi đức Phật ra đời. Thuở ấy, trong cõi Thiên-Trước có 16 nước lớn, mỗi nước cai trị bởi một vị đại vương. Trong *thập-lục đại-quốc* ấy, có sáu đô-thành lớn nhứt (*lục đại-thành*) mà *Bà-chỉ-đa thành* là một.

Hồi đức Phật ngự lại thành **Xá-vệ** của vua Ba-Tư-Nặc, thì bọn Lục sư ngoại-đạo đến viếng vua và đặt chuyện nói xấu Phật, họ lại tâu vua để cho họ đấu Đạo-lực với Phật.

Vua đi chầu Phật và đưa ý kiến ấy lên Phật. Đức Phật ưng thuận, ngài hóa ra mọi phép thần thông và thuyết Pháp rất tài, làm cho vô số người trong dân chúng và trong bọn Lục-sư ngoại-đạo đều qui-y, kẻ thọ pháp xuất-gia, người thọ pháp tại-gia. Bọn lục sư lấy làm hổ thẹn, bèn kéo nhau đến thành *Bà-chỉ-đa*. Phật lại đến thành *Bà-chỉ-đa*. Vô số dân chúng ở *Bà-chỉ-đa* qui-y theo Phật, bỏ bọn Lục-sư. Mất uy tín và mất sự cúng-dường, họ mới bỏ thành *Bà-chỉ-đa* mà dắt nhau đến thành Tỳ-xá-ly.

Bà-già-bà 婆 伽 婆 Bhagavat (*scr.*)

Một đức-hiệu của Phật. Cũng kêu : *Bạc-già-phạm*, *Bạc-già-thinh*. Phật có mười đức-hiệu, *Thập-hiệu*, mà *Bà-già-bà* (dịch nghĩa : *Thế-tôn*) là hiệu thứ mười.

Trong **Niết-bàn kinh** có giải rằng : Về chữ *Bà-già-bà*, Bà-già (Bhaga) nghĩa là Phá; Bà (Vat) nghĩa là phiền-não. Vị Phật có thế phá tan phiền-não, nên gọi ngài là *Bà-già-bà*. Lại có những nghĩa :

Bực có thể thành tựu các thiện-pháp.

Bực có thể hiểu rõ nghĩa lý của các pháp.

Bực có công đức lớn, chẳng ai bằng.

Bực có danh tiếng lớn, bay khắp Mười phương.

Bực có thể làm vô số việc bố thí.

Bực đã bỏ hẳn nữ-căn, chẳng làm thân phụ nữ trong vô-lượng A-tăng-kỳ Kiếp rồi.

Vì các lẽ ấy, nên gọi Phật là *Bà-già-bà*.

(Xem : *Bạc-già-phạm*).

Bà-la-lưu-Chi 婆 羅 留 枝   Một danh-hiệu của *A-xà-Thế.*

Bà hoàng hậu Vi-đề-Hy sau khi hạ sanh thái-tử, bồng con đứng trên lầu cao. Bà nghe người ta thuật lại rằng các nhà tướng-sư đoán rằng thái tử có mối thù với cha từ khi chưa sanh ra, sau nầy sẽ hại mạng cha. Nghe được việc ấy, bà bủn rủn tay chơn, buông thái tử rớt xuống đất. Thái tử hư hết một ngón tay. Nhơn đó, người ta gọi thái tử là *Bà-la-lưu-chi*, nghĩa là : người hư hết một ngón tay.

(Xem : *A-xà-Thế*)

Bà-la-môn-chủng 婆 羅 門 種 **Brahmana** (*scr.*) **Caste des Brahmanes** (*fr.*)

Một chủng-phái trong hai chủng-phái bực nhứt ở Ấn-độ, có độc quyền về tôn-giáo, giao thiệp với Thượng-đế và Thần-linh, cho đến nhà vua cũng phải kiêng nể và lễ-bái. Cũng viết : *Bà-la-môn tánh.*

Bên Ấn-độ, có bốn chủng-phái, ai sanh vào chủng-phái (giai-cấp) nào thì phải sống theo chủng-phái ấy :

1.— Bà-la-môn, hạng thầy-tu.

2.— Sát-để-ly, hạng vua và công-hầu khanh-tướng.

3.— Phệ-xá, hạng thương mãi.

4.— Thú-đà-la, hạng làm ruộng và thợ thuyền.

Ngoài ra bốn chủng-phái chánh-thức ấy, còn một chủng-phái nữa, *Chiên-đà-la* là hạng người làm các nghề hèn hạ : ở đợ, chèo ghe, giết thú vật.

Hồi Phật đi giáo-độ, ngài rộng lòng thâu các giai cấp vào hàng đệ-tử của ngài.

Trong *giai-cấp Bà-la-môn*, có nhiều vị đệ tử thọ giới xuất-gia làm Tỳ-kheo : Xá-ly-Phất, Mục-kiện-Liên, Đại Ca-Diếp, Ca-Chiên-Diên v.v. và đều đắc quả Thánh.

Niết-bàn kinh, quyển 23 ; *Người trong giai cấp Bà-la-môn cử ăn thịt bò.*

Bà-la-môn-giáo 婆 羅 門 教 Brahmanisme *(fr.)*

Một nền đạo to tát ở Ấn độ, có từ trước khi đức Thích-Ca sáng lập Phật-giáo.

Từ trước tới nay, đạo Bà-la-môn rất thạnh ở Ấn-độ, chi phối tất cả phần tôn-giáo và phần chánh trị trong nước. Theo thể lệ của đạo Bà-la-môn, dân chúng ở Ấn độ chia ra làm bốn hạng, trên hết là hạng Bà-la-môn nhà sư, kế hạng Sát-đế-ly nhà vua, nhà tướng, hạng thứ ba Phệ-xá làm thương mãi, dưới nữa hạng thứ tư Tuất-đà-la làm ruộng và thợ thuyền. Theo đó thì nhà vua còn phải tùng theo hạng Bà-la-môn. Hạng nầy có đặc-quyền về tôn-giáo, được trực tiếp với thần qui và đấng chúa tể trong Đạo là đức Phạm-thiên. Được coi là hạng tinh sạch hơn hết.

Đạo Bà-la-môn có trì tụng bốn bộ kinh Phệ-đà (Védas) : Rig Véda, Yajur véda, Sama véda, Atharva véda, kêu chung theo Tàu là *Tứ Minh.*

Đức Thích-ca giáng sanh và tu Giác ngộ, ngài đem lòng từ bi mà giải thoát cho các sắc dân, các hạng phái ở Ấn độ. Ngài chỉ trọng cái Nghiệp-quả của mỗi người, chớ Ngài không phân biệt giai cấp. Cho nên Ngài có cho những người trong hạng Tuất-đà-la, cho đến những kẻ nô-lệ, bần-khổ nhập đạo và trì giới Tịnh-hạnh. Rồi hạng người ấy cũng tu đắc quả và thành Thánh được vậy.

Bà-la-môn (sư) 婆 羅 門 (師) Brahmane ou Brahme *(fr.)*

Người dòng Bà-la-môn. Nhà sư tu hành theo đạo Bà-la-môn, Ở bên Ấn độ, người ta coi hạng thầy tu Bà-la-môn như hàng Thiên-phong. Các sư Bà-la-môn phân ra làm ba bực :

Sơ khởi là những vị sư cúng lễ thường lệ và những vị phục sự nơi đền chùa. Trong bốn bộ kinh của Đạo Bà-la-môn : Rig Véda, Yajur Véda, Sama Véda và Atharva Véda — thì họ đọc tụng diễn giải được ba bộ đầu. Những vị nầy chứng minh những cuộc cúng tế, hành lễ, và thường trực tiếp với dân gian.

Kế đó là những vị sư bói khoa, tướng mạng, tiên tri, thỉnh qui thần và thỉnh thoảng hiện ra một ít phép linh cho dân chúng thấy. Hạng nầy đọc tụng và diễn giải được bộ kinh Phệ-đà thứ tư, bộ cao trồi có đủ những câu thần chú.

Cao hơn hết là các sư không còn trực tiếp với dân gian, hạng nầy lo nghiên cứu những sức lực hữu-hình và siêu hình trong hoàn võ.

Hạng Bà-la-môn sơ khởi phải tu học hai mươi năm mới lên hạng trung, hạng trung phải tu học hai mươi năm mới lên hạng thượng.

Cao hơn ba hạng ấy, có một vị chưởng-quản tôn-giáo (Brahmatma); phụ cận theo ngài có một ban 70 vị sư. Ngày nay, trong ba hạng ấy, mỗi hạng đều có một vị chưởng-quản (Brahmatma).

Mỗi nhà sư Bà-la-môn phải giữ mười điều nầy:

1) nhẫn nhục; 2) làm phải (lấy điều lành mà trả điều ác); 3) điều độ; 4) ngay thật không gian; 5) giữ mình trong sạch; 6) Thống trị giác-quan; 7) Biết rành kinh luật Phệ-đà; 8) Biết rõ đấng Phạm-thiên; 9) Ăn nói chơn thật; 10) giữ mình đừng giận.

Bà-ly-sư-ca (hoa) 婆利師迦 (華)

Hoa của cây Bà-ly-sư-ca bên Thiên-Trước, hoa ấy mùi rất thơm. Tàu dịch : *Hạ-sanh-hoa* (Trổ hoa vào mùa hạ). Người ta dùng hoa *Bà-ly-sư-ca* mà nấu ra dầu thơm để thắp đèn cúng Phật, chong trên bàn thờ.

Bà-ly-sư-ca hoa cũng kêu là *Bà-sư-ca-hoa, Bà-ly-sư hoa.*

Niết-bàn kinh, quyển 24 : Trong các loài hoa sanh ra trên mặt nước, thanh liên-hoa (hoa-sen xanh) là trồi hơn hết... Trong các loài hoa sanh ra trên mặt đất, *bà-ly-sư hoa* là cao trồi hơn hết (về sắc đẹp và mùi thơm).

Bà-nan-Đà 婆難陀 Upananda *(scr.)*

Cũng viết : *Bạt-nan-Đà.* Một vị Long-vương, tức là một vị vua trong loài rồng.

(Xem : *Bạt-nan-Đà*).

Bà-sa-Ba 婆沙波 Vāshpa *(scr.)*

Cũng viết : *Bà-sư-ba, Bà-sư-bà, Bà-thấp-bà.* Dịch nghĩa : Chánh-

Nguyện, Khởi-khí, Lệ-xuất, Khí-Tức.

Một vị Tỳ-kheo trong hàng *Ngũ-Tỳ-kheo* được dự nghe Phật chuyển Pháp-luân gần thành Ba-la-nại (Bénarès) trong Vườn-Lộc. Một vị trong hàng 1.250 Đại Đệ-tử, Đại A-la-hán thường hầu theo Phật mà nghe thuyết pháp. Sau khi Phật tịch, Giáo-hội do ngài Ma-ha Ca-Diếp chủ tọa Kết-tập đặng dọn bộ Tam-Tạng, *Bà-sa-Ba* rất có công trong cuộc Kết-tập ấy. « Tam luận huyền nghĩa » viết tên ngài là *Bà-sư-Ba*, dịch nghĩa *Lệ-Xuất*, vì ngài thường bi xót vì sự khổ của chúng-sanh mà rơi lụy. « Trung-luận-số ký » viết tên ngài là *Bà-sư-Bà*. « Ấn tối thắng vương kinh » viết tên ngài là *Bà-thấp-Bà* Chiếu pháp-sư rằng : *Bà-thấp-Bà*, tên ấy có nghĩa : *Khí-Tức*.

Kinh « Hội Số » nói : Vị trưởng-lão *Bà-sa-Ba* trong hàng Ngũ Tỳ-kheo. tên ngài có nghĩa : *Khởi-Khí*.

« Vô-Lượng-Thọ kinh » biên tên ngài theo nghĩa : *Chánh-Nguyện.*

Bà-sư-ca (hoa) 婆師迦（花）

Hoa của cây Bà-sư-ca. Tàu dịch : *Hạ-sanh-hoa*, hoa nở vào mùa hạ. Hoa ấy rất thơm, mọc ở Thiên-trước. Người ta hái hoa ấy mà nấu ra dầu thơm để thắp đèn chong trên bàn thờ Phật. Cũng đọc : *Bà-ly-sư-ca (hoa).*

Bà-tu-bàn-đầu 婆修盤頭 Vasubandhu (scr.)

Tổ đời thứ 21 trong hàng 28 vị Tổ-sư nối nhau năm giữ đạo Phật ở Ấn độ.

Tên ngài cũng viết : *Phạt-tô-bàn-độ,* và cũng viết theo nghĩa : Thiên-Thân (Bồ-tát).

Sanh vào đầu thế-kỷ thứ năm theo Dương-lịch, về xứ Càn-đà-la (Gandhâra), tại thành Purushapura (Peshawar), ngài *Bà-tu-bàn-đầu* với anh là A-tăng-già (Thị-vô Bồ-tát) là hai nhà Phật-học có danh nhứt trong thời.

Ngài thường xuất thần lên cung Đâu-suất (Tushita) chầu đức Di-Lặc và nghe đức Di-Lặc thuyết pháp.

Ngài làm Tổ sư, vừa làm giáo sư dạy đạo tại chùa Na-lan-đà (Nâlanda) là học đường lớn nhứt và có danh nhứt ở Ấn độ.

Ngài có soạn quyển « A-tỳ đạt-ma câu-xá-luận (Abhidlrarmakoça) sau thành kinh chánh của Câu-xá-tông, và quyển Duy-thức-luận (Vidya-mâtra-siddhi-çastra-Kârika) sau thành kinh chánh của Pháp tướng-tông. Về sau, người ta tôn ngài là giáo-tổ sáng lập ra hai tông ấy.

Bà-tu-mật 婆 須 蜜 Vasumatra *(scr.)*

Tổ đời thứ bảy trong hàng 28 vị Tổ sư tiếp nhau truyền bá đạo Phật ở Ấn độ. Ngài vốn người Ấn Độ miền Bắc.

Trước khi thọ Pháp xuất-gia, ngài thường du hành trong các làng mạc, tay cầm bầu rượu và ngâm nga, ca hát lớn tiếng. Người ta cho ngài là cuồng.

Kế ngài gặp đức Lục-tổ Di-già-ca, thọ Pháp và sau được truyền y bát. Đến chừng thâu Phật-đà-nan-đề (Bouddhanandi), ngài có phó cho bài kệ nầy :

> Tâm đồng hư-không giái,
>
> Thị đẳng hư-không pháp,
>
> Chứng đắc hư-không thời,
>
> Vô thị, vô phi pháp.

(Cái tâm đồng với cõi hư-không, ấy là bằng với pháp hư-không; chứng được cái thời hư-không thì không còn phải hay không phải pháp).

Ngài lại dạy rằng : Cái chánh-pháp nhãn-tạng của đức Như-lai truyền lại, nay ta đem giao phó cho ngươi, ngươi khá hộ trì.

Bà-tư-Trá 婆 私 吒 Ovâsista *(scr.)*

Một người đàn bà dòng Bà-la-môn, ở tại thành Xá-vệ, vì mất đứa con trai là con một của mình, thương tiếc thái quá mà trở nên điên, nhưng được Phật độ cho tỉnh trí và phát tâm cầu thành Phật-đạo.

Nhơn đứa con trai duy nhứt của bà mang bệnh mà thác, bà sầu khổ, sự sầu độc vào tâm, làm cho bà cuồng loạn, mất trí. Bà ở trần mà đi khắp các ngả đường, kêu to lên rằng. «Con ơi ! con ơi !»

Đức Phật lấy làm thương xót bà. Vừa khi trông thấy Phật, bà ngỡ là con của bà, bà chạy lại hôn Phật và vuốt ve. Đức Phật bèn khiến A-Nan đem áo lại cho bà mặc. Phật đem những chỗ yếu-lý trong Đạo mà thuyết cho bà nghe. Nghe Pháp, bà hoàn toàn tỉnh ngộ, lấy làm vui vẻ và phát nguyện cầu quả Chánh-đẳng Chánh-giác.

Niết-bàn kinh : Đức Phật chẳng riêng thuyết Pháp với hạng người tham thiền nhập định như ông Ly-ba-Đa; mà ngài cũng dạy Đạo cho hạng người con chết loạn tâm như bà Bà-la-môn *Bà-tư-Trá.*

Bà-trĩ A-tu-la vương 婆稚阿修羅王 Bali (scr.), Roi des Asuras (scr.)

Một vị vua trong loài A-tu-la (scr : Asuras). Hồi Phật sắp diễn Kinh Diệu-pháp-liên-hoa tại núi Kỳ-xà-quật, *Bà-trĩ A-tu-la vương* với ba vị vua khác trong loài thần A-tu-la, mỗi vị đều có dắt theo rất nhiều quyến thuộc hiện đến mà nghe Phật thuyết pháp. (Xem : *A-tu-là.*)

Bà-xá-tư-Đa 婆舍斯多 Basiasita (*Vaçasuta*) (scr.)

Một vị Sa-môn được truyền y-bát của đức Phật, Tổ-sư đời thứ 25 trong hàng 28 Tổ-sư nối truyền đạo Phật sau khi đức Thế-tôn nhập Niết-bàn. Tổ sanh trưởng tại nước Đàm-Tân, người dòng Bà-la-môn, cha tên Tịch-hạnh, me tên Thường-an-lạc. Khi mới sanh thì bàn tay tả nắm cứng lại.

Chừng gặp Tổ đời thứ 24, ngài Sư tử. cái nhơn xưa sẵn có (túc nhơn) của tôn-giả liền phát ra một cách rõ ràng và ngài được mật truyền tâm-ấn.

(Phật-tổ lịch đại thông tái).

Bác-ái chủ-nghĩa 博愛主義 Philantropie (fr.)

Danh từ triết học.

Yêu thương tất cả mọi người mọi vật, đứng ra giúp ích cho đời. Đối nghĩa : *yếm-nhơn chủ nghĩa* (Misantropie).

Bạc-câu-La 薄拘羅 Vakkula (scr.)

Một vị Thinh-văn đệ tử của đức Phật, đắc quả La-hán. *Bạc-câu-La* là một vị trong hàng 1.250 vị Đại Tỳ-kheo thường hầu theo Phật trong khi Phật du-hóa đến các nước, và có nghe Phật thuyết nhiều kinh Đại-thừa. Tên ông cũng viết : *Bạc-cú-la* (薄姫羅). Dịch nghĩa : *Diện vương* (Mặt như mặt vua). Ông là một trong những bực Thượng-thủ dự nghe đức

Phật giảng *Vô-lượng-Thọ kinh.*

Tên ông do theo tích dưới đây : Hồi mới sanh ra, đầu ông có hình mão thiên-quan, mới trông qua như gương mặt của nhà vua. Cha mẹ ông rước một nhà sư xuất-gia đạo Bà-la-môn đến đặt tên. Nhơn thấy tướng ấy, nhà sư đặt tên là *Diện-Vương* (Vakkula). Cũng có nghĩa : *Thiện-dung* (Dung-mạo đẹp)

Trong hội Pháp-Hoa, Phật có thọ-ký quả Chánh-đẳng Chánh-giác chung cho *Bạc-câu-La* và năm trăm vị Đệ-tử La-hán. Phật mách rằng năm trăm vị La-hán ấy sẽ thành Phật, đồng một danh hiệu là Phổ-Minh (Sa-mantaprabhâsa) Như-lai.

Bạc-câu-La lại là tên một ác-quỉ. Hồi Phật còn trụ thế, tại thành Vương-xá, nước Ma-kiệt-Đề, hễ đứa trẻ nào, con trai hoặc con gái, khóc mãi chẳng dứt, thì cha mẹ nó nhát rằng : «Nếu mầy chẳng nín, tao đem giao cho quỉ *Bạc-câu-La*».

Tiếng *quỉ Bạc-câu-La* cũng như tiếng Việt-Nam *Ông Kẹ.*

Đại Bát-Niết-bàn kinh, quyển 33 : Phật phán :

Thiện-nam-tử ! có một lúc, ta trụ tại thành Vương-xá, Thiện-Tinh Tỳ-kheo làm kẻ cấp-sử cho ta. Vào khoảng đầu trong đêm, ta diễn thuyết pháp-yếu với Thiên Đế-Thích. Phép của đệ tử là phải chờ thầy nghỉ rồi mình mới được đi nằm. Bấy giờ, Thiện-Tinh thấy ta ngồi lâu, lòng sanh ác-niệm... Người tỏ lời dọa ta rằng : «Mau vào thiền-thất, *Bạc-câu-la* lại kia kìa !» Ta đáp : «Si-nhơn ! ngươi chẳng thường nghe rằng Như-lai Thế-tôn chẳng sợ gì hết sao ?»

Bạc-già-bà 薄 伽 婆 Bharnaua (scr)

Cũng kêu : Bạc-già-tiên.

Một nhà tu khổ hạnh mà đức Thích-Ca gặp hồi Ngài mới xuất-gia.

Đức Thích-Ca bỏ hoàng-thành, đến rừng khổ hạnh và cắt tóc đi tu. Ngài gặp một bọn người tu hành theo ông *Bạc-già-bà* (Bharnaua). Xét cách tu của các vị nầy, Ngài thấy rằng có người lấy lá, cỏ, lấy vỏ cây mà che thân; người thì ăn một ngày một bữa, người hai ngày một bữa, người ba ngày một bữa. Ngoài   mấy người tu đói, tu lạnh đó, lại có người thờ nước, thờ lửa, thờ mặt trời, thờ mặt trăng; người co chân lên mãi, người nằm dưới đất cát, người nằm trên chông gai, người nằm nơi nước lửa, nhiều cách khổ-hạnh dị kỳ hết sức. Đức Thích-Ca hỏi chư tiên tu khổ-hạnh ấy, mỗi ông đáp mỗi cách : người thì muốn sanh lên cõi trời, người thì muốn thần thông quảng-đại, làm ma-vương, làm thiên-thần.

Đức Thích-Ca than rằng : «Các cảnh Trời hẳn vui sướng thật, song hưởng hết phước rồi lại phải luân-hồi trong lục-đạo, lại phải chìm nổi nơi bề trầm-luân ».

Ngài bèn từ giã ra di, tầm đến ông tiên A-la-la (Arada-Kalama).

Bạc-già-chí-tôn 薄伽至尊 Ratnakara *(scr.)*
Bạc-già-phạm 薄伽梵 Bhagavat *(scr.)*

Một đức hiệu của Phật. Trong *thập hiệu* (mười hiệu) của Phật, về hiệu thứ mười, có khi người ta đề Thế-tôn (Lokanàtha), cũng có khi người ta đề *Bạc-già-phạm* (Bhagavat).— Cũng kêu : *Bà-già-bà*.

Theo «Phật địa Kinh», *Bạc-già-phạm* cũng gọi là *Bạc-già-thinh*, có đủ sáu nghĩa dưới đây :

1.— *tự-tại* : Bực Như-lai không còn một mảy phiền não trói buộc mình.

2.— *trí-thạnh* : Cái trí thức của ngài rất thạnh vượng, sáng rực.

3.— *đoan nghiêm* : Cái thân của ngài có đủ 32 tướng trang-nghiêm của bực Phật Thế-tôn.

4.— *danh xưng* : tất cả thế gian đều thân cận cúng dường ngài và khen tán ngài.

5.— *kiết-tường* : Phật làm lợi ích, an lạc cho tất cả chúng-sanh.

6.— *tôn quí* : Phật vốn là nhà tôn quí xuất thân, và được chúng-sanh tôn kính, quí trọng.

Lại nữa, *Bạc-già-phạm* có nghĩa là phá hoại các ma. Ma có bốn loại: 1) phiền-não ma, 2) uẩn ma (ma ngũ uẩn : sắc, thọ, tưởng, hành, thức), 3) tử ma (ma chết), 4) tha hóa tự-tại thiên ma (Ma-vương và các thần quí dưới quyền của Ma-vương).

Bạch 白 Expliquer, exposer *(fr.)*

Thưa, bày tỏ, nói ra một cách rõ ràng. Tức là biện bạch.

Chư Bồ-tát và chư Thinh-văn La-hán mỗi khi muốn *bạch* Phật điều gì thì phải giữ oai nghi như vầy : Đứng dậy khỏi chỗ ngồi, trịch ống tay áo lên vai bên mặt, quì xuống đề đầu gối mặt trên đất, hai tay chấp lại một cách cung kính, rồi mới *bạch* qua việc của mình. —

Tới cảnh lạ bước dừng nửa bước,
Bạch thầy xin thắp nến dâng nhang.
Mặt vâng chữ «Kính» là tên,
Tai lắng lời răn đề dạ.

(Quan-Âm Tống tử văn)

Bạch Tứ Kiết-ma 白 四 羯 摩 :

Thưa bày bốn lần Kiết-ma. *Kiết-ma* (Karma) là chữ phạn, dịch nghĩa : Tác pháp, Nghiệp. *Kiết-ma đà-na* (Karmadana), kêu tắt : *Kiết-ma* (Yết-ma) là vị sư lo về lễ phép ở Giáo-hội. Khi có cuộc lễ truyền thọ giái Tỳ-kheo, vị sư Kiết-ma đọc qua một lần phép Kiết-ma, kế vị Tân Tỳ-kheo lặp lại ba lần, tỏ rằng mình ưng thuận theo các thể-lệ trong đạo. Như vậy, biện bạch từ trước tới sau là bốn lần, nên kêu là *Bạch Tứ Kiết-ma.*

Bạch báo 白 報

Quả-báo trong trắng là cái phước quả-báo thanh-tịnh nương theo bạch-nghiệp (thiện-nghiệp) mà cảm ra.

Bạch cốt Quán 白 骨 觀

Phép quán-tưởng bộ xương trắng. Viết tắt : *Cốt-quán.* Cũng viết : *Quán cốt Tam-muội;* ấy là phép thứ nhứt trong *Lục chủng Tam-muội.*

Bạch-cốt quán thuộc về phép Chánh-niệm, là phép thứ bảy trong Bát Chánh-Đạo.

Bạch-cốt quán là quán-tưởng cái thân từ khi mới thác cho tới khi thành ra xương tàn cốt rụi. Nhà đạo phải trải qua chín lần quán-tưởng :

1) Quán thấy cái thân xác của một người mới chết từ một ngày cho tới bốn ngày, băm dập, rời rã, sình chương.

2) Quán thấy cái thân ấy bị quạ, diều, ó, chó nhà, chó sói cắn xé, hoặc bị lằn bu, giòi đục.

3) Quán thấy cái thân ấy có từng mảnh thịt túa máu bao bọc lấy bộ xương và có gân chịu lại.

4) Quán thấy cái thân chỉ là một cái xác gầy, một bộ xương không có thịt, túa máu và có gân chịu lại.

5) Quán thấy bộ xương có da bọc hết thịt hết máu, có gân chịu lại.

6) Quán thấy những phần trong bộ xương tủa ra khắp nơi : đây là bàn tay, đó là bàn chân, hả vai, đằng kia là xương đùi, bàn tọa, đằng kia nữa là khớp xương sống, sọ.

7) Quán thấy những bộ xương tàn cốt rụi khô khan như những vỏ sò ốc đã bỏ lâu.

8) Quán thấy những bộ xương chất đống từ năm nầy sang năm kia.

9) Quán thấy xương cốt vì lâu năm quá nên tiêu ra thành bụi.

Trong khi quán tưởng, nhà đạo xét rằng thân mình và thân của mọi người, của chúng-sanh thảy đều như vậy. Nhờ *Bạch cốt quán*, nhà đạo dứt bỏ cái Ta, dứt lòng Tham, diệt những mối vui và khổ của phàm-tình, được sự an lạc tự nhiên, được đức Nhẫn nhục đối với chúng-sanh và đối với các pháp.

Bạch-cốt quán lại là phép nhìn xét của những trang phú quí tỉnh ngộ đối với cuộc đời, xem thấy những cung-nhơn, thế-nữ, thê thiếp dường như những thây hôi thúi, những bộ xương khô. Nhơn đó, bỏ các sự tríu-mến hư-vọng mà xuất-gia tu Đạo.

Đại Bát Niết-bàn Kinh, quyển 30 : Hồi đó, ta lại sang thành Ba-la-nại, trụ ở bờ sông Ba-la. Hồi đó, tại Ba-la-nại, có một chàng Trưởng-giả tên là Bảo-Xưng, say đắm Năm Dục, chẳng biết đó là Vô-thường. Nhờ có ta đến nơi, chàng ấy tự nhiên đắc pháp *Bạch-cốt quán* ; chàng thấy các cung-nhơn, thế-nữ ở điện xá của mình chỉ là những bộ xương trắng mà thôi. Lòng sanh ghê sợ như dao, như rắn độc, như bọn cướp, như lửa dữ. Chàng liền ra khỏi nhà, đi đến nơi ta…

Bạch-Diên 白 延 Pai-Yen *(ch.)*

Một vị Sa-môn Ấn độ. Ngài sang Tàu, đến thành Lạc-Dương và dịch kinh từ năm 257, về đời Tam-quốc, nhà Ngụy.

Bạch hào tướng 白 毫 相 Tướng lông trắng. Đó là một tướng trong 32 tướng của Phật. Lối giữa cặp chơn mày của đức Phật, có chùm lông màu như ngọc trắng, trong sạch mềm mại, mà xoắn quanh qua phía hữu. Từ nơi chùm lông trắng ấy tỏa ra ánh-sáng rất quang-minh.

Bạch-y 白 衣 Người áo trắng, là tiếng kêu riêng người tại tục, vì người tại-gia còn mặc áo trắng, chớ người xuất-gia thì mặc áo nhuộm vàng hoặc nhuộm hoại-sắc.

Bạch-y Quan-Âm 白 衣 觀 音 Vị Bạch-y Quan-Âm là một hiệu riêng của Quan-Âm Bồ-tát. Lại kêu là *Đại bạch-y* và *Bạch-xứ Quan. Âm.* Vị tôn-giả nầy thường mặc áo trắng, ở trong đóa hoa sen trắng. Do đó mặc màu trắng của ngài cho nên kêu là *Bạch-y*; và do nơi ngài trụ cho nên kêu là *Bạch-xứ.* Bạch (trắng) là nêu ra tâm Bồ-đề thuần-tịnh vậy.

Bạch-liên hoa 白 蓮 華 Hoa sen trắng. Do tiếng Phạn là *Phân-đà-ly* dịch ra *Bạch-liên hoa.*

Bạch-mã tự 白 馬 寺 Couvent « Cheval Blanc » (*fr.*)

Ngôi chùa hiệu Bạch-mã (Ngựa kim). Cảnh chùa đầu tiên mà vua Minh bên Tàu cất hồi thế-kỷ đầu dương-lịch, sau khi thỉnh được hai vị sư bên Ấn độ qua.

Vua Minh-đế nhà Hậu-Hán (25-220) nhơn nằm chiêm bao thấy người vàng bay lại trước sân đền và hứa ban phúc hậu cho nhà vua. Vua lâm triều, đem việc ấy bàn với bá quan. Phó-Nghị tâu rằng người vàng ấy là Phật.

Vua bèn sai sứ qua Thiên-Trước mà cầu kinh và thỉnh tượng Phật. Sứ về, có rước theo hai vị sư là Ca-Diếp Ma-Đằng và Trúc Pháp-Lan, và dùng *ngựa kim* mà chở kinh với tượng Phật. Vì vậy nên khi cất xong cảnh chùa đầu tiên ấy, nhà vua đặt tên là *Bạch-mã tự*, tại kinh-đô Lạc-Dương.

Bạch-nghiệp 白 業 Nghiệp trong trắng. Đối với *Hắc-nghiệp* (nghiệp tối đen) mà kêu, thì kêu chung thiện-nghiệp là *Bạch-nghiệp*. Thiện là cái pháp trong trắng, lại là nghĩa nhơn-quả trong trắng không dơ bụi vậy.

Bạch-nguyệt 白 月 Tuần trăng sáng: từ mồng một tới rằm (mười bốn nếu là tháng thiếu), trăng lần lần sáng ra. Đó kêu *Bạch-nguyệt.*

Từ đêm mười sáu đến đêm ba mươi (hai mươi chín nếu là tháng thiếu), trăng lần lần tối lại. Đó kêu là Tuần trăng tối (Hắc-nguyệt).

Bạch-pháp 白 法   Pháp trắng trẻo trong sạch. Tiếng gọi chung các thiện-pháp.

Niết-bàn kinh, quyển 19; có hai *bạch-pháp* : một là Tàm (Hổ), hai là Quí (Thẹn). Tàm là tự mình chẳng làm tội lỗi. Quí là chẳng xúi kẻ khác làm tội lỗi. Tàm là tự trong lòng mình xấu hổ. Quí là phát lộ sự lầm lỗi của mình với người khác. Tàm là xấu hổ đối với người ta. Quí là xấu hổ đối với chư Thiên.

Bạch-sa-ngõa 白 沙 瓦 **Peshawar** (*scr.*)

Một thành phố trong cõi Ấn độ, kinh-đô cũ của xứ Càn-đà-la (Gandhâra), nằm về miền Bắc Ấn độ.

Bạch-sa-ngõa là xứ phát-tích của việc đúc tượng Phật : sau khi Phật tịch, ở đó có một   thanh-niên phát-minh việc đúc tượng Phật, tượng đúc rất khéo. các nơi trong cõi Ấn độ đều thỉnh tượng Phật tại *Bạch-sa-ngõa* mà thờ.

Hồi thế-kỷ thứ hai dương-lịch, *Bạch-sa-ngõa* là kinh-đô mùa đông của vua Ca-nít-Ca (Kanishka); vua có cất chùa và xây Tháp thờ Phật tại đó. *Bạch-sa-ngõa* lại là quê-quán của hai vị Bồ-tát đại danh hồi thế-kỷ thứ năm : A-tăng-Già (Asanga) và Phạt-tô-bàn-độ (Vasubandhu).

Bạch-Tịnh (Vương) 白 淨 (王) **Soudhodana** (*scr.*)

Thường viết là : *Tịnh-Phạn* vương. Vua cha của thái tử Tất-Đạt-Đa (Thích-Ca Mâu-Ni). Trong Niết-bàn-kinh và trong Phạm-Võng-Kinh, viết là : *Bạch-Tịnh*.

(Xem : *Tịnh-Phạn Vương*).

Bạch-tượng 白 象 **Éléphant blanc** (*fr.*)

Voi trắng. Con voi có oai lực lớn, mà tánh nó nhu-thuận, cho nên Bồ-tát từ cung trời Đâu-suất hạ giáng, cỡi con voi trắng sáu ngà, nhập thai bà Ma-Da phu-nhơn.—

Lại voi trắng sáu ngà là giống vật của Phổ-Hiền Bồ-tát ngài cỡi.

Trong hội Pháp - Hoa, Phổ-Hiền Bồ-tát có bạch với Phật rằng như ai tu trì **Kinh «Pháp-Hoa»** thì ngài cởi *voi trắng* sáu ngà hiện đến mà thủ-hộ, có chư Bồ-tát hầu theo. Ngài hộ cho nhà tu trì được mọi sự an ổn, khoái lạc, ngài cúng-dường cho và giáo-hóa cho thêm thông-lợi.

Bạch-tượng bảo 白 象 寶 :   Con voi trắng, vật quí báu. Cũng viết: *Tượng bảo.* Ấy là vật báu thứ hai trong *Thất bảo* của vua *Chuyển-luân Thánh-vương.*

(Xem : *Tượng bảo*).

Bạch Thi-ly-mật-đa-la 白 尸 梨 密 多 羅 **Srïmi-tra** (*scr:*). — **Pai-cheu-li-mi.touo-louo** (*ch*)

Một nhà sư Ấn-độ, trước là một vị hoàng tử từ ngôi mà đi tu. Ngài sang Tàu, ở tại thành Kiến-Khương (Kien-K'ang) mà dịch kinh từ năm 317 đến năm 340 dương lịch về nhà Đông-Tấn bên Tàu. Chữ *Bạch* đứng đầu tên chỉ nghĩa tôn trọng, yêu vì, Bạch dịch ra là Kiết-hữu 吉 友 bạn lành.

Bại-nặc 唄 匿   Khúc ca Bại-nặc. Lại có tên là *Bà-thiệp* 婆 涉, *Bà-sư* 婆 師, là khúc ca-vịnh tiếng Phạn vậy. Dùng để dẫn tiếng mà vịnh kệ tụng, tán thán công đức của Tam-bảo, kêu là *Bại-tán* 唄 讚. Thuở Phật ở đời, có thầy sãi rất khéo ca-vịnh, đạo-danh là *Bại-tỳ-kheo* 唄 比 丘 lại xưng là *Linh-thanh-tỳ-kheo* 鈴 聲 比 丘. Phật giáo lại đất Hán, người ta chưa biết âm điệu Bại-đạo, Trần-tư Vương đời Ngụy là Tào-Thực chơi núi Ngư-sơn, nghe tiếng nước ở hang núi, cảm mà hiểu được, bèn chế ra khúc-phổ.

Ban-thiền Lạt.ma 班 禪 剌 味 **Péntchén-Lama** (*tib*)

Đức Giáo-chủ đạo Phật (Lạt-ma-giáo) ở Tây-Tạng, ngôi-vị kế tiếp đức Đạt-lại lạt-ma (Dalaï,Lama).

Ban-Thiền (Péntchén) là tiếng dung-hóa theo Phạn *Pandita* (bực đa văn quảng kiến lảu thông các giáo-pháp). Vậy, *Ban-thiền-Lạt-ma* là vị Sư học cao, biết rõ các giáo-pháp. Chức vị của ngài kêu trọn là *Ban-thiền ngạch-nhĩ-đức-nê* (Péntchén-rimpotché) : Nhà thông thái đáng quí.

Tín-đồ Lạt-ma-giáo tin rằng ngài là hóa thân của đức Phật A-Di-Đà hằng chuyền hóa-thân ở Tây-Tạng để giữ gìn đạo Phật và ủng hộ các nhà tu niệm. Ngài ngự tại điện « Trác-thập luân-bố miếu » (Trashi-Lumpo) tại thành Nhựt-Cáp-Tắc (Shigatsé), vì vậy nên người ta cũng gọi ngài là Trát-

thập Lạt-ma (Trashi-Lama). Ngôi chùa Trát-thập luân-bố (Trashi-Lumpo)
nơi ngài trụ-trì có đến bốn, năm ngàn vị sư, mỗi năm có hằng muôn nhà
sư lữ-hành đến viếng ngôi chùa ấy và cầu ngài ban phép lành thủ-hộ.

Ở Tây-Tạng, có hai vị Phật-sống (Hoạt-Phật) chức vị lớn nhứt: ngài
Đạt-lại Lạt-ma ngự ở kinh thành Lhassa và ngài *Ban-thiền Lạt-ma*. Ngài
Đạt-lại Lạt-ma thì cầm quyền quốc-chánh và tôn-giáo. Còn ngài *Ban-thiền
Lạt-ma* thì được coi như bực thầy cả về tôn giáo. Có khi ngài Đạt-lại Lạt-
ma vắng mặt hoặc tịch hóa mà chưa chuyền sanh thì ngài *Ban-thiền Lạt-ma*
thay quyền. Các nhà đạo đức có dịp viếng qua xứ Tây-Tạng và chầu đức
Phật sống *Ban-thiền Lạt-ma* đều công nhận rằng ngài có mật-hạnh, cốt cách
hiền hòa và có dạ từ bi, hẳn là bực Phật-Thánh giáng trần.

Ban-xà-Ca 般 闍 迦 Panđaka (*scr.*).

Ban-xà-Ca cũng kêu là Đại-qui-thần-Vương, tức là vua của loài qui
thần. Ông là chồng của bà Ha-ly-dế (Harití), bà nầy trước là chằn
tinh, thường bắt con nít mà ăn thịt. Về sau, được Phật hóa-độ, bà thọ-trì
Phật-pháp và trở nên một vị Thánh, bà có nguyện hộ-trợ những người
đờn-bà đau khổ trong lúc lâm-bồn.

Bán-tự 半 字

Nửa chữ. Đối nghĩa : Trọn chữ (Mãn-tự). *Nửa
chữ*, nghĩa là chưa thành chữ, chưa thành câu văn. Đó là lớp học nhỏ của
người nhỏ tuổi; họ chưa đủ sức học kinh luận cao sâu. Còn kinh luận cao
sâu là *Tỳ-già-la luận*. Trước học *bán-tự*, sau học *Tỳ-già-la luận*. Cũng
như ở trong Phật-pháp, trước học Tiểu-thừa, sau học kinh điển Đại-thừa.

Trước phải tu học: Vô-Thường, Khổ, Vô-ngã, Bất-tịnh, đó là học
Bán-tự. Học cho đắc nhập rồi, thì tu tập : Thường, Lạc, Ngã, Tịnh của
Như-lai, đó là học *Tỳ-già-la luận*.

Bán-tự-giáo 半 字 教 :

Giáo-pháp nửa chữ. Đối-nghĩa: *Mãn-
tự giáo* (Giáo pháp trọn chữ). Đó là lẽ Bất-liễu nghĩa của Tiểu-thừa Giáo,
đối với lẽ Liễu-nghĩa của Đại-thừa Giáo.

Bán-thác-Ca 半 托 迦 Panthaca (*scr.*)

Một vị trong mười sáu vị Đại La-hán được Phật phái đi truyền đạo độ đời ở khắp nơi chung quanh cõi Ấn độ. (Xem đủ tên 16 vị nơi chữ *A-la-hán*).

Bàn-tỷ-phệ-già 槃 毗 吠 伽 **Bhavaviveka** (*scr.*).— P'an-P'i-fre-Kia (*ch.*)

Một vị Bồ-tát. Cũng viết là Thanh-Biện 清 辨 Người Tàu cũng gọi ngài là Phân-Biệt-Minh 分 別 明.

Báng 謗 Médire (*fr.*)

Tức: *Phỉ-báng, Hủy-báng.* Chê, nói xấu, nói bậy. Như: *Báng-Kinh, Báng Phật; Báng Phật, Pháp, Tăng (Tam bảo).*

Trong Kinh, Phật thường dạy rằng: Những ai *báng Kinh*, *báng Phật*, *báng Tam-bảo* thì phạm tội nặng, có thể đọa Tam-ác Đạo; còn ngay ở đời nầy sẽ chịu các thứ tai họa to lớn.

Phạm tội *báng*, có hai hạng người:

1/ Hạng bất-tín, đố-ky, tức là chẳng phải người trong Phật-pháp.

20/ Hạng có lòng tin đối với Tam-bảo, có thiện cảm hoặc có qui y, nhưng chưa hiểu nghĩa lý, hay chấp nhứt, có ý kiến thiên, tà; do đó mà chê bai, luận bàn bậy bạ.

Nhơn hạng thứ hai trên đây, trong **kim-cang Kinh**, Phật có phán với Tu-Bồ-đề rằng: Như ai nói rằng Như-lai có chỗ thuyết-pháp, tức là người đó *báng Phật*, vì chẳng có thể hiểu ý nghĩa của Phật dạy. (Nguyên Hán văn: Nhược nhơn ngôn Như-lai hữu sở thuyết pháp, tức vi *báng Phật*, bất năng giải ngã sở thuyết cố).

Vậy chẳng nên cố chấp rằng: Phật có thuyết pháp, giảng kinh. Cũng chẳng nên cố chấp rằng: Phật chẳng có thuyết pháp, chẳng có giảng Kinh. Ai cố chấp mà nói ra một lẽ trong hai lẽ ấy, tức là *báng Phật*, mặc dầu người ấy là kẻ tu hành.

Trong **Phạm-võng Kinh** (Bồ-tát giái kinh, giái trọng thứ mười), có cấm *báng Tam-bảo.* Người tu Đại-thừa, khi nghe kẻ ngoại-đạo *báng Tam-bảo*, thì dường như ba trăm mũi giáo đâm vào tâm mình, huống chi tự miệng mình hủy *báng* và giúp kẻ ác nhơn, tà-kiến hủy *báng* sao?

Bàng-già-phổ 旁遮普 Panjab, Penjab, Punjab (scr.)

Một xứ ở miền Tây-Bắc cõi Ấn-độ. Ngày xưa, người Tàu gọi xứ ấy là *Đại-Tần* (Xem: *Đại-Tần*).

Báo 報 Rétribution des actes (fr.)

Đáp trả lại, như: *báo ân, báo oán*. *Báo* tức là *quả-báo, báo-ứng*; ấy là sự đáp trả lại bằng kết quả vui sướng (phước-báo, bạch-báo) hay sầu khổ (tội-báo, hắc-báo) do cái Nghiệp lành hay dữ đã tạo ra từ trước. Cái Nghiệp của chúng-sanh có hai thời kỳ: thời kỳ đầu hồi mới gieo, mới tạo, kêu là *Nhơn, Nhơn duyên, Nghiệp-duyên*. Thời kỳ sau thì thành thục, bèn trả lại, kêu là *Báo, Quả-báo, Nghiệp-báo*.

Báo có ba thứ (Tam báo):

1.— *Hiện-báo*: Cái quả-báo ngay ở đời hiện tại, y theo nghiệp-nhơn đã tạo tác.

2.— *Sanh-báo*: Cái quả-báo phải chịu lấy sau khi thác, chừng ấy hoặc anh nơi Tam-đồ, nơi cảnh Tiên, cảnh Thần hay nơi cảnh Người.

3.— *Hậu-báo*: Cái quả-báo về sau, đời nầy tạo Nghiệp, năm ba đời sau hoặc cách nhau rất nhiều đời, mới có sự báo-ứng.

Báo lại có ba thứ (Tam báo):

1.— *Hiện-báo*: Hiện nay mình làm Nghiệp lành hay Nghiệp dữ, ngay trong đời nầy mình chịu báo vui hoặc báo khổ.

2.— *Sanh-báo*: Đời trước mình đã tạo Nghiệp, đời nay mình phải thọ báo; hoặc đời nay mình tạo ra Nghiệp, đời sau mình sẽ thọ báo.

3.— *Tốc-báo*: Trước mắt tạo Nghiệp, tức tốc thọ lấy quả-báo.

Báo có hai thứ (Nhị báo):

1.— *Hoa-báo*: Sự báo-ứng tạm thời, phát hiện ngay trong đời, tỷ như người trồng cây thấy cây mình trổ hoa. Tức là *Hiện-báo* đã nói trên.

2.— *Thật-báo*: Sự báo-ứng thật sự, phát hiện ra trong đời tới, tỷ như người trồng cây thấy cây mình có trái, có hột đầy đủ và chín. Tức là *Sanh-báo* và *Hậu-báo* đã nói trên.

Báo ân 報恩

Báo đáp bốn ơn: ơn cha mẹ, ơn chúng-sanh, ơn vua

chúa thủy thổ, ơn Tam-bảo. Báo đáp bằng sự cung kính, phụng sự, cúng dường, bố thí thì được vô-lượng phước, cho nên kêu bà *Báo ân điền*.

Báo ân thí 報 恩 施　Báo đáp lại bằng sự bố thí, vì trước kia người ta đã vùa giúp cho mình. Báo ân thí là một cách bố thí trong *bát chủng bố-thí*.

Báo chướng 報 障　Sự ngăn ngại, che bít của quả-báo. Chúng-sanh trong sáu nẻo đều bị phiền não, hoặc-nghiệp ngăn ngại. Đối với những kẻ tội ác thâm, trọng thì cái báo-chướng nó ngăn đường bít nẻo; chỉ để cho đau khổ, tức như những hồn đọa lạc ở địa ngục, nga-qui, súc-sanh quanh quần chỉ thấy mình khổ, lụy. Đối với những bực có hưởng phước như chư thiên, loài người thì cái báo-chướng nó ngăn đón, khiến cho mình chẳng tin Tam-bảo, chẳng mộ chánh pháp. Còn đối với những nhà tu học thì cái báo-chướng nó che án, không để cho mình đắc đạo dễ dàng.

Báo duyên 報 緣　Cái duyên của Quả-báo. Do nhơn-duyên lành thì kết nên quả-báo sướng. Do nhơn-duyên ác thì kết thành quả-báo khổ.

Báo nhơn 報 因　Cái nhơn tạo ra Quả-báo. Nguyên nhơn lành thì quả-báo sướng, nguyên nhơn ác thì quả-báo khổ. Báo nhơn cũng tức là báo duyên. Cũng gọi là *thục nhơn* (cái nhơn chín).

Báo phục 報 復　Báo đáp trả lại. Luật Nhơn quả trả cái sung sướng cho người làm lành, trả cái tai họa cho người làm ác, không hề sai chạy.

> Đạo trời *báo phục* chin ghê,
> Khéo thay một mẻ tóm về đầy nơi (Kim Vân Kiều).

Báo quả 報 果　Cái kết quả nó trả lại, đáp lại bằng sự vui sướng hay tai hại tùy theo cái nhơn lành hay ác. Báo quả tức là quả-báo. Cũng nói : Thục quả (Cái quả chín).

Báo sát 報 刹 :　Cõi thế-giới quả-báo, ứng với muôn hạnh của một bực Đại-sĩ khi thành Phật, chính ngài làm Thầy toàn cõi ấy. Một đức Phật khi ra đời, lấy *Tam thiên đại thiên* thế-giới làm một cõi Báo-sát.

Báo thân 報 身　Cái thân hiện ra sanh ra do quả-báo, nên có sướng, có khổ, có dư-nghiệp, có chịu các quả-báo chung của nhơn loại, như những nỗi sanh, lão, bệnh, tử. Tuy nhiên, cái *báo-thân* của đức Thích-tôn nhờ đã tạo ra biết bao nghiệp lành, biết bao phước đức nên cái *báo-thân* ấy rất đẹp đẽ, trang nghiêm. Mỗi đức Phật tuy là có một thân thể, mà thân thể ấy hiệp lại bởi *tam thân*: Pháp-thân, *Báo-thân*, Ứng-thân.

Những ai đem lòng tin mà tu Pháp-môn Tịnh-độ, niệm Phật A-Di-Đà, thì khi hết cái *báo-thân* nầy, ắt được sanh về cõi thế-giái Cực-lạc, hưởng mọi sự sung sướng, chầu Phật A-Di-Đà, làm bạn với các hàng Bồ-Tát.

Báo thông 報 通   Tức là *nghiệp thông*. Có phép thần thông nhờ sức quả-báo, nhờ đời trước đã có công tu-học. Như những vị vừa sanh lên cõi của chư thiên thí liền biết biến hóa, những vị vừa sanh ra làm thần, làm long (rồng) thì liền biết ẩn hiện mà khỏi cần ai dạy bảo. Cũng có nhiều vị Bồ-tát sanh nơi cõi thế thì có phép thần thông.

Báo ứng 報 應   Đáp lại, dội lại. Trước kia đã làm lành thì sau nầy có sự báo ứng sung sướng, thảnh thơi. Trước kia đã làm ác thì sau này vướng lấy tai nạn, khổ sở.

Bào ảnh 泡 影 **Illusion** (*fr.*)

Cái bọt và cái bóng.

Đạo Phật cho rằng con người ta và thế sự cùng tất cả các pháp chẳng khác nào như bọt nước, như bóng rọi, thoạt có thoạt không, chẳng bền bỉ gì cả.

Trong Kinh **Kim-Cang Bát-Nhã Ba-la-mật** có bốn câu kệ kết thúc rằng:

Nhứt thiết hữu-vi pháp,

Như mộng, huyễn *bào, ảnh,*

Như lộ, diệc như điển,

Ưng tác như thị quán.

(Bao nhiêu những pháp nhận nhìn,

Ví như mộng, ảo, *bọt, hình* đó chi;

Cũng như hơi nước bay đi,

Cũng như chớp nháng trong khi mưa dào.

Thảy đều như vậy khác nào,

.. Các nhà học đạo xét vào cho minh.)

Lại trong **Quan-Âm thị Kính** có mấy câu thơ nầy :

Kìa *bào*, kìa *ảnh* phút qua,

Kìa sương, kìa chớp, kìa là chiêm bao !

Lựa là tranh trí thấp, cao,

Kẻ xem khoái chí, người gào thất thanh.

Lấy ai làm nhục, làm vinh,

Trăm năm là áng ngàn xanh rì rì !

Bảo (Bửu) 寶 Ratna (*sr.*) — Joyaux, précieux (*fr.*)

Vật quí ; quí giá, đáng trọng, đáng mến, tốt đẹp. Như : *thất*-bảo, bảo-*châu*. Quí-báu thì kể cả vật và người.

Như vật quí là vì những duyên cớ dưới đây : 1) Màu sắc chẳng biến dồi, cho đến cả ngàn năm cũng vẫn y nguyên. 2) Thể-chất không nhiễm, không lem, không ố. 3) Có thể dùng làm trang sức hay vật dụng thì rất mịn, rất tốt, rất trong. 4) Bán ra được cao giá ; với chút ít bảo vật, người ta có thể đổi lấy nhà cửa, ruộng vườn. 5) Vốn ít có trong thế gian, cho nên người ta ham trọng.

Còn người quí báu là vì có đức hạnh, đạo lý, vốn là một số ít trong nhơn loại Hạng người quí báu có thể giáo-hóa nhơn loại, cho nên được thiên-hạ tôn kính. Vì vậy nên người ta gọi Phật, Tăng là *Bảo*. Và do nơi lòng tôn-kính Phật, người ta cũng dùng tiếng *bảo* mà xưng các chùa tháp, kinh điển, pháp-giáo, Tăng-chúng. Như : Tam-bảo.

Bảo ấn 寶印 Con dấu (ấn 印 cachet) làm bằng châu, ngọc, bền chắc và quí báu, để đời đời.— Con dấu của hiệu Chùa, của các vị đại-đức, thượng-tọa.— Cái ấn-chứng vi-diệu đặc biệt, do chư Phật, chư Đại Bồ-tát ban cho nhà tu trì có đạo đức. Đồng nghĩa : *Phật-ấn.*— Lại cũng là tiếng để gọi cái Pháp là một bảo trong Tam-bảo (Phật, Pháp, Tăng). Lại như nhà sư niệm Chơn ngôn mà thủ hộ, phép ấy cũng kêu là *Bảo-ấn.* Lại

ai niệm Phật kiên-cố, được cái tâm-ấn huyền-bí, tỷ như bực quốc-trưởng đem bảo-ấn mà đóng vào văn-khế, đó cũng gọi là *bảo-ấn.*

Bảo ấn Tam-muội 寶 印 三 昧 :   Phép đại-định tên là « Bảo-ấn ». Nhà tu hành nhờ quán-tưởng mà được cái tâm gắn-chặt về thật-tướng, chơn-không, vô-vi, Niết-bàn, Trung-đạo. Đó kêu là *Bảo-ấn Tam-muội.* — Lại như ai quán-tưởng kiên cố, trong tâm tinh ngộ về ba lý nầy : 1) Vạn pháp đều vô-thường ; 2) Mọi vật mọi pháp vốn không có cái ta (ngã) ; 3) Niết-bàn là yên tĩnh (tịch tĩnh) ; thì được phép Tam-muội Bảo-ấn. Cũng kêu : Tam ấn Tam-muội, Tam pháp-ấn Tam-muội.

Bảo bình 寶 瓶 :   Cái bình quí báu, tiếng tôn xưng, âm Phạn : Quân-trì (軍 持). Đừng lộn với tiếng Bát (Bắc-phạn : Patra, Nam-phạn : Patta) là đồ đựng cơm. *Bảo-bình* dùng để đựng hoa hoặc nước thánh. Như *bảo-bình* của đức Quan-thế-Âm. Nhà Chùa hoặc những nhà thờ Phật để hoa trong *bảo-bình* mà cúng Phật-tượng. Phái Mật-giáo để nước « thệ-thủy » trong *bảo-bình* mà rưới lên đầu của những người cầu Pháp.

Bảo cái 寶 蓋   (Pháp : Parasol). Cái lọng báu. Lọng quí để thờ Phật, Bồ-tát, hoặc để che hầu những vị Thượng-tọa. Lọng ấy có khi làm bằng thất-bảo. Vì tôn trọng Phật, chư Thiên dùng lọng bằng thất-bảo mà che hầu Phật. Như hồi đức Bồ-tát giáng thế để làm Phật, chư Thiên che *bảo-cái* mà đưa ngài đi giáng sanh. Khi ngài thành Phật, hiện lên Thiên-cung mà giảng đạo, chư Thiên cũng che *bảo-cái* hầu ngài. — *Bảo-cái* tuy chẳng phải toàn bằng thất-bảo, nhưng là món đồ trang nghiêm trong việc thờ phụng tượng Phật, tượng Bồ-tát, nên người ta gọi là *bảo-cái.* Ở trong chánh-điện mỗi ngôi chùa, thường có một cái *bảo-cái* to lớn che mát tượng Phật.

> *Bảo-cái* đùn đùn trên bảo-tọa,
>
> Kim-quang chềm-chềm trước Kim-liên (Chúa Trịnh).

Bảo châu 寶 洲 :   Cõi thế-giới quí báu. Ấy là cõi Tịnh-độ của Phật, nơi ấy mọi vật toàn bằng ngọc châu và thất-bảo. Cũng kêu : Bảo-quốc

Bảo châu 寶 珠 :   Châu ngọc quí báu. Ấy là những ngọc có những tánh-chất : bền chắc không hư hoại, sáng chói như ánh mặt trời, lóng nước đục trở nên trong, làm cho muốn chi được nấy. Như : *Kim-*

cang, *Ma-ni châu.* Lại nữa, hạt *Bảo Ma-ni châu* của vị *Chuyển-luân Thánh-vương,* cũng gọi tắt là *Bảo-châu.*

Bảo châu Tam muội 寶 珠 三 昧 :   Phép đại-định «Bảo-châu» : Nhà tu hành đắc phép đại-định ấy thì sẽ được cõi quốc-độ toàn là châu báu, sẽ thành Phật nơi cõi trang nghiêm đủ các món bằng thất-bảo và các món châu báu.

Bảo Chí 寶 誌 :   Cũng viết : *Chí-Công.* Một nhà Cao-tăng người Tàu, hồi thế kỷ thứ sáu. (Xem : *Chí-Công*).

Bảo-Chưởng 寶 種 .— **Ratnâpâni** (*scr.*)

Cũng đọc : Bảo-chủng

Chủng-tánh, chủng tộc quí báu. Tên một đức Bồ-tát Ma-ha-tát trong kinh Diệu-Pháp-liên-Hoa.

Bảo-đà nham 寶 陀 巖 .— **Potala** (*tib*)

Điện Bảo-đà. Cũng viết : *Bồ-đà-lạc-ca sơn.* Cảnh đền nhiều từng cất trên triền núi ở thành Lạp-tát (Lhassa) xứ Tây Tạng. Đức Phật sống Đạt-lại lạt-ma (Dalaï-lama) giáo chủ đạo Phật vừa là quốc vương xứ Tây Tạng ngự tại đó. Ngài là hóa thân của đức Quan-thế-Âm-Bồ-tát. Hằng năm có cả triệu tín-đồ đạo Phật Lạt-ma giáo ở khắp châu Á đến thành Lạp-tát mà chiêm lễ điện *Bảo-đà.*

Bảo đài 寶 臺 :   Đài-các quí báu, làm bằng thất-bảo. Ấy là những cung điện ở bên cõi Cực-lạc của đức Phật A-Di-Đà. Những ai tinh-tấn niệm Phật thì được vãng sanh về cõi ấy, ở trong các cảnh *bảo-đài.*

Bảo đạc 寶 鐸 :   Cái mõ báu. Ấy là cái mõ lớn treo trong Chùa để đánh khi có lễ lớn. Cũng kêu : phong-đạc, thiên-đạc (鳳 鐸, 簷 鐸)

Bảo địa 寶 地 :   Đất quí. 1) Đất ở cõi Phật. Như đất ở cõi Cực-lạc của đức Phật A-Di-Đà bằng chất lưu-ly (lưu-ly địa), nên kêu là *bảo-địa.*— 2) Tiếng *bảo-địa* cũng dùng để chỉ cuộc đất trong vòng rào nhà Chùa.

Bảo điển 寶 典 :   Kinh-điển quí báu. Tiếng tôn xưng kinh-điển nhà Phật.

Bảo giới 寶界 :　Cõi thế-giái quí báu. Ấy là cõi Tịnh-độ của chư Phật, toàn bằng thất-bảo·

Bảo hiệu 寶號 :　Danh hiệu của chư Phật, Bồ-tát. Đồng-nghĩa: Hồng-danh (洪名, Danh hiệu Lớn)· Như : Thích-Ca-Mâu-Ni Phật là *bảo-hiệu* của đức Phật dương kim của chúng-ta ; A-Di-Đà Phật là *Bảo-hiệu* của đức Phật ở bên cõi Cực-lạc·

«Liên-tông bảo-giám» :　Mới vừa xưng *Bảo-hiệu*, đã gieo giống vào Liên-thai ; một khi phát Bồ-đề, liền nêu tên ở Kim-địa. (Tức là mới vừa xưng niệm danh hiệu của Phật A-Di-Đà...)

Bảo hoa 寶華 :　Hoa quí báu, mầu nhiệm, đẹp đẽ và thơm tho vô cùng· Như các loại hoa sen xanh, vàng, đỏ, trắng ở cõi Tịnh-độ và ở các cõi Tiên, đều gọi là *bảo-hoa*. Chư Bồ-tát thường hái *bảo-hoa*, vượt hư-không đi cúng-dường Phật.— Mỗi khi Phật thuyết Pháp, chư Thiên (Tiên) ngự đến, từ trên mây, tuôn xuống những *bảo-hoa* mà dâng cúng Phật·

Bảo-Hoa-Đức Phật 寶華德佛.— **Ratnamalaçri Bouddha** *(scr.)*

Danh hiệu một đức Phật Như-lai-Quốc-độ của Ngài ở về phương Thượng đối với cõi Ta-bà. Khi đức Phật Thích-Ca giảng kinh A-Di-Đà, đức *Phật Bảo-Hoa-Đức* và vô số chư Phật ở phương Thượng có tỏ lời khen ngợi và khuyên chúng-sanh nên tin kinh A-Di-Đà.

Bảo kệ 寶偈　Bài kệ-tụng rất quí-báu. Ấy là những bài kệ trong kinh Phật, tuy ít câu ít chữ mà ý nghĩa rất sâu xa, bí ẩn, trọn vẹn·

Bảo Lâm 寶林　Rừng quí báu. Ấy là cảnh rừng cây bằng thất-bảo bên cảnh Cực-lạc thế-giái của đức Phật A-Di-Đà. Trong kinh A-Di-Đà và kinh Quán Vô-lượng-Thọ đều có nói công-đức của những hàng cây bằng thất bảo trong cảnh rừng quí báu ấy· *Bảo lâm* lại là tên một ngôi chùa có danh bên Trung-hoa, nơi ấy đức Lục-tổ Huệ-Năng giảng kinh Pháp-bảo đàn.

Bảo Liên Hương (Tỳ-kheo-ni) 寶蓮香比丘尼
Bà Tỳ-Kheo ni tên là Bảo-Liên-Hương· Bà là một bà sư trong Giáo

hội Tỳ-kheo-ni hồi thuở Phật Thích-Ca. Bà lại có trì Bồ-tát-giái. Bà lén làm chuyện dâm dục, lại nói láo rằng : « Hành dâm chẳng phải là sát hại, chẳng phải là trộm cướp. Vậy chẳng có nghiệp báo ». Bà nói dứt lời, liền đó, từ nơi nữ-căn của bà sanh ra lửa dữ, rồi lửa dữ ấy lần lượt đốt cả thân thể của bà. Bà lại đọa vào. Địa-ngục vô-gián.

Bảo Ma-ni châu 寶 摩 尼 珠

Hạt châu báu Ma-ni. Ấy là một vật báu trong *Thất bảo* của vị *Chuyển-luân Thánh-vương.*

Như thuở xưa có vị Chuyển-luân Thánh-vương tên là Đinh-Sanh ra đời. Ngài là tiền thân của Phật Thích-Ca. Tự nhiên trong cung vua hiện ra hạt *Bảo Ma-ni Châu*, xanh như ngọc lưu-ly, lớn bằng bắp vế, ở trong tối có thể chiếu sáng tới một do-tuần. Dẫu trời mưa hột đá xuống lớn như cối xe, châu ấy có sức ngăn hột mưa. dường như cây dù ; trong khoảng một do-tuần, hột mưa chẳng lọt xuống được.

Bảo-guyệt (Bồ-tát) 寶 月 (菩 薩) Ratnacandra, Ratnachandra (*scr.*)

Tên một đức Bồ-tát Ma-ha-tát trong kinh Diệu-Pháp-liên-hoa.

Bảo nữ 寶 女

Cũng viết : Ngọc-nữ. *Bảo-nữ* là một trong thất-bảo của vua Chuyển-luân thánh-vương : 1°/ cỗ xe báu dùng để chinh phục thiên hạ (luân bảo) 2°/ voi báu 3°/ ngựa báu, 4°/ châu báu, 5°/ bà đẹp đẽ và hiền đức (*bảo-nữ*), 6°/ vị quan giữ kho tàng, 7°/ vị quan giữ binh quyền. (Cũng viết : *Nữ-bảo*).

Trong Trí-độ luận có chép rằng ; Bà Cồ-tỳ-Da (瞿 毘 耶) sanh ra *bảo-nữ*, tự nhiên sanh ra mà chẳng có chửa. — Có ít quyển Kinh nói về *Bảo-nữ*. như : Bảo-nữ tam-muội Kinh, *Bảo-nữ* sở văn Kinh v.v.

Bảo-Oai-Đức-Thượng-Vương (Phật) 寶 威 德 上 王 佛

Ratnatêdjôbhyyudgatarâdjatarâdja (scr) Một đức Phật Như-lai đồng thời với đức Phật Thích-Ca. Cõi thế-giái của ngài ở ném về phương Đông đối với cõi Ta-bà. Hồi đức Phật Thích-Ca giảng Kinh Pháp-Hoa, ngài Phồ-Hiền Bồ-tát từ bên cõi thế-giái của Phật Bảo-Oai-Đức-Thượng-Vương có dắt theo vô số chư Bồ-tát, chư Tiên và chư Thần, hiện đến cõi Ta-bà mà nghe thuyết-pháp.

Bảo phạt (phiệt) 寶 筏

Chiếc bè của Phật, tức là pháp-môn

của Phật. Cũng như người ta có thề nương chiếc bè mà đi từ bến này đến bến kia; cũng như thế, Phật đem Pháp-môn của ngài làm bè, đưa chúng-sanh từ bến mê đến bến tỉnh. Cho nên kêu là *bảo phạt.*

Bảo phường 寶坊   Khu vực quí báu. Hồi Phật Thích-Ca ra đời, ông Trưởng giã Cắp-cô-Độc (Anathapindika) bỏ vàng ra mua cảnh vườn Kỳ-đà (Jeta) gần thành Xá-vệ (Sravasti) mà lập ngôi già-lam Vì vậy nên người ta gọi cảnh ấy là *Bảo-phường.*

Lại vì cung kính ngôi Tam-bảo (Phật, Pháp, Tăng) người ta gọi những cảnh chùa, những phòng trữ kinh điển là *Bảo-phường.*

Lại ở khoảng giữa hai cõi Dục-giới và Sắc-giới, có một tòa *bảo-phường* lớn, Phật có ngự lại đó mà giảng kinh Đại-tập-luận.

Bảo Quang (Thiên-tử) 寶光天子   — Ratnaprabha (scr) : Một vị Tiên ở cõi Lục-dục thiên, nội-thần của đức Đế-Thích. Khi đức Phật giảng kinh Diệu-Pháp Liên-Hoa trong núi Kỳ-xà-quật, đức Đế-Thích có hiện đến dự nghe với hai vạn vị Thiên-tử. Đứng đầu trong hai vạn vị Thiên-tử ấy, có những vị nầy : Minh-nguyệt (Sùrya) Thiên-tử, Phồ-Hương (Samantagandha) Thiên-tử, Bảo-Quang (Ratnaprabha) Thiên-tử.

Bảo quốc 寶國   Cõi nước quí báu. Ấy là cõi Cực-lạc thế-giái của Phật A-Di-Đà. Vì toàn cõi nước đều là thất bảo cho nên kêu là *bảo quốc.*

Bảo sám 寶懺   Bài sám-hối quí báu, kẻ đọc bài kinh ấy đối trước tượng Phật mà có lòng thành thì dứt tội xưa và dễ mà tinh-tấn trên đường đạo đức. Tức là bài Hồng-danh bảo-sám khởi sự bằng hai câu : Đại-từ Đại-bi mẫn chúng-sanh,

Đại-hỷ Đại-xả tế hàm thức.

(Xem : *sám-hối, sám-ma*).

Bảo sát 寶刹 :   Hiệp lại bằng chữ Hán và Phạn. Hán : Bảo (quí báu). Phạn : Sát (Sắt-sát, ksha, Thồ-điền). Ấy là cuộc đất quí báu. Bảo-sát là cõi đất thanh-tịnh, bằng thất-bảo của Phật. Cũng có nghĩa : Chùa Phật, Tháp Phật.

Bảo sở 寶所 :   Chỗ quí báu. Có hai nghĩa : 1) Về vật chất, chỗ quí của thất-bảo, chỗ để đồ trân-bảo. 2) Về tinh thần, tức là nghĩa bóng Niết-bàn, chỗ cứu-cánh của nhà tu Phật

Bảo-tạng (tàng) 寶 藏 : Kho chứa trữ những của cải, tiền bạc, châu báu của một nhà đại-phu hoặc của một nhà vua.— Pháp vi - diệu của Phật mà Phật thuyết ra trong một đời, gom trong ba Tạng kinh, hoặc chứa trong tâm-trí của một đức Phật, một đức Bồ-tát, cũng kêu là *Bảo-tạng.*

Cũng như bực quốc-trưởng hay nhà giàu có dùng đồ châu báu trong kho đem ra mà cất nên nhà cửa xuê lịch hoặc bố thí cho kẻ nghèo; cũng như thế, bực Phật, Bồ-tát dùng biết bao pháp-môn mà giáo-hóa tế độ cho chúng-sanh ! Cho nên tất cả các Pháp của Phật, Bồ-tát gom lại kêu là *Bảo-tạng.*—

Bảo-Tạng lại là tên một đức Phật quá-khứ· Ngài là con ông Phạm-Chí (thầy tu đạo Bà-la-môn) Bảo-Hải. Ngài xuất-gia, tu thành Đạo, lấy hiệu là *Bảo-Tạng Như-lai·* Đức Phật A-Di-Đà và đức Phật Thích-Ca-Mâu-Ni đều nương theo ngài mà phát tâm thành Đạo.

Bảo-tánh 寶 性 : Cái tánh quí tự nhiên của chúng-sanh· Cũng kêu : Như-lai tạng, Phật-tánh, Chơn-như tánh. Cũng như vàng bạc và châu báu dẫu chôn vùi nơi đất cát bùn lầy cho đến bao lâu đi nữa, cái tánh quí nó chẳng biến đổi, cái thể chất nó vẫn còn; cũng như thế, cái Như-lai tạng, cái Phật-tánh nó ở nơi chúng - sanh, mặc dầu chúng - sanh chìm đắm trong vòng phiền não, nhưng cái tánh quí nó chẳng mất, cái thể chất linh-diệu nó hằng còn· Vì vậy nên gọi là *bảo-tánh·*

Bảo-tích 寶 積 — Ratnakara (scr) : Những của quí báu tích tụ ; những pháp-môn vô giá gom lại.

Bảo-Tích Bồ-tát : Một vị Bồ-tát có hiện lại nghe Phật Thích-Ca giảng kinh Pháp-Hoa.

Bảo-Tích kinh : Một bộ kinh lớn trong đạo Phật· Cũng kêu : *Đại Bảo-Tích kinh·* Bên Tàu, các sư lần lượt từ đời nầy tới đời kia mới dịch xong trọn bộ *Bảo-Tích kinh·* Vì kinh ấy gom góp tất cả các pháp-môn ; như các pháp thâm-diệu về Đại-thừa, cho nên kêu là bảo ; lại vô-lượng pháp-môn có chép trong đó nên kêu là tích.

Bảo-Tích Phật : Danh hiệu một đức Phật Như-lai· Vì ngài đem các pháp quí báu của nền Thánh-đạo vô-lậu mà trang nghiêm và tích tập cho mình và cho người, nên lấy hiệu là Bảo-Tích Phật.

Bảo-Tích Tam-muội : Tên một phép tu định. Nhà tu hành có thể quán-tưởng thấy cái gốc nguồn của các pháp, lúc bấy giờ tâm trí mình sáng suốt như hột bảo-châu ma-ni, chiếu sáng tất cả mọi vật. Vì vậy nên gọi phép tu ấy là Bảo-Tích Tam-muội.

Bảo-Tích trưởng giả tử : Con trai của một vị trưởng giả tên là Bảo-Tích. Lúc đức Phật Thích-Ca ngự lại thành Tỳ-da-ly (Vaisali), con của một vị trưởng giả (nhà giàu) ở thành ấy cầm đầu năm trăm cậu trai khác, cùng nhau đem lọng thất-bảo mà che hầu Phật và thỉnh Phật giảng về hạnh của hàng Bồ-tát ở cõi Tịnh-độ.

Bảo-tọa 寶 座

chỗ ngồi quí báu. Người ở thế gọi chiếc ngôi quí báu của bực quốc trưởng lá *bảo-tọa*. Nhà tu Phật gọi chỗ ngồi của Phật là *Bảo Tọa*. Chừng Phật tịch, người ta lên cốt Phật. cái ngôi chịu lấy cốt Phật kêu là *bảo-tọa*.

Bảo-tướng 寶 相

Thân thể trang nghiêm, cực kỳ đẹp dẽ của Phật;— tượng Phật, cốt Phật khéo léo, tốt đẹp.

Bảo-Tướng.— **Ratnakêtourâdja** (*scr.*) : Tên những đức Phật vị-lai. Trong hội Pháp-Hoa, đức Phật Thích-Ca có thọ-ký cho hai ngàn vị Thinh-văn đệ tử của Ngài, phán rằng về sau chư vị ấy sẽ thành Phật khắp nơi một lượt, đồng lấy một hiệu là *Bảo-Tướng Như-lai.*

Bảo-Tướng.— **Mahâratnakêtou** (*scr.*) : Tên một đức Phật hiện tại, quốc-độ của Ngài ở   về phương Tây đối với cõi thế-giái Ta-bà của Phật Thích-Ca.

Hồi đức Phật Thích-Ca giảng Kinh A-Di-Đà, Phật *Bảo-Tướng* và vô số chư Phật ở phương Tây có tỏ lời khen tặng và khuyên chúng-sanh nên tin kinh A-Di-Đà.—

Bảo-Tướng: tên một đức Phật quá khứ. Trong Địa-Tạng kinh có chép :... Lại thuở xưa, có đức Phật ra đời, hiệu là *Bảo-Tướng Như-lai* Như có nam-tử, nữ-nhơn nghe danh hiệu đức Phật ấy, sanh lòng cung kính, người ấy chẳng bao lâu sẽ đắc quả A-la-hán.

Bảo-tượng 寶 像 :

Tượng cốt Phật làm bằng các món quí

như vàng, bạc, châu báu. Vì tôn kính, ở nhiều nước, người ta dùng đồ trân-bảo mà tạo tượng Phật để thờ.

Bảo-tháp 寶塔 .— Stûpâ (scr.) Dagoba ((p)) :

Những ngôi tháp-miếu rất nghiêm-sức, làm bằng những đồ quí, trong ấy có thờ tro tàn (Xá-ly) của Phật. Trong Diệu-Pháp Liên-Hoa Kinh, phẩm 11 có nói : Khi đức Phật Thích-Ca diễn kinh Diệu-Pháp Liên-Hoa, một vị Cổ-Phật, ngài Đa-Bảo (Trabhūtaratna) hiện lại trong *bảo-tháp* mà nghe và tỏ lời khen tán đức Phật Thích-Ca.— Sau khi đức Phật-tổ nhập diệt, vào thế kỷ thứ ba trước Dương-lịch, nhà vua chúa tể cõi Ấn độ là A-Dục (Açoka) có xây vô số *bảo-tháp* trong toàn cõi Ấn Độ mà kỷ niệm công-đức của Phật. *Bảo-tháp* tức *Thất bảo-tháp.* (Xem : *Tháp*).

Bảo-Thắng Như-lai 寶勝如來 :

Một đức Phật hồi đời quá-khứ. Địa-Tạng Kinh : Lại thuở xưa, cách nay Hằng-hà sa số Kiếp, có đức Phật ra đời, hiệu là *Bảo-Thắng Như-lai.* Như có nam-tử, nữ-nhơn nghe danh hiệu đức Phật ấy, trong một giây phút bằng khảy ngón tay, liền phát tâm qui-y, thì người ấy mãi mãi chẳng thối-chuyển đối với quả Đạo vô-thượng.

Bảo-thọ 寶樹

Cây bằng thất bảo. Như những hàng cây ở cõi Tịnh-độ của Phật A-Di-Đà, kêu tà *Bảo - thọ.* Thân cây, nhành, lá hoa, quả v.v. mỗi món đều do một món báu làm ra. Đồng nghĩa : Ngọc-thọ.

Bảo-thừa (thặng) : 寶乘

Cổ xe quí báu ; pháp-môn hiệp nhứt của Phật để độ chúng-sanh thành Phật. Cũng kêu : *Bảo-xa.* Cũng như cái *bảo-thừa* của bực quốc trưởng, của nhà phú hào làm bằng các món báu, to lớn, lộng lẫy, do những con bò trắng kéo chạy rất mau ; cái *bảo-thừa* của Phật gom các thừa Thinh-văn, Duyên-giác, Bồ-tát lại làm *Nhứt thừa* ; cái bảo-thừa ấy đưa các nhà tu-học đến Niết-bàn của Phật. Đó là theo lý kinh Diệu-Pháp-Liên-Hoa.

Bảo-tràng 寶幢

— Cây cờ quí báu. Ấy là cây cờ mà các bộ phận toàn bằng các thứ châu báu. Thứ cờ để thỉnh Phật cho ra vẻ tôn-kính (Xem: *Tràng*).

Bảo trì 寶池

Ao bằng thất bảo. Ấy là ao bằng các món báu, trong ao có nước tám công-đức (*bát công-đức thủy*). Cảnh ao ấy ở cõi

Cực lạc của đức Phật A-Di-Đà. Những nhà tu hành văng sanh về cõi ấy thì mặc tình mà tắm trong ao ấy và uống nước ao ấy. Nhờ vậy mà các căn về thể và về trí đều tươi nhuận và mở thông. Trong kinh A-Di-Đà có tả cảnh thất *bảo-trì* như vầy : Ở cõi Cực-lạc, có *ao bằng bảy vật báu*, phía trong chứa đầy một thứ nước có đủ tám công-đức. Dưới đáy ao thấy toàn những cát bằng vàng. Bốn phía ao đều có những bực thang xây bằng vàng, bạc, lưu ly, pha-lê hiệp lại với nhau. Phía trên ao, lại có những lầu-các, thảy bằng vàng, bạc, lưu ly, pha-lê, xa-cừ, xích-châu, mã-não, chưng dọn hết sức trang-nghiêm, lộng-lẫy. Giữa ao, có những hoa sen, lớn như bánh xe; hoa xanh thì hào quang xanh, hoa vàng thì hào quang vàng, hoa đỏ thì hào quang đỏ, hoa trắng thì hào quang trắng; mùi thơm rất êm dịu và tinh-khiết.

Bảo-võng 寶網 :

Lưới bằng trân-bảo. Ấy là một trong những món trang-nghiêm cõi Cực-lạc thế-giái.

Bảo-Vương 寶王 :

Tiếng tôn xưng Phật. Đức Như-lai là bực có công-đức nhiều hơn tất cả các chúng-sanh, các nhà tu-học; ngài là bực đáng tôn kính, đáng quí trọng hơn hết; cho nên kêu là *Bảo-Vương*. Lăng-nghiêm chú : Nguyện kim đắc quả thành *Bảo-vương*, hoàn độ như thị Hằng-sa chúng. « *Bảo-vương* » Tam-muội : tên một phép đại-định mà nhà tu-hành chuyên niệm Phật có thể đắc. Trong các phép tu, phép Niệm Phật là quí báu nhứt, cho nên ai đắc phép ấy, kêu là được « *Bảo-vương* » Tam-muội. Tỷ như trong các bảo-vật, bảo-châu, hột *Ma-ni châu* là quí-báu hơn hết, nó có thể làm thỏa mãn các nguyện-cầu của tất cả chúng-sanh, vì vạn vật đều do Ma-ni châu mà ra. Cũng như thế, trong các phép Tam-muội, phép *Bảo-vương Tam-muội* tức môn Niệm Phật là quí-báu nhứt, vì nó chứa đủ tất cả pháp-môn, cho nên kêu là *Bảo-vương Tam-muội*.

Bảo xa 寶車 :

Cỗ xe quí báu. Ấy là cỗ xe bằng thất-bảo, thắng bằng bò trắng lớn, rất quí đẹp và chạy mau hơn các xe khác, như xe dê, xe lộc, xe bò. *Bảo-xa* cũng kêu *Bảo-thừa*, tiêu-biểu cho Phật-thừa; còn ba cỗ xe khác: xe dê tiêu biểu cho Thinh-văn-thừa, xe lộc tiêu biểu cho Duyên-giác thừa, xe bò tiêu biểu cho Bồ-tát thừa. Vậy *Bảo-xa* tức là giáo-pháp Nhứt-thừa để thành Phật.

Bảo-Xưng 寶稱 :

Một chàng con nhà Trưởng giả ở thành Ba-la-nại qui-y nơi Phật và đắc quả La-hán. *Bảo-Xưng* dương ở thành Ba-la-nại, trong đền đài của mình mà hưởng mọi thú Ngũ-dục, chẳng biết chi về lẽ phi thường. Bỗng nghe tin đức Phật ngự đến thành Ba-la-nại, trụ ở bờ sông Ba-la. Chàng liền tỉnh ngộ, nhìn cung-nhơn và thể-nữ như những bộ xương tàn. Bèn đến tầm Phật và thọ giới xuất-gia. Năm chục người bạn của chàng, ở xa nghe tin chàng chán đời mà xuất-gia, thảy đều đồng lòng đến xin thọ giới Xuất-gia, làm đệ-tử Phật. Và thảy đều đắc Đạo.

Bát 鉢 Patra (*scr*) Patta (*p*)Bol à aumône (*fr.*)

Cũng viết : *Bát-đa-la Ba-đa-la, Ba-đát-ra, Bát-đắt-ra, Bát-hòa-ra* (*la*) *Bát-hòa-lan* Kêu tắt là *bát*, thứ để đựng đồ ăn của nhà sư khất thực. Cũng kêu theo nghĩa : *ứng-lượng khí*. Phật hồi còn trụ thế, thường bữa ra mặc áo, ôm *bát*, đi vào thành phố hoặc làng xóm mà khất thực. Chư Tỳ-kheo hành đạo Đầu-đà cũng làm như vậy.

Hiện nay, các sư miền Nam-tông thường ngày cũng ôm *bát* đi khất thực. *Bát* làm bằng đồng, bằng thiết, có khi cũng làm bằng cây. Chưa ai cho thì còn ló cái *bát* ra ; xin đủ ăn thì phủ cái *bát* lại, nhà sư đi thẳng về Chùa hoặc ra ngồi nơi gốc cây mà ăn.

Mỗi vị sư, khi thọ Giới cụ-túc thì Hòa-thượng nhơn danh Giáo-hội, truyền cho một cái *bát*. Hoặc là khi cái *bát* của mình bể thì giáo-hội phát cho cái khác. Lúc thọ lãnh *bát*, nhà sư nguyện ba lần như vầy :

Thiện tai Bát-đa-la, Như-lai ứng lượng-khí ! Phụng trì dĩ tư thân, Trưởng dưỡng trí-huệ mạng.

Án chi rị chi rị phạt nhụt ra hồng phấn tra.

(Lành thay cái Bát-đa-la, Món đồ ứng lượng của Phật ! Tôi nay phụng trì để nuôi thân và để nuôi lớn cái mạng trí-huệ).

Mỗi khi cằm bình *bát* đặng đi khất thực, nhà sư có nguyện như vầy ;

Chấp trì ứng khí, Đương nguyện chúng-sanh, Thành tựu pháp-khí, Thọ thiên nhơn cúng dường.

Án chi rị chi rị phạt nhụt ra hồng phấn tra !

(Cũng như tay tôi nâng *bát*, tôi nguyện cho chúng-sanh thành ra món đồ pháp-khí và nhận được Tiên và người cúng dường.)

Khi thấy cái *bát* không, chưa đựng đồ ăn, nhà sư nguyện như vầy :

Nhược kiến không bát, Đương nguyện chúng-sanh, Cứu cánh thanh tịnh, không vô phiền não.

(Như thấy cái *bát* không, tôi nguyện cho chúng-sanh được thanh tịnh rốt ráo, trống không chẳng có phiền não).

Khi thấy cái *bát* đầy đồ ăn, nhà sư nguyện như vầy :

Nhược kiến mãn bát, Đương nguyện chúng-sanh cụ túc thạnh mãn nhứt thiết thiện pháp.

(Như thấy cái bát đầy, tôi nên nguyện cho chúng-sanh đầy đủ tròn trịa tất cả các pháp lành).

(Xem : *khất thực*).

Bát âm 八 音   Tám thứ âm-thinh.

1°l *Bát âm* hay *Bát chủng thinh* la tám đặc-tánh trong lời nói của Phật, tức là tám đức-tánh ở nơi lời nói của Phật. (Xem : *Âm.*)

2°l *Bát âm* lại là tám thứ âm-thinh trong âm nhạc. Tất cả là tám món nhạc, mối món có một âm-thinh riêng, thảy đều hòa với nhau, (Xem thêm : *Âm*).

Bát Bất Khả tư nghị 八 不 可 思 議   Tám việc mà người ta xét không thấu, luận không cùng.

Theo **Niết-Bàn kinh**, quyển 40, trong hai mươi năm mà ông A-Nan hầu gần Phật, ông có đủ *Bát Bất khả tư nghị* :

1°l Ông chẳng hề hầu theo Phật, khi có ai thỉnh riêng Phật mà cúng dường.

2°l Ông chẳng hề thọ lãnh áo cũ của Phật đã mặc.

3°l Ông chẳng hề vào phòng Phật sái lúc (vô cớ).

4°l Ông chẳng hề sanh lòng dục trong khi theo hầu Phật mà gặp các nữ-nhơn, cùng Thiên-nữ, Long-nữ.

5°l Ông nghe Phật giảng đủ 12 bộ Kinh, nhưng không hề hỏi nghĩa trở lại.

6°/ Ông thường biết Phật nhập phép Định nào, tuy ông chưa đắc phép tha tâm trí.

7°/ Đối với những chúng - sanh đến chầu Phật, ông biết ai là người đã đắc Tứ quả hoặc chưa đắc, ai sẽ sanh ra làm người hoặc làm chư thiên v.v...

8°/ Những lời bí-mật của Phật, ông hiểu rõ hết.

Bát bất tịnh 八 不 淨   Cũng viết : *Bát chủng bất tịnh.*

Tám vật chẳng tịnh. Tỳ-kheo chẳng nên chứa trữ tám món vật và làm những việc chẳng có tánh cách trong sạch, tức là : 1.— *Vàng,* 2.— *Bạc,* 3.— *Tôi mọi,* 4.— *Trâu (Bò),* 5.— *Dê,* 6.— *Kho dụn,* 7. *Buôn bán,* 8.— *Cày cấy trồng tỉa.*

Lại là : 1.— *Ruộng vườn,* 2.— *Trồng tỉa,* 5.— *Lúa, lụa,* 4.— *Nuôi người làm mọi,* 5,— *Nuôi cầm thú,* 6.— *Tiền tài của báu,* 7.— *Nệm, nồi,* 8.— *Ngà voi, vàng-bạc trang sức giường và các vật quí trọng.*

Trong « Niết-bàn-kinh », có chép tám vật chẳng tịnh là : 1.— nô-tỳ, 2.— vàng, 3.— bạc, 4.— trân-bảo, 5.— lúa thóc, 6.— kho lẫm, 7.— bò, dê, voi, ngựa, 8.— mua bán cầu lợi.

Nhà sư mà thâu trữ *bát bất tịnh* tức là người chẳng tu Giái.

Bát biến-hóa 八 變 化   Tám phép biến hóa. Trí - Độ luận

kêu là *Bát thần biến* 八 神 變 (tám phép biến hóa thần linh), Niết - Bàn kinh kêu là *Bát tự-tại* (tám phép tự-tại). Tám phép biến hóa thần linh là : 1.— *Làm cho nhỏ lại được:* đem sức biến hóa làm cho thân mình, thân người và các vật trên thế giới hóa làm hột bụi rất nhỏ. 2.— *Làm lớn ra được:* đem sức biến-hóa làm cho thân mình, thân người và các vật trên thế giới đầy cả trong chốn hư-không rất lớn. 3.— *Làm nhẹ đi được:* đem sức biến hóa làm cho thân mình, thân người và các vật trên thế giới đều rất nhẹ như lông chim hồng. 4) Làm ra tự-tại được : đem sức biến hóa làm cho lớn, nhỏ, dài, vắn đều xoay vần biến hóa tự tại. 5) *Làm cho có chủ được:* đem sức biến hóa tự mình hóa làm người lớn hay là người nhỏ, tâm không cao, thấp, hàng phục được hết thảy, nhiếp thọ được hết thảy. 6) *Đến nơi xa được:* đem sức biến hóa tới được chỗ xa, tất cả có bốn cách : một là bay đi tới xa, hai là cái nầy lặn đi, cái kia mọc ra, ba là dời xa lại gần được, chẳng đi mà tới, bốn là một niệm tới khắp mười phương. 7) *Làm cho động được* : đem sức biến hóa làm cho cả cõi đất lớn làm ra sáu cách chấn-động, hoặc mười tám cách chấn-động. 8) *Tùy theo ý mình* : đem sức biến-hóa làm cho một mình hóa làm nhiều mình, nhiều mình hóa làm một mình, thông khe, thấu đá, nghiêng nước, chặn không, đất làm ra nước, nước làm ra đất, lửa làm ra gió, gió làm ra lửa, kim làm ra thạch, thạch làm ra kim.

Bát bộ chúng 八 部 衆　　Tám bộ chúng :

1) *Thiên-chúng*, chư thiên ở sáu cảnh trời Dục-giới, bốn trời tứ thiền Sắc-giới. Bốn nơi không Vô-sắc giới vậy. Mình đủ quang minh, cho nên kêu là *Thiên.*

2) *Long-chúng* (bọn rồng), như tám vị Đại long vương Thính-chúng trong hội Pháp-Hoa.

3) *Dạ-xoa* (bọn Dạ-xoa), là bọn quỉ thần bay đi trong không vậy.

4) *Càn-thát-bà* (bọn thần Càn-thát-bà) là bọn thần âm nhạc ở cõi trời Đế-Thích vậy.

5) *A-tu-la* (bọn thần A-tu-la), loại thần quả báo, trời mà chẳng phải trời, dung mạo xấu xa, mà đờn bà thì rất đẹp, là loại thần thường chiến đấu chống Đế-Thích vậy.

6) *Ca-lâu-la* (bầy chim Ca-lâu-la), giống chim cánh vàng vậy.

7) *Khẩn-na-la* (thần Khẩn-na-la), giống thần đầu như đầu người mà trên có sừng, cho nên kêu là người chẳng phải người, là bọn thần ca hát của Đế-Thích vậy.

8) *Ma-hầu-la-già* (thần Ma-hầu-la-già), là thần mãng lớn vậy.

Bát chánh đạo 八 正 道 Aryatàngamarga (*scr.*) Ariyoatthangikomaggo (*p.*) .— Noble voie octuple (*fr.*)

Cũng viết : Bát Thánh-Đạo.

Đạo bát chánh tức là tám con đường chánh trong đạo Phật thuộc về Tứ-diệu-đế, trong đế thứ tư: Đạo-đế. Ai noi theo tám con đường đó mà đi thì thoát khồ, được an lạc.

1º Chánh kiến, hay Chánh tri kiến (Croyance parfaite) Sammà-Ditthi (p.)

2º Chánh tư duy (bon jugemet) Sammà-Sankappa (p.)

3º Chánh ngữ (parole parfaite) Sammàmàvàcà (p.)

4º Chánh nghiệp (fin de l'œure parfaite) Sammà-Kammanta (p.)

5º Chính mạng (manière de vivre parfaite) Sammà-vajīva (p.)

6º Chánh tinh-tấn (application parfaite) Sammà-vàyàma (p.)

7º Chánh niệm (mémoire parfaite) Sammà-sati (p.)

8º Chánh định (méditation parfaite) Sammà-samàdhi (p.)

Chính hồi mới chuyền Pháp-luân, đức Phật giảng tại thành Ba-la-nại Tứ-diệu-dế và *Bát chánh-đạo* với năm vị chơn nhơn do Kiều trần Như dẫn đầu.

Bát chủng bất-tịnh chi vật 八 種 不 淨 之 物

Tám thứ vật chẳng thanh tịnh mà vị Tỳ-Kheo không nên thâu trữ, vì nếu thâu trữ thì khó mà giữ gìn tịnh hạnh.

Kêu tắt : *Bát bất tịnh.* (Xem : *Bát bất-tịnh.*)

Bát chủng biệt giải-thoát giới 八 種 別 解 脱 戒

Tám thứ giái giải thoát riêng : 1) *Tỳ-kheo giái,* 2) *Tỳ-kheo-ni giái,* 3) *Chánh-học giái,* 4) *Sa-di giái,* 5) *Sa-di-ni giái,* 6) *Ưu-bà-tắc giái,* 7) *Ưu-bà-di giái,* 8) *Cận-trụ giái.*

Bát chủng bố-thí 八 種 布 施

Tám món bố thí : 1) *Tùy chi thi,* tùy theo kẻ đến gần mình mà ra ơn bố thí cho họ. 2) *Bố úy thi,* nhơn kẻ sợ sệt tai ách muốn yên tịnh mà làm ơn bố thí cho họ. 3) *Báo ân thi,* thuở xưa được kẻ kia ra ơn cho mình, ngày nay mình trả ơn lại cho họ vậy. 4) *Cầu báo-thi,* ngày nay đem đồ vật bố thí cho kẻ kia, hy cầu ngày khác họ bố thí lại cho mình vậy. 5) *Tập tiền thi,* tập theo phép nhà của ông cha đời trước mà làm ơn bố-thí vậy. 6) *Hy thiên thi,* hy-vọng sanh vào cõi trời kia mà làm ơn bố thí vậy. 7) *Yêu danh thi,* hy vọng tiếng tốt mà làm ơn bố thí vậy. 8) Vì lòng trang nghiêm, vì lòng trợ hiền, vì nhờ thiền định, vì được nghĩa trên mà bố thí vậy.

Bát chủng dụ 八種喻　Tám thứ thí dụ. Phật và Bồ tát thuyết pháp, thường dùng thí dụ đặng cho người ta dễ hiểu Diệu-pháp Có *Bát chủng dụ* :

1°/ *Thuận-dụ* (Thí dụ thuận chiều). Như lấy một việc mà làm thí dụ, kể từ gốc cho đến ngọn, từ nguyên-nhơn xa vời cho tới quả-báo hiện-tại, đặng so sánh với Pháp mà mình đương diễn.

2°/ *Nghịch-dụ* (Thí dụ nghịch chiều). Như lấy một việc mà làm thí dụ, kể ngược từ ngọn trở lại gốc, từ quả báo hiện tại mà kéo trở lại cho tới nguyên nhơn xa-vời, đặng so sánh với Pháp mà mình đương diễn.

3°/ *Hiện-dụ* (Thí dụ hiện thời). Lấy vật hiện thời nầy tỷ với vật hiện thời kia, như nói : tâm tánh của chúng sanh, tỷ như con khỉ : bỏ cái nầy, bắt cái kia, chẳng hề yên trụ.

4°/ *Phi-dụ* (Thí dụ chẳng có thật). Như tự mình đặt ra một sự tích đặng làm tỷ dụ với pháp mình đương diễn.

5°/ *Tiên-dụ* (Thí dụ một việc đã xảy ra). Tỷ như nói : Những kẻ ham hoa, mãn hái hoa mà bị nước lôi cuốn. Chúng-sanh tham ái dục cũng như thế, thường bị trôi giạt trong nước Luân-hồi.

6°/ *Hậu dụ* (Thí dụ một việc về sau). Như nói : giọt nước tuy nhỏ, chảy mãi sẽ đầy hồ. Vậy chẳng nên khinh lỗi nhỏ mà cho là vô tội.

7°/ *Tiên hậu dụ* (Lấy một việc làm thí-dụ, có trước có sau). Tỷ như cây chuối, khi có trái thì nó sắp chết. Kẻ ngu gặp lợi dưỡng cũng như thế.

8°/ *Biến dụ* (Thí dụ đầy đủ, biến khắp). Lấy một việc, làm tỷ dụ với Pháp-lý mình diễn. Trong việc ấy, có rất nhiều việc nhỏ đều có thể tỷ dụ với các pháp trong bài diễn giải của mình.

Bát chủng Ma 八種魔　Tám thứ Ma (Xem : *Bát Ma*).

Bát chủng thinh 八種聲　Tám thứ âm thinh, tức là tám đức tánh ở lời nói của Phật. Cũng viết : *Bát âm*.

Xem : Âm.)

Bát công-đức thủy 八 功 德 水 Eau ayant les huit bonnes qualités (*fr.*)

Nước có tám công-đức, tám đức tánh. Ấy là nước ở ao hồ trong cõi Cực-lạc, nước dưới suối A-na-bà-đạp-đa trong núi Hương-sơn miền Nam Diêm-phù-đề. Tám công-đức là :

1°/ Trừng-tịnh (Lắng-sạch), 2°/ Thanh-lãnh (Trong-mát), 3°/ Cam-mỹ (Ngọt ngon), 4°/ Khinh-nhuyển (Nhẹ dịu), 5°/ Nhuận-trạch (Nhuần-trơn), 6°/ An hòa, 7°/ Lúc uống, trừ được đói, khát và vô số sự lầm lỗi lo-âu, 8°/ Uống rồi, bồ khỏe các căn về thân thể và về tinh thần. *Bát công-đức thủy* cũng viết là : *Bát trì thủy* (nước ao có tám đức). *Bát công-đức trì* (ao có tám công-đức), *Bát vị thủy* (nước có tám vị).

A-Di-Đà Kinh : Nầy nữa Xá-ly-Phất ! ở cõi Cực-lạc, có ao bằng bảy vật báu ; phía trong chứa đầy *Bát công-đức thủy.* Dưới ao thấy toàn một thứ cát bằng vàng.

Vô-Lượng-Thọ Kinh : Ở quốc-độ của Phật Vô-Lượng-Thọ (A-Di-Đà), trong, ngoài, tả, hữu, có những hồ tắm hoặc mười do-tuần, hoặc hai mươi, ba mươi cho chí trăm, ngàn do tuần ; dài, rộng, sâu, cạn đều một loạt như nhau. *Bát công-đức thủy* đầy dẫy tỏ ra bộ leo-lẻo, trong trẻo, thơm sạch, mùi nếm như chất cam-lộ.

Quán-Vô-Lượng-Thọ Kinh : Cực-lạc quốc-độ có *Bát trì thủy* ; nước mỗi ao đều do bảy báu thành ra. Báu ấy mềm nhún, do chúa ngọc Như ý sanh ra.

Bát-đa-la 鉢 多 羅 Patra (*scr.*).— Patta (*p.*).— Bol à aumône (*fr.*)

Bát-da-la là chữ phạn, dịch nghĩa : Ứng-lượng khí. Cái bình bát mà nhà sư khất thực dùng để đựng đồ ăn dùng đủ bữa ngọ khi đi hóa trai.

(Xem : *Bát.*)

Bát đại Địa ngục 八 大 地 獄 Huit grands Enfers (*fr.*)

Cũng kêu : Bát nhiệt Địa-ngục. (Xem : *Bát nhiệt Địa-ngục*)

Bát đại-hà 八 大 河   Tám con sông cái ở Ấn-Độ : 1.— Hằng hà, 2.— Diêm-ma-la, 3.— Tát-la, 4.— A-ly-la-bạt-đề, 5.— Ma-ha. —6. Tân-đầu, 7.— Bác-xoa, 8.— Tất-đà. Tám con sông cái ấy với các sông con đều chảy ra Biển cả.

Bát Đại Tự-tại 八 大 自 在   Tám đức Tự-tại lớn của Phật. Như-lai có bốn đức Thường, Lạc, Ngã, Tịnh. Riêng đức *Ngã* hay *Đại-Ngã* của Ngài là hoàn-toàn tự-tại, có đủ tám đức lớn, kêu là *Bát Đại Tự-tại* hay *Bát Tự-tại.*

(Xem đủ tám đức ấy ở chữ *Tự-tại nhơn*)

Bát-đầu-ma (hoa) 鉢 頭 摩 (華) **Padmâ** *(scr.)*.— **Lotus** *(fr.)*

Bát-đầu-ma là tiếng phạn, tức là hoa sen. Thường khi người ta gọi hoa sen hường, hoa sen đỏ là *Bát-đầu-ma.* Có khi người ta cũng gọi hoa sen trắng là *Bát-đầu-ma.* Ấy là thứ hoa sen mà ta thấy ở thế-gian nầy, cọng nó gai nhọn. *Bát-đầu-ma* cũng kêu : Ba-đầu-ma, Ba-đầu-mộ, Bát-đặc-ma.

Quán-vô-Lượng Thọ kinh : Cái chòm tóc bằng thịt trên chót đầu của Bồ-tát Đại-thế-Chí giống như hoa *Bát-đầu-ma.*

Bát đế 八 諦   Tám đế. Bốn điều trọng của thế gian tục-đế và bốn điều trọng của thắng-nghĩa đế trong Pháp-Tướng tông.

Thế-tục đế : 1) *Thế gian thế-tục đế,* lại tên là *Vô-thật đế,* là cái pháp giả của những bình, y, quân, lâm vậy, đó là cái pháp thế-tục che giấu chơn lý, cho nên kêu là *Thế-gian.* 2) *Đạo-lý thế-tục đế,* lại kêu là *Tùy-sự sai-biệt đế,* là cái pháp-môn các món : năm uẩn, mười hai xứ, mười tám giới vậy. Mỗi một pháp-môn thuận với đạo lý, cho nên kêu là *Đạo lý.* Mỗi việc phân biệt từng bậc khác nhau mà dễ thấy, cho nên kêu là *Thế-tục.* 3) *Chứng đắc thế-tục đế,* lại kêu là *Phương tiện an-lập đế,* đem cái phương tiện an-lập của Phật, biết đoán chứng tu về bốn đế loại khổ vậy. Đó là phép chứng ngộ của hành-nhơn, cho nên kêu là *Chứng đắc.* Tướng-trạng nhơn quả rành-rẽ có thể biết được, cho nên kêu là *Tục-đế.* 4) *Thắng nghĩa thế-tục đế,* lại kêu là *Giả danh phi an-lập đế,* tánh chơn-như của hai không (ngã-không và pháp-không) vậy. Tánh chơn-như của hai không đó là : không có cái ta (ngã) mà được chơn-như, không pháp mà được chơn-như pháp-không vậy. Đó là lìa khỏi các tướng, là nơi giác của bậc Thánh trí, cho nên kêu là *Thắng nghĩa*. Nhưng còn mượn tướng đề đứng yên, thề chẳng lìa khỏi lời nói, cho nên kêu là *Thế-tục*.

Bốn đế của Thắng-nghĩa :

1°) *Thế gian thắng-nghĩa*, lại kêu là *Thể-dụng hiển-hiện đế* tức là các phép ba khoa trong tục-đế thứ hai vậy. Sự-tướng thô-hiền, còn có thề phá hoại được, cho nên nói rằng *Thế gian*. Cái sự biết của trang Thánh-giả khác với tục thứ nhứt, cho nên kêu là *Thắng-nghĩa*. 2°) *Đạo lý thắng-nghĩa*, lại kêu là *Nhơn-quả sai-biệt đế*, tức là tứ đế về những tục khổ thứ ba, nghĩa là biết đoán chứng tu cái đạo-lý nhơn-quả phần biệt từng bậc vậy. Cái cảnh-giới của trí vô lậu, trồi thắng hơn tục thứ hai trước, cho nên có tên *Thắng-nghĩa*. 3°) *Chứng đắc thắng nghĩa-đế* lại kêu là *Y môn hiển thật đế*, tức là tánh chơn-như hai không của tục-đế thứ tư vậy. Y theo cái môn trọng-trí thuyên—không, quán xét, mà rõ lý, cho nên nói rằng *Chứng - đắc*. Trồi Thắng hơn tục-đế thứ ba trước, cho nên có tên *Thắng-nghĩa* ; 4.— *Thắng-nghĩa Thắng-nghĩa-đế*, lại kêu là *Phế thuyên đàm-chỉ*, tức là Pháp-giới nhứt chơn vậy. Thề mầu nhiệm lìa khỏi lời nói, vượt qua pháp - tướng, cho nên kêu là *Thắng-nghĩa*. Trí trong của trọng-trí trồi thắng hơn tục-đế thứ tư trước, cho nên cũng có tên *Thắng-nghĩa*. Thề - tục Thắng nghĩa kêu chung là *Bát đế*.

Bát định 八 定   Tám phép định. Cũng kêu *Bát Thiền, Bát Thiền-định*.

1° Sơ Thiền - định. 2° Đệ nhị Thiền - định. 3° Đệ tam Thiền-định. 4° Đệ tứ Thiền-định. 5° Không vô-biên xứ định. 6° Thức vô-biên xứ định. 7° Vô sở hữu xứ định. 8° Phi tưởng phi phi tưởng xứ định.

Tám phép định ấy vượt khỏi cảnh *Dục-giới*, bao gồm *Sắc-giới* và *Vô-sắc giới*. Bốn phép đầu là về miền sắc-giới. Bốn phép sau là về miền Vô-sắc giới. Cho nên người ta cũng kêu chung là *Tứ Thiền Bát Định*.

Nhà tu hành, thiền định siêu quá *bát định* chỉ còn tu phép *Diệt-tận Định*, thoát ra khỏi *Tam-giái*, không còn lăn lộn ở trong vòng Tiền, Tục

Tức là đắc quả Thánh : La-hán, Duyên-Giác. Phật,

Bát giái trai 八 戒 齋 Atthanga Sîla (*scr.*). — Huit défenses (*fr.*)

Tám giái và ăn chay (chẳng ăn quá ngọ). Cũng kêu là : *Bát trai giái, Bát quan trai, Bát chi trai*, nói tắt : *Bát-giái.*

1°/ Chẳng sát sanh, 2°/ Chẳng trộm cướp, 3°/ Chẳng dâm dục, 4°/ Chẳng láo xược, 5°/ Chẳng uống rượu, 6°/ Chẳng nằm giường cao nệm rộng, 7°/ Chẳng ướp hoa, thoa phấn, xức dầu, 8°/ Chẳng xem hát xướng, chẳng dự hội hè và chẳng theo kỹ-nữ. Và phải ăn chay (chẳng ăn quá ngọ).

Cũng có kinh chép là :

1. — Chẳng sát sanh, 2. — Chẳng trộm cướp, 3. — Chẳng dâm dục, 4. — Chẳng láo xược, 5. — Chẳng uống rượu, 6. — Chẳng : ướp hoa, thoa phấn, xức dầu, dùng chuyền chuỗi ngọc, 7. — Chẳng nằm giường cao và chẳng xem hát xướng 8. — Chẳng ăn sái giờ.

Bát giái trai tức là *Ngũ giái* thêm vào ba giái nữa. Ai giữ *Bát giái trai*, sẽ hưởng được tám thứ công-đức trổi thắng : 1. — Chẳng đọa Địa-ngục, 2. — Chẳng đọa Ngạ-quỉ, 3. — Chẳng đọa Súc-sanh, 4. — Chẳng đọa A-tu-la (Ác-thần), 5. — Thường sanh trong cõi người, chánh-kiến xuất gia, đắc Đạo Niết-bàn, 6. — Hoặc sanh lên cõi Trời, 7. — Thường sanh trong cõi Phạm-thiên, 8. — Gặp Phật ra đời, xin chuyền Pháp-luân, được Đạo-quả Chánh-đẳng Chánh-giác.

Bát giái trai. Là giái hạnh tinh nghiêm hơn hết của người tại gia tu Phật.

Bát Giải thoát Tam-muội 八 解 脫 三 昧   Tám phép Thiền Định Giải thoát. Cũng viết : *Bát Giải thoát.*

1° — *Nội hữu Sắc-tướng, ngoại quán Sắc Giải thoát Tam-muội :* Phép Thiền-Định Giải thoát của nhà Đạo, tự mình có Sắc-tướng, quán tưởng cõi Sắc ở ngoài. (Nhà Đạo lướt tới cảnh Sơ-thiền thiên).

2° — *Nội vô Sắc-tướng, ngoại quán Sắc Giải thoát Tam-muội :* Phép Thiền-Định Giải thoát của nhà Đạo, trong thì chẳng có Sắc-tướng, quán tưởng cõi Sắc ở ngoài. (Nhà Đạo lướt tới cảnh Nhị-thiền thiên.)

3° — *Tịnh Giải thoát Thân chứng Tam-muội* : Phép thiền - định Giải thoát chứng cõi Tịnh-lạc. (Nhà Đạo lướt tới Tam-thiền thiên. Tứ-thiền thiên và Tịnh-Phạm Địa).

4° — *Không xứ Giải thoát Tam-muội* : Phép Thiền-Định Giải-thoát của nhà Đạo chứng cảnh Không vô-biên xứ (Akàsànantyàyatana).

5° — *Thức-xứ Giải thoát Tam-muội* : Phép Thiền-Định của nhà Đạo chứng cảnh Thức vô-biên xứ (Vijnànànantyàyatana).

6° — *Vô-sở hữu xứ Giải thoát Tam-muội* : Phép Thiền-Định của nhà Đạo chứng cảnh Tiên Vô sở hữu xứ (Akincanyàyatana).

7° — *Phi hữu tưởng phi vô tưởng xứ Giải-thoát Tam-muội* : Phép Thiền-Định Giải-thoát của nhà Đạo chứng cảnh Thượng-thiên Phi tưởng phi phi tưởng xứ (Naisvasàmjnànasamjnàyatana.)

8° — *Diệt tận Định xứ Giải thoát Tam-muội* (Pâli : Nirodhasamapatti) : Phép Thiền-Định Giải thoát của nhà Đạo chứng đắc cảnh Tịch diệt. Nhập phép Định nầy, Thân, Ngữ và Ý của nhà Đạo đều tịch diệt : nhà Đạo ở trong cảnh Niết-bàn, thành La-hán hoặc thành Phật. —

Quán Vô-Lượng-Thọ Kinh : Bực vãng sanh dự hàng Trung-phẩm Thượng-sanh ở cõi Cực-lạc, nhờ nghe các thứ âm-thinh diễn giảng Tứ-đế, liền đắc đạo A-la-hán với Tam-minh, Lục-thông và đủ *Bát Giải thoát*.

Niết-bàn kinh, quyển 27 : Tu *Bát Giải thoát*, đó là tu Chánh-Định.

Bát giáo 八 教

Tám khoa giáo : 1) Khoa giáo Tam-tạng, 2) Khoa giáo Thông, 3) Khoa giáo Biệt, 4) Khoa giáo Viên (Bốn khoa giáo trên đây ở bốn khoa giáo Thiền-thai là bốn khoa giáo *hóa-pháp*). 1) Khoa giáo Đốn, 2) Khoa giáo Tiệm, 3) Khoa giáo Bí-mật, 4) Khoa giáo Bất định. (Bốn khoa giáo trên đây là bốn khoa giáo *hóa nghi,* hiệp lại kêu là tám khoa giáo).

Bát hàn Địa-ngục 八 寒 地 獄 Huit Enfers froids (*fr.*)

Cũng viết : Bát hàn băng Địa-ngục. Ở tám cảnh Địa-ngục nầy, tội-nhơn thấy mình lạnh lắm, lạnh như nằm trên giá.

Tám cảnh Địa-ngục lạnh ở một bên tám cảnh Địa-ngục nóng (*Bát nhiệt Địa-ngục*) :

1.— *Ngạch-bộ-đà* : (Dịch ra Hán : Pháo), nổi ốc, vì chịu lạnh gắt quá nên thân thể nổi ốc.

2.— *Ni-thích-bộ-đà* : (Dịch ra hán : Bào pháo), bể ốc, vì chịu lạnh quá thể nên mụt ốc nổi lên đều bể ra, làm cho da đều bể nứt hết.

3.— *Ngạch chiết sá* : Lạnh quá nên miệng kêu lên ba tiếng ấy mãi...

4.— *Hoắc-hoắc-bà* : Lạnh quá nên miệng kêu Hoắc-hoắc-bà mãi.

5.— *Hồ-hồ-bà* : Lạnh quá nên miệng kêu lên Hồ-hồ-bà mãi.

6.— *Ổn-bát-ma* : (Thanh liên hoa) : Bị lạnh thái quá nên thân thể tách ra như những cánh hoa sen xanh.

7.— *Bát-đặc-ma* (Hồng liên-hoa) : Bị lạnh thái quá nên thân thể tách ra như những cánh hoa sen hường.

8.— *Ma-ha Bát-đặc-ma* (Đại hồng liên-hoa) : Bị lạnh thái quá nên thân-thể tách rã ra như những cánh hoa sen hường lớn.

Tám cảnh Địa-ngục trên dây, **Niết-bàn Kinh** quyển 11 kêu chung là : Bát chủng hàn băng Địa-ngục, và kêu riêng là : 1) A-ba-ba Địa-ngục, 2) A-tra-tra Địa-ngục 3) A-la-la Địa-ngục, 4) A-bà-bà Địa-ngục, 5) Ưu-bát-la Địa-ngục, 6) Ba-đầu-ma Địa-ngục, 7) Câu-vật-đầu Địa-ngục, 8) Phân-đà-ly Địa-ngục.

Bát kính giới 八敬戒   Tám điều kính giái. Lại kêu là những tên nầy : *Bát kính pháp* (tám phép kính), *Bát tôn sư pháp* (tám phép tôn thầy), *Bát bất khả việt pháp* (tám phép chẳng nên vượt qua), *Bát bất khả quá pháp* (tám phép chẳng nên qua :) 1.— Dầu tỳ-kheo-ni già trăm tuổi thấy tỳ-kheo mới thọ giái cũng nên tiếp rước lễ bái, bày chỗ thanh-tịnh mời ngồi. 2.— Tỳ-kheo-ni chẳng đặng mắng nhiếc Tỳ-kheo. 3.— Chẳng đặng nhắc ra những việc oan, ưng của Tỳ-kheo, nói điều lầm lỗi hoặc oan ức của Tỳ-kheo. 4.— Thức-xoa-ma-na (người đàn bà có con học pháp, học pháp mẫu), đã học giái rồi nên do theo chúng tăng mà cầu thọ đại-giái. 5.— Tỳ-kheo-ni phạm giái trong lối nửa tháng ở trong hai bộ tăng (tỳ kheo và tỳ-kheo-ni nên làm phép ma-na-đóa (vui lòng sám-hối đặng tẩy trừ tội) ; 6.— Mỗi kỳ nửa tháng chư Tỳ-kheo-ni phải đến giáo hội Tỳ-kheo mà thỉnh một vị đến thuyết pháp. 7.— Chẳng nên hạ an-cư (ở yên chín tuần trong mùa hạ) ở xứ nào mà chẳng có vị Tỳ-kheo. 8.— Hạ xong rồi, nên theo trong hàng tăng làm phép tự-tứ (xưng ra tội mình) và hỏi Tỳ-kheo coi có chi dạy việc gì chăng.

Bát Khổ 八 苦 Huit douleurs *(fr.)*

Tám nỗi khổ của con người ở đời : 1.— sanh khổ, 2.— lão khổ 3.— bệnh khổ, 4.— tử khổ, 5.— Ái biệt-ly khổ, 6.— oán-tăng hội khổ, 7.— cầu bất đắc khổ, 8.— ngũ thạnh âm khổ.

Tám nỗi khổ ấy là to lớn (*đại khổ*), lại còn vô số sự khổ phụ thuộc nữa.   (Xem : *Khổ.*)

Bát-lạt-mật-đế 般 刺 蜜 帝 Paramiti *(scr.)*

Vị Sa-môn người Thiên-trước, do đường biển mà vào nước Tàu, đến Quảng-Châu nhằm thuở nhà Đường, đời vua Trung-Tông, cuối thế-kỷ thứ bảy và đầu thế-kỷ thứ tám. Thầy có hợp-tác với vị Sa-môn ở nước Ô-trành tên là Di-già-Thích-Ca 彌 伽 释 迦 mà dịch bộ *Thủ Lăng-Nghiêm Kinh* tại chùa Chế-Chi. Dịch bộ kinh ấy từ chữ Phạn ra chữ Hán xong, thầy trở về Ấn-Độ.

Bát-lạt-nhã 般 刺 若 Prajnâ *(scr.).* — Pannâ *(p.).* — Sagesse *(fr.)*

Thường viết : *Bát-nhã.* Dịch nghĩa : Trí-huệ.

(Xem : *Bát-nhã*)

Bát Ma 八 魔

Cũng viết : *Bát chủng Ma.* Tám thứ *Ma*, tức là tám thứ có thể sát hại, chướng-ngại, tám thứ ác độc, oán thù. *Bát Ma* phân ra làm hai loại A) *Tứ Ma* là : Phiền-não Ma, Âm-Ma, Tử-Ma, Tha-hóa Tự Tại-Thiên Ma. B) Vô-thường Ma, Vô-lạc Ma, Vô-ngã Ma, Vô-tịnh Ma.

Bốn thứ Ma loại trên, kêu chung là Phàm-phu Ma, có sức phá hại hững người chưa đắc Đạo. Bốn thứ Ma loại dưới, kêu là *Nhị Thừa Ma,* có thể chướng ngại những nhà đắc Đạo trong hai thừa : Thinh-văn thừa và Duyên-giác thừa.

1.— *Phiền-não ma* : Các mối phiền não, tham, sân, si, thất tình, lục dục làm cho chơn-tâm mê tối, ngăn cản điều thiện, cho nên kêu là *Ma Phiền-não.*

2.— *Âm-ma* hay *Ngũ-âm ma* : Năm món sắc, thọ, tưởng, hành, thức có sức làm cho nhà tu hành tham luyến mà quên chánh-đạo, tức là chúng-sanh nầy quyến dụ chúng-sanh kia, cho nên kêu là *Ma Âm.*

3.— *Tử-Ma* : Sự chết làm ngăn ngại việc thiện phép mà người ta đương làm, cho nên kêu là *Tử-Ma (Ma chết).*

4.— *Tha-hóa tự Tại-Thiên Ma* : Vị Ma trời ở cảnh Tha hóa tự Tại-Thiên, tức là Ma-vương với quyến-thuộc của họ, có sức ngăn cản sức tinh-tấn của các nhà tu hành sắp đắc Đạo, cho nên kêu là *Tha hóa Tự tại Thiên Ma*, kêu tắt *Thiên Ma.*

5.— *Vô-thường Ma* : Cái ý kiến Vô-thường làm cho hàng Nhị Thừa chẳng thông-đạt lẽ Chơn-thường, cho nên kêu là *Vô-thường Ma.*

6.— *Vô-lạc Ma* : Cái ý kiến Sầu, Khổ ám ảnh hàng Nhị Thừa, chẳng để cho họ thông-đạt lẽ Chơn-lạc, cho nên kêu là *Vô-lạc Ma.*

7.— *Vô-ngã Ma* : Cái ý kiến Vô-ngã làm cho hàng Nhị Thừa khư khư giữ lấy, chẳng để cho họ thấy lẽ Chơn-ngã, cho nên kêu là *Vô-ngã Ma.*

8.— *Vô-tịnh Ma (Bất-tịnh Ma)* : Cái ý kiến cho rằng tất cả đều là bất-tịnh, ô trược, cái ý kiến ấy làm cho hàng Nhị Thừa chẳng thấu lẽ Chơn-tịnh, Niết-bàn của Phật, cho nên kêu là *Vô-tịnh Ma.*

Niết-bàn kinh, quyển 24 : Có *Bát chủng Ma* là bọn oán-gia của các hàng Bồ-tát. Nếu tránh xa *Bát ma*, tức là lìa khỏi bọn oán-địch vậy.

Bát môn 八 門   Tám cửa : 1) Cửa *năng lập* (lập lên được), *nhơn, dụ* đầy đủ, viên thành nghĩa *chánh-tông*, khiến cho sanh ra chánh-trí khác vậy. 2) Cửa *năng phá* (phá đi được), ra khỏi cái lượng lầm-lỗi của kẻ khác, mình ruồng đi được điều quấy của nó (kêu là *hiển quá phá*: cách phá hiển quấy), hoặc lượng mà phá đi (kêu là *lập lượng phá*: 3) Cửa *tự năng lập* (tợ như lập lên được), ba chi ; *tông, nhơn, dụ* có thiếu, hay là ba chi đầy đủ, bày ra điều lỗi (33 điều lỗi). 4) Cửa *tự năng phá* (tợ như phá đi được), lượng của kẻ khác viên-mãn, gây ra điều bậy của kẻ kia, hoặc lập lượng mà phá đi vậy. 5) Cửa *hiện lượng* (lượng hiện thật), như đối với cái sắc của nhãn-thức, cái thanh của nhĩ-thức, định các cảnh của nơi tâm, đem cái tâm năng-duyên (đối với vật mình vin leo vào) gần hạp với tự thể của cảnh vậy. 6) Cửa *tỷ lượng* (lượng so-sánh), như nhơn khói biết lửa đã thành rồi, đem *nhơn, dụ* mà quyết định, so sánh mà biết nghĩa *tông* chưa hứa vậy. 7) Cửa *tự hiện lượng* (tợ như lượng hiện-thật), như mắt thấy màu tím, màu vàng cho là thấy cái bình, tính lường cái tâm năng duyên bậy mà chẳng hạp với tự tướng của cảnh. 8) Cửa *tự tỷ lượng* (tợ như lượng so sánh), khởi bậy ra cái lỗi *nhơn, dụ,* mà thành *tà-tông* vậy.

Bát nạn 八 難 Tám nạn rủi, tám chỗ chướng nạn. Cũng kêu là *bát vô hạ* (tám chỗ không rảnh). Rủi sanh vào tám cảnh ngộ dưới đây thì chẳng có thể tu-học cho thành đạo được : 1) Địa-ngục, 2) Ngạ-quỉ, 3) Súc sanh, 4) Châu Uất-đan-việt (tức châu Bắc-cu-lư) vì người ở châu nầy cứ hưởng sự sung sướng mãi nên tu học không được, 5) Cảnh trời Trường-Thọ (Vô-tưởng-thiên), ở đây không có tâm tư tưởng nên không tu học được, 6) Manh (đui), lung (điếc), ấm á (câm ngọng), 7) Thế trí-biện thông, vì ỷ mình thông minh biện-bác theo thế-sự mà không lo tu học, 8) Trước Phật và sau Phật, hai thời kỳ ấy đạo Phật không có bành trướng nên chẳng thể tu học.

Vậy cho nên con người nếu không ở vào tám chỗ nạn ấy thì phải lo tu học cho siêu-việt, kẻo đề cho mống tâm thì khó có dịp mà tu cho thành đạo. Tục ngữ có câu : *Phật còn mang tám nạn, huống chi người sao khỏi ba tai.* Về ba tai, ba tai lớn : 1) Thủy tai, 2) Hỏa tai, 3) Phong tai.

Ba tai nhỏ : 1) Ôn dịch tai, 2) Cơ cần (đói khát) tai, 3) Đao binh tai.

Niết-bàn kinh, quyển hai : Nầy chư Tỳ-Kheo, lìa khỏi *tám nạn* (*Bát nạn*) và được làm người, thì khó lắm vậy. Các ngươi được gặp ta, đừng đề cho qua không.

Bát-Nê-hoàn 般 泥 洹 Parinirvana (*scr.*)

Xem : Bát-Niết-bàn

Bát nhã 般若 **Prajnâ** (scr.) — **Pannâ** (p.). — **Sagesse** (fr.)

Bát-nhã là chữ Phạn. Cũng viết: *Ban-nhã* 班若, *Ba-nhã* 波苦, *Bát-nhã* 钵苦, *Bát-la-nhã* 般羅苦. Thường dịch: *Huệ, Trí, Trí-huệ, Minh*. *Bát-nhã* là danh từ đặc biệt về Phật-pháp và bao hàm nhiều nghĩa, cho nên người ta thích dùng danh từ bằng chữ Phạn hơn là dịch nghĩa. Những chữ dưới đây, mỗi chữ đưa ra một phần nghĩa của *Bát-nhã*.

Trí : Cái trí minh-đạt, trong sạch, khác vớ cái trí của thế-tục.

Trí-huệ : Cái trí sáng về đạo-lý.

Huệ : Sự sáng suốt của bực thoát trần.

Thanh-tịnh : Trong sạch, không nhiễm trược như kẻ thế.

Minh : Sự sáng suốt, không mê muội, không lầm lạc.

Viễn-ly : Ra khỏi các mối phiền não, thoát khỏi những sự trói buộc ở đời.

Bát-nhã Là cái tâm trí thoát ra ngoài tham, sân, si, dứt các mối lầm, tự mình thông đạt, minh liễu.

Bát-nhã : Có ba thứ :

1.— *Thật-tướng Bát-nhã* : Cái linh-tri tự nhiên mà mỗi người sẵn có, cái trí sáng thường-tồn ở nơi mỗi chúng-sanh.

2.— *Quán-chiếu Bát-nhã* : Cái trí sáng quan sát chiếu liễu, phân biệt các pháp, nhà đạo nhờ tịnh-lự mà mở thông.

3.— *Văn-tự Bát-nhã* : Sự sáng suốt, lý cao siêu chứa trong các Kinh-điển đạo Phật.

Bát-nhã Ba-la-mật-đa 般若波羅蜜多 — **Prajnâ-paramita** (scr.). — **La Sagesse, Vertu cardinale** (fr.)

Tiếng phạn hiệp lại của hai chữ *Bát-nhã* (Prajnâ) và *Ba-la-mật-đa* (Paramita). *Bát-nhã* là : Trí-huệ (sức học cao xa, trí sáng suốt của nhà tu Phật). *Ba-la-mật-đa* nghĩa là : Vượt qua Mé bên Kia (Niết-bàn). và đưa người cùng qua với.

Bát-nhã Ba-la-mật-đa, Tàu dịch là : *Trí-huệ đáo Bỉ ngạn, Huệ độ.*

Ấy là nền đại-đức đại-hạnh cao rốt về trí-huệ của nhà tu Phật quyết tới bờ Giác, quyết thành Phật và độ người đắc Quả như mình. Có sáu nền đại-đức đại-hạnh đưa đến bờ Giác (Lục-độ) : 1.— Bố thí, 2.— Trì-giới, 3.— Nhẫn-nhục, 4.— Tinh-tấn, 5.— Thiền-định, 6.— *Trí-huệ*. Và đến khi thành bực Đại Bồ-tát, sắp lên quả Phật, người ta còn trì thêm một hạnh nữa là *Phương tiện* : tùy dùng mọi phương-pháp tiện lợi mà độ chúng-sanh.

Bát-nhã Ba-la-mật-đa tâm kinh 般若波羅蜜多心經

Bài tâm-kinh giảng về nền đại-đức đại-hạnh Bát-nhã, tức là nền Trí-huệ vô lậu của Phật, Bồ-tát. Cũng kêu là : *Bổ khuyết tâm kinh*. Phàm tụng kinh, sau khi tụng một bộ kinh thì tụng thêm bài *« Bát-nhã Ba-la-mật-đa tâm-kinh »* mới có tánh cách rốt ráo, trọn vẹn. Tâm-kinh ấy chứa đủ nghĩa *« Bát-nhã Ba-la-mật-đa »* dịch ra như vầy :

Bực dõng mãnh tu hành nền Trí-huệ lớn đưa tới bờ Giác (Ma-ha Bát-nhã Ba-la-mật-đa) đại đề thấy như vầy : Soi thấy ngũ uẩn (sắc, thọ, tưởng, hành, thức) tức là thân-sắc và tâm-thần đều là không. Sự soi thấy như vậy độ thoát khỏi các khổ não, tai-ương. Ngũ-uẩn từ sắc tới thức đều như không, và cái không cũng như Ngũ-uẩn.

Các pháp đều không có tướng : chúng-nó chẳng có sanh, chẳng có diệt, chẳng có dơ, chẳng có sạch, chẳng có thêm, chẳng có bớt. Như vậy thì trong cái Chơn-không, không có Ngũ uẩn, Lục căn, Lục trần; Lục thức, — cũng không có cái vô-minh, thì đâu có cái pháp để diệt cái vô-minh. Cho đến không có những cái già, chết, khổ, thì đâu có những pháp để diệt trừ những cái ấy.

Thật ra, không có Tứ diệu-đế, không có cái chi gọi là trí, đắc.

Bực Bồ-tát nhờ nương theo *Bát-nhã Ba-la-mát-đa* nên trong tâm không có điều gì ngăn trở, không hề thấy mình lo sợ, xa lìa mộng tưởng điên-đảo, đắc Niết-bàn trọn vẹn.

Bát-nhã Ba-la-mật-đa Chú 般若波羅蜜多呪

Câu thần chú về trí-huệ có tánh cách độ mình độ người. Câu thần chú làm trụ cột cho bài *Bổ-khuyết tâm kinh*. Chú ấy như vầy ; Yết-đế,

Yết-đế, Ba-la Yết-đế, Ba la-tăng yết-đế, Bồ-đề tát-bà-ha ! Âm theo chữ Âu-châu có hai cách :

1. — Yati, Yati, Parayati, Parasoyati, Bouddhi swâha.

2. — Gâti, Gâti, Prâgâti, Prasamgâti, Boddhi swâha.

Câu chú ấy là mật-ngữ, khó mà giải cho hết nghĩa. Đại để nên hiểu như vầy : Tự độ lấy mình, độ cho người, độ đến Bờ bên kia, độ khắp chúng-sanh đến Bờ bên kia, đặng giác ngộ tấn tốc.

Bát-nhã-đa-La 般若多羅 .— Prajnâtra (scr) :

Vị Tổ sư đời 27, trong 28 vị Tổ sư nối truyền y bát (áo và bát) tiêu biểu cho cái Chánh-pháp nhãn-tạng. Chính *Bát-nhã-đa-La* là Thầy của Bồ-đề-đạt-ma, vị Tổ đời 28 ở Tây-thiên và là vị Sơ-tổ Thiền-tông ở Đông-độ.

Bát-nhã-đa-La là người miền Đông Ấn độ. Khi Tổ đời 26, ngài Bất-như-mật-Đa (Punyamitra) đến miền Đông Ấn độ, ngồi chung một xe với vua mà ra ngoài thành, thì gặp một đứa trẻ ăn mày mà có đeo anh lạc (xâu chuỗi bằng châu) cúi đầu sát đất trước xe. Tổ nói với vua rằng : « Đồng-tử ấy chẳng phải ai đâu lạ, chính là Đại Thế-chí Bồ-tát vậy.

Sau vị Thánh ấy, lại có hai vị nữa ra đời, một vị sẽ độ miền Nam Ấn độ và một vị sang độ cõi Chấn-Đán (Trung-Hoa). »

Vị Thánh độ miền Nam Ấn độ tức là ngài *Bát-nhã-đa-La.* Đến xứ nầy, ngài có truyền pháp cho hoàng tử thứ ba, tên Bồ-đề-đa-La tức là ngài Bồ-đề-đạt-ma sẽ hóa độ Trung quốc vậy.

Tổ đời 27 có tài diễn giảng về Ma-ha Bát-nhá Ba-la-mật-đa, vậy nên người ta xưng ngài là *Bát-nhá-đa-La.*

Bát nhã phong 般若鋒 :   Mũi nhọn Bát-nhã. Lời thí-dụ.
Cũng như mũi dao bén nhọn, cái trí-huệ có thể đâm lủng, phá hư phiền-não, cho nên kêu là *Bát-nhã phong.*

Bát-nhã thuyền 般若船 :   Chiếc thuyền Bát-nhã. Lời thí-dụ. Cũng như người ta dùng thuyền mà đưa khách qua sông, qua biển, Phật và Bồ-tát đưa chúng-sanh qua sông mê, biển khổ bằng *Bát-nhã thuyền.* Cũng như thuyền bè đưa người ta từ mé bên nầy đến mé bên kia, *Bát-nhá*

thuyền đưa nhà tu hành từ bến luân-hồi khổ não đến bến Niết-bàn an-lạc.

Bát Nhẫn bát Trí 八 忍 八 智   Tám Nhẫn và tám Trí ; hai thứ ấy hiệp thành 16 mối lòng của người ở địa vị Kiến Đạo.

(Xem : *Thập lục tâm.*)

Bát - nhiệt Địa - ngục 八 熱 地 獄 Huit Enfers chauds (*fr.*)

Tám cảnh Địa-ngục nóng. Cũng kêu : *Bát đại Địa-ngục.*

1.— *Đẳng hoạt Địa-ngục* (Phạn : Sanjiva) : cứ tưởng mình sống mà bị hành phạt. Nơi đây tội nhơn cấu xé nhau cho đến rách thịt; chết đi sống lại, họ vẫn cấu xé nhau mãi bằng những móng tay nhọn.

2.— *Hắc thằng Địa-ngục* (Phạn: Kâlasûtra) : dây trói, cưa, dao màu đen. Nơi đây kẻ ngục-tốt lấy dây sắt nóng mà trói kẻ tội nhơn, rồi mới chém, cưa; cũng có gió độc thổi cho những dây sắt nóng trói kẻ tội, thiêu đốt họ cháy cả da thịt hài cốt, khổ độc muôn bề.

3.— *Chúng hiệp Địa-ngục* (Phạn : Sanghâta) : Hiệp với nhau mà chết chùm. Cũng viết: Hội-hiệp Đại Địa-ngục, Đôi-áp Địa-ngục, nơi đây có núi đá lớn, kẻ mắc tội đến đó thì bị đá hiệp lại mà ép cho đến xương thịt bể nát.

4.— *Hào khiếu Địa-ngục* (Phạn : Roruva) : Kêu lên những tiếng nguy : ru-hoa (ruva). Cũng viết : Khiếu hoán Địa-ngục, nơi đây kẻ mắc tội bị ngục-tốt bắt bỏ vào vạc nước nấu sôi, họ bị khổ kêu la rất thảm thiết.

5.— *Đại khiếu Địa-ngục* (Phạn : Mahâ Roruva?) : Kêu lên những tiếng nguy hơn nữa. Cũng viết : Đại khiếu hoán Địa-ngục, nơi đây kẻ mắc tội bị ngục tốt đem bỏ vào chảo nước sôi mà nấu, kế có ngọn gió Nghiệp thổi cho sống lại thì lại bị bỏ vào chảo nước sôi khác mà nấu nữa, bị thống khổ nên la rất lớn tiếng.

6.— *Viêm nhiệt Địa-ngục* (Phạn : Tapana) : Nóng đốt. Cũng viết : Thiêu chá Địa-ngục (Địa-ngục hơ nướng) nơi đây kẻ mắc tội bị thành bằng sắt có lửa phun ra rất nóng mà hơ nướng, đầu ở trong ở ngoài cũng đều bị đốt, da thịt cháy nát, thống khổ muôn đoạn.

7.— *Đại nhiệt Địa-ngục* (Phạn : Pratâpana) : Rất nóng, đốt gắt hơn nữa. Cũng viết : Đại nhiệt Đại Địa-ngục, Đại thiêu chá Địa-ngục, nơi đây kẻ mắc tội bị ngục tốt đem bỏ vào thành bằng sắt đốt cháy đỏ, trong thành ngoài thành đều có lửa đốt tội nhơn, kế bỏ vào hầm lửa nóng, hai bên mé hầm lại có núi lửa, ngục-tốt bèn lấy cây nhọn mà đâm kẻ mắc tội mà nướng trong lửa, da thịt cháy nát, thống khổ muôn đoạn.

8.— *Vô-gián Địa-ngục* (Phạn : Avîçi) : Chẳng ngừng, chẳng hở. Cũng viết : A-tỳ Địa-ngục, nơi đây kẻ mắc tội bị hành phạt mãi không có giờ phút nào gián đoạn. Theo Thành-Thiệt luận thì có năm thứ vô-gián ; 1) Thú quả vô-gián (quả-báo ở cảnh ấy là vô-gián). 2) Thọ khổ vô-gián. 3) Thời vô-gián (thời gian là vô-gián). 4) Mạng vô-gián (đời sống của tội nhơn còn mãi). 5) Hình vô-gián (Hình thể là vô-gián).

Tám cảnh Địa-ngục ấy, **Niết-bàn Kinh** quyển 11 gọi là : 1) Tưởng Địa-ngục, 2) Hắc-thẳng Địa-ngục, 3) Chúng-hiệp Địa-ngục, 4) Khiếu-hoán Địa-ngục, 5) Đại khiếu-hoán Địa-ngục, 6) Tập-nhiệt Địa-ngục, 7) Đại tập-nhiệt Địa-ngục, 8) A-tỳ Địa-ngục. Những chúng-sanh dọa ở cảnh ấy thường bị các nỗi khổ bức-thiết : họ bị đốt, bị nấu, bị nướng, bị chém, bị đâm, bị lột da v.v.

Ngoài tám cảnh Địa ngục ấy, lại có tám cảnh Địa-ngục mà chúng-sanh bị khổ vì lạnh, kêu là *Bát hàn Địa-ngục (Bát chủng hàn băng Địa-ngục).*

Bát niệm 八 念   Tám niệm. Các đệ tử của Phật ở chỗ nhàn-tịnh cho chí núi, rừng, đồng trống, quán tưởng những cảnh chẳng tịnh, chán lo thân mình, xảy sanh sợ sệt, và bị ma dữ làm ra đủ thứ việc dữ, não loạn lòng mình, lo sợ càng thêm. Vì vậy đức Như-lai thuyết cho họ nghe Tám phép niệm, nếu để tâm vô đó, thì sự sợ sệt liền dứt trừ vậy: 1°) Niệm Phật, 2°) Niệm Pháp, 3°) Niệm Tăng, 4°) Niệm Giới, 5°) Niệm Xả, 6°) Niệm Trời, 7°) Niệm Hơi thở ra vô, 8°) Niệm Chết.

Lại có Tám niệm của bậc đại-nhơn, ấy là Tám phép niệm đại-nhơn do Phật thuyết cho A-na-Luật : 1°) Đạo do vô dục, chớ chẳng phải hữu dục mà được. 2°) Đạo do lòng biết đủ, chớ chẳng phải không chán mà được. 3°) Đạo do lìa xa, chớ chẳng phải nhóm họp mà được. 4°) Đạo do tinh-cần, chớ chẳng phải biếng nhác mà được. 5°) Đạo do chánh-niệm, chớ chẳng phải tà-niệm mà được. 6°) Đạo do định ý, chớ chẳng phải loạn ý mà được. 7°) Đạo do trí-huệ, chớ chẳng phải ngu si mà được. 8°) Đạo do hỷ lạc, chớ chẳng phải làm chuyện chơi giỡn mà được.

Bát Niết-bàn 般 涅 槃 Parinirvana (scr.)

Đọc trọn theo Phạn: Ba-ri, Niết-bàn-na. Cũng viết: Bát-Nê-hoàn.

Dịch nghĩa: *nhập diệt, diệt-độ, nhập Niết-bàn,* tức là *Vô-dư Niết-bàn.*

Bực tu đắc Đạo, thoát ra ngoài cõi sanh-tử, dứt lầm, dứt mê, giả như đắc quả La-hán, tức là đắc Niết-bàn (*Hữu-dư Niết-bàn*).

Song còn ở thế mà độ đời và tùy thuận theo cái dư-nghiệp. Chừng tịch, nhập diệt, tức là nhập Niết-bàn trọn vẹn, ấy là *Bát Niết-bàn.* Trong quyển *Thích-Ca-phổ* có chép sự nhập định của Phật để vào cõi Vô dư Niết-bàn như thế nấy: Lúc ấy, đức Thế-tôn nhập cảnh *Sơ-Thiền.* Bỏ cảnh Sơ-Thiền, ngài vào cảnh *Đệ nhị Thiền.* Bỏ cảnh Đệ nhị Thiền, ngài vào cảnh *Đệ tam Thiền.* Bỏ cảnh Đệ tam Thiền, ngài vào cảnh *Đệ tứ Thiền.* Bỏ cảnh Đệ tứ Thiền, ngài vào cảnh *Không xứ Định.* Bỏ cảnh Không xứ định, ngài vào cảnh *Thức xứ Định.* Bỏ cảnh Thức xứ định, ngài vào cảnh *Bất dụng Định* (Vô sở hữu xứ định). Bỏ cảnh Bất dụng Định, ngài vào cảnh *Phi Hữu tưởng phi vô tưởng Định.* Bỏ cảnh Phi Hữu tưởng phi vô tưởng Định, ngài vào cảnh *Diệt tưởng định.* Lúc bấy giờ, thần trí ngài thoát ra ngoài Tam Giái.

. Theo « Đại Bát Niết-bàn Kinh », trong cõi *Bát Niết-bàn,* có bốn cảnh: cảnh của La-hán đắc Tiểu Niết-bàn, cảnh của Duyên-giác đắc Trung Niết-bàn, cảnh của Bồ-tát đắc Đại Niết-bàn, cảnh cao rốt của Phật đắc Như-lai Niết-bàn. Cảnh *Bát Niết-bàn* của Phật kêu là Đại Bát Niết-bàn (Maha Parinirvana). (Xem: *Niết-bàn*

Bát pháp 八 法 Tám vật, tám thứ đồ vật, tám phép, tám cách,

1°) *Bát pháp* là bốn vật lớn (tứ đại) và bốn vật nhỏ (tứ vi). Bốn vật lớn là: địa, thủy, hỏa, phong (chất đất, chất nước, chất lửa, chất khí lưu động). Bốn chất ấy ở đâu cũng có. Còn bốn vật nhỏ là: sắc, hương, vị, xúc (hình-sắc, mùi ngửi, vị nếm, sự đụng chạm). Như thân người ta do bốn chất lớn hiệp tạm thời mà có, và cũng do bốn chất nhỏ mà thành. Kêu chung là *bát pháp*. 2°) *Bát pháp* cũng là *bát bất tịnh pháp* (tám thứ đồ vật chẳng trong sạch đối với vị Tỳ-kheo trì tịnh-hạnh). Xem : *Bát bất tịnh*.) 3°) *Bát pháp* lại là : a.) Giáo, b.) Lý, c.) Trí, d) Đoạn, đ.) Hạnh, e.) Vị, ê.) Nhơn, g.) Quả. *Giáo* là giáo-pháp do Thầy dạy ; *Lý* là nghĩa lý chơn chánh ở trong giáo-pháp đã giảng dạy ; *Trí* là sự quan sát và thông hiểu của người tu hành ; *Đoạn* là dùng cái chơn-trí mà dứt trừ phiền não ; *Hạnh* là việc tu trì hành đạo của người đương cuộc ; *Vị* là địa vị mà mình đắc nhập lần hồi; *Nhơn* là cái tình trạng duyên cớ để chứng quả ; *Quả* là chỗ đắc Thánh-quả. Phàm tất cả pháp-môn đều theo về *bát pháp*. Cũng kêu là : *Giáo Lý Hạnh Quả tứ pháp*)

4°) *Bát pháp* cũng là *bát phong*, tức tám ngọn gió phiến-động lòng người thế gian, làm cho họ sanh yêu thích hoặc chán ghét. (Xem *Bát phong*.)

5°) *Bát pháp* lại là tám pháp mà Bồ-tát phải có đủ mới có thể trì *Thập nhị bộ kinh*. Bát pháp ấy là : a.) Tín-tâm kiên cố, b.) Tâm là chất trực, c.) Thân không bệnh khổ, d.) Thường cần tinh-tấn, đ.) Đầy đủ Niệm-tâm, e.) Tâm không kiêu-mạn, ê.) Thành tựu Định-ý, g.) Có đủ cái đức : Nương theo sự Nghe mà sanh Trí-huệ Trong Niết-bàn Kinh, quyển 40 Phật khen ông A-Nan có đủ Tám pháp ấy.

Bát phong 八 風 Huit vents (*fr.*)

Cũng kêu là bát pháp. Tám pháp tỷ như tám ngọn gió có thể làm phiến động lòng thương, ghét của thế gian nên kêu là bát phong : 1) lợi, 2) ai (thương, thảm), 3) hủy (nói xấu), 4) dư (khen), 5) xưng (khen tặng), 6) cơ (chê), 7) khổ (hoạn nạn), 8) lạc (vui sướng).

Bát phước-điền 八 福 田 Tám ruộng phước : 1) Phật,

2) Thánh-nhơn, 3) Hòa-thượng, 4) A-xà-lê, 5) Tăng, 6) Cha, 7) Mẹ, 8) người bệnh. Trong tám hạng đó, Phật, Thánh-nhơn và Tăng là *Kính-điền* (ruộng kính;) Hòa-thượng, A-xà-lê, cha và mẹ là *Ân-điền* (ruộng ân); người bệnh là *Bi-điền* (ruộng bi xót). Đối với tám hạng ấy, nếu người ta biết cung kính cúng-dường, báo ơn, từ mẫn thì sanh ra quả phước vô-lượng, cho nên kêu là *phước-điền*.

Lại **kinh Hiền-ngu** nói rằng : Ra ơn cho năm hạng người thì được phước vô-lượng : 1) người biết pháp, 2) người ở xa đi đến, 3) người đi đến xứ xa, 4) người đói khó, 5) người bệnh, với Tam-bảo (Phật, Pháp, Tăng). Như vậy cũng là *Tám ruộng phước.*

Trong *Phạm-võng Kinh* (Bồ-tát Giới Kinh) có chép : Trong *bát phước-điền,* phước-điền thăm bịnh là phước-điền thứ nhứt.

Bát phước sanh xứ 八福生處 Tám nơi do phước mà sanh ra Nghĩa là tu Ngũ giới, Thập thiện, kiêm làm chuyện bố thí ; phước-nghiệp hơn, kém không chừng, cho nên cái cảm-báo làm cho cái chỗ mình sanh ra cũng cao, thấp chẳng đồng. Vì vậy kêu là *tám nơi do phước mà sanh ra* : 1°) Trong cõi người giàu sang ; 2°) Cõi trời bốn vị Thiên vương ; 3°) Cõi trời Đao-ly ; 4°) Cõi trời Dạ-ma ; 5°) Cõi trời Đâu-suất ; 6°) Cõi trời Hóa-lạc ; 7°) Cõi trời Tha-hóa, 8°) Cõi trời Phạm-thiên.

Bát quan trai 八關齋 Cũng viết : Bát quan trai giới. Vì tám giới và sự ăn chay (không ăn quá ngọ) liên quan với nhau, liên hiệp với nhau mà thành, nên kêu là Bát quan trai, Bát quan trai giới.

(Xem : *Bát giới trai*).

Người thọ *Bát quan trai,* đờn ông kêu là Tịnh-hạnh ưu-bà-tắc, đờn bà kêu là Tịnh-hạnh ưu-bà-di. Vì trọn một ngày và một đêm tình nguyện lìa dục, giữ mình thanh-tịnh, tu hạnh xuất thế, nên kêu là Tịnh-hạnh ưu-bà-tắc hoặc Tịnh-hạnh ưu-bà di. Cũng gọi hành-giả ấy là Thanh tín nam, Thanh tín nữ. Thanh là đem lòng trong sạch mà phụng trì *Bát quan trai;* Tín là có lòng tin đối với Giáo pháp của Như-lai, theo như thuyết mà tu hành. Vì vậy nên kêu là Thanh tín nam, Thanh tín nữ.

Bát sự tùy thân 八事隨身 Tám món đồ đem theo mình. Phật độ cho năm vị tỳ-kheo rồi, có tám món đồ đem theo mình là : 1o) một bộ áo ba cái, 2°) cái bát, 3°) cái lu, 4°) đồ lót ngồi, 5°) cái túi lược nước, 6°) cây kim, 7°) cuộn chỉ, 8°) cây búa.

Và chư Tỳ-kheo lữ hành hoặc ở nơi tịnh-xá, mỗi vị đều có tám món đồ tùy thân ấy.

Bát tà 八邪 Tám mối tà (đối với *Bát chánh đạo*) : 1°) Sở kiến-tà : 2°) Nghĩ-ngợi tà : 3°) Nói tà : 4°) Nghiệp-tà : 5°) Mạng tà

6°) Phương-tiện tà (hoặc tinh-tấn tà), 7°) Niệm-tà, 8°) Định tà.

Bát tự-tại 八 自 在 Cũng viết : *Bát Đại Tự-tại.* Tám đức tự-tại của Phật. Như-lai đắc Niết-bàn, tức đắc cái *Đại-Ngã.* Cái Đại-Ngã ấy hoàn toàn tự-tại, có đủ tám đức. (Xem *bát Tự-tại* ở chữ *Tự-tại nhơn*).

Bát tướng thành Đạo 八 相 成 道 Tám tướng-trạng thành Đạo. Mỗi đức Thế-tôn từ khi nhứt định giáng-sanh cho tới khi nhập diệt, hoàn thành cái Đạo, thì thị hiện đủ tám tướng-trạng. Như *bát tướng thành đạo* của đức Thích-tôn là :

1°) *Đâu-suất lai nghi tướng* : Bồ-tát hóa ra Bạch-tượng sáu ngà mà nhập thai bà Hoàng-hậu Ma-da.

2°) *Phong-tỳ-ni viên giáng-sanh tướng* : Ngài thị hiện sanh ra nơi Phong-tỳ-ni (Lam-tỳ-ni).

3°) *Tứ môn du quan tướng:*Ngài lần lượt du ngoạn ra bốn cửa thành, hấy những cuộc lão khổ, bệnh khổ, tử khổ, và thấy nhà du-tăng mà tỉnh ngộ.

4°) *Du thành xuất-gia tướng* : Ngài vượt ra ngoài hoàng-thành mà đi tu lúc giữa đêm.

5°) *Tuyết sơn thị tu đạo tướng* : Ngài thị-hiện tu khổ-hạnh nơi núi Hỷ-mã-lạp sơn trong sáu năm.

6°) *Bồ đề thọ hạ hàng ma thành Đạo tướng* : Ngài ngồi nơi cội cây Bồ-đề, hàng phục bọn Ma và đắc Đạo.

7°) *Lộc dã uyển chuyển Pháp-luân tướng* : Ngài bắt đầu đi thuyết Pháp độ đời nơi vườn Lộc gần thành Ba-la-nại (Bénarès).

8°) *Ta-la lâm hạ Bát Niết-bàn tướng* : Ngài thị-hiện nhập diệt nơi cội hai cây Ta-la trong vườn cây Ta-la, gần thành Câu-thi-na (Kusinagara).

Bát Thánh đạo 八 聖 道 **Aryatângamarga** *(scr.).—* **Ariyoatthangikomaggo** *(p.)* **Noble voie octuple, Huit chemins des Saints** *(fr.)*

Tám đường Thánh. Cũng kêu *Bát Thánh-đạo phăn.* Tức là *Bát Chánh-đạo.* Ấy là đường nhánh của Đạo-đế. Muốn thi-hành Đạo-đế, phải thi-hành *Bát Thánh-đạo. Bát Thánh-đạo* là tám Đạo-lý chung của Phật, mà người học Phật Đại-thừa và Tiểu-thừa đều phải thi-hành.

(Xem thêm : *Bát chánh đạo*).

Trong **kinh A-Di-Đà** có chép rằng : Ở cõi Cực-lạc của Phật A-Di-Đà, thường có chẳng biết bao nhiêu là loài chim tốt đẹp lạ lùng và đủ màu đủ sắc, như : bạch-hạc, khổng-tước, anh-võ, xá-ly, ca-lăng-tần-dà (cọng mạng.) Ngày đêm sáu thời, những loài chim ấy kêu ra tiếng dịu hòa và thanh nhã. Tiếng chim ấy ca ngâm những bài thuyết-pháp, như giảng về Ngũ-căn, Ngũ-lực, Bảy phần Bồ-đề và *Tám phần Thánh-đạo*. Chúng-sanh ở cõi ấy nghe tiếng chim kêu thì đem lòng niệm Phật, niệm Pháp, niệm Tăng.

Bát thắng xứ 八 勝 處 Tám chỗ hơn, cao trồi : 1º) Tịnh-tướng, 2º) Sắc cảnh, 3º) Nội ngoại, 4º) Chơn không, 5º) Diệu-thức 6º) Không vô, 7º) Phi tưởng, 8º) Tưởng định.

« **Qui nguyên trực chỉ** » : *Bát thắng sứ*, Bát giải thoát thường dược hiện ra ; tứ vô-úy, tứ nhiếp pháp thọ dụng không hết.

Bát thập chủng hảo 八 十 種 好 **Anouvyajana** (*scr.*) **Quatre-vingt marques secondaires** (*fr.*)

Xem : *Bát thập tùy hảo.*

Bát thập tùy hảo 八 十 隨 好 **Anouvyajana** (*scr.*). **Quatre-vingt marques secondaires (du Bouddha)** (*fr.*)

Cũng viết : *Bát thập chủng hảo.* Tám mươi tướng tốt phụ theo 32 tướng trang nghiêm của Phật. 1) Móng tay bầu tròn. 2) Móng tay màu như đồng đỏ, 3) Móng tay láng. 4) Ngón tay tròn trịa. 5) Ngón tay đẹp. 6) Ngón tay nhọn đằng đầu. 7) Gân máu ẩn kín. 8) Mắt cá ẩn kín. 9) Những khớp xương chắc chắn. 10) Hai bàn chơn bằng nhau. 11) Gót chơn rộng rãi. 12) Đường chỉ trong bàn tay thì láng. 13) Đường chỉ trong bàn tay thì bằng nhau. 14) Đường chỉ trong bàn tay ẩn sâu. 15) Đường chỉ trong bàn tay không quanh quẹo. 16) Đường chỉ trong bàn tay thì chạy dài. 17) Môi đỏ như trái tần-bà (Bimbâ). 18) Tiếng thốt ra không to lắm 19) Lưỡi mềm, mịn và đỏ. 20) Tiếng nói dịu ngọt và đẹp, nghe như tiếng voi hoặc tiếng sấm· 21) Nam-căn đầy đủ. 22) Cánh tay dài. 23) Tay chơn sáng · 24) Tay chơn mịn màng. 25) Tay chơn rộng rãi. 26) Tay chơn không có lệch xệ· 27) Tay chơn không cợm xương· 28) Tay chơn đều đủ và mạnh mẽ· 29) Tay chơn rất cân phân với nhau. 30) Xương đầu gối rộng, lớn và đầy. 31) Tay chơn tròn trịa· 32) Tay chơn rất láng· 33) Tay chơn đều· 34) Rún sâu· 35) Rún đều· 36) Cái hạnh của ngài thanh tịnh· 37) Ngài dễ chịu dễ thương· 38) Ngài bủa ra chung quanh mình hào quang rất sáng· rất trong làm tan mất sự mờ ám· 39) Tướng đi đằm thắm oai nghiêm như thớt tượng· 40) Tướng đi oanh liệt như sư tử· 41) Tướng đi oanh liệt như bò đực· 42) Tướng đi như con ngổng· 43) Vừa đi vừa xoay về phía hữu· 44.) Từ hông chí bàn tọa thì tròn trịa· 45) Từ hông chí bàn tọa thì láng· 46) Từ hông chí bàn tọa không có chênh lệch· 47) Cái bụng hình cây cung· 48) Một cái thân thể mà không vật gì làm lu lờ hoặc lem luốc được· 49) Mấy cái răng cửa thì bầu tròn· 50) Mấy cái răng cửa thì nhọn đằng đầu. 51) Mấy cái răng cửa đều với nhau hết· 52) Cái mũi rộng lớn. 53) Cặp mắt sáng· 54) Cặp mắt trong· 55) Cặp mắt vui· 56) Cặp mắt dài· 57) Cặp mắt mở lớn· 58) Cặp mắt như hai kiến hoa sen xanh· 59) Cặp chơn mày bằng nhau· 60) Cặp chơn mày đẹp· 61) Cặp chơn mày đâu với nhau· 62) Cặp chơn mày rất cân phân đều đặn· 63) Cặp chơn mày đen· 64) Hai gò má đầy đặn· 65) Hai gò má bằng với nhau· 66) Hai gò má đều hoàn toàn· 67) Thấy ngài không ai dám mắng và rầy, vì hình thể ngài tốt đẹp đủ đều· 68) Ngũ quan và trí giác của ngài chịu quyền chế ngự của ngài một cách hoàn toàn· 69) Các cơ thể đầy đủ và hoàn toàn· 70) Mặt và trán đối với nhau rất cân phân· 71) Cái đầu rất nở nang· 72) Tóc đen· 73) Tóc bằng ngọn với nhau· 74) Tóc có hàng ngũ vén khéo· 75) Tóc có mùi thơm· 76) Tóc không cứng sợi· 77) Tóc không rối· 78) Tóc rất đều· 79) Tóc uốn lại· 80) Tóc có hình những chữ thánh như chữ Xơ-ri-hoát-sa (Çrivatsa), chữ vạn Xít-hoát-ty-ca (Svastika), chữ Nan-đi-á-hoát-ta (Nandyâvasta), chữ Hoạt-đa-má-na (Vardhamâna).

Bát thức 八 識 **Huit consciences ou connaissances** (*fr.*) Lục căn : nhãn, nhĩ, tỷ, thiệt, thân, ý, đối với lục trần (cảnh) : sắc, thinh, hương, vị, xúc, pháp thì sanh ra *Lục thức* : 1°) nhãn thức (thấy biết), 2°) nhĩ thức (nghe biết), 3°) tỷ thức (ngửi biết), 4°) thiệt thức (nếm biết), 5°) thân thức (đụng biết), 6°) ý thức (suy xét mà biết)· Đó là *sáu* *cái thức* đầu tay. Thêm vào hai cái thức nữa :

7°) *Mạt-na* (mâna) *thức*, cầm lấy, bắt lấy chỗ thấy biết.

8°) *A-lại-da* (Âlaya) *thức*, cái thức bao tàng, gồm chứa tất cả bảy cái thức trên, bao tàng tất cả những pháp hữu-vi, vô vi, hữu-lậu, vô-lậu tức là cái thức căn-bổn.

Bát thức cũng có nghĩa : *đệ bát thức tức là A-lại-da thức.*

Bát trí 八 智 . Tám chỗ trí chứng. Bực tu hành Tứ đế (Khổ, Tập, Diệt, Đạo), ban đầu chứng bốn đế ấy ở Dục-giới, kêu là *Tứ pháp trí.* Kế đó, chứng bốn đế ấy ở hai cõi trên là Sắc-giới và Vô sắc-giới, kêu là *Tứ loại trí.* Vậy *Tứ pháp trí* và *Tứ loại trí* hiệp thành *Bát trí.*

Nhơn đó, người ta xưng Phật là bực có *đều đủ bát trí* (cụ túc *Bát trí*).

Bát vạn tế-hạnh 八 萬 細 行   Tám muôn nết nhỏ. 250 giái Tỳ-kheo, mỗi giái có 4 oai-nghi (1) hành, 2) trụ, 3) tọa, 4) ngọa), tức là 4 × 250 = 1.000.

Nhơn cho Tam tụ giái của Bồ-tát (1) Luật-nghi giái, 2) Thiện-pháp giái, 3) Nhiêu ích chúng-sanh giái), tức là 3 × 1.000 = 3.000.

Nhơn cho ba nghiệp về thân (1) sát, 2) đạo, 3) dâm) và bốn nghiệp về khẩu 1) vọng-ngữ, 2) ỷ ngữ, 3) lưỡng thiệt, 4) ác-khẩu, tức là 7 × 3.000 = 21.000.

Nhơn cho ba thứ tham, sân, si và cái Mạt-na-thức có bốn mối phiền-nẽo (ngã-si, ngã-kiến, ngã-mạn, ngã-ái), tức là 4 × 21.000 = 84.000.

Tất cả là bát vạn tứ thiên tế-hạnh, nhưng kêu theo số chẵn là *bát vạn tế-hạnh.*

Bát vạn tứ thiên 八 萬 四 千   Tám mười bốn ngàn (84.000). Bên Thiên-trước, muốn tỏ ra vật chi rất nhiều, người ta thường dùng con số *Bát vạn tứ thiên.* Trong văn chương Phật-học cũng hay nêu con số ấy mà chỉ những vật khó đếm, khó tính, như Bát vạn tứ thiên trần - lao, Bát vạn tứ thiên pháp-môn.

Trong một chén nước có vô số vi trùng, người ta gọi : *Bát vạn tứ thiên* trùng. Núi Tu-di rất cao, khó mà tính số do-tuần, người ta gọi : *Bát vạn tứ thiên* do-tuần.

Cuộc đời của chư Tiên ở cảnh Phi phi tưởng rất dài, chẳng biết là bao nhiêu năm mà kề, người ta tạm gọi là *Bát vạn tứ thiên tuế.*

Bát *vạn tứ thiên* đồng nghĩa với : vô lượng. Kêu tắt là *Bát vạn.*

Bát vạn tứ thiên bệnh 八 萬 四 千 病　84.000 thứ

bệnh tật. Tức là : bát vạn tứ thiên *phiền não,* bát vạn tứ thiên *trần-lao* bát, vạn tứ thiên *tâm hành.* Con người ta có vô số bệnh tật, lầm lạc. mê-muội, từ trong tâm khởi lên hằng giờ, hằng phút. Muốn đối trị 84.000 thứ bệnh-tật ấy thì nên dùng 84.000 pháp-môn của Phật.

Bát vạn tứ thiên pháp-môn 八 萬 四 千 法 門

84.000 cửa pháp. Tức là vô số phương pháp tu tập để diệt-trừ phiền-não. chứng đắc Bồ-đề. Vì thấy căn-cơ của chúng-sanh khác nhau, nên Phật dạy Đạo dùng rất nhiều pháp-môn mà giáo-hóa họ. Lại nữa, tâm-bệnh của họ rất nhiều, cho nên Phật lại dùng vô số phương pháp mà điều trị cho họ, nên kêu là *Bát vạn tứ thiên pháp-môn.*

Qui nguyên trực chỉ : Phật thuyết *bát vạn tứ thiên pháp-môn,* giai thị đạo nhơn phản vọng nhi qui chơn giã. Kỳ tiệp kính, dị hành giã, duy niệm Phật nhứt môn. (Tám muôn bốn ngàn pháp-môn do Phật thuyết đều dắt dẫn người ta trở vọng mà về chơn vậy. Trong đó, pháp-môn-tắt ngang và dễ tu hành, chỉ có một môn niệm Phật mà thôi).

Bát vạn tứ thiên pháp tạng 八 萬 四 千 法 藏

kho chứa 84.000 pháp. *Pháp - tạng* (kho pháp) nghĩa là ý tứ trong các bài thuyết pháp của Phật, trong các kinh-điển. Những ý tứ ấy rất nhiều, kể không cùng, cho nên kêu là *bát vạn tứ thiên.* Vì bệnh phiền não của chúng-sanh rất nhiều, cho nên khi Phật thuyết pháp, ngài dùng đủ hết các ý tứ để tùy chứng mà đối trị, tùy căn mà diệt. *Bát vạn tứ thiên Pháp-tạng* của Phật cũng kêu là *Phật Pháp-tạng, Như-lai tạng.*

Bát vạn tứ thiên tướng hảo 八 萬 四 千 相 好 :

84.000 tướng chánh và tướng phụ Chính ra, mỗi đức Như-lai, kh[i] giáng thế hiện ra cái Phật-thân thì thân ấy có 32 tướng và 80 tùy hình hảo. Nhưng Phật có hai cách hiện thân để độ thế :

1. — Hiện thân làm chúng-sanh, như làm Bồ-tát, Thinh-văn, Thiên-thần, nhơn loại. Ấy kêu là *Liệt ứng thân,*

2.— Hiện thân làm Phật. Ấy kêu là *Thắng ứng thân*. Cái thân nầy có hào quang rực rỡ, có đủ các tướng chánh và tướng phụ trang nghiêm của một đức Phật. Vì đối với cái Liệt ứng thân nên người ta gọi cái *Thắng ứng thân* là *Bát vạn tứ thiên tướng hảo*.

Bát Vị 八 味   Tám mùi vị:

A) *Bát vị* của Niết-bàn : 1) Thường-trụ, 2) Tịch-diệt, 3) Bất lão, 4) Bất tử, 5) Thanh tịnh, 6) Hư-thông, 7) Bất động, 8) Khoái-lạc.

Đó là tám Pháp-vị của đức Như-lai đắc Niết-bàn. Những nhà tu học đạo Phật, khi đắc lý Đại-thừa, cũng hưởng được *Bát vị*, tức là *Bát vị* của Đại-thừa.

Như nói : uống *Bát vị thủy* ở *Đại-thừa hà.*

B) *Bát vị* của nước ao hồ ở cõi Cực-lạc và nước suối A-na-bà-đạp-đa ở miền Hỷ-mã-lạp sơn : 1) Trừng-tịnh, 2) Thanh-lãnh, 3) Cam-mỹ, 4) Khinh nhuyễn, 5) Nhuận-trạch, 6) An hòa, 7) Trừ đói khát, 8) Trưởng dưỡng các căn và tứ-đại.

(Xem :   *Bát công-đức thủy*).

Niết-bàn kinh quyển 24 : Trong núi «Hương-sơn», có suối nước kêu là A-na-bà-đạp-đa. Suối ấy có thứ nước đầy đủ *bát vị*. Như ai uống nước ấy, chẳng còn có bệnh khổ.

Bát viên 八 圓   Tám cái tròn. Cái phép *Viên-giáo* bày ra làm tám

món, kêu là *tám cái tròn :* 1º) *Giáo viên* (phép dạy tròn) những phép dạy: phiền-não tức là bồ-đề, sanh tử tức là Niết-bàn ; hoặc thuyết ba đạo : *hoặc, nghiệp, khổ* tức là cái lý mầu-nhiệm bí-tàng của ba đức : *Pháp-thân Bát-nhã, Giải thoát* ; hoặc thuyết tướng thật các pháp ; phàm-phu với Thánh-nhơn như một, chúng-sanh với chư Phật không hai... Ấy là cái tướng dạy tròn (viên giáo) vậy. 2º) *Lý viên* (lý tròn), cái lý mầu nhiệm của tam-đế, đạo trung chẳng lệch, ấy là cái tướng lý tròn vậy. 3º) *Trí viên* (trí tròn), là cái đạo trung chiếu hết thảy các món trí, ấy là trí tròn vậy ; 4º) *Đoạn viên* (dứt tròn), dứt một cái, dứt hết thảy mọi cái, dứt một điều lầm, tức là dứt hết thảy mọi điều lầm, ấy là dứt tròn vậy. Lại là nghĩa dứt, cái chẳng dứt ấy là dứt tròn. 5º) *Hạnh viên* (hạnh tròn), bởi cái cớ quán-hạnh một tâm ba quán, một niệm ba ngàn làm sự tu-hành một hạnh và hết thảy mọi hạnh, ấy là hạnh tròn vậy : 6°) *Vị viên* (ngôi tròn), ban xưa và sau chót tương tức, mà một ngôi đủ cả công-đức của mọi *ngôi*, tức là cái tướng sáu lần tới ngôi, ấy là ngôi tròn vậy ; 7°) *Nhơn viên* (nhơn duyên tròn), chiếu đối nhị-đế mà tự-nhiên lưu-thông vô tới chốn quả, ấy là nhơn tròn vậy. 8°) *Quả viên* (quả tròn), cái quả ba đức diệu-giác chẳng nghĩ ngợi tới được, chẳng dọc, chẳng ngang, ấy là quả tròn vậy.

Bát vọng tưởng 八 妄 想   Tám đều nghĩ bậy, tưởng sái, chẳng đúng Chánh - pháp, chẳng có tánh-cách giải thoát.

1. *Tự-tánh vọng-tưởng* (Tự-tánh mình tưởng quấy) : Chấp nệ bậy rằng những pháp về lục căn, lục trần đều có thể-tánh, chẳng lẫn lộn nhau.

2. *Sai-biệt vọng-tưởng* (Tưởng quấy khác nhau từng bực) : Trong tâm tưởng bậy nhiều việc, nhiều thứ khác nhau.

3. *Nhiếp thọ tích tụ vọng-tưởng* (Tưởng quấy giữ lấy sự tích-tụ) : Chấp quấy rằng *ngũ uẩn* hòa hiệp mà tạo thành tất cả chúng-sanh.

4. *Ngã-kiến vọng - tưởng* (Tưởng quấy theo ý - kiến mình) : Tưởng quấy chấp rằng có cái ta (ngã), cái ý kiến ấy vẫn sai lạc mà cứ giữ lấy

5. *Ngã - sở vọng - tưởng* (Tưởng quấy là của mình) : Tưởng quấy rằng cái thân nầy với những món thọ dụng, như nhà cửa, tiền bạc, ruộng vườn, vợ con đều là của mình.

6. *Niệm vọng-tưởng* (Tưởng quấy do lòng nhớ nghĩ) : Tưởng quấy phân biệt ra cảnh tịnh đáng yêu, thích mà chẳng rời ra.

7. *Bất niệm vọng-tưởng* (Tưởng quấy do lòng không thích, không nhớ) : Tưởng quấy đến cảnh mình chẳng muốn, cảnh đáng ghét, đáng chán.

8. *Niệm bất niệm cu tương vi vọng-tưởng* (Tưởng quấy do nghĩ và chẳng nghĩ đều trái nhau) : Tưởng quấy đối với hai cảnh : cảnh ưa thích và cảnh chán ghét, tưởng một cách nghịch với chánh-lý.

Bạt-ca-bà 跋 迦 婆 Bhargava (s r.)

Một vị tu Tiên, tu phái khổ-hạnh, ở phía Bắc Ấn độ về miền núi Hỷ mã-lạp-sơn. Đức Thích-Ca, khi bỏ cung viện mà lên rừng để tu, thì có đến hỏi đạo ông *Bạt-ca-bà*. Sau đó, ngài lần lượt đến hỏi mấy ông : A-la-lá (Arâta), Ca-lam (Kalâma), hai ông nầy tu theo phái Số-luận (Samkhya), và ông Uất-đà-la (Udraka) tu theo phái Du-già (Yoga).

Bạt-đà-bà-La (Bồ-tát) 跋陀婆羅 (菩薩) **Bhadra-pāla** (*scr.*). —

Một vị Bồ-tát tu tại-gia hồi đức Phật Thích-Tôn ra đời. Tên ngài dịch nghĩa là : *Hiền* (Bhadra) — *Hộ* (Pāla), tức *Hiền-Hộ*.

Hồi đức Phật giảng **Kinh Vô-Lượng-Thọ**, thì ngài *Bạt-đà-bà-la* (Hiền-Hộ) theo sau ngài Phổ-Hiền Bồ-tát và có họp tất cả là mười sáu vị Bồ-tát đến nghe Phật giảng Kinh. —

Lại khi Phật phóng ánh quang-minh, sắp diễn **Quán Di-Lặc thượng sanh Đâu-suất Thiên Kinh** thì ngài *Bạt-đà-bà-la* với quyến-thuộc tất cả là 16 vị Bồ-tát tại-gia đều hội lại nghe Kinh. —

Đến khi Phật sắp giảng **Kinh Diệu Pháp liên-hoa** tại núi Kỳ-xà-quật, gần thành Vương-xá, ngài *Bạt-đà-bà-La* là một vị Đại Bồ-tát trong số tám vạn Bồ-tát hiện đến dự nghe.

Bạt-đà-bà-La và các bạn tất cả là 16 vị Bồ-tát (Khai-sĩ) có dự nghe Phật giảng Thủ Lăng Nghiêm Kinh tại thành Thất-la-phiệt, nơi tinh-xá Kỳ-hoàn. Đương khi Phật giảng giải kinh ấy, *Bạt-Đà-Bà-La* có bạch rằng : Thuở xưa, hồi đời Phật Oai-Âm Vương, trong khi tắm, ông nhờ quán tưởng Nước mà đắc Đạo : Nước vốn chẳng rửa bụi dơ, cũng chẳng rửa thân thể, không có vật chi mà rửa. Nhờ ông quán tưởng lẽ ấy mà thành Đạo, Phật Oai-Âm-Vương bèn đặt danh hiệu cho ông là *Bạt-đà-bà-La*.

Bạt-Đà nữ 跋陀女 **Bhaddâ, Bhadra** (*scr.*)

Vợ cũ của đức Ca-Diếp, Sơ-tổ trong hàng 28 Tổ sư. Ca-Diếp thấy đức Phật cho hàng phụ nữ nhập Giáo-hội Tăng-già, ngài nhớ lại vợ cũ của ngài là *Bạt-Đà nữ* đương tu theo phái ngoại-đạo ở thành Hoa-Thị (Pâtaliputra), ngài muốn cho *Bạt-Đà nữ* qui-y Phật-Pháp.

Theo trong kinh, ngài Ca-Diếp tuy cưới bà *Bạt-Đà* là vâng theo lệnh song đường, nhưng vợ chồng chẳng hề chung chăn gối. Đến khi cha mẹ mãn phần, ngài và *Bạt-Đà nữ* đều bỏ nhà đi tu.

Bạt-Đà tôn-giả 跋陀尊者 **Bhadra** (*scr*)

Một vị trong 16 vị Đại A-la-hán đệ-tử của Phật, được Phật phái ra các nước ngoài mà truyền Đạo. (Xem tên 16 vị nơi chữ A-la-hán).

Bạt Đề 跋 提 Bhadrika (scr.)

Một vị Tỳ-kheo La-hán, Đại Đệ-tử của Phật. *Bạt-đề* là người hoàng-phái họ Thích, tại thành Ca-tỳ-la-vệ (Kapilavastou), tức có bà con với Phật Thích-ca.

Theo **Soạn tập bá duyên kinh** (Avadâna-Çataka), đức Phật thành Đạo đã sáu năm và đã đi truyền Đạo trong nhiều nước, bèn trở về thành Ca-tỳ-la-vệ mà viếng vua cha và độ người trong hoàng tộc. Đức vua có khuyên các nhà họ Thích mỗi nhà nên cho một ít người xuất-gia đầu Phật. Nhơn dịp ấy, ông *Bạt-đề* và năm trăm vị công tử họ Thích bèn đến chầu Phật và nguyện thọ giái Tỳ-kheo. Ông đắc quả La-hán. Ấy là một vị Thánh rất từ-tâm, quảng-đại, hay thương những kẻ nhỏ nhoi bần khổ. Ông giữ hạnh Đầu-đà rất kỹ, tự hạ mình đi khất-thực nơi nhà chòi của những kẻ hạ-tiện và vui lòng thọ lãnh những món ăn tồi. Hạnh ấy làm cho vua Ba-tư-Nặc ở thành Xá-vệ đem lòng cảm phục vô-hạn.

Lại theo nhiều bộ Kinh, *Bạt-đề* (Bhadrika) là một vị Tỳ-kheo La-hán trong hàng *Ngũ Tỳ-kheo* (Năm vị Tỳ-kheo) được Phật độ trước nhứt ở gần thành Ba-la-nại (Bénarès) nhơn khi Phật chuyển Pháp-luân trong Vườn Lộc.

☆

Bạt-đề lại là tên của vị Thị-giả, đệ-tử hầu cận đức Cổ Phật Ca-la-cưu-thôn (Cá-la-ca-tôn-đại). Trong Niết-Bàn-kinh, viết là : *Bạt-đề.* Trong Trường A-hàm kinh, dịch là : *Thiện-giác tử thượng thắng.*

Bạt-lê-Ca 跋 黎 迦 Bhallika. (scr.)

Cũng viết là : Ba-ly 波 利.

Một   trong hai người thương khách đi ngang qua chố Phật ngự hồi Ngài vừa thành Đạo.

Hồi đức Thích-Ca ngồi trầm tư mặc tưởng và đắc quả Phật nơi cội cây Bồ-đề, thời có hai người thương-khách, *Bạt-lê-Ca* (Bhallika) và *Đế lê-phú-bà* (Trapusha) đi ngang qua với một đoàn xe hàng hóa để về phương Bắc. Hai người thương-khách ấy trông thấy dung nhan của Phật, sanh lòng hoan hỷ, bèn đem đồ ăn đến mà dâng cúng cho Phật. Sau khi được nghe Phật giảng Đạo, hai người bèn qui-y thọ Pháp, giữ giái Ưu-bà-tắc, tu tại gia. Ấy là hai vị đệ-tử tại gia đầu tiên của đức Phật.

Bạt-nan-Đà (Long-Vương) 跋 難 陀 (龍 王) Upananda (scr.)

Bạt-nan-Đà (Upananda) dịch nghĩa : Đoan-chánh và Hoan hỷ. Cũng viết : *Bà-nan-Đà* 婆 難 陀 Hồi đức Phật giáng sanh, trong khi đức Đế Thích bồng Phật ra khỏi lòng bà Ma-da, thì vị Nan-Đà Long-vương và vị *Bạt-nan-Đà Long-vương* phun nước mà tắm cho Phật. *Bạt-nan-Đà Long-vương* lại là một trong tám vị Long-vương (rois des Nâgas) có dắc theo rất nhiều quyến thuộc, hiện đến núi Kỳ-xà-Quật mà dự nghe Phật giảng Kinh Diệu-Pháp-Liên-hoa.   (Xem : *Long-vương*)

Bạt-nhựt-la-bồ-đề 跋 日 羅 菩 提 Vajraboddhi (scr.)

Thường gọi là *Kim-cang-Trí*. Nhà sư Ấn Độ qua Tàu hồi thế-kỷ thứ tám dương-lịch và sáng lập Chơn-Ngôn tông.   (Xem : *Kim-cang-Trí*).

Bạt thiệt địa - ngục 拔 舌 地 獄 Địa - ngục nhổ lưỡi. Đó là nơi địa-ngục đọa mấy kẻ làm sự dữ bằng miệng lưỡi vậy.

Bắc Cu-lư châu 北 俱 盧 洲 Uttara-Kuru (scr.)

Châu Bắc Cu-Lư. Lại kêu là : *Bắc-Câu-La-Châu* 北 俱 羅 洲 tên cũ kêu là *Uất-đan-Việt* 欝 單 越 . Cũng đọc : *Bắc Cồ-lư-châu* 北 瞿 盧 洲   (Xem : *Tứ châu*)

Bắc-Phật 北 佛 Amoghasiddhi (scr.).— Bouddha du Nord (fr.)

Một trong bốn vị Phật-thiền ở tứ Hướng, ngự hướng Bắc, Ngài yêu tất cả chúng-sanh.

Bắc-tông 北 宗

Tông miền Bắc, giáo-phái miền Bắc. Đối với *Nam-tông.*   (Xem : *Nam-tông*).

Bắc Uất-đan-việt 北 欝 單 越 Uttara-Kuru (scr.)

Châu Bắc Uất-đan-việt, là một trong bốn châu lớn, vị trí ở phía Bắc đối với núi Tu-di.   (Xem : *Tứ-châu*).

Bần 貧 Pauvre (fr.)

Nghèo, Chẳng có tiền bạc của cải. Trái với : Phú (giàu).

Cảnh *nghèo* là một phương tiện tu hành của bực xuất-gia. Hễ thầy tu thì chẳng giữ tiền bạc của cải, cho đến coi cái thân thể cũng chẳng thuộc về mình. «Xả phú cầu *bần*, xả thân cầu đạo» là câu cách-ngôn của người tu Phật xuất-gia. Như đức Thích-Ca, bỏ ngôi vua, bỏ các sự phú quí mà đi tu. hằng ngày đi xin của bá-tánh mà ăn và chẳng giữ một mảy của cải theo mình, đó là gương «xả phú cầu *bần*, xả thân cầu đạo» cao viễn nhứt vậy.

Cảnh *Nghèo* là một cảnh mà các vị tăng, nhứt là các sư Thiền-tông rất ưa thích. Vì ở trong cảnh ấy, tâm-trí tránh được biết bao sự lo lắng, khổ não !

Bần đạo 貧 道 :   Nhà đạo nghèo. Tiếng tự-xưng mình vừa khiêm-nhượng vừa vinh-hạnh của những thầy tu khổ-hạnh đạo Phật. Cũng là tiếng tự-xưng của các vị tu theo phái Tiên, phái Đạo (Lão).

Bần tăng 貧 僧 :   Tiếng tự-khiêm của thầy tu đạo Phật đã chánh thức thọ giới xuất-gia, làm Tỳ-kheo, hằng ăn ở theo Giái-luật và tinh-tấn trong việc tu luyện.

Bất bái 不 拜   Chẳng lạy. Tức là: *Bất lễ bái*. Ưu-bà-tắc, Ưu-bà di thọ tam qui, chẳng được lạy các vị thiên thần, địa-kỳ của đạo khác. Tỳ-kheo, Tỳ-Kheo-ni thọ cụ-túc giái, chẳng được lạy quốc vương, cha mẹ.

Trong « **Bồ-tát Giái-kinh** » về khoản khinh-giái số 41, có dạy : Hễ là người xuất-gia thì chẳng quay qua vị quốc vương mà lễ bái, chẳng quay qua cha mẹ mà lễ bái, đối với sáu bề thân chẳng kính, đối đối với qui thần chẳng lễ.

Bất-cọng 不 共 Avenika (*scr.*).—Singulier (*fr*).— Fugu (*jap.*)

Tức là ; *Bất-đồng, bất-thông*. Đặc biệt, chẳng chung cùng, chẳng giống như một người nào, một Pháp nào cả. Đối với : *Cọng*.

Bất-cọng Bát-nhã 不 共 般 若   Trí-huệ chẳng đồng, trí-huệ riêng biệt. Có hai cỡ trí-huệ : Cọng-Bát-nhã, Bất cọng Bát-nhã.

Cọng Bát-nhã là cỡ trí-huệ dung cho Ba thừa (Thinh-văn-thừa, Duyên-giác thừa và Bồ-tát thừa). Phật thuyết-pháp chung cho ba cỡ ấy nghe.

Bất-cọng Bát-nhã là cớ trí-huệ riêng biệt của Bồ-tát. Phật chỉ thuyết pháp lẽ Đại-thừa cho hàng Bồ-tát nghe mà thôi.

Cọng Bát-nhã tức là *Thông-giáo*, như giáo-lý trong Pháp-Hoa Kinh, gồm cả Tam thừa làm Nhứt thừa, dạy cả Tam thừa.

Bất-cọng Bát-nhã tức là *Biệt-giáo, Viên-giáo,* như giáo-lý trong Hoa Nghiêm Kinh chỉ riêng dạy hàng Đại-thừa tu cho thành Phật mà thôi.

Bất-cọng pháp 不 共 法 :

Pháp riêng biệt. Những Pháp, riêng biệt mà Phật dạy hàng Bồ-tát ; những việc mà đức Phật thi-hành, những việc ấy chẳng giống với việc của ai cả ; những công-đức cao siêu của Phật mà chẳng ai có, kêu là *Bất-cọng pháp.*

Niết-bàn kinh : Chư Phật Thế-tôn có hai thứ pháp : Cọng-pháp, *Bất-cọng pháp.* Cọng-pháp có thể hư hoại, tiêu diệt ; *Bất-cọng pháp* chẳng hề bị hư-hoại, *tiêu diệt.*

Bất-cọng thân 不 共 身 :

Thân đặc biệt của Phật. Thân Phật chẳng giống với thân ai hết, vì có đủ mười tánh, cầm bằng mười cõi Phật. Mười tánh ấy là : 1.—Bình - đẳng (égal) 2.— Thanh - tịnh (pur) 3.— Vô tận (sans épuisement). 4.— Thiện tu-đắc (obtenu par les bons exercices) 5.— Hộ pháp (protégeant la Loi). 6.— Bất khả giác tri (imper. cevable). 7.— Bất tư nghị (inconcevable), 8.— Tịch tĩnh (apaisé) 9.— Hư-Không đẳng (égal à l'Espace). 10.— Trí (de Connaissance).

Bất dụng xứ 不 用 處 Akincanyâyatana *(scr.)*

Cảnh Tiên thứ ba trong cõi Vô-sắc-giái. Chư Tiên ở đây thấy mình chẳng dùng chi nữa, chẳng cần chi nữa, chẳng có chi nữa. Thường kêu : *Vô sở hữu xứ.*

Niết-bàn kinh quyển 15 : Ai nhập-định đắc phép Lạc-Tam-muội, thì đoạn tuyệt cảnh *Bất dụng xứ,* chẳng còn vướng vào cảnh ấy, chẳng thọ quả-báo ở cảnh ấy.

Bất - định - pháp 不 定 法 Cas ambigus *(fr.).—* Aniyada *(scr.)*

Du-lan-già tội.

Hai đoan giái-cấm của Tỳ-Kheo. Trong giái-bổn Tỳ-Kheo có ghi rằng nhà sư nói chuyện riêng với đờn bà một cách không chánh đáng thì phạm tội, song sự trừng phạt tùy theo chỗ phạm nhiều hay ít và do nơi chỗ nói chuyện kín đáo hay trống trải.

1. Nói chuyện nơi chỗ kín đáo :

a) Tội Ba-la-di pháp (trục xuất), nếu dâm dục.

b) Tội Tàn pháp (bị cấm phòng), nếu rờ mình đờn bà.

c) Hoặc bị quở sơ theo điều 44-45.

2. Nói chuyện nơi chỗ trống :

a) Tội Tàn pháp (bị cấm phòng) nếu dụng cọ.

b) Hoặc bị quở sơ theo điều 44-45.

Bất-Đoạn-Quang (Phật) 不 斷 光 (佛) Amitabhà (*scr.*)

Một danh hiệu của đức Phật A-Di-Đà. *A-Di-Đà* (Amitabhâ) là chữ âm theo Phạn, có 13 nghĩa, mà *Bất-Đoạn-Quang* là một nghĩa, một danh hiệu. Bất-*Đoạn-Quang Phật* là đức Phật mà hào-quang vô-lượng chiếu khắp các cõi Thập phương, hào-quang ấy chiếu sáng mãi mãi, *không hề gián đoạn.* (Xem : *A-Di-Đà Phật Thập tam hiệu*).

Bất-Động 不 動 Acala (*scr.*) Foudô (*jap.*)

Một vị Thiên thần hay hộ-trợ những nhà tu Phật, đuổi tà-ma và các sự chướng ngại về phần trí-huệ. Các sư tông Thiên-đài (Thiên-thai) và tông Chơn ngôn có một cái pháp-ấn và một câu thần chú, bắt ấn và niệm chú ấy thì vị *Bất động* hiện lại nơi mình.

Bất động lại là một đức-tánh của người Giải thoát, chứng lẽ không, thân tâm chẳng xúc động, nhứt là không còn thấy khổ.

Bất-động-địa 不 動 地 Địa vị chẳng xúc động, chẳng chấn động, chẳng chuyển động, *Bất-động-địa* là địa vị thứ tám trong *Thập-địa Đại-thừa.*

Trong **Niết-bàn-Kinh** có chép : Những ai trì Giới-luật Đại-thừa cho thật nghiêm-tịnh, thì lướt tới *Bất-động-địa.* Bồ-tát trụ ở cảnh *Bất-*

động-địa thì được bốn cái đức: bất động (chẳng chuyền động), bất đọa (chẳng rớt), bất thối (chẳng lui), bất tán (chẳng tán lạc).

Bất-động tức là chẳng bị năm cảnh: sắc, thinh, hương, vị, xúc, làm cho mình động; *bất-đọa* tức là chẳng đọa xuống ba chốn: Địa-ngục, Súc-sanh, Ngạ-qui; *bất-thối* tức là chẳng thối lui xuống hai địa vị Tiểu-thừa: Thinh-Văn, Duyên-giác; *bất tán* tức là chẳng bị tán lạc bởi các dị-kiến, tà-phong mà làm tà-mạng.

Bất-động lại là chẳng bị ba mối tham dục, sân-nhuế, ngu si làm cho mình chuyền động; *bất-đọa* lại là chẳng sa-đọa vì phạm Tứ trọng Cấm; *bất-thối* lại là chẳng thối lui đối với Giái-luật mà trở về nhà; *bất tán* lại là chẳng trái nghịch với Kinh-điền Đại-thừa mà bị tán hoại.

Lại nữa, Bồ-tát trong khi Tu Giái-Định-Huệ, *chẳng khuynh động* bởi phiền não ma, *chẳng sa đọa* vì âm-ma, *chẳng* bị Thiên-ma làm cho *thối* bước đối với quả Chánh-giác, *chẳng* bị tử-ma làm cho *tán* lạc.—

Đó là các nghĩa của bốn đức bất động, bất đọa, bất thối, bất tán trong *Bất động-địa* của Bồ-tát.

Bất-động Như-lai 不 動 如 來 Axobya *(scr)*

Một đức Phật Như-lai tên là *Bất - Động.* Đọc theo Phạn: A - Súc (Axobya), dịch nghĩa :

Bất-Động, Vô-Động, tức là tánh ngài chẳng néo động, chẳng hờn giận vậy. Ngài trụ ở một cõi Thế giái 佛 về phương Đông đối với cõi Ta-bà của đức Phật Thích-Ca.   (Xem *A-Súc Phật*).

Bất-động Thế-giái 不 動 世 界   Cõi thế-giái *Bất-động*

của Phật Mãn-Nguyệt Quang-Minh, ở ném về phương Đông, cách cõi Ta-bà bởi hai mươi Hằng-hà sa thế-giới. Ấy là một cõi thắng diệu, đất bằng thất-bảo, cây cối bằng tứ bảo hiệp-thành. Chúng-sanh ở cõi ấy đều là Bồ-tát Đại-sĩ.

Trong khi đức Phật Thích-Ca diễn Mật-nghĩa ở cõi Ta-bà, thì ở cõi *Bất-động,* đức Phật Mãn-Nguyệt-Quang-Minh cũng giảng Bí-tạng với chư Bồ-tát.

Bất hoàn quả 不 還 果 Anâgâmi *(scr, p.)*

Quả chứng của người chẳng trở lại cõi nầy nữa. Đó là quả thứ ba trong bốn quả của Thinh-văn thừa, tiếng phạn là *A-na-hàm* (Anâgâmin), dứt hết sự tu lầm trong chín phẩm Dục-giới, có thể chẳng sanh trở lại ngôi Thánh-giả nơi Dục-giới nữa. Cũng viết: *Bất lai.*

(Xem : *A-na-hàm*)

Bất-Hưu-Tức (Bồ-tát) 不 休 息 (善 薩) Nityôdhyukta *(scr.)*

Một đức Bồ-tát Ma-ha-tát. Ngài có hiện lại cõi thế-giái Ta-bà, nơi núi Kỳ-xà-Quật mà nghe đức Phật Thích-Ca diễn kinh Diệu-Pháp Liên-hoa. *Bất-Hưu-Tức Bồ-tát* tức là đức Bồ-tát làm Phật-sự không hề ngơi nghỉ, không hề biết mệt chán.

Bất khả thuyết 不 可 說   Chẳng có thể nói hết.

Ấy là nói nền Chơn lý vi-diệu, chứng tri thì được, nhưng nói ra hết không được; không thể đem lời nói mà diễn đạt chơn-lý. *Bất khả thuyết* lại là một con số rất lớn về phép toán bên Thiên-trước; con số nầy, nói ra không hết được.

Bất Khả tư nghị 不 可 思 議   Chẳng có thể nghĩ

bàn cho xiết. Lý trí thần diệu, sự tướng ly kỳ, không có thể dùng tâm ý mà suy xét cho cùng, dùng lời nói mà bàn luận cho tột. Như sức thần-thông, sức trí-huệ, sức phương tiện của Phật đều là *bất khả tư nghị.*

Trong Địa-Tạng Kinh phẩm 13, đức Phật có khen ngài Địa-Tạng Bồ-tát rằng: Sức thần thông của ông thật là *bất khả tư nghị*, lòng từ bi của ông thật là *bất khả tư nghị*, trí-huệ của ông thật là *bất khả tư nghị*, tài biện-thuyết của ông thật là *bất khả tư nghị*, việc độ thế của ông thật là *bất khả tư nghị*; dầu cho chư Phật có khen đến muôn kiếp cũng chẳng cùng.

Trong **Niết-bàn Kinh**, phẩm Phạm-hạnh, Phật có phán với Bồ-tát Ca-Diếp rằng: «Thiện-nam-tử! lòng Từ là *bất khả tư nghị*; Pháp là *bất khả tư nghị*; Phật-tánh là *bất khả tư nghị*; Như-lai cũng là *bất khả* *tư nghị.*»

Bất khả tư nghị cũng kêu là *bất tư nghị.* *Bất khả tư nghị* lại là một con số lớn bên Ấn-Độ về thời xưa. Một «*bất khả tư nghị*» bằng một ngàn lần *Hằng-hà sa* (Cát sông Hằng).

Như: Hồi đời quá-khứ, cách nay *bất khả tư nghị* A-tăng-kỳ Kiếp, có đức Phật hiệu là Giác-Hoa-Định Tự Tại-vương ra đời...

Bồ-tát là *Bất khả tư nghị.* Các hạnh *Bất khả tư nghị* của Bồ-tát có nói rõ trong Đại Bát Niết-bàn Kinh, quyển 32.

(Xem : *Tứ Bất khả tư nghị, Bát Bất khả tư nghị*).

Bất khả tư nghị sự 不可思議事

Việc làm lớn lao, cao cả, siêu việt, ngoài sức tưởng tượng, ngoài sức bàn bạc của người đời. Như việc *bổn-hạnh bổn-nguyện* của ngài Địa-Tạng Bồ-tát là *bất khả tư nghị sự.* Sự giáo-độ chúng-sanh của đức Thích-Tôn là *bất khả tư nghị sự.* Sức *Từ-bi cứu-khổ* của ngài Quan-thế-âm là *bất khả tư nghị sự.*

Bất-khả-tư-nghị Tôn 不可思議尊

Đức hiệu của Phật A-Di-Đà. Là vì công-đức của ngài, thọ-mạng của ngài, hào quang của ngài, cùng là thế-giới của ngài, chúng-sanh của ngài v.v... đều ngoài sức tưởng tượng, nghị-luận của người.

Bất-Không (Pháp-sư) 不空 (法師) Amogha (scr.)

Hay là *Bất-Không-Kim-cang* (Amoghavajra), dịch theo tiếng phạn là *A-mục-khứ-bạt-la.* Nhà sư Ấn-Độ qua Tàu hồi thế kỷ thứ tám với thầy của ngài là Kim-cang-Trí (Vajra-Boddhi). Ngài dịch Kinh ra chữ Tàu, truyền bá tông Chơn-Ngôn, ngài dịch được 108 quyển nay vẫn còn.

Sau khi thầy của ngài là Kim-cang-Trí tịch, ngài có trở về Ấn-độ mà thỉnh thêm Kinh sách. Năm 746, ngài trở qua Tàu, ở luôn tại kinh thành mà dịch Kinh cho đến mãn đời. Vua Túc-tông (756-762) có thỉnh ngài *Bất-Không Pháp-sư* vào nội đặng trao phép quán đỉnh (rưới nước Thánh) và truyền Giới cho vua. Cuộc ấy có cảm động đức Đại Lạc-Thuyết Bồ-tát, Bồ-tát có phóng hào quang mà chứng minh.

Bất khởi pháp-nhẫn 不起法忍

Phép nhịn chẳng

khởi (phép nhịn tự nhiên). Lại kêu là *Vô sanh pháp-nhẫn*. *Bất khởi* tức là *Vô sanh* vậy. Dứt sự lầm của ý kiến, sanh ra lý không, kêu là được Vô-sanh pháp-nhẫn (quyết nhịn phép vô sanh). Lý không chẳng sanh, chẳng khởi, cho nên *Vô sanh pháp* lại kêu là *Vô khởi pháp*. *Nhẫn* đó là nghĩa chịu nhịn được, quyết định cái lý không vô-sanh, vô-khởi vậy.

Bất-lan Ca-Diếp 不 蘭 迦 葉 Purâna Kasyapa *(scr.)*

Cũng kêu là Phú-lan-na Ca-Diếp. Một ông sư trong sáu ông sư ngoại-đạo hồi đời đức Phật-tổ Thích-Ca. Tất cả sáu ông là : 1) Phú-lan-na Ca-Diếp (Puraṇa Kasyapa); 2) Mạc-dà-lê Câu-xa-lê-tử (Maskari-Gosalêputra), 3) Sang-xà-dạ tỷ-la-chi-tử (Sanjaya-vairatitra), 4) A-kỳ-đa-Súy-hàm-khâm-bà-la (Ajita-kesakambala), 5) Ca-la-cưu-Ca-chiên-diên (Kakuda-Katyayana), 6) Ni-kiền-dà Nhã-dề-tử (Nirgranta-Jnatiputra). Trong sáu ông ấy, ông *Bất-lan Ca-Diếp* (Phú-lan-na Ca-Diếp) cầm đầu. Sáu ông không ưa Phật, giáo-hội Phật và tín-đồ Phật, Họ ngỡ rằng họ giỏi nên muốn tranh tài với Phật. Họ cậy vua Ba-tư-Nặc ở thành Xá-vệ vào vườn Kỳ-thọ Cấp-cô-độc thỉnh Phật đến tranh đấu về pháp-thuật với họ. Họ thua một cách ố nhục.

Kế đó, họ toan làm xấu Phật bằng cách phao vu. Họ xúi một mỹ-nữ độn cây nơi bụng giả đồ có chửa, mỹ-nữ phao ngôn lên rằng vì ăn ở với Phật nên thọ thai. Cơ-mưu của mỹ-nữ bị bại lộ và cô chết một cách rất ghê gớm.

(Xem : Lục sư ngoại đạo).

Bất-liễu nghĩa 不 了 義 Sens incomplet *(fr.)*

Nghĩa chẳng rõ, chẳng đủ. Nói về sự giảng đạo cho bực thường, căn-tánh chưa thuần thục. Thánh-nhơn thuyết pháp giữa công chúng. dạy kẻ tại-gia cư-sĩ, chỉ giáo cho bực mới tu học thì đem lý *bất-liễu nghĩa* ra. Lý nầy thuộc về *Hiển-giáo* (exotérisme), khác với *Mật-giáo* (ésotérisme). *Bất-liễu nghĩa* tức là chẳng minh liễu, chẳng chứa đủ cái Pháp-tánh, Thật-nghĩa, ấy là cái phương-tiện thuyết-pháp, giảng kinh cho bực mới học đạo.

Như các kinh, pháp về Tiểu-thừa, về quyền-thừa (thừa tạm) đều là *bất liễu nghĩa*. Lại, những pháp hữu-vi đều là *bất-liễu nghĩa*.

(Xem: *Liễu-nghĩa, Liễu-nghĩa kinh*).

Bất-như-mật-đa 不如蜜多 Punyamitra (scr.)

Tổ sư đời thứ 26 trong hàng 28 vị Tổ sư nắm giữ đạo Phật ở Ấn-độ. Ngài là thái tử con vua Đắc-Thắng-Vương miền Nam Ấn-Độ.

Theo quyển « Phật-tổ lịch-đại thông-tái », tôn-giả được Tổ đời thứ 25 truyền Pháp rồi, ngài bèn sang miền Đông Ấn-Độ mà hoằng hóa Đạo-lý. Lúc ấy, nhà sư trưởng ngoại-đạo Trảo Phạm-chí rất sợ vua dời đổi lòng thiện, bỏ mình mà theo tôn-giả, nên khi tôn-giả đến thì nhà sư-trưởng bảo là ma.

Vua hỏi tôn-giả rằng : Sư đến đây làm gì ?

— Đề độ chúng-sanh.

Phạm-chí chẳng dằn nổi sự giận của mình, bèn dùng huyễn-pháp hóa ra một hòn núi lớn chụp lên đầu tôn-giả.

Tôn-giả lấy tay chỉ hòn núi, tức thì nó dời qua đè lên đầu chúng ngoại-đạo. Bọn nầy cả kinh, đều hàng phục. Tôn-giả thấy thương, chẳng nỡ chấp sự ngu hoặc của họ, bèn chỉ ra một cái nữa, cảnh hóa-sơn liền tiêu diệt. Ngài bèn đem Pháp-lý cốt yếu ra mà diễn thuyết cho vua nghe, độ vua theo về Chơn-thừa.

Bất-phóng-dật 不放逸 Gravité, Constance (fr.)

Đức-tánh của người biết giữ gìn thân tâm, chuyên chú làm lành, của nhà tu hành quyết lòng làm các sự lành đề mau được Giải thoát, thành Phật.

Đại Niết-bàn kinh quyển 24 : Các căn-bổn lành của tất cả chư Phật đều do nơi *Bất-phóng-dật*. Nhờ *Bất-phóng-dật*, các thiện-căn lần lần tăng trưởng. Bởi nó có thể làm cho các thiện-căn đều tăng trưởng, cho nên đối với các đều thiện, đức *bất-phóng-dật* là cao trôi hơn hết.

(Xem : *Phóng-dật*). — Muốn rõ công-năng của Bất-phóng-dật, nên xem : Đại Niết-bàn Kinh, quyển 24.

Bất sanh 不生 Arhat (scr.)

Chẳng sanh. Chữ *A-la-hán* dịch là *Bất sanh*, là ý vô Niết-bàn luôn, chẳng thọ quả-báo sanh tử, rốt cuộc chẳng sanh ở trong tam giái, ngũ thú nữa. — Lại chữ *Niết* 涅 trong nghĩa *Niết-bàn* đó tức là *bất sanh*, các pháp thường trụ mới chẳng sanh vậy. — Lại *Bất Sanh* là một hiệu khác của đức Như-lai, đức Như-lai ngài thường trụ, chẳng sanh chẳng diệt vậy.

(Xem : A-la-hán).

Bất sanh, bất diệt 不 生 不 滅 Chẳng sanh, chẳng diệt ; vốn không sanh sống thì không chết mất. Đó là lý vô-vi, trái với lý hữu-vi là *sanh, diệt* (có sống thì có thác, có hình thì có hoại).

Bất sanh, Bất diệt là lý Niết-bàn Đại-thừa. cũng kêu là *Thường-trụ, Chơn-Không, Diệu-hữu, Chơn-như, Phật-tánh.*

Bồ-khuyết tâm Kinh : Nầy Xá-ly-tử ! các pháp đều không tướng: *chẳng sanh, chẳng diệt,* chẳng dơ, chẳng sạch, chẳng thêm, chẳng bớt. (Xá-ly-tử ! chư pháp không tướng: *bất sanh bất diệt,* bất cấu bất tịnh, bất tăng bất giảm.)

Qui-nguyên trực-chỉ : Cái thuyết *chẳng sanh, chẳng diệt* là đạo lý tối thượng Nhứt thừa... Phải biết : Sắc-tướng có hoại, có thành ; Phật-tánh, *chẳng sanh chẳng diệt.*

Bất thiện 不 善 **Mal, Mauvais** *(fr.)*

Chẳng lành, ác. Trái ngược với lý, lẽ phải, làm tồn, hại đời nầy và đời sau. Như *ngũ nghịch, thập* ác đều là bất thiện.

Sách Nho có câu nầy rất hợp lý với Kinh Phật : Tác thiện giáng chi bá tường, tác *bất thiện* giáng chi bá ương (Làm lành thì trời (tức là quả-báo) cho trăm sự phước-lợi, làm ác thì trời bắt chịu trăm đều tai họa).

Bất thiện căn 不 善 根 **Akusalamula***(scr.)*. — **Fuzengon** *(jap)*

Chẳng có căn lành (thiện-căn).　　　Xem : Thiện-căn.

Bất thối 不 退 **Qui ne revient plussen arrière** *(fr)*

Chẳng thụt lui, chẳng thối thất quả-vị. Ấy là những bực tu hành phước-đức và trí-huệ càng ngày càng tăng trưởng, chẳng bao giờ chán ngán đối với sự tu *Tam học, Lục độ,* lúc nào cũng quyết đuổi theo mục-đích để đạt quả Phật. *Bất thối* kêu trọn là *bất thối chuyển.* Kêu theo phạn : *A-bệ-bợt-trí, A-duy-việt-trí.* Trái với : *thối, thối chuyển.*

Như, bất thối có ba cảnh (*Tam bất thối*).

1.— *Vị bất thối* : Địa vị chẳng thối thất. Tu chứng địa vị, quả-vị nào thì chắc chắn mà ở đó, rồi tinh-tấn thêm nữa, chớ chẳng đề cho lạc mất.

2.— *Hạnh bất thối* : Đạo-hạnh chẳng thối. Hạnh tu càng ngày càng tăng trưởng, chớ chẳng đề cho thối lạc.

3.— *Niệm bất thối* : Chánh-niệm chẳng thối. Lòng đạo, — sự niệm-tưởng Chánh-pháp, — sự niệm Phật, niệm Pháp, niệm Tăng, càng ngày càng vững chắc, chớ không thụt lui.

Bất thối Bồ tát 不 退 菩 薩 :   Bồ-tát chẳng trở lui. Bồ-tát đã lâu đời tu công bồi đức, căn lành to lớn, địa-vị cao xuê, đối với quả Phật càng ngày càng gần, chớ không quay gót. Tức kêu theo phạn là A-bệ-bạt-trí (Avaivarti). Cao hơn *Bất thối Bồ-tát*, còn có *Nhứt sanh bồ xứ Bồ-tát*, những vị nầy đương du hành qua các cõi Tịnh-độ của chư Phật, chừng giáng sanh xuống thế một lần chót nữa thì bước lên ngôi Phật Như-lai.

Bất thối chuyển 不 退 轉 :   Chẳng quay gót trở lại. Kêu tắt là *bất thối*. Việc tu hành về công-đức, thiện-căn, trí-huệ càng ngày càng phát triển chớ không thối thất, chuyển biến.—

Bất thối chuyển tức là đối với địa-vị Chánh-giác của Phật Như-lai, càng ngày càng gần.

Như, trong *A-Di-Đà kinh* : Nầy Xá-ly-Phất nếu có Thiện-nam-tử, Thiện-nữ-nhơn những ai nghe Kinh nầy, những ai thọ trì, cùng những ai nghe danh hiệu chư Phật, thì những Thiện-nam-tử, Thiện-nữ-nhơn ấy được chư Phật hộ niệm, đều được *Bất thối chuyển* đối với quả Chánh-đẳng Chánh-giác.

Lại trong **Diệu-Pháp-Liên-Hoa-Kinh**, phẩm-tự thứ nhứt: Có tám vạn vị Bồ-tát Ma-ha-tát du hành đến nghe Phật giảng kinh Diệu-pháp Liên-hoa Đều là những vị *Bất thối chuyển* đối với quả Chánh-đẳng Chánh giác (A-nậu-đa-la Tam-miệu Tam-bồ-đề).

Bất thối chuyển Pháp-luân 不 退 轉 法 輪

Bánh xe Pháp, chiếc xe pháp chẳng quay trở lui. Cũng như chiếc xe muốn chạy cho tới chổ thì bánh xe phải lăn tới hoài, chớ không trở lui, sự thuyết Pháp giáo-hóa của chư Phật, chư Đại Bồ-tát cũng có tánh cách ấy. Tức là các ngài dùng cái *Pháp* mà đưa chúng-sanh tới nơi Giải thoát, chốn Niết-bàn, cũng như người ta lấy xe mà đưa hành-khách đến mục-đích.

Bất thối địa 不 退 地 Địa-vị chẳng thối. Ấy là bực Bồ-tát chẳng thối chuyển, kêu theo phạn : A-bệ-bạt-trí.— Được địa-vị bất-thối thì thường du hành đến các cõi Phật, nghe chư Phật thuyết Pháp, nhờ đó mà quả Bồ-đề càng tăng trưởng. Được địa-vị bất thối, có thể không giáng sanh. Nhưng vì sự tế-độ chúng-sanh. vì lòng từ-bi, vì sức thệ nguyện nên phải vào trong Lục-đạo. Nhưng không hề nhiễm thế tục, không hề lạc mất quả-vị đã có của mình.

Bất-tín 不 信 **Asaraddhya** *(scr.).* — **Asaddhâ** *(p).* — **Absence de foi, mécréance, incroyance** *(fr.)* **Fuslien**

Không tin, không chịu thừa nhận những chổ có thiệt-thế, thiệt-đức, thiệt-dụng, nhứt là đối với những học-thuyết chánh đáng đã không thừa nhận lại sanh lòng phá hoại, phỉ báng. Đối với : *Tín.*

Vô-Lượng-Thọ Kinh : Tâm thường tưởng ác, miệng thường nói ác, thân thường làm ác, không từng có một việc thiện. *Không tin* các bực Thánh trước, chư Phật và Kinh Pháp (Tam-bảo), *không tin* hành đạo có thề độ thế, *Không tin* sau khi thác thần-minh dời đời sanh, *Không tin* làm lành được lành, làm dữ mắc dữ.

Niết-Bàn kinh : Người ta phân ra làm hai hạng : hạng tín và hạng *bất-tín*, Bồ-tát nên biết rằng : hạng tín là lành, hạng *bất-tín* chẳng đáng gọi là lành (thiện).

Bất-tịnh 不 淨 **Impur** *(fr.)*

Chẳng tinh-sạch. Cũng viết : *Vô-tịnh.* Đồng nghĩa : *Uế, trược.* Đối nghĩa : *Tịnh, Thanh tịnh.*

Bất-tịnh là một trong bốn tánh chất của các pháp hữu-vi : vô thường Vô-lạc. Vô-ngã.

Bất-tịnh. Ấy là một lẽ trong bốn lẽ tu tập của người đạo Phật, để thoát ra khỏi sự tríu mến các pháp.

Bất-tịnh là một phép tu trong *Tứ niệm xứ* :

1.— Tưởng rằng thân thể là *Bất-tịnh.*

2.— Tưởng rằng các mối thọ-cảm đều là Khổ (Vô-lạc).

3.— Tưởng rằng cái tâm là Vô-thường.

4. - Tưởng rằng các pháp đều là Vô-ngã.

Niết-bàn Kinh, quyển 31 : Chẳng phải tu núi, hít khí trời, ăn trái cây mà thấy sắc chẳng tham trước. Đó là do sự buộc tâm tưởng lẽ Vô-thường và *Bất-tịnh* vậy.

Bất-tịnh nhục 不 淨 肉   Thịt chẳng thanh-tịnh. Luật Tiểu-thừa cho những thứ thịt : thấy người giết, nghe tiếng giết và nghi người giết vì mình là chẳng thanh tịnh mà cấm ăn nó. Khoa giáo Đại-thừa thì không luận thanh-tịnh hay là chẳng thanh-tịnh, đều cấm ăn các thứ thịt.

Bất-tịnh thí 不 淨 施   Bố thí chẳng thanh tịnh. Kẻ đem lòng quấy (vọng tâm) muốn cầu phước-báo, bèn làm chuyện bố-thí, kêu là bố-thí chẳng thanh tịnh.

Bất-tịnh thuyết pháp 不 淨 說 法   Thuyết pháp chẳng trong sạch. Trong ý chẳng trong sạch, thuyết pháp sái với Chơn lý, nói ra lời bợ đỡ kẻ quyền-thế, nhà giàu có, tưng bốc mình lên, thuận theo tánh mê-hoặc của người nghe ; như vậy đặng họ cung cấp đồ vật, tiền của cho mình cho thật nhiều, đó là *bất-tịnh thuyết pháp.* Cho nên cũng kêu là *tà-mạng thuyết pháp.*

'Phật Tạng Kinh' : *Bất tịnh thuyết pháp* thì phạm năm đều tầm lỗi.

1 — Tự xưng mình biết hết Phật-pháp.

2.— Trong khi thuyết Kinh Phật, lại nói ra những điều lầm lỗi trái nghịch với Kinh.

3. - Đối với các Pháp của Phật tâm nghi chẳng tin.

4.— Những đều mình đã biết thì chẳng phù hợp với các kinh-pháp

5. Vì ham tiền bạc, cầu cho người ta cúng dường cho nhiều nên mới thuyết pháp cho người ta nghe.

"Thuyết pháp minh nhãn luận" : *Bất-tịnh thuyết pháp* có năm khoa :

1. Đem chỗ đắc tâm của mình mà nói ra những điều hư-vọng, khiến người ta nghe theo, vậy phải đọa ác-đạo.

2. Chẳng nói về Phật-pháp, chỉ nói về thế-sự.

3. Uống rượu, ăn thịt với năm món cay, phạm tà-dâm và chánh dâm, tức mặc áo pháp vào chùa, làm dơ Tam-bảo.

4. Người có đức thì mình lại chê bai; còn tự mình không đức, mình lại khen tặng lấy mình.

5. Chẳng chứng ngộ Chơn lý Nhứt-thừa, Chơn lý Giải-thoát cao-viễn, mà ham theo kẻ quyền thế, mắc vào các giáo-pháp có tướng.

Bất tư nghị 不 思 議 Suy nghĩ và bàn luận chẳng xiết ; dùng trí mà xét hay dùng lời mà luận, cũng chẳng cùng tận. **Cũng** kêu : *Bất khả tư nghị.*

'Qui-nguyên trực-chỉ' : Về đức Phật A-Di-Đà ở bên cõi kia, quốc-độ của ngài *bất tư nghị,* quang-minh của ngài *bất tư nghị,* đời sống của ngài *bất tư nghị,* lòng từ-bi của ngài *bất tư nghị,* nguyện-lực của ngài *bất tư nghị,* thần-thông của ngài *bất tư nghị,* Trí-huệ của ngài *bất tư nghị,* Tam-muội của ngài *bất tư nghị,* biện-tài của ngài *bất tư nghị,* phân-thân của ngài *bất tư nghị,* sự thuyết pháp của ngài *bất tư nghị,* sự độ-sanh của ngài *bất tư nghị.*

Bất tư nghị giới 不 思 議 界 Cảnh-giái mà người-ta nghĩ và bàn chẳng xiết. Ấy là một tên khác của cái *Chơn-như.* Là vì cái *Chơn-như,* cái *Tự-tánh* chơn thật như-nhiên là cõi Pháp-giái siêu-tuyệt, dầu cho ai dùng tư tưởng mà suy xét hay dùng lời nói mà bàn luận, cũng chẳng thấu đạt nổi.

Bất tư nghị huân 不 思 議 薰 : Bất tư nghị, tức là Chơn-như ; huân, tức là Vô-minh. Cái Vô-minh un hơi, bao lấp cái Chơn-như : nhơn đó, chúng-sanh lầm-lạc, luân-hồi.

Bất tư nghị Không 不 思 議 空 Cảnh không mà người-ta chẳng có thể nghĩ, bàn. Cũng kêu: *Đệ nhứt nghĩa Không*. Chư Phật và chư Bồ-tát đắc lẽ *Bất tư nghị không*, siêu tuyệt khỏi trí nghĩ và lời bàn của hạng phàm-phu trong Hai Thừa.

Bất tư nghị Không Trí 不 思 議 空 智 :

Cái Trí chơn thật đắc lẽ Bất tư nghị Không. Phật dùng cái Trí ấy mà dứt các phiền não.

Bất tư nghị nghiệp tướng 不 思 議 業 相 :

Cái tướng Nghiệp-quả chẳng thế nghĩ bàn. Chư Phật và chư Bồ-tát tùy thuận theo cơ-cảm của chúng-sanh, thị hiện ra mọi thân-tướng và nghiệp-quả để độ chúng-sanh. Thường là thân-tướng thắng-diệu, vô-lượng công-đức, nghiệp-quả đủ mọi sự lợi-ích. *Bất tư nghị nghiệp tướng* đối với *Trí tịnh tướng*. Trí tịnh tướng là cái tánh Giác thanh-tịnh như nhiên, do nơi nó mà cái *Bất tư nghị nghiệp tướng* phát hiện vậy.

Bất tư nghị Trí 不 思 議 智 :

Cái Trí-huệ chẳng thế nghĩ bàn. Ấy là cái Trí-huệ của Phật, thậm-thâm, quảng-đại, chẳng ai dùng tư tưởng mà xét và dùng lời nói mà bàn cho xiết.

Bật-sô 苾 芻 Bhiksu (scr., p). — Moine (fr.)

Thầy tu xuất - gia theo đạo Phật, giữ đủ giái-hạnh (cụ túc giái) tức 250 điều luật. Cũng viết : *Bị-sô* 煏 芻 .

Những nhà dịch kinh từ trước cho đến ngài Huyền Trang, dề là *Tỳ-kheo* 毘 丘 . Sau ngài Huyền Trang, các nhà dịch-giả biên là *Bật-sô*.

Còn thầy tu có hạnh đức lớn, trí-huệ cao, hoặc đắc quả La-hán thì gọi là *Đại Bật-sô*.

Bật-sô-ni 苾 芻 尼 Bhiksuni :

Bà sư xuất-gia theo đạo Phật, giữ đủ giái-hạnh (cụ túc giái) tức 348 điều luật. Cũng viết : *Bị-sô-ni*. Cựu-bổn biên là Tỳ-kheo-ni,

(Xem : *Tỳ-kheo, Tỳ-kheo-ni*)

Bệ-đà (luận) 韠 陀 (論) Védas (scr.)

Bốn bộ kinh-luận cốt-yếu của đạo Bà-la-môn bên Thiên-trước. (Xem : *Phệ-đà.*)

Bệ-sái 鞞 殺 Bhaichad *(scr)*. — Médicament *(fr.)*

Bệ-sái là chữ âm theo Phạn. Dịch nghĩa : *Dược*, thuốc để trị bệnh thể xác hoặc tinh thần. (Xem : *Dược*.)

Bệ-sái-xã-lũ-rô 鞞 殺 社 寠 嚕 Bhaichadjyaguru *(scr.)*

Một đức Phật đương thời với đức Phật Thích-Ca, ngài ngự ở cõi thế-giới Tịnh-lưu-ly, ở về phía Đông cõi thế-giới Ta-bà, cách cõi Ta-bà bởi những cõi thế-giới nhiều như số cát mười sông Hằng-hà.

Bệ-sái-xã-lũ-rô là tên của ngài theo tiếng phạn, dịch nghĩa : *Dược-Sư Lưu-ly-Quang* ; đọc tắt theo nghĩa *Dược-Sư (Phật)*.

(Xem : *Dược-Sư Phật*.)

Bệnh 病 Mal, Maladie, Malade *(fr)*

Tật-bệnh. Đó là một phần trong *Tứ khổ, Bát khổ.* Bệnh có hai thứ : một là y ác-nghiệp đời trước mà chiêu lấy ; hai là y lãnh, nhiệt, phong đời nay mà cảm nên. (Theo *Trí-huệ luận*).

Bệnh đối với : *Dược.* Bệnh cũng có nghĩa *phiền não, trần-lao.* Cái *bệnh khổ* là một cái duyên cớ khiến cho thái tử Tất-đạt-đa tỉnh ngộ mà đi tu. Nhơn một buổi sáng kia, ngự trên xe du ngoạn ra cửa thành Nam, thái tử trông thấy một người *bệnh* : mặt xanh xao, hình ghê gớm, mặt mày phù thủng, hơi thở hà hệt, vừa đi vừa té, rên la khổ sở. Thái tử nghĩ cho trong thế gian ai nấy đều chẳng thoát khỏi *bệnh* tật, ngài vì đó mà cảm động, xót thương, quyết tìm cách độ cho người ta thoát khỏi cảnh *bệnh khổ.*

Trong quyển **Phật Di Giáo Kinh** có chép : Trí-huệ chơn thiệt là chiếc ghe chắc chắn chở qua biển già, *bệnh*, chết ; là ngọn đèn rất tỏ soi chỗ vô-minh hắc ám; là thang thuốc lành trị hết thảy các thứ *bệnh*; là cái rìu bén để đốn cây phiền não vậy. —

Bệnh khởi ra do sáu duyên cớ : 1) Bởi bốn vật lớn (địa, thủy, hỏa, phong) chẳng điều hòa ; 2) bởi ăn uống chẳng dè dặt; 3) bởi ngồi thiền chẳng đúng cách; 4) bởi qui thần có chỗ quở trách; 5) bởi ma-thần làm ra; 6) bởi nghiệp-báo từ trước. —

Bệnh có hai thứ : *tâm bệnh* và *thân bệnh*. Số người mang *tâm bệnh* nhiều hơn số người mang *thân bệnh*. Như thái-tử A-xà-Thế đoạt ngôi và giết vua cha nên mang *Tâm bệnh*, nhờ Phật dùng Chánh-pháp mà trị cho hết. Đối với chúng-sanh vướng các phiền não, tức là vướng các *tâm bệnh*, thì Phật và Bồ-tát là bực Thầy thuốc tài trị bệnh cho.

Nhưng vì lòng từ-bi, các vị Bồ-tát thường giáng-sanh làm Thầy thuốc mà trị *thân bệnh* cho chúng-sanh. Cho nên một vị Thầy thuốc có chơn-tài. có công-tâm, cũng là làm được Bồ-tát hạnh.

Trong **Niết-bàn Kinh** có chép : Có hai nhơn duyên làm cho chẳng sanh ra *bệnh khổ*. Hai nhơn-duyên gì ? Ấy là : một là thương xót tất cả chúng-sanh ; hai là thí thuốc cho những người bệnh. Đức Phật trong vô-lương Kiếp. đã từng làm hai hạnh ấy, cho nên trong mỗi đời, mãi cho tới khi thành Phật, Ngài không hề vướng *bệnh khổ*.

(Xem : Tam bệnh. Tứ bệnh).

Bệnh Khổ 病苦 Bệnh là khổ, khổ não vì bệnh-tật. Một mối khổ trong *Tứ khổ Bát khổ* của chúng - sanh.

Bệnh tử 病子 Đứa con bệnh tật. Tiếng thí-dụ đề chỉ những chúng-sanh quá độc ác, lầm-lạc. Tỷ như một bà mẹ có đứa con mang mệnh (*bệnh-tử*), thì rất thương tưởng, tầm đủ phương thế mà trị bệnh cho con. Phật coi các chúng-sanh độc ác, lầm-lạc như những *bệnh-tử*, ngài dùng các phương tiện mà độ cho họ dứt phiền não tức tâm-bệnh.

Bi 悲 Karunā-bhāvana(*p.*) — **Pitié, miséricorde** (*fr.*).

Lòng thương xót của chư Phật, chư Bồ-tát đối với sự đau khổ của các chúng-sanh. Thấy chúng-sanh mê lầm, sa ngã, đau đớn, khổ não, hoạn nạn thì các ngài lấy làm cảm - động, mong cho họ mau thoát khỏi các cảnh ấy, và hằng tầm dịp mà vùa giúp, nâng đỡ, độ thoát họ nữa. Thường kêu : *Đại-Bi*.

Các nhà tu học, các bực xuất-gia, tuy có sẵn lòng *Bi*, song cần phải tu tập thêm đặng mở rộng tấm lòng ấy ra, tu tập bằng cách tham-thiền. Đại khái cách mở lòng *Bi* (*Đại-Bi*) là như thế nầy : Với một tấm lòng

Bi, nhà đạo khi ngồi thiền, trông khắp các cõi thế. Lòng Bi ấy càng mở rộng, nó bủa ra từ phương nầy đến phương kia, bủa khắp Sáu phương: Đông, Tây, Nam, Bắc, Thượng, Hạ. Kế đó, với một tấm lòng đầy đức Bi, đức Bi nầy càng mở rộng ra mãi mãi, vô cùng vô tận, nhà đạo trông ra các cõi thế, dùng đức Bi của mình mà bao quát tất cả các cõi thế và vạn vật, cho chí các nơi cùng tột.

Chẳng những là trong cơn ngồi thiền nhập định, mà bất cứ lúc nào, trong những khi đi. đứng, nằm, ngồi, nhà đạo cũng làm một với lòng Bi luôn.

Và Bi với Đại-Bi khác nhau như thế nầy : Như chúng-ta còn tu tập, chưa đắc đạo thì có lòng *Bi*. Còn chư Đại Bồ-tát. chư Phật, chư vị thành đạo, các ngài có lòng *Đại-Bi* tràn trề, không bờ bến.—

Trong khi tu tập cái đức *Bi* thì ta cũng phải tu tập luôn ba cái đức : *Từ, Hỷ, Xả*. Bốn đức nầy, vì các chúng - sanh vô-lượng cho nên ta phải mở ra vô-lượng mà độ chúng-sanh.

Bốn đức Từ, Bi, Hỷ, Xả kêu là *Tứ vô lượng* hay là *Tứ vô-lượng tâm*.

Từ : Thương chúng-sanh mà muốn giúp cho họ được an vui.

Bi : Xót vì chúng-sanh đau khồ mà muốn giúp cho họ hết khồ.

Hỷ : Vui mằng cho chúng-sanh, nếu họ được may mắn, lợi-ích.

Xả : Tha thứ cho chúng-sanh, đem những điều vui vẻ của mình mà bù sớt cho họ, coi các chúng-sanh như mình.

Nhà tu hành đạo Phật nếu tu bốn đức Vô-lượng ấy thì mau thành công đắc quả ; Và trong khi tu Tứ Vô-lượng, thường được chư Thiên chư Thần. chư Phật hộ-niệm.

Ngoài ra sự mở thông cái tâm Tứ Vô-lượng, các nhà tu Phật Đại-thừa đều phải tu một lượt hai pháp-môn : Bi và Trí, kêu là *Bi Trí nhị môn*.

Trí : Trên thì cầu quả Bồ-đề, do sự đọc Tụng Kinh-điển và tu tập thiền-định. Ấy là mục-đích tự-lợi.

Bi : Dưới thì hóa độ chúng-sanh. Ấy vì mục đích lợi-tha. Tức là những việc bố thí, vùa giúp các sự ích lợi cho chúng-sanh, những phương tiện giáo-hóa chúng-sanh.

Lúc nào Trí và Bi cũng đi đôi với nhau. Như ở mỗi bức tượng Tam-tôn, thì giữa là Phật, bên tả là Bi, bên hữu là Trí. Bi và Trí ủng hộ nền Chánh-giác. Ngay như Di-Đà Tam-tôn, giữa là đức Chánh-giác A-Di-Đà, bên tả là ngài *Đại-Bi* Quan-thế-Âm Bồ-tát, bên hữu là ngài *Đại-Trí* Đại-thế-Chí Bồ-tát.

Bi tâm 悲 心 Lòng Bi, Lòng thương xót, thương hại chúng-sanh. Trong *Kinh Ưu-bà-tắc giới*, về lòng Bi, Phật có giảng với ngài Thiện-Sanh rằng :

Người có trí thì phát sanh Bi-tâm đối với chúng-sanh trong những cơ-hội nầy :

Thấy chúng-sanh chìm nổi trong bề lớn phiền não sanh-tử mà muốn cứu vớt.

Thấy chúng-sanh chưa có thập-lực, tứ vô-úy, ba niệm Đại-bi và muốn tìm cách giúp cho họ đầy đủ.

Thấy chúng-sanh độc ác mà xót thương.

Thấy chúng-sanh mê lầm không ai chỉ dắc.

Thấy chúng - sanh trụy lạc trong ngũ-dục không thể ra khỏi mà họ cứ trụy lạc mãi.

Thấy chúng-sanh bị của cải, vợ con ràng buộc mà không thể thoát ly.

Thấy chúng-sanh vì đẹp đẽ, mạnh giỏi mà sanh lòng kiêu mạn.
Thấy chúng-sanh bị tà-sư phỉnh gạt.

Thấy chúng-sanh trong tam giới, lục đạo chịu nhiều khổ não mà vẫn cứ mê đắm.

Thấy chúng-sanh tạo ba nghiệp dữ về thân, ngữ, ý, rồi chịu nhiều quả khổ mà vẫn ưa mê.

Thấy chúng-sanh tham cầu ngũ-dục như khát uống nước mặn.

Thấy chúng-sanh tuy ưa lạc mà chẳng tạo nhơn lạc, tuy ghét khổ mà vẫn tạo nhơn khổ ; tuy không giữ giới mà muốn sanh về cõi Trời ···

Các nhà học Phật nên tu Bi-tâm. Vì sáu nền đại hạnh Ba la-mật : Bố thí, Trì-giái, Nhẫn-nhục Tinh-tấn, Thiền-định, Trí-huệ đều nhơn bởi cái Bi-tâm mà phát sanh ra.

Nếu tu Bi-Tâm thì cái khó thí có thể thí, cái khó nhẫn có thể nhẫn, cái khó làm có thể làm.

Bí 祕 Secret (*fr.*)

Tức là thần bí, bí mật. Sâu kín, huyền ảo, riêng cho một hạng người

tinh thuần, chẳng đem truyền cho những kẻ tầm thường. Đối với:
Công, Hiền.

Như : Bí-cực, bí-giáo, bí-yếu, bí-mật, bí-tạng, bí-tông.

Bí-cực 祕 極 : Bí yếu cùng cực, rất mực bí mật. Đó là nói những
pháp-môn rất huyền bí mà bực tu hành chơn chánh dày công mới
được truyền phó.

Bí-giáo 祕 教 .—**Ésotérisme, Doctrine secrète**(*fr.*):

Giáo-pháp bí mật. Cũng kêu : *Mật-giáo*. Đối với : Công-giáo, Hiền-
giáo (Exotérisme). Như những giáo-pháp của đức Đại-Nhựt Như-lai đều
kêu chung là *Bí-giáo*.— Hiện nay ở Tây-tạng, khoa *Bí-giáo* vẫn thạnh
hành, những đệ tử phải trải qua nhiều cuộc thử thách, nghiệm xét,
mới được tôn-sư truyền cho những lý huyền diệu mà tu tập.

Bí-yếu 祕 要 Bí mật và khẩn-yếu. Ý-chỉ sâu kín và tinh tế ; chỗ
bí mật và quan trọng hơn hết. Như trong đạo Phật có nhiều pháp-môn.
ai tu theo pháp-môn nào mà thấu chỗ *Bí-yếu* của pháp-môn đó thì
liền đắc Đạo.

Bí mật 祕 密 **Guhya** (*scr.*).— **Secrets subtils** (*fr.*)
.—**Himitsu** (*jap.*)

Sâu xa, kín đáo và ẩn-bí. Nói về những giáo-lý huyền-vi chỉ có người
trong môn phái biết mà thôi, chẳng tiết lộ cho người phàm-phu, ngoại-đạo,
ngoại-tông. Đức Phật là một nhà dạy đạo cao tài hơn hết. Trong mỗi
cuộc diễn Kinh thuyết Pháp của ngài, mỗi bài diễn thuyết đều có hai
ý-nghĩa : ý nghĩa hiển-hiện mà người thế-tục hiểu để ăn ở theo phong-
hóa đạo-nghĩa và ý nghĩa *bí mật* mà bực tu học cao siêu hiểu để tiện bề
hành đạo chứng quả. Hiện nay trong các kinh Đại-thừa (Bắc-Tông) và
Tiểu-thừa (Nam-Tông) cũng chứa đủ hai ý nghĩa ấy, mà người hữu-tâm,
khéo suy xét mới lần hồi thấu nhập những chỗ *bí mật*. Trong các tông-
phái đạo Phật, riêng có Chơn-ngôn tông chuyên dạy những giáo-pháp
bí mật, như linh-phù, chơn-ngôn, pháp-ấn và những cách luyện đạo,
nên người ta gọi tông ấy là *Bí-tông* hay *Mật-tông*.

Bí mật chú 祕 密 咒 Những câu chú bí mật. Ấy là những câu chơn-ngôn Đà-la-ni (Dhârani), những câu ấy có sức linh rất lớn, giúp cho mình biến hóa thần thông. Nhưng muốn dùng cho được linh-nghiệm, phải có bực tôn-sư mật truyền cho mới được.

Bí mật chủ 祕 密 主 Le maître des Formules (*fr.*) Chủ-tể các pháp bí mật. Một danh hiệu của ngài *Kim-cang Thủ*. Vajrapâni (*scr.*).— La main-de-diamant (*fr.*).

Người ta gọi ngài là *Bí mật chủ* là vì những nhà tu-luyện theo Chơn-ngôn-tông (Mật-tông) đều nương sức ủng hộ của ngài.

Bí mật Du-già 祕 密 瑜 伽 Phép luyện đạo tương ứng bí mật. *Du-già* (Yoga) là tiếng phạn, dịch nghĩa : phối-hiệp, tương ứng. Tức là ba cái mật : thân mật, khẩu mật, ý mật phải cho tương ứng với đức Đại-Nhựt Phật. *Bí-mật Du-già* là tiếng gọi chung các pháp-môn của Mật-giáo.   (Xem : *Du-già*)

Bí mật giái 祕 密 戒 Giái-luật bí mật. Ấy là giái-luật của Mật-giáo. Cũng kêu : *Bí-mật Tam-muội-da-giái*. Bởi giái-luật của Mật-giáo có khác hơn các khoa Hiển-giáo, cho nên gọi là *Bí-mật-giái*.

Bí mật giáo 祕 密 教 .—Occultisme, Ésotérisme (*fr.*)

Khoa-giáo bí-mật. Vừa là tôn-giáo, vừa là khoa học, khoa giáo nầy gom vào nhiều môn học huyền bí, như ảo thuật, thiên văn, thông thiên, chiêm tinh, bói khoa, sai thần khiến quỉ, nghiên cứu những sức mạnh ngoài sự biết của lý trí thông thường.

Như các giáo-pháp của Chơn-ngôn tông (Mật-tông) đều kêu là *Bí-mật giáo*.— Lại, tông Thiên-Thai có lập ra bốn nghi thức giáo-pháp (Hóa nghi tứ giáo), mà *Bí-mật giáo* là một :

1.— *Đốn-giáo*, khoa-giáo dạy cái Pháp lớn đặng mau thành Phật.

2.— *Tiệm-giáo*, khoa-giáo dạy cho con người tu tập lần hồi.

3. — *Bí mật giáo*, khoa-giáo chuyên dạy một hạng người tinh-thuần do sức chẳng thể nghĩ bàn ở Thân-Ngữ-Ý của đức Như-lai.

4. — *Bất-định giáo*, khoa-giáo truyền ra, kẻ thì được lợi ích lớn, người thì được lợi ích nhỏ. — Lại nữa, Viên-giáo cũng kêu là *Bất-định giáo*. Vì Viên-giáo rất sâu xa, độ người tới cảnh trí của Phật, cao hơn kiến-văn của người trong hai thừa Thinh-văn và Duyên-giác.

Bí mật hiệu 祕 密 號

Đó là một tên khác của chữ Đà-la-ni (Dhârani). Những câu Đà la-ni đều là những tiếng bí mật, không mấy ai hiểu nghĩa, cho nên kêu là *Bí mật hiệu*.

Bí mật Kinh 祕 密 經

Đó là những Kinh - điển của Chơn-ngôn tông (Mật-tông). Vì là những kinh dạy về linh-phù, chơn-ngôn, pháp-ấn, toàn là những sự mật ẩn, cho nên gọi là *Bí mật kinh*.

Bí mật Tam-muội-da giái 祕 密 三 昧 耶 戒

Cũng kêu là : Phật giái, Nhứt Đạo giái, Tam thế vô chướng ngại giái, Bí mật giái. *Tam muội-da* (Samaya) : Bình đẳng, tức là ba nghiệp Thân, Khẩu, Ý đều thanh-tịnh như nhau. *Bí-mật Tam-muội-da giái* là giái-luật của người tu theo Mật-giáo quyết đắc quả Phật, lướt qua tất cả mọi sự chướng ngại phiền-não. Còn giái-thể truyền thọ xưa nay ở nhà Chùa là giái thông thường của Hiển-giáo.

Bí mật vương Tam-muội Kinh 祕 密 王 三 昧 經

Một tên khác của "Viên-giác Kinh». Trong Viên-giác Kinh có thuyết những pháp để tu hành một cách sâu xa, bí áo, bao gồm tất cả muôn hạnh, nên gọi là *Bí mật vương*. Còn *Tam-muội* nghĩa là : phép tu hành bí mật, kiên cố, chẳng loạn động.

Bí-tạng 祕 藏

Kho tàng bí ẩn. *Bí* là giấu kín, chẳng truyền cho người-ta. *Tạng* (Tàng) là chứa trữ lại. *Bí-tạng* tức là kho Pháp-tạng, nền Diệu-pháp mà đức Phật giữ lấy nơi mình, chẳng cần phải vội thuyết ra.

Bí-tông 祕 宗

Tông-phái bí mật. Tức là *Chơn-ngôn tông*. Cũng kêu : *Mật tông*. Người ta gọi là *Bí-tông* hay *Mật-tông*, vì tín-đồ tông nầy khéo tu Tam-mật (Thân, khẩu, Ý) để tương-ứng với đức Đại-Nhựt Phật, và khéo thọ-trì linh-phù, chơn-ngôn, pháp-ấn là những thuật bí mật để nhập vào vòng hào quang của Phật.

Bí truyền 祕 傳 .— Initiation (*fr.*)

Sự truyền pháp một cách bí ẩn giữa tôn-sư và dệ-tử. Phương pháp nầy vẫn thạnh hành ở Tàu, ở Nhựt về Chơn-ngôn tông và ở Tây-Tạng về phái Mật-giáo. Khác với cuộc truyền-thọ Tam-qui Ngũ-giái và Cụ-túc giái là sự truyền pháp thông thường giữa Đại-chúng, cuộc truyền pháp về Mật-tông là đề riêng cho bực hành-giả đã khéo tu-tập. Trong cuộc lễ *bí truyền*, bực tôn-sư chỉ những chổ bí-yếu cho dệ-tử tu hành đặng mau thành-tựu. Một khi được truyền pháp, bực dệ-tử trở nên liên hệ với tôn-sư, thường được sức hộ-niệm của tôn-sư, và thỉnh thoảng đến viếng tôn-sư đề ngài chỉ dẫn thêm.

Bi-đà (luận) 皮 陀 (論) Védas (*scr.*)

Thường viết : *Phệ-đà*. Cũng viết : *Tiết-đà* Ấy là bốn bộ kinh-luận cốt yếu của đạo Bà-la-môn bên Thiên-Trước :

1) *Hà-lực Bi-đà* 荷 刀 皮 陀 (Rig-Véda)
2) *Di-thọ Bi-đà* 治 受 皮 陀 (Yajur-Véda)
3) *Tam ma Bi-đà* 三 摩 皮 陀 (Sama-Véda)
4) *A-thát Bi-đà* 阿 闥 皮 陀 (Artharva-Véda).

(Xem : *Tiết-đà*).

Bị-sô 煏 芻 Bhiksu (*scr.,p.*) .— Moine (*fr.*)

Thầy tu nam thọ cụ. túc giới kêu là *Bị-sô*, nữ kêu là *Bị-sô-ni*.

(Xem : *Tỷ-kheo*, *Tỷ kheo-ni*)

Bi ngạn 彼 岸 Para (*scr.*) —L'autre bord (*fr.*)

Bờ bên kia, tức là *Niết-bàn*, chổ Rốt-ráo. Đọc theo Phạn : *Ba-la* 波 羅 (Para). như trong chữ Ba-la-mật-da (Paramita) dịch là *Đáo Bỉ ngạn*, đến Niết-bàn, đến chổ Rốt-ráo.

Trong khi con người ta còn luân chuyển trong vòng sanh-tử, ấy là còn ở bờ bên nầy (*Thử ngạn*). Tới chừng tỉnh ngộ mà tu hành, thoát khỏi biển sanh-tử, được giải-thoát, qua được Bờ bên kia (*Bỉ ngạn*), thì thành Phật nhập Niết-bàn.

Như : Chư Bồ-tát rốt cuộc thì đến Bờ bên kia (Vô-lượng-Thọ Kinh).—

Phàm sự vật đến lúc rốt ráo, viên mãn, kêu là *Bỉ ngạn* (Niết-bàn Kinh).

(Xem : *Thử ngạn, Đáo bỉ ngạn*.)

Bích-chi-ca Phật-đà 辟 支 迦 佛 陀 Prateyka-Bouddha Viết tắt : *Bich-chi Phật*. Dịch nghĩa : Duyên-giác, Độc-giác.

(Xem : *Bích-chi Phật*).

Bích-chi Phật 辟 支 佛 Prateyka-Boudha (scr.)

Kêu trọn chữ theo phạn : *Tất-lặc chi-đề-ca Phật* (Prateyka-Bouddha) cũng viết là *Bích-chi-ca-Phật-đà*, viết tắt là *Bích-chi-Phật*. Cũng viết theo nghĩa : *Duyên-giác, Độc-giác*. Bực *Bích-chi-Phật* sanh ra không nhằm lúc Phật Như-lai ra đời, ở một mình mà tu học và giác ngộ, rồi nhập Niết-bàn, nên gọi là *Độc-giác*.

Bực *Bích-chi-Phật* suy nghĩ về Thập nhị nhơn duyên, diệt tận thập nhị nhơn duyên ấy mà trở nên giác ngộ, nên gọi theo nghĩa là *Duyên-giác*.

Trong *Soạn tập bá duyên kinh*, thái tử *Daçaçiva* cạo hết râu tóc, mặc áo vàng, ngài đã thọ lễ xuất gia, bèn lánh những chỗ đông đảo, tầm những chỗ vắng lặng mà tham thiền. Không học nơi ai mà ngài thấu được. Ba mươi bảy thể pháp hiệp thành quả Bồ-đề. Quả *Bích-chi Phật* hiện lại cho ngài. Ngài đắc các phép thần thông. — Lúc không có Phật Như-lai ra đời thì có *Bích-chi Phật* giáng thế. thương xót những kẻ nhỏ nhoi bần khổ, thường hay nằm nghỉ và ngồi ngoài châu thành, đáng cho người đời cung kính, cúng dường.

Trong quyển *Tứ-thập-nhị chương kinh* có nói rằng : Cúng dường cho một đức *Bích-chi Phật*, phước nhiều hơn cúng dường mười ức vị A-la-hán.

Trong *Niết bàn kinh* có chép : Nhà đạo diệt tất cả tham, sân, si, đắc quả *Bích-chi Phật* và nhập Niết-bàn. Nhưng còn phải giáng thế mà làm hạnh Bồ-tát, trải qua mười ngàn Kiếp. sẽ thành Phật Như-lai.

Biên-địa 邊 地 Pays de la frontière (fr.)

Biên : thiên lệch qua một bên, ở nơi ranh-giái. *Địa* : đất, cảnh-giái, địa vị.

Biên địa là cảnh-giái, địa vị một bên, chớ không được ở nơi trung tâm, chổ chánh đáng. Đối nghĩa : *Trung quốc.*

Như đối với người ở miền trung ương, được gần vua chúa, gần người văn vật, gặp được thầy hay bạn giỏi, người ở *biên-địa*, nơi ven đất nước, thường hay chịu nhiều sự rủi ro, như thú dữ, giặc, cướp, cho nên khó bề tu học. Vì chịu những cảnh ngộ ấy, nên trong kinh thường gọi *biên-địa hạ-tiện* là chỉ những kẻ ở nơi ranh-giới tánh tình đê hạ, không hay bố thí, không ưa tu học. *Biên-địa tà-kiến* ấy là những kẻ ở ranh giái, ở miền biên-giả, rừng, sác hay có ý kiến tà vạy, chổ thấy chẳng được chánh đáng, không ngưỡng mộ đạo lý. —

Ở nơi cõi Tịnh-độ của đức Phật A-Di-Đà cũng có cảnh *biên-địa*. Ấy là nơi vãng-sanh của những chúng-sanh niệm Phật A-Di-Đà, nhưng không cầu sanh về Tịnh-độ của đức Phật A-Di-Đà. Cho nên phải sanh về *biên-địa*, tuy hưởng các sự khoái lạc, mà không được nghe Pháp, chẳng thấy được Tam-bảo. Cảnh *biên-địa* ấy cũng kêu là *Giải mạn giái* (thế-giái của người lười biếng, ngạo mạn).

Biến 變 Transformation (fr.)

Tức : *Biến hóa.* Đương có mà thành ra không, kêu là *Biến.* Đương không mà thành ra có, kêu là *Hóa.* *Biến* lặn rồi *hóa* hiện liền, kêu là *Biến hóa.* — Thay đổi. — Chuyển động.

Biến bất-nam 變 不 男 : Kẻ mà cái căn dục hay biến hiện ; như gặp nam thì khởi cái nữ - căn ; gặp nữ thì khởi cái nam-căn. Kẻ như vậy chẳng phải là bực nam nhi. Ấy là một trong năm thứ người chẳng phải là nam-nhi. (Xem : *Ngũ chủng bất-nam.*)

Biến hóa 變 化 : Hết sanh rồi diệt, hết diệt rồi sanh ; cứ như vậy mãi. Thoạt có thoạt không (Xem : *Bát Biến-hóa, Thập tứ Biến-hóa*)

Biến hóa độ (thổ) 變 化 土 Cõi đất nơi ấy cái Biến hóa thân của Phật, Bồ-tát yên trụ. Biến-hóa độ có tịnh, có uế, có lớn, có nhỏ

Biến hóa sanh 變 化 生 Cũng viết : *Hóa-sanh*. Ấy là một trong bốn cách ra của chúng-sanh. Tự-nhiên mà sanh ra bằng cách biến hóa, do sức của cái Nghiệp, chớ chẳng do bào thai mà sanh ra.

(Xem : *Tứ sanh*)

Biến hóa thân 變 化 身 Cái hóa thân của Phật, vì tế - độ chúng-sanh nên biến hiện ra trong Sáu cảnh hữu-tình (Lục thú). — Lại nương theo cái Pháp-thân, từ nơi Đâu-suất thiên-cung mà hiện xuống, thọ sanh, thọ dục, vượt thành xuất gia, đến chố ngoại-tạo, tu khổ hạnh, chứng đại Bồ-đề, chuyền đại Pháp-luân, vào đại Niết-bàn. Đó là Biến-hóa thân của Phật Thích-Ca. Phật có ba thân mà Đại-thừa và Tiểu-thừa đều nhìn nhận : Pháp-thân, — Báo-thân, — Hóa-thân (Biến-hóa thân.)

Biến-tướng 變 相 Cái thân-tướng của Phật, Bồ-tát chỉ có một, ấy là cái Pháp-thân. Nhưng các ngài thị hiện ra mọi thứ thân-tướng kkác nhau ; đó kêu là *Biến-tướng*.

Biến-tướng cũng có nghĩa : những tướng-trạng biến-hiện ra do tịnh-nghiệp hoặc ác-nghiệp. Như : *Tịnh-độ Biến-tướng*, *Địa-ngục đao*, *sơn kiểm*, *thọ biến-tướng* (các biến-tướng là dao, núi, gươm, cây ở Địa-ngục).

Biện 辯 **Vibhaya** (*scr.*)— **Discourir** (*fr.*)

Tức là biện bạch, biện luận, biện thuyết; giảng-thuyết, tranh-luận về đạo-là để phân biệt việc phải, việc trái, việc chánh, việc tà, để mở rộng kiến-văn cho người dự nghe, làm cho họ thông hiểu Chánh-pháp, đưa họ vào tông-chỉ Giáo-pháp của mình. Phật Bồ-tát có chín tài biện-thuyết (*cửu-biện*)

1) *Vô sai biện* : tài biện thuyết không sai lầm.

2) *Vô tận biện* : tài biện thuyết không cùng tận.

3) *Tương tục biện* : tài biện thuyết tiếp nối nhau.

4) *Bất đoạn biện* : tài biện thuyết chẳng ·dứt.

5) *Bất khiếp nhược biện* : tài biện thuyết chẳng nhát yếu.

6) *Bất kinh bố biện* : tài biện thuyết chẳng sợ sệt.

7) *Bất cộng giải biện* : tài biện thuyết diễn giải chẳng ai bằng.

8) *Vô biên tế biện* : tài biện thuyết không biết đâu là bờ cõi.

9) *Nhứt thiết nhiên nhơn sở ái trọng biện* : tài biện thuyết mà hết thảy thiên thần và nhơn loại đều yêu trọng.

Biện-tài 辯 才 , Éloquence (*fr.*)

Tài biện thuyết, tài giảng luận về đạo lý không ai bằng, tài ăn nó hùng hồn, xảo-diệu, khiến ai nấy đều tín-thọ.

Tài biện thuyết của Phật và Bồ-tát không trở ngại, không có sức chi chống ngăn nổi, không có ai phản đối được, kêu là *biện-tài vô ngại giải*. Phật và Bồ-tát có đủ bốn biện-tài, kêu là Tứ biện-tài, *Tứ vô ngại biện-tài, tứ vô ngại biện, tứ vô ngại giải, tứ vô ngại trí* :

1) Biện-tài về pháp lý không trở ngại, thông thuộc hết các danh từ (Pháp vô ngại biện).

2) Biện-tài về nghĩa lý không trở ngại (Nghĩa vô ngại biện).

3) Biện-tài về văn-từ không trở ngại, lời ăn nói rất hoại bát Từ vô ngại biện).

4) Biện-tài vui thuyết không trở ngại, vì biết căn-tánh của chúng-sanh, nói cho họ rất vừa ý, ưa nghe (Nhạo thuyết vô ngại biện).

Lại có bảy tài biện luận (Thất biện-tài) như dưới đây ;

1) *Tiệp biện* : Mau mắn mà luận biện Như có ai hỏi thì đáp lại liền hẳng cần phải chần chờ

2) *Vô đoạn biện* : Trong khi thuyết pháp, hết giảng phần nầy đến phần khác, diễn giải một cách khéo léo, không dứt đoạn.

3) *Tấn biện* : Tài nói lưu loát. Trong khi minh-hiền sự-lý, lời ăn, tiếng nói lanh lẹ, trôi chảy như dòng nước.

4) *Tùy ứng biện* : Ứng hạp với thời cơ, lời nói ra không sai lạc.

5) *Vô mậu biện* : Trong khi giảng kinh thuyết pháp, không có lầm lộn.

6) *Phong-nghi vị biện* : Biện giải ra vô số lý sự một cách đầy đủ và có ý-vị.

7) *Nhứt thiết thế gian tối-thượng diệu biện* : Sự biện luận cao trời hơn hết, huyền diệu hơn hết. Tài biện-thuyết nầy có năm đức-tánh :

a) Tiếng sâu xa như sấm.

b) Tiếng trong trẻo nghe rất xa.

c) Tiếng có đủ sự thương mến, nhã nhặn như tiếng chim ca-lăng-tần-già.

d) Khiến cho chúng-sanh đem vào tâm và ái-kính.

đ) Khiến cho kẻ nghe vui vẻ không chán. —

Lại có tám biện tài dưới đây :

1. — *Bất tê hát biện* : Sự biện luận chẳng có la hét.

2. — *Bất mê loạn biện* : Sự biện luận chẳng có mê loạn.

3. — *Bất bố-ủy biện* : Sự biện luận chẳng có sợ sệt.

4. — *Bất kiêu mạn biện* : Sự biện luận chẳng có lòng tự cao, khinh dễ.

5. — *Nghĩa cụ-túc biện* : Sự biện luận có đầy đủ nghĩa lý.

6. — *Vị cụ-túc biện* : Sự biện luận có đủ ý vị.

7. — *Bất chuyết sáp biện* : Sự biện luận lưu thông, chẳng vụng về, dính, rít.

8. — *Ứng thì phân biện* : Sự phân biện nhằm thời phải lúc.

Biện-tài trí-huệ 辯才智慧 — Eloquence-Sagesse (*fr.*)

Biện-tài là tài ăn nói, có thiên tư và sự luận-biện giữa công chúng. Còn *trí-huệ* là do trong nhà chiếu ra. Đối với Phật và Bồ tát, Biện tài và Trí-huệ dung hợp nhau, nương chịu nhau. Còn những người khác, kẻ thì có trí-huệ mà chẳng có biện tài, tu học đắc đạo mà chẳng có tài diễn giảng Kinh Pháp, cho nên bị kẻ tiểu-nhơn khi. Còn người có biện-tài mà chẳng có trí-huệ, tức là ăn nói hoạt bát mà tu hành chẳng chứng đắc, thì bị kẻ trí chê cười. Chỉ những bực có cả biện-tài và trí-huệ thì đáng làm sư-phạm cho đời.

Trong Vô-lượng Thọ Kinh, ngài Pháp-Tạng Tỳ-kheo, tiền thân của Phật A-Di-Đà có phát điều nguyện thứ 29 rằng : Như tôi được làm Phật mà trong cõi Nước của tôi, nếu Bồ-tát thọ, đọc Kinh Pháp, phúng tụng, trì, thuyết mà chẳng được *biện-tài trí-huệ*, thì tôi chẳng giữ lấy ngôi Chánh-giác.

Biện trung biên luận 辯中邊論 Madhyantavibhaya *(scr.)* Benchubenron *(jap.)*

Một bộ luận nghĩa lý rất sâu xa, kín đáo, bền vững, chơn thật, quảng-đại, trừ được các sự chẳng lành; các mối thiên lệch trong cuộc hành đạo, đem những điều thiên-lệch vào nơi trung-đạo, trừ diệt những phiền-não chướng-ngại trong Ba thừa.

Biệt báo 別報 Quả-báo riêng.

Đó là cái quả-báo do nghiệp-nhơn riêng nó cảm, mỗi người đều khác nhau vậy. Như đồng ở nhơn-gian thì có người giàu, kẻ nghèo, người sướng, kẻ khổ, người thọ, kẻ yểu đó.

Biệt-nghiệp 別業 Nghiệp-nhơn riêng.

Tiếng nói đối với *Tồng-nghiệp* (nghiệp-nhơn chung), nghĩa là cái nghiệp-nhơn của chúng-sanh làm ra khác nhau, cái quả-báo theo đó mà cảm cũng khác nhau vậy.

Bình-đẳng 平等 Égalité *(fr.)*

Bằng nhau, ngang nhau, như nhau. Đối-nghĩa : *Sai-biệt*. Đó là một phép tu, một đức trong Phật-Pháp. Phật, Bồ-tát và các nhà tu Phật thường hành *Bình-đẳng* ; đối với chúng-sanh, không thấy những chố : cao, hạ, thâm, thiển, quí, tiện, bần, phú, nam, nữ, lão, ấu. Đối với các loại chúng-sanh, đều thương như nhau, đều có lòng từ bi, chớ không phân biệt chố : quen, lạ, oán, thân.

Bình-đẳng Đại-bi 平等大悲

Lòng Đại-bi một cách Bình-đẳng. Phật và Bồ-tát có trọn lòng Từ-bi, phồ khắp tất cả các loại chúng-sanh, thương xót tất cả chúng-sanh như nhau, dường như con một của mình.

Bình-đẳng Giác 平等覺

1. — Tâm-trí Chánh-giác, của đức Như-lai. Như-lai đắc cái tâm-trí Chánh-giác ; đối với chúng-sanh và vạn vật, không phân biệt những lẽ cao, hạ, thâm, thiển. Cho nên xưng Phật, xưng tâm-trí của Phật là *Bình-đẳng-Giác.*

2. — Lại nữa, Lý và Trí phối-hiệp một cách bình đẳng vậy.

Bình đẳng Lực 平 等 力 Sức Bình đẳng, tức là Bậc có Sức Bình đẳng. Tiếng dùng để xưng đức Như-lai, vì ngài dùng Sức Bình đẳng có đủ nơi tâm mà độ tất cả chúng-sanh.

Bình-đẳng pháp 平 等 法 : Phép Bình-đẳng. Đó là một phương-pháp mà tất cả chúng sanh phải tu và hành để thành Phật.

Bình đẳng Pháp-thân 平 等 法 身 : Cái Pháp-thân túc là lẽ Bình-đẳng. Bậc Bồ-tát từ địa vị thứ tám trở lên (Xem : *Thập Địa*), chứng lý Chơn-như : Bình đẳng, Tịch-diệt, mặc nó tự nhiên, chẳng gia công dụng, mà có thể trong một lúc hiện khắp ở các cõi thế-giới trong Mười phương, thị hiện ra vô số các cách giáo-hóa. làm ra vô-số Phật-sự. Các ngài chẳng có cái tư tưởng qua lại, chẳng có cái tư tưởng tạo tác (Xem : *Pháp-thân*),

Bình đẳng Tam-muội 平 等 三 昧 Phép Đại-định tên là Bình đẳng. Một phép Đại-định của chư Phật, Bồ-tát. Nhơn phép Đại-định ấy, người ta có lòng Bình đẳng đối với tất cả các loại chúng-sanh : thương, xót tất cả như nhau; không trọng mạng nào hơn mạng nào. *Bình đẳng Tam-muội* cũng kêu là *Đại-từ Đại-bi Tam-muội*.

Niết-bàn Kinh, quyển 40 : Khi Phật thuyết-pháp độ ông Tu-bạt-đà-La xong, có tám vạn năm ngàn Bồ-tát đắc phép *Bình-đẳng Tam-muội*.

Bình đẳng tánh 平 等 性 : Tánh bình đẳng. *Bình đẳng tánh* tức là Chơn-như. Cái Chơn-như (Phật-tánh) vốn ở nơi mọi pháp, mọi vật, mọi chúng-sanh một cách Bình đẳng. Vì cái tánh nó Bình đẳng đối với các pháp, cho nên người-ta gọi cái Chơn-như là *Bình đẳng tánh*.

Bình đẳng tánh trí 平 等 性 智 : Tánh-trí của người đắc lẽ Bình-đẳng. Kẻ phàm-phu còn chấp mình, chấp vật của mình, cho nên chẳng có tâm bình đẳng. Chừng tu học chứng lý, bỏ lẽ ngã-chấp, pháp-chấp, thì được cái tánh-trí bình đẳng, hòa đồng với mọi pháp, mọi chúng-sanh.

Bình đẳng tâm 平 等 心 : Lòng bình đẳng đối với tất cả chúng-sanh. Ấy là lòng chứng ngộ rằng các pháp đều bình đẳng, tấm lòng ấy coi tất cả chúng-sanh như nhau : chẳng phân biệt chỗ oán, thân ; chỉ một lòng thương, xót tất cả mà thôi.

Bình đẳng-vương 平 等 王 Vị vua có lòng bình đẳng

đối với tất cả. Ấy là tiếng dùng để xưng vị Diêm-ma (Yama), vua đường Âm. Vị vua ấy phán đoán rất công bình các tội, phước của những vong-hồn đã tạo nghiệp ở thế gian.

Bình-Sa 瓶 沙, 萍 沙 Bimbisâra (scr.)

Vua Bình-Sa. Cũng viết : *Tần bà-sa-la*. Vua nước Ma-Kiệt-Đề (Magadha), đồng thời với Phật Thích-Ca. (Xem : *Tần-bà-sa-la*).

Bố-tát 布 薩 Upovasatha (scr)

Đọc theo phạn : *Ưu-bà-đà-bà*, có nghĩa : đoạn diệt điều ác, tăng trưởng điều thiện.

Bố-tát là cuộc lễ đọc giới-bổn Ba-la-đề-mộc-xoa (Prâtimoksa), cho nên cũng dịch là : *Thuyết giới, Tụng giới. Bố-tát của các nhà xuất-gia* thì một tháng hai kỳ, nhằm những ngày sóc, vọng ; chư tăng phải hội lại mà nghe đọc giới, rồi ai có phạm thì sám-hối giữa giáo-hội, ai không phạm thì nên giữ theo giới cho trọn bề thanh tịnh.

Bố-tát của hàng tu tại-gia nhằm sáu ngày chay trong tháng, cư-gia đọc giới, giữ Bát giới và đọc kinh sám-hối, như vậy đặng tăng trưởng pháp lành. Hành tại-gia trì Ngũ-giới thường Bố-tát và sám-hối ở nhằm ngày sóc, vọng.

Lại có *Bố-tát* của *Bồ-tát*, cũng nhằm những ngày sóc, vọng- chung cho cả hàng xuất-gia và tại-gia tu hạnh Đại-thừa. Trong dịp Bố-tát nầy, người ta tụng 10 giới trọng và 48 giới khinh.

Niết-Bàn kinh, quyển 6 : Bồ-tát tuy chung cùng với người phá giới mà *bồ-tát*, thọ Giới, tự tứ, làm việc tăng với họ, nhưng mà về Giới-luật của mình thì chẳng như bờ đê bị thủng lổ để nước rỉ.

Bố-thí 布 施 Dâna (sa) .— Générosité (fr)

Đọc theo phạn : *Đàn-na* (Dâna). Kêu tắt : *Thí*. Một nền hạnh lớn, đứng đầu trong Lục-độ : *Bố-thí*, Trì-giái,   Nhẫn-nhục, Tinh-tấn, Thiền-định, Trí-huệ.

Chính nhờ *Bố-thí* trong những đời đã qua, mà đức Thích-Ca mau lên quả Phật. Lòng nhơn-từ *Bố-thí* rất có công hiệu đề trừ lòng khan-tham, keo lận, duy-kỷ.

Sự *Bố-thí* có ba đường : 1º Tài thí : thí tiền bạc của cải. 2º Pháp thí : thí pháp-lý. 3º Vô úy thí, thí cho chẳng sợ.

Hễ đứng ra *bố thí* thì không cần sự báo đáp của người được *bố thí*, mà cũng không cần cái phước-báo của việc *bố thí*.

Kinh Kim-cang : Phật có dạy rằng Bồ-tát có *bố thí* thì đừng có kề chi là Sắc, Thinh, Hương, Vị, Xúc, Pháp. Tức là đừng có chấp tướng...

Một trăm bài kinh Phật (Soạn Tập bá duyên kinh) : Ai *bố thí* thì sẽ được sung túc, an lạc, phong-lưu. Mà ai không *bố thí* hoặc cản người *bố thí* thì phải chịu nghèo hèn, khổ cực. Gương bù Ca-can-ga-lác (Kâkangalâ), bà mẹ của đức Phật trong mấy đời trước, vì cản không cho đức Phật *bố thí* nên bà sanh ra chịu phần nghèo hèn, tủi hổ, ra thân gánh nước làm công.

Địa-Tạng Kinh : Về sự so sánh công-đức *Bố-thí*, đức Phật có phán với ngài Địa-Tạng rằng : Như có hạng vua, quan, Sát-ly, Bà-la-môn, Trưởng giả đối với người hèn hạ, ốm yếu, tàn tật, câm, ngọng, điếc, ngây, đui mà muốn *bố thí*, nếu có lòng đại từ bi, đoái xuống mìn cười, tự mình *bố thí* hoặc sai người *bố thí*, dùng lời dịu ngọt mà an ủi khuyến dụ, thì phần phước rất lớn, chẳng khác nào *bố-thí* cho chư Phật đông bằng số cát một trăm sông Hằng-Hà...

(Xem : *Ngũ chủng Bố-thí, Tam thí, Thất chủng Bố-thí.*)

Bố-úy thí 怖 畏 施 Bố 怖 : hoảng hốt. Úy : sợ sệt. Thí : Bố thí. Chuyện bố thí cho kẻ sợ sệt, nghĩa là người ta hoảng hốt sợ sệt mà mình bố thí cho khỏi hoảng hốt sợ-sệt. Đó là một phần trong *Bát chủng bố thí*, một phần trong *Tam thí*.

Bồ-đề 菩 提 Bodhi (scr). — Esprit d'éveil (fr.)

Tiếng Phạn, dịch là : *Đạo, Giác, Tri, Trí*. Thông đạo lý, giác ngộ đạo lý, hiểu rõ hai cảnh của pháp : lý và sự.

Đắc *Bồ-đề* thì diệt hết phiền não, chứng Niết-bàn.

Đắc *Bồ-đề* đầy đủ thì thành Phật Như-lai, ấy là *Đại Bồ-đề, Vô-thượng Bồ-đề*, Vô-thượng trí-huệ, Chánh-giác vô-tướng.

Bực đắc Bồ-đề mà còn giáng thế đề độ chúng-sanh : *Bồ-đề-tát-đóa* (Boddhisattva, Bồ-tát).

Khi thành Phật, đức Thích-Ca có giải rằng ngài có đủ ba thể Bồ-đề : 1) *Ứng hóa Phật Bồ-đề*, tức là cái thể Bồ-đề hiện lại trong đời ngài làm Thái tử Tất-đạt-đa mà tu hành; 2) *Báo Phật Bồ-đề*, tức là cái thể Bồ-đề mà ngài tự tạo ra nhờ các đều lành, các sự tu học trong những đời trước ; 3) *Pháp Phật Bồ-đề* tức là cái thể Chơn-như nó đã có nơi Ngài tự bao giờ, nó vẫn thường-trụ nơi các chúng-sanh. Ấy là *Tam Bồ-đề*, hay là *Tam Phật Bồ-đề*.

Trong Kinh Ưu-bà-tắc giới có chép rằng : Muốn tăng trưởng hột giống *Bồ-đề* thì nên làm năm việc nầy : 1) Tự mình không nên tưởng điều khinh thường mà nói rằng mình chẳng được quả Chánh-đẳng Chánh-giác ; 2) Tự mình chịu khổ mà tâm không chán nản hối hận ; 3) Tu hành tinh-tấn không ngừng không nghỉ ; 4) Cứu độ vô-lượng khổ não của chúng-sanh ; 5) Thường xưng tán công-đức nhiệm mầu của Tam-bảo.

Bồ-tát cầu quả *Bồ-đề* nên làm bốn việc nầy : 1) gần gũi bạn lành, 2) giữ tâm kiên cố không hoại, 3) Làm đặng việc khó làm, 4) Thương xót chúng-sanh. Lại còn làm bốn việc nầy nữa : 1) Thấy người có lợi, sanh tâm vui mừng, 2) Thường ưa khen tặng công-đức của người khác, 3) Thường tu tập pháp lục niệm (chẳng sát sanh, chẳng tà dâm, chẳng du đạo, chẳng vọng ngữ, chẳng ẩm tửu, chẳng ăn sái ngọ), 4) hay thuyết về chỗ lỗi lầm trong đường sanh-tử. Phải giữ tám việc ấy mới mau đặng quả Bồ-đề. — Từ khi tu học phát tâm quyết thành Phật cho đến khi đắc quả Chánh-đẳng Chánh-giác, người-ta trải qua năm bực Bồ-đề (*Ngũ Bồ-đề*).

1) *Phát tâm Bồ-bề* : Phát tâm cầu quả Phật.

2) *Phục tâm Bồ-đề* : Chế-phục các phiền não, tu các hạnh Ba-la-mật (Bố-thí, Trì-Giái, Nhẫn-nhục, Tinh-tấn, Thiền-định, Trí-huệ).

3) *Minh tâm Bồ-đề* : Quan sát, quán-tưởng các pháp và tu các hạnh Ba-la-mật.

4) *Xuất đáo Bồ-đề* : Tu xong các hạnh Ba-la-mật ở trong hạnh Bát-nhã (hạnh thứ sáu), được cái lực phương tiện, cái phép Vô sanh pháp Nhẫn, ra khỏi Tam-giái, đến cõi Bồ-đề tức là có đủ các mối trí.

5) *Vô-thượng Bồ-đề* : Bồ-đề cao viễn không chi trên nữa. Ngồi nơi đạo-tràng, dứt các phiền não, thành Phật Thế-tôn,

(Xem : *Thất Bồ-đề phận*).

Bồ-đề-đạt-ma 菩 提 達 摩 Bodhidharma (*scr.*)

Bồ-đề : Giác, Đạo, *Đạt-ma* : Pháp, Cũng viết : *Đạt-ma Đại sư, Đạt-ma Tổ sư.* Tên thiệt là Bồ-đề-đa-la, vương tử thứ ba của vua Thiên-trước miền Nam tên là Hương-Chí. Ngài thuộc dòng Bát-đế-ly. Về sau ngài gặp Tổ-sư đời thứ 27, Bát-nhã-đa-la đi ta-bà xuống đến miền Nam được vua Hương-Chí cúng dường. Ngài được truyền Y-bát. Làm Tổ đời thứ 28 ở Ấn-Độ, ngài qua Tàu và làm Sơ-tổ ở Đông-độ, truyền bá cách tu thiền cho đắc Phật-tâm. Ngài vào đến Trung Quốc, tại Quảng-Đông vào năm 520, ngày 21 tháng 9 ta.

Ngài có đến diễn giải đạo lý cho vua nhà Lương là Võ-đế nghe. Song ở Tàu thời bấy giờ, người ta tu học đạo Phật theo hữu-vi, chớ ít người biết tu học theo vô-vi. Nên số người hiểu ngài mà đắc Phật-tâm rất ít. Ngài vào núi Tung, đến chùa Thiếu-lâm mà tu thiền-định đến 9 năm và tịch năm 529.

Ngài có truyền y và pháp cho *Huệ-Khả* đặng làm Tổ thứ nhì về Thiền-tông. Huệ-Khả truyền cho *Tăng-xán.* Tăng-xán truyền cho *Đạo-Tín.* Đạo-Tín truyền cho *Hoằng-Nhẫn.* Và Hoằng-Nhẫn truyền cho Lục-tổ là *Huệ-Năng.* Từ Huệ-Năng thì không có lệ truyền y-bát nữa.

Bồ-đề hành (kinh) 菩 提 行 (經) Bodhicaryàvatâra (*scr*). — La Marche à la Lumière (*fr.*)

Bộ kinh rất có danh tiếng về Phật-học Đại-thừa, soạn ra hồi thế-kỷ thứ bảy dương-lịch, bởi đại-đức Çantideva. Đại-đức là Thái-tử đông cung của hoàng đế Çri Harsha ở Thiên-trước, khi sắp lên ngôi, ngài liền bỏ cung điện mà xuất-gia theo đạo Phật.

Sau khi nghiên cứu lý nghĩa thâm áo và siêu việt Đại-thừa, sau khi thiền-định, đắc đạo, ngài bèn diễn giảng *Bồ-đề hành kinh* (Bodhi-caryâvatâra). Bực Bồ-tát y theo giáo-pháp trong kinh ấy mà tu hành, thì nhứt định đi đến cõi Bồ-đề của Phật vậy. Kinh ấy lý nghĩa cao, rộng, từ, bi, hạp với đại-căn đại-trí của những người tu Bồ-tát hạnh.

Ông Louis Finot có nương theo bổn chữ phạn mà dịch bộ Kinh ấy ra chữ pháp, nhan đề *La Marche à la Lumière* (Đi lần đến cõi Ánh sáng).

Bồ-đề-tát-đoá 菩提薩埵 Bodhisattva (*scr*).— Bodhisat (*p.*) Héros d'esprit d'éveil (*fr.*)

Thường kêu là Bồ-tát. (Xem : *Bồ-tát.*)

Bồ-đề-tát-đóa Ma-ha-tát-đóa 菩提薩埵摩訶薩埵 Bodhisattva Mahâsatta (*scr.*)

Bồ-tát Ma-ha-tát, Đại Bồ-tát   (Xem : *Bồ-tát*).

Bồ-đề tâm 菩提心 Bodhihrdaya, Bodhiçitta (*scr.*) Cœur d'Éveil (*fr.*)

Bồ-đề : Đạo, Giác. Kẻ cầu cho được cái Chơn-đạo, cái Chánh-giác của Phật thì có Bồ-đề-tâm. Cũng kêu theo nghĩa : *Đạo-tâm, Đạo-lý, Giác-tâm.*

Bồ-đề-tâm có ba bậc : thượng, trung, hạ.

1.— Bậc hạ có thể lần lên bậc trung và bậc thượng.

2.— Bậc trung có thể tiến lên bậc thượng hoặc sụt xuống bậc hạ.

3.— Bậc thượng cũng có thể sụt xuống bậc trung và bậc hạ.

Bồ-đề-tâm mà thụt lùi, kêu là thối chuyển, vì nhà đạo không siêng tu thiện-pháp. Còn ai đem lòng tinh-tấn mà tu thiện-pháp, thì phước đức và trí-huệ càng ngày càng lớn. quả Phật càng bữa càng gần, đó kêu là *Bất thối chuyển Bồ-đề-tâm*. Và như đem lòng bền chí mà tu-trì, nhẫn-nhục chịu với những cảnh trái nghịch, cương quyết để đạt mục đích, kêu là *kiến-cố Bồ-đề-tâm*.

Gặp Phật, Tăng mà thinh cầu chứng minh cho mình tu cho đến thành Phật, thì kêu là *phát Bồ-đề-tâm* Như ngài Pháp-Tạng Tỳ-kheo đối trước Phật Thế-Tự-Tại-Vương mà phát Bồ-đề-râm ; chẳng bao lâu, ngài thành Phật A-Di-Đà. Hoặc đối trước *Tam bảo* mà lễ bái, cúng dường, nguyện tu cho tới đắc Đạo, thành Phật, cũng kêu là *Phát Bồ-đề tâm, Phát A-nậu-đa-la, Tam-miệu Tam-bồ-đề tâm*, kêu tắt là *Phát-tâm*.

Niết-bàn kinh quyển 25 : Bồ-tát cần phải gìn giữ *Bồ-đề-tâm*, dường như người đời trông nom đứa con một của mình ; dường như kẻ mù hết một con mắt, lo gìn giữ con mắt còn lại của mình, lại dường như những kẻ đi đường xa vắng, gìn giữ người dắt đường của mình Bồ-tát thủ-hộ *Bồ-đề tâm* cũng như vậy đó. Nhờ thủ-hộ *Bồ-đề tâm*, nên đắc quả Chánh-đẳng Chánh-giác.

Bồ đề tâm luận 菩 提 心 論 Bodhiçitta-Çastra *(scr.)* .—Traité sur la Transcendance du Bodhiçitta *(fr.)*

Bộ Kinh luận về Đạo-tâm. Ấy là bộ Luận rất có giá trị về Đại-thừa, soạn giả là ngài Long-thọ (Nâgârjuna) Bồ-tát, Tổ-sư đời thứ mười bốn ở Thiên-trước, nhằm thế kỷ thứ hai theo dương lịch. Bộ Luận ấy soạn bằng chữ Phạn dịch ra chữ Hán, đề *Bồ-đề tâm luận.*

Bồ-đề-thọ 菩 提 樹 Bodhidruma *(scr.)*.—Arbre de la Science *(fr.)*.—

Bồ-đề : Sáng suốt tột bực, Tàu dịch là Chánh-giác, Đạo.

Bồ-đề-thọ (Bodhi-druma) : cây Bồ-đề. Cũng viết : *Giác-thọ, Đạo-thọ.* Cây nầy tên thật theo chữ Phạn là Pippala (Tất-bát-la). Song người-ta gọi nó là *cây Bồ-đề*, vì đức Thích-Ca ngồi nơi cội cây ấy mà tham-thiền cho đến đắc quả Bồ-đề. *Cây Bồ-đề* thì to, bề cao chừng 10, 12 thước, lá hình trứng, trái tròn. Ngài Huyền Trang hồi đi Ấn-độ, có đến viếng cây Bồ-đề và hái lá đem về.

Cây Bồ-đề nơi ấy đức Phật ngồi tham thiền cho đến đắc Đạo thì ở tại cảnh rừng Phật-Già-da (Bouddha-Gaya), trong núi Tượng-đầu (Gajasirsa), gần rạch Ni-liên-thiền (Nairānjanâ). Hiện nay ở chỗ ấy có một ngôi chùa lớn tên là Đại Bồ-đề (Mahâbôdhi).

Mỗi đức Phật đều phải ngồi đại-định dưới cây Bồ-đề rồi mới thành Đạo.

Thiên-Thai chi : Tại chùa Ha-lâm bên Tàu, có cây Bồ-đề, do ngài Trí-Dược Tam-Tạng đem từ nước Tây-Trước qua từ đời Tiêu-Lương (thế-kỷ thứ 6), tới nay trải qua trên ngàn năm rồi, lớn chừng trăm ôm, làm ra ba, bốn nhánh lớn, rễ nó chẳng mọc ở gốc, mà mọc ở nhành, rễ từ trên rủ ngược xuống, kề hàng trăm ngàn tua, cái lớn chừng một ôm, cái nhỏ chừng một búng. Lâu năm, rễ bọc lấy cội, chỉ thấy rễ, mà không thấy cội nữa, vì cội đã rỗng giữa, rồi rễ tức là cội; nhành cũng rỗng giữa rễ tức là nhành. Lá nó như là dâu mềm mà lớn, mình tròn, đầu nhọn, tháng hai rụng đi, tháng năm mọc ra. Sư hái nó, đem dầm xuống suối lạnh lâu chừng bốn tuần, lấy ra rặt dũ hết những bã-rả đi, chỉ còn cái gân mềm như tơ, nhỏ mướt và mịn sáng, đem làm lồng đèn và nón, mão, nhẹ mềm ngộ lắm, đem tặng người xa, coi dường hàng lụa. Còn cái héo rụng thì dùng để đun.

— *Quảng Ngử* = Hột bồ-đề dùng làm niệm-châu đặng, vằn nó như vòng mặt trăng, có điểm nhỏ như ngôi sao, kêu là Tinh-nguyệt bồ-đề .— Quảng-đông Bút-ký.— Đêm hôm 25 tháng 6 năm Gia-Khánh thứ 2 (1797 Thanh Nhơn-tông), cây bồ-đề bị lị gió bão đánh đổ, Trung-thừa Trần-đại-Văn sai thợ dựng lên, qua năm khô mất. Ông sãi là Kiều-Am qua Nam-hoa tiếp lấy một nhành nhỏ đem về trồng tại chỗ cũ, tới nay lớn xanh tốt như xưa.

Bồ-tát 菩 薩 Bodhisattva *(scr)*.— Bodhisat *(p)*.— Basatsu. *(jap)* .— Héros d Esprit d'Éveil *(fr.)*

Viết trọn chữ theo Phạn : *Bồ-đề-tát-đóa*. Bồ-đề (Bodhi) : Chánh-giác, Tát-đóa (Sattva) : chúng sanh. Bực đắc quả Phật, song còn làm chúng sanh để độ đời. Bực đã được tự-giác, đắc quả Bồ-đề, song còn chờ lúc lên quả Phật Thế-tôn, bèn chuyển phương tiện ra đi cứu độ chúng-sanh. Như đức Phật Thích-Ca trải qua những đời trước làm *Bồ-Tát*, đến đời sau rốt, ngồi nơi cội Bồ đề mà lên bực Phật.

Từ xưa đến nay, và hiện thời trong các cõi, có vô số Bồ-tát.

Có hạng Bồ-tát mới phát tâm, mới vừa thành Bồ-tát. «Tân-Phát Ý-Bồ-tát».

Và có hạng Bồ-tát mạnh mẽ mà tấn tới ngôi Chánh-giác, chẳng hề lui bước, «Bất-thối-chuyển Bồ-tát».

Có *Bồ-tát xuất-gia*, tức là chư vị đại-đức, tổ sư truyền đạo và thuyết pháp giúp đời. Có *Bồ-tát tại-gia*, tức là các nhà đại từ-thiện đứng ra bố thí giúp chúng-sanh và thường hộ trợ ngôi Tam-bảo.

Cũng có Bồ-tát tại-thế, sanh lên cõi nầy giúp ích cho chúng-sanh hoặc theo hầu đức Phật lúc sanh-tiền, nhứt là những vị *Bồ-tát Tỷ-kheo*, tuy làm Tỷ-kheo La-hán mà có đủ hạnh Bồ-tát.

Và cũng có *Bồ-tát du-hành*, tức là chư Bồ-tát ở các cõi Phật, ở Thượng-thiên, thường du-hành các nơi và đến viếng chư Phật, trong các cõi. Hồi Phật thành đạo, có rất nhiều Bồ-tát tại-thế xuất-gia và tại-gia theo hầu ngài và cũng có nhiều Bồ-tát du-hành đến viếng ngài.

Lại cũng có bậc Bồ-tát có thể thành Phật, như muốn làm Phật thì đã ở ngôi vị ấy lâu đời rồi, song vì lòng Từ-Bi, vì sức Đại-nguyện, nên còn ở trong hàng Bồ-tát mà độ chúng-sanh. Ấy là chư *Bồ-tát Ma-ha-tát* (Bodhisattva-Mahâsattva), như các ngài : Văn-Thù, Quan-thế-Âm, Phổ-Hiền, Địa-Tạng v.v.

Và cũng có những vị *Bồ-tát Nhứt bồ Phật xứ*, tức là những vị Bồ-tát thường du hành đến các cõi Phật, chừng giáng thế đến cõi nào thì làm Phật Như-lai ở cõi đó. Như ở cõi Cực-lạc của đức Phật A-Di Đà, có rất nhiều vị Bồ-tát Nhứt bồ Phật xứ.

Bồ-tát cũng là tiếng tôn kính để xưng người có đại-hiếu đại-hạnh, dẫu người ấy đương thời chưa tu hành. Như trong Địa-Tạng-kinh, qui Vô-Độc xưng người Bà-la-môn nữ đi tầm mẹ ở Địa-ngục là *Bồ-tát*.

Bồ-tát cũng là tiếng gọi người tu học có thọ trì Bồ-tát giái. Ấy là tiếng nói tắt để gọi Bồ-tát Tỷ-kheo, Bồ-tát Ưu-bà-tắc v.v.

Trong các bài thuyết-pháp của đức Phật Thích-Ca, ngài thường nhắc lại những đời trước của ngài, hồi ngài còn làm Bồ-tát, hễ sanh ra nơi nào thì cũng tận tâm mà giúp người giúp đời, hằng thi hành các độ *Bố-thí, Trì-giới, Nhẫn-nhục, Tinh tấn, Thiền-định, Trí-huệ, Phương-tiện*. Đó tức là *Bồ-tát hạnh*. —

Trong quyển **Diệu Pháp-Liên-Hoa kinh**, có kể sơ ít công-đức của chư Bồ-tát Ma-ha-tát như thế nầy : các ngài đều không thối chuyển, đều theo một mục-đích : quyết tới quả Phật. Các ngài có phép Đà-la-ni (thần-chú). Các ngài bẳn chặt nhờ có Sức mạnh huyền vi. Các ngài chuyền cái bánh xe pháp đi tới chớ không trở lui. Các ngài đã thờ, cúng, phụng-sự không biết bao nhiêu đức Phật. Các ngài từng nảy sanh cội đức trước mặt cả trăm ngàn đức Phật. Các ngài từng nghe cả trăm ngàn đức Phật mở miệng mà khen tặng mình. Các ngài hằng tu thân lập tâm bằng sự nhơn từ, bố thí. Các ngài rất thiện trong sự nhập Huệ Phật. Các ngài thông đạt Đại-trí. Các ngài rõ thấu Bát-nhã Ba-la-mật-đa. Các ngài hằng độ vô - số chúng-sanh.

Bồ-tát giới 菩薩戒 Règles des Bouddhistes qui suivent la Grande Voie (*fr*).

Giới-luật của người muốn tu trì đại-hạnh để thành Bồ-tát và thành Phật. *Bồ-tát giới* khác với Bồ-tát Ưu-bà tắc-giới. Bồ-tát Ưu-bà-tắc giới là riêng cho người tu tại gia, đại để có 6 điều Trọng, 28 điều Khinh.

Còn *Bồ-tát giới* là Giới chung của hàng Tứ-chúng : Tỳ-kheo, Tỳ-kheo-ni, Ưu-bà-tắc, Ưu-bà-di. Có 10 điều Trọng và 48 điều Khinh.

10 điều Trọng : 1) Giết, 2) Trộm, 3) Dâm, 4) Nói láo, 5) Mua rượu, 6) Nói điều lỗi của Tứ-chúng, 7) Khen mình chê kẻ khác, 8) Keo tiếc lại còn chê bai, 9) Lòng hờn giận chẳng chịu ăn năn, 10) Giềm chê Tam-bảo.

48 điều Khinh : 1) Chẳng kính thầy bạn. 2) Uống rượu. 3) Ăn thịt. 4) Ăn năm món cay, nóng. 5) Chẳng bảo sám hối. 6) Chẳng cung cấp thỉnh Pháp. 7) Trễ nhác chẳng tới nghe Pháp. 8) Trái Đại, theo Tiểu. 9) Chẳng thăm bịnh. 10) Chứa đồ giết chúng-sanh. 11) Làm quốc-sứ. 12) Buôn bán. 13) Báng hủy 14) Phóng lửa đốt cháy. 15) Dạy sái. 16) Vì lợi thuyết ngược 17) Cậy thế-lực mà xin xỏ. 18) Không hiểu mà làm thầy. 19) Hai lưỡi. 20) Chẳng làm việc phóng sanh, cứu độ. 21) Hờn đánh trả thù. 22) Kiêu mạn chẳng thỉnh Pháp. 23) Kiêu mạn thuyết quấy. 24) Chẳng tập học Phật. 25) Chẳng khéo hòa Chúng. 26) Riêng thọ lợi dưỡng 27) Nhận thỉnh riêng cho mình. 28) Thỉnh Tăng riêng. 29) Dùng tà-mạng nuôi sống lấy mình. 30) Chẳng kính ngày giờ tốt. 31) Chẳng làm việc cứu chuộc. 32) Việc tồn hại chúng-sanh. 33) Làm nghề quấy, chơi xem. 34) Tạm niệm Tiểu-thừa. 35) Chẳng phát nguyện. 36) Chẳng phát thệ. 37) Xông pha nơi nạn nguy mà du hành. 38) Trái thứ tự, cao thấp. 39) Chẳng tu phước huệ. 40) Lựa chọn người thọ Giới 41) Vì lợi làm Sư. 42) Thuyết Giới với người dữ. 43) Không hổ thẹn mà thọ Bố thí. 44) Chẳng cúng dường Kinh điển. 45) Chẳng giáo-hóa chúng-sanh. 46) Thuyết pháp chẳng theo như pháp. 47) Trái phép hạn chế. 48) Phá Pháp.

(Quí vị muốn rõ thêm, nên xem quyển *Bồ-tát Giái kinh*).

Đại Niết bàn Kinh, quyển 28 : Lại có hai thứ Giái : Thinh-văn giái, *Bồ-tát giái*.

Từ Sơ phát Tâm cho chí đắc thành A-nậu-đa-la Tam-miệu Tam-Bồ-đề, đó kêu là *Bồ-tát giái*.

Từ lúc quán bộ xương trắng (Bạch-cốt) cho chí khi chứng đắc quả A-la-hán, đó kêu là Thinh-văn giái.

Bồ-tát Ma ha-tát 菩 薩 摩 訶 薩 Bodhisattva-Mahâsattva (*scr.*)

Viết trọn : Bồ-đề tát-đóa Ma-ha-tát-đóa. Cũng viết : Đại Bồ-tát.
(Xem : *Bồ-tát*)

Bồ-tát Ưu-bà-tắc giái 菩 薩 優 婆 塞 戒 Règles des laïcs (Upâsakas) qui suivent la Grande Voie (*fr.*)

Giái-hạnh của người tu tại gia nguyện giữ theo Đại-thừa Phật-giáo đặng cho mau đắc quả Phật-Giái có ba phần : A. Luật-nghi giái, B. Thiện-pháp giái, C. Nhiêu ích hữu tình giái.

A. *Luật-nghi giái* : Ngoài tam qui, ngũ giái, lại còn có 6 giái trọng và 28 giái khinh.

6 giái trọng : 1. Chẳng sát sanh 2. Chẳng trộm đạo 3. Chẳng vọng ngữ; 4. Chẳng tà-dâm, 5. Chẳng nói xấu Tứ-chúng, 6. Chẳng bán rượu.

28 Giái khinh : 1. Phải phụng-dưỡng cha mẹ, cúng dường sư-trưởng ; 2. Không nên uống rượu, 3. Phải chăm nom bịnh-nhơn, đừng sợ nhớp ; 4. Tùy tiện bố thí ; 5. Đón rước lễ bái các bực Tỳ-kheo, Tỳ-kheo-ni, Trưởng-lão Tiên-túc, Ưu-bà-tắc, Ưu-bà-di; 6. Chẳng nên kiêu-mạn khi tứ-chúng phá giái ; 7. Mỗi tháng phải thọ trì giái Bát-quan trai và cúng dường Tam-bảo, ít ra sáu ngày ; 8. Cách 40 dặm có chỗ thuyết pháp, phải đến nghe; 9 Không nên thọ lãnh giường ghế, chiếu mền của nhà chùa; 10. Phải lọc nước trước khi uống, kẻo uống nhằm vi trùng ; 11. Chớ đi một mình trong chỗ hiểm nạn ; 12. Chớ ngủ trong chùa sư-nữ một mình ; 13. Chớ đánh mắng đầy tớ hoặc người ngoài vì của cải, vì thân mạng ; 14 Chớ lấy đồ ăn thừa mà bố thí cho Tứ-chúng ; 15. Chớ nuôi mèo, nuôi chồn; 16. Chớ nuôi các súc vật như voi, ngựa, trâu, dê, lừa, lạc-đà; 17. Nên dự trữ áo Tăng-già-lê với bình bát, tích trượng để cúng cho các bực xuất-gia; 18. Lựa chỗ nước tốt, ruộng tốt mà làm ruộng; 19. Có buôn bán thì nói chắc giá và đừng có cân lường thiếu; 20. Cấm dâm dục những ngày chay và tại chùa; 21. Chẳng buôn bán đồ lậu thuế, đồ ăn trộm. 22. Chớ phạm luật nước; 23. Có dâng cúng Tam-bảo thì không được ăn trước; 24. Muốn thuyết-pháp, phải có chư Tăng tán thán cho; 25. Chớ đi trước bực Tỳ-kheo và Sa-di; 26. Cúng dường chư Tăng, chớ lựa riêng đồ ngon mà cúng cho thầy mình; 27. Chớ nuôi tằm· 28. Đi đường có gặp người bệnh thì phải chăm nom, gởi gắm,

B. *Thiện-pháp giái:* Phải tu học các thiện sự thế gian, xuất thế-gian và các giáo-pháp của Phật; phải tu học tất cả thiện-pháp, hữu lậu và vô-lậu. Cốt nhứt phải học ngũ minh : 1. Thanh-minh là rõ biết văn tự văn chương, 2. Công xảo minh là rõ biết các kỹ nghệ, mỹ thuật, 3. Y-học minh, 4. Nhân-sinh minh là rõ biết phương pháp luận-lý, 5. Nội-minh là thông hiểu Tam tạng kinh-điển đạo Phật.

Tùy theo căn-cơ, dùng phương-tiện thiện-xảo mà hóa độ chúng sanh.

C. *Nhiêu ích hữu-tình giái :* Phải tu tập cái bi-tâm đối với chúng-sanh độc ác, mê-lầm, khổ não, tà-kiến, không hiểu Phật-pháp. Còn bực Bồ-tát dõng-mãnh, đắc Đạo thì có thêm cái Đại-bi tâm. Bồ-tát hết lòng dắc-dìu, dạy dỗ, bố thí.

Bồ-đà.lác-ca sơn 補陀洛迦山 Potala (*tib.*)

Cảnh đất   nhiều từng chập chồng với nhau theo triền núi, xem rất hùng vĩ ở kinh-thành Lạp-tát (Lhassa) xứ Tây-tạng. Ngài Đạt-lại Lạt-ma (Dalaï-Lama) là giáo-chủ đạo Phật mà cũng là quốc vương, thường ngự ở cảnh đền ấy.

Ngài là hóa thân của đức Quan Thế-Âm, oai-linh bủa ra toàn cả nước Tây-Tạng cho đến các nước: Mông-cổ, Mãn-châu, Tân-cương v.v. Cho nên khắp các nơi ấy, hằng năm cả triệu tín-đồ hành cước đến kinh-đô Lhassa mà chiêm-ngưỡng và làm lễ cảnh *Bồ-đà-lạc-ca sơn*.— Cũng viết: *Bảo-đà nham*.

Bồ đặc-già-la 補特伽羅 Tiếng phạn, dịch nghĩa : lúc nào cũng có thể đi đến các cảnh-thú, nhận lấy các cảnh-thú, mà không có lòng chán ngán ; — Thường-trụ.

Trong 'Du-già», thường dùng chữ *Bồ-đặc-già-la*.

Như *Bồ-đặc-già-la Trí* là một hạnh-tưởng trong *Ngũ Thánh Trí Tam-ma-địa* (*Ngũ Trí Tam-muội*) của Phật.

Bối-diệp 貝葉 Feuille de latanier (*fr.*)

Lá bối (lá buôn). Tiếng nói bóng để chỉ Kinh-điển nhà Phật. Thuở xưa, bên Thiên-trước, kinh Phật bằng chữ Phạn chép trên lá bối, cho nên về sau người-ta gọi kinh Phật là *Bối-diệp* (*Lá bối*).

Theo nghĩa trắng, lá bối là lá của giống cây *bối*, kêu trọn chữ theo Phạn là *Bối-đa-la*. Lá cây ấy dài, rộng, sáng, mịn, các nhà đạo bên Thiên-trước thuở xưa đều chép kinh chữ Phạn trên lá ấy.

'Qui-nguyên trực chỉ» : Nhược hữu trung-lưu chi sĩ, vị năng đốn siêu, thả ư Giáo-pháp lưu tâm, ôn tầm *Bối-diệp*, tinh sưu nghĩa-lý... (Nếu có kẻ sĩ trung-lưu, dẫu chưa vượt lên cao liền được, nhưng hãy lưu tâm đối với Giáo-pháp, ôn tầm *Lá bối*, xét tinh nghĩa-lý...)

Kim Vân Kiều : Sớm khuya *lá bối*, phướn mây,

       Ngọn đèn khêu nguyệt, tiếng chày nện sương.

Bối-đa-la (thọ) 貝 多 羅 (樹) Sala (*scr.*).— Latanier Palmier à sucre (*fr.*)

Cây *Bối-đa-la* bên Thiên-Trước, một loại với cây dừa nước, cây thốt-nốt. Cũng kêu tắt : *Đa-la-thọ, Bối-đa-thọ, Bối-thọ.*

Người ta dùng lá của cây *Bối-đa-la, Bối-diệp* mà thay cho giấy (vì thuở xưa chưa có nghệ-thuật làm giấy) để chép các kinh bằng chữ Phạn, Bên Thiên-Trước, Tam-Tạng Kinh chữ Phạn đều chép trên lá của cây *Bối-đa-la.*

Vì lá của cây ấy dùng để chép kinh Phật, cho nên những nhà sư thời xưa có lời nói chơi gọi cây *Bối-đa-la* là Bồ-đề thọ. (Xem: *Bối-diệp*).

Bổn 本 Racine, base (*fr.*)

Gốc-gác. cội rễ.— sự chánh-đáng, sự quan-hệ hơn hết.— nền tản *Bổn* tức là *Căn-bổn.* Cũng viết : *Căn.*

Trong « Anh-lạc bổn nghiệp Kinh », quyển hạ có chép : Tất cả chúng-sanh, khi mới vào biển Tam-bảo thì lấy lòng Tín làm *gốc (bổn)* còn những ai ở yên trong nhà Phật (Phật-gia) thì lấy Giái làm *gốc (bổn.)*

Niết-bàn kinh, quyển 37 : Từ khi mới phát Đạo-tâm cho đến lúc đắc quả Phật, sự Muốn tốt (Thiện-Dục) là *gốc (Căn-bổn).* Đó tỷ như trong thế-gian, người-ta nói rằng : Trong các cuộc khổ-não, lòng luyến ái (Ái) là *gốc (Căn-bổn).* Trong các việc tật bệnh, việc ăn đêm là *gốc (bổn),* Trong các cuộc xử đoán, việc đấu tranh là *gốc (bổn).* Trong mọi việc xấu và dữ, sự nói láo là *gốc (bổn).*

Bổn giác 本 覺 Đức giác-tri vốn sẵn. Tâm-thể của chúng-sanh tự-tánh thanh-tịnh, lìa khỏi hết thảy các tướng quấy, chiếu sáng khắp mọi lẽ, thiêng liêng đủ mọi bề, đó chẳng cần phải tu mới thành ra thế, mà là cái đức-tánh vốn có sẵn như vậy ... Kêu là *Bổn giác,* tức là Pháp-thân của Như-lai vậy.

Bổn hạnh 本 行 Hạnh vốn thuở nay, nghĩa là cái hạnh-pháp của mình vốn tu từ thuở nay. Lại có nghĩa : hạnh cội-rễ, nghĩa là cái hạnh-pháp cội-rễ nhờ đó mà thành Phật.

Bổn lai 本 來 Vốn thuở nay, nghĩa là vốn từ thuở bắt đầu tới

nay. Phàm bắt từ cái thời kỳ trước hơn hết của vật gì, kêu là *bổn lai*, như nói «Tự vô-thủy dĩ-lai» *(Từ thuở vô-thủy tới nay)* vậy.

Bổn lai diện-mục 本 来 面 目 Mặt mắt tự thuở nay. Lại kêu là *Quang-địa Phong-tẻn (cái gốc phong-hóa của đất quang-minh)*, là nói cái bổn phận của mình vậy. Đó là tiếng nói chỉ thị đạo pháp cực độ trong Thiền-môn tức là cái *chơn-tâm thật-tánh* của mỗi người.

Bổn lai thành Phật 本 来 成 佛 Vốn thuở nay đã thành Phật. Vạn vật như một, chúng-sanh với Như-lai đồng một thể không khác gì nhau, cho nên hễ giác ngộ thì phiền não tức là Bồ-đề, chúng-sanh tức là Như-lai. Do cái tâm-tánh của chúng-sanh mà nói, kêu là *Bổn lai thành Phật*.

·Bổn-ngã 本 我 **Moi** *(fr.)*

Cái ta, kêu tắt là *ngã*.

Bổn-ngã tức là năm uần tạm hiệp. Năm uần là : 1. sắc (rûpa, forme), 2. thọ (védana, sensation), 3. tưởng (sanjnâ, perception), 4. hành (samkârâs, impression), 5. thức (vijnâna, conscience).

Nhà học đạo chơn-chánh phải tưởng cho rằng cái *bổn-ngã* tức thân-tâm là giả, vốn không. Tưởng quyết như vậy mới dứt các mối tríu mến, phiền não, mới dễ bề đắc đạo.   (Xem: *Ngã*)

Bổn-nguyện 本 願 Điều thệ-nguyện cội-rễ. Tâm-lượng của Bồ-tát quảng-đại, thệ-nguyện cũng vô-lượng. Chỉ về cái nguyện-lực vốn sẵn có ấy, cho nên kêu là *Bổn-nguyện* như 48 nguyện của đức A-Di-Đà Phật, 12 nguyện của đức Dược-Sư Như-Lai vậy.

Bổn-sanh (kinh) 本 生 (經) **Jâtaka** *(scr.)* — **Vies antérieures du Bouddha** *(fr.)*

Kinh Bổn-sanh, âm theo Phạn : *Xà-đà-già* (Jâtaka), là một trong *Thập-nhị Đại-thừa Kinh*. Kinh ấy biên những bài thuyết pháp của Phật nhắc các đời trước của ngài, hồi ngài còn lưu ·chuyền trong Lục-đạo mà độ chúng-sanh.

Còn kinh biên những bài thuyết pháp của Phật thuật lại các đời trước của chư vị đệ-tử, của các chúng-sanh, thì kêu là *Thí-dụ*, âm theo Phạn : A-ba-đà-na (Ava dâna).

    (Xem: *Thập nhị Đại-thừa Kinh, — Xà-đà-già.*)

Bổn-sư 本 師   Ông thầy cội-rễ. Phật-giáo bảo đức Thích-Ca Như-lai là vị giáo-sư căn-bổn, nên kêu là *Bổn-sư* : Nam-mô đại-từ đại-bi *bổn-sư* Thích-Ca Mâu-Ni Phật !

Bổn-sự 本 事 **Itivrtaka** (*scr.*)

Đọc theo Phạn : *Y-đế-mục-đa-già*, dịch nghĩa : *Bổn-sự*. Ấy là những việc làm, những kiến-văn của Phật trong các đời trước của Phật, do Phật thuật lại. Còn *Bổn-sanh* (Phạn : Xà-đà-già, Jātaka) là những đời trước của Phật, do Phật thuật lại.

Bổn-sự hay *Bổn-sự kinh* là một thể trong mười hai thể thuyết-pháp của Phật, một bộ trong *Thập nhị bộ kinh*.

Bổn thệ 本 誓   Lời thề cội rễ. Do chữ « Tam-muội-da » tiếng Phạn dịch ra, nghĩa là ở trước chư Phật, Bồ-tát, hoặc nhơn việc tu hành, lập điều thệ-ước cội-rễ vậy.

Bửu 寶   Quí báu : đáng trọng, đáng mến, tốt đẹp. (Xem : *Bảo*).

Ca-chiên-Diên 迦 旃 延 **Kâtyana, Kâtyâyana** (*scr.*)

Một bực Đại Thinh-văn, Đệ-tử của Phật. Tên ông cũng viết là Ca-Đa-Diễn-na (Kâtyâyana), có nghĩa là : *Văn-Sức tức Văn-Sức Tôn-giả*. Vì tôn-trọng ông là bực Đại-thánh nên trong kinh thường gọi ông là *Ma-ha Ca-chiên-Diên*. Ông là dòng Bà-la-môn, quê ở miền Nam Thiên-trước, con của ông Ca-chiên (Kâtyâ). Hồi đức Phật độ ông thì Ngài giảng với ông Trung-Đạo, Tứ-Diệu-Đế và Thập-nhị-nhơn duyên.

Đức Thích-tôn có phái ông đi với 500 vị Sa-môn khác đến thành Pradyota, viếng vua Videha, ông có đi ngang thành Kampakubja. Tại thành nầy, ông có một người bạn, con gái của người bạn ông sau gả cho vua Videha. Vua nầy có cất nhiều Tinh-xá (Vihâras) và cúng-dường nhiều món cho mấy bạn đồng-hành của ông *Ca-chiên-Diên*.

Ông là cháu (neveu) của ông A-tư-Đà (Asita), chính ông nầy có ra mắt đức Thích-tôn hồi Ngài mới giáng sanh và ông nhìn biết những tướng Phật nơi mình của Ngài. Ca-chiên-Diên thọ giáo với ông A-tư-Đà, chứng được Tứ-thiền, Ngũ-thông. Sau khi ông A-tư-Đà tịch, ông *Ca-chiên-*

Diên được vua nước Ma-già-đà (Ma-kiệt-đề) thỉnh về làm đạo-sư. Về sau, vì không hiểu nghĩa hai câu kệ, ông tầm đến Phật và xin giải giúp. Nhơn dịp ấy, ông qui-y và đắc quả La-hán. Ông *Ca-chiên-Diên* được Phật công nhận là bực Luận nghĩa đệ nhứt trong hàng chư Đệ-tử. Ông thường chầu theo Phật và được nghe Phật thuyết pháp nhiều thời Kinh Đại-thừa.

Trong hội Pháp-hoa, đức Phật có thọ-ký cho ông *Ca-chiên-Diên*, phán rằng về sau, *Ca-Chiên-Diên* sẽ thành Phật, hiệu là Diêm-Phù-Na-Đề-Kim-Quang (Djambûnadaprabha).

Ca-Chiên-Diên Thiên 迦旃延天

Vị Thiên-thần Ca-Chiên-Diên. Một vị thần trong đạo Bà-là-môn. Khi thái tử Thích-Ca mới sanh ra, vua cha phái người đưa Ngài vào đền thờ chư Thiên-thần Bà-la-môn mà chiêm-bái. Khi Ngài vào đền trong, chư Thiên thần như Đại-Tự-Tại Thiên, Đại-Phạm Thiên, Vi-Đà Thiên, *Ca-Chiên-Diên Thiên*, thảy đều bước xuống ngôi, đến lạy nơi chơn Ngài

Ca-Diếp 迦葉 Kaçyapa (*scr.*)

Ca-Diếp là chữ Phạn, đọc trọn: *Ca-Diếp-Ba* 迦葉波 (Kaçyapa), dịch nghĩa: *Ẩm quang* (Uống hào-quang), *Ca-Diếp* là tên người; trong kinh-điển đạo Phật, có nhiều vị tên *Ca-Diếp.*

A.— **Ca-Diếp** tức **Ma-ha Ca-Diếp** 摩訶迦葉 (Mahâ-Kaçyapa), *Đại Ca-Diếp* là một vị Đại Đệ tử của Phật, được Phật khen là Đầu-đà đệ nhứt (tu thượng-hạnh, khổ hạnh đệ nhứt), được Phật truyền Y Bát làm Sơ-tổ, tức là vị Tổ thứ nhứt trong 28 đời Tổ ở Thiên-Trước.

(Xem : *Ma-ha Ca-Diếp*).

B.— **Ca-Diếp (Bồ-tát)** 迦葉 (菩薩).— Kaçyapa (Bodhisattva) (*scr.*): Một vị Bồ-tát Ma-ha-tát, người ở làng Đa-la (Sala), thuộc về xứ Câu-thi-na (Kusinagara), họ là Đại Ca-Diếp, trong chủng-tộc Bà-la-môn. Hồi Phật ngự lại rừng cây Đa-la đặng nhập diệt, thì *Ca-Diếp Bồ-tát* còn nhỏ tuổi, nhưng có trí-huệ cao siêu. Chính *Ca-Diếp Bồ-tát* khởi thỉnh Phật giảng *Niết-bàn Kinh* là bộ Kinh rất có giá-trị về Đại-thừa.

Trong khi Phật giảng, *Ca-Diếp Bồ-tát* lấy làm thích ý, có bạch rằng : «Bạch Thế-tôn, nay tôi thật có thể chịu nổi như vầy : tự mình.

lột da làm giấy, chích lấy máu làm mực, lấy tủy làm nước, bẻ xương làm bút, đặng biên chép kinh Đại Bát Niết-bàn nầy. Chép rồi, đọc tụng cho thông-thuộc sáng suốt; sau đó sẽ giảng rộng nghĩa lý với mọi người.

C. — **Ca-Diếp (Tam Ca-Diếp).** — Trois Frères Kâçyapa. — Ba anh em Ca-Diếp. Ấy là ba anh em ruột, trước tu theo phái Hỏa thần, rất được dân chúng sùng-bái, mỗi vị có tín-đồ rất đông; sau mỗi vị và tín-đồ đều bỏ ngoại-đạo mà qui-y nơi Phật :

1) *Ưu-lâu-tần-loa Ca-Diếp* (Uruvilvâ-Kâçyapa), tu tại xứ Ưu-lâu-tần-loa gần thành Vương-xá, nước Ma-kiệt-đề, có 500 đệ-tử xuất-gia.

2) *Già-da Ca-Diếp* (Gaya-Kâçyapa), có 250 đệ-tử xuất-gia.

3) *Na-đề Ca-Diếp* (Nadi-Kâçyapa) có 250 vị đệ-tử xuất-gia.

Ba anh em Ca-Diếp với đệ-tử, tất cả là một ngàn người, sau khi thọ giái Tỳ-kheo, đều đắc quả La-hán, thảy đều là Đại Đệ-tử của Phật. Cộng với số thầy trò của Xá-ly-Khất và Mục-kiện-Liên, 250 người, tất cả là 1.250 người Đệ-tử La-hán.

D. — **Ca-Diếp (Phật)** 迦葉 (佛) Kâçyapa (Bouddha) (scr.)

Một đức Phật Như-lai đời quá khứ. Tuy vậy, Ngài cũng ở trong cái *Hiền-Kiếp* nầy. Trong Hiền-Kiếp nầy, có một ngàn đức Phật, mà đã ra đời bốn đức rồi. Ca-Diếp là đức Phật thứ ba, kế đức Phật thứ tư là ngài Bổn-sư Thích-Ca-Mâu-Ni.

Khi thành Đạo và thuyết pháp, đức Thích-Ca có phán rằng: «Nhiều vị Thinh-văn Đệ-tử của Phật *Ca-Diếp* có giáng sanh làm Tỳ-Kheo hầu theo ta mà nghe Pháp và hộ trợ Tam-bảo.

Đức Phật *Ca-Diếp* có phán rằng: «Chớ có làm ác. Hãy làm các điều lành. Hãy giữ cái ý cho trong sạch. Bao nhiêu đó tóm tắt giáo-lý của chư Phật.»

Trong *Tứ-thập nhị chương kinh*, đức Phật Thích-Ca có lặp lại bài kệ về sự diệt dục do đức Phật *Ca-Diếp* đã xướng ra:

Dục sanh ư nhữ ý, (Dục sanh ra ở ý người)

Ý dĩ tư tưởng sanh, (Ý do tư tưởng con người mà sanh)

Nhị tâm các tịch tĩnh. (Hai lòng nếu thảy lặng thinh)

Phi sắc diệc phi hành. Há còn hình-sắc, động-hành nữa sao ?)

Trong *Soạn tập bá duyên kinh* (Avadâna-Çataka) có chép : « Nầy chư Tỳ-Kheo ! (lời Phật Thích-Ca) hồi đời quá-khứ, ở về Kỳ Hiền-Kiếp (Bhadra-Kalpa) nầy mà ta đương sống đây, bấy giờ con người ta hưởng thọ hai mươi ngàn tuổi, có đức Phật *Ca-Diếp* ra đời. Ngài xuống thành Ba-la-nại, vào ngự trong Vườn-Lộc...

Đức Phật *Ca-Diếp* có thọ-ký cho vị đệ tử trên trước của Ngài rằng : «Nầy thiện-nam-tử ! chừng nào con người ta sống đời một trăm tuổi, chừng ấy ngươi sẽ thành Phật Như-lai, hiệu là Thích-Ca Mâu-Ni

Trong **Niết-Bàn kinh**, đức Phật có nhắc lại Tiền-thân : Hồi đời quá khứ, có vị vua Thiện-Trụ cai trị ở cõi Diêm-phù-đề nầy. Vua ấy và nhơn dân sống đời tám muôn bốn ngàn tuổi. Từ nơi đỉnh đầu vua, nổi lên một cái bọc thịt. Cái bọc ấy lớn lên và bể hai ra : một đồng-tử hiện ra, tướng tốt đẹp phi thường. Vua đặt tên là Đỉnh-Sanh. Lớn lên, Đỉnh-Sanh thống nhứt Tứ Đại-Châu và làm vị Chuyển-luân Thánh-vương. Vị Chuyển-luân Thánh-vương ấy là tiền thân của đức Phật Thích-Ca. Trong khi ấy, vị Chuyển-luân Thánh-vương ấy có hiện lên cảnh Thiên đường của đức Đế-Thích. Đức Đế Thích thuở ấy, về sau đã thành Phật, tức là *Phật Ca-Diếp* vậy.

Trường A-hàm Kinh : Thuở đời người ta hưởng thọ 20.000 tuổi, đức *Phật Ca-Diếp* ra đời. Ngài là dòng Bà-la-môn, họ Ca-Diếp, cha tên Phạm-Đức, mẹ tên Tài-Chủ. Ngài ở thành Ba-la-nại, ngồi dưới cây Ni-câu-luật, thuyết pháp một Hội, độ được 20.000 người. Ngài có hai phép Thần-túc đặc biệt : 1. Đề-xá, 2. Bà-la-bà. Thị-giả của ngài tên là Thiện-Hữu tử tập Quân (Diếp-Bà-Mật-Đa).

Ca-Diếp Ma-Đằng 迦葉摩騰 Kāçyapa-Mātanga *(scr.)*

Một vị trong hai vị Sa-môn Ấn-Độ được vua Minh-Đế thỉnh qua Tàu truyền đạo Phật hồi đời Hậu-Hán (25-220). Ngài ở tại thành Lạc-Dương. Năm 67, ngài dịch xong bộ Kinh đầu tay, cộng sự với ngài Trúc Pháp-lan. Bộ kinh ấy nay hãy còn, kêu là *Tứ thập nhị chương kinh*.

Hai ngài cũng có dịch và soạn nhiều bồn khác, song bị giặc giã nên thất lạc hết. Ngài *Ca-Diếp Ma-Đằng* hóa độ ở Tàu dầu được một năm thì tịch (67).

Còn ngài Pháp-Lan thì ở tại thơ viện của nhà vua mà soạn dịch kinh sách, đến năm 70 dương-lịch thì tịch, cũng tại kinh-thành Lạc-Dương. Cũng có chỗ gọi Ca-Diếp Ma-Đằng là *Nhiếp Ma-Đằng* 攝摩騰.

Ca-Diếp Tỷ-bộ 迦葉比部 Kaçyapa-piceya *(scr.)*. — Kia-ye-pi-pou *(ch.)* :

Một chi phái đại-khái trong đạo Phật, tôn vị Tổ-sư sáng lập là La-hầu-La (Râhula), con của đức Thích-tôn. Phái nầy lập ra hồi thế-kỷ đầu dương-lịch.

Ca-khuất-đa 迦屈多 Kakousthâ *(scr.)*

Một cái rạch êm ái và trong trẻo cách thành Câu-thi-na (Kusinagara) chẳng bao xa. Khi đức Phật ăn bữa cơm ở nhà người thợ rèn Thuần-đà (Cunda) rồi. Ngài ngự lên đường để đến thành Câu-thi-na. Song đi tới rạch Ca-khuất-đa thì Ngài nghe trong mình mệt mỏi và đau yếu. Ngài tạm nghỉ lại đó, tắm và uống nước dưới rạch ấy. Rồi Ngài nằm nghỉ. Vài giờ sau, Ngài hết mệt, bèn đi về phía thành Câu-thi-na, nơi ấy Ngài sẽ nhập Niết-bàn.

Ca-la 迦羅
Một loại hung thần ác-qui thích phá hại người ta và thú vật. Hung thần ác qui có nhiều loại, như : la-sát, câu-bàn-trà, phú-đơn-na, *ca-la* v.v. —

Ca-la lại là tiếng kêu tắt để gọi trái *ca-la-ca.*

Ca-la-ca quả 迦羅迦菓
Trái của cây ca-la-ca bên Thiên-Trước. Cũng viết *Ca-lưu-ca.* Kêu tắt : ca-la quả. *Trái ca-la-ca* tương-tợ với *trái trấn-đầu-ca* ; nhưng cây ca-la-ca và trái ca-la-ca thì rất nhiều, còn cây trấn-đầu-ca và trái trấn-đầu-ca thì rất ít. Trái *ca-la-ca* thì độc, ai ăn nhằm thì chết ; còn trái *trấn-đầu-ca* thì lành, ăn bổ khỏe.

Vì hai thứ trái ấy giống nhau, nhưng một thứ thì độc, một thứ thì hiền, cho nên Phật so sánh những thầy tu phá Giới, số nầy rất đông, như trái *ca la-ca* độc hại ; còn những thầy tu trì Giới hộ Pháp như trái

Trấn-đầu-ca ngon lành.

Cho nên hai tiếng *Ca-la, Trấn-đầu* là dùng để chỉ thầy tu phá Giái và thầy tu trì Giái.

Ca-la-ca-tôn-Đại (Phật) 迦 羅 迦 尊 大 (佛) Krakucchanda (scr.)

Một đức Phật hồi đời quá khứ. Cũng viết : *Câu-lưu-Tôn, Cưu-lưu-Tân, Ca-la-cưu-Thôn.* Đức Phật *Ca-la-ca-tôn-Đại* có phán rằng : «Con ong bay đi kiếm ăn trên hoa, song nó chẳng phá hại cái sắc đẹp và cái mùi thơm của hoa, nó chỉ rút cái mật mà thôi. Cũng như thế, nhà sư ở chung với Giáo-hội thì không nên làm nặng lòng mấy ông sư khác, không nên xem mấy ông coi có làm hay chẳng làm việc gì không. Mà hãy lo lấy mình đây đã, xem coi hạnh mình có toàn thiện hay không».

Đức *Ca-la-ca-tôn-Đại* là đức Phật đầu tiên đã ra đời trong cái Hiền-Kiếp nầy, mà đức Thích-Ca Mâu-Ni là Phật thứ tư và đức Di-Lặc sẽ là đức Phật thứ năm. Cái Hiền-Kiếp của chúng ta sẽ lần lượt thấy đủ 1.000 đức Phật ra đời.

Trong kinh **Trường-A-hàm** có chép rằng : Hồi thuở con người ta hưởng thọ bốn muôn tuổi, Phật *Ca-la-ca-tôn-Đại* ra đời. Ngài là dòng Bà-la-môn, họ Ca-Diếp. Cha tên là Lễ-Đắc; mẹ là Thiện-Chi. Ngài ở thành An-hòa, ngồi nơi cội cây Thi-ly-sa mà thuyết Pháp, độ được 40.000 người. Đệ-tử thị giả của ngài tên là Thiện - Giác-tử Thượng Thắng (Bạt-Đề).

Phật *Ca-la-ca-tôn-Đại* có để lại bài kệ nầy :

> *Kiến thân vô thật thị Phật thân;*
> *Liễu tâm như huyễn thị Phật huyễn.*
> *Liễu đắc thân, tâm bổn tánh không.*
> *Tư nhơn dữ Phật hà thù biệt ?*

Diễn nôm :

> Thân không thật, thấy là thân Phật;
> Tâm bông lông, biết Phật bông lông.
> Thân, tâm tánh ấy vốn không,
> Người ta với Phật cũng đồng như nhau.

Ca-la-cưu-đà Ca-chiên-diên 迦羅鳩馱迦栴延
Kakuda-Katyâyana (scr.)

Một vị Sư trưởng trong sáu vị Sư trưởng ngoại-đạo ở Thiên-Trước, hồi Phật ra đời. Trước là tên người, về sau chữ Ca-la-cưu-đà Ca-chiên-diên thành ra tên một phái ngoại-đạo trong sáu phái ngoại-đạo ở Thiên-Trước. (Xem: *Lục-Sư Ngoại-Đạo*).

Trong **Niết-Bàn Kinh**, một tín-đồ tại-gia của ông *Ca-la-cưu-đà Ca-chiên-diên*, tên Cát-Đắc, có tâu với vua A-xà-thế về đức hạnh và học-thuyết của ông ấy rằng :

« Có một vị đại-sư tên là *Ca-la-cưu-đà Ca-chiên-diên*. Ấy là người thấy biết tất cả và hiểu rõ Ba đời. Chỉ trong phút chốc, ngài có thể thấy các cõi thế-giới vô lượng, vô-biên; sự tỏ tai của ngài cũng như vậy. Ngài có thể làm cho chúng-sanh lìa xa tội lỗi, nhiều như cát sông Hằng. Những sự nhơ-uế dầu trong, dầu ngoài, đều do sức ngài mà trở nên trong sạch. Cũng như thế, ngài là vị đại lương-y có thể trừ các tội lỗi từ trong đến ngoài của chúng-sanh vậy.

Ngài có dạy chư đệ tử như vầy :

Như người nào giết tất cả chúng-sanh, mà lòng không tủi thẹn, thì chẳng dọa Nẻo Ác; tỷ như cõi Hư-không, chẳng nhiễm lấy bụi và nước. Trái lại, kẻ nào có lòng tủi thẹn, ắt vào Địa-ngục; tỷ như chất nước, thấm rút vào đất.

Tất cả chúng-sanh đều do ngài Tự-Tại Thiên tạo ra. Hễ ngài Tự-Tại-Thiên vui vẻ thì chúng-sanh được an-lạc. Còn nếu ngài Tự-Tại Thiên buồn giận, thì chúng-sanh phải khổ não.

Tất cả chúng-sanh bị tội hay được phước, đều do ngài Tự-Tại Thiên làm ra. Như vậy, làm sao nói rằng họ tạo tội hoặc tạo phước ? Tỷ như có một người thợ khéo, người tạo ra hình nhơn bằng cây, biết đi, biết đứng, biết ngồi, biết nằm, chỉ chẳng biết nói mà thôi. Chúng-sanh cũng như hình nhơn bằng cây ấy, còn ngài Tự-Tại Thiên cũng như người thợ khéo kia. Chúng-sanh đã do ngài Tự-Tại-Thiên tạo-tác biến hóa, thì ai là người có tội ? »

Ca-la-la (trùng) 迦羅羅蟲   Giống trùng (sâu) tên Ca-la-

la. Giống sâu ấy cần phải phá hoai bụng mẹ đặng sanh ra.

Cũng như con la (loa), nó phải banh bụng mẹ đặng sanh ra.

Giống sâu ca-la-la, cũng như con la. hễ sanh ra, thì mẹ phải chết.

Ca-lam 迦 藍 Kalâma (*scr.*)

Một bực tu-học khổ hạnh phái Tăng-khứ (Samkhya, dịch : Số-luận) hồi đức Thích-Ca bỏ cung diện đi tu.

Ông *Ca-lam* và ông A-la-la (Arâta) tu gần núi Hỷ-mã lạp-sơn, có rất nhiều đệ-tử.

Khi đức Thích-Ca bỏ ngôi đi tu, lấy tên là Sa-môn Cồ-Đàm, trước Ngài đến tầm ông tiên Bạt-ca-Bà (Bhargava), kế đó Ngài đến hỏi đạo hai ông A-la-la và *Ca-lam.* Sau đó, Ngài đến viếng ông Uất-đà-la (Udraka)

Ca-lan-đà (viên) 迦 蘭 陀 園 Karanda (*scr.*)

Ấy là cảnh Vườn tre (*Trúc-viên, Trúc-lâm*). Người ta gọi *Ca-lan-đà* để kỷ niệm tên ông *Ca-lan-Đà.* Vì chính ông trưởng-giả nầy đuổi bọn thầy tu ngoại-đạo Ni-kiền-tử ra khỏi cảnh vườn ấy đặng rước đức Phật vào đó mà dạy Đạo.

Vườn *Ca-lan-đà* ở gần thành *Vương-xá* (Rajagriha), trong nước Ma-kiệt-đề (Magadha). Vua *Tần-bà-sa-La* (Bimbâsâra) với ông Ca-lan-Đà thỉnh Phật và đệ-tử vào đó mà giáo-hóa nhơn-dân, vì vua đã cất sẵn Tinh-xá trong đó.

(Xem : *Trúc-viên.*)

Ca-lan-già 迦 蘭 伽 Karavinka (*scr.*)

Chim Ca-lan-già. Cũng viết : *Ca-lăng-tần-già. Ca-lán-để.*

Đại Bát-Niết-bàn Kinh quyển 5 : Thiện-nam-tử ! như chim *Ca-lan-già* và chim Mạng-mạng, tiếng của hai thứ chim ấy thì trong và diệu, há giống như tiếng của chim quạ sao ?... Tiếng của chim *Ca-lan-già* có thể sánh với dọng nói của Phật, chớ không thể sánh với tiếng kêu của chim quạ.

Ca-lăng-tần-già 迦陵頻伽 **Karavinka** (*scr.*)

Một thứ chim lạ ở Ấn-độ, tiếng kêu rất êm-dịu, thanh tao. Cũng kêu theo nghĩa : Diệu-âm điều, Hảo-thinh điều. Giọng nói của Phật nghe hòa nhã, trong trẻo như tiếng chim *Ca-lăng-tần-già*.

Trong kinh **A-Di-Đà**, nhơn muốn bày tỏ những công-đức của cõi Cực-lạc, đức Phật Thích-tôn có nói rằng : «... Xá-ly-Phất ơi, ở cõi Cực-lạc, thường có chẳng biết bao nhiêu là loài chim tốt đẹp lạ lùng và đủ màu đủ sắc, như : Bạch-hạc, Khổng-tước, Anh-võ, Xá-ly, *Ca-lăng tần-già*, Cọng mạng. Ngày đêm sáu thời, những loài chim ấy kêu ra tiếng dịu hòa và thanh nhã. Tiếng chim ấy ca ngâm những bài thuyết pháp, như giảng về ngũ căn, ngũ lực, bảy phần Bồ-đề và tám đường đạo Thánh. Chúng-sanh ở cõi ấy nghe tiếng chim kêu thì đem lòng niệm Phật, niệm Pháp, niệm Tăng . . . »

Ca-lăng tần-già là loài chim sống có cặp với nhau, chẳng hề rời.

Cũng viết : *Ca-lân-đề, Ca-lun-già.*

Ca-lân-đề 迦隣提 **Karavinka** (*scr.*)

Tiếng phạn, loài chim sống có cặp, chẳng hề lìa bỏ nhau.

Niết-bàn kinh, quyển 8 : Thiện-nam-tử ! có hai thứ chim *ca-lân-đề* và uyên-ương. Hai thứ chim ấy đều sống có đôi, bay đi với nhau, ngừng đậu với nhau, chẳng hề lìa bỏ nhau. Những pháp : Khổ, Vô-thường, Vô-ngã lại cũng như vậy ; những pháp ấy chẳng được lìa nhau.

Ca-lâu-la 迦樓羅 **Garudas** (*scr.*)

Loài Thần-điểu có cánh vàng (Kim-sí điểu). Mỗi khi Phật thuyết Kinh, thường có các hạng chúng-sanh tựu đến để nghe pháp từ nơi miệng Ngài. Trong các hạng chúng-sanh ấy, có một hạng là *Ca-lâu-la.* Các hạng chúng-sanh ấy là : Tỷ-kheo, Tỷ-kheo-ni, Ưu-bà tắc, Ưu-bà-di, Thiên, Long, Dạ-xoa, Càn-thát-bà, A-tu-la, *Ca-lâu-la*, Khẩn-na-la, Ma-hầu-la-già, (Nhơn, Phi-nhơn).

Hồi đức Phật Thích-Ca sắp diễn kinh Diệu-Pháp Liên-Hoa, có bốn vị vua trong loài *Ca-lâu-la* đến dự với quyến-thuộc của mình. Bốn vị vua ấy là : Đại-oai-đức Ca-lâu-la-Vương (Mabêtêdias) Đại-Thân Ca-lâu-la-Vương (Mahâkâya), Đại-mãn Ca-lâu-la-Vương (Mahâpurna), Như-ý Ca-lâu-la-vương (Mahârdhiprâpta). —

Những hạng *Ca-lâu-la* (Kim-sí điểu) và Long (rồng) nếu không tu hành thì thường hay nghịch nhau, nhứt là loài *Ca-lâu-la* hay sát hại loài Long. Hồi đức Phật Thích-Ca còn trụ thế, một hôm có loài Long (rồng) đến bạch với Phật rằng loài *Ca-lâu-la* (Kim-sí điểu) thường sát hại chúng-nó, ăn thịt vợ và con chúng-nó, chúng-nó cầu Phật giúp cho chúng-nó được an-ổn.

Đức Phật cởi cái áo tràng của Ngài, Ngài ban cho bốn vị vua loài Long và phán rằng: Các người hãy phân chia cái áo đó ra đi. Trong loài Long, cứ mỗi con giữ lấy một chút vải của cái áo ấy thì khỏi sự sát hại của loài *Ca-lâu-la* (Kim-sí điểu).

Ca-lưu-đà-Di 迦留陀夷 **Kâlôdâyin** *(scr.)*

Một vị Thinh-văn, Đại Đệ-tử của đức Phật Thích-Ca. *Ca-lưu-đà-Di* là một vị trong hàng 1250 vị Đại Tỳ-kheo thường hầu theo Phật trong khi Phật du-hóa đến các nước, và có nghe Phật thuyết nhiều Kinh Đại-thừa.

Trong hội Pháp-Hoa, *Ca-lưu-đà-Di* và năm trăm vị Thinh-văn La-hán có được Phật thọ-ký cho quả Phật : tất cả năm trăm vị đều sẽ lần lượt thành Phật, đồng một hiệu là Phổ-Minh (Samantaprabhâsa) Như-lai.

Ca-lưu-đà-già 迦留陀伽 **Kâlôdaka** *(scr.)*.— **Kia-liou-t'ou-kia** *(ch.)*

Hay là Thời-Thủy 時水

Một vị Sa-môn Ấn-Độ sang Tàu dịch kinh tại thành Kiến-Khương từ năm 392.

Ca-na-Đạt 迦那達 **Kanada** *(scr.)*

Nhà sáng lập học-phái Tỷ-thế-sư 毗世師 (Vaiseshika).

Ca-na-đề-bà 迦那提婆 **Kanadeva** *(scr.)*

Tổ đời thứ 15 trong hàng 28 vị Tổ-sư nối nhau mà nắm giữ đạo Phật ở Ấn-Độ.

Theo quyển « Truyền đăng lục », *Ca-na-đề-bà* là người Nam Thiên-trước.

Người ta cũng gọi tắt tên ngài là *Đề-Bà*.

Tổ-sư đời thứ 14, đức Long-Thọ và ngài *Ca-na-đề-bà* là hai vị Tổ rất dõng-mãnh trong việc trước-tác, vì đức Long-Thọ có soạn hai quyển : *Trung-luận* và *Thập nhị môn luận*, còn ngài *Ca-na-đề-bà* thì soạn quyển *Bá-luận*. Ba bộ luận ấy là kinh chánh của phái Tam-luận tông.

Ngài *Ca-na-đề-bà* có tài biện bác và tranh luận rất hay, trong thời ấy, chẳng ai thắng nổi ngài. Và những kẻ tranh luận với ngài mà thua, số nầy rất đông, đều theo làm đệ-tử của ngài.

Ca-Na-Già-Mâu-Ni 迦那伽牟尼 Kanakamouni (*scr.*)

Đức Phật Ca-Na-Già Mâu-Ni lại là *Yết-Nặc-Ca Mâu-Ni, Ca-Na Mâu-Ni*, tên cũ kêu là *Câu-Na-Hàm Mâu-Ni*, dịch là *Kim-Tịch,* (金寂), *Kim-Tiên Nhơn* (金仙人), đó là hiệu đức Phật thứ nhì trong Hiền-Kiếp, đức Phật thứ năm trong bảy đức Phật quá khứ.

(Xem : *Câu-Na-Hàm-Mâu-Ni.*)

Ca-nặc-ca-bạt-ly-đọa-xà 迦諾迦跋利惰闍 Kanakabharadvâja (*scr*)

Một vị trong mười sáu vị Đại La hán được Phật phái đi thuyết pháp độ thế ở nước ngoài. (Xem đủ tên 16 vị nơi chữ *A-la-hán*)

Ca-nặc-ca-phạt-sa 迦諾迦代蹉 Kanakavatsa (*scr.*)

Một vị trong mười sáu vị Đại La-hán được Phật phái đi thuyết pháp độ thế. (Xem đủ tên 16 vị nơi chữ *A-la-hán*)

Ca-nhị-sắc-ca (vương) 迦膩色迦 (王) Kanishka (*scr.*)

Vị Hoàng đế cai trị cõi Ấn-Độ hồi thế kỷ thứ hai theo Dương lịch. Nước ngài gồm các xứ Khách-bố nhĩ (Kabul), Lam-tân (Kashmir), Càn-đà-ra (Gândhâra), Ấn-độ miền Tây và một phần xứ Madhyadeça.

Ngài vừa là một vị vua cường-thạnh, vừa là một nhà ủng hộ Tam-bảo, nên được Tăng-chúng trọng như vua A-Dục hồi thế-kỷ thứ ba trước Dương lịch.

Vào năm 150 dương lịch, ngài có mở hội Kết-tập tại xứ Tra-lan-đức-cáp (Jâlândhara) do Tổ thứ chín Phật-đà-mật-da (Bouddhamitra) làm chủ-tọa và Tổ thứ mười Hiếp Tôn-giả làm phó chủ-tọa. Kỳ hội Kết-tập ấy có 500 vị Cao-tăng dự, để duyệt các kinh và truyền bá đạo Phật.

Vua Ca-nhị-sắc-cơ lại có đúc tiền đồng có hình Phật để cổ-động đạo Phật. Ngài có cất rất nhiều Chùa và xây nhiều Tháp trong cõi Ấn-độ.

Ca-ni-ca (thọ) 迦 尼 迦 (樹)   Một thứ cây mọc ở Thiên-trước. Hoa của cây ấy nở vào mùa xuân, vì sắc đẹp, mùi thơm, vị ngọt cho nên đoàn ong bay lại nút hưởng chẳng biết chán.

Ca-Phạm-Ba-Đề 迦 梵 波 提 **Gavâmpati** (*scr.*)

Một vị Đại Thinh-văn, Đại La-hán, Đại Đệ-tử của Phật. Cũng viết: *Kiều-Phạm-Ba-Đề, Kiều-Phạm-Bát-Đề, Già-Bà-Bạt-Đế.* Dịch nghĩa: *Ngưu-vương, Ngưu-chủ, Ngưu-tướng, Ngưu-thi.*

(Xem : *Kiều-Phạm-Ba-Đề*).

Ca-rí-ca 迦 哩 迦 **Karika** (*scr.*)

Một vị trong mười sáu vị Đại La-hán được Phật phái đi thuyết pháp độ thế ở các nước ngoài. (Xem tên đủ 16 vị nơi chữ *A-La-hán*).

Ca-thi (quốc) 迦 尸 (國)   Nước Ca-thi, một nước ở Ấn-độ, kinh-đô là thành Thi-bà-phú-la.

Trong đời giáo-hóa của đức Phật, ngài có đến nước *Ca-thi*, vào thành Thi-bà-phú-la mà thuyết pháp độ chúng-sanh.

Ca-tỳ la 迦 毗 羅 **Kapila** (*scr.*)

Nhà đạo đức sáng lập học-phái Tăng-khư-sư (Samkhya) là một phái thực hiện. Phái nầy là một phái trong sáu phái đạo-đức đã có sẵn ở Ấn-độ trước khi đức Phật ra đời

Nhà triết-học và đạo đức *Ca-tỳ-La* cũng công nhận đời là khổ; trong Tam-giái, từ thú vật, lần đến nhơn loại và thần tiên đều thọ khổ. Cho nên ông khuyên đệ-tử thi hành cái chơn lý diệt khổ.

Ông cũng công-nhận lý luân-hồi, quả-báo, khuyên đệ-tử cố gắng lên đường Trí-huệ bằng cách ăn ở tinh-khiết, bằng cách học hỏi và tham-thiền. Chớ ông không khuyên cúng-kiến sùng thượng qui thần, vì qui-thần cũng còn phải luân-hồi để theo các nấc thang tiến hóa.

(Xem : *Lục ngoại-đạo*).

Ca-tỳ-La luận 迦毗羅論   Kinh-luận của phái ông Ca-tỳ-Lạ (Kapila). Tức là kinh luận của phái *Tăng khứ-sư* (Samkhya), dịch nghĩa : *Số luận-sư*.

Hồi đức Phật diễn Kinh thuyết Pháp ở Thiên-Trước, ở đó đã có nhiều kinh-luận của các phái ngoại-đạo, như: *Tứ Tỳ-đà luận* (Tứ Minh), *Tỳ-giả-la luận*, *Vệ-thế-sư luận*, *Ca-tỳ-La luận* v.v.

Ca-tỳ-la (thành) 迦毗羅 (城) Kapilavastou (*scr.*)

Cũng viết *Ca-tỳ-la-vệ*, *Ca-tỳ-la-tô-đô*, *Duy-vệ-la*, *Ca-duy-la*. Có nghĩa : Kinh-đô màu vàng. *Kapila* : màu vàng, *vastou* : Kinh-đô. Có người nói kinh thành ấy màu vàng; cũng có người nói ngày xưa có một vị tiên đầu vàng tu ở đấy. Lại có chỗ dịch là : *Diệu-Đức Thành*, dường như đúng nghĩa hơn.

Đức Phật Thích-Ca giáng sanh tại thành *Ca-tỳ-La*, dòng họ Thích cũng đều ở tại thành nầy. Thành *Ca-tỳ-la* ở dựa con sông Bhâgirathi mà người ta thường kêu Rohini. Hồi Phật giáng sanh ở thành *Ca-tỳ-la*, cha của ngài là vua Tịnh-Phạn 淨飯 ; mẹ là hoàng hậu Ma-da 摩耶, Đức Thích-Ca, bảy năm sau khi đắc Đạo, có trở về viếng thành Ca-tỳ-la. Ngài độ cho nhiều người trong họ Thích xuất-gia nhập đạo.

Tại *Ca-tỳ-la*, ngài có thuyết pháp cho công chúng nghe và ngài cũng có giảng kinh tại đó nữa. Khi vua cha gần thăng-hà, Phật có trở về thành *Ca-tỳ-la*, khuyến khích vua và thuyết pháp cho vua nghe để đắc lòng an-lạc. Ngài có dự cuộc lễ thiêu xác vua. Sau khi vua băng, bà hoàng-hậu Ba-xà-ba-đề 波闍波提, vợ thứ của vua, dì của Phật từ bỏ thành *Ca-tỳ-la*, theo Phật xuất-gia.

Thành *Ca-tỳ-la* ngày nay không còn, nhưng những nhà khảo cổ có đến tầm ra những dấu vết của thành ấy, ở về xứ Nê-bạc-nhĩ (Népal) bây giờ.

Ca-tỳ-ma la 迦毗摩羅 Kapimala *(scr)*

Vị Tổ đời thứ 13 trong 28 vị Tổ-sư nối truyền nhau mà nắm giữ Phật-Pháp ở Tây-Thiên. Ngài *Ca-tỳ-ma-la* nối cho ngài Mã-Minh (Acvaghosha), ngài Long-Thọ (Nagarjuna) thì nối cho ngài *Ca-tỳ-ma-la*. Cũng có chỗ đọc : *Tỳ-la-Trưởng lão*.

Theo quyển Phật - tổ thống ký, *Ca - tỳ-ma-la* là người xứ Ma-Yết-đà (Magadha), lúc đầu tu theo ngoại-đạo, có tới ba ngàn đệ-tử. Nhơn một cuộc đàm luận đạo lý với Mã-Minh, Tổ đời thứ 12, ngài bị khuất phục, ngài bèn theo làm đệ-tử Mã-Minh. Sau khi ấy, ngài đi bố hóa về phương Nam.

Cà-sa 袈裟 Kasaya *(scr.)*. — Kâsâva *(p)*. — Kesa.— *(s.jap.)*. — Soutane *(fr)*

Cà-sà nghĩa là : Hoại sắc, Bất chánh sắc. Ấy là bộ áo nhà sư đạo Phật, hiệp lại là ba cái :

1) *Tăng-già-lê* (Samghati*)*, cái áo tràng.

2) *Uất-đa-la-tăng* (Uttâra-Samgha), cái giữa.

3) *An-đà-hội* (Antarvâsaka), cái áo trong, áo lót.

Cái áo tràng ở ngoài, *Tăng-già-lê* cũng kêu là đại-y, tổ-y, hiệp lại từ 9 miếng vải sắp lên (9, 15, 25).

Cái áo *Uất-đa-la-tăng* hiệp lại bảy miếng (thất điều).

Cái áo *An-đà-hội* hiệp lại là năm miếng (ngũ điều).

Khi mặc áo cà-sa năm miếng, *An-đà-hội*, nhà sư nguyện rằng :

Thiện tai giải thoát phục; Vô thượng phước-điền y; Ngã kim đảnh đái thọ; Thế thế bất xả ly.

     Án tất dà la tá ha !

Khi mặc áo cà-sa bảy miếng, *Uất-đa-la-tăng*, nhà sư nguyện rằng :
Thiện tai giải-thoát phục; Vô-thượng phước-điền y; Ngã kim đảnh

đái thọ: Thế thế thường đắc phi.

Án độ ba độ ba tá ha !

Khi mặc áo cà-sa 25 miếng, *Tăng-già-lê*, nhà sư nguyện rằng:

Thiện tai giải thoát phục; Vô-thượng phước-điền y ; Phụng trì Như-lai mạng ; Quảng độ chư chúng-sanh.

Án ma ha ca bà, ba tra tất đế tá ha !

Người ta dùng nhiều tiếng mà gọi áo *Cà-sa* :

Phước-điền y : Áo ruộng phước. Vì nó hiệp lại nhiều miếng như nhiều khoảnh ruộng trong một cảnh đồng ruộng. Lại mặc áo ấy thì được người ta cúng dường no đủ.

Hoại nạp : Áo nhuộm cho hư hoại màu chánh và đâu lại từng miếng.

Hoại-sắc : Nhuộm cho xuống màu, cho mất cái giá trị nơi thương-trường.

Pháp-phục, Pháp-y : Áo đạo, chỉ có nhà đạo đức mặc mà thôi; áo cắt may theo phép đạo.

Ứng pháp diệu phục : Bộ áo huyền diệu của nhà hành đạo.

Liên-hoa y : Áo hoa sen, có tánh cách trong sạch, chẳng nhiễm trần, cũng như hoa sen chẳng dính bùn.

Giải thoát y, — **Giải thoát phục,** — **Giải thoát tràng tướng y** : Mặc áo ấy thì xa lìa nhà cửa, thế tục, xa lìa phiền não, ra khỏi cảnh luân-hồi.

Xuất thế phục : Áo của hàng Sa-môn ra khỏi thế tục.

Ly trần phục : Mặc Cà-sa tức là xa lìa trần-thế, rời bỏ cảnh lục trần (sắc, thinh, hương, vị, xúc, pháp), chẳng còn xen vào việc thế-tục.

Vô cấu y : Áo chẳng dính bụi thế, chẳng nhiễm trần. Đồng nghĩa với *Ly trần phục*.

Sách *Quan-Âm thị Kính* : Đã bổng trăm tấm Cà-sa.
Nhưng người Tiên vẫn trông ra khác phàm.

Cà-sa-Tràng-Như-lai 袈裟幢如來   Đức Phật tên là

Cà-sa-Tràng (Cây cờ bằng áo Cà-sa). Ấy là một đức Phật quá khứ. Lại thuở xưa, có đức Phật ra đời, hiệu là *Cà-Sa-Tràng Như-lai*. Như có nam-tử, nữ-nhơn nghe danh hiệu đức Phật ấy, thì dứt hết những tội sanh-tử trong một trăm Đại Kiếp (*Địa-Tạng Kinh*).

Cái 蓋   Đồ che đậy. Tức là che bít người tu-hành, không để cho cái lòng tin tưởng và thanh-tịnh có thể khai mở và phát triển.

Cái là một tên của phiền não.

Có năm mối che đậy (*Ngũ cái*) tâm-tánh, làm cho pháp lành không thể sanh nảy:

1.— Tham-dục, 2.—Sân nhuế, 3,— Thụy miên (ham ngủ, biếng nhác), 4.—Trạo hối (Lòng xao-động và hối-hận), 5.—Nghi pháp (Ngờ vực Chánh pháp).— Bực tu học nếu lìa khỏi các mối che bít (*cái*) thì được thanh-tịnh.

Cái cũng có nghĩa dù, lọng.

Cái : dù của bực Tỳ-kheo đi đâu đem theo che nắng che mưa.

Thiên cái : Lọng của chư Thiên cung kính che cho Phật hồi Ngài còn trụ thế.

Bảo cái : Lọng quí che tượng-cốt Phật trong các đền Chùa.—

Hoa, hương, kỹ-nhạc, y (áo), *cái* (lọng), tràng (cờ), phan (phướn) là những món mà chư Bồ-tát ở cõi Tịnh-độ của Phật A-Di-Đà đem đi cúng dường chư Phật Thập phương các cõi thế giái. (*Vô-lượng-Thọ kinh*).

Cam-lộ (lồ) 甘露 **Amrta** (*scr*.).— **Breuvage d'immortalité** (*fr*)

Nguyên tiếng Phạn là *A-mật-rị-đa* 阿蜜哩多 (Amrta) dịch là *Cam-lộ* (Nước móc ngọt).

Cũng dịch là *Bất-tử tửu* (Thuốc rượu uống chẳng chết), *Trường-sanh tửu* (Thuốc rượu uống vào sống mãi), *Thiên-tửu* (Thuốc rượu của chư Thiên). Ấy là thứ thuốc nước ngon ngọt, thơm tho, linh diệu, để làm đồ uống của chư Thiên, chư Thần. *Cam-lộ* có bốn màu: xanh, vàng, đỏ, trắng. *Cam-lộ* là chất thuốc Tiên, thuốc Phật, ngon ngọt và linh-diệu hơn các thứ thuốc phàm, hễ rưới lên mình ai thì người ấy dứt hết bệnh tật, dầu sắp chết cũng được sống lại. Vì thế so sánh, nên người ta gọi Pháp Phật, Niết-bàn là *Cam-lộ.*

Diệu-pháp liên-hoa kinh phẩm chín :

Thế-tôn huệ đăng minh,
Ngã văn thọ-ký âm,
Tâm hoan-hỷ sung mãn,
Như *Cam-lộ* kiến quán·

Thế-tôn đèn sáng cõi trần ;
Chiếu cho tôi đặng biết phần về sau,
Chúng-tôi mừng rỡ dứt sầu,
Khác nào được rưới cho nhau *Cam-lồ·*

Niết-Bàn kinh, quyển 26 : *Cam-lộ* đối Độc-dược (Pháp : Poison). *Cam-lộ* tỷ như pháp Vô-lậu, quả Vô-lậu· Độc-dược tỷ như các món lợi dưỡng (tiền bạc, của cải, đồ ăn uống·) Những vị Tỳ-kheo nào vì các món lợi-dưỡng, đối trước người cư-sĩ, tự khen ngợi mình, nói rằng mình đắc quả pháp Vô-lậu. như vậy tức là hạng người đem *Cam-lộ* mà đổi lấy *Độc-dược.*

Cam-lộ cổ 甘露鼓   Trống cam-lộ· Ấy là tiếng của diệu-pháp xướng ra đề cứu độ chúng-sanh. Tức là *Pháp-cổ* (Tiếng trống Pháp)·

Cam-lộ diệt 甘露滅   Cam-lộ tức là Niết-bàn. Được Niết-bàn thì dứt đường sanh-tử, luân-hồi, dứt mọi sự khổ não, cho nên kêu là *cam-lộ diệt·*

Cam-lộ giái 甘露界   Cảnh-giái cam-lộ, nơi ấy con người trở nên khỏe khoắn vô cùng, dứt hết khổ-não. Tức là Niết-bàn giái.

Cam-lộ Môn 甘露門   Cửa Cam-lộ· Tức là giáo-pháp của đức Như-lai, giáo-pháp ấy linh-diệu, đưa người tới Niết-bàn.

Truyền-đăng Lục : Ngài Huệ-Khả đứng hầu ngài Đạt-Ma, suốt ngày đêm mà chẳng lay động. Bạch rằng : Xin mở *Cửa Cam lộ* đặng tế độ quần sanh (Nguyện khai *Cam-lộ* Môn, dĩ tế-độ quần sanh)·

Cam-lộ pháp 甘露法   Giáo-pháp của đức Như-lai tỷ như cam-lộ, cho nên gọi là *Cam-lộ pháp.*— Cũng gọi : *Cam-lộ pháp-môn,* vì pháp-môn của Phật rất linh diệu, được pháp-môn ấy chẳng khác nào được uống nước cam-lộ của chư Thiên.— Lại cũng theo thể so sánh ấy, người ta nói : *Cam-lộ pháp vũ* (mưa pháp cam-lộ)· Đức Phật thuyết pháp cũng như rảy nước cam-lộ, như mưa tốt cho người ta nhờ. Được nước mưa cam-lộ ấy thì sung sướng, thanh nhàn, dứt tuyệt phiền não.

Cam-lộ vương 甘露王   Vua cam-lộ. Tức là : *Pháp-vương.* Ấy là một danh hiệu của đức Phật A-Di-Đà. Như Chú của đức Phật A-Di-Đà, thì người ta gọi là *Cam-lộ chú.* Đức Phật A-Di-Đà hóa thân thuyết pháp, đổ nước cam-lộ như mưa, bởi vậy nên gọi ngài là *Cam-lộ vương*

Cảm 感   *Động, Linh động, linh ứng.* Như chỗ nào có Thánh-nhơn ở tu-hành thì sức lành của vị Thánh-nhơn ấy *cảm* (động) các Linh-thần, Địa-kỳ, chư Thiên, các vị ấy cùng nhau đến ủng hộ, cúng dường. Trong một cuộc lễ cúng cử hành cho tinh-nghiêm thì *cảm* (linh động) chư Phật, chư Thần, các ngài giáng lâm mà ban phước cho những người dự đàn tùy theo sự cầu nguyện của họ. Như ai niệm Phật được nhứt tâm bất loạn thì sức niệm ấy *cảm* (linh ứng) đức Phật, Ngài hiện thân lại mà thủ-hộ, thọ-ký cho.

Về thế-tục, *cảm* cũng có những nghĩa nầy : *tình động* (như cảm khái, cảm kích, cảm ơn) ; *mối tình,* mối cảm giác (như bá (trăm) cảm). *Mắc phải, vướng phải* (như cảm hàn, thử).

Trong văn chương nhà Phật, *cảm* thường có nghĩa : Do việc làm của thân-ngữ-ý mà động tới và vời tới, tức là *chiêu cảm, nghiệp cảm.* Như : Cái hạnh-nghiệp Bố-thí và Cúng-dường có cái đức tánh *cảm* sự giàu có.

Cái hạnh tu Giái có cái đức tánh *cảm* nẻo lành (Những cõi : Tiên, Thần, Người). Cái hạnh tu Thiền có cái đức tánh *cảm* sự vô-khổ, giải thoát. Cái hạnh tu theo hai thừa Thinh-văn và Duyên-giác có cái đức-tánh *cảm* cái tự-nghĩa (việc của mình, đạo của mình). Cái hạnh tu theo Bồ-tát thừa có cái đức-tánh *cảm* tha-nghĩa (việc chúng-sanh, thành-tựu cho người).

Cảm hóa 感化   Cảm động và biến hóa. Ấy là nói nhà có đạo đức, có chơn-tài thiệt học, có tu hành tinh-tấn, có hạnh kiểm trong sạch, bực người ấy ở đâu, đi đâu, hay nói ra đều gì thì có cái sức *cảm-hóa,* làm cho người-ta xúc-động tâm-tình mà cải hóa ra hiền hậu, tốt lành.

Cảm ngộ 感悟   Cảm động mà tỉnh ngộ. Đối cảnh quá cảm-xúc, bèn tỉnh ngộ ra, chẳng còn mê lầm nữa. Như Thái-tử Thích-Ca trong bốn kỳ du ngoạn, chạm với cuộc sanh-hoạt đau khổ của chúng-sanh, với cảnh già cả suy hoại, với sự đau ốm khốn nguy, với cảnh chết chóc buồn thảm, ngài *cảm ngộ,* bèn định tầm con đường giải thoát.

Cảm tấn 感 進   Cảm ứng nên tinh-tấn. Người thành tâm tu-học, trì niệm mà được sự cảm ứng của Phật, của Bồ-tát, như thấy thân của Phật, của Bồ-tát, thấy cảnh Niết-bàn, cõi Cực-lạc, cõi Đâu-suất, hoặc trong những cơn hoạn nạn có Phật, Thần phò trợ cho mình. — nhơn sự cảm-ứng ấy, người cố tinh-tấn thêm trên đường tu-học, như vậy kêu là *cảm tấn*.

Cảm-ứng 感 應   Cảm động và ứng-hiện. *Cảm* là về phía chúng-sanh, nhà tu học. *Ứng* là về phía Phật Bồ-tát, Linh-thần. *Cảm* tức là nhơn, *ứng* tức là quả, nhơn quả dung hiệp, ấy là *cảm-ứng*. Chúng-sanh có lòng thành tin tưởng Phật, có chí cần-khổ tu-học, lòng ấy, chí ấy động đến Phật, Phật bèn hiển thị ra bằng mọi cách ủng hộ, lại chính Phật cũng hiện thân ra mà ban phép lành thủ-hộ, đó là *cảm-ứng*. —

Tiếng *cảm-ứng* thông dụng cả trong ba Giáo : Phật, Nho, Lão. Nhứt là bên Lão thì *cảm-ứng* có đủ nghĩa lý hơn hết. Vì đối với đạo Lão, *cảm-ứng* thành một lẽ cốt-yết trong đạo, tức là lẽ nhơn-quả (Karma, Loi de causalité) bên Phật. Như trong *Thái-thượng cảm-ứng thiên* có nói : Làm lành thì được giáng phước, làm dữ thì bị giáng họa (Tác thiện giáng tường, tác bất thiện giáng ương).

Cảm-ứng diệu 感 應 妙   Sự cảm-ứng nhiệm mầu. Đối với chúng-sanh có cơ cảm, Phật thị-hiện ra nhiều cách phát-lộ rất nhiệm mầu, xét không cùng, bàn không tận. Những ai có thiện-căn, có lòng Chánh-tín tu niệm, đều có nhiều dịp lãnh nạp những sự *Cảm-ứng diệu* của Phật và Bồ-tát. — *Cảm-ứng diệu* là một phép trong nhiều phép vi-diệu của Phật và Bồ-tát. (Xem : *Diệu*)

Càn-đà-ha-đề Bồ-tát 乾 陀 訶 提 菩 薩 **Gandha-hastin Bodhisattva** (*scr.*).—

Một vị Bồ-tát Ma-ha-tát. Hồi đức Phật Thích-tôn ra đời, Càn-đà-ha-đề Bồ-tát thường du hành đến nghe Phật thuyết kinh. Trong quyển A-Di-Đà kinh có ghi tên ngài đến dự nghe Phật thuyết về cõi Cực-lạc thế-giới.

Càn-đà-la 乾 陀 羅 **Gandhâra** (*scr.*)

Cũng viết : *Kiện-đà-ra* 健 馱 邏.

Một nước trong cõi Ấn-Độ về miền Tây-Bắc, gần Hỷ-mã-lạp-sơn (Himalaya) và gần núi Hưng-đô-Khố (Hindukush). Hồi Phật ra đời. ngài có ngự lại xứ *Càn-đà-la* mà giáo độ nhơn-dân. Xứ ấy có kinh thành Bạch-sa-ngõa (Peshawar), rất có tên tuổi về đạo Phật, vì Bạch-sa-ngõa là kinh đô mùa đông của vua Ca-nhị-sắc-ca (Kanishka) hồi thế-kỷ thứ hai Dương-lịch, là một nhà vua rất có công- đức đối với Tam-bảo.

Càn-huệ địa 乾慧地

Địa-vị của người đắc cái trí-huệ khô khan. Đó là địa vị ban sơ của Tam thừa. Trí-huệ của hạng người ấy còn khô khan, chưa được tiếp ứng với dòng nước Pháp của đức Như-lai. Tấm lòng tham dục và luyến ái của người ấy đã khô khan, căn trong và cảnh ngoài chẳng còn phối hiệp ; cái chất tàn tạ thì còn, nhưng nó chẳng sanh ra nữa. Nhơn đó, được cái trí-huệ còn khô khan, chớ chưa trơn nhuận.

Càn-thát-bà 乾闥婆 Gandharva (scr)

Cũng viết ; *Kiện-thát-bà, Kiền-đà-la,* dịch nghĩa : *Hương-thần.* Hạng thần lo về âm nhạc trên trời. Hạng thần *Càn-thát-bà* không ăn thịt, không uống rượu, chỉ thích mùi thơm (hương), ngửi mùi cũng đủ no, vì vậy nên trong mình xông ra mùi thơm, và chính vì thế nên gọi là *Hương-thần.* Trên cung trời đức Đế-Thích, có hai hạng thần lo về âm nhạc chầu ngài : hạng *Càn-thát-bà* thì sửa chữa nhạc và bài nhạc, hạng *Khẩn-na-la* thì lo về Pháp-nhạc.

Càn-thát-bà là một bộ trong tám bộ chúng-sanh thường hiện đến nghe Phật mỗi khi Phật giảng kinh Đại-thừa.

Hồi phật giảng kinh Diệu-pháp-Liên-hoa, có bốn vị vua *Càn-thát-bà* hiện lại nghe : Nhạc Càn-thát-bà vương, Nhạc-âm Càn-thát-bà vương, Mỹ Càn-thát-bà vương, Mỹ-âm Càn-thát-bà vương (Manôdjna, Manôdjnasvara, Madhura, Madhurasvara)- Bốn vị nầy có dắt theo cả trăm ngàn quyến-thuộc

Trong Soạn tập bá duyên kinh (Avadâna-Çataka), lúc Phật ngự gần thành Xá-vệ, trong vườn Kỳ-thọ Cấp-cô-Độc, có một nhà nhạc-sĩ đại-danh trong toàn cõi Ấn-Độ đến thành Xá-vệ. Nhạc-sĩ muốn trưng tài mình ra cho Phật biết. Sau khi nhạc-sĩ khảy đờn và được công-chúng khen tặng, Phật bèn niệm tưởng đến vị *Càn-thát-bà tử* Pâncasikha (năm cái lông hạc) có bảy ngàn *Càn-thát-bà* hầu theo và khiến vị ấy đem cây đờn cán bằng lưu-ly trên cung Trời Đế-Thích xuống cho Ngài. Phật khảy đờn ấy, làm cho nhà nhạc-sĩ đại-danh tin phục. Nhơn đó, Phật thuyết pháp độ người. Nhà nhạc sĩ đại-danh ấy bèn thọ giới xuất-gia và đắc quả A-la-hán.—

Bên Thiên-trước, người ta gọi những kép hát, đào hát là *Càn-thát-bà.*

Càn-thát-bà thành 乾闥婆城

Cảnh thành-đô của loài Càn-thát-bà. Hạng nhạc-thần là thần Càn-thát-bà thường dùng ảo-thuật mà tạo ra những cảnh thành-đô ; nhưng những thành ấy trong phút chốc thì tiêu diệt, cho nên người ta gọi là *Càn-thát-bà thành.*

Tức như trong văn chương Hán, người ta gọi *Thần-lâu Hải-thị* là những lầu đài thành thị hiện ra giữa biển, bởi khí-lực của loài thần (sò ốc lớn) tạo ra, coi như thật mà chẳng thật. *Càn-thát-bà thành, Thần-lâu Hải-thị* là những cảnh ảo-hóa, chẳng có thật.

Niết-Bàn Kinh : Tỷ như những cảnh *Càn-thát-bà thành.* Kẻ ngu thì cho là chơn thật ; hàng trí-giả liễu đạt, biết là chẳng phải chơn.

Càn-Trắc (mã) 乾陟 (馬) Kantaka (*scr.*)

Con ngựa hay nhứt ở triều vua Tịnh-Phạn.

Chính con ngựa nầy đưa hoàng tử Thích-Ca lên rừng, lúc Ngài định bỏ nhà mà đi tu. Theo Ngài lúc ấy, có ông Xa-nặc (Tchanna), quan giữ ngựa. Hoàng tử cởi ngựa *Càn-Trắc* ra đi lúc giữa đêm, trời hừng sáng thì đến một cụm rừng cách thành Ca-tỳ-la-vệ rất xa. Ngài nhảy xuống ngựa và khen rằng : « Con ngựa thật hay. Nó mạnh mẽ và mau lẹ như một vị Thiên thần. » Rồi đó, Ngài khuyên dỗ ông Xa-Nặc và bảo ông đem ngựa trở về hoàng-thành.

Khi về đến đền vua và vào tàu rồi, ngựa *Càn-Trắc* buồn chán mà bỏ ăn, linh hồn liền thoát lên cõi Thượng-thiên.

Trong kinh Vimânavatthu có chép : Ngựa *Càn-Trắc* sanh ra một ngày với Thái tử Thích-Ca, tại thành Ca-tỳ-la-vệ. Khi Thái tử định xuất-gia, Ngài đến vỗ về con ngựa và bảo nó đưa Ngài lên rừng, ngựa Càn-

Trắc lấy làm hân-hoan. Đưa Ngài lên rừng rồi, lúc trở về, nó chẳng còn muốn sống nữa. Nhịn ăn, nó bèn thác và sanh lên cảnh Tiên Đao-ly. Ở cảnh Tiên ấy, có đủ cung điện nguy-nga và mọi sự sung sướng, vị Tiên ấy cũng lấy tên là *Càn-Trắc* (Kantaka).

Một hôm, ông Mục-kiện-Liên, Đại Đệ-tử của Phật có hiện lên cảnh Tiên Đao-ly, có gặp vị Tiên *Càn-Trắc*. Vị Tiên ấy có đến chào Mục-kiện-Liên và có thuật lại đời mình khi làm ngựa *Càn-Trắc* ở đền vua Tịnh-Phạn. Vị Tiên ấy có bạch rằng nhờ đưa đức Thích-tôn đi xuất-gia mà người đắc thêm rất nhiều phước, trí. Và vị Tiên ấy có bạch với Mục-kiện-Liên, mượn ông thay mặt mình mà đỉnh lễ đức Phật.

Cảnh 境　　Bờ cõi, như : *cảnh-giới*. Cảnh-vật mình gặp, như : *thuận-cảnh, nghịch-cảnh*. Cảnh địa, như : *Thắng cảnh, diệu - cảnh*. Trình độ của nhà học-đạo, như : *Thánh-cảnh, Phàm-cảnh*. Cảnh cũng tức là : trần, tướng. Trái với : tâm, ý, thức, trí. Ngoài là sáu *cảnh*, sáu trần : sắc, thinh, hương, vị, xúc, pháp. Trong là sáu thức : nhãn, nhĩ, tỷ, thiệt, thân, ý. *Cảnh* là phần sở duyên. Thức là phần năng duyên.

Kẻ phàm-phu đối *cảnh* hằng sanh tâm, như gặp *cảnh* thuận thì vui, sướng, gặp *cảnh* nghịch thì buồn, giận, cho nên tâm-ý chẳng được tự-tại.

Ngài **Vĩnh - Minh-thọ Thiền-sư** nói rằng :

Ngộ *cảnh* sanh tâm, tùy trần động niệm, hoặc tốt, hoặc xấu, đều chẳng xứng với lòng, đều nuôi lớn vòng Nghiệp, làm mất hết gốc Đạo.

Pháp-bảo đàn Kinh : Sao kêu là thiền-định ? Bề ngoài rời khỏi tướng là thiền. Bề trong chẳng loạn là định. Bề ngoài nếu mắc lấy tướng thì tâm ở bề trong liền loạn. Bề ngoài nếu rời khỏi tướng, thì tâm liền chẳng loạn. Bổn-tánh tự nó tịnh, tự nó định; vì thấy *cảnh* mà nghĩ đến *cảnh* liền loạn. Nếu thấy các *cảnh* mà tâm chẳng loạn, đó mới thiệt là định vậy.

Cao-dã san 高野山 **Kôya-san** *(jap.)*

Hòn núi linh bên Nhựt, chỗ trung tâm của phái Chơn-ngôn tông.

Tại đây có ngôi chùa Kongôbuji do ngài giáo-tổ Hoằng-Pháp đại-sư (Kôbô daishi) 774-835 cất xong năm 816. Ngài Hoằng-Pháp đại-sư vâng lịnh đức Thiên-hoàng sang Tàu, thọ Chánh-truyền tông Chơn-ngôn (Mật-tông) năm 804. Qua năm 806, ngài trở về nước, tham-thiền đắc đạo trên núi Cao-dã và truyền mật-giáo tông Chơn-ngôn ra. Ngày nay, Cao-dã san là nơi hành hương của chư Tăng và thiện-nam tín-nữ tông Chơn-ngôn vậy.

Cao-sĩ 高 士 Bodhisattva (*scr.*).— Bodhisat (*p.*)

Trang cao-sĩ. Tiếng dùng để chỉ bực Bồ-tát, cũng như tiếng *Đại-sĩ*.

Cao-tăng 高 僧 Vị cao-tăng, thầy tăng có đức cao, có học

rộng. Ấy là tiếng xưng tặng người xuất gia vậy.

Như *Huyền Trang* là vị *cao-tăng* nhà Đường, hồi thế kỷ thứ bảy dương lịch.

Căn 根 Indriya (*scr.*).— Racine, Organe (*fr.*)

Rễ, cội rễ, nguồn gốc, bổn nguyên, cốt yếu. Vật chi có sức sanh nảy, có sức làm cho thêm ra, lớn lên, kêu là *Căn*.

Cũng như rễ (*căn*) cây có sức làm cho cây lớn lên, có sức sanh nảy ra thân cây, nhánh cây, lá cây, — nhãn (mắt) có sức làm cho người ta thấy rõ mọi vật, nên kêu là *nhãn-căn*. Nhãn, nhĩ, tỷ, thiệt, thân, ý, — sáu món có sức phát sanh sự thấy, sự nghe, sự ngửi, sự nếm, sự xúc động, sự biết, kêu là *lục-căn*.

Lại, *căn* của đờn ông, của đờn bà có sức phát sanh và tăng thêm chủng tộc, nên kêu là *nam-căn, nữ-căn*.

Lại nữa, trong *ngũ-căn*: 1. lòng Tin có thể làm cho mộ Tam-bảo, hoan nghênh chơn-lý, Tứ đế, ấy là *Tín-căn*. 2.— Lòng Tinh-tấn có thể làm cho dõng-mãnh mà tu tập các pháp lành, nên kêu là *Tinh-tấn-căn*. 3.— Lòng Niệm có thể tăng thượng sự tưởng nhớ Chánh-pháp, nên kêu là *Niệm-căn*. 4.— Lòng Định có thể tăng-thượng sự nhứt tâm về Đạo lý, dứt tán loạn, nên kêu là *Định-căn*. 5.— Cái Huệ có thể mở mang việc giác-ngộ, nhờ nó mà người ta thông đạt, nên kêu là *Huệ-căn*.—

Lại nữa, *Căn* là cái tánh thiện hoặc tánh ác của người, tánh ấy có cái sức tăng-thượng việc lành hoặc việc ác. Tức là cái tánh, sự quen thuộc tử những đời trước. Như : Căn-cơ, Căn-tánh Thiện-căn. Về *thiện-căn* thì vô-lượng, vô-số. Vì nhà đạo tu tập rất nhiều đức-tánh, mỗi đức-tánh khi được sâu rộng, vững chắc, thì trở nên một *thiện-căn* vậy. Cho nên nhà Đạo đức, trang Thánh-giả có vô-lượng *thiện-căn*, tức vô-lượng đức-tánh sâu rộng, tất cả đều nâng đỡ cho cái *căn* to lớn nhứt là A-nậu-đa-la Tam-miệu Tam-bồ-đề *căn*.

Căn có ba thứ : *độn-căn*, *trung-căn*, *lợi-căn*. Bồ-tát đối với bực *độn-căn*, căn tánh ngu, cùn, nhỏ mọn, thấy cạn, — thì dạy cho sanh tinh-tấn. Đối với bực *trung-căn*, thì dạy cho thuần thục. Đối với bực *lợi-căn*, căn-tánh sắc sảo, có thể thọ lãnh cái Pháp lớn, đã từng tu tập điều lành, — thì dạy cho được giải thoát.

Trong hàng Đệ-tử của Phật, có hai bực : độn-căn và lợi-căn.

Bực *độn-căn* thì ưa cái Pháp cỡ nhỏ, tham trước vòng sanh-tử, tuy đã gặp qua chư Phật mà chưa hành Đạo thâm diệu, còn bị các mối khổ làm cho não loạn thân-tâm. Đối với bực nầy, Phật dạy cách tu cho nhập Niết-bàn, dứt khổ não. Ấy là Ngài độ cho bằng hai phương tiện : Thinh-văn thừa và Duyên-giác thừa. Bực *lợi-căn* thì tâm tánh đã sẵn thanh-tịnh, nhu nhuyển, thuần thục, đã từng hành Đạo thâm-diệu theo chơn chư Phật, thì Phật dạy cho lý thuyết Đại-thừa để thành Phật.

☆

Căn-bổn 根 本 Racine, Base (*fr.*)

Gốc rễ, cội nguồn, nền tảng cốt yếu. Căn-bổn đối với *Chi-mạt* (nhành ngọn). Như đức Phật có phân rằng : Thi-la (Giái-hạnh) kêu là *Căn-bổn*. Chính vì Giái-hạnh có sức kiến lập, đảm đương và giữ lấy tất cả những khoái lạc, những công-đức về mặt thế gian và xuất thế gian, khiến cho sanh nảy, khiến cho chứng đắc. Giái-hạnh tỷ như *thọ căn* (rễ cây) có sức làm cho toàn thể cái cây sanh ra và thêm lên, lớn lên,; lại tỷ như *đại địa* có sức làm cho vững chắc, đảm lấy, chịu lấy tất cả các loài như nhơn-vật, thảo-mộc, tùng-lâm, và khiến cho sanh nảy ra, tăng-thượng thêm. Vì vậy nên gọi Giái-hạnh là *căn-bổn* của các nhà tu hành, nhứt là của hạng xuất-gia.

Niết-Bàn Kinh : Trong vô-lương thiện-căn của các hàng Thinh-văn, Duyên-giác, Bồ-tát, Phật, thì lòng Từ là *Căn-bổn*.

Căn-bổn hoặc 根 本 惑

Mối làm cội rễ. Đối với *chi-mạt hoặc* : mối làm nhành ngọn, phụ thuộc. Con người vướng biết bao mối làm-lạc, nghi ngờ. mê tối. Nhưng có sáu mối cội rễ ; 1 tham,— 2. sân,— 3. si,— 4. mạn,— 5. nghi,— 6. ác-kiến.

Sáu mối *căn-bổn hoặc* ấy có thể phân ra thành mười, 1. tham,— 2. sân,— 3. si,— 4. mạn,— 5. nghi,— 6. Thân kiến (ngã kiến) , 7. Biên kiến (ý kiến thiên lệch),— 8. Tà kiến,— 9. Kiến thủ kiến (Ý kiến giữ lấy thân-kiến và tà-kiến),— 10. Giái thủ kiến (Giữ giái-cấm khư khư, chẳng biết tùy tiện)   .

Năm mối làm trước là về hạng *độn-căn*, chưa thông-hiểu Đạo-lý. Năm mối làm sau là về hạng *lợi-căn*, có hành Đạo nhưng còn chấp-trước.

Căn-bổn phiền não 根 本 煩 惱

Mối phiền não cội rễ. Cũng kêu : *Bổn phiền não, lục đại phiền não.* Tức là sáu mối *Căn-bổn hoặc* : tham,— sân,— si,— mạn,— nghi,— ác-kiến, (thân-kiến, biên-kiến, tà-kiến, kiến thủ kiến, giái thủ kiến). Ngoài ra là các mối phiền não phụ thuộc, *tùy phiền não.*

Lại, *Căn-bổn phiền não* tức là *Vô-minh.* Trụ vào mối phiền não căn-bổn Vô-minh thì phát sanh ra bốn mối phiền não chi-mạt : 1. Ý kiến trụ ở một chỗ (*kiến nhứt xứ trụ địa*). 2. Ưa trụ ở cảnh Dục-giái (*Dục ái trụ địa*).3. Ưa trụ ở cảnh Sắc-giái (*Sắc ái trụ địa*).4. Ưa trụ ở cảnh Có (*Hữu ái trụ địa*). Tất cả kêu là *ngũ trụ địa,* mà cái *Vô-minh trụ địa* là Căn-bổn phiền não vậy.

Căn-bổn thiền 根 本 禪

Cũng gọi : *căn-bổn định.* Sự thiền-định chánh-đẳng, cội rễ. Đối với phiền não, nhà tu thiền có hai phương pháp để trừ : trước là phục, sau là đoạn.

Phục phiền não kêu là *cận phận thiền.* Đoạn phiền não kêu là *căn-bổn thiền.*

Thiền-định có tám cảnh-giái : 1º Sơ thiền. 2º Đệ nhị thiền, 3º Đệ tam thiền, 4º Đệ tứ thiền, 5º Không vô biên xứ định, 6º Thức vô biên xứ định, 7° Vô sở hữu xứ định, 8° Phi tưởng phi phi tưởng xứ định. Trong tám cảnh thiền-định ấy, mỗi cảnh đều có một *cận phận thiền* và một *căn-bồn thiền*.

Căn-bồn-thức 根本識   Cái thức cội rễ, chúa tể. Tức là cái *A-lại-da thức*, thức thứ tám. Nó làm căn-bồn cho bảy cái thức : nhãn-thức, nhĩ-thức, ty-thức, thiệt-thức, thân-thức, ý-thức, mạt-na thức. Cái *căn-bồn thức* gom vào nó bảy cái thức kia, không có nó thì bảy cái thức không nương vào đâu được.

Căn-bồn-trí 根本智 :   Cái trí cội rễ. Lại cũng kêu là : *Vô phân biệt trí* (Cái trí không phân biệt), *Như lý trí* (Cái trí in như lý), *Chánh trí, Chơn trí*. Cái trí tự-nhiên, như hư-không, không nương theo tâm-thức, không dựa với ngoại-cảnh, hiểu ra rằng tất cả đều tức là Chơn-như. Đối với cái trí ấy, tâm và cảnh chẳng khác nhau, tỷ như người nhắm mắt thì thấy toàn là hư-không, chẳng phân biệt vật nầy với vật khác.

Chính do nơi cái trí ấy mà ra các trí-thức khác, cũng do nơi hư-không mà sanh ra vạn vật, nên kêu là *Căn-bồn trí*.

Căn-cơ 根機 :   Tâm-tánh và chí-hướng phát-động của người. *Căn*: tánh ; vì cái tánh-khí, sự quen-tập của người từ những đời trước tỷ như rễ cây (thọ-căn). *Cơ* : chỗ phát động của căn-tánh. Như sự tu-hành có hưng hay là phế, giáo-pháp tấn tới hay là thối lui, đều do nơi căn-cơ đã định vậy.

Chư Phật và chư Bồ-tát đều tùy theo *căn-cơ* của chúng-sanh mà thuyết pháp, giáo độ.

Căn.duyên 根緣   Căn-tánh là nhơn duyên, làm nhơn duyên. Căn-tánh của người ta cùng với cảnh-ngộ, trong và ngoài đều duyên dự, nương dựa với nhau mà thành việc. Trong cuộc nương dựa giữa *dục căn* và *lụctrần*, nếu phần lớn do nơi căn, thì kêu là *căn-duyên* ; còn do nơi trần thì kêu là *trần-duyên*. *Căn-duyên* cũng kêu là *Tâm duyên*.

Căn-khí 根器 :   *Căn* : Căn-tánh, thiên-tánh. *Khí* : đồ đựng đồ dùng. *Căn-khí* tức là cái thiên-tư có thể đảm nhận lấy Phật-pháp, thi, hành Phật-sự.

Căn khuyết 根闕   Căn thiếu sót. Như mắt mù, tai điếc, miệng câm, ngọng, mũi hư, tay chơn què lệch, chẳng đủ cho mình dùng, ấy là *căn khuyết*. Đối với *căn mãn*, *căn cụ-túc* là năm căn đầy đủ, sắc sảo.

Căn mãn 根滿   Các căn trọn vẹn, đều đủ, sắc sảo. Mắt, tai, mũi, lưỡi, thân đều hoàn toàn, lại trí-ý khôn ngoan, lanh lẹ. Tức là *lợi-căn*. Căn và tánh đều đủ có thể lãnh-nạp Phật-lý. Nhà tu học khi thành Đạo thì được ba thứ đầy đủ (*Tam chủng mãn*) :

   1.— *Căn mãn* : các căn đầy đủ.

   2.— *định mãn* : các phép thiền-định đầy đủ (bát định).

   3.— *quả mãn* : quả-vị đầy đủ, không đáo lại cõi trần.

Căn môn 根門 :   Cửa căn. Cũng như do nơi cửa mà người ta đi ra hoặc đi vào, do nơi *lục căn* mà các phiền não ri ra và các vọng-trần nhập vào. Vì vậy nên gọi căn là *căn môn*.

Căn-tánh 根性 :   Căn-bổn và tánh tình. Cái gốc của khí-lực mạnh hay là yếu, sâu hay là cạn, ấy là *căn*. Tập-quán theo việc lành hay việc ác, ấy là *tánh*. *Căn-tánh* của chúng, sanh ở cõi Diêm-phù-đề nầy thường ưa việc trược, ác hơn là điều thanh, thiện. Cho nên chư Phật và chư Bồ-tát rất khó mà giáo-hóa họ.

Căn tịnh 根淨   Căn được trong sạch. Ấy là *lục căn* thanh-tịnh, không nhiễm bởi *lục trần*; không theo dục-vọng của *lục thức*. Mắt thấy sắc không ham, tai nghe tiếng không cảm, mũi ngửi mùi không mến, lưỡi đối vị không mê. thân xúc động không tríu, ý đối pháp không nhiễm ; ấy là *căn tịnh*.

   Nhà tu-học cần giữ *căn tịnh* hầu dễ thi hành nền tam học : Giái-Định-Huệ, đặng mau giải thoát ra ngoài vòng mê hoặc, khổ não.

Căn trần 根塵   Sáu căn và sáu trần, kêu tắt là *căn trần*. Ở nơi mình là *căn* : nhãn, nhĩ, tỷ, thiệt, thân, ý. Ở cảnh ngoài là *trần* : sắc, thinh hương, vị, xúc, pháp.

Nhà tu học nên giữ cho *căn* trong sạch, đừng để cho nhiễm với *trần*.

Căng-già (hà) 殑 伽 (河) Gange (scr., fr)

Con sông lớn nhứt và có danh nhứt ở Ấn Độ. Thường viết: Hằng hà.

(Xem : Hằng-hà)

Cấm-giái 禁 戒 Sila, Pratimoksha (scr).— Règles, Défenses (fr)

Giái cấm. Kêu tắt : Giái. Kêu theo Phạn; Thi-la (Sila), Ba-la-đề-mộc-xoa (Pratimoksha). Cấm-giái là những pháp-luật do Phật chế-định để cấm chuyện bậy, răn chuyện quấy (cấm phi, giái ác). Trong Tam-Tạng, bộ Luật-tạng chuyên dạy về Cấm-giái.

‹Niết-bàn Kinh› quyển 7 : Nếu chúng-sanh chẳng hộ-trì Cấm-giái, thì làm sao thấy được Phật-tánh ? Tuy là tất cả chúng-sanh đều có Phật-tánh, nhưng cần phải nhơn chỗ trì Giái mới thấy được Phật-tánh. Nhờ thấy Phật-tánh, mới đắc thành A-nậu-đa-la Tam-miệu-Tam-bồ-đề.

(Xem : Giái)

Cấm-phòng 禁 房 Réclusion (fr.)

Hồi xưa, chư tăng phạm giái thì bị Giáo-hội phạt ở luôn trong phòng không được bước chơn ra, để ăn năn tội của mình, bị phạt như vậy trong một khoảng ít nhứt là sáu ngày.

Cận-biên Địa-ngục 近 邊 地 獄 Enfers intermédiaires (fr.)

Cũng đọc : Cận-biên Na-lạc-ca (Naraka : Địa ngục). Vì những cảnh Địa-ngục nầy ở gần bên những cảnh Địa-ngục nóng (Bát-nhiệt Địa ngục, Bát Đại Địa-Ngục) và cũng ở sát bên những cảnh Địa ngục lạnh (Bát hàn Địa ngục), đối với hai chỗ Địa ngục nóng và lạnh thì nó ở lối giữa, rất gần, cho nên kêu là Cận-biên Địa ngục.

Trong ‹ Du-già › quyển tư, có biên những cách trừng trị, hành phạt những chúng-sanh bị khổ lớn ở Cận-biên Địa-ngục như vầy :

Ở Đại Địa ngục (cũng kêu : Nhiệt Địa ngục), mỗi cảnh đều có bốn hướng, mỗi hướng có một cái cửa, chung quanh có tường cao bằng sắt ngăn bít, bao phủ. Những kẻ tội phạm từ trong bốn cửa Địa-ngục lớn đi ra. liền đến ngay bốn cảnh vườn tên là Đường uy tề tất (Đường cháy đều tới gối). Họ đi ra để kiếm nhà cửa mà ở, nhưng đến cảnh vườn ấy, chơn vừa bước xuống thì da, thịt và huyết đều tiêu tan, cháy nát hết.

Kế họ sống trở lại, bèn cất chơn lên. Liền gặp vô số những thây chết, phân và nước tiểu. Họ đi lần tới để kiếm nhà cửa mà ở, bèn sa vào đó, từ đầu chí chơn đều chìm vào hầm dơ ấy. Trong các thây chết, phân và nước tiểu, có một thứ giòi tên là Nhương-cự-trá. Giòi nầy ăn lủng qua da mà vào thịt họ, khoét gân, phá xương họ mà ăn chất tủy của họ.

Khi họ sống trở lại mà bò lên thì có những thứ dao, gươm bén đưa mũi lên làm thành đường đi. Họ bước chơn tới đó thì da, thịt, gân, huyết đều tiêu tan hết.

Khi sống lại, cất bước đi, họ gặp một cảnh rừng, lá cây toàn là mũi bén và nhọn. Họ vào rừng ấy, vừa ngồi xuống liền có gió nhẹ khởi lên làm cho những mũi bén và nhọn rơi xuống, chém đứt thân thể của họ, và tay chơn họ đều rơi xuống đất. Có những con chó mực rất nhỏ chạy lại khoét lấy đốt xương sống của họ mà ăn tủy. Khi họ sống lại, bước ra đi để kiếm nhà cửa thì lại gặp một cảnh rừng lê, ngọn lê toàn bằng sắt. Khi họ leo lên, những cành lê quay trở xuống; khi họ muốn xuống, cành lê bằng sắt nhọn lại đâm trở lên, đâm lủng mình họ, và tay chơn họ đều tan rã. Kế có những chim qụa bay tới đậu trên đầu, trên mình họ, mổ cặp mắt họ ra mà ăn.

Họ sống trở lại, đi kiếm nhà cửa mà ở, bèn đến một con sông lớn, nước dưới sông toàn là tro nóng. Họ lại rơi xuống sông ấy, chẳng khác nào hột đậu lọt vào nồi, họ bị lửa dữ ở dưới chiên, xào, nấu nướng họ đủ cách. Hai bên mé sông, có bọn ngục tốt cầm trượng và xách dây đứng có hàng, cản, kéo không cho họ ra khỏi sông. Chúng qui đứng trên đất, cầm cây sắt cháy đỏ, hỏi họ rằng : « Các ngươi có cần dùng chi không ? »

Nếu nói : « Chúng tôi nay không còn biết gì nữa, chỉ lấy làm khổ vì đói mà thôi. » Bọn qui liền lấy cây sắt cạy miệng họ ra mà thảy vào những hoàn sắt cháy đỏ,

Nếu họ nói : « Chúng tôi khổ lắm vì khát. » Bọn ngục-tốt bèn đem nước đồng nấu sôi mà trút vào miệng họ.— Họ phải chịu các lối hành khổ ấy trong một thời-hạn rất dài   vậy.

Cận-đồng 近 童   Cận - sự - nam. *Cận* là người thiện - nam phụng-sự gần nơi Tam-bảo vậy, do tên tiếng Phạn là *Ưu - bà - tắc* dịch ra. *Đồng* là gã tu - hành vậy. Tức là người sa-di tại tục mà học theo Phật-điển đó.

Cận-nhơn 近 因   Nguyên-nhơn gần. Cũng viết : *Cận nhơn-duyên* (Nhơn-duyên gần). Nguyên-nhơn, nhơn-duyên quan trọng, trực tiếp để đưa đến Quả. Đối với : *Viễn-nhơn,* nhơn-duyên xa, gián tiếp, không quan trọng.

Đại Niết-Bàn Kinh, quyển 25 : Có bốn pháp là *Cận-nhơn* của Đại Niết-bàn. Bốn pháp ấy là :

1.— Thân cận Thiện-tri-thức

2.— Chuyên tâm nghe Pháp

3.— Hệ niệm tư duy

4.— Y như Pháp mà tu hành

Cận sự nam 近 事 男   **Upâsaka** (*scr.*) **Laïc** (*fr.*)

Trai cận sự. Bổn cũ xưng là *Ưu-bà-tắc* 優 婆 塞, bổn mới xưng là *Ô-ba-sách-ca* 鄔 波 索 迦, dịch là *Cận sự nam,* là tiếng kêu người thiện-nam tại-gia thọ ngũ giới.

Cận sự nữ 近 事 女 **Upasikâ** (*scr.*).—**Laïque** (*fr.*)

Gái cận sự. Bổn cũ xưng là *Ưu-bà-di* 優 婆 夷, bổn mới xưng là *Ô-ba-ty-ca* 鄔 波 斯 迦, dịch là *Cận sự nữ,* là tiếng kêu người thiện-nữ tại gia thọ ngũ giới. *Cận sự* nghĩa là thân-cận nơi Tam-bảo, phụng sự đức Như-lai vậy.

Cận trụ 近 住   Gần nơi trụ. Chỉ về những nam, nữ tại-gia thọ bát giới, thân-cận nơi Tam bảo và lưu trú ở đó.

Cận viên 近 圓   Gần viên-mãn. Đó là tên riêng của bậc

thọ cụ-túc giới (giới Tỳ-kheo). *Viên* là tiếng gọi *Niết-bàn*, nghĩa là bậc đầy đủ các giới, gần với pháp Niết-bàn vậy.

Cấp-cô-Độc 給孤獨 Anathapindika (*scr.*)

Một ông Trưởng-giả làm lái buôn, nhà giàu   nhứt và từ thiện nhứt ở nước Câu-tát-la (Kosala), thành Xá-vệ (Srâvasti) hồi đời Phật. Tên thiệt ông là **Tu-Đạt-đa (Sudatta)**. Bởi ông hay bố thí và cứu giúp những người già cả, tật bịnh, nghèo khổ, cô độc, nên người ta gọi ông bằng tên nầy : *Chần-Tế-Bần-Phạp, Cấp-chư-cô-lão, Cấp-cô-Độc (Anathapindika)*. Nhơn việc thương mãi, ông sang thành Vương-xá (Râjagriha). Có người bạn rủ ông vào vườn Trúc-lâm mà nghe Phật thuyết pháp, ông nghe được cái Tôn-Pháp của Phật, bèn vui lòng qui-y. Ông bèn thỉnh đức Phật với chư Đệ-tử đến xứ ông là thành Xá-vệ,

Ông có mua cảnh vườn của ông Kỳ-Đà thái tử (Jetireta) mà cúng cho giáo-hội Tăng-già, trên trước có đức Phật, nên người ta gọi cảnh vườn ấy là *Cấp-cô-độc viên.*

Ông thường cúng-dường cho giáo-hội Tăng-già. Ông có ra tiền cho vua nước Xá-vệ đánh giặc, nhờ tiền ấy nên vua thắng trận.

Trong Soạn tập-bá duyên Kinh (AvadânaÇataka), đức Phật có thọ-ký cho ông Cấp-cô-Độc quả Bồ-đề vô-thượng, mách rằng trong ba A-tăng-kỳ Kiếp, ông Cấp-cô-Độc sẽ thành Phật hiệu là Abhayaprada (Cấp cho sự yên ổn).

Cấp-Cô-Độc Viên 給孤獨園   Cảnh vườn Cấp-cô-Độc.

Cảnh vườn ấy ở tại thành Xá-Vệ (Srâvasti), nước Câu-tát-la, vốn của ông hoàng Kỳ-Đà (Jetrjeta). Ông trưởng-giả Cấp-Cô-Độc (Anathapindika) mua lại của ông Kỳ-Đà mà cúng-dường cho Phật, Tăng, và lập ra ngôi Tinh-xá ở trong vườn ấy. Cho nên gọi trọn cảnh vườn và Tinh-xá là *Cấp-cô-độc viên,* hay *A-na-bân-đi Tinh-xá* Gọi trọn chữ theo tích là *Kỳ-thọ Cấp-cô-Độc viên.* Cũng có khi người ta gọi là *Kỳ-đà lâm.*

Cấp-sử 給使   Kẻ đệ-tử có phận sự hầu hạ bên Thầy để cung cấp vật dụng và làm công việc giúp đỡ cho Thầy. Cũng viết:

Cấp thị, Thị-giả, Thị-sử.

Trong Đại Bát-Niết-bàn Kinh, quyển 33, Phật có phán : « Thiện-nam-tử ! có một lúc, ta trụ tại thành Vương-xá, Thiện-Tinh Tỳ-kheo làm kẻ *Cấp-sử* cho ta... »

Cấp thị Đệ-tử 給 侍 弟 子   Vị đệ-tử cung cấp và hầu-hạ. Như *Cấp-thị Đệ-tử* của Phật Thích-Ca là A-Nan. Cũng viết : *Thị-giả, Cấp-sử tả hữu, Thị-sử nhơn.* (Xem : *Thị-giả.*)

Câu-bàn-trà 拘 槃 茶 **Kumbhānda** (*scr.*)

Thường viết : *Cưu-bàn-trà.* Loài ác quỉ thích ăn sinh-huyết của người và của thú vật, thường khủng-bố người ta để họ cúng thịt tươi mà hưởng.

(Xem : *Cưu-bàn-trà.*)

Câu-bệ-đà-la (thọ) 拘 鞞 陀 羅 (樹)   Một thứ cây mọc trên cảnh Tiên (Thiên). Cây ấy có hoa mùi rất thơm.

Bực Pháp-sư thọ-trì kinh Pháp-Hoa, tuy ở cảnh nầy, nhưng mũi ngửi được các thứ mùi thơm trên cảnh Tiên, như mùi những hoa : Ba-ly-chất-đa-la, *Câu-bệ-đà-la*, Man-đà-la, Ma-ha-man-đà-là, Man-thù-sa, Ma-ha Man-thù-sa. (Diệu-pháp liên-hoa kinh, Phẩm 19.)

Câu-đàm-di 拘 睒 彌 **Kausambi** (*scr.*)

Một đô - thành lớn ở Ấn-Độ hồi đức Phật ra đời. Khi Phật đến *Câu-đàm-di,* ban đầu Ngài được yên, sau có xảy ra chuyện lộn xộn giữa Giáo-hội. Có nhiều vị sư chẳng nghe lời khuyên của Ngài. Sau mấy vị nầy phải lại tạ tội với đức Phật, vì dân chúng bất bình chẳng cúng dường cho họ. Khi đến Câu-đàm-di giáo hóa, đức Phật và chư đệ-tử thường trụ tại vườn Cồ-xi-la (Kusinagara), bấy giờ vua Ưu-diền (cũng viết : Ưu-đà-Diên, Udayana) ở thành ấy thường cúng dường Phật, Tăng.

Câu-hy-La 俱 絺 羅 **Kausthila** (*scr.*)

Cũng viết : *Ma-ha Câu-hy-La,* một vị Đại La-hán trong hàng 1.250 vị đại Tỳ-kheo, Đệ-tử của Phật, thường hầu theo Phật và có nghe Phật giảng nhiều Kinh Đại-thừa.   (Xem : *Ma-ha Câu-hy-La*).

Câu-lô-xá 拘盧舍

Tiếng phạn, tên số-mục để đo đường. Cũng viết : *Câu xá.* Tỳ-đàm luận : bốn cùi tay (tứ chầu) là một cung. Năm trăm cung là một *câu-lô-xá.* — Tính theo Tàu, một *câu-lô-xá* bằng hai dặm (nhị lý), tám *câu-lô-xá* bằng một do-tuần (16 dặm).

Câu-Lưu-Tôn (Phật) 拘留孫 (佛) Krakucchanda (scr)

Cũng viết : *Ca-La-Ca-Tôn-Đại.* Một đức Phật quá-khứ. Trong Hiền-Kiếp (Bhadra-Kalpa) nầy, có một ngàn đức Phật sẽ liên tiếp ra đời. Đức Phật thứ nhứt là ngài Câu-Lưu-Tôn (Ca-La-Ca-Tôn-Đại), đức Phật thứ nhì là ngài Câu-Na-Hàm-Mâu-Ni (Kanakamouni), đức Phật thứ ba là ngài Ca-Diếp (Kaçyapa), đức Phật thứ tư là ngài Thích-Ca Mâu-Ni (Çakyamouni). Đức Phật thứ năm sẽ là ngài Di-Lặc (Maïtreya). Lần lượt như vậy, cho đến đức Phật sẽ ra đời sau rốt, thứ một ngàn, là ngài Lâu-Chí.

Địa-Tạng-Kinh: Lại thuở xưa, có đức Phật ra đời, hiệu là *Câu-Lưu-Tôn Phật.* Nếu có nam-tử, nữ-nhơn nghe danh hiệu đức Phật ấy, hết lòng chiêm lễ, hoặc lại tán-thán. thì người ấy, ở trong Hội một ngàn đức Phật về Hiền-Kiếp nầy, sẽ làm Đại Phạm-vương và được thọ-ký cho quả Phật.

Câu-ma La 拘摩羅 Kumâra (scr.)

Vua Ấn-Độ miền Đông, ông nhờ ngài Huyền Trang hoá độ nên theo đạo Phật. —

Câu-ma-la cũng dịch nghĩa : Pháp-Vương-tử, Đồng-tử. Như ngài Văn-thù Sư-Lợi (Mandjucrî) là vị Bồ-tát Pháp-Vương tử (Kumâra).

Câu-ma-đà-la 拘摩陀羅 Dịch là *Đại du-hý địa*

(nơi du-hý lớn), tức là chỗ đất chơi-giỡn tại cảnh trời Đao-ly vậy. Nơi đó có thứ cây hoa rất thơm, nhơn lấy đó làm tên.

Câu-ma-la-lá-đa 拘摩羅邏多 Kumâralabdha (scr)

Tàu dịch tên ngài là Đồng-Thọ 童授 Tóung-cheou. Ngài là nhà sáng-lập phái Tăng-ca-lan-đa-bộ 憎迦蘭多部 (Sautrântika) nhằm hồi Kết-tập (Concile) thứ ba thứ tư. Ấy là phái Phật giáo Tiểu-thừa; Câu-ma-la-lá-đa noi theo giáo-lý của ông Mãn-từ-Tử (Purna-Maïtrayaniputra), một vị Đại Đệ-tử của Phật.

Câu-ma-la thiên 拘 摩 羅 天　　Vị trời Câu-ma-La.
Lại kêu là *Câu-ma-la-già thiên*, là vị Phạm-Vương cõi trời Sơ-thiên. Cái vẻ mặt ngài coi như con nít (đồng-tử), cho nên kêu tên vậy. Ngài thường xách con gà, cầm cái kiềng (chuông lắc), vác cây phướn đỏ, cởi con chim công (khổng-tước).

Câu-na-hàm-mâu-ni 拘 那 含 牟 尼 **Kanakamou-ni** (*scr.*)

Một đức Phật đời quá khứ. Ngài có dạy rằng : " Đừng có để tâm ngươi đi hoang đàng... Hãy gắng học tập giáo-lý của Thánh-hiền. Như vậy ngươi tránh được các sự buồn và ngươi vững bước mà đi tới Niết-bàn. » Trích trong Giới-bổn Tỷ Kheo. — Câu-na-hàm-mâu-ni là đức Phật thứ hai đã ra đời trong cái *Hiền-Kiếp* nầy, mà đức Thích-Ca là Phật thứ tư vậy. Cái Hiền-kiếp của chúng ta sẽ lần lượt thấy đủ 1.000 đức Phật ra đời.

Trong Kinh Trường A-hàm có chép rằng : Hồi thuở con người ta hưởng thọ ba muôn tuổi, Phật Câu-na-hàm-mâu-ni ra đời. Ngài là dòng Bà-la-môn, họ Ca-Diếp. Cha tên Đại-Đức ; mẹ, Thiện-Thắng. Ngài ở thành Thiện-Thắng, ngồi nơi cội cây Ô-tạm Bà-la-môn mà thuyết Pháp, độ cho 30 000 người. Đệ-tử thị-giả của ngài tên là An-hoà tử Đạo-sư (Tô-Trì).

Phật Câu-na-hàm-mâu-ni có truyền lại bài kệ nầy :

Phật bất kiến thân, tri thị Phật,
Nhược thật hữu tri, biệt vô Phật,
Trí giả năng tri tội tánh không,
Thản nhiên bất bố ư sanh tử

Diễn nôm : Thân chẳng thấy, biết là thân Phật,
　　　　　　Nếu biết rồi, thì Phật là không.
　　　　　　Người khôn biết tội tánh không,
　　　　　　Thản nhiên chẳng sợ trong vòng tử sanh.

Câu-na-la (Cu-na-la) 拘 那 羅 Kunala (nr.)

Thái tử con vua A-Dục (Açoka) *hồi thế kỷ thứ ba trước dương-lịch*. Mẹ ngài là bà hoàng-hậu Liên-hoa (Phạn: Padmavati). Vua đặt tên ngài là *Câu-na-la*, vì cặp mắt ngài rất sáng, sáng như mắt chim *Câu-na-la* trên núi Hỷ-mã-lạp-sơn (Himalaya.) Còn Pháp-danh của Thái tử là *Pháp-Tăng* (Phạn: Dharmavivardhana. Pháp: Accroisse--ment de la Loi). Thái tử lớn lên, cưới vợ con nhà quí phái, tên Chơn kim-man (Phạn: Kâncacanamâlâ, Pháp: Guirlande d'or).

Một hôm, thái tử *Câu-na-la* đi với vua cha đến viếng Chua. Sư Thượng-tọa biết rằng rồi đây thái tử sẽ bị nạn mù mắt, bèn nói với vua nên để cho thái tử thường đến chùa mà nghe Pháp. Vua ưng thuận. Sư Thượng-tọa bèn giáo-hóa cho thái tử, dạy ngài tham-thiền về sự hư hoại của cặp mắt. Sư có mách rằng chừng nào thái tử gặp nạn mù mắt, chừng ấy ngài sẽ trả hết dư-nghiệp

Lúc ấy, bà phi sủng-ái của vua A-Dục là Đế-thất-la-soa (Tisyarak--sita) yêu thái tử vì cặp mắt của ngài, có tỏ tình với ngài. Nhưng thái-tử chẳng khứng làm chuyện trái đạo lý. Bà đem lòng oán.

Nhơn khi dân chúng miền Bắc Ấn-Độ ở thành Đắc-xoa-thi-la (Taksaçilâ) xứ Càn-đà-la (Gandhâra) sanh loạn, vua bèn phái thái tử lên đó dẹp loạn và cai trị. Bà phi Đế-thất-la-soa dùng ấn của vua đóng vào thánh-chỉ, phái người lên thành Đắc-xoa-thi-la mà móc cặp mắt thái tử và đuổi ngài đi.

Biết là dịp để cho mình trả xong nhơn-quả, thái-tử *Câu-na-la* vui lòng móc cặp mắt của mình. Ngài tham-thiền, đắc quả Tu-đà-huờn và đắc luôn quả Tư-đà-hàm, ngài cũng được mắt huệ nữa.

Vợ ngài lên miền Đắc-xoa-thi-la, gặp ngài, vợ chồng dắt nhau vừa xin ăn, vừa đi lần về Kinh-đô Hoa-thị (Pataliputra).

Chẳng tiện giáp mặt vua, thái tử vừa đờn vừa ca, thuật nông nỗi gian-truân của mình. Vua A-Dục nghe lấy làm đau đớn, đòi thái-tử vào, nhìn biết con mình và hay ra sự độc ác của bà phi Đế-thất-la-soa. Vua ra lịnh xử thiêu nàng trên giàn hỏa, mặc dầu thái tử đã hết lòng can gián.

Câu-na thành 拘 那 城 Kusinagara (scr.)

Tức là *Câu-thi-na* thành, một thành-phố ở Ấn-Độ hồi Phật ra đời. Và Phật nhập Niết-bàn gần thành phố ấy.

(Xem : *Câu-thi-na thành*)

Câu-sanh (Cu-sanh) 俱 生 Bắt từ đời vô thủy, bởi sự hư-vọng làm sức nội-nhơn hun-đúc tập quen, thường cùng với thân, chẳng đợi phân biệt với tà-giáo, cứ theo vận mà chuyển đi, đều khởi lên với thân, cho nên kêu là *câu-sanh*.

Câu-sanh thần 俱 生 神 Vị thần Câu-sanh. Mỗi khi người ta sanh ra, vị thần nầy cùng sanh ra với, biên chép điều lành điều dữ của người ta, đem đến trước Diêm-Ma Vương, vị sau nầy tùy theo tội phước của người ấy mà xử đoán đó. Nói thiệt ra, vị thần Câu-sanh đó tức là A-lại-da thức 阿 賴 耶 識.

Câu-sắt-tha-ca 拘 瑟 他 歌 Kosthaka (scr)

Một nước bên cõi Ấn-Độ.

Câu-tát-la (quốc) 拘 薩 羅 (國) Kosala (scr.)

Một nước lớn ở cõi Ấn-Độ hồi Phật ra đời. Cũng viết : *Kiều-tát-la*. Ở ném về phía Bắc nước Ma-kiệt-đề, phía Tây thành Ca-tỳ-la-vệ ; kinh-đô là thành Xá-vệ (Sravasti), vua Ba-tư-Nặc trị vì.

(Xem : Ba-tư-Nặc vương. Xá-vệ)

Câu-thi-na (thành) 拘 尸 那 (城) Kusinagara (scr)

Một đô-thị ở Ấn-độ hồi đời Phật. Cũng viết : *Câu-thi na-kiệt*. Kêu tắt : *Câu-thi-thành, Câu-na thành*. Dịch nghĩa : *giác-thành* 角 城 Vì cảnh thành-phố ấy có 3 góc nên kêu là *giác-thành*. (*giác* : góc ; *Thành* : thành-thị). Phật nhập Niết-bàn tại thành *Câu-thi-na* nơi chỗ hai cây «song-thọ», gần mé rạch Ê-lan-Nhã (Hiranyavati).

Tại *Câu-thi-na thành*, trước khi nhập diệt, muốn lưu lại nền Đại-pháp, đức Phật có thuyết kinh Đại-thừa kêu là *Đại Bát Niết-bàn-Kinh*, đề độ cho chư Bồ-tát mau thành quả Phật. Trong đời Phật, ở Ba-la-nại thành, Ngài chuyển Pháp-luân lần đầu đề độ hàng Thinh-văn, và

chuyển Đai Pháp-luân lần sau rốt ở *Câu-thi-na* thành để độ chư Bồ-
tát vậy. Lại trước khi tịch, Ngài còn truyền giới cho ông **Tu bạt-đà-
la** (Soubhadra), ông nầy rất già cả. vừa thọ giới thì đắc quả A-la-hán.
Dân thành *Câu-thi-na* làm lễ thiêu xác ngài rất long trọng.

Ngài tịch vào ngày rằm tháng hai tại thành *Câu-thi-na*, hưởng thọ
84 tuổi.

Câu-tỷ-La 俱毗羅 Dịch là *Giao* 蛟 (con thuồng luồng, loại
rồng, là vật thần-quái dưới nước).

— Lại là tên riêng của vị Tỳ-sa-môn Thiên Vương ở phương Bắc.

Câu-vật-đầu 拘勿頭 Búp bông sen. Dịch là *Địa-hỷ* hoa
(bún hông địa-hỷ), *Hoàng liên-hoa* (búp bông sen vàng), *Thanh liên-
hoa* (búp bông sen xanh), *Bạch liên-hoa* (búp bông sen trắng)
Xích liên-hoa (búp bòng sen đỏ), nghĩa là cái búp bông sen chưa
trổ đó.

Câu-vật-đầu hoa, thường hiểu là bông sen vàng. (Xem: *Liên-hoa*)

Câu-xá 拘舍 Tiếng phạn, số-mục đo đường. Cũng viết: *Câu-
lô-xá*. Một *câu-xá* bằng hai dặm (nhị lý) đường.

(Xem: *Câu-lô-xá*.)

Câu-xá-tông (Cu-xá-tông) 俱舍宗 Kiu-chee-Tsoung (*ch.*).— Kou-cha-shu (*jap*.)

Một tông-phái của đạo Phật. Học-thuyết tiểu-thừa, công nhận cái
Không: người ta và vạn-vật vốn không, chẳng qua là sự kết-hợp
của nhiều món nhiều thể mà thôi. Tông Câu-xá lấy quyển: A-tỷ đạt-ma
Câu-xá-luận 阿毗達磨俱舍論 (Abhidharma Kosa-sâstra) làm kinh
chánh. Ông Chơn-Đế 真諦 (Paramartha) dịch quyển ấy và truyền
tông Câu-xá qua Tàu năm 563. Về sau, thầy Huyền Trang cũng có
dịch quyển A-tỷ đạt-ma Câu-xá luận

Tông Câu-xá truyền qua Nhựt vào thế-kỷ thứ bảy dương-lịch

Về sau. bởi học-thuyết của Tịnh-độ Tông phương tiện hơn, nên
tín-đồ của Phật-giáo theo tông Tịnh-độ rất nhiều. *Tông Câu-xá* ngày
một yếu lần. Hiện nay, tông ấy không còn nữa. dầu ở Tàu hay ở
Nhựt.

Cấu 垢 Dơ dáy, dơ bụi, là những điều làm cho tấm-tánh lăm. lỗi quấy bậy. Đó là tên riêng của *Phiền não*.

Thất-cấu 七垢 (Bảy điều dơ):

1. — Dục-cấu (dơ-dáy về lòng muốn).

2. — Kiến-cấu (dơ dáy về ý kiến).

3. — Nghi-cấu (dơ-dáy về sự ngờ).

4. — Mạn cấu (dơ-dáy về sự khi lờn).

5. — Kiêu-cấu (dơ dáy về sự kiêu ngạo).

6. — Thụy-miên cấu (dơ dáy về chuyện ham ngủ).

7. — Khan-cấu (dơ dáy về lòng kèo xèn).

Bảy điều đó làm cho dơ dáy lòng đạo, cho nên kêu chung là *Cấu*.

Trong quyển *Văn-Thù sư-ly vấn kinh* có chép rằng : Các tâm-tánh vốn thanh tịnh, nhưng bị những điều lỗi lăm (tham, sân, si) làm cho *dơ dáy* đi, cho nên phải lấy nước trí huệ mà tẩy trừ cái *dơ dáy* của tâm.

(Xem : *Lục cấu, Tam cấu*)

Cấu-kết 垢結 Những cái dơ kết lại. Những phiền não làm dơ cái tâm thanh-tịnh, ấy kêu là *cấu* ; cái dơ đó nó kết lại thành quả khổ sống thác, ấy kêu là *kết*. *Cấu-kết* là tên riêng của *phiền-não* vậy.

Cấu-nhiễm 垢染 Thấm dơ, cái chất dơ của phiền não nó thấm vô tâm thân, kêu là *cấu-nhiễm*.

Cấu-ô 垢汚 Cái dơ dáy nhơ nhớp; là tiếng thí dụ về những sự quấy bậy lầm-lộn (vọng hoặc) trong tâm-tánh làm cho thân tâm trở nên ô-trược, như cái dơ dáy nhơ nhớp đóng vào mình vậy.

Cấu-tập 垢習 Thói dơ, là cái tập-khí của phiền não vậy. *Cấu* là chất dơ của phiền não, *tập* là tánh quen vậy.

Cầu bất đắc khổ 求不得苦 Mong mỏi mà chẳng được thì

khổ. Ấy là nỗi khổ thứ bảy trong *Bát khổ*. Cái lòng tham vọng của chúng-sanh không cùng : Khi bần cùng thì muốn cho được no ấm, khi được no ấm thì lại muốn cho được giàu sang ; trong khi muốn mà chẳng được họ lấy làm phiền muộn, khổ não.

Niết-bàn kinh : Sao gọi là *cầu bất đắc khổ? Cầu bất đắc khổ* có hai thứ : 1. — Những mối hy vọng của mình, mình muốn lắm, nhưng chẳng đạt được 2. — Ra công cực nhọc mà làm lụng, nhưng chẳng đạt được kết quả Như vậy kêu là *cầu bất đắc khổ*...

Cầu bất đắc khổ lại gom vào hai thứ : 1. — Bao nhiêu những việc thuận lòng mà mình mong cầu, thì mong cầu chẳng được. 2. — Bao nhiêu những việc nghịch ý mà mình muốn tránh, thì tránh lại chẳng được.

Vì vậy cho nên khổ.

Cầu Danh (Bồ-tát) 求 名 (菩 薩) Yaçaskâma (*scr.*)

Một đời trước của đức Di-Lặc Bồ-tát.

Hồi đức Phật Nhựt-Nguyệt-Đăng-Minh (Tchandrasûryapradipa) sau rốt ra đời, có một ông sư kêu là *Cầu-Danh Bồ-tát*. Ông rất háo sự lợi, danh, ưa người ta tôn trọng và cung kính mình, chịu người ta gọi mình là người thông thái. Ấy là Di-Lặc Bồ-tát hồi thuở ấy.

Còn thuở ấy, Diệu-Quang Bồ-tát đứng ra giáo-hoá chúng-sanh, là đức Văn-Thù-Sư-lỵ bây giờ.

Cầu - Danh Bồ - tát là một vị trong 800 đệ - tử của Diệu-Quang Bồ-tát.

Cầu-na-bạt-ma 求 那 跋 摩 Gunavarman (*scr.*)

Tên ngài dịch theo nghĩa chữ Tàu là Công-đức-Khải 功 德 鎧 (Koung-tei-K'ai), ngài là hoàng tử nước Afghanistan, qui-y làm sa-môn và lại tại Kiến-Nghiệp, (Kien-Ye) mà dịch kinh chữ Phạn ra chữ Tàu năm 431.

Cầu-pháp 狗 法 Phép chó. Đó là tiếng tỷ-dụ về lòng dạ

của Tỳ kheo về lúc mạt thế, oán hận ganh ghét như con chó vậy.

Cầu-tâm 狗 心 Lòng chó, lòng nhỏ-mọn dễ đầy, được một

phần ít, liền lấy làm mãn-túc. Đó là tỷ-dụ với lòng kẻ phàm-phu, được chút ít pháp lý đã lấy làm thỏa dạ rồi.

Cọng mạng điểu 共 命 鳥 Jivajiva (scr.)

Con chim cọng mạng. Lại kêu là con chim *sanh sanh* hay là con chim *mạng mạng*, đều là tên con chim một mình mà hai đầu, hình dáng rất đẹp. Thứ chim nầy ở miền Hỷ-mã-lạp san (Himalaya).

Bên cõi Cực-lạc của Phật A-Di-Đà, có chẳng biết bao nhiêu là loài chim tốt đẹp lạ lùng và đủ màu sắc, như : Bạch-hạc, khổng-tước, anh-võ, xá-ly, ca-lăng-tần-dà, *Cọng-mạng*. Ngày đêm sáu thời, những loài chim ấy kêu ra tiếng diệu-hòa và thanh nhã, ca ngâm những bài thuyết pháp, như giảng về ngũ căn, ngũ lực, bảy phần Bồ-đề, tám đường Thánh-đạo.

Có sách nói rằng loài chim cọng-mạng có hai cái đầu hiệp vào một thân, cho nên có hai thần-hồn khác nhau.

Cô-độc Địa-ngục 孤 獨 地 獄 Enfers isolés (fr.)

Cảnh Địa-ngục riêng biệt một mình, chẳng tiếp nối với những cảnh Địa-ngục khác. Cũng kêu: *Cô Địa-ngục*. Về cách trừng trị, hành phạt tội-nhơn thì cũng như ở những cảnh Địa-ngục khác là : *Bát nhiệt Địa-ngục, Bát hàn Địa-ngục, Cận biên Địa-ngục, Thập lục du tăng Địa-ngục*. Nhưng vì cái nghiệp-cảm của kẻ tội có bề khác với những nghiệp-cảm thường nên đọa họ lại cảnh Địa-ngục riêng biệt một mình. *Cô-độc địa-ngục* có nhiều thứ, chỗ không nhứt định, hoặc ở bên bờ sông, rạch, hoặc theo triền núi, sườn non, hoặc ở nơi đồng nội, hoặc ở dưới đất, hoặc ở trên không.

Cô khởi kệ 孤 起 偈 Gātha (scr.).— Strophe (fr.)

Thi-văn tự mình xướng ra. Cũng viết : *Cô-khởi tụng, Pháng-tụng.* Cũng âm theo Phạn : *Kệ-đà, Kệ, Giả-đà, Giả-tha.*

Cô-khởi kệ là một thể thuyết-pháp của Phật. Đức Phật tùy nghi thuyết pháp; trong đời hóa Đạo của ngài, ngài dùng tất cả 12 thể văn, mà *cô-khởi kệ* là một. Tất cả 12 thể văn ấy, kêu là *Thập-nhị Dụi-thừa kinh.*

Ngoài ra, những vị đệ-tử Phật xưng tán công-đức của Phật, Thánh, của Diệu-pháp, cũng thường ngâm lên những bài *cô khởi kệ*.

Cô-da-ni (châu) 瞿 耶 尼 (洲) Godana (*scr.*)

Một châu trong bốn châu ở một địa-cầu. Cũng viết : *Cô-đà-ni*. Châu nầy ở về phương Tây đối với núi Tu-di. Cõi nầy hình thể như một chiếc xe, dân sống đến năm trăm tuổi. Cũng kêu : *Tây Ngưu-hóa châu.*

(Xem : *Tứ châu.*)

Cô-Di 瞿 夷 Gopika (*scr.*)

Cũng viết : Cô-tỳ-gia. Bà phi thứ hai của Thái tử Tất-đạt-đa (Siddharta). *Cô-Di* hay Cô-tỳ-gia (Gopika) là chữ Phạn, tàu dịch : *Minh Nữ*. Hôm bà mới sanh ra, lúc mặt trời sắp lặn thì hào quang tựu lại chói vào nhà bà. Vì có điềm lạ ấy nên đặt tên như vậy. Khi Thái tử Thích-Ca lớn lên, đức vua Tịnh-Phạn có cưới cho Thái tử ba bà phi : bà chánh là Da-du-đà-La, bà thứ là Cô Di và bà ba là Lộc-Dã. Ngoài ra, có cả trăm mỹ-nữ theo phục-sự Thái-tử. Trong năm, tùy theo mùa, ngài thay đổi mà ngự trong ba cảnh đền rất lộng lẫy (Nhơn-quả Kinh).

Cô-đà-ni 瞿 陀 尼 Godana (*scr.*)

Một châu trong *Tứ châu*. Cũng viết : *Cô-da-ni* : Dịch nghĩa : *Ngưu-hóa châu*. Châu *Cô-đà-ni* ở   về phương Tây đối với núi Tu-di ; ở châu ấy, loài bò sanh sản rất nhiều, người ta dùng bò thế cho tiền bạc trong việc đổi chác, nên kêu là *Cô-đà-ni* (*Ngưu-hóa châu*). (Xem : Tứ châu, Cô-da-ni.)

Cô-Đàm 瞿 曇 Gautama (*scr.*)

Một tên của đức Phật Thích-Ca. Vì họ Thánh của ngài là *Cô-Đàm*, cho nên người ta nương theo họ mà gọi ngài là *Cô-Đàm*. Cũng như thế, vì họ nhà vua của ngài là *Thích-Ca* cho nên người ta nương theo đó mà gọi ngài là *Thích-Ca*. Hồi Thái tử Thích-Ca bỏ cung điện lên miền Hỷ-mã-lạp-sơn mà tu thiệt, ngài lấy tên là *Sa-môn Cô-Đàm* (l'ascète Gautama). Ngài cũng có một tên khác nữa là *Tất-đạt-Đa* (Siddharta) mà vua cha đặt cho để cho quan dân trong nước biết mà gọi. Còn tên

Cồ - Đàm là tên riêng trong gia - tộc, kêu theo họ Thánh.

Trong thời Phật, những vị tu-hành ngoại-đạo có danh tiếng thường gọi ngài là *Sa-môn Đồ-Đàm.*

Cồ-Đàm chính nghĩa là họ của một gia-tộc, như họ Nguyễn, họ Trần. Tỷ như họ của Phật Thích-Ca là *Cồ-Đàm,* họ của ông A-Nan cũng là *Cồ-Đàm.*

Cồ-na-mạt-đề 瞿 那 末 氏 Gaunamati (*scr.*).— Kia na-mouv-ti (*ch*)

Tàu cũng gọi là Đức-Huệ 德 慧 Một đức La-hán.

Cồ Sa 瞿 沙 Ghosha (*scr.*).

Dịch nghĩa theo Tàu : Diệu-Âm 妙 音 Một đức La-hán hồi thế kỷ thứ ba trước Dương lịch.

Cồ-xi-la Kusinagara (*scr.*)

Vườn hoa của chư Tỳ-kheo, Đệ-tử của Phật ở tại nước Câu-đàm-di (Kausambi). Hồi đó, đức vua là Ưu-Điền (Udayana).

Cồ-Sơn 鼓 山 Kouchan (*ch.*)

Một hòn núi ở cõi Á-Châu.

Công 功 Việc làm — Việc làm thành hiệu, có kết quả ; như : công dụng. công hiệu — Việc làm lao tâm nhọc xác để giúp cho xã hội, cho chúng-sanh : như công-đức, công nghiệp.

Công dụng 功 用 Utilité (*fr.*)

Chỗ công hiệu, lợi ích của sự vật trưng ra để cho mình dùng.

Công dụng địa 功 用 地 Địa-vị dùng công-phu tu-hành

Trong mười địa vị tu hành của Bồ-tát, từ sơ-địa (địa-vị ban đầu) sắp lên tuy chứng lý Chơn-như, nhưng Bồ-tát còn phải gia-công tu-hành rất nhiều, nên kêu là *công dụng địa.* Chừng đạt đến địa vị thứ tám, từ đó sắp lên, Bồ-tát chẳng cần phải tu luyện cực khổ như trước nữa, tự nhiên công - đức tăng tấn ; ở địa vị nầy, kêu là *vô công-dụng địa.*

Công-đức 功 德 .— Mérites (*fr.*)

Công phu và đức hạnh cùng hợp với nhau. Sự nghiệp của mình có ích cho người ta, tự mình ra sức làm đều lành, kêu là *công.* Nết-na chứa ở trong mình, lòng dạ mình mộ đều lành, kêu là *đức.* Trong kinh Phật, thường nói rằng những việc tụng Kinh, niệm Phật, bố-thí, cúng - dường của người ta đều là những việc có *công - đức.* — Tiền bạc, lễ vật đền đáp nhà sư hộ-niệm cho kẻ tại gia, cũng gọi là *công - đức.* — Cho nên các công - hạnh tu trì Lục-độ trong vô số Kiếp, cũng kêu là *công.đức.* Như nói : *Công-đức vô-lượng,* vô-biên của Như Lai.

Đồng-nghĩa : *Phước, Phước-đức.*

Trong « Kim - cang Kinh », Phật phán với Tu-bồ-Đề rằng : «Ta đã cúng-dường vô-số chư Phật trong các đời quá khứ của ta. Nhưng về sau nầy, nếu có người ra sức thọ trì đọc tụng Kinh Kim-cang nầy, sẽ đắc *công-đức* nhiều hơn *công-đức* ta cúng - dường chư Phật cả trăm lần, cả ngàn lần, cả ngàn vạn ức lần, cho đến cả vô số lần đếm không xuể và thí-dụ không cùng..»

Trong «Diệu-Pháp Liên-Hoa Kinh», Trí-Tích Bồ-tát có nói với Văn-Thù Bồ-tát rằng : «Tôi thấy đức Thích-Ca Như - Lai trong vô-lượng Kiếp, đã từng chịu khó mà tu khổ hạnh, tích lũy *công-đức,* cầu đạo Bồ-đề chẳng hề biết ngừng nghỉ »

Công.đức chủ 功 德 主 Người chủ lo việc công - đức.

Tiếng gọi người dàn-việt (Dânapati) đứng ra cất chùa, bố thí, cúng-dường, làm chay.

Công - đức du 功 德 遊 Nhạc đạo.

Trong cuộc tấu pháp - nhạc, trước trổi lên các thứ nhạc, sau có thi ca làng vịnh đi tiếp theo, thì kêu là *công-đức du.*

Công - đức điền 功 德 田 Champ de mérites (*fr.*)

Ruộng công-đức. Cũng nói : *phước-điền, công - đức điền,* tức là

Tam-bảo (Phật, Pháp, Tăng). Tam-bảo có đủ vô - thượng công - đức, do đó mà sanh ra công-đức của chúng - sanh. Những ai cúng-dường Tam-bảo thì sẽ được vô - lượng phước - báo, cho nên kêu là *công-đức điền.*

"Tam-tạng Pháp số" : Như ai cúng-dường Phật, Pháp, Tăng tức là Tam-bảo, chẳng những thành-tựu vô-lượng công - đức, lại còn được phước-báo cho mình nữa, đó kêu là *công-đức điền.*

Vậy *công-đức điền* hay *phước-điền* có ba thứ :

1. — *Phật* : Phật tại thế, nếu mình sanh gặp Phật thì nên cúng-dường; Phật-tượng mà mình nên cúng bằng hương hoa để tỏ lòng trọng sự Chánh-giác.

2.— *Pháp* mà Phật diễn giải và đề lại trong Tam-tạng ; mình nên tu học và truyền bá

3 — *Tăng* là bực tu-hành thanh - tịnh, thay mặt cho Phật và nắm giữ Chánh - pháp. Nếu mình cúng dường, cung kính ba ngôi ấy thì mình sẽ được thiện - căn và phước - đức.

Công-đức hải 功 德 海 Biển công-đức. Công-đức của Phật,

Bồ-tát cao sâu, rộng lớn vô cùng, tỷ như Biển cả, vì các ngài đã trải qua biết bao đời mà tu hành, bố-thí, cứu độ chúng-sanh cho nên gọi là *công-đức hải.*

Công-đức-Khải 功 德 鎧 Gunavarman (*scr.*)

Sa-môn, vốn hoàng tử xứ Afghanistan, qua Trung - hoa ở thành Kiến-nghiệp mà dịch kinh chữ Phạn ra chữ Tàu vào năm 431 Tên ngài đọc theo Phạn : *Cầu-na-bạt ma.*

Công-đức liệu 功 德 料 : Tài vật cúng thêm vào cho Tam-

bảo để tỏ lòng ủng - hộ. Ngôi Tam-bảo đã có sẵn tài vật do những nhà thí-chủ thường thường cung cấp, nhưng nhà tu Phật tại - gia hoặc xuất-gia tùy hỷ cúng thêm vào, những vật cúng phụ trợ ấy gọi là *công-đức liệu.*

Công-đức Pháp-thân 功 德 法 身 : Cái thân Pháp do

công-đức tạo thành. Ấy là một trong Ngũ chủng Pháp-thân của Phật: 1, — Pháp-tánh sanh thân, 2. *Công-đức Pháp-thân,* 3. Biến-hoá Pháp-thân, 4 Hư-không Pháp-thân, 5. Thật-tướng Pháp-thân.

Công-đức tạng 功 德 藏 : Trésor de mérites (f.)

Kho công-đức. Nhờ đã từng tu-hành và Bố-thí, hành đủ Lục-độ, Phật và Bồ-tát thâu trữ được vô số công-đức hiệp lại thành một kho quí báu vô cùng, tức là *công đức tạng* hay *công-đức bảo tạng*. Kho công-đức ấy đủ cung cấp vô-lượng phước-lạc cho mình và cho chúng-sanh vậy.

Công-đức tụ 功 德 聚 — Amas de mérites (fr)

Khối công-đức. Tiếng tôn xưng Phật. Các công-đức của Ngài gom thành một khối to lớn, vững vàng. Ngay như cái thân 32 tướng chánh và 80 tướng phụ của Ngài chứng minh rằng Ngài có một nền «*công-đức tụ*»

Công-đức-Thi 功 德 施 — Ganuda (scr.)

Đem công-đức mà thi thố cho chúng-sanh. Tên một vị Bồ-tát.

Công-đức thiên 功 德 天

Tên vị nữ thiên thần đem tài bảo mà ban cho những chúng-sanh có phước-đức. Cũng kêu : *Công-đức Đại-thiên, Kiết-tường Thiên.* Vị *Công-đức Thiên* thì hình - trạng đoan-chánh, nhan-mạo đẹp đẽ, có đeo chuỗi ngọc. Bà ghé nhà nào thì ban cho nhà ấy những vàng, bạc, lưu - ly, pha - lê, chơn - châu, san hô, hổ phách, xa-cừ, mã-não, voi, ngựa, xe cộ, tôi trai tớ gái, kẻ hầu người hạ.

Đó là do sức phước đức của chúng-sanh nên khiến cho vị *Công-đức Thiên* ban ân-huệ.

Nhưng chừng chúng-sanh hưởng hết phước đức thì có vị nữ thiên thần khác hiện lại, tên là *Hắc - ám Thiên*. Vị nầy hình thù xấu xa, áo quần rách rưới, mặt - mày thân - thể dơ dáy, da nhăn, tóc bạc Vị *Hắc - ám Thiên* vẫn là em. vị *Công - đức Thiên* là chị. Vị *Công - đức Thiên* thì tạo ra đều tốt, vị *Hắc - ám Thiên* thì làm ra đều xấu, vị trên làm lợi ích, vị dưới làm suy hao. Những kẻ phàm-phu nếu đã vui thích với những phước-lộc của vị *Công - đức Thiên*, thì thế nào cũng rước lấy những tai họa của vị *Hắc-ám Thiên* vậy (Xem: *Kiết tường Thiên*).

Công-đức trì 功 德 池 :

Ao công-đức. Ao nầy ở tại cõi Cực-lạc thế-giái của đức Phật. A-Di-Đà. Kêu là *Công-đức trì* là vì ao ấy chứa đầy một thứ nước quí có đủ tám công-đức: 1. Lắng sạch, 2. trong mát, 3. ngọt ngon, 4. nhẹ dịu, 5. nhuần trơn, 6. an hòa, 7. trừ đói, 8. bồ khỏe các căn.

Công-hiệu 功 效 .— Effet, efficacité (fr.)

Có sức biệu-nghiệm để làm một việc gì. Như : ngọc như ý có cái *công hiệu* làm cho nước đục trở nên trong ; đức bố-thí có cái *công-hiệu* trừ bỏ tánh tham.

Công - khóa 功 課 Travail, Leçon (fr.)

Cộng việc phải làm xong trong một thời hạn.— Bài học của học-sanh đệ-tử.

Công-lợi 功 利 Utilité (fr.)

Việc làm có tánh-cách có ích cho mình và cho người. Như : lễ, nghĩa, giáo-hóa, chần bần là những việc *công-lợi*.

Công-lực 功 力 Application (fr.)

Đem cái tài năng của mình ra mà làm việc hoặc tu học. Đối với *năng - lực* (capacité) là tài sức của mình. *Năng-lực* là cái sức sẵn có ; *công lực* là cái sức thi thố tài năng.

Công nghiệp 功 業 Œuvre (fr.)

Sự nghiệp làm ra để giúp đời ; việc làm hữu ích trong đời mình. Như : *công nghiệp* đạo đức, *công nghiệp* văn chương v.v.

Công phu 功 夫 .— Peine (fr.)

Gắng sức chuyên-trì để làm việc. Như : *công-phu* hành đạo.

Công-quá 功 過 .— Mérites et démérites (fr.)

Việc làm có công đức và việc tội lỗi. Đồng nghĩa : *công tội, phước tội*. Ở đời, ai cũng có làm phải mà cũng có lầm lỗi. Nhưng nếu ai tinh ngộ, siêng năng mà tu tập, làm lành thì Trời Phật kể công mà không kể tội, tức là tự mình sửa đổi cuộc Quả-báo. Nhờ sự lành của mình nhiều, các tội lỗi lần lần giảm và tiêu. Đó là luật *công-quá-cách*. (Cách : sửa cho chính lại.) Luật nầy phổ cập ra, độ rất đông người khỏi đường ác-lụy mà lên cảnh thanh-cao.

Công-quả 功 果 *Công* là làm việc lành ; *quả* là quả-báo tốt. Ấy là làm việc cho Tam bảo, làm thí công cho nhà Chùa, như gánh nước, bửa củi, đi chợ, nấu ăn, may vá, v.v.

Cốt quán 骨 觀 Tức là : *Bạch - cốt quán*. Phép thiền-định về bộ xương của người từ khi mới chết cho tới lúc chỉ còn là xương khô, nát.

Ai đắc phép *Cốt-quán* thì dứt lòng tham đối với sắc - thân.

(Xem : *Bạch-cốt-quán.*)

Cơ 機 Cái máy, cái mối, cái căn, cái tánh chất riêng của con người đối với điều lành, phát ra mau hay là chậm. Như :

Cơ cảm : Chúng-sanh có cái cơ thiện-căn, bèn được Phật cảm.
 ứng cho vậy.

Cơ căn: : Các căn-tánh của chúng-sanh và cái tánh - chất của họ.

Cơ duyên : Chúng-sanh nếu có cái cơ thiện-căn thì được cái duyên
 thọ lấy Giáo pháp của bực Thánh nhơn.

Cơ kiến : Y theo cái cơ của chúng - sanh, được cảm - ứng thấy
 Phật.

Cơ tánh : Cơ căn, tánh chất của chúng sanh.

Cơ ứng : Cái cơ của chúng-sanh và cái ứng của đức Như lai.

Cơ duyên, thiện-căn của chúng-sanh có bốn thứ :

1. Nhơn-thiên cơ : cơ duyên của nhơn loại và của chư thiên, tức là mọi điều dữ chẳng khởi, mọi điều lành thì mình vâng theo mà thi-hành.

2. Nhị thừa cơ : Cơ duyên của hai thừa Thinh-văn và Duyên-giác, tức là chán ghét vòng sanh-tử, vui cầu cảnh Niết-bàn.

3. Bồ - tát cơ : Cơ duyên của hàng Bồ - tát, tức là trước vì người, sau vì mình, từ-bi nhơn - ái.

4. Phật - cơ : Cơ duyên của Phật. Đối với hết thảy mọi pháp, quán tưởng tướng thiệt của Trung-đạo, dứt mọi sự lầm, bèn ra khỏi vòng sanh-tử.

Cụ-Giái 具 戒 Règles complètes (*fr.*)

Giái luật đủ. Tức là *Cụ-túc giái*. Ấy là giái - luật của ông Tỳ-kheo (250 điều) và của bà Tỳ-kheo-ni (348 điều).

Xem : *Cụ-túc giái.*

Cụ-túc 具 足 Đầy - đủ, nghĩa là tròn - trặn đầy đủ hết thảy vậy. Như : cụ-túc giái, cụ-túc vạn hạnh, cụ túc tam thập nhị tướng.

Cụ-túc giái 具 足 戒 Règles complètes (de moine) (*fr.*)

Giái đầy đủ. Tức là giái hạnh của ông Tỳ-kheo (250 điều) và của bà Tỳ-kheo ni (348 điều) Giữ *Cụ-túc giái* bằng giữ muôn triệu ức giái, công-đức vô cùng. biến rộng ra trong toàn cõi Pháp-giái, không đâu là chẳng tròn trịa đầy đủ. (*Xem : Nhị bá ngũ thập giái*).

Cụ-túc giái của Bắc-tông (Đại-thừa) là 250 giái. *Cụ - túc giái* của Nam-tông (Tiểu-thừa) là 227 giái.

Lễ truyền thọ *Cụ-túc giái* là cuộc lễ tinh-nghiêm nhứt, phải có đủ ban Tăng-già có đức hạnh chứng nhận mới được.

Như trong lễ truyền *Cụ-túc giái* cho Lục tổ Huệ-Năng, có những vị sư dưới đây chứng nhận.

Thọ giái sư : ngài Trí-Quang Luật sư ở Tây Kinh.

Yết-ma : ngài Huệ-Tịnh Luật sư ở Tô-châu.

Giáo-thọ : ngài Thông-Ứng Luật sư ở Kinh châu.

Thuyết-giái : ngài Kỳ-đa-la Luật sư ở Trung Thiên-Trước.

Chứng-giái : ngài Mật-Đa Tam-tạng ở Tây Trước.

Cụ - túc Thiên - Vạn Quang - Minh (Như - Lai) 具 足 千 萬 光 明 (如 來) Raçmiçatasahasrapa-ripûrnadhvadja (*scr.*)

Một đức Phật vị-lai. Đức Thích-Ca Mâu-Ni, trong hội Pháp-hoa, có thọ-ký cho bà Da - Du - Đà - La, dạy rằng về sau, bà sẽ thành Phật hiệu là *Cụ-Túc Thiên Vạn Quang-Minh (Như-Lai)*, nghĩa là đức Phật Như-Lai có đủ ngàn vạn hào quang.

Cúc-Đa 毱 多 Gupta (*scr.*)

Thân-sanh ông Ưu ba-cúc đa (Upagupta) Tổ-sư đời thứ tư ở Tây-Thiên.

Cung 恭 Témoigner du respect (*fr.*)

Tỏ sự kính trọng bằng dáng mạo bề ngoài, như dở mũ, cúi đầu, xá, bái ; hoặc bằng những lời lẽ rôn nhượng, bằng những tiếng dạ, thưa, bầm bạch ; bằng những cử, chỉ khép nép, bằng sự giữ lễ phép của hạng thấp, kém. Đó là *cung*. Còn *kính* là sự ngưỡng mộ tin chịu, như thuận do nơi lòng dạ, sự tôn trọng từ nơi đáy lòng

Chữ *cung-kính* hiệp lại bởi hai ý : trong lòng tôn trọng là *kính*, sự tôn trọng phát hiện ra ngoài dáng mạo, lời nói, cử chỉ, đó là *cung*.—

Cung cũng có nghĩa : vâng lệnh bề trên ; hiến dâng lễ vật cho bực đáng kính.—

Cung-kính thí 恭 敬 施 : Cung kính mà bố-thí cúng dường Tam-bảo : Phật, Pháp Tăng. Cũng kêu : *Cung-kính cúng-dường.*

Nhà tu học có ba cách bố-thí :

1.— Đem quần áo, vật thực, tiền bạc mà thí cho kẻ nghèo khổ ; đó kêu là *vật thí* hay *tài thí.*

2.— Với lòng tín ngưỡng trong sạch. cung kính cúng dường chư Tăng, lễ bái Phật-tượng ; đó kêu là cúng dường, *cung-kính thí.*

3.— Tự mình giác ngộ, học thông, bèn đem đạo-lý ra diễn giải độ đời, đề cho người ta cùng hiểu Phật-pháp mà tu học ; đó là *Pháp thí.*

Cúng 供 Argpya (*scr.*) Offrir (*fr.*)

Đem đồ vật mà hiến dâng lên một cách trọng hậu để tỏ lòng cung-kính, đề tỏ lòng biết ơn, đề cầu phước-đức. Cũng kêu là *Cúng-dường.* Người ta cúng lễ vật cho hai hạng : Một hạng sống hiện tiền và một hạng ở cảnh u.u minh-minh trong Thập-phương.

1. Hạng sống hiện tiền là : *a*) Các nhà thành đạo, như Phật, Bồ-tát, Duyên-giác, La-hán.

b) Các nhà sư tu hành theo Giái-luật. như chư Tỳ-kheo, Tỳ-kheo ni, Sa-di, Sa-di-ni.

2. Hạng ở cảnh u-u minh-minh là :

a) Chư Phật - Thánh

b) Chư Tiên (Thiên)

c) Chư thần hộ trợ

d) Vong linh ông-bà cha-mẹ.

Đối với hạng tu-hành đã thành Đạo hay đương tu-học mà hiện sống đời thì người ta cúng cho bốn thứ : 1. y-phục. 2. đồ ăn uống, 3. giường, nệm, tịnh-thất. 4. Thuốc trừ bịnh.

Đối với hạng trong cối u-minh thì người ta thường cúng bằng:

a) Hoa, quả, hương, đèn, tàn lọng cờ phướn cho chư Phật, Thánh, Tiên.

b) Vật-thực và hoa, quả, hương, đèn cho chư thần và vong - linh ông bà cha mẹ.

> *Thỏ thẻ rừng mai chim cúng trái :*
> *Lửng lơ khe yến cá nghe Kinh*

(Chu-mạnh-Trinh, trong bài *Hương sơn phong-cảnh)*

Cúng-cụ 供 貝 Offrandes (*fr.*)

Đồ cúng. Cũng như *Cúng vật*, chỉ những đồ: hương, hoa, phướn, lọng và đồ ăn, đồ uống đặng cúng dường Phật và Bồ-tát vậy,

Cúng-đường 供 養 Argpya (*csr.*) .— Nourrir, Offrir (*fr.*)

Cung-cấp vật-thực, đồ quí báu hoặc hương, đăng, hoa, quả để tỏ lòng qui kính, sùng mộ.

Cúng-đường có hai thể :

1.— *Cúng-đường* trước tượng Phật, tháp Phật bằng hương, hoa, nhang, đèn đốt lên.

2.— *Cúng - đường* Sư Tăng để các ngài tiện bề tu học và chú -nguyện cho mình.

Đến chùa mà *cúng-dường* chung hết vừa Phật, Pháp Tăng kêu là *Cúng-dường Tam-bảo*.

Những nhà tín-thí cúng-dường, phân làm ba hạng (hoặc vì ba lẽ):

1.— Vì cung-kính sùng mộ mà cúng dường.

2.— Vì hạnh nguyện mà cúng-dường.

3.— Vì thấy có lợi ích cho ông bà cha mẹ quá vãng, cho gia-đình và cho mình trong đời nầy và đời sau mà cúng-dường.

Đối với chư Tăng, có bốn cách *cúng-dường* (Tứ sự cúng dường):

1.— Cúng y phục nhứt là áo Cà-sa.

2.— Cúng vật thực đề ăn, nhứt là cơm với bánh.

3.— Cúng nhà thất giường nệm, nhứt là cốc.

4.— Cúng thuốc đề trừ bệnh.

Đồ cúng-dường có mười món nầy : 1.— hoa. 2.— hương. — anh-lạc (chuỗi hột), 4.— hương tán, 5.— hương đồ, 6.— hương đốt, 7.— tàn-lọng, cờ, phướn, 8.— quần áo, 8.— âm nhạc, 10.— chắp tay.

Trong *Bồ-tát Giái kinh*, điều *Khinh-Giái 44* có dặn *cúng-dường kinh-điển* như vầy : Phật-tử thường nên một lòng thọ-trì, đọc tụng Kinh Luật Đại-thừa, lột da mình làm giấy, chích máu làm mực, lấy tủy làm nước, xẻ xương làm bút đặng viết chép Phật-Giái. Cũng dùng luôn vỏ cây, giấy lúa, the trắng, tre, lụa mà chép viết, thọ trì hết cả.

Thường đem thất bảo, hương, hoa vô-giá, hết thảy của báu xen lộn mà làm rương, túi đựng những quyển Kinh-Luật.—

Cúng-dường lại cũng có nghĩa : cứu-tế, cung-cấp vật - thực, thuốc men vì lòng thương-xót. Tức là *cúng-dường* người tật bệnh.

Bồ-tát Giái-Kinh điều *Khinh-Giái 9* : Như Phật-tử thấy hết thảy người tật bệnh, thường nên *cúng-dường*, như Phật không khác gì.

(Xem: *Tam chủng cúng - dường, ngũ xứ cúng - dường, Ngũ chủng cúng-dường.*)

Cúng vật 供 物 Offrandes (*fr.*)

Đồ cúng, nghĩa là những đồ-vật cúng dường Tam bảo vậy.

Cuồng 狂 **Sot, fou** (*fr.*)

Khùng, kẻ thất lạc tâm trí. Điên, kẻ mê loạn làm bậy bạ, phạm những việc tà ác.

Trong **Niết - bàn - Kinh**, quyển 20, có phân những chúng sanh *cuồng-hoặc* ra làm bốn hạng :

1. — *Tham cuồng* : vì tham lam mà cuồng (như ham uống rượu ăn thịt, ham sắc dục, ham danh vị, tài - lợi).

2. — *Dược cuồng* : Vì phạm thuốc mà cuồng.

3. — *Chú-cuồng* : Vì bị chú-thuật, thư ếm mà cuồng.

4. — *Bổn nghiệp-duyên cuồng* : Vì nghiệp-duyên ác độc đời trước mà đời nầy chịu phận điên cuồng.

Cuồng hoa 狂華 Những kẻ cuồng loạn hoặc có bệnh đau mắt, nhìn trong không, thấy những cánh hoa, nhưng thật ra chỉ là không không, chẳng có hoa gì cả. Những hoa mà họ cảm thấy, kêu là *cuồng hoa*.

Cuồng-huệ 狂慧 Trí - huệ cuồng - loạn. Ấy là trí - huệ tản mác, rối loạn không chắc quyết, không tập trung ; cái trí - huệ điên-đảo.

Cuồng loạn vãng sanh 狂亂往生 Hạng người cuồng mê rối-loạn được Sanh về cõi Cực - lạc của Phật A-Di-Đà. Ấy là một hạng trong *Tứ chủng vãng sanh*.

Cuồng-tượng 狂象 Con voi khùng Lời tỷ - dụ để gọi cái tâm mê-loạn của chúng sanh.

Cư-gia 居家 **Laïc** (*fr.*)

Cũng viết : *tại-gia cư - sĩ* 在家居士 Người ở tại nhà mình mà tu-hành, giữ giái và làm theo lời dạy của Phật-Thánh.

(Xem : *Ưu-bà-tắc. Ưu-bà-di*)

Cư - sĩ 居士 **Upâsaka** (*scr.*). — **Laïc** (*fr*) **Sûdra** (*scr.*) **Cultivateur, ouvrier** (*fr.*)

Cũng kêu : *Thiện - nam Ưu-bà-tắc*. Người ở tại nhà, tu theo đạo Phật, vốn không thích việc danh lợi. Thường thường, bực *cư-sĩ* có đủ bốn cái đức, bốn cái thể cách nầy:

1. — Không cầu chức tước, quan vị, 2. Càng bớt tình dục, càng chứa thêm đức, 3. Có tiền của gia-sản đặng ở nhà lo tu học và bố-thí, 4. Đọc Kinh hoặc nghe thuyết-pháp thì thông hiểu nghĩa lý.

(Xem : *Ưu-bà-tắc*)

Trong kinh Phật, nếu đi với những chữ Bà-la-môn, Sát-đế-ly, Trưởng giả, Cư sĩ, thì chữ *Cư-sĩ* chỉ chủng-tánh thứ tư, hạng làm ruộng làm rẫy bên Ấn-độ, kêu theo Phạn : *Thủ-đà-la* (Sûdras).

Hạng *Cư-sĩ* (Thủ-đà-la) nhờ làm ruộng và làm nghề thủ-công mà được dư giả, bèn ở nhà lo tu học. Hạng thứ ba *Trưởng-giả* (Phệ-xá) nhờ đi buôn trong nước và ngoài nước mà làm giàu, bèn lo bố thí và tu học. Trên hai hạng ấy, còn có hạng *Bà-la-môn* là phái thầy tu và hạng *Sát-đế-ly* là phái vua-quan, võ-sĩ. Đó là bốn hạng người, bốn chủng-tánh ở Ấn-độ.

Cực 極 Extrême (*fr.*)

Rất, lắm, cuối cùng, vô cùng.

Cực là tĩnh-từ (adjectif) phối hiệp với nhiều danh-từ (nom) để chỉ bực rất cao, chẳng ai bằng, tức là Phật, quả Phật. Như :

Cực-giác hay Diệu giác là sự sáng-suốt hoàn-toàn, sự thông-minh chí cực của Phật.

Cực-quả là quả Đạo cao rốt hơn hết mà đức Phật chứng được. Tức là nền Chánh-giác của Phật.

Cực-thánh là bực Thánh cao trổi hơn hết, tức là Phật.

Cực-tôn là bực được tôn-trọng hơn hết. Phật.

Cực-vị là địa-vị cao rốt mà Phật chứng ngộ

Cực-diệu 極妙 Khéo-léo vô cùng, huyền-diệu hơn hết. Như

Pháp Phật là pháp cực-diệu ; Niết bàn, Cực-lạc quốc. Đâu suất thiên cung là những cảnh *cực-diệu.*

Cực-địa 極 地 Địa-vị chí- cực. ý thú chí-cực. Tông-chi cao trổi hơn hết. chí lý hơn hết kêu là *Cực - địa*. Lại địa-vị cao trổi hơn hết. như địa-vị thứ mười của Bồ - tát sắp thành Phật cũng kêu là Cực - địa.

Cực hỷ địa 極 喜 地　Địa-vị rất vui. Cũng kêu : *Hoan-hỷ* địa. Ấy là địa-vị đầu tay trong *Thập-địa* của Bồ - tát. Bồ-tát đã trải qua một A-tăng Kỳ Kiếp tu hành từ vô-thủy tới nay vừa phát cái Chơn vô-lậu. đạt được một phần lý Không. dứt được một phần phiền - não (hoặc). muốn được rời cái tâm phàm - phu và đắc thành cái Pháp-thân của Bồ-tát. bèn sanh nơi địa - vị rất hoan - hỷ.

Cực-khổ 極 苦 Rất khổ. Theo *Địa-Tạng-Kinh*, chúng - sanh ở cõi Ta - bà nầy phải chịu lắm nỗi *Cực-khổ*. — Đối với chúng-sanh ba cảnh Thiên. Nhơn. A - tu - la (Thần). thời chúng - sanh ở ba cảnh : Địa-ngục. Ngạ-quỉ. Súc-sanh thật là *cực-khổ*. —

Trong các cảnh Địa-ngục. có Địa - ngục A-tỳ (Avichi) thì cực - khổ. Trái với *Cực-lạc*.

Cực-lạc 極 樂　Vui sướng hơn hết, không hề có khổ. Như những sự vui-sướng vô-cùng của những người sanh lên Thiên - cung Đâu-suất. *Cực-lạc, Cực lạc quốc* là cõi thế-giái sung - sướng của đức Phật A-Di-Đà.

Cực-lạc quốc 極 樂 國 .— Sukhavatī (*scr*). — Le Ro--yaume de la Félicité (*fr.*)

Cõi nước rất vui sướng, cực diệu. rất an ổn. nhàn hạ. Ấy là cõi thế-giái của đức Phật A-Di-Đà. Cũng viết theo phạn : *Tu-ma-đề* (Sukhavati). Những nhà tu-trì tại-gia hoặc xuất-gia. thường niệm danh hiệu của Phật A - Di - Đà và nguyện sanh về cõi *Cực-lạc* thì khi thác được Ngài rước hồn về nơi ấy mà hưởng các sự vui sướng. thanh-nhàn. vì ở cõi ấy chẳng có một mảy khổ. đau. Đối với cõi Ta-bà của đức Phật-Thích-Ca. cõi *Cực-lạc* ở về phương Tây. cách mười vạn ức cõi Phật. Ở *Cực-lạc* quốc. nhà cửa. lầu các. ao hồ đều bằng thất bảo. Có hoa tiên đổ xuống như mưa. Có chim linh kêu lên tiếng thanh tao mà giảng thuyết Đạo-lý. Ở cõi ấy. toàn là bực thanh-tịnh, bực Bồ-tát, bực La-hán, các nhà nhơn-đức tu-hành; ăn uống khỏi cần nấu nướng, tự-nhiên có sẵn. Áo quần cũng khỏi may vá, giặt diệm, toàn bằng châu báu. Chúng-sanh ở cõi ấy muốn đi đến đâu cũng được dễ dàng, chẳng ngại đường xa, chỉ cất mình là đi tới. Dầu muốn đi cúng dường đức Phật nào ở cõi thế-giới nào cũng được, muốn đi nghe Phật giảng Kinh ở đâu cũng được.

Chúng-sanh bên *Cực-lạc quốc* ở đó mà tu mãi cho tới khi thành Phật cũng được Hoặc ai muốn sanh qua các cõi thế-giới khác mà tu thêm công-đức cũng được theo ý nguyện, sanh vào nhà tôn - quí, căn - cơ đều đủ, ai thấy cũng kính yêu. Và chừng thọ chung thì trở về *cõi Cực-lạc* mà hưởng vui sướng và tu học thêm nữa cho đến đắc quả Vô-thượng Bồ-đề.

Chúng sanh bên *Cực-lạc quốc* tùy theo công-đức của mình, thiện-căn của mình, phân nhau ở trong chín phẩm, tức là chín từng bực khác nhau. (Xem: *Cửu phẩm vãng sanh*)

Cực-lạc quốc cũng kêu là: *An lạc quốc, An-dưỡng quốc, Thanh thái quốc, Hảo ý quốc*; tên tuy khác, nhưng đồng chỉ về cõi sung sướng nhứt, vi-diệu nhứt, chính là dịch nghĩa chữ Tu-ma-đi (Sukhavati).

Nói rõ về *Cực - lạc quốc*, có những quyển : A - Di - Đà Kinh Vô-lượng-Thọ Kinh, Quán Vô-lượng-Thọ Kinh Ba quyền Kinh ấy chuyên dạy phương - pháp tu hành để vãng sanh *cõi Cực - lạc* Ngoài ra, trong các Kinh khác về Đại-thừa do Phật giảng, Kinh nào cũng có nói sơ qua *cõi Cực-lạc* của đức Phật A-Di-Đà tất cả

Cực nan thắng địa 極 難 勝 地 Địa-vị rất khó mà cũng rất xuê. Ấy là địa-vị thứ năm trong *Thập địa Bồ-tát*. Từ địa-vị thứ tư, muốn lên địa-vị thứ năm, Bồ-tát phải chịu cam go hết sức.

Bồ-tát ở địa vị thứ năm tu phép thiền-định sâu xa, hiển minh Chơn lý và chứng được Pháp-thân thanh tịnh. *Cực-nan thắng địa* cũng kêu là *Nan-thắng-địa*.

Cực quang tịnh thiên 極 光 淨 天 Từng trời sáng láng vô-cùng, ánh-sáng vô-cùng. Cũng kêu là *Quang-âm thiên* (từng trời

nơi ấy các vị Tiên túa ra hào-quang làm tiếng nói). Viết theo Phạn : A-ba-hội-a-ba-thoại (Abhāsvara). Từng trời nầy ở cõi Sắc-giái, miền Nhị-thiền thiên.   (Xem : *Tam-giái*)

Chư Tiên ở từng Cực quang tịnh thiên (Quang-âm thiên) không có nói ra tiếng. Các ngài có trao đổi tư-tưởng với nhau thì tỏa hào-quang thanh-tịnh thay cho tiếng nói.

Cực-tĩnh 極 靜

Phép tĩnh-lự cao nhứt. Ấy là phép thiền-định cao hơn hết trong các phép thiền-định. Như về các phép thiền-định cao, khởi sự từ sơ thiền lần lên cho chí tứ thiền, rồi lên mãi cho tới phép Phi-tưởng phi phi-tưởng xứ định (Naisvasamjnanānasamjnāyatana) là phép *cực-tĩnh*.

Cương-lương-dạ-xá 彊 良 耶 舍 Kâlayasa (scr)

Cũng kêu theo nghĩa là *Thời-xưng* 時 稱. Thầy Sa môn người Ấn-Độ dịch Kinh bên Tàu về đời Lưu-Tống, hồi thế-kỷ thứ năm dương-lịch. Ngài có dịch bộ *Quán-vô-lượng-thọ-Phật Kinh* (Amitayus-dhyana sûtra) là một bộ kinh căn-bổn của tông Tịnh-độ. Ngài cũng có dịch bộ Dược-vương Dược-Thượng Kinh. Vì ngài thông rõ ba Tạng, nên người ta xưng tặng ngài là *Tam Tạng pháp-sư Cương-lương-dạ-xá*.

Cương-lương-lâu-Chí 疊 梁 婁 至 Kâraruci (scr)

Tàu gọi là Chơn-Hỷ 真 喜 Tcham Hi. Thầy sa-môn Ấn-độ dịch Kinh tại Quảng-đông, năm 281 dương-lịch (nhà Tây-Tấn ở Tàu).

Cưu-bàn-trà (quỉ) 鳩槃茶 (鬼) Kumbhānda (scr.)

Thần qui hung dữ. Cũng viết : *Câu-bàn-trà*. Ấy là loài qui ăn lấy tinh-khí của người. Trong Diệu-Pháp Liên-Hoa Kinh, phẩm Thí-dụ nói rằng : Trong cảnh nhà lửa (Tam-giái), loài rắn chạy tứ tung, thì loài *Cưu-bàn-trà* lướt lại bắt mà ăn thịt.

Trong một bộ Kịch chữ Tây-tạng luận về nhơn-quả, có nói rằng : Ai mà làm chủ trong một làng xóm, chính mình lo bố-thí và cúng dường để tạo công tác phước, song cản không cho kẻ khác bố-thí và cúng-dường, chừng thác sẽ sanh vào hạng thần *Cưu-bàn-rài*, hình tướng dị-hợm, song được người thờ cúng.

Cưu-lưu-Tần (Phật) 鳩留秦 (佛) Krakucchanda (scr.)

Một đức Phật quá khứ. Cũng viết : *Ca-la-ca-tôn-đại, Câu-lưu-Tôn.* Ấy là đức Phật thứ nhứt trong Hiền-Kiếp nầy ; kế đó là đức Câu-na-hàm Mâu-ni ; đức Phật thứ ba là ngài Ca-Diếp, đức Phật thứ tư là ngài Thích-Ca Mâu-Ni.

Niết-bàn-kinh, quyển 15 : Về thuở ta (Phật Thích-Ca) ra đời, những pháp mà ta thuyết diễn, kêu là Giới Kinh. Về thuở Phật *Cưu-lưu-Tần* ra đời, pháp mà đức Phật ấy thuyết diễn, kêu là Cam-lộ cổ (Cái trống cam lộ). Về thuở Phật Câu-na-hàm Mâu-ni ra đời, pháp mà ngài thuyết diễn, kêu là Pháp-Kính (cái gương Pháp). Về thuở Phật Ca-Diếp ra đời. Pháp mà đức Phật ấy thuyết diễn, kêu là Phân biệt không.

(Xem : Ca-la-ca-tôn-đại)

Cưu-ma-la-đa 鳩摩羅多 Kumârata (scr.)

Tổ thứ 19 trong hàng 28 vị tổ-sư nối nhau nắm giữ đạo Phật ở Ấn Độ. Ngài là con nhà Bà-la-môn tại nước Đại Nguyệt-chi.

Trong quyển Phật-tổ lịch-đại thông tái có ghi tích nầy :

Khi ngài Giá-da-xá-đa tổ thứ 18 du hóa đến nước Nguyệt-chi, ngài thấy nơi nhà một người Bà-la-môn có lằn khí lạ. Tổ muốn vào nhà ấy.

Ngài Cưu-ma-la-đa hỏi rằng :

— Ngài là đồ-chúng nào ?

— Ta là đệ tử Phật.

Tôn-giả nghe nói đến danh hiệu Phật thì tâm thần sợ hãi lắm, tức thời đóng cửa lại. Tổ chờ một chặp lâu, kế gõ cửa. Tôn-giả nói :

—Không có ai ở nhà hết.

—Ngươi nói không có ai, vậy ai nói đó ?

Biết là bực dị-nhơn, tôn-giả mở cửa đón tiếp.

Tổ nói rằng : Phật có phán tiên-tri rằng : «Trong vòng một ngàn năm sau khi ta tịch, sẽ có một bực đại-sĩ xuất hiện tại nước Nguyệt-chi.» Nay ta gặp ngươi, thật ứng vào lời tiên tri ấy.

Lúc ấy, tôn-giả phát túc-mạng trí (nhớ việc đời trước), được tổ nhận truyền giái xuất-gia.

Cưu-ma la-Phật-đề 鳩 摩 羅 佛 提 Người Tàu cũng gọi ngài là Đồng-giác 童 覺, Sa-môn Ấn Độ, dịch kinh tại Trường-An (Tch'ang-nan) từ năm 369 đến năm 371 dương-lịch.

Cưu-ma-la-thập 鳩 摩 羅 什 Kumârajîva (scr.)

Tàu cũng gọi theo nghĩa là *Đồng - Thọ*. Cưu - ma - la (Kumâra) : Đồng-tử. Thập (Jîva) : Thọ - mạng, đời sống. Cha ngài là người Ấn độ, mẹ ngài là công chúa xứ Dao-Tần (Koutcha), tức là xứ Tân-Cương bây giờ. Vì ngài sanh trưởng tại xứ Dao-Tần (Koutcha), nên trong các kinh gọi ngài là *Dao-Tần* Tam tạng Pháp-sư Cưu-ma-la-thập. Ngài là bậc Sa-môn có danh, dịch Kinh tại Trường-An (Tch'ang-nan) từ năm 401 đến năm 412 d l., nhằm đời Đông-Tấn

Ngài là dòng thế - phiệt. Cha ngài đáng lẽ nối nghiệp ông ngài mà làm chức Thủ tướng, song người từ đi và xuất-gia nhập đạo. Người đi về phương Đông. Vua nước Dao-Tần (Koutcha) nghe danh người, ngự ra khỏi hoàng-thành mà tiếp rước người và cầu người nhậm chức đại-thần (purohita) nơi trào. Bà chúa em của vua vừa được hai mươi tuổi, thông minh và đẹp dễ lạ thường, đã từng được chư vị vương tử hỏi cưới, song bà không ưng, nay thấy người thì bà rất đành. Vua buộc người phải cưới bà chúa. Bà thọ thai, và đúng kỳ sanh ra một trai, đặt tên theo cha *Kumâra* và theo mẹ *Jîva* : Kumârjîva, Tàu âm là *Cưu-ma-la-thập*.

Sau khi sanh ra một người con nữa, bà chúa bèn xin phép chồng mà xuất-gia nhập đạo. Bà đi tu, đem người con lớn *Cưu-ma la-thập* theo, bấy giờ ngài được bảy tuổi. Ngài đọc thuộc lòng các bài Kinh và mỗi ngày tụng hai ngàn câu kệ. Khi ngài lên chín tuổi, bà chúa sang xứ Cachemire, có dắt ngài theo. Tại Cachemire, ngài thọ giáo với một nhà cao-tăng tên Bandhudatta là anh em cô cậu với vua trong xứ. Sư Bandhudatta truyền cho ngài những Kinh về Trung-giáo (Madhyama-Agama) và Trường-giáo (Dhirgha-Agama). Vua có thỉnh *Cưu-ma-la-thập* vào trào thuyết pháp tranh biện với các sư ngoại-đạo. Ba năm sau, bà mẹ ngài muốn trở về xứ Dao-tần (Koutcha). Trong khi qua núi, bà có gặp một vị Thánh - tăng tiên đoán rằng nếu *Cưu-ma-la-thập* giữ tịnh-giải được thì sẽ có phước-đức rất lớn và sẽ độ được vô số chúng-sanh.

Hai mẹ con đi đến xứ Kachgar. *Cưu - ma - la - thập* ở đây được trọn năm. Trong mùa đông, ngài có đọc tụng trọn bộ Luận. Một nhà sư thông-thái cứ giục vua xứ Kachgar giữ *Cưu - ma - la - thập* lại. Còn vua bên xứ Koutcha cậu của ngài thì lại thúc ngài về. *Cưu-ma-la-thập* ở nán lại mà học thêm bốn bộ kinh Phệ-đà (Vệda), năm môn khoa học, những kinh-luận của phái ngoại-đạo và môn thiên-văn. Lúc ấy, có hai nhà danh giá, cháu nội của vua xứ Yarkand đến thọ-giới xuất-gia do *Cưu-ma-la-thập* truyền. Trong hai vị ấy, vị lớn tuổi theo Đại - thừa, có đọc với *Cưu-ma-la-thập* một bài Kinh Đại-thừa, ngài bèn tỏ lòng hoan nghênh và theo vào Đại-thừa. Kế ngài theo mẹ mà qua xứ Ouch-Tourfan. Nơi đây, ngài có tranh biện với các sư ngoại - đạo một lần nữa. Cậu ngài, vua xứ Koutcha thân hành qua tận xứ Ouch-Tourfan mà rước ngài về. Bà công chúa con gái của vua xứ Kout ha bèn thọ giới xuất gia, do *Cưu-la-ma-thập* truyền. Lúc ấy, tại xứ Koutcha có lối chừng mười ngàn nhà sư. Trong xứ có một nhà danh-sư tên Vimalāksa, ông nầy có truyền bộ Luật của phái Tát-bà-đa-bộ (Sarvāstivada) cho ngài *Cưu-ma-la-thập*. Về sau, ông theo *Cưu-ma-la-thập* mà sang Trung Quốc.

Lúc bấy giờ, có một vị đại-tướng Trung quốc tên Lu-kouong kéo 70.000 binh sang chiếm xứ Koutcha.

Ban đầu đại-tướng bạc đãi nhà Cao-tăng bực nhứt ở Koutcha, lại còn toan bắt ngài giao-hiệp với bà công chúa đệ tử của ngài. Kế đó, đại - tướng đổi ý kiến, đưa *Cưu-ma-la thập* về ải địa - đầu Lang-châu (Leang-cheou) vì đến năm 401 d.l. thì đưa ngài vào Trường An.

Trong ba mươi năm ở Trung Quốc, *Cưu - ma - la - thập* dịch rất nhiều Kinh sách. Ngài là dịch giả có công hơn hết và phiên dịch nhiều bồn to-tát. Ngài dịch tất cả là 98 bồn, phân ra làm 420 quyển. Đến nay vì thất lạc nên còn chừng 50 bồn, trong ấy có những bồn nầy : A-Di-Đà Kinh. Diệu Pháp Liên-Hoa Kinh, Thành - thiệt Luận, Kim-cang Bát-nhã Ba la-mật-đa Kinh.

Cứu cánh 究竟 Uttara (*scr.*) Fin, Final (*fr.*)

Rốt cuộc. Nghĩa là cái nơi rốt cuộc, tới cùng của mọi sự, lý vậy. Như chỗ *cứu - cánh* của nhà tu Phật là thành Phật. **Khởi tín luận** có chép : Lìa tất cả các khổ não, được *an-lạc cứu - cánh*. Trong **Ma - ha Bát-nhã Ba-la-mật đa tâm Kinh** có chép : Bực Bồ-tát nhờ nương theo cái đại-hạnh Trí-huệ (Bát-nhã Ba - la - mật - đa) nên tâm không quái ngại : nhờ không quái ngại nên không sợ-sệt, bèn lìa xa những điều điên-đảo mộng-tưởng, *cứu-cánh* được Niết - bàn.

Cứu thế 救 世 Sauveur (*fr.*)

Cứu : Giúp đỡ, đem ra khỏi chỗ tai hại, nguy cấp cho thân thể hoặc tinh thần. Thế : chúng - sanh nơi cõi thế.

Dùng sức thần thông, tự-tại mà giải thoát cho chúng - sanh khỏi cơn tai nạn như nước, lửa, đao binh, trộm cướp, tù rạc, bệnh tật, ác nhơn, ác thần. Ấy là hạnh cứu khổ cứu nạn của ngài Quan-thế-Âm Bồ-tát. Vì vậy nên người ta gọi ngài là : *Cứu thế Quan-Âm, Cứu thế Viên-mãn, Cứu-khổ cứu-nạn Quan-thế-âm, Tầm thinh Cứu-khổ Quan-Âm Như-lai.*

Dùng sức trí-huệ mà giải thoát cho chúng - sanh trong Thập phương Tam - thế khỏi các mối lầm lạc, tham - mê, phiền não, đau đớn cho thần-tâm; độ thoát cho các hạng chúng - sanh từ phường ngu-muội cho đến bực Thánh-hiền. Ấy là hạnh cứu nhơn độ thế của đức Thích-Ca Như-lai. Vậy nên người ta gọi Ngài là *Cứu-thế Tôn.* Và cái Bánh xe Pháp (Pháp-luân) của ngài quây thì cứu cho chúng-sanh trong cõi Tam-thiên đại thiên thế-giới khỏi các tham, sân, si, được tâm thanh-tịnh, thì người ta gọi Bánh xe Pháp ấy là *Cứu-thế luân, Cứu-thế Pháp-luân.*

Dúng sức từ-bi, thệ nguyện mà cứu độ cho các hàng chúng-sanh trên các cõi thế, công-đức vô cùng, vô tận, đáng lẽ là lên ngôi Phật Thế-tôn rồi. Thế mà không chán với sự cứu thế độ sanh, còn chuyển thân mãi trong chốn lục đạo, vì giữ theo lời thề: Địa - ngục còn thì ta nguyện không làm Phật. Ấy là ngài Địa-Tạng Bồ tát, mà người-ta có thể gọi là *Cứu-thế Xiển-đề* (Bực Cứu thế quyết không làm Phật).

Cựu dịch, Tân dịch 舊 譯 新 譯 Bổn dịch cũ, bổn dịch mới.

Ở Trung quốc, các nhà dịch kinh-điển Phật-giáo phân ra làm hai hạng, hạng *Cựu* và hạng *Tân*. Từ khi chư sơn, đại-đức khởi sự đem chữ Phạn mà dịch ra chữ Hán, cùng nhau nhóm họp ở các đô thị lớn, ở các nhà chùa có danh, mãi cho đến ngài Huyền Trang thế-kỷ thứ bảy đời nhà Đường, các kinh điển ấy kêu là *Cựu-dịch*.

Kể từ ngài Huyền Trang trở lại đây, nhờ Huyền Trang có công đi nghiên cứu ở Ấn-Độ rồi về bổ cứu lại, từ đó về sau, các kinh điển kêu là *Tân-dịch*.

Cửu bộ Kinh 九 部 經 Chín bộ Kinh. Chín bộ nầy có

biên trong phẩm Kim-cang thân, Niết-bàn Kinh :

1.— Tu đa-la (Sûtra), 2.— Kỳ-dạ (Geya), 3.— Thọ-Ký (Vyakarana), 4.— Già đà (Gāthā), 5.— Ưu đà-na (Udana), 6.— Y-để-mục-đa-già (Itivṛtaka), 7.— Xà-đà-già (Jātaka), 8.— Tỳ-phật-lược (Vaipulya), 9.— An-phù-đà đạt-ma (Adbhutadharma).

Tam tạng Kinh của đạo Phật có tất cả mười hai bộ mà trên đây là chín bộ.

(Xem : *Thập nhị Đại-thừa Kinh*)

Cửu bộ pháp 九 部 法 Chín bộ Pháp. Cũng kêu : *Cửu bộ kinh*.

Những phân loại giáo-pháp do đức Phật thuyết. Tức là chín bộ trong mười hai bộ kinh mà trong đời Phật, ngài lần lượt diễn giảng.

Cửu bộ pháp là :

1.— Trường-hàng (Tu-đa-la, Sûtra), cũng dịch là Pháp bổn.

2 — Trùng tụng (Kỳ-dạ, Geya), cũng dịch là Ứng tụng.

3.— Cô khởi kệ (Già-đà, Gāthā), cũng dịch là Phúng tụng.

4.— Nhơn duyên (Ni-đà-na, Nidāna).

5. — Thí-dụ (A-ba-đà-na, Avadāna).

6.— Bổn-sự (Y-để-mục-đa-già, Itiyrtaka).

7.— Bổn-sanh (Xà-đà-già, Jātaka).

8 — Vị-tằng-hữu (A-phù-đà-đạt-ma, Adbhutadharma)

9.— Luận-nghị (Ưu-ba-đề-xá, Upadēsa). —

Nếu thêm ba bộ : Thọ-ký (Hoà-ca-la-na, Vyakarana),

Tự--thuyết (Ưu-đà-na, Udana).

Phương-quảng (Tỳ-phật-lược, Vaipulya) thì thành

12 bộ (Thập nhị bộ kinh).

Ban đầu Phật thuyết chín bộ, sau Phật thuyết thêm ba bộ. Ai nghe đủ 12 bộ, tức được Phật-huệ, vào Phật-thừa.

(Xem : *Thập nhị Đại-thừa kinh*).

Cửu chúng 九 衆 Chín bộ tu hành. Tùng theo mỗi ban Tăng-già, có tất cả là chín bộ tu hành, chín hàng tu học.

1.— *Tỳ-kheo* : ông sư thọ đủ Giái, tức 250 Giái.

2.— *Tỳ-kheo-ni* : bà sư thọ đủ Giái, tức 348 Giái.

3.— *Thức-xoa-ma-na* : ni-cô Sa-di-ni đã học đủ Giái, sắp lên hàng Tỳ-kheo-ni.

4.— *Sa-di* : ông đạo tại chùa, thọ 10 Giái.

5.— *Sa-di-ni* : thiếu nữ tu tại chùa, thọ 10 Giái.

6.— *Xuất-gia Ưu-bà-tắc* : đờn ông ở chùa, thọ 8 Giái.

7.— *Xuất-gia Ưu-bà-di* : đờn bà ở chùa thọ 8 Giái (hạng 6 và hạng 7 kêu là cận-trụ).

8.— *Tại-gia Ưu-bà-tắc* : đờn ông tu ở nhà, thọ 5 Giái.

9.— *Tại-gia Ưu-bà-di* : đờn bà tu ở nhà, thọ 5 Giái (hạng 8 và hạng 9 kêu là cận-sự).

Cửu chủng hoạnh tử 九 種 橫 死 Chín thứ chết ngang : 1.— Bị bịnh không có thuốc, 2.— Bị phép nhà vua (chánh phủ) giết, 3.— Bị giống chẳng phải người (thiên. long, dạ xoa và các giống ma, quỉ) đoạt mất tinh-khí, ham mê cờ bạc, rượu trà, săn bắn mà chết, 4.— Bị lửa đốt cháy, 5.— Đắm chìm trong nước, 6.— Bị thú dữ ăn thịt, 7.— Té ngã sườn núi, 8.— Bị thuốc độc, bị nguyền rủa, 9.— Bị khốn về đói khát mà chết.

Đó là sơ lược chín thứ hoạnh-tử, ngoài ra còn vô-lượng những thứ chết ngang khác, nói không cùng. (Xem: Dược-sư lưu-ly quang Như-lai kinh, phẩm 13)

Cửu chủng thực 九 種 食 Chín món ăn : 1.— *Đoạn-thực*, là món phân ra từng đoạn, nhai nát mà ăn, có ba thể : *hương, vị, xúc*, là món đồ ăn thường vậy. 2.— *Xúc-thực*, là món đối với cái cảnh dụng vào sáu thức (*mắt, tai, mũi, lưỡi, thân, ý*), nên ham mà sanh ra lòng vui mừng. như mắt đối với sắc đẹp. tai đối với tiếng hay. cho chí mình đối với vật mềm dịu, lấy đó nuôi lớn tâm thân vậy. 3.— *Tư-thực*, là món do ý-thức mình nghĩ đến sự tốt mà sanh lòng vui, dùng để giúp ích cho các căn vậy. 4.— *Thức thực*, là món do chúng-sanh nơi Địa-ngục và các giống hữu tình nơi Vô-sắc giới đem ý thức giúp trì mạng căn vậy. Bốn món trên đây là món ăn của thế-gian. 5.— *Thiền duyệt thực*, là món do người tu hành được cái vật vui thiền-duyệt (vào thiền định mà tâm thần khoái lạc), có thể nuôi được các căn vậy. 6.— *Pháp hỷ thực*, là món do người nghe phép tu mà sanh lòng vui mừng, giúp trì huệ-mạng đặng nuôi thân tâm vậy. 7.— *Nguyện-thực*, là món do người tu hành phát thệ-nguyện trì thân đặng tu muôn hạnh vậy. 8.— *Niệm-thực*, là món do thiện-căn của người tu hành thường niệm xuất thế mà chẳng quên dùng lấy đặng giúp trì huệ-mạng vậy. 9.— *Giải thoát thực*, là món do người tu-hành đã đắc cái cảnh vui Niết-bàn, bèn dùng đặng nuôi lớn thân tâm vậy.

Cửu-đế 九 諦 Chín đế (chín lý chơn thật), tức là nói cái lý chín món vô thường có thiệt vậy : 1.— *Vô thường đế*, nói về các pháp trong tam-giái sanh, diệt không thường. 2.— *Khổ-đế*, nói về cái quả hữu lậu (có phiền não) trong tam giái nó bức-bách đau-khổ. 3.— *Không-đế*, nói về tự-tánh của các pháp nó trống không. 4.— *Vô ngã đế*, nói về lẽ hết thảy các pháp đều vô ngã mà không có cái ngã thiệt thường nhứt chủ tể. 5.— *Hữu ái đế*, nói về sự ái-chấp cái hậu hữu, cái thường-kiến mà đắc quả khổ não. 6.— *Vô hữu ái đế*, nói về lẽ quyết không có sự ái-chấp cái hậu hữu (quả báo về sau), liền do ý kiến quyết đoán mà đắc quả khổ não. 7.— *Đoạn phương tiện đế*, nói về lẽ dứt bỏ cái đạo phương tiện của hai đế *khổ, tập*. 8.— *Hữu dư y Niết-bàn đế*, nói về cái lý dứt bỏ phiền não, chứng được lý Niết-bàn, còn có cái mình nương dựa vào hoặc-nghiệp (nghiệp lầm) nó làm lầm. 9.— *Vô dư y Niết-bàn đế*, nói về cái mình nương dựa ấy theo về lý không-tịch, đắc quả diệt-đế (lý thật tịch-diệt, tức là Niết-bàn trọn vẹn).

Cửu địa 九 地 Chín cảnh-giới. Trong Tam-giới phân ra chín cảnh-giới, kể từ dưới thấp lên cao như vầy :

    1.— *Dục-giới ngũ thú địa* (cảnh-giới năm nẻo trong Dục-giới ; Địa ngục, Ngạ quỉ, Súc-sanh, Nhơn, Thiên).   **Dục-giới**

    2.— *Ly sanh hỷ-lạc địa* (Sơ thiền thiên)

    3.— *Định sanh hỷ-lạc địa* (Nhị thiền thiên)

    4.— *Ly hỷ diệu-lạc địa* (Tam thiền thiên)   **Sắc-giới**

    5.— *Xả niệm thanh tịnh địa* (Tứ thiền thiên)

    6.— *Không vô - biên xứ địa*

    7.— *Thức vô-biên xứ địa*

    8.— *Vô sở hữu xứ địa*   **Vô sắc-giới**

    9.— *Phi tưởng phi phi tưởng xứ địa*

    Chín cảnh-giới (*Cửu-địa*) ấy, người ta gọi nôm là chín phương trời. Trong chín cảnh-giới ấy, cảnh dưới gọi cảnh trên là *Thượng-địa*, cảnh trên gọi cảnh dưới là *Hạ-địa*. (Xem *Tam-giới*).

Cửu điều (y) 九 條 **Samghati** (*scr*)

    Tăng-già lê. Áo chín miếng. Đó là một thứ áo trong ba thứ áo cà-sa vậy. Áo cà-sa là lấy vải cắt từng miếng nhỏ và dài, đem can ngang lại với nhau mà may nên. Do cái số miếng cắt ra đó mà phân ra các thứ : năm miếng kêu là *Hạ-y* (áo bậc dưới) ; bảy miếng kêu là *Trung-y* (áo bậc giữa) ; chín miếng trở lên tới hai mươi lăm miếng kêu là *Thượng-y* (áo bậc trên (tức là áo *tăng-già-lê*), lại kêu là *Đại-y* (áo bậc lớn). Áo năm miếng là thứ áo mặc lúc thường. Áo bảy miếng là thứ áo mặc lúc làm lễ, tụng trai, giảng kinh với chúng ở trong chùa. Áo chín miếng trở lên là thứ áo mặc lúc đi ra ngoài và những lúc lễ-nghi nghiêm trọng khác.

Cửu hữu 九 有 Chín cõi có, các chỗ ở trong tam-giới của các giống hữu-tình. Cũng kêu : *Cửu môn, cửu hữu tình cư cửu địa.*

    1.— Người, tiên và các loại ở trong cõi Dục giới   **Dục-giới**

    2— Sơ thiền thiên

    3— Nhị thiền thiên

    4— Tam thiền thiên   **Sắc giới**

    5.— Tứ thiền thiên với Tịnh-phạm địa

<pre>
6.— Không vô biên xứ   ⎫
7.— Thức vô biên xứ   ⎬   Vô sắc giới
8.   Vô sở hữu xứ   ⎪
9.— Phi tưởng phi phi tưởng xứ ⎭
</pre>

Chín cõi ấy, người mình gọi là *Chín phương trời*. Còn *Mười phương Phật* là chúng-sanh trong lục-đạo (gồm luôn Chín phương trời) và Bốn bực Thánh : Thinh-văn, Duyên-giác, Bồ-tát, Phật. *Cửu hữu* tức là *Tam hữu* (Dục-giới, Sắc-giới, Vô sắc-giới) nhưng nói rộng ra.

Cửu kết 九 結 Chín đều kết, chín tật xấu bó buộc lòng người. 1.— *Ái kết*, sự ham-yêu. 2.— *Nhuế kết*, sự hờn giận. 3.— *Mạn kết*, sự khi-lờn. 4.— *Si kết*, sự ngu-si không sáng, chẳng hiểu sự-lý. 5.— *Nghi kết*, sự nghi-hoặc đối với tam-bảo. 6.— *Kiến kết*, ý kiến tà-khúc về *thân kiến* (chấp nệ ý kiến tà-khúc riêng của mình), về *biên-kiến* (ý kiến xấu lệch một bên). 7.— *Thủ kiến kết*, ôm lấy hai món : *kiến thủ kiến* (ôm chặt lấy các ý kiến tà-khúc và tự mình cho là rất thắng), *giới-cấm thủ-kiến kết* (đối với điều chẳng phải giới, lầm cho là giới, giữ càn bề thắng-diệu, trông lấy tấn hành). 8.— *Kiên (khang) kết*, xẻn tiếc thân mạng tài sản của mình. 9.— *Tật kết*, ganh ghét kẻ khác sang giàu.

Cửu khổng 九 孔 Chín lỗ ở thân thể của chúng-sanh : 2 lỗ, tai, 2 lỗ mũi, 2 con mắt, 1 cái miệng, 1 lỗ đại, 1 lỗ tiểu. Chín lỗ ấy đều chẳng sạch, do nơi đó mà tiết ra những món dơ dáy, cho nên trong kinh gọi là : *Cửu khổng bất-tịnh*.

Niết-bàn kinh, *quyển nhứt* : Thân nầy chẳng sạch, từ nơi *chín lỗ*, thường chảy ra những món dơ. (Thị thân bất tịnh, *cửu khổng thường lưu*).

(Xem : *Cửu lậu.*)

Cửu lậu 九 漏 Chín lỗ thủng : Hai lỗ tai, hai lỗ mũi, hai con mắt, một lỗ miệng và hai chỗ đại tiện tiểu tiện, tất cả là chín huyệt. Từ chín huyệt ấy, thường chảy rích những chất chẳng sạch ở trong mình ra, kêu là *Cửu lậu* (chín lỗ lũng chảy). Lại kêu là : *Cửu khổng* (chín lỗ), *Cửu nhập* (chín chổ vô), *Cửu lưu* (chín lỗ chảy).

Cửu loại sanh 九 類 生 Chín loại sanh : 1.— *Thai sanh*

(do thai chửa dẻ ra), 2.—) *Noãn sanh* (do trong trứng nở ra), 3.—)
Thấp sanh (nhờ khí ẩm-ướt mọc ra), 4.—) *Hóa sanh* (do tự-nhiên mà
hóa ra có). Bốn loại đó theo ba lớp thọ sanh khác nhau : trời và địa-
ngục chỉ hoá sanh, qui thì thai, hoá gồm hai, người và súc-vật đủ cả
bốn. 5.—) *Hữu sắc* (có màu vẻ), kêu là trời Sắc-giới, 6.—) *Vô sắc*
(không màu vẻ), kêu là trời Vô-sắc giới, 7.—) *Hữu tưởng* (có tư-
tưởng), tức là trong trời không sắc mà có tưởng, 8.—) *Vô tưởng*
(không tư tưởng), trời vô tưởng cõi Tịnh-phạm, 9.—) *Phi hữu tưởng
phi vô tưởng* (chẳng phải có tư tưởng chẳng phải không tư tưởng), là
nơi thứ tư trong Vô sắc giới, cõi trời Phi tưởng phi phi tưởng vậy.

Cửu phẩm vãng sanh 九 品 往 生 Những ai muốn
sanh qua cõi Tịnh-độ của Phật A-Di-Đà đều do công - hạnh tịnh -
nghiệp khác nhau mà vãng sanh trong chín phẩm hoa sen cao thấp
khác nhau. Chín phẩm hoa sen ấy phân ra làm ba bối : thượng,
trung, hạ ; mỗi bối có ba phẩm : thượng, trung, hạ. *Cửu phẩm vãng
sanh* có giải rõ trong « Quán Vô Lượng Thọ Phật Kinh ». *Thượng
phẩm thượng sanh* : Chúng sanh cần phát ba thứ tâm thì đặng vãng
sanh : 1) Chí thành tâm, 2) Thâm tâm, 3) Hồi hướng phát nguyện
tâm. Lại ba thứ chúng-sanh nầy sẽ được vãng sanh : 1) Từ tâm bất
sát, cụ túc các Giái ; 2) Đọc tụng các Kinh điển Đại - thừa ; 3)
Tu hành sáu niệm (niệm : Phật, Pháp. Tăng. Giái, Thí, Thiên), hồi
hướng phát nguyện sanh về cõi Cực-lạc. *Thượng phẩm trung sanh* :
Đối với Nghĩa thứ nhứt (tức là Phật), lòng chẳng kinh động, tin
sâu lý Nhơn-quả. không ngạo báng giáo pháp Đại-thừa. Dùng công-
đức ấy, hồi hướng, nguyện cầu sanh qua cõi Cực-Lạc. *Thượng phẩm
hạ sanh* : Cũng tin lý Nhơn-quả, chẳng nhạo báng giáo-pháp Đại-
thừa, chỉ phát tâm Bồ-đề vô-thượng. Dùng công-đức ấy, hồi hướng,
nguyện cầu sanh qua cõi Cực-Lạc *Trung phẩm thượng sanh* : Thọ
trì Năm Giái, Tám Giái, Cụ-túc giái, chẳng tạo ra năm sự nghịch,
không có sự lỗi, đều lo. Dùng căn lành ấy, hồi hướng, nguyện cầu
sanh qua Thế-giái Cực-lạc phương Tây. *Trung phẩm trung sanh* : Một
ngày một đêm trì Tám Giái, một ngày một đêm trì Thập Giái Sa-
di, một ngày một đêm trì Cụ-túc Giái, oai-nghi không thiếu. Dùng
công-đức ấy, hồi hướng nguyện cầu sanh qua cõi Cực-lạc. *Trung phẩm
hạ sanh* : Hiếu thảo phụng dưỡng cha mẹ, làm chuyện nhơn-từ ở thế ;
lúc mạng sắp chung, gặp bực thiện-tri-thức nói cho nghe việc vui
nơi Cõi Phật A-Di-Đà, cũng nói cho nghe 48 điều nguyện của

ngài Pháp-Tạng Tỷ-kheo. Nghe mà vui, liền được sanh qua cõi Cực-lạc. *Hạ phẩm thượng sanh* : Ai làm ra việc ác, tạo ra nhiều pháp dữ, chẳng biết hổ thẹn. Song lúc mạng sắp chung, gặp bực thiện-tri-thức thuyết cho nghe danh-tự đầu để 12 bộ Kinh Đại-thừa. Nhờ vậy mà trừ hết nghiệp dữ rất nặng trong ngàn kiếp. Bực thiện-tri thức ấy lại dạy cho biết cách lễ Phật và dạy niệm : Nam-mô A-Di-Đà Phật. Nhờ xưng tên Phật, liền được vãng sanh. *Hạ phẩm trung sanh* : Ai hủy phạm Năm Giới, Tám Giới, Cụ-túc Giới, ăn cắp đồ của nhà chùa, thuyết pháp chẳng thanh tịnh, chẳng biết hổ thẹn, dùng các nghiệp dữ mà tô điểm lấy mình, kẻ ấy đáng đọa Địa-ngục. Lúc làm chung, lửa Địa-ngục sắp đốt. Song nhờ gặp bực thiện-tri-thức tán thuyết cho nghe oai-lực của đức A-Di-Đà, thần-lực của hào-quang đức A-Di Đà, cũng tán cho biết Giới, Định, Huệ. Giải-thoát, Giải thoát tri-kiến. Người ấy nghe rồi, vui mừng, liền có gió mát thổi đưa mình đến cõi Phật A-Di-Đà. *Hạ phẩm hạ sanh* : Ai làm nghiệp chẳng lành : năm nghịch, mười ác, đủ hết sự chẳng lành. Đáng đọa ác-đạo, trải qua nhiều Kiếp, thọ khổ vô cùng. Nhưng tới lúc mạng chung, gặp bực thiện-tri-thức an ủy, thuyết Pháp cho nghe và dạy niệm Phật Di-Đà. Nhờ xưng danh hiệu Phật Di-Đà mà được tiêu tội, liền vãng sanh về cõi Cực-lạc.

Cửu qui 九 鬼 Chín giống qui. Qui có ba giống : 1) Qui không có của, 2) Qui có ít của. 3) Qui có nhiều của. Trong mỗi giống ở ba giống ấy, lại nầy sanh ra ba giống nữa, tất cả là chín giống. Như ba giống qui không có của là : 1) Qui miệng đuốc, (miệng đỏ như lửa cây đuốc), 2) Qui miệng kim (miệng nhỏ như lỗ kim), 3) Qui miệng hôi-thúi. Ba giống qui có ít của là : 1) Qui lông kim, lông nó nhọn như mũi kim, có thể chích được mình nó, lại chích được vật khác. 2.) Qui lông hôi. 3) Qui phùng mang (lúc giận nổi hạch cồ lên) Ba giống qui có nhiều của là : 1) Qui trông cúng, thường ở trong đền miếu, trông cầu lấy đồ người ta cúng quảy mà ăn, 2) Qui trông đồ bỏ, thường trông được đồ ăn người ta bỏ mà lượm lấy ăn, 3) Qui thế lớn, có thế lớn phước lớn như chư thiên vậy.

Cửu sơn (san) bát hải 九 山 八 海 Chín núi, tám biển. Đó là tiếng kêu chung số núi, biển trong một tiểu thế-giới : 1) Tại trung-tâm tiểu thế-giái có hòn núi rất cao, khởi mặt nước tám muôn do-tuần, dưới mặt nước cũng như vậy. Đó kêu là núi Tô-

mê-lư, tên cũ kêu là núi *Tu di*, đây kêu là núi *Diệu-cao*. Ngoài núi Diệu-cao, có bảy hòn núi Kim-sơn vây quanh 1). Núi *Du-kiện-đạt-la*, đây kêu là núi *Trì song* ; 2) Núi *Y sa-đà-la*, đây kêu là núi *Trì-trục* ; 3) Núi *Yết-địa lạc-ca*, đây kêu là núi *Thiềm-mộc* ; 4) Núi *Tô-đạt-lê-xá-na*, đây kêu là núi *Thiện-kiến* ; 5) Núi *Át-thấp-phược-yết-nỗ*, đây kêu là núi *Mã-nhĩ* ; 6) Núi *Tỳ-na-đát-ca*, đây kêu là núi *Tượng-tỵ*. 7) Núi *Ni-dân-đạt-la*, đây kêu là núi *Trì-biên*. Bề cao của các núi do núi *Diệu-cao* lần lần giảm bỏ đi một phần hai, đến núi Trì-biên là 625 do-tuần. Núi Diệu-cao nầy với bảy núi Kim-sơn mỗi một khoảng đều có biển lớn, sâu, đầy nước tám công-đức, kêu là *biển trong*. Vùng biển trong nầy tất cả có bảy cái biển. Lối ngoài núi Trì-biên thì có biển Hàm-hải, lấy núi *Thiết-vi* ngăn cách ra, kêu là *biển ngoài*. Bốn phía trên biển nầy có bốn châu lớn, chúng ta ở tại châu lớn phía nam biển ấy, tức là châu Diêm-phù-đề đó vậy. Ở trong là bảy cái biển, ở ngoài một biển, hiệp lại thành tám biển. Phần núi thì một núi Diệu-cao, bảy núi Kim-sơn, một núi Thiết-vi, hiệp lại thành chín núi.

Cửu thập đơn đề pháp 九 十 單 提 法 *Quatre-vingt-dix cas de coulpe*.

Chín chục giới đơn-đề cũng kêu là *Ba-dật-đề*. Thầy Tỳ-khưeo phạm một giới trong chín chục giới nầy, sám-hối thì đủ, vì là tội nhẹ.

Cửu thiền 九 禪

Chín phép thiền. Phép đại-thiền mà riêng bậc Bồ-tát tu theo, chẳng thông với hai thừa ngoại-đạo (Thinh văn, Duyên-giác) vậy : 1.—) Phép thiền *tự-tánh*, hoặc đỉnh-chỉ, hoặc quán-tưởng, hoặc đỉnh-chỉ quán-tưởng bằng nhau vậy; 2.—) Phép thiền *nhứt thiết*, là phép thiền thế-gian xuất thế-gian vậy; 3.—) Phép thiền *nan*, là phép thiền dưới hoá chúng-sanh, trên cầu Bồ-đề vậy; 4 —) Phép thiền *nhứt thiết môn*, nói là *môn*, đó là hết thảy thiền-định đều do môn ấy mà ra, là phép thiền tâm bình-đẳng mà không có những ý lành, dữ, yêu, ghét vậy; 5.—) Phép thiền *thiện-nhơn* (người lành), là phép thiền cảm niệm chấp trước về mùi-vị vậy; 6.— Phép thiền *nhứt thiết hạnh*, là phép thiền sanh ra hết thảy các hạnh lành của Bồ-tát vậy ; 7.— Phép thiền *trừ não*, là phép thiền tiêu-trừ hết thảy khổ-não của chúng-sanh vậy; 8.—) Phép thiền *Cảm. Vui cõi nầy và cõi khác*, là phép thiền của Bồ-tát hiện ra thần-thông chẳng biết đâu mà nghĩ ngợi, đặng lợi ích cho chúng-sanh cõi nầy và cõi khác vậy ; 9.—

Phép thiền *thanh-tịnh*, (trong sạch), là phép thiền thành tựu hết thảy các công-đức, chứng được đạo Vô-thượng vậy.

Cửu thứ đệ Định 九次第定

Chín phép Thiền-Định liên tiếp nhau. Ấy là :

a) *Tứ Thiền* 1) Sơ Thiền Định. 2) Nhị Thiền Định. 3) Tam Thiền Định 4) Tứ Thiền Định.

b) *Tứ Không* 1) Không vô-biên xứ định. 2) Thức vô biên xứ định. 3) Vô sở hữu xứ định. 4) Phi tưởng phi phi tưởng xứ định

c) *Diệt-tận Định*. Tức là *Bát Định* với *Diệt-tận Định*.

Cửu thức 九識 *Neuf consciences ou connaissances (fr.)*

Chín cái thức, tức là chín cái trí biết : 1) Nhãn thức. 2) Nhĩ thức. 3) Tỷ thức. 4) Thiệt thức. 5) Thân thức. 6) Ý thức. 7) Mạt-na thức. 8) A-lại-da thức. 9) Am-ma-la thức.

Đó là *cửu thức* lập ra bởi *Tánh-tông*.

Cửu tịnh nhục 九淨肉

Chin thứ thịt tịnh (chín thứ thịt súc-sanh mà Tỷ-kheo Tiểu-thừa có thể ăn, không mang tội : 1) Thứ thịt mà mình không ngó thấy kẻ giết. 2) Thứ thịt mà mình không nghe tiếng giết. 3) Thứ thịt chẳng ngờ là vì mình mà người ta giết. 4) Thứ thịt chẳng vì mình mà người ta giết 5) Thứ thịt tự nó chết. 6) Thứ thịt do con chim tàn hại. 7) Thứ thịt sống khô. 8) Thứ thịt thình-lình gặp. 9) Thứ thịt đã bị giết từ trước.

Cửu trụ tâm 九住心

Chín lòng trụ (đậu). Lúc hành - giả (người tu hành) tu thiền-định, lòng chẳng tán loạn, khiến cho trụ vào một cảnh, khởi ra chín tấm lòng : 1.—) *An trụ tâm* (lòng yên mà đậu) 2.—) *Nhiếp trụ tâm* (lòng thâu mà đậu), 3.— *Giải trụ tâm* (lòng hiều mà đậu), 4 — *Chuyển trụ tâm* (lòng chuyển dời mà đậu). 5.—) *Phục trụ tâm* (lòng hàng phục mà đậu 6. —)*Tức trụ tâm* (lòng thở hơi mà đậu)7.—) *Diệt trụ tâm* (lòng tịch diệt mà đậu). 8.—) *Tánh trụ tâm* (lòng vì tánh mà đậu). 9 —) *Trì trụ tâm* (lòng cầm giữ mà đậu).

Chánh (*chính*) 正

Phải, thích đáng : — chơn thật ngay thẳng. Trái với tà, khúc; — thánh, trong sạch (như : chánh-đạo, thánh-đạo) :—

đầy đủ, chẳng thiếu sót; — thuần nhứt, chẳng tạp nhạp; — chất phác, thật thà;- sửa cho ngay thẳng, nghiêm trang;- ồn đáng, cao cả, vững chắc, không phụ tùng, không hạ thuộc, không trái lẽ;- cai trị, sửa trị.

Chánh-báo 正報 : Quả-báo chánh. Cũng viết: *chánh-quả*. Con người sanh ra, đều do nơi nghiệp-nhơn đời trước của mình nó cảm ứng mà sanh ra quả báo. Có hai thứ quả-báo (nhị báo): 1.- *Chánh-báo* hay *chánh-quả* là cái thân thể ngũ-uẩn của mình : tốt boặc xấu, yểu hoặc thọ, thông-minh hay ngu-muội.

2.- *Y-báo* hay *y-quả* tức quả-báo phụ thuộc. Như nhà cửa, làng xóm, đất nước, xã hội nơi ấy mình sanh ra, đó là *Y-báo*.

Phật giáng-sanh nơi cõi thế-giái tịnh hoặc trược, cũng chịu lấy hai quả-báo: *chánh báo* là cái thân 32 tướng chánh và 80 tướng tùy; *y-báo* là cõi thế (như y-báo của Phật Thích-Ca là cõi Ta-bà, y-báo của Phật A-Di-Đà là cõi Cực-lạc thế-giái.)

Chánh-biến-giác : 正徧覺 : Một hiệu trong mười hiệu của Phật. Thường viết: *Chánh-biến-tri*.

Chánh-biến-tri 正徧知 .— *Samyaksambouddha* (scr.)

— Qui-a la Connaissance de Tout (*fr.*) : Đọc theo Phạn : *Tam-miệu Tam-Phật-đà*. Dịch ra Hán: *Chánh-biến giác, Chánh-biến-tri, Chánh-biến-trí* (智) Tam-miệu (Samyak) : Chánh, chơn thật, hoàn toàn); Tam (Sam): Biến, khắp cả; Phật-đà (Bouddha): Giác, Tri, Trí, sáng suốt, có trí biết). Nghĩa là : Bực sáng suốt chánh-cứu chơn-lý, biết hết tất cả, Ấy là một hiệu trong mười hiệu của Phật. (Xem : *Thập hiệu, — Tam miệu-Tam-Phật-đà.*)

Chánh-biến-tri Hải 正 徧 知 海 : Biển chánh-biến-tri. Tiếng thí dụ để gọi sự hiểu biết bao quát của Phật. Cũng như biển cả sâu rộng vô cùng, sự hiểu biết của Phật cũng sâu xa vô tận, không ai độ lượng cho nổi, nên kêu là *Chánh-biến-tri hải.*

Chánh-căn 正勤 .— **Prahâna** (*p.*) : Siêng năng, gắng chí mà tu tập theo nền Thánh-đạo. *Chánh-căn* có bốn pháp : 1. Đừng phạm tội lỗi nữa nếu đã lỡ phạm. 2. Tội lỗi nào chưa phạm thì chớ có phạm. 3. Tập làm điều thiện mình chưa làm. 4. Tăng trưởng điều thiện mình đã làm. Lúc nào cũng siêng năng mà làm bốn phép ấy để xa lánh điều xấu, thi hành điều tốt, kêu là Tứ chánh-cần. Ấy là bốn phẩm trong 37 phẩm Đạo (Xem : *Tam thập thất Đạo phẩm.*)

Chánh-cơ 正 機 :

Căn-cơ tánh tình thích đáng để thọ trì giáo-pháp. Như tông Tịnh-độ gọi kẻ ác và hàng phụ nữ là *chánh cơ*. Là vì tông ấy rất hạp, rất tiện cho kẻ tà ác cùng hàng phụ-nữ, họ dễ tu theo Pháp-môn Tịnh-độ để vãng sanh.

Chánh đạo 正 道 :

Đường ngay : đạo chơn-chánh ; đạo Thánh, đạo Phật. Trái với *tà-đạo*. Đạo-lý do Thầy truyền dạy một cách chơn, chánh. Giáo-pháp do Phật dạy có tánh-cách dứt khổ, được an - lạc cho mình và cho người. Như ba thừa (Thinh-văn, Duyên-giác, Bồ-tát) của Phật đều là Chánh-đạo. — Ai muốn tu đắc quả Thánh thì nên thi-hành theo nền Đạo có tám nẻo chánh. (Xem : Bát chánh-đạo). *Chánh-đạo* cũng có nghĩa : quả-vị Phật, tức là Phật đạo.

Chánh đẳng chánh-giác 正 等 正 覺 .—Samyaksam-bodhi (*scr.*) État de Celui qui a la Connaissance de Tout (*fr.*)

Âm theo Phạn : Tam-miệu-Tam Bồ-đề. Tàu dịch: Chánh-đẳng chánh-giác. Ấy là quả-vị đúng bực chơn-chánh, giác-ngộ chơn-chánh. Có khác với Chánh-biến-tri (Chánh-biến-giác : Tam - miệu Tam-Phật-dà) là chỗ nầy : chánh-biến-tri chỉ về người thành Phật ; Chánh-đẳng Chánh-giác chỉ về quả Phật. Cũng viết : *Đẳng-chánh-giác.* Cái quả *Chánh-đẳng chánh-giác* hiện đến cho đức Thế-Tôn (Thích-Ca) hồi ngài nhập định nơi cội cây Bồ-đề. Cũng viết : *Cực quả.*

Chánh-đẳng-giác 正 等 覺 :

Có hai nghĩa :

1.— Chỉ về đẳng-vị là quả-vị của bực được trí sáng hiểu thấu tất cả, kêu theo Phạn : Tam-miệu-Tam-bồ-đề (Samyaksambodhi), tức là Chánh-đẳng chánh-giác.

2.— Chỉ về người, là bực sáng suốt hoàn toàn, kêu theo Phạn : Tam-miệu Tam Phật-dà (Samyaksambouddha), tức là chánh- biến-tri, một hiệu trong *Thập hiệu* của Phật.

Chánh-định 正定 Samyak-Samādhi (scr.).—Sammâ-Samādhi (p.).—Contemplation, Extase pure (fr.)

Sự thiền-định chơn-chánh của nhà tu học chánh-thống quyết đắc Đạo, Giải thoát. *Chánh-định* là con đường cao-rốt trong *Bát Chánh-đạo.* Trái với : *Tà - định, Bất-chánh định.* Sự tu *Chánh - định* có rất nhiều từng-bực, nhưng đại-để gom vào hai bực :

1.— Bực ở trong cảnh Định gần (Ba - ly ; Upacara Samadhi) lo trừ lần những mối tham, sân, si.

2.— Bực ở trong cảnh Định cao (Ba-ly : Appana-Samadhi) nhập những cảnh : Sơ thiền, Nhị thiền, Tam thiền, Tứ thiền và cao hơn nữa.

Về Tiểu-thừa, bực *Chánh định* đắc lần từng quả : Tu-đà-huờn, Tư-đà-hàm, A-na-hàm, A-la-hán hay là Duyên-giác.

Về Đại-thừa, bực *Chánh-định* đắc lần từng quả-vị trong Thập-địa của Bồ-tát, cho đến quả rốt ráo là quả Phật Thế-Tôn.

Do Thiểu-dục mà được Tri-túc. Do Tri-túc mà được Tịch - tĩnh. Do Tịch-tĩnh mà được Tinh-tấn. Do Tinh - tấn trì Giới mà được Chánh-niệm. Do Chánh-niệm mà được *Chánh-định.* Do *Chánh-định* mà được Chánh-huệ. Do Chánh-huệ mà được Giải-thoát.— Đó là các trình-độ tu chứng chung cho cả Tiểu-thừa và Đại-thừa.

Chánh-định tụ 正 定 聚

Nhóm tu-học về sự Thiền - định chơn-chánh. Nhóm người nầy càng ngày càng tấn bước trên đường Thiền-định, mãi cho đến đắc quả Thánh, quả Phật. Các chúng-sanh trên thế-gian phân ra làm ba nhóm (*Tam tụ, Tam định tụ*) : **Chánh-định** tụ, tà-định tụ, Bất-định-tụ.

1.— *Chánh-định tụ :* Nhóm tu học chánh-thống theo Phật Thánh, chẳng thối đọa, chẳng đoạn tuyệt các thiện-căn, rồi đây sẽ chứng-ngộ.

2.— *Tà-định tụ :* Nhóm tu học theo tà-giáo, dị-đoan tà - kiến, không có lòng từ bi hỷ xả, chẳng chứng-ngộ, phạm *ngũ vô gián tội.*

3.— *Bất định-tụ :* Nhóm không quyết định, nếu có căn-duyên thì gặp hàng thiện-hữu chỉ cho nẻo chánh, bằng kém phước đức thì gặp hàng ác-hữu chỉ cho nẻo tà.—

Trong «*Vô-lượng Thọ kinh*» có chép : Những chúng sanh vãng sanh về cõi Phật A Di-Đà thảy đều trụ vô *nhóm chánh-định* Tại sao vậy ? Trong cõi của đức Phật ấy, không có những nhóm tà và bất-định.

Trong « *Diệu-pháp liên-hoa kinh* », Phật có dạy rằng : Thiện-nam-tử hoặc thiện-nữ-nhơn nào muốn được truyền kinh Pháp-Hoa thì phải thành-tựu bốn cái pháp nầy :

1.— Phải được chư Phật hộ-niệm.

2.— Phải sanh nầy căn lành cội đức nơi mình.

3.— Phải vào *chánh-định tụ*, có lòng chánh-định chắc chắn.

4.— Phải nhận thấy mình có quả Phật vì muốn cứu vớt chúng-sanh.

Chánh-giác 正覺 .— Samyaksambouddha (*scr.*) Qui a la Connaissance de Tout.

Âm theo Phạn : Tam-miệu Tam Phật-đà. Dịch-nghĩa : Chánh-biến-giác, kêu tắt : *Chánh giác.* Bực giác-ngộ hoàn-toàn, hiểu biết tất cả, tức là Phật Thế-Tôn, Phật Như-lai.

Trong « Vô-lượng Thọ kinh », ngài Pháp - Tạng Tỳ-kheo khi phát Bồ-đề tâm, có lập 48 điều nguyện. Trong 48 điều nguyện đó, nếu có điều nào không thành tựu thì ngài thề chẳng giữ lấy ngôi *Chánh-giác.* « Di-Lặc hạ sanh thành Phật kinh » : Phụ chiếm sát pháp, — Tri tử hữu nhị tướng : — Xử tục tác Luân-vương, — Xuất - gia hành *Chánh-giác.* (Khi Bồ-tát Di-Lặc sẽ hạ sanh, cha ngài chiếm quẻ, biết rằng con mình sẽ có hai địa-vị mà lựa lấy : nếu ở tại thế thì làm bực Chuyển-luân-vương, bằng xuất-gia tu hành thì thành *Chánh-giác* (Phật.). —

Chữ *Chánh-giác* lại cũng có nghĩa : Trí-huệ sáng suốt hoàn toàn. Phạn : Tam-Bồ-đề (Sambodhi) trong chữ Tam-miệu tam-bồ-đề (Chánh đẳng chánh - giác : Samyaksambodhi). Ấy là cái trí chứng-ngộ-chơn-thật hoàn-toàn của đức Như-lai. Ấy là quả-vị rốt ráo của đức Thế-Tôn. Như: Chứng *Chánh-giác*, Thành *Chánh-giác*

Chánh-giác hoa 正覺華 : Tiếng gọi hoa sen ở cảnh Cực-lạc. Ở Cực-lạc thế - giới, hoa sen sanh ra là do cái Trí-

huệ hoàn-toàn của đức Phật A-Di-Đà, cho nên gọi là *Chánh-giác-hoa*. (Xem : *Liên-hoa*.)

Chánh-giác sơn 正 覺 山 .— Bồdh Gâya (*scr.*) :

Cảnh núi *Già-da* (Gâya) bên Ấn-Độ, Tàu dịch : Tượng đầu sơn, vì cảnh núi ấy giống hình đầu con voi. Người ta cũng gọi *Chánh-giác-sơn* hay *Phật Già-da*, vì đức Thích-Ca tham-thiền ở đó mà đắc quả Chánh-giác, thành Phật Thế-tôn. (Xem : *Già-da.*)

Chánh-giáo 正 教 .— Orthodoxie (*fr.*) :

Giáo-pháp chánh-thống, tôn-giáo chánh-thức. Trái với : tà-giáo (hétérodoxie). Như đạo Phật là đạo chung của quốc-dân, được chánh-phủ nhìn nhận một cách chánh-thức, nên kêu là *chánh-giáo* — Lại như chỗ tu học đúng theo những phép của Phật-thánh đã chỉ trong kinh-điển, lời nói ra thích hợp với Chơn-lý, không ngụy-biện, không tà-kiến, không thiên-kiến, đó là *chánh-giáo*

Chánh-hạnh 正 行   Nết chơn-chánh, trong sạch. Tức là : hạnh-nguyện lành, hạnh-nghiệp tốt. Trái với : tà-hạnh (nết cong vạy), đảo-hạnh (nết nghiêng lệch). Sau khi phát nguyện, nhà tu-học giữ theo : Ngũ giái, Thập thiện, Bát chánh đạo, Lục độ, để trừ phiền-não, đắc trí-huệ, tức là giữ chánh-pháp theo Phật, đó kêu là *chánh-hạnh.*

Chánh-hóa 正 化 : Cải hóa theo đường Chánh. Dùng chánh-đạo mà giáo-hóa chúng-sanh, khiến cho họ bỏ tà theo chánh, cải dữ về lành, biết ăn ở theo Pháp Phật.

Chánh-huệ 正 慧 : Trí-huệ chơn chánh, tâm-trí sáng suốt ngưỡng mộ Đạo-lý, biết phân biệt pháp tà mà bỏ, pháp chánh mà theo. Do chánh-niệm mà được chánh-định ; Do chánh-định mà được *chánh-huệ.* Có *Chánh-huệ*, liền rời xa tất cả các phiền-não trói buộc, đó kêu là Giải thoát.

Tu hành đắc Tứ Thánh-thật (Tứ Diệu đế), đó tức là *Chánh-huệ.*

Chánh - kiến 正 見 .— Samyak - droti (*scr.*) . Samma-ditthi (*p.*).— Croyance (*vue*) véridique, parfaite (*fr.*) :

Ý kiến chơn-thật, chỗ thấy (sự quan sát) chánh đáng, không có ý tà-khúc, diên-đảo. Cũng viết : *chánh-tri-kiến*. Trái với : *tà-kiến*.

Chánh-kiến là điều thứ mười trong *Thập-thiện*.

Tà - kiến   » « » «   »   *Thập-ác*.

Chánh-kiến có hai thứ : về thế-gian và về xuất thế-gian, tức là có *chánh-kiến hữu-lậu* và có *chánh-kiến vô-lậu*.

Chánh - kiến là một trong *Bát chánh đạo*. Bực đắc cái *chánh-kiến* nhận thấy rằng thế-giái và vạn vật đều là :

1) *Vô-thường* : không trường tồn, nay vầy mai khác, biến chuyển luôn luôn.

2) *Vô lạc* : không có chi gọi là vui sướng, toàn là khổ-não.

3) *Vô-ngã* : không thật, chỉ là giả-hiệp thôi.

4) *Vô-tịnh* : không có chi là tinh sạch.

Đó là *chánh - kiến hữu-lậu.*

Đắc cái *chánh-kiến* đó, bèn lo thoát mình ra khỏi vòng luân-hồi khổ-não, trông lên nền Chơn-lý giải-thoát.

Đó là *Chánh-kiến vô-lậu*

Tuy vậy, *Chánh-kiến* theo Bát Chánh-đạo, còn là Chánh - kiến Tiểu-thừa, chỉ thấy chỗ Vô-thường. Vô-lạc, Vô-ngã, Vô - tịnh của các pháp hữu-vi mà thôi. Hãy tấn lên mức *Chánh - kiến* Đại-thừa, nhà tu học sẽ thấy lẽ Thường, Lạc, Ngã, Tịnh của các pháp. Được cái *Chánh-kiến* nầy, mình thấy rằng tất cả chúng-sanh, tất cả các pháp đều có Phật-tánh, Chơn-như. Và cái mục đích của bực người *Chánh-kiến* là quyết thành Phật

Chánh - mạng 正 命 .— Samyak - ajiva (*scr.*).— Sammā - vajiva (*p.*).— Manière de vivre Par--faite (*fr.*) :

Mạng chánh. Đời sống chơn chánh, cách sống đời trong sạch

của hàng đệ-tử xuất-gia của Phật. *Chánh-mạng* là cách hành đạo thứ năm trong *Bát-chánh-đạo*. Bực đệ-tử của Phật Thánh làm cho thanh-tịnh ba nghiệp (thân, khẩu, ý) bằng cách thuận theo Pháp chánh mà nuôi mạng sống, lìa khỏi những cách sinh-hoạt tà, lấy giới vô-lậu làm thể. Chư tu-hành xuất-gia sống đời một cách trong sạch có chỉ trong Giới-hạnh Tỳ-kheo, đó là *Chánh-mạng*. Trái với *tà-mạng* là những phương-thế tà khúc, thế-tục dùng để nuôi thân. (Xem : *tà-mạng*).

Chánh-nghiệp 正 業.— Samyak-Karmanta (*scr.*).— **Samma-Kammanta** (*p.*).— **Fin de l'œuvre par-faite** (*fr.*) : Việc làm có tánh-cách chơn chánh, có mục đích lành. Tức là dùng thân thể, tay chơn mà làm việc có lợi ích cho mình và cho chúng-sanh. Trái với *tà-nghiệp* là việc làm vừa tồn hại cho mình, vừa nguy khổ cho chúng-sanh *Chánh-nghiệp* là cách hành đạo thứ tư trong *Bát-chánh đạo*. Người Phật-tử tại-gia và xuất-gia đều làm theo *chánh-nghiệp* được hết *Chánh-nghiệp* tức là *thân-nghiệp* tránh khỏi ba tội nầy : 1.— Chẳng sát sanh hại vật, 2.— chẳng gạt ai, chẳng ăn trộm ăn cướp của ai, 3.— chẳng quến dụ vợ con người. Bực *chánh-nghiệp* lại còn phóng sanh, bố thí, hoằng hóa Đạo lý độ chúng-sanh.

Chánh-nguyện 正 願 : Chí nguyện chơn-chánh. Chí-ý thanh-cao của hàng tu-học quyết trong đời nầy và các đời sau, giữ lấy những pháp lành của Bồ-tát, giữ lấy tất cả công đức để lần lên cho tới quả Phật. *Chánh-nguyện* hợp cả tổng-nguyện (nguyện chung) và biệt nguyện (nguyện riêng). (Xem : *Nguyện*)

Chánh Nguyện lại là tên dịch nghĩa của ông Bà-sa-ba (Vâshpa), một vị trong hàng *Ngũ Tỳ-kheo* được dự cuộc Chuyển Pháp-luân của Phật gần thành Ba-la-nại (Bénarès) trong Vườn Lộc. *Chánh-Nguyện* (Bà-sa ba) là một vị đại-đệ-tử, đại La-hán. Trong « Vô Lượng Thọ Kinh » có biên rằng ông cùng 1.250 vị Đại Tỳ-Kheo thảy đều là bực Đại-thánh đã đạt thần thông, dự nghe Phật giảng Kinh Vô-lượng-Thọ tại núi Kỳ-xà-quật gần thành Vương-xá.

Chánh-ngữ 正 語 : Samyak-vac (*scr*). — **Sammā-vaca** (*p.*). — **Parole parfaite** (*fr.*) : Lời nói chơn-chánh thật tình của hàng đệ-tử Phật Thánh. *Chánh ngữ* là cách hành đạo thứ ba trong *Bát chánh đạo*. Người xuất-gia và tại-gia, kẻ tu Đại-thừa và Tiểu-thừa đều phải giữ hạnh *Chánh-ngữ*. *Chánh ngữ* có bốn thể cách :

1.— Không *vọng-ngữ* : không nói láo, không nói quấy, không nói sai sự thật.

2.— Không *ác-khẩu* : không nói dữ, không chửi rủa, không thề thốt.

3.— Không *ỷ-ngữ* : không dùng môi miệng chuốt ngót mà dụ dỗ người. không dùng cách ngọt ngào giả dối, không dùng lời trêu ghẹo bóng bẩy mà làm cho người ta yêu, thích mình.

4.— Không *lưỡng thiệt* : không nói đâm thọc cho người ta giận nhau ; không bợ đỡ trước mặt, gièm siểm sau lưng.

Trái lại, lúc nào cũng an trụ trong Đạo lý mà nói năng một cách 1) chơn thật, 2) êm ái, 3) chánh dáng, 4) hiền hòa. Lại còn đem phương tiện mà giáo - hóa người nữa. — *Chánh ngữ* lại là tên một vị Tỳ - kheo đại đệ-tử của Phật. Đọc theo Phạn : Át - Bệ, A - thấp-phước-thị (Asvajit), dịch nghĩa : *Chánh - ngữ*, Mã-Thắng. Điều-Mã, Mã-sư, (Xem : *Át.Bệ*).

Chánh-nhơn 正 因 .— Cause fondamentale (*fr.*) :

Cái cơ chánh. Ấy là cái mầm, cái gốc, cái sức chánh do nơi đó mà phát sanh ra sự vật, chánh-pháp, do nơi đó mà tu thành đạo. Cái *chánh-nhơn* là cái cớ chánh, có những cớ phụ thuộc tiếp sức, kêu là *duyên nhơn* hay *trợ-duyên*. Như trong phép tu Tịnh-độ, lòng tin niệm Phật cầu vãng sanh là *chánh-nhơn* ; còn sự tôn-sùng Tam-bảo là *trợ-duyên*. Chánh-nhơn và trợ-duyên hòa hiệp, ỷ như đi ghe gặp nước xuôi gió thuận, chẳng mấy chặt mà tới nơi tới chốn, chẳng mấy nhọc công mà vãng-sanh Cực-lạc.

Chánh-niệm 正 念 .— Samyak-snoti (*scr.*).— Sam--mã sati (*p.*).— Pensée vraie, Mémoire parfaite

(*fr.*) ﹕ Niệm tưởng chơn chánh, suy xét về Chánh - đạo. Trái với : *tà niệm*. *Chánh-niệm* là cách hành đạo thứ bảy trong *Bát chánh-đạo*. Người *chánh-niệm* trở nên thanh lành. lướt khỏi và diệt sạch sự rầu lo đau đớn. Có bốn phép *chánh-niệm*: về thân, về sự thọ cảm, về ý, về pháp.

1. *Chánh-niệm về thân:*

a) Chánh-niệm trong khi cái thân hô hấp, chỉ thấy là một cái thân xác có thể tan rã mà thôi.

b) Chánh-niệm trong khi cái thân đi, đứng, nằm, ngồi, chỉ thấy là một cái thân mà thôi, chớ không có ta.

c) Chánh-niệm trong mọi việc hành động, nhà đạo khá quan tâm vào các sự hành động của mình.

d) Chánh-niệm về cái thân trược, nó chứa đầy các món trược.

đ) Chánh niệm về bốn chất trong thân, cái thân chỉ hiệp bởi bốn chất: đất, nước, lửa, khí mà thôi.

e) Chánh niệm về cái thân trong nghĩa địa, thấy nó trải qua những thời kỳ tan rã.

2. *Chánh-niệm về sự thọ-cảm*, hễ khi cảm vui, buồn thì cho là một mối cảm mà thôi, chớ chẳng phải ta.

3. *Chánh-niệm về ý*, khi có một cái ý tham, sân, si hiện lại thì cho là ý-tưởng mà thôi.

4) *Chánh-niệm về pháp.*

a) thấy năm mối che lấp: tình-dục, sân hận, giải đãi, lo lắng, nghi não lướt lên thì xét ra mà hạ chúng nó.

b) về ngũ uẩn, thấy sắc, tưởng, thọ, hành, thức phát sanh làm sao và tiêu diệt thế nào.

c) chánh niệm về lục-căn, lục-trần, thấy chúng nó phát sanh làm sao và biết cách diệt chúng nó.

d) chánh-niệm về bảy phần Bồ-đề : niệm-lực, phân biệt pháp lý, dõng-lực, hỷ lạc, yên tĩnh, thiền-định, lặng lẽ nghiêm-chỉnh; nhà đạo biết rằng mình có những cái nào và thiếu những cái nào.

đ) chánh-niệm về Tứ diệu-đế, người xét mà hiểu thấu, nhờ đó người sống một cách tự-tại và thoát khỏi thế cuộc —Phép *chánh-niệm* (trong Bát chánh-đạo) đã giải qua là một phép tu rất tỷ mỷ. Phải là bực xuất-gia thanh-tịnh mới thi-hành phép ấy được. Chớ người tại-gia còn bận việc sanh-nhai, chẳng có thì giờ mà suy xét theo phép ấy được.

Lại nữa, *Chánh-niệm* nghĩa là : Tinh-tấn mà tu *Lục-niệm xứ*: niệm Phật, niệm Pháp, niệm Tăng, niệm Giái, niệm Thí, niệm Thiên.

Và *Chánh-niệm* cũng là phép suy xét cho đắc lẽ *Tứ-niệm xứ* : 1) Thân bất tịnh, 2) Thọ thị khổ, 3) Tâm vô-thường, 4) Pháp vô-ngã.

Chánh-niệm lại là : tâm-ý chẳng rời khỏi những lý Đại-thừa.

những lý Đại Niết-bàn, như : Thường, Lạc, Ngã, Tịnh, Đệ nhứt nghĩa Không.

Chánh-pháp 正法 : Đạo-pháp chơn chánh, cao trổi, trong sạch. *Chánh-pháp* có hai phần : lý và thể :

1) *lý* : ý nghĩa không sai chạy, không tà, ngụy, đạo-lý từ lúc ban sơ đến lúc cuối cùng đều có tánh cách trong sạch. Vì vậy nên kêu là chánh.

2) *thể* : pháp, tức là nền Pháp-bảo ở trong Tam-bảo (Phật, Pháp, Tăng). Thể của Chánh-pháp lại cũng gom vào trong bốn pháp (Tứ pháp) :

a) *Giáo* : tiếng nói câu văn của chư Phật, Thánh có tánh cách phá vô-minh, trừ phiền não.

b) *Lý* : Nghĩa lý trong giáo-pháp.

c) *Hạnh* : Y theo nghĩa lý trong giáo-pháp mà thi-hành Giái, Định, Huệ.

d) *Quả* : Nhờ thi-hành Giái, Định Huệ mà chứng đắc những quả hữu-vi và vô vi. — Trong « **Câu - xá - luận** » quyển 29 có nói : Về nền *Chánh-pháp* của đức Thế-tôn, cái thể có hai thứ : giáo và chứng.

a) *giáo* là giáo-pháp trong Kinh có tánh cách ứng đối mà điều phục.

b) *chứng* là nhờ tu hành theo giáo-pháp của Phật dạy mà chứng quả-vị trong Ba thừa (Thinh-văn thừa, Duyên-giác thừa, Bồ-tát thừa).

Trong «**Vô-lượng-Thọ Kinh**» có chép : Trong những vị Bồ-tát sanh qua cõi Phật A - Di - Đà, những vị nào có biện-tài thì thường tuyên thuyết *Chảnh-pháp*, tùy thuận trí-huệ, không trái, không thất. — *Chánh-pháp* lại có nghĩa : Cái Pháp chơn-chánh, tỏ rõ, trong trẻo của mỗi đức Phật vừa thành Đạo và truyền ra. Cái Pháp của mỗi đức Phật trải qua ba thời-kỳ : thời kỳ *Chánh-pháp*, thời kỳ Tượng-pháp và thời kỳ Mạt-pháp.

Thời kỳ Chánh-pháp (đạo lý chơn chánh) của đức Phật Thích-Ca là 500 năm sau khi ngài tịch. Kế đó là thời kỳ Tượng-pháp (đạo lý tương tợ với chánh-pháp), 1.000 năm. Rồi đến thời kỳ Mạt-pháp (đạo-lý lúc sau cùng) là 10.000 năm.

Trong **Luật-tạng** có ghi mấy lời của đức Phật như vầy : Nền

Chánh-pháp của ta đáng lẽ trụ thế 1.000 năm, hoặc lâu hơn nữa. Nhưng trót vì ta đã cho hàng phụ nữ xuất gia, nên nền *Chánh-pháp* bị giảm bớt, chỉ trụ thế 500 năm mà thôi.

Trong Kinh Luật có ghi ba thời-kỳ *Chánh-pháp*, Tượng-pháp và Mạt-pháp, đặng cho biết rằng : Trong thời-kỳ *Chánh-pháp*, dễ tu chứng và rất nhiều người tu chứng, vì nền *Chánh-pháp* đương thạnh hành. Trong thời kỳ Tượng-pháp, hơi khó tu chứng và số người tu chứng ít hơn, vì đạo-pháp mường-tượng với Chánh-pháp. Đến thời-kỳ Mạt-pháp, rất khó tu chứng và rất ít người tu chứng, vì là lúc cuối cùng của nền Đạo.

Nhưng mà, đứng về phương diện Đại - thừa, ta thấy rằng: Lúc nào cũng có *Chánh-pháp*, dầu ở trong thời kỳ *Chánh-pháp*, Tượng-Pháp hay Mạt - pháp. Lại nữa, lúc nào cũng có Phật, sức ủng hộ của Phật, tuy là Phật đã thị-hiện tịch-diệt. Và lúc nào cũng có Tăng-bảo, Chơn Tăng, Thánh-Tăng. Cho nên người thiện - tín nên cố gắng mà tu tập.

Lẽ Như-lai, *Chánh-pháp* và Tăng-bảo có giải rõ trong *Pháp-Hoa Kinh*, *Niết-Bàn Kinh*.

Chánh.pháp cự 正 法 炬 Ngọn đuốc chánh-pháp: Nền Chánh-pháp của Phật soi sáng tâm trí mê ám của chúng-sanh, cũng như thắp đuốc đi vào nhà tối thì cảnh nhà sáng ra, cho nên kêu là *Chánh-pháp cự*.

Chánh-pháp Y 正 法 依 : Tiếng tôn xưng Phật. Phật thuyết pháp độ chúng-sanh là y theo, nương theo Pháp lý trong sạch, chơn chánh.

Chánh-pháp kiều 正 法 橋 : Cái cầu Chánh-pháp. Tiếng thí dụ để gọi Pháp Phật. Phật đem nền Chánh-pháp của ngài mà làm cầu, để cho chúng-sanh đi trên đó. Nhờ cầu ấy, họ bỏ bến sanh-tử, khổ não mà qua đến mé Niết-bàn, an lạc.

Chánh-pháp luân 正 法 輪 : Bánh xe (cỗ xe) Chánh-pháp. Cũng như bánh xe thì lăn tới chớ chẳng trở lui, nền Chánh-pháp của Phật đưa chúng-sanh lên đường tấn - hóa. Cũng như cỗ xe đưa người thôn quê đến thành-thị, cổ xe Chánh-pháp của Phật đưa chúng-sanh từ nơi rừng mê tối đến thành thị Niết-bàn. Vì vậy nên gọi là *Chánh-pháp-luân.*

Chánh-pháp-minh (Như - lai) 正 法 明 (如 來)

Tên một đức Phật hồi đời quá khứ. Theo Kinh "Thiên - thủ thiên-nhãn đại-bi tâm Đà-la-ni", hồi đời quá khứ, đức Bồ-tát Quán-Thế-Âm đã thành Phật, hiệu là *Chánh-Pháp-Minh Như-lai.* Vì nguyện-lực đại-bi, muốn làm cho chúng-sanh được an-lạc, nên ngài hiện thân làm Bồ-tát.

Chánh - pháp nhãn-tạng 正 法 眼 藏

Chánh-pháp : Pháp chơn-chánh, thanh tịnh, Pháp Phật.

Nhãn : Mắt, tức là mắt tâm, mắt trí.

Tạng : Bao tàng tất cả thiện-pháp. *Chánh-pháp nhãn-tạng* là phép truyền Đạo một cách bí mật giữa Phật với Phật, Tổ với Tổ, dấu cho truyền ở giữa đông người, mà chỉ có hai người, người truyền và người thọ biết nhau mà thôi. Ấy là sự truyền trao Phật-quả, hoặc ngôi vị Tổ-sư. Như đức Phật Thích-Ca trên Hội tại núi Linh - Sơn, truyền *Chánh-pháp-nhãn-tạng* cho ngài Ma - ha Ca-Diếp, ngài Ca-Diếp truyền cho ngài A-Nan, lần lượt vị nầy nối tiếp vị kia cho đến ngài Bồ-đề-đạt-ma là Tổ-sư đời thứ 28 bên Thiên-Trước.

Chánh-pháp nhãn-tạng là phép truyền tâm-ấn của Thiền-tông, truyền một cách đặc-biệt ngoài giáo-pháp. — Cũng kêu : *Thanh tịnh pháp-nhãn.*

Chánh-pháp-thọ 正 法 壽 : Tuổi thọ của nền Chánh-pháp.

Tức là thời kỳ Chánh-pháp. Mỗi đức Phật sau khi tịch-diệt, thì nền Đạo trải qua ba thời kỳ : thời kỳ đầu kêu là *Chánh-pháp thọ.* Nhờ ảnh hưởng của Phật vẫn còn ràng ràng, nhờ số đệ-tử ruột của Phật còn sanh tiền, nên người ta nương sức của Phật, của đạo Phật mà tu hành và chứng quả dễ dàng. Cho nên số người đắc Đạo còn đông. Kế đến thời kỳ kêu là *Tượng-pháp-thọ.* Người ta xa cách Phật, số người tinh-tấn tu-hành bớt lần, Đạo lý mường tượng với Chánh-pháp, chớ chẳng thạnh bằng trong thời kỳ Chánh-pháp. Số người đắc Quả thưa thớt lần. Đến thời kỳ sau cùng kêu là *Mạt-pháp-thọ.* Bởi xa cách Phật rất lâu, kinh sách hư hoại lần hồi, đạo lý ít ai nghiên cứu, số người tu học càng ngày càng ít, và chẳng có mấy người tinh-tấn. Vì vậy nên trong thời kỳ thứ ba, rất kém người chứng quả,

Chánh-quả 正果 : Quả-báo chánh ; — quả vị chánh. *Chánh-quả* (quả báo chánh) tức là cái thân thể ngũ uẩn của mình do nhơn-duyên mà sanh ra, nó là phần chánh-đáng. Cho nên kêu là *Chánh-quả* hay *chánh-báo*. Còn quả-báo phụ thuộc (y-báo hay y-quả) là nhà cửa làng xóm, đất nước, xã hội nơi ấy mình sanh ra, tức là những vật ngoài thân mà có quan-thiệp với đời mình. —

    Chánh-quả (quả vị chánh) là chỗ chứng đắc của nhà tu - hành. Như : thành *Chánh-quả*. Ấy là tiếng để chỉ người đạo Phật tu thành đặng phân-biệt với chỗ chứng đắc của người ngoại-đạo.— Lại nữa, Chánh-quả cũng có nghĩa : quả-vị Phật. Phật thế - tôn. Tức là cái *Cực-quả*. Như nói : Đức Thích-Ca thành *Chánh-quả*.

Chánh-quán 正觀 : Quan sát, suy xét, quán tưởng chơn-chánh. Trái với *tà-quán* là quán tưởng lẽ dị-đoan, ác trược. sái với chơn-lý. Quan-*sát*, suy xét, quán tưởng hạp với Kinh, hạp với Chánh - pháp, kêu là *chánh - quán*. Quán-tưởng để lìa khỏi tham, sân, si đặng thấy Diệu-pháp, quán tưởng Phật, cõi Phật, kêu là *Chánh - quán*. Trong «Quán Vô-lượng Thọ Phật Kinh» có dạy rằng ai làm 16 phép quán-tưởng đức Phật A-Di-Đà và cõi Cực-lạc thế giái, thấy mình vãng sanh về đó, kêu là làm *Chánh - quán*. Trong «Quán Di - Lặc thượng sanh Đâu-suất Thiên Kinh» có nói rằng ai quán tưởng thấy cảnh Đâu-suất của đức Di-Lặc và quyết sanh về đó, thì người ấy tu hành phép *Chánh-quán*.

Chánh-sĩ 正士 **Bodhisattva** (*scr.*) : Dịch âm : *Bồ - tát*. Bực đại-sĩ cầu Chánh-đạo, Chánh quả. Cũng có nghĩa : Bồ-tát tại-gia. (*Chánh* : Cầu chánh-đạo. *Sĩ* : cư-sĩ). Trong « Vô - lượng - Thọ Kinh » có nói : Có mười sáu vị *Chánh-sĩ* trong bọn ông Hiền-Hộ (Bạt-đà-bà-la), tức là mười sáu vị Bồ-tát cư-sĩ dự nghe Phật thuyết kinh Vô-lượng Thọ tại núi Kỳ-xà-Quật, gần thành Vương-xá.

Chánh sử 正使 : Những mối phiền não chánh-đáng. *Sử* (sai khiến) tức là phiền não, tham-dục, ham mê, tríu mến, những mối ấy phát hiện nơi tâm do tham-sân-si, có sức sai khiến người ta làm bậy, phạm tội, luyến ái mà chẳng thoát ra khỏi **Tam-giái.** Phụ-thuộc theo *chánh-sử*, có những mối phiền não nhỏ vặt kêu là *tập - khí*, tức là những thói quen, những tập tục. Bực La-hán diệt hết các mối *chánh-sử* chớ chưa dứt xong *tập-khí*.

Chánh-tâm-trụ 正 心 住 :

Trụ - vị Chánh - tâm. *Chánh-tâm-trụ* là địa-vị thứ sáu trong mười địa-vị an-trụ (*Thập-trụ*) của Bồ-tát. Ở địa-vị *Chánh-tâm-trụ*, chẳng những tướng mạo đồng với Phật, mà tướng tâm cũng chẳng khác Phật, tức là ý-tưởng chơn-chánh theo hàng Phật Thánh. (Xem : *Thập-trụ*).

Chánh-thọ 正 受 .— Samâdhi (scr.).— Extase (fr.) :

Chánh-thọ là tiếng dịch nghĩa chứ Tam-muội (Samâdhi) ở phạn-ngứ. Tam (Sam) là Chánh, Muội (Mâdhi) là Thọ. Tức là Tâm chẳng tán-loạn (chánh), dung nạp lấy một phép, một tư - tưởng mà thôi (thọ). Cũng đọc : Định, Thiền-định. Người nhập phép *Chánh-thọ* thì thân-thể không lay động, tâm-trí cũng yên tĩnh, các tư tưởng trong tâm đều ngừng nghỉ, các cơ-duyên lo lắng thảy đều quên, chỉ chăm chú vào một mục-dích duy nhứt mà thôi. Trong "Quán Vô-lượng-Thọ-Kinh", bà Thái-hậu Vi-đề-Hy bạch với Phật rằng : Dạ, xin đức Thế-tôn dạy tôi phép tư-duy (suy-xét), dạy tôi phép *Chánh-thọ*. (Xem : *Tam-muội*.)

Chánh-thống 正 統 .— Orthodoxe (fr.) :

Giáo - pháp, môn phái chánh, tiếp nối được diệu-lý của bực giáo chủ ; giáo-lý tồng hợp, được truyền thọ theo nguyên-tắc từ khi bực giáo-chủ sáng lập. Riêng về phái-môn, kêu là *chánh - thống phái* (secte orthodoxe), cũng kêu *chánh-tông*. Còn phái-môn chẳng có chơn-truyền, chẳng chánh-thức, kêu là *phi chánh-thống phái*.

Chánh-tín 正 信 :

Lòng tin chơn-chánh, trong sạch, cao - minh. Như tin Phật là bực Sáng suốt hoàn toàn, Trong sạch đúng mực ; tin Pháp mà Phật truyền bá và để lại trong Tam-Tạng ; Tin Tăng là bực trong sạch, giữ gìn ngôi Chánh-pháp. Trái với *tà-tín*, *mê-tín* là sự tin những bọn sư giả đối, ác-trược, tin những lý dị đoan, mê hoặc, những chuyện hoang đường.

Lại nữa, theo pháp-môn Tịnh-độ, niệm Phật vừa tin Phật vừa

tin rằng mình sẽ được văng sanh, đó là *chánh-tin*. Trong phép niệm Phật, *chánh-tin* là nhơn, còn văng-sanh là quả.

Chánh tinh-tấn 正精進. — Samyak-vyayama (*scr.*) . — Sammā-vāyāma (*p.*). — Application parfaite (*fr.*) :

Siêng năng dõng-mãnh mà lướt lên đường đạo để trừ phiền não và thâu phục đức lành. *Chánh tinh-tấn* là cách hành đạo thứ sáu trong *Bát chánh-đạo*. Muốn tinh-tấn mà diệt trừ phiền não và thâu-phục đức lành, nhà đạo cần phải thi-hành rốt ráo bốn phép dưới đây:

1. — Tinh-tấn mà lánh phiền não, tội lỗi khi nó chưa phát động.

2, — Tinh-tấn mà lướt khỏi phiền não, tội lỗi khi nó đã phát động. Nên dằn ép cái vọng động bằng năm cách nầy.

a) Tưởng sự thanh cao hơn ;

b) Nghĩ đến sự hèn hạ của mấy điều mơ tưởng ấy.

c) Không quan tâm đến những tư tưởng ấy.

d) Suy nghĩ đến sự giả hiệp của những tư tưởng ấy.

đ) Cắn răng và nhận cái lưỡi xuống dưới đóc giọng mà dằn cái tâm-ý xấu và tống nó ra khỏi mình,

3. — Tinh - tấn mà mở thông đức lành, luyện tập cho có nhiều đức lành nơi mình

4. — Tinh-tấn mà duy trì đức lành khi những đức ấy hiện có nơi mình.

Chánh-tông 正宗 Secte orthodoxe (*fr.*) :

Tông phái chánh-thức tu theo pháp-môn của vị Giáo tổ truyền lại cho các đời tổ-sư. Tức là *chánh-thống phái*. Như phái Thiền tông do ngài Đạt-ma tổ sư (Sơ-tổ) truyền pháp lại cho ngài Nhị-tổ Huệ-Khả, truyền lần cho tới ngài Lục - tổ Huệ-Năng, kế ngài Huệ-Năng truyền tiếp cho đệ-tử mình, mãi cho đến sau, phái ấy kêu là *chánh-tông*. Kêu như vậy là vì ngài Bồ-đề đạt-ma là vị tổ đời 28 ở Ấn-Độ, trong hàng 28 tổ-sư nầy, vị thứ nhứt là Ma-ha Ca-Diếp được truyền cái «Chánh-pháp nhãn tạng» của Phật Thích-Ca.

Chánh-tông-phần 正宗分 : Phần chánh-đáng giảng về chủ yếu của Kinh. Các Kinh Phật thường phân ra làm ba phần, kêu là

Tam phần khoa Kinh : 1) Tự phần, 2) Chánh-tông phần, 3) Lưu-thông phần.

1) *Tự phần* (Phần tựa). Ấy là phần sơ khởi trong mỗi bộ kinh. Tựa có hai thứ : thông tự và biệt-tự. Thông-tự là tựa thông thường, nhắc lại lúc Phật ở tại đâu mà thuyết pháp Biệt-tự là tựa riêng, tức là nói tại sao Phật thuyết Kinh ấy, do vị nào khởi thỉnh.

2) *Chánh-tông phần* là phần chánh gốc chép đủ các yếu-lý trong Kinh. Ấy là phần quan trọng giải trọn nghĩa lý toàn bộ kinh,

3) *Lưu thông phần* tức là phần chép những lời Phật căn dặn nên lưu truyền cốt yếu của Kinh ấy cho đời sau, vì là những nghĩa lý có ích cho chúng-sanh.

Ấy cũng như trong cách làm văn luận sách, người ta chia ra làm ba phần : 1) Khai đề (bài tựa, mấy lời đầu, lời dẫn), 2) Giải đề (phần quan hệ trong sách, trong bài luận), 3) Kết luận.

Chánh-trí 正 智 : Cái trí chơn chánh, trong sạch. Đồng-nghĩa: *Thánh-trí*. Ấy là cái trí hiểu rõ chỗ duyên khởi của mọi pháp (hiểu từ gốc cho chí ngọn của sự lý); hiểu rằng vạn pháp vạn vật đều chẳng có tự tánh; biết phân biệt cái chơn cái vọng, đều phải đều quấy, hầu có bỏ cái vọng, dứt đều quấy; khế-hiệp với cái Chơn-như, chiếu ra sự chơn-thật. Có hai cỡ chánh-trí :

1) Cái chánh-trí của bực xuất thế-gian, tức là cái trí thanh-tịnh của các hàng La-hán, Độc-giác, Bồ-tát, Phật.

2,) Cái chánh-trí của bực thế-gian, tức là cái trí chơn-chánh mà nhà tu học nương theo.

Chánh-trụ 正 住 : Trụ ở chỗ Chánh - đạo. Tiếng xưng hàng Bồ tát. Trong Niết-Bàn kinh, có phân ra bốn hạng từ dưới sắp lên :

1.) Thuận lưu, tức là hạng phàm-phu.

2.) Nghịch lưu, tức là hạng đắc quả Tiểu-thừa, từ quả Tu-đà hoàn tới quả Duyên-giác.

3) Chánh-trụ, tức là hàng Bồ-tát

4.) Đáo Bỉ Ngạn tức là hàng Như-lai.

Chánh-truyền 正 傳 : Sự truyền Pháp do nhà sư phái chánh-tông trao cho đệ-tử. Sự diềm Đạo truyền Pháp mà nhà Sư đắc đạo, bực Phật, bực Thánh trao phó cho đệ-tử.

Chánh-trực 正 直 : Ngay thẳng. Pháp - giáo Nhứt - thừa dạy người tu thành Phật ngay ở đời nầy, kêu là pháp *chánh-trực.* Nhà đạo chỉ tu theo lý Nhứt thừa là đủ, chớ chẳng cần tu lần theo lý Tam-thừa. — *Chánh trực* cũng có nghĩa : phương chánh, chất trực cái tâm rời khỏi sự tà khúc.

Chánh tư-duy 正 思 惟 .— **Samyak-samkalpa** *(scr.)* —**Sammā-sankappa** *(p.).* — **Jugemet parfait** *(fr.)* :

Sự suy nghĩ đạo chơn-chánh. Đó là cách hành-đạo thứ nhì trong *Bát chánh-đạo. Chánh tư-duy* là sự suy xét về Đạo-lý, chiêm-nghiệm pháp-môn dứt khổ, chớ chẳng để tâm suy xét tà vạy, trí không tưởng tới công-danh, lợi lộc ở thế-gian.

Chánh, Tượng, Mạt 正 像 末 : Tiếng nói tắt để gọi Chánh-pháp, Tượng-pháp, Mạt-pháp. Mỗi đức Phật sau khi tịch-diệt, thì đạo đức trải qua ba thời-kỳ : thời-kỳ đầu, đạo còn thạnh, kêu là chánh-pháp thọ ; thời kỳ kế, đạo bớt thạnh, kêu là tượng-pháp thọ ; thời-kỳ sau cùng cách Phật rất xa, đạo lu lờ, kêu là mạt-pháp thọ. Dứt thời-kỳ mạt - pháp, sẽ có một đức Phật khác ra đời. (Xem : *Chánh-pháp thọ*).

Châm đồng 鍼 筒 Cái ống đựng kim mà vị Tỳ - kheo thường mang theo mình, để dành vá quần áo. Khi một vị sư thọ Giái Tỳ-kheo, thì phải trình trước Giáo-Hội những món đồ tùy thân nầy : bộ áo ba cái, bình bát, tích trượng, tọa cụ (mền), *ống đựng kim* (châm đồng), túi lọc nước.

Mỗi khi cầm đến *ống đựng kim* (châm đồng), nhà sư có lệ nguyện và niệm như vầy :

Thọ trì châm đồng.
Đương nguyện chúng-sanh.
Cụ túc phương tiện.
Đắc tối thượng Pháp.

Án, chiết lệ chủ lê chuẩn đề-ta-bà-ha, bộ lâm.

Chân 真 Thật.

Tức là : Chân thật, thành thật, lành lẽ tự nhiên, vốn là tốt đẹp. *Đối-nghĩa : Giả, Hư, Vọng. Đồng-nghĩa : Thật, thành, như-như.* Cũng đọc : *Chơn.* (Xem : *Chơn.*)

Chân-tế-bần-phạp 賑濟貧乏 Anathapindika (scr.)

Tên thiệt ông là Tu-Đạt (Sudatta). Ông sanh ra hồi đức Phật ra đời, ông người thành Xá vệ (Srâvasti). Bởi ông giàu có nhứt và từ thiện nhứt hay bố-thí và cứu giúp những người già cả, tật bịnh, nghèo khổ, cô-độc nên người ta gọi tục danh ông bằng : *Chân-tế-bần-phạp, Cấp-chử-cô lão, Cấp-cô-độc* (Phạn : Anathapindika, tức : A-na-bân-Đàn).

Ông có mua cảnh vườn của ông Kỳ Đà thái-tử mà cúng cho Giáo-hội Tăng già, trên trước có đức Phật, nên người ta gọi cảnh vườn ấy là *Cấp-cô-độc viên.*

Ông thường cúng dường cho Giáo-hội Tăng-già. Ông có ra tiền cho vua nước Xá - vệ đánh giặc, nhờ tiền ấy nên vua thắng trận.

Chấp 執 Cầm, nắm, giữ.

Cũng có nghĩa : khư khư giữ lấy ý-kiến sai lạc của mình, tức là chấp nệ, chấp nhứt, chấp trước. Vì chấp mà chẳng thông đạt, chẳng sáng suốt, chẳng tin tưởng Chánh-pháp, chẳng nghe theo lời lành của bực thiện tri-thức.

Chấp-chướng 執障 :

Sự ngăn ngại, che lấp của cái kiến-thức chấp nệ. Có hai mối : Ngã chấp phiền não chướng, Pháp chấp sở tri chướng.

Ngã chấp phiền não chướng, kêu tắt *Ngã chấp :* Không hiểu cho cái thân con người do ngũ-uẩn tạm hòa-hiệp, cứ chấp cho là có cái thân. Vì sở chấp đó nên sanh ra các mối phiền não, mê vọng, đau khổ.

Pháp chấp sở tri chướng, kêu tắt *Pháp chấp :* Các pháp, mọi sự vật đều do nhơn-duyên mà sanh ra, như ảo, như hóa, thoạt có, thoạt không, vốn không trường-tồn. Thế mà người ta không hiểu, cứ chấp cho các pháp là có thật. Sự hiểu lầm ấy che bít cái trí thức của mình vậy.

Chấp-kiến 執見 :

Kiến thức chấp nệ. Vì cứ giữ lấy cái *kiến-*

thức chấp nệ của mình mà lầm lạc, rồi do nơi một chỗ *chấp-kiến* ấy mà sanh ra các ý kiến lầm-lạc, mê-muội khúc.

Chấp Kim-cang thần 執金剛神

Vị thần cầm khí-giới bằng kim-cang. Cũng kêu : *Chấp kim-cang Dạ-xoa, Kim-cang thủ, Kim-cang Lực-sĩ.*

Ấy là mấy vị thần Dạ-xoa, cầm khí-giới bằng kim-cang, tức là những món khí-giới cứng, bén, như đao, trượng, chày, bồng. Những vị Dạ-xoa thần ấy đứng nơi cửa cung đức Đế-Thích mà hộ - vệ ngài.

Đến khi đức Phật ra đời, mấy vị thần ấy hiện xuống cõi Diêm-phù-đề mà hộ-vệ đức Thế-tôn, phòng thủ Đạo-tràng.

Từ trước đến nay, hai bên mỗi ngôi chùa, đều có vẽ tượng những vị *Chấp Kim-cang thần* đứng hộ-vệ Tam-bảo.

Diệu-Pháp-Liên-hoa-kinh, Phổ-môn phẩm : Nếu chúng - sanh muốn có vị *Chấp kim-cang thần* đến hóa độ cho họ, ngài Quan-Thế-Âm-Bồ-Tát liền hiện ra thân *Chấp Kim-cang thần* mà thuyết pháp giáo hóa cho họ.

Chấp-mê 執迷

: Cố chấp mà chẳng thông, chẳng sáng ; cố chấp một mối mà mê muội, lầm-lạc

Chấp-nhứt 執一

: Chấp nệ một bề, chẳng biết quyền biến ; chấp nệ một bề cho nên sự thấy biết thành ra chênh-lệch, chẳng hạp lẽ phải.

Chấp-tâm 執心

: Lòng dạ chấp nệ. Cái tâm quấy giữ riết lấy sự gì, vật gì mà chẳng chịu rời ra. Cái sở tâm ấy nó làm cho người ta hiểu sái, chìm mãi trong cõi lầm.

Chấp-tình 執情

; Tình ý chấp bậy, tưởng quấy.

Chấp trung 執中

: Giữ mối giữa. Ấy là nói tâm không thiên bên nầy, không lệch bên kia ; giữ được lẽ trung bình, xa những lối cực-đoan ; lựa lẽ vừa phải, không thái-quá, không bất - cập.

Chấp trước 執著

: Giữ lấy và mắc lấy. Cứ khư khư giữ

lấy ý kiến lầm lạc, nhỏ-nhít, nông cạn của mình, mà chẳng rõ Chánh-pháp Đại-thừa, chẳng biết lẽ phương tiện. Chúng-sanh vì *chấp trước* cho nên chẳng minh-đạt, chẳng tỉnh - ngộ. Cũng viết : *Chấp*, hoặc *Trước*.

Như nghe người ta diễn giảng mà khư khư tin lấy, hoặc tự mình tầm thấy lý lẽ ttong kinh-điển mà giữ lấy, hay là đem ý kiến của mình mà ép người ta tin là phải lẽ ; nếu mình chẳng biết bỏ những ý kiến như vậy thì kêu là *chấp trước*.

Mỗi pháp đều có nhiều nghĩa tương đối. Nếu người nào chỉ giữ và hành một nghĩa, chẳng biết dung hòa, chẳng biết tùy nghi, thì bẳn là người *chấp trước*. Do đó mà chẳng dứt được Phiền-não, lầm lạc.

Chất-đa 質 多 Çitta (*scr.*)

Chữ phạn, dịch nghĩa : *Tâm, Ý*

Như : Bồ-đề chất-đa (Bodhi-çitta), dịch là : Bồ-đề tâm, Bồ-đề ý, Đạo-tâm, Đạo-ý. (Xem : *Tâm, Ý*)

Châu-Đà 周 陀 Suddhipanthaka (*scr.*)

Một vị Thinh-văn Đệ-tử của Phật Thích-Ca. Ông theo Phật mà tu, đắc quả A-la-hán,

Tên ông cũng viết : *Châu-ly-bàn-đà-già, Châu-ly-bàn đặc-ça.* Tàu dịch : *Kế đạo, Đại-lộ biên*, vì bà mẹ ông sanh ông ra bên đường cái. Ông có một người em tên là *Tá-già-Đà*, Tàu dịch : *Tiểu-lộ-biên*. Cả hai đều tu đắc quả A-la-hán.

Trong hội Pháp-Hoa, ông *Châu-Đà* và một nhóm năm trăm Đệ-tử La-hán, được Phật thọ-ký chung cho quả Chánh-đẳng Chánh-giác. Phật mách rằng năm trăm vị La-hán ấy sẽ lần lượt thành Phật, đồng một danh hiệu là Phổ-Minh (Samantaprnabhâsa) Như-lai.

Châu-ly-bàn-đà-già 周 利 槃 陀 伽 Suddhipan- -thaka (*scr.*)

Một vị Thinh-văn, Đại A-la-hán, đệ-tử của đức Phật.

Trong quyển **A-Di-Đà-Kinh**, Tam-tạng pháp-sư Cưu-ma-la-thập dịch âm tên ông là *Châu-ly-bàn-đà-già*. Mấy vị dịch giả khác viết : *Châu-ly-bàn-đặc-ca, Châu-ly-bàn-đà-ca*, hoặc *Chú-đồ-bán-thát-ca* Cũng viết : *Châu-Đà.*

Người Tàu dịch tên của ông ra nghĩa : **Kế-đạo.** Tức là sanh ông ra tại mé đường cái. Ban sơ, hồi mới nhập Đạo, căn trí ông rất tối tăm, học nửa bài kệ cũng không thuộc. Thế mà ông gắng sức chuyên cần, chẳng bao lâu đắc quả A-la-hán.

Ông có dự nghe đức Phật Thích-Ca thuyết pháp nhiều khi. Và ông là một vị trong mười sáu vị La-hán được Phật phái đi các nơi trong cõi Ấn-Độ mà truyền bá đạo Phật. Mười sáu vị La-hán ấy, người ta vì lầm mà thường gọi *Thập bát La-hán.*

Châu-ly-bàn-đặc.Ca 周 利 槃 特 迦 Sudhipan-thaka *(scr.)*

Một vị Thinh-văn Đại đệ-tử của Phật. Cũng viết : *Châu-ly-bàn-đà-ca, Chú-đồ-bán-thát-ca.* Kêu tắt ; *Châu-Đà.* Dịch nghĩa : *Kế đạo, Đại-lộ-biên,* tức là người sanh ra ở bên đường cái.

Khi mới xuất-gia nhập Đạo, ông *Chân-ly-bàn-đặc-Ca* là người rất tối dạ, cho đến học nửa bài kệ bốn hàng cũng chẳng thuộc. Thế mà ông cố gắng tu học và đắc quả A-la-hán.

Đại Niết-bàn Kinh quyển 19 : Đức Phật chẳng có lòng riêng tư mà thuyết pháp với vị Đệ-tử lợi-căn hơn hết là Xá-ly-Phất, ngài cũng diễn giải với vị Đệ-tử độn-căn hơn hết là *Châu-ly-bàn-đặc-Ca.*

Chi-Cương-Lương-Tiếp 支 疆 梁 接 Kalasivi *(scr.)*

Một vị Sa-môn người Ấn-độ (miền Kouchan) sang Tàu, dịch kinh chữ Phạn ra chữ Tàu tại *Kien-Ye* (Kiến-Nghiệp) vào năm 255 hay 256 dời Tam-quốc đất Ngô bên Tàu.

Chi-đạo-Căn 支 道 根 Tcheu-Tao-Kenn *(ch.)*

Sa-môn người Ấn-độ (miền Kouchan), sang Tàu và dịch kinh tại Kiến-Khương (Kien-Káng) năm 335, về đời Đông-Tấn.

Chi-đề-sơn-trụ-bộ 支 提 山 住 部 Một chi-phái trong đạo

Phật sáng lập bởi vị Đại Đệ-tử Ca-Chiên-Diên. Phái nầy thành lập sau kỳ Kết-tập ở thành Hoa-Thị (Pâtaliputra) năm 246.

Chi-Khiêm 支 謙 Tcheu-Kien (ch.)

Biệt hiệu là Trà-Minh 茶明, một vị cư-sĩ Ấn-Độ (miền Kouchan) sang Tàu trước năm 220, làm thầy dạy mấy vị thái tử con của Tôn-Quyền 孫權 (Sounn-K'uan) là vị vua đầu tay của nhà Ngô (Ou) tại Kiến-Nghiệp (Kien-Ye). Từ năm 223 đến năm 253, nhằm đời Tam-Quốc, Chi-Khiêm rất có công trong cuộc phiên dịch chữ Phạn ra chữ Hán. Ông là một trong những vị phiên dịch đầu tay ở Trung-Quốc, sau những vị : Ca-Diếp Ma-đẳng với Pháp-lan và An-thế-cao. Vì trải qua các cuộc thiên-biến, giặc giả và nội loạn, những bổn dịch của ông thất lạc rất nhiều, ngày nay người ta còn giữ được 49 bổn.

Chi-Lâu-Ca-Sấm 支婁迦讖 Lokakshin (scr.)

Một nhà sư ở Ấn-độ (miền Kouchan) qua Tàu và dịch kinh tại Lạc-Dương (Lao - Yang) từ năm 147 đến năm 186. Ông có dịch mấy quyển kinh về tông Tịnh-độ và cổ-động cho tông ấy, song thời bấy giờ người ta chưa hoan nghênh giáo-lý tông Tịnh-độ.

Chi - Pháp - Độ 支法度 Tcheu-Fa-Tou (ch.)

Một vị Sa-môn người Ấn-độ qua Tàu và dịch kinh ở Lạc-Dương (Lao-Yang) năm 301, đời Tây-Tấn.

Chi-Thi-Luân 支施崙 Tche-Cheu-luom (ch.)

Một vị Sa-môn người Ấn-độ (miền Kouchan), qua Tàu và dịch kinh năm 373 tại tiểu-quốc Tiền-Lương 前涼.

Chí-Công 誌公

Một nhà Cao-tăng Trung-Hoa hồi thế kỷ thứ sáu, Thầy của vua Võ-đế (502-549) nhà Lương. Cũng viết : *Bảo-Chí, Thích Bảo-Chí.*

Ông *Chí-Công* Thiền-sư vốn là vị Ca-Na La-hán trên cảnh Niết-bàn. Ông thừa lệnh Phật, giảng trần mà độ vợ chồng vua Lương Võ-đế, quần thần và dân-chúng. Ông thị hiện làm đứa trẻ, nằm trong ổ chim ưng mà khóc. Bà Châu-thị nghe thấy, bồng đem về nuôi dưỡng. Chừng bà mẹ nuôi thạc, ông đi xuất-gia. Hòa-thượng cạo tóc cho và đặt hiệu là Chí Công. Sau khi ngộ Đạo, ông hành Phật-sự, có làm bộ « *Từ-bi đạo-tràng sám Pháp* », tụng bộ ấy

mà độ được bà Hy-thị, vợ vua Võ-đế lên khỏi cảnh súc-sanh, vì
lúc ấy bà dọa làm con trăn. Ông Chí-công khai tâm cho vua Lương
Võ-đế một cách đắc lực. Làm xong Phật-sự, ông trở về chùa Đạo-
lâm trong núi, tọa thiền mà tịch.

Trong «Qui-nguyên trực-chỉ» quyển ba có chép : Vua Lương
Võ đế thường đem việc còn, mất và dài, vắn của nền xã-tắc mà
hỏi ông Chí-Công. Thiền-sư chỉ nơi yết-hầu của mình. Đó là ông ra
sấm về nạn Hầu - Cảnh (Hầu-Cảnh sẽ kéo binh vào thành mà cướp
nước, làm cho vua băng.) Khi ông Chí-Công gần tịch, vua Lương Võ
lại gạn hỏi việc sẽ tới. Chí-Công đáp rằng : «Chừng nào tháp của bần-
tăng hư, xã-tắc của bệ-hạ cũng hư theo.» Chí-Công tịch rồi, người
phụng sắc tạo tháp cũng tạo xong. Võ-đế bỗng xét rằng : «Tháp bằng
cây chẳng bền.» Vua khiến người sửa lại thành tháp bằng đá, tính làm
như vậy đặng ứng với lời sấm ký. Ai dè tháp kia vừa phá, binh
Hầu-Cảnh đã nhập thành!

Chỉ 止 Samādhi (scr.)

Ngừng lại, tắt đi, là một tên khác của chữ thiền-định, tiếng Phạn
là Tam-ma-địa, là nghĩa ngừng tắt cái tâm náo-động của mình, lại
khiến cho tâm định chỉ về một nơi vậy.

(Xem : Tam-ma-địa, Tam-muội, Chỉ quán)

Chỉ-Đa-Mật 祇 多 蜜 Gitamitra (scr.)

Tàu cũng gọi   là Ca-Hữu 謌 友 Sa-môn Ấn-Độ dịch kinh
tại Kiến-Khương trước năm 420.

Chỉ - quán 止 觀 Samādhi, Samātha (scr.) .— Extase, Contemplation (fr.)

Ngừng đậu và soi suốt. Cũng kêu theo phạn : Tam-ma-địa
(Samadhi) hoặc Xa ma tha (Samātha). Dịch là Định-huệ, Tịch-chiếu
minh tịnh. Chỉ là nghĩa ngừng đậu (đình chỉ) nghĩa là ngừng đậu vào
cái đế-lý, chẳng loạn động. đó là do lẽ biết ngừng mà kêu tên. Lại là
nghĩa ngừng tắt, nghĩa là ngừng tắt lòng nghĩ quấy đi, đó là do cái
chỗ quán tưởng mà kêu tên. —

Quán là nghĩa soi suốt, nghĩa là trí soi xét thông suốt, lãnh hội lẽ chơn-như, đó là do lẽ biết soi xét mà kêu tên. Lại là nghĩa : xâu suốt qua, nghĩa là dùng trí-huệ mà bẻ gãy phiền não, trừ diệt nó đi, đó là do cái chỗ phương tiện của sức mình tu mà nói. *Chỉ* thuộc về không-môn; chơn-như môn, noi theo cái chơn-như vô-vi mà lìa xa các tướng vậy

Quán thuộc về hữu-môn, sanh-diệt môn, noi theo cái sự-tướng hữu-vi mà phát-đạt trí-giải vậy.

Do cái thứ-lớp nơi tu mà nói thì *chỉ* ở trước, trước phục phiền não ; *quán* ở sau, chính là lúc dứt phiền não mà chứng Chơn-như. *Chỉ* là thâu phục lòng nghĩ quấy, ví dụ như mài tấm gương mài hết các chất dơ trong thể tấm gương (đó là dứt điều lầm), cái tấm gương hiện ra được muôn tượng (đó là nói cái lý), đó tức là *quán* vậy. Còn nếu thiệt *chỉ*, thiệt *quán* ắt chẳng phân hai : pháp-tánh tỏ ra bộ tịch tĩnh ấy là *chỉ* ; Pháp-tánh thường chiếu luôn ấy là *quán*. Thiệt *quán* ắt tịch tĩnh, thì *quán* tức là *chỉ* ; thiệt chỉ ắt minh tịnh thì *chỉ* tức là *quán*. Niết bàn kinh quyển 20 : Chẳng ưa thích cuộc sanh-tử, ắt đắc *Chỉ-quán*.

Chiêm 瞻 Ngẩng mặt mà trông vì lòng kính, yêu, mộ. *Chiêm-bái :* Ngẩng mặt trông lên và lạy. Tức là *chiêm-lễ*. *Chiêm-mộ :* Ngẩng mặt trông lên và ham mộ kính mộ.

Chiêm-ngưỡng : Tâm cung kính, mặt ngẩng nhìn lên.

Chiêm bái, Chiêm-lễ. Chiêm mộ, Chiêm ngưỡng đều là những sự cung-kính, lễ bái vừa trông lên tôn nhan của Phật, Bồ-tát.

Chiêm-bà (quốc) 瞻婆 (國) Campaka (scr.)

Chiêm-bà quốc hay *Chiêm-bà thành* là kinh-đô của xứ Anga. Ấy là một trong *Lục đại-thành*. Hồi Phật ra đời, vì vua xứ nầy bức lấn nước Ma-kiệt-đề nên bị vua Tần-bà-sa-la đánh và chiếm xứ Anga, trị vì tại thành *Chiêm-bà*.

Vì vậy cho nên trong Kinh Phật, như trong *Niết Bàn Kinh* quyển 28, có nói rằng *Chiêm-bà* Đại thành ở nước Ma-già-đà (Ma-kiệt-đề, Magadha).

Người ta kêu xứ *Chiêm-bà*, vì tại xứ ấy có rất nhiều cây *chiêm-bà* (Chiêm-bặc). Xứ *Chiêm-bà* ở   về miền trung Ấn Độ, dựa mé sông Hằng.

Chiêm-bặc (hoa) 詹 蔔 (華) Campaka (scr.)

Tàu dịch : *Hoàng-hoa*. Ấy là một thứ hoa màu vàng, hình nhỏ, nhưng mùi rất thơm. Người Thiên-Trước dùng hoa ấy mà cúng Phật Hoặc người ta nấu ra dầu mà thắp đèn cúng Phật.

Chiên-đà la (chủng) 旃 陀 羅 (種) Candala (scr).— Caste des Intouchables (fr.)

Hạng hạ-tiện ở Ấn Độ, giai-cấp hèn, ngoài ra bốn giai cấp thông thường (Sát-đế-ly, Bà la-môn, Phệ xá, Thú-đà-la. *Xem : Tứ chủng*). Hạng *Chiên-đà-la* làm hàng thịt, đánh cá, nô bộc, bốn hạng trên cho họ là ác, trược. Nam kêu là *Chiên-đà-la*, nữ kêu là *Chiên-đà-ly*. Ngày nay, người ta thường kêu giai-cấp *Chiên-đà-la* là *Ba-ly-a* (Pariahs), tiếng Pháp gọi là *Caste des Intouchables* (Hạng người mà các hạng khác không nên rờ dụng tới mình). Ngày xưa, đức Phật vì lòng từ-bi vô-lượng, chẳng những là thâu bốn hạng dân chánh-thức trong cõi Ấn-độ vào hàng đệ-tử của ngài, mà lại còn trao giới cho giai-cấp đê-tiện là hạng *Chiên-đà-la* nữa.

Lại vào hàng đệ-tử xuất-gia của ngài, các sư không còn phân-biệt giai-cấp ở xã hội, thảy đều bình-đẳng hòa đồng. Cho nên người ta thấy trong hạng *Chiên-đà-la* nào là người đỗ thùng tiêu đắc quả La-hán, nào là người nô-lệ được vào bực Tỳ-kheo, được hàng vua quan (Sát-đế-ly) xá bái.

Các đệ-tử xuất-gia của Phật, trong khi đi khất thực, chẳng phân-biệt nghèo giàu, sang hèn ; các thầy đến xin ở nhà bực tôn quí là Sát-đế-ly, mà cũng đến xin ở nhà kẻ đê tiện là *Chiên-đà-la.*

Chiên-đà-ly 旃 陀 利 Candala, Tchandala (scr.)

Dòng Chiên-đà ly. Cũng kêu là *Chiên-đà-la* 旃 陀 羅, dịch là *Đồ-giả* 屠 者, *Nghiêm-xí* 嚴 熾, *Chấp bạo ác nhơn* 執 暴 惡 人, *Hạ-tánh* 下 姓. Đó là hạng người ở ngoài bốn chủng tánh, hành nghề làm thịt súc vật và các nghề hạ tiện, đờn ông kêu là *Chiên-đà-la*, đờn bà kêu là *Chiên-đà-ly*. Lại kêu là *Chiên-đồ-la* 旃 茶 羅,

Chiên-đàn 旃 檀 Gandha, Candana (scr.).— Santal (fr.)

Một thứ cây thơm mà người ta đốt lấy hương cúng Phật. *Chiên-đàn* có nhiều màu : đỏ, trắng, tía, có thể dùng làm thuốc trị bệnh. *Chiên-đàn* có nhiều thứ. Những thứ quí vô giá là. Chiên-đàn Kiên-hắc (Kalânu-sârin) và *Chiên-đàn* Hải-thử-ngạn (Uragasâra). Cũng có các thứ *chiên-đàn* quí giá nữa là : Huân-lục, Đâu-lâu-bà, Tất-lực-ca, Trầm-thủy.

Ngoài ra sự đốt, sự tán để có mùi thơm mà cúng Phật, ngoài ra sự dùng trị bịnh, *chiên-đàn* có nhiều công dụng khác. Người ta lên cốt Phật bằng cây *chiên-đàn*. Người ta làm cột, kèo chùa tháp bằng cây *chiên-đàn*.

Lại như thứ *Ngưu-đầu chiên-đàn* sản xuất ở núi Ma-la-da (Hima-laya) tán ra mà bôi vào mình thì khi vào hầm lửa, lửa chẳng đốt cháy. Nhiều thầy tu dùng thứ *chiên-đàn* nầy mà trét nơi bàn chơn, rồi đi qua đi lại trên than đương cháy một cách tự nhiên: Những người thế-tục thấy vậy tưởng là họ có thuật thần-thông.

Chiên-đàn đối với *phàm-mộc* (những cây tầm thường chỉ dùng làm củi mà thôi). *Chiên-đàn* tỷ như kinh pháp; *phàm-mộc* tỷ như những đồ cúng-dường.

Niết-bàn kinh, quyển 26 : Bực đệ-tử xuất-gia của Phật, nếu vì sự cúng-dường mà diễn kinh thuyết pháp với người tại-gia thất lễ. — họ buồn ý chẳng muốn nghe, họ ngồi trên cao mà mình ngồi dưới thấp, như vậy có khác nào kẻ đem *chiên-đàn* mà đổi lấy *phàm-mộc*.

Chiên-đàn lại đối với *Y-lan* : cây chiên-đàn thì có mùi thơm (hương-khí) cây y-lan thì xông ra mùi thúi (xú-khí). Đó tỷ như thiện đối với ác, Bồ-đề đốt với phiền não. (Xem : *Y-lan*).

Chiên-đàn hương 栴 檀 香 : Mùi thơm của cây chiên-đàn.
Người-ta dùng mùi thơm ấy để cúng Phật và luôn tiện khử trược. Người ta cũng quen gọi chất *chiên-đàn là chiên-đàn hương.* —

Chiên-Đàn-Hương lại là Hồng-Danh của một đức Cổ-Phật, có ghi trong **Vô-lượng-Thọ Kinh** về phẩm Cổ-Phật xuất hưng.

Chiết 折 Bẻ gãy ; chặt bớt ; phán xét ; cong quẹo ; làm cho khuất phục ; chia ra ; lấy bớt đi.

Chiết Nhiếp nhị môn 折 攝 二 門 : Hai môn : Chiết, Nhiếp. Cũng kêu : Chiệt-phục Nhiếp-thọ nhị môn.

Chiết-môn hay *Chiết-phục môn* là giáo-môn của đức Phật Thích-Ca: ngài giáo-hóa cho người ta tỉnh-ngộ mà chiết-phục tà tâm, đoạn-trừ phiền não để dứt Luân-hồi. *Nhiếp-môn* hay *Nhiếp-thọ môn* là giáo môn của đức Phật A-Di-Đà: ngài thâu lấy những kẻ niệm Phật muốn vãng - sanh, ngài tiếp-dẫn người-ta về cõi Cực-lạc thế-giới.

Chiết phục 折 伏

1. Làm cho khuất-phục. Như trong « Lăng-nghiêm Kinh » có nói rằng ông A-Nan tuy đa văn, mà chưa đắc Vô-lậu, nên chẳng *chiết-phục* được Ta-tỳ la Chú, thành ra bị Chú ấy kéo vào nhà dâm, gần muốn phá Giái.

2. Bẻ gãy và làm cho tùng phục. *Chiết* là đả phá tà-tâm, đoạn trừ phiền não. *Phục* là thâu-phục chánh-tâm, qui hướng Phật-pháp. Trước đả phá, sau thâu phục.

Như nói: *Chiết-phục môn* của đức Phật Thích-Ca.

Tịnh-độ cảnh quán yếu môn: Đức Thích-Ca Như-lai ta, muốn khiến cho chúng-sanh mê-muội ở cõi nầy được rời khỏi mọi nỗi khổ, bèn mở *Cửa Chiết-phục.*

Chiêu-đề 招 提 Dịch là *Tứ-phương* 四 方, nghĩa là bốn phương.

Những thầy tăng bốn phương kêu là *Chiêu-đề Tăng*; những độ vật cúng cho chư Tăng bốn-phương kêu là *Chiêu-đề tăng vật*; những nơi trụ của chư tăng bốn phương kêu là *Chiêu-đề Tăng-phường.*

Ngụy Thái-Võ sáng-tạo cảnh già-lam, mới dùng chữ *Chiêu-đề* đặt tên, vậy hai chữ *Chiêu-đề* lại là một tên khác để chỉ nơi chùa-chiền vậy.

Chính 正 Xem chữ *Chánh.*

Chơn 真 (Chân) Chơn-thật, thành-thật, lành lẻ tự-nhiên, vốn là tốt đẹp. Đối-nghĩa tự: *giả, hư, vọng.* Đồng-nghĩa tự: *thật, thành, như-như.*

Chơn-đế 真 諦: Nghĩa-lý học thuyết chơn-thật, không sai chạy. Đối với: *tục-đế.* Như nói: thế gian pháp là *tục-đế*; còn xuất-thế gian pháp là *chơn-đế.* Cũng viết: *Thật-đế.*

Chơn.đế *(scr.)* : **Paramartha** lại là tên một nhà sư người Thiên-Trước, sáng lập Câu-xá-tông ở Trung-Quốc, Ngài dịch bộ A-tỳ-đạt-ma Câu-xá-luận năm 563. Quyền Kinh ấy là Kinh chánh của Câu-xá-tông, soạn bởi Thế-Thân Bồ-tát (Vasubandhu) hồi thế kỷ thứ hai dương-lịch.

Ngài *Chơn-Đế* lại có dịch một quyền trong bộ Khởi-tín-luận, bộ nầy do đức Bồ-tát Mã-Minh (Asvaghosha) trước-tác.

Chơn.giác 真 覺 Sự Giác-ngộ chơn-chánh. Sự Giác ngộ cứu-cánh của Phật vậy. Sự Giác tương tự, sự Giác tùy phận của bực Giản-dị Bồ-tát cũng kêu là *Chơn.giác*.

Chơn Giải thoát 真 解 脫 Sự Giải thoát thiệt. Dứt hết thảy phiền não chướng, chứng được Niết - bàn của Phật vậy. Lìa khỏi sự trói buộc kêu là *giải*, tự-tại kêu là *thoát*. Phật Niết - bàn đủ ba đức : Pháp-thân, Bát-nhã, Giải thoát, nay tựu một đức Giải thoát, kêu là *Giải-thoát*. — Lại, Giải thoát của hai thừa trụ vào Niết-bàn, cho nên là giải thoát chẳng thiệt. Phật vì có **đại-bi**, chẳng trụ vào Niết-bàn. Lại vì có **đại-trí**, chẳng trụ nơi Sanh-tử, chỏ nên kêu là *chơn*.

Chơn-không 真 空 **Vacuité** *(fr.)*

Đó là Niết-bàn của tông Tiểu-thừa vậy. Không phải ngụy cho nên kêu là *Chơn*, lìa khỏi tướng cho nên kêu là *Không* ; đó là cái Không chẳng thiên lệch vậy. — Lại, cái lý - tánh chơn - như lìa khỏi hết thảy các sở kiến mê-tình của tướng, ấy là *Chơn - không*, tức là nghĩa *Không Chơn - như* do Khởi-Tín-luận minh ra, nghĩa *Nhị Không Chơn - như* do Duy-Thức giảng-thuyết ra, nghĩa *Chơn - không quán* trong Tam quán của Hoa - Nghiêm giảng thuyết vậy. — Lại , cái có chẳng phải có, đối với cái không vốn là cái có mầu-nhiệm chẳng phải không, kêu là *Chơn-không*, ấy là Chơn-không tột bậc của tông Đại-thừa vậy.

Chơn.Liên-Đà 真 隣 陀 **Mucilinda** *(scr.)*

Rồng chúa. Hồi đức Thích - Tôn dắc Đạo và ngồi nhập định giữa trời, nhằm cơn giông tố, thì rồng chúa *Chơn-Liên-Đà* chở che bao phủ cho Ngài khỏi lạnh.

Chơn.lý 真 理 Vérité (fr.)

Lẽ chơn thật, tự nhiên, rõ rệt, không cải chối được. Chơn-lý có hai bề :

Chơn-lý đối-đích : cái lẽ vì tương đối nhau mà có, như : nóng với lạnh, tốt với xấu, dài với vắn v. v.

Chơn-lý tuyệt-đích : cái lẽ tự nhiên, không thay đổi, thường trụ, không ở trong vòng tương phản.

Chơn-Loan 真 鸞 Shinran (*jap.*)

Giáo-tổ sáng lập Chơn-Tông (Tịnh-độ) ở bên Nhựt. Ngài sanh năm 1173 và tịch năm 1262. Ngài thuộc về dòng quí-tộc hồi Bình-an Thời-đại (époque des Fujiwara), cha ngài làm đại-tướng hầu cận bà nữ thiên-hoàng. Ngài là trưởng nam. Cha ngài thác sớm, sự ấy làm cho ngài cảm thấy cõi đời là giả cuộc. Lên chín tuổi, ngài đưa mình vào cửa Phật. Ít năm sau, ngài lên núi Tỷ-vệ mà tầm học nơi mấy vị đại - sư tông Thiên-Thai Đọc qua hết các kinh sách, ngồi thiền định rất dày công, ngài quyết tầm một con đường thật đưa ngay tới Cảnh Sáng. Ngài thường niệm đức Quan-thế-Âm, cầu cho mau được giải-thoát. Một hôm, đức Quan-thế-Âm hiện đến cho ngài và dạy ngài đi tầm ngài Pháp-Nhiên, giáo-tổ tông Tịnh-độ. Ngài vâng theo, được thỏa nguyện với thuyết của Pháp-Nhiên. Ngài bỏ học-thuyết tông Thiên - Thai. Ngài bỏ luôn cái quyền tự-lực. Kìa đã có cái sức ngoài mạnh mẽ vô ngần : sự cứu độ của đức A-Di-Đà. Ngài bỏ luôn tới cái chức thầy tu bực Monézéki của ngài nữa. Cất lấy một cái cốc mà ở, thường bữa mặc một cái áo đen theo thầy tu hạng thường. ngài nghe pháp nơi lão-tổ Pháp-Nhiên. Năm ngài được 31 tuổi, thầy của ngài khuyên ngài cưới vợ. Như vậy để cho bá-tánh biết rằng chẳng riêng gì nhà sư giữ tịnh-hạnh, mà người có vợ con cũng được giải cứu bởi đức A-Di-Đà. Vợ của ngài mới có 18 tuổi, con dòng hoàng-tộc. Qua năm sau, bà sanh được một con trai. Ngài khéo nêu gương lắm. Ban đầu người - ta còn nghi, sau họ mới nhận rằng chẳng cần phải xuất-gia, mà tại gia cũng tu đắc Đạo được. Khi Pháp-Nhiên bị đày, Chơn-loan, đệ-tử yêu nhứt của Lão-tổ cũng lâm vào một cảnh. Thầy đi trước, trò theo sau, hai người tách hai ngả. hai vị Tổ đều làm trọn chức vụ của nhà khuyến tu Dân bổn-xứ quy-y thọ giáo với hai ngài đông lắm.

Năm năm sau, triều đình tha ngài về. Chơn-Loan lấy hiệu là Gou--tokou, nghĩa là một kẻ đầu đã sói mà trí còn khờ. Cái hiệu mới nầy chỉ rằng ngài tự coi mình như một kẻ dốt nát và tội lỗi. Ngài soạn thành bộ Kinh giải rõ Chơn-tông (Tịnh-độ Chơn-tông), trong Kinh ấy ngài biên Giáo-lý, việc hành-động, Đức-Tin và Mục-đích. Đến năm 52 tuổi, ngài dọn xong bộ kinh ấy, đúng đắn lắm. Ngài làm việc không ngớt. Thuyết pháp với kẻ nầy, chỉ đạo cho kẻ khác, lập ra sự giản-tiện cho mấy kẻ chẳng biết đọc biết viết ngài lại dẫn giải bằng thơ từ cho những người ở xa chẳng có dịp đến nghe.

Được 90 tuổi, ngài biết rằng tới hạn mà ngài về nơi Phật. Ngài nói với đệ-tử rằng: «Ta qua trước bên Cực-lạc thế-giới mà chờ các ngươi.» Ngài làm theo đức Thích-Ca Như-Lai trong lúc nhập Niết-bàn: đầu đưa về hướng Bắc, mặt quay về hướng Tây, mình nằm nghiêng bên mặt. Ngài niệm cho đến đúng ngọ. Bấy giờ ngài mới về cõi Cực-Lạc. Trong khi ấy, có một thứ mùi thơm dịu lạ thường bay khắp trong phòng. Và một luồng hào quang rất sáng hiện ra ở phía trời Tây như một tấm lụa lớn trắng tinh.

Chơn-ngã 真 我

Cái «Ta» chơn-thật. Đối với cái vọng-ngã (cái ta hư-vọng) của kẻ phàm-phu ngoại-đạo. Cái «Ta» chơn thật tức là Niết-bàn, ấy kêu là *Chơn ngã*. Tám cái tự-tại (xem: Tự tại nhơn) mà Niết-bàn có đủ, ấy là cái Chơn-ngã vậy. — *Chơn-ngã* cũng kêu là *Thật-ngã* để đối với cái *Giả-ngã, Tục-ngã, Bổn-ngã.*

Chơn-ngôn 真 言 D'hãranî (*scr.*) .— Formules magiques (*fr.*)

Cũng đọc: Đà-la-ni, thần chú, chú. Những câu linh-diệu huyền-vi mà nhà đạo đọc ra, vừa đọc vừa bắt ấn. Những nhà sư có chơn-truyền, trong khi đọc chơn-ngôn và bắt pháp-ấn thì nhập cảnh Phật, làm một với Phật.

Vì sự huyền-vi của *Chơn-ngôn*, Pháp-ấn nên hồi thế-kỷ thứ tám dương-lịch, có ngài Kim-cang-Trí (Vajraboddhi) sáng lập Chơn-ngôn-tông và truyền mãi tới bây giờ.

Về sự truyền *chơn-ngôn* thì có *chơn-ngôn* của chư Phật quá khứ, chư Phật hiện tại, chư Đại Bồ-tát và cũng có *chơn-ngôn* của chư Thiên, chư Quỉ, chư Thần mà được Phật công nhận đề hộ trợ các nhà tu niệm.

Về công dụng của *chơn-ngôn*, thì người-ta đọc đề mà : trừ bịnh, trừ tà, ẩn hình, hàng phục thú dữ, người ác, đắc phép thần-thông, được sức hộ-trì của Phật. của Bồ-tát, của Qui. Thần.

Nhiều câu *Chơn-ngôn* khi khởi thì có tiếng *Án* và khi dứt thì có tiếng *Ta-bà-ha*, hai tiếng ấy đều có sức lành hộ-niệm người tu-trì.

Chơn-ngôn bí-mật 真 言 秘 密 Câu chú chơn-ngôn bí-mật.

Chơn-ngôn là ngữ mật tùy nhứt trong ba bí-mật (thân mật, ý mật và ngữ mật) của đức Như Lai, kêu là *chơn-ngôn bí-mật*. *Bí-mật* là giấu kín chẳng chỉ biểu cho người ta vậy. Ba nghiệp (thân, khầu, ý) của Pháp Phật u-áo thỉm-diệu, Đẳng-giác Bồ-tát chẳng có thề dòm thấy mà biết được, ấy là *bí-mật*. — Lại, kẻ phàm-phu bị tình mê che kín, chẳng phát nguyện được, chẳng thấy chỗ vi-diệu được, kêu là *bí-mật*.

Chơn-ngôn-tông 真 言 宗 Shingonshu (*jap.*).— Tchenn-yen-tsoung (*ch.*).— Tantrisme (*auThibet*)

Cũng gọi là *Mật-tông* vì chuyên về sự bí ẩn bên trong. Lại cũng kêu là *Du-chỉ-Tông.* vì lối hành đạo cũng giống với nhóm Du-chỉ (Yoghis) bên Ấn-độ.

Sáng lập ở Tàu hồi thế-kỷ thứ tám, năm 719 dương lịch bởi ngài Kim-cang-Trí (Vajraboddhi), một nhà sư Ấn-Độ qua Tàu. Truyền qua Nhựt năm 804 bởi ngài Hoằng-pháp đại-sư.

Học-thuyết của tông nầy là Mật-giáo (ésotérisme). Kẻ học đạo nhờ biết dùng Linh-phù, Chơn-ngôn, Pháp-ấn mà nhập vòng hào-quang của Phật. Người đắc đạo thì thấu ba cái luật Thân, Khầu, Ý, tức là thấu các sự bí mật trong hoàn-vũ.

Mấy quyển Kinh chánh của tông nầy là : Đại-Nhựt-Kinh (Mahâ-vairocanabhisambodhi), Kim-cang dảnh kinh (Vajrakesekhara). Mấy quyển Kinh chánh của tông Chơn ngôn (Du-chỉ) bên Nhựt là :

Du-chỉ-Kinh 瑜 祇 經 (Yugikyô) (jap) Đại-tỳ-lư-giả-na-Phật-thuyết-yếu-lược-niệm-tụng-kinh 大 毘 盧 遮 那 佛 說 要 略 念 誦 經 (Dai-birushanabussetsuyâryôkunnenjukyô) (jap.).

Thích ma-ha-diễn luận 釋 摩 訶 衍 論 (Shakumakaymron) (jap.)

Và mấy quyển của đức Hoằng-Pháp đại-sư (Kôbô-Daishi), Giáo-tổ sáng-lập Chơn-ngôn tông ở Nhựt.

Chơn-Nhiên 真 然 Shinnen (jap.)

Một nhà sư Nhựt-Bổn hồi thế-kỷ thứ chín (804-891)

Chơn-nhơn 真 人 Đắng Chơn-nhơn. Tiếng kêu chung hàng A-la-hán, Phật, cũng kêu là *Chơn-nhơn*, nghĩa là hạng người chứng Chơn-lý, chỗ chứng ngộ được chơn-thật.

Chơn-nhơn đồng nghĩa với : A-la-hán, A-la-ha, Ứng chơn, Ứng nghi, Vô-trước quả.

Chơn-nhơn cũng có nghĩa : Tiên-nhơn ; Hiền-nhơn ; trái với *tục-nhơn, phàm-nhơn*.

Chơn-như 真 如 Chơn : Chơn thật, không hư-vọng. *Như* : Như thường, không biến đổi, không sai chạy. *Chơn-như* tức là Phật-tánh, cái tánh chơn-thật, không biến đổi, như nhiên, không thiện không ác, không sanh không diệt. Cái *Chơn-như* thì đầy đủ nơi Phật, nó cũng vẫn có nơi chúng-sanh.

Những chữ dưới đều đồng nghĩa, đồng thể với chơn-như : *Tự-tánh thanh-tịnh, Phật-tánh, Pháp-thân, Như-lai tạng, Thật-tướng, Pháp-giái, Pháp-tánh, Viên thành thật tánh, Pháp-vị.*

Trong **Duy-thức-luận** có chép ba cái chơn-*như*.

1. — *Vô-tướng Chơn-như* : Cái Chơn-như không tướng ; là cái thể của các pháp khắp cả, không có có cái tướng hư chấp.

2. — *Vô-sanh Chơn-như* : Cái Chơn-như không sanh ; các pháp đều do nơi nhơn-duyên hòa hiệp mà sanh ra, chớ hẳn là không thật có sanh vậy.

3. — *Vô-tánh Chơn-như* : Cái Chơn-như không có tánh ; ấy là cái thể thật của các pháp, không bàn bạc, suy xét được ; ấy là cái thật-tánh không dính vào sự chấp trước của vọng-tình.

Pháp-bảo đàn-kinh, phẩm 5, Tọa Thiền : Cái Tánh người ta vốn trong sạch. Chỉ bởi sự nghĩ quấy (vọng-niệm) nó che lấp cái *Chơn-như*.

Vậy cứ không tưởng quấy (vọng-tưởng) thì cái Tánh tự nhiên trở nên trong sạch

Chơn-như bổn-tánh 真 如 本 性 : Cái bổn-tánh chơn-thật như thường. Đó là cái tánh tự nhiên của chúng-sanh, nó chơn-thật, không hư-vọng, nó vẫn có từ khi cha mẹ chưa sanh mình ra. Cái tánh ấy trống không mà linh-thiêng, vắng lặng mà mầu nhiệm, dầu trải qua bao nhiêu Kiếp cũng chẳng hủ, chẳng hoại. Cũng kêu là : Bổn *lai diện mục* (mặt mắt vốn thuở nay). Thiền-tông gọi là : *Chánh pháp nhãn-tạng.* Tịnh-độ tông gọi là : *Bổn-tánh Di-Đà.* Khổng-tử gọi là : *Thiên-lý.* Lão-tử gọi là : *Cốc-thần* (Cốc : Hang trống, Thần : Hồn thiêng).

Chơn-như hải 真 如 海 : Biển Chơn-như. Cái Chơn-như, cái Pháp-tánh hay Phật-tánh có vô-lượng công-đức, bởi vậy cho nên gọi là *Chơn-như hải.*

Chơn-như nội-huân 真 如 內 熏 : Cái Chơn-như xông hơ ở bề trong. Con người ta lần lần sanh ra cái lòng Bồ-đề, chán cõi thế, cầu thành Phật, ấy là do hai sức xông hơ bề trong và bề ngoài.

Bề trong thì cái Pháp-thân, cái Phật-tánh xông hơ cho mình, trừ cái vọng-tâm. Ấy là *Chơn-như nội-huân.*

Còn bề ngoài thì nhờ sức của Báo-thân và thân của Phật, lại nhờ có giáo-pháp Kinh-điển vậy.

Nhơn đó mà nên cái nghĩa : Tất cả chúng-sanh đều thành Phật.

Chơn-như Tam-muội 真 如 三 昧 : Phép đại định Chơn-như. Ấy là tu phép quán-tưởng cái lý vô-tướng, bèn trừ được những mối vọng (láo), hoặc (lầm).

Chơn-Phật 真 佛 Đức Phật chơn-thật. Phật Báo-thân (Sanh-thân) đối với Phật Hoá-thân (biến hóa ra hình Phật) kêu là *Chơn-Phật.* — Lại, *Chơn-Phật* là cõi Pháp-thân Vô-tướng vậy. — *Chơn-Phật* lại là đức Phật tự-nhiên nơi mình, cái bổn-tánh thanh-tịnh nơi mình. Như trong «*Pháp Bảo đàn Kinh*» có nói : Tâm ta tự có Phật, đức Phật tự nơi mình là đức *Chơn-Phật.* Tự mình nếu không có Phật-tâm thì đi cầu đức *Chơn-Phật* ở nơi nào ? Tự-tâm của các ngươi là Phật vậy.

Chơn Phật-tử 真 佛 子 Bực Phật-tử chơn-thật. Bồ-tát mới tới Sơ-địa, chứng Chơn-như hai không : pháp không và ngã không, kêu là sanh trong nhà đức Như-lai, xưng là *Chơn Phật-tử.*

Chơn sắc 真 色 Sắc chơn-thiện. Cái sắc trong tạng Như-lai, chơn không tức là diệu-sắc, đó kêu là *chơn-sắc,* nương cái sắc mầu-nhiệm chơn-thiện ấy, xưng là cái Pháp - thân có tướng

Chơn-tánh 真 性 La vraie nature *(fr.)*

Chơn : thiệt, không giả dối ; *Tánh* : bồn nguyên về tinh thần của người, của chúng-sanh. Cái bồn - nguyên chơn thật, không giả dối, không biến đổi, quang minh chánh đại, trọn lành. Ấy là cái tâm-thể mà mọi người sẵn có.

Chơn-tánh cũng như Chơn-như, Phật-tánh.

Trong **Pháp-bảo đàn Kinh** phẩm thứ hai, đức Lục-tổ có giảng rằng : Người mê thì miệng niệm Kinh, niệm Phật, song trong khi niệm thì cũng còn dối, còn quấy. Chừng niệm mãi mãi mà thực hành được thì đó là cái *Chơn-tánh.* (Xem : *Ngũ chủng tạng*)

Chơn-tâm 真 心 Lòng chơn thật, trong sạch, không nhiễm dơ bởi cảnh xấu, bởi tư tưởng xấu. Đối-nghĩa : *Vọng-tâm. Vọng-tưởng.*

Tánh-tông(1) có lập ra *cửu thức* (chín thức) ; trong đó cái thức thứ chín, *Am-ma-la thức* thì tự-tánh nó hoàn toàn trong sạch, nên kêu là *Chơn-tâm.* Còn tám cái thức trước do Vô-minh khởi ra, nên kêu là *Vọng-tâm.*

Trong **Lăng-già Kinh** có tỷ-dụ sóng biển với *Vọng-tâm,* nước biển với *Chơn-tâm.* Nước biển thường trụ, chẳng thay đổi, lúc nào cũng thế ; cái *Chơn-tâm* của chúng sanh cũng như vậy, nó vẫn trong sạch, thường trụ từ vô-thủy đến nay. Còn sóng biển thì có khởi, có diệt, lúc có lúc không, tức là vô-thường ; cái *vọng-tâm* của chúng-sanh cũng như vậy.

Trong **Thủ Lăng-nghiêm Kinh** quyển nhứt, Phật có phán : Các ngươi nên biết rằng tất cả chúng sanh, từ vô-thủy đến nay, cứ chết đi sống lại mãi, là tại họ chẳng biết cái *Chơn-tâm* thường trụ, cái thể-tánh nó vẫn trong sạch, sáng suốt. Họ dùng các *Vọng-tưởng,* những tư tưởng ấy, chẳng phải là chơn, cho nên mới có sự luân chuyển mãi mãi trong Sáu nẻo.

____

(1) **Tánh-tông** : *Pháp-Tánh tông.*

Chơn-Tế Đại-sư 真 際 大 師 Thụy-hiệu mà vua nhà Đường phong cho vị cao-tăng *Triệu-Châu*, thế kỷ thứ tám, thứ chín dương-lịch.

(Xem : *Triệu-Châu.*)

Chơn-thân 真 身

1.— Ấy là cái thân Phật giáng sanh, tu hành và thành Đạo, để đối với cái *Hóa-thân* là thân do phép thần thông biến hóa ra.

2.— Cũng gọi cái *Pháp-thân* là *Chơn-thân.* Cái *Chơn-thân* nầy lúc nào cũng có, Nó vẫn thường trụ ; chẳng đợi Phật giáng sanh mình mới thấy ; và chẳng vì Phật nhập Niết-bàn mà mình chẳng thấy.

Chơn-thật 真 實 Vrai et sincère (*fr.*)

Chơn-chánh và thành-thật, xác-đáng và rõ ràng, lìa khỏi tình mê, mối nhiễm, dứt các sự giả dối. *Chơn-thật* trái với *hư-vọng.*

Đức Phật đã từng tuyên-bố rằng những lời của Ngài phán ra đều là *chơn-thật,* tức là vừa chánh đáng, vừa thức-tỉnh, giải-thoát cho chúng-sanh. Các pháp do Phật thuyết ra, như Tứ Thánh Đế, Thập nhị nhơn-duyên, Lục độ, đều là pháp *chơn-thật* là vì vừa đúng lý, vừa có tánh-cách độ đời.

Chơn-thật Bồ-tát 真 實 菩 薩 : Bực Bồ-tát chơn chánh thành thật. Trong khi Phật ra đời, những ai xuất-gia theo Phật, siêng năng tu-hành Tam-học : Giái, Định, Huệ, tin theo lời Phật dạy mà quyết tới quả Phật, ấy là bực *Chơn-thật Bồ-tát.* Còn những ai tự cho mình là Bồ-tát, song ham ăn, ham ngủ, ưa tiền-bạc, ưa thọ lãnh các sự cúng-dường, chớ không mộ việc tu học, không tin lời Phật, chẳng quyết tu cho thành Phật, ấy là *Giả-danh Bồ-tát.*

Chơn-thật cứu-cánh giải-thoát 真 實 究 竟 解 脫

Sự giải thoát một cách chơn thật và rốt ráo, giải thoát tất cả. Ấy là sự giải thoát trọn vẹn của hàng Thánh-giả, như La-hán, Duyên-Giác Bồ-tát Thập-địa, Phật. Trong «*Du-già*» có giải ba sự giải thoát : 1.— Thế-gian giải thoát, 2.— Hữu học giải thoát, 3.— Vô-học giải thoát.

Sự giải thoát của hàng Thế gian (chưa xuất-gia) chẳng phải là chơn thật, vì còn phải thối-chuyển.

Sự giải thoát của hàng Hữu-học (xuất-gia đương tu học, đắc lần từng quả) tuy chơn-thật, nhưng chưa được cứu-cánh (rốt ráo).

Sự giải-thoát của hàng Vô-học (hàng Thánh-giả, dứt học tập) mới là chơn-thật và cứu-cánh.

Chơn-thật-hạnh 真 實 行 : Nết-hạnh chơn-thật. Ấy là nết-hạnh thứ mười trong *Thập-hạnh* của Bồ-tát. Ấy là cái hạnh tu có tánh cách thanh tịnh, vô-lậu, vô-vi, cái tánh-hạnh chơn-thật ấy kêu là bổn lai thường hằng (vốn sẵn có từ xưa).

Chơn-thật minh 真 實 明 : Quang-minh (Hào quang) chơn-thật. Hào quang Trí-huệ (Bát-nhã) của Phật kêu là *chơn-thật minh.* Đồng-nghĩa : *Trí-huệ quang.*

Chơn-thật nghĩa 真 實 義 : Ý tứ, nghĩa lý chơn-chánh, thành thật và có tánh cách dứt mê, thoát khổ. Ấy là ý tứ do Phật bày tỏ trong các Kinh-pháp. —

Trước khi tụng Kinh, người ta thường đọc bài *Kệ khai Kinh* dưới đây:

Vô-thượng thậm thâm vi-diệu Pháp,

Bá thiên vạn Kiếp nan tao ngộ,

Ngã kim kiến văn đắc thọ trì,

Nguyện giải Như-lai *Chơn-thật nghĩa.*

(Pháp mầu của Phật sâu thẳm và cao diệu không chi sánh bằng,— Cho đến trăm ngàn muôn Kiếp cũng khó mà gặp được.— Nay tôi thấy, nghe và được thọ trì, — Nguyện hiểu rõ *nghĩa chơn-thật* của đức Như-lai.)

Chơn-thật tế 真 實 際 : Giới-hạn chơn-thật, chỗ chơn-thật, ý nghĩa chí cực. Cũng kêu: *Chơn tế, Thật tế.* Ấy là tiếng đề gọi cái *Chơn-như,* cái thật-tánh vốn không-không, bình đẳng.

Chơn-thật tướng 真 實 相 : Cái tướng chơn-thật như nhiên, vốn không thay đổi của các pháp, của mọi chúng-sanh và mọi vật. Cũng kêu ; *thật tướng, Chơn như bổn-tánh, chơn-như tánh.* Cái *chơn thật tướng* của các pháp là như vầy: Không sanh cũng không diệt, không thường cũng không dứt, không đồng cũng không khác, không lại cũng không đi.

(Bất sanh diệc bất diệt, bất thường phục bất đoạn, bất nhứt diệc bất dị, bất lai diệc bất khứ.) Ai xét thấu *cái tướng chơn-thật* của các pháp thì đắc Đạo, dứt khỏi các mối khổ loạn.

Chơn-thật xuất-gia 真 實 出 家 : Bực tu hạnh xuất-gia chơn-thật. Ấy là hạng Tỷ-kheo và Tỷ-kheo ni hiểu mục-đích của mình, tinh-cần tu học, quyết lìa khỏi các mối ác-trược, phiền-não, khổ lụy. Tức là hạng thân, tâm đều xuất-gia. (Xem : *Xuất-gia*).

Chơn-thúc-ca (bảo) 甄 叔 迦 (寶) Châu báu Chơn-thúc-ca. Ấy là một thứ ngọc màu đỏ (xích). Bên Thiên-Trước, có cây *Chơn-thúc-ca*, hoa nó máu đỏ, lớn bằng bàn tay. Bởi thứ ngọc ấy màu đỏ tợ màu hoa *chơn-thúc-ca*, cho nên người ta kêu như vậy.

Diệu-pháp liên-hoa kinh. Diệu-Âm Bồ-tát phẩm : Khi Diệu-Âm Bồ-tát từ cõi Tịnh-quang-trang-nghiêm của Phật Tịnh-Hoa-Túc-Vương-Trí, sắp hiệu lại cõi Ta-bà của Phật Thích-Ca-Mâu-Ni với chư Bồ-tát do ngài dẫn đầu, ngài bèn cho hiện ra trước Pháp-hội tại núi Kỳ-xà-Quật vô số tòa sen, cọng bằng vàng, lá bằng bạc, nhụy bằng kim-cang, đài bằng *chơn-thúc-ca bảo*.

Chơn-tịnh 真 淨 Pháp chơn-tịnh. Nói về cái pháp của đức Như-Lai Ngài chứng được pháp ấy chơn-thật, thanh tịnh. Đối với cái ngụy của nhị thừa, cho nên kêu là chơn-thật ; không lụy, không thoát, cho nên kêu là *thanh-tịnh*.

Chơn-tịnh-minh-diệu 真 淨 明 妙 Bốn đức chơn, tịnh, minh, diệu mà người ta có sẵn nơi mình. Cái tánh thiên nhiên của người ta vẫn là chơn-thật, trong sạch, sáng suốt, mầu nhiệm.

Vậy *chơn-tịnh minh-diệu* tức là cái bổn-tánh của người. Cái bổn-tánh ấy cũng kêu là *Hư-triệt-linh-thông* (Hư không, trống-lổng, linh-hoạt, thông suốt). 'Qui-nguyên trực-chỉ' : Phù, «*Chơn-tịnh-minh-diệu, Hư-linh-thông*», phàm tại trí ngu giai cụ thử tánh. (Nầy, hễ là người trí hay kẻ ngu, ai nấy cũng đều có đủ nơi mình cái tánh «*Chơn-tịnh-minh-diệu, Hư-triệt-linh-thông*».

Chơn-Tông 真 宗 Shinshu (*jap.*)

Kêu trọn chữ : Tịnh-độ Chơn-tông. Sáng lập ở Nhựt bởi ông Chơn

Loan (1.173-1263). Ngoài ra mấy quyền Vô-lượng-thọ Kinh, Quán Vô-lượng thọ Kinh và A-Di-Đà Kinh, phái đồ của Chơn-tông còn học theo một quyền Kinh do Giáo-tồ Chơn-Loan soạn ra. Quyền kinh nầy dung hòa tư tưởng tôn-giáo với chế-độ chánh-trị và xã-hội của nước Nhựt.

Phái - đồ của Chơn-tông, tuy là đọc tụng kinh điển, chớ vẫn thờ danh-dự và lòng thương quê hương. Mấy ông sư thì có thể cưới vợ và ăn-uống theo thế thường ; mấy ông ưa nghiên-cứu về văn chương học-thuật và thường làm giáo-sư.

Chư tín-đồ biết rằng đời hiện tại của họ là cái kết quả của những đời trước, nên họ không cầu xin chi ở đời nầy Họ cứ làm việc, siêng năng và tin sự cứu rỗi của đức A-Di-Đà Phật. Như vậy, họ giữ gìn năm điều hạnh nầy :

1. *Quy-y,* tôn-kính đức A-Di-Đà.

2. *Xưng-tán,* xưng tán công-đức của Phật A-DiĐà.

3. *Nguyện,* cố sức nguyện đề thành Phật.

4. *Suy-thẳm,* suy xét công-đức của Phật A-Di-Đà.

5. *Nguyện cho người,* muốn cho tất cả mọi người đều thành Phật như mình.

Chơn-trí 真 智 Cái trí chơn-thật. Lại kêu là *Thánh-trí* 聖 知 có liên lạc với cái trí chơn-như thật-tướng, cho nên kêu là *chơn-trí.*

Chơn-tử 真 子 Người con chơn-chánh. Nghĩa là con chơn-chánh của đức Như-Lai vậy, chỉ là hạng người có thể nối được Phật-pháp, tin thuận Phật-nghiệp.— Lại là cái hạnh-giải chơn-thật do miệng Phật mà sanh ra, nương đó mà sanh ra chánh-pháp, cho nên kêu là *Chơn-tử.*

Chơn vọng 真 妄 Chơn và vọng. Hết thảy các pháp có hai bề là chơn-thật và hư-vọng : cái pháp tùy theo sự nhiễm duyên vô-minh (lòng si-ám, thể không trí-huệ thông-minh) mà khởi lên, là vọng ; cái pháp tùy theo tịnh-duyên tam học (giới-học, định-học, huệ-học) mà khởi lên, là chơn.— Lại, cái pháp nương theo nhơn-duyên mà sanh ra là chẳng thật, cho nên kêu là *Vọng pháp* ; cái pháp chơn-như chẳng sanh, chẳng diệt là chơn-thật, cho nên kêu là *Chơn-pháp.*

Chơn vô lậu trí 真 無 漏 智 Cái trí chơn - thật không, lậu (phiền não, tham, sân thiệt không do lục-căn lậu-tiết chảy ra). Đối với trí vô-lậu của hai thừa thì trí vô-lậu của Phật, Bồ-tát, kêu là *chơn vô lậu trí*. Hai thừa chẳng dứt pháp-chấp, chẳng diệt cái chướng sở tri, cho nên là cái trí vô-lậu chẳng thiệt.

Chú 呪 **Dhâranî** *(scr.)* **Formules magiques** *(fr.)*

Viết theo Phạn : *Đà-la-ni* (Dhârani). Cũng viết : *Chơn-ngôn, thần-chú, tổng-trì.*

Những câu niệm bí mật đề hộ trì các nhà tu học khỏi bị sự hại của ác-thần, ác qui, ác-thú, độc-trùng và tránh khỏi các tai-ương.

Có những *chú* của Phật, *chú* của Bồ-tát, *chú* của thần-qui hộ trợ Phật-Pháp ; đọc câu *chú* của vị nào thì được vị đó ủng hộ.

Chú nhà Phật khác với *chú* của bọn tà-đạo, là vì *chú* đề ngăn ngừa sự ác nghịch, để được các sự thiện - lợi, chớ không phải để giết người hại vật, không phải để gia họa cho người.

Trong quyển **Đà-la-ni tập kinh** có chép : Nếu trong Tứ bộ chúng (Tỳ-kheo, Tỳ-kheo-ni, Ưu-bà-tắc, Ưu-bà-di) những ai dùng hoa cúng Phật A-Di-Đà, phát nguyện tụng *chú* thì được mười thứ công - đức :

1. — Tự mình phát khởi thiện-tâm.

2. — Khiến kẻ khác phát khởi thiện-tâm.

3. — Các vị thiên thần đều vui vẻ

4 — Tự thân mình đoan-chánh, sáu căn đều đủ, không bị tồn-hoại.

5. — Chừng thác sanh qua ao báu nơi cõi Cực-Lạc.

6. — Đời đời sanh ra nơi nước trung trong (thạnh-hành về Đạo-đức) và nơi nhà tôn quí. Sanh ra thường gặp Phật và nghe Pháp, chẳng sanh vào cõi biên-địa (miền ranh-giới phần nhiều lộn-xộn và ác-nghịch).

7. — Làm bực Chuyển-luân vương cai-trị bốn cõi thiên-hạ.

8 — Đời đời sanh ra thường được thân trai.

9. — Được sanh về cõi Phật A-Di-Đà ngồi kiết-già trên hoa sen thất-bảo, thành bực Bồ-tát bất-thối chuyển.

10. — Thành Phật hoàn-toàn, ngồi trên tòa Sư tử bằng hoa sen thất-bảo, phóng hào quang lớn, cùng với đức Phật A-Di-Đà chẳng khác nhau.

Chú-cấm 呪禁 Câu chú có công dụng ngăn cấm. Ấy là những câu chú mà trong lúc cúng, vị Pháp-sư đọc lên trị bệnh, đề trừ tà my, làm cho chúng phải khuất phục. Có khi Pháp-sư vừa đọc chú-cấm, vừa bắt ấn, vừa họa linh-phù.

Thuở xưa, bên Trung-Hoa có bốn hàng bác sĩ sung vào viện Thái-y của nhà vua :

1.— *Y-sư* : Thầy thuốc dùng dược-thảo mà trị bệnh.

2.— *Châm-sư* : Thầy thuốc dùng kim mà chích vào mình đề trị bệnh.

3.— *Án-ma sư* : Thầy thuốc dùng cách đấm bóp xương thịt mà trị bệnh.

4.— *Chú-cấm sư* : Thầy thuốc dùng phù chú mà trị bệnh. *Chú-cấm sư* cũng kêu : *Chú-cấm bác-sĩ.*

Chú-nguyện 呪願 : Câu thần-chú có tánh-cách cầu nguyện, — tiếp theo thần-chú, có những lời tụng cầu-nguyện phước-lợi cho thí-chủ hoặc cầu-nguyện cho vong-linh tổ-tiên của thí-chủ ; đó đều kêu là *chú-nguyện.*

Vì thí-chủ cung cấp *tứ-sự cúng-dường* cho nhà sư, nhờ vậy nhà sư được yên ổn mà tu học, cho nên nhà sư phải thường *chú-nguyện* cho thí-chủ. Mỗi khi thọ lãnh một món cúng-dường, nhà sư phải *chú nguyện.*

Thường thì có hai thứ *chú-nguyện* : *chú-nguyện* khi bắt đầu ăn và *chú-nguyện* lúc Pháp-hội.

Nhưng nhà sư tu hạnh Bồ-tát, trọn đời lúc nào cũng *chú - nguyện* cho chúng-sanh : khi ăn, uống, ngủ, thức, mặc áo, đi xa, tắm rửa, ngồi thiền, trong mọi việc cử-động đều phải *chú-nguyện.*

Trong **Hoa-nghiêm Kinh**, Tịnh-hạnh phẩm có nói rõ về việc nầy.

Chú-tâm 呪心 : *Chú* tức là *Đà-la-ni. Tâm* nghĩa là *Tinh-yếu. Chú-tâm* : Bài Đà-la-ni, phần tinh-túy, cốt-yếu của Kinh. Thường mỗi bộ kinh đều có một bài *chú-tâm.* Như A-Di Đà Kinh có *chú-tâm* là Vãng-sanh quyết-định chơn-ngôn, Lăng-Nghiêm kinh có Lăng-Nghiêm chú, Bát-nhã Ba la-mật-đa tâm kinh cũng có *chú-tâm.* Như vậy ai chẳng tiện tụng hết bộ kinh, tụng bài *chú-tâm* của kinh ấy cũng bằng thọ-trì toàn bộ kinh.

Chú-thuật 呪 術 : Diệu-thuật thần - chú. Thọ-trì thần-chú là một phương pháp đặc biệt, phải có Thầy truyền mới được. Trong đạo Phật, các sư phái *Kim cang (Chơn-ngôn tông* hay *Mật-tông)* sở trường về *Chú-thuật*. Một nhà sư đắc *chú-thuật*, có thể dùng thần-chú mà trừ tà, hại nghịch, ban phước, đem lợi và biến hóa mọi vật

Chú thủy 呪 水 : Thần-chú và tịnh-thủy. Ấy là vật liệu trị bệnh của nhà chú-thuật. Pháp-sư cầm lên chén nước, đọc chú trước chén nước, rồi đưa nước cho người bệnh uống. Nếu là pháp-sư có tịnh-hạnh và có chú-thuật, thì sau khi uống *chú thủy*, người bệnh hết bị công phá.

Lại nước cúng trước tượng Thần, tượng Phật, cúng xong rồi người bệnh cầu nguyện và uống, cũng kêu là *chú thủy*.

Chú-trớ (thư) 呪 詛 (咀) **— Formules de con- -jurations magiques (*fr.*) :**

Phù chú và thư ếm. *Chú* là niệm chú nguyền rủa người ; *trớ* (thư) là khấn với quỉ-thần đem tai họa cho người. Những *chú-trớ* tuy có tánh cách độc hại, chớ cũng linh-nghiệm như những *thần-chú, chú-nguyện.* Kẻ dùng *chú-trớ* thì cầu với hung thần ác-quỉ, họ cố ý làm cho người ta hư sái công việc, trễ nải thời-cơ, gieo tai họa và có khi cầu cho người ta chết nữa. Bọn pháp-sư ấy có một hay là nhiều thần, quỉ theo phục sự họ. Họ có thể hại người ta đủ cách, song nếu bên nghịch tầm được kẻ cao tay hơn thì sự hại trở lại cho họ hoặc cho kẻ cầu thỉnh họ.

Muốn kêu thần khiến quỉ, pháp-sư dùng nhiều cách huyền bí, như niệm chú, cúng tế, thư phù. Thường khi họ lấy máu người hay máu thú mà cúng thần, có khi họ lấy máu đồng-nữ mà nạp thần hầu có hại mạng kẻ khác. Đồ khí-cụ của họ cũng rất phiền-phức. Và họ cũng dùng đồ bằng xương người hay xương thú trong các cuộc cúng tế.

Trong khi hành lễ, họ phải theo đúng cách, nếu sái một chút thì thần quỉ sẽ hại mạng họ ngay.

Còn nếu muốn thỉnh những vị cao, pháp-sư phải ăn chay và giữ tịnh-giới. Hễ thỉnh được thì cầu vị Thần Tiên giúp, hộ cho việc chi cũng được.

Trong «*Diệu-Pháp-liên-hoa Kinh*», phẩm Phổ-môn có chép :

*Chú trớ, chư độc dược, Sở dục hại thân giả, Niệm bỉ Quan-Âm

lực, Hoàn trước ư bổn-nhơn. (Những loài bùa *chú ếm* đời, Cùng là thuốc độc hại người thọ lâm. Nhớ mà niệm đức Quan-Âm, Những đồ hại đó trở đâm lụn về.)

Chú-đỏ-bán-thác-ca 注 茶 半 托 迦 Çuḍapantha--ka (*scr.*)   Suddhipanthaka (*scr.*)

Cũng viết : *Châu-ly bàn-đà-ca* (Suddhipanthaka) *Châu-ly-bàn-đà-già, Châu-đà.* Một vị trong mười sáu vị La-hán được Phật phái đi thuyết pháp độ thế.

Trong quyển A-Di-Đà Kinh, Tam-tạng pháp-sư Cưu-ma-la-thập phiên âm tên ngài là : *Châu-ly-bàn-đà-già* 周 利 槃 陀 伽. Tên của ngài dịch ra nghĩa là Kế-Đạo. Tức là sanh ngài ra tại nơi đường cái. Ban sơ, hồi mới nhập đạo, căn trí ngài rất tối tăm, học nửa bài kệ cũng không thuộc. Thế mà ngài gắng sức chuyên cần, chẳng bao lâu đắc quả A-la-hán.

Chủ-binh Thần 主 兵 臣 Vị Quan cai-quản, thống-lãnh các đoàn binh của vua *Chuyển-luân Thánh-vương.* Ấy là báu thứ bảy trong *Thất-bảo* của vị Chuyển-luân Thánh-vương. Cũng kêu : *Chủ-binh đại-thần.*

Chủ-binh Thần là người có sức mạnh hơn hết và có sách mưu hơn hết, biết rõ phép điều khiển *Tứ binh* ; nếu cần phải đấu-chiến thì giàn binh ra cho vua dùng ; còn chẳng cần phải đấu-chiến thì rút hết các đoàn binh. Đối với những vị vua, những quốc-thổ chưa tồi-phục, vị *Chủ-binh Thần* ấy ra đi tồi-phục ; Đối với những vị vua, những quốc-thổ đã tồi-phục, thì người đủ sức mà thủ-hộ.

Chủ-tạng Thần 主 藏 臣 Vị quan cai-quản các kho lẫm của vị vua *Chuyển-luân Thánh-vương.* Ấy là một nhơn-vật quí báu trong *Thất-bảo* của vị vua ấy.

Thuở xưa, đức Phật Thích-Ca làm vị *Chuyển-luân Thánh - vương* tên là *Đinh-Sanh.* Ngài đã được rồi năm nhơn-vật quí báu :

1. Luân-bảo, 2. Tượng-bảo, 3. Mã-bảo, 4. Nữ-bảo, 5. Bảo Ma-ni châu. Kế đó chẳng bao lâu, báu thứ sáu là *Chủ-tạng-Thần* tự-nhiên hiện ra(1) Ông có nhiều của-cải và vật báu, giàu có vô lượng, kho tàng đầy tràn

---

1) Trên là Sáu Báu. Còn Báu *thứ bảy* của Chuyển luân Thánh-Vương là Chủ binh *Thần.*

Cặp mắt ông trông xuống đất, những chỗ nào có ăn của báu thì ông thấy ngay, ông lấy đó mà cung phụng cho vua. Muốn thử ông, vua Đinh-Sanh đi thuyền với ông ra Biển cả. Vua phán : »Trẫm muốn được những trân bảo lạ lùng.» Vị Tạng-thần bèn quơ hai bàn tay dưới nước Biển ; liền đó mười, bảo-tạng dính theo mười ngón tay của ông, ông đem dâng lên vua và tâu rằng : «Tuỳ Bệ-hạ muốn dùng bao nhiêu thì dùng, còn dư thì ném xuống Biển.» Vua Đinh-Sanh lấy làm vui mừng, chắc rằng mình sẽ lên ngôi Chuyển-luân Thánh-vương.

Chuyên 專

1. Một lòng chuyên chú, thành tâm, để trọn ý không xao lãng. Như : *Chuyên* tâm thính pháp.

2. Chỉ học một môn, chỉ sở trưởng một phép mà thôi, Như : *Chuyên* môn, *Chuyên* niệm Phật.

3. Tự mình làm lấy, không cần hỏi ý kiến ai. Như : *Chuyên* chánh, *Chuyên* chế.

Chuyên niệm 專 念 : Chỉ để ý-tưởng vào một cảnh, một lẽ mà thôi ; chỉ nhớ một việc mà thôi.

Chuyên niệm Phật 專 念 佛 : Chuyên cần niệm Phật ; hằng ngày hằng giờ, lúc nào cũng một lòng tưởng Phật, niệm Phật ra tiếng hoặc niệm Phật trong tâm. Đó là pháp-môn Tịnh-độ.

Chuyên tâm thính Pháp 專 心 聽 法 : Để trọn tâm trí vào sự nghe Pháp ; vì mộ nghe thuyết Pháp, nên trong khi nghe. tâm ý chẳng hề xao lãng.

Niết-bàn Kinh, quyển 25 : Có bốn pháp, bốn nhơn-duyên, nhờ đó mà người ta mau đắc Đại Niết-bàn : 1.— Thân-cận thiện - hữu, 2.— Chuyên tâm thính Pháp, 3.— Hệ niệm tư-duy, 4.— Như pháp tu hành.

Chuyên-tinh 專 精

1.— Để trọn tinh-thần và tài-lực vào một sự-nghiệp.

2.— Lòng chuyên-chú và tinh tấn về Đạo-lý.

3.— *Chuyên-tinh, Chuyên-căn tinh-tấn, Căn tinh-tấn tức là đức Tinh-*

tấn, đức thứ tư trong *Lục độ*.

Chuyển 轉 Tùy theo nhơn-duyên của vật mà làm cho chuyển biến, vận chuyển động dậy, dời đi.

Chuyển họa vi phúc 轉 禍 爲 福 : Xoay đổi điều họa, làm ra điều phúc.

Chuyển hồi 轉 迴 Luân hồi. Sống đi chết lại, phiêu bạt trong Tam-giái, không có sức tự giải thoát.

Chuyển Kinh 轉 經 Đọc Kinh mà tự ngộ. Chớ nếu cố chấp theo Kinh thì bị Kinh chuyển. Chuyển Kinh là ngộ, Kinh chuyển là mê.

Chuyển mê khai ngộ 轉 迷 開 悟 : Xả bỏ sự mê về cuộc sanh-tử trong tam-giái, tỉnh ngộ mà đạt Niết-bàn. Lìa khỏi lối mê của phiền não, chứng đắc Bồ-đề.

Chuyển niệm 轉 念 Chuyển Kinh niệm Phật.

Chuyển phàm vi thánh 轉 凡 爲 聖 : Dời đổi bực phàm-phu ra bực thánh-triết. Từ bỏ địa vị phàm mà bước lên quả-vị thánh.

Chuyển-luân-Thánh-vương 轉 輪 聖 王 **Tchakra--vartin** *(scr.)*

Tên cha của đức Phật Đại-Thông-Trí-Thắng (Mahâbhidjnâdjnânabhi--bhû), một đức Phật đời quá-khứ.

Chuyển-luân thánh-vương hay *Chuyển-luân-vương* hay *Chuyển-luân-thánh-đế* hay *Luân-vương*, lại là bực Thánh-vương vì pháp-lý mà cai-trị khắp hoàn cầu (Tứ châu). Ngài có 32 tướng cũng như Phật, song ít tỏ rõ hơn.

Bực Chuyển-luân-Thánh-vương khi tức vị thì có đủ bảy báu nầy : 1. Luân bảo (xe báu), 2. Tượng bảo (Voi báu), 3. Mã bảo (Ngựa báu), 4. Ma-ni châu (châu báu), 5. Nữ bảo (ngọc nữ) 6. Chủ tạng thần (Vị quan lo giữ gìn kho tàng), 7. Chủ binh thần (Vị quan nắm giữ binh-quyền). Ngài ngự trên xe báu (luân bảo), đi hàng phục tứ phương, vì vậy nên kêu ngài là *Chuyển-luân-vương*. Ngài cũng đi đứng trên không được, nên kêu ngài là *Phi-hành Hoàng đế*. Hồi thuở tăng kiếp, lúc người ta sống tám vạn tuổi trở lên, ngài có ra đời. Lại hồi thuở giảm kiếp, lúc người ta còn sống vô lượng năm cho chí tám vạn năm, ngài cũng có ra đời. Theo các kinh - điển, chẳng những một vị *Chuyền-luân Thánh-vương* có đủ thất bảo, mà ngài lại còn có đến một ngàn người con. Về bánh xe báu (Luân bảo), có bốn thứ : vàng, bạc, đồng, sắt.

Đức vua ngự trên bánh xe vàng thì thống trị cả bốn Đại-châu.

Đức vua ngự trên bánh xe bạc, lãnh phần cai trị ba châu : Đông, Tây, Nam.

Đức vua ngự trên bánh xe đồng, lãnh phần cai trị hai châu : Đông, Nam.

Đức vua ngự trên bánh xe sắt, lãnh phần cai trị châu phương Nam, Diêm-phù-đề.

Theo **Niết - bàn - Kinh**, hồi thuở quá-khứ, người ta sống đời vô lượng năm, có vị vua tên là Thiện-Trụ. Khi vua lên trị-vì, nhơn dân sống đến tám muôn bốn ngàn tuổi. Lúc ấy, nơi đỉnh đầu vua, nảy lên một cái bọc thịt. Cái bọc ấy lớn lần ra, sau rốt nứt hai, trong ấy hiện ra một người trai sắc-tướng đẹp đẽ phi thường. Vua đặt tên là Đỉnh-Sanh. Khi thái-tử Đỉnh-Sanh lớn lên, vua giao quyền cai-trị và vào núi mà tu. Lần lượt hiện tới cho vua Đỉnh-Sanh đủ *Thất bảo*, vua dùng Thất bảo mà thống-nhiếp Tứ châu, trở nên vị *Chuyền-Luân Thánh-vương*. Vị *Chuyền-Luân Thánh-vương* nầy là tiền-thân của Phật Thích-Ca vậy.

Hồi đức Thích-tôn giáng sanh, ông đạo tu Tiên tên A-tư-đà có đến chầu vua Tịnh-phạn và viếng thái tử. Nhơn thấy thái-tử có đủ 32 tướng chánh với tám chục tướng phụ của bực Đại-Sĩ, ông A-tư-đà tâu với vua rằng : «Nếu thái-tử ở tại thế thì ắt hẳn làm bực *Chuyền-luân Thánh-vương*. Còn nếu xuất-gia đi tu thì thành Phật Thế-tôn».

Chuyền-luân vương 轉 輪 王 Tchakravartin *(scr.)*

Vị vua dùng chánh-pháp mà trị dân, tỷ như người ta quây cho Bánh xe lăn tới chớ chẳng trở lui ; vị vua ngồi trên cổ xe mà đi thâu phục thiên-hạ.

Chuyền-luân vương có nhiều bực : có vị cai-trị một cõi thiên hạ, ngự trên xe bánh sắt, kêu là *Thiết-luân vương*. Có vị cai-trị hai cõi thiên-hạ, ngự trên chiếc xe bánh đồng, kêu là *Đồng-luân vương*. Có vị cai-trị ba cõi thiên hạ, ngự trên chiếc xe bánh bạc, kêu là *Ngân-luân vương.* Cao hơn hết là vị cai-trị luôn bốn cõi thiên hạ, ngự trên chiếc xe bánh vàng, kêu là *Kim-luân vương*; tức là vị *Chuyển luân Thánh-vương.*

Chuyển-luân vương đối với *Pháp-luân vương, Pháp-Luân Thánh-vương* (Phật).

Chuyển Pháp-luân 轉 法 輪 Dhammachakkap-pavattanasoutta (*p.*).— Tourner la Roue de la Loi (*fr.*)

Quây Bánh xe Pháp, thuyết Pháp lần đầu. Bánh xe Pháp mà lăn đi thì hạ được những tư tương lầm lạc, cũng như bánh xe sắt đi đến đâu thì cán nhẹp hết các vật theo đường.

Đức Phật, khi thành Đạo, chưa định đi truyền Giáo. Có đức Phạm-Thiên cầu khẩn lắm, Ngài mới định ra đi khai hóa cho đời. Ngài muốn độ ông A-la-la (ArataKâlama) thì ông nầy đã thác. Ngài nhớ lại ông Uất-đầu-lam-Phất (Udraka), thì ông nầy cũng đã tịch Ngài bèn lần đến thành Ba-la-nại (Bénarès) trong vườn Lộc mà thuyết pháp độ năm vị Chơn-nhơn. Kể từ đây ngài mở nền Pháp-lý độ đời, nên gọi là ngài *Chuyển pháp-luân.* Lúc *Chuyển Pháp-luân* thì ngài thuyết *Tứ - diệu - đế* cho năm anh em ông Kiều-Trần-Như nghe. Nghe rồi, năm ông tự giải-thoát khỏi sự lầm lạc mà đắc đạo, thành La-hán.

Trong *Hội Pháp-Hoa,* Đại-chúng có bạch với Phật rằng : «Trong đời Phật, ngài có *chuyển pháp-luân* hai lần : một lần ở Ba-la-nại trong Vườn-Lộc độ bọn ông Kiều-Trần-Như và kế đó chư Thinh-văn đắc quả La-hán; một lần nữa, Ngài *chuyển Vô-thượng Pháp-luân* trong hội Pháp-Hoa, độ Đại-chúng hóa thành Bồ-tát, đắc quả Chánh-giác.—

Sự *chuyển Pháp-luân* có hai đức-tánh :

1) Vận chuyển cái tâm của chúng-sanh, đưa đến nẻo sáng.

2) Đè nát các mối mê-hoặc, phiền não. Ấy cũng như cái bánh xe của bực vua-chúa lăn đến đâu thì có hai đức-tánh :

1) Làm cho an-lạc nhơn-tâm, khuyến-khích kẻ lành.

2) Tảo trừ kẻ ác, bọn phản nghịch.— Lại nữa, chẳng những kỳ thuyết-pháp ban sơ ở thành Ba-la-nại, gọi là *Chuyển Pháp-luân,* mà mỗi

khi một đức Phật giảng thuyết đề dạy chúng - sanh, cũng đều gọi là *Chuyển-pháp-luân* cả. Khi Phật giảng-thuyết với hàng trung-căn, trung-trí, trung tinh-tấn, hàng Thinh-văn và Duyên-giác, như kỳ thuyết-pháp ban sơ ở thành Ba-la-nại, thuyết về Tứ-diệu-đế, Vô-thường, Khổ, Không, Vô-ngã, thì gọi là *Chuyển Pháp-luân.* Còn khi ngài giảng-thuyết, mà Đại-chúng phần đông là hàng Thượng-căn, Thượng-trí, Thượng tinh tấn, tức là hàng Bồ-tát, như thuyết kinh Pháp-Hoa, Kinh Niết-bàn, giảng Phật-tánh, Thường, Lạc, Ngã, Tịnh, thì gọi là *Chuyển Đại Pháp-luân.*

Chúng 衆 Samgha (*scr.*).— Communauté (*fr.*)

Chúng là dịch nghĩa chữ Phạn *Tăng, Tăng-già* (Samgha). Cũng dịch là *hòa-hiệp,* tức là nhiều người hòa-hiệp với nhau mà tu hành.

Phàm ba vị Tỳ-kheo trở lên hòa-hiệp với nhau kêu là *Chúng.* Cũng viết luôn cả Phạn và Nghĩa : *Chúng-Tăng, Tăng-Chúng.*

Đức Phật có dạy rằng, khi nhập *Chúng* thì tiếp ứng với nhau bằng năm pháp : 1. Ý lún thấp, khiêm nhượng (há ý), 2. lòng từ, 3. cung kính, 4. biết thứ bậc, 5. Chẳng nói việc thừa, vô ích.

Về *chúng,* có : *Đại-chúng* (các hàng tu học xuất gia và tại-gia, hội lại nghe thuyết-pháp, dự trai-hội), *Tiểu-chúng* (chúng Sa-di và Sa-di-ni), *Thượng-chúng* (chúng tu bực trên), *Hạ-chúng* (chúng tu bực dưới, còn mới), *Cửu chúng* (chín chúng, tức là tất cả các hàng tu học theo Tăng-già.)

Chúng cũng chỉ số đông người, mà chẳng cần là bực Tăng, bực tu-học. Như : *Chúng nhơn, chúng-sanh.*

Chữ *chúng* cũng dùng để chỉ một số nhiều sự, vật. Như : *Chúng Kinh, Chúng Giới* (các giới-hạnh), *chúng ác, chúng thiện.*

Chúng-sanh 衆 生 Sattva (*scr.*).— Créatures, êtres (*fr.*)

Tiếng phạn : *Tát-đỏa* (Sattva), dịch nghĩa *chúng-sanh.* Cũng dịch là : *Hữu tình, Hữu thức,* Hàm-sanh.

Chúng-sanh là những loài có sanh ra,

Chúng-sanh có sanh ra là do những nhơn-duyên giả tạm hoà-hiệp, do *tứ-đại, ngũ-uẩn* tạm hiệp.

Chúng-sanh có sanh thì tất có tử, tử rồi lại sanh, triền miên mãi trong vòng Luân-hồi, Sanh-tử, nên kêu là *Chúng-sanh*.

Chúng sanh đối với Phật cũng như Luân-hồi đối với Niết-bàn. Vì *chúng-sanh* còn mê : còn tham - sân - si ; Phật thì tỉnh (giác) : dứt tham-sân-si.

Tuy vậy, *chúng-sanh* tức là Phật. Vì hễ *chúng-sanh* được tu tỉnh thì hiện thân là Phật.

Chúng sanh sanh ra bằng bốn cách : (tứ sanh) : thai, noãn, thấp. hóa.

Thai là do nơi thai bào mà ra. Noãn là do nơi trứng mà ra. Thấp là do nơi ướt-át mà ra. Hóa là biến hóa mà sanh ra.

Chúng-sanh vì chưa tự-tỉnh, nên mãi luân-chuyền trong sáu nẻo : Thiên (tiên), A-tu-la (thần), nhơn (người), địa-ngục, ngạ-quỉ (ma đói), súc-sanh. (Xem : *Tam chủng chúng-sanh, Ngũ chủng chúng-sanh*).

Chúng-sanh cấu 眾 生 垢 : Bụi dơ đóng nơi chúng-sanh. Tức là hạng chúng-sanh chấp-giữ lấy cái bổn-ngã, khư khư nhận rằng có thật cái thân-thể nầy. Sự chấp ấy, sự nhận bậy ấy làm cho dơ dáy vậy.

Chúng-sanh kiến 眾 生 見 : Ý-kiến sái cố chấp rằng thật có chúng-sanh. Cái ý kiến ấy cho sự giả-hiệp là sự chơn-thiệt.

Chúng-sanh nhẫn 眾 生 忍 Tức là *sanh-nhẫn*. Lòng nhẫn-nhục đối với tất cả chúng-sanh. Những chúng-sanh nhỏ nhít như con muỗi, con kiến, có cắn, phá mình. mình cũng không giận, không toan hại. Những chúng-sanh lớn như người ta, nếu có đánh, đập, mắng, chửi mình. mình cũng không giận, không toan báo thù—— Xem : Nhẫn.

Chúng-sanh thế-giới 眾 生 世 界 Cũng viết : *Chúng-sanh giới, chúng-sanh thế-gian* : Cõi thế-giới hợp lại bởi các loại hữu-tình, tức là cảnh giới của các vật có mạng sống. Đối - nghĩa : *Khí thế-giái, Khí thế-gian* là cảnh-giái của các vật vô tình, như cây, cỏ, đất, đá.

Chúng-sanh trược 眾 生 濁 : Một mối trược trong *Ngũ-trược*. Chúng sanh ở Ta-bà thế-giái nầy thật là dơ dáy, bẩn thỉu, độc ác : họ chẳng hiếu thuận với cha mẹ, chẳng kính bực đáng tôn trọng và có

tuổi tác, chẳng sợ luật ác-nghiệp quả-báo, chẳng tạo ra công - đức, chẳng tu pháp tế-độ.

Chúng-sanh tướng 眾 生 相 : Cái tướng của chúng-sanh. Tức là năm uẩn : sắc, thọ, tưởng, hành, thức hiệp-lại mà làm nên cái thân của chúng - sanh. Nếu kể là thật thì kể sai, chấp quấy, tức là có cái chúng-sanh tướng.

Chủng (chưởng) 種 Caste, Clan, Race, Espèce, grain, germe. planter (*fr.*)

1.— Bên Ấn-độ, dân-thứ chia ra làm bốn *chủng* tức là bốn phái, bốn hạng, bốn giai-cấp (Pháp : Castes, Clans).

1. *Bà-la-môn.* : 婆 羅 門, Brahmana (*scr.*) là các nhà tu-hành và thông thái.

2. *Sát-đế-ly* : 刹 帝 利, Kshatriya, là các nhà vua chúa và công-hầu.

3. *Phệ-xá*, 吠 奢, Vaisya, là các nhà buôn bán (Trưởng giả)

4. *Thủ-đà-la*, 戍 陀 羅, Sudras, là các nhà làm ruộng (Cư-sĩ).

Đó là bốn *chủng* chánh-thức, do *chủng* Bà-la-môn cầm đầu về tinh-thần, tôn-giáo. Ngoài ra, có một hạng phái hèn hạ, làm các nghề đê-tiện, kêu là *Chiên-đà-la* (Candala) mà đời nay người ta gọi là *Ba-ly-a* (Pariahs).

Đó là các giai cấp xã hội lập ra bởi nền văn minh Bà-la-môn giáo. Đức Phật và chư đệ-tử không chấp giai cấp. Ngài từng dạy rằng : không phải sanh ra trong giai cấp Bà-la-môn mà được gọi là sang, cũng không phải sanh ra trong hạng Chiên-đà-la (Ba-ly-a) mà cho là hèn. Sang hay hèn là ở nơi việc hành động của mình vậy. Tùy việc làm của mình mà mình trở nên một người Chiên-đà-la, tùy việc làm của mình mà mình hóa làm một người **Bà-la-môn**.

Đức Phật rất hỷ xả, ngài không phân biệt giai-cấp như những nhà sư Bà-la-môn, cho đến ngài truyền Giái Xuất-gia là giái hạnh tinh-kh ết nhứt cho những người làm ruộng, làm thuê, nô-lệ, nếu những người ấy có thể tu-hành thanh-tịnh. —

2. — *Chủng* lại có nghĩa : giống người, như : *Bạch - chủng.* (Pháp : Race Blanche), giống người da trắng ; *Hoàng-chủng* (Pháp : Race jaune),

giống người da vàng ; *Hắc-chủng* (Pháp : Race noire), giống người da đen: *Hồng-chủng* (Pháp : Race rouge), giống người da đỏ.

3. — *Chủng* : Thứ loại. Như : *chủng chủng, chủng vật*, tức thứ nầy thứ kia, loại nầy loại kia. Pháp : Espèce.

4.— *Chủng* : Hột, hột giống. Như : *chủng-tử*. Pháp : Grain, Germe.

5. — *Chủng* : Trồng, gieo. Pháp : Planter. Như : *Chủng* qua đắc qua, *chủng* lý đắc lý (Trồng dưa được dưa, trồng mận được mận) (Niết-bàn kinh). Hoặc : Thâm *chủng* thiện-căn (Trồng sâu thiện-căn).

Chứa, trữ, làm cho sanh nảy, làm cho to lớn thêm. Như : *chủng đức*.

Chủng-Giác 種 覺 : Quả Chánh-giác của Phật. Địa vị Chánh-giác của Phật. Đắc quả ấy, lên địa-vị ấy, đức Phật được cái Trí Giác-ngộ, biết tất cả các sự các vật, nên kêu là *Chủng-Giác*.

Vương-tăng-Nhú Sám-hối văn : Cu hướng Đạo-tràng, Đồng tăng *Chủng-Giác* (Thảy trông về Đạo-tràng, Đồng bước lên *Chủng-Giác*).

Chủng-tánh 種 性

1. Tánh riêng, tánh thiêng-liêng của từng giống, từng loại.

2. *Chủng-tánh* tức là Phật-tánh. *Chủng* : chủng-tử, hột giống để thành Phật-quả. *Tánh* : Tánh tự-nhiên, chẳng thay đổi.

3. *Chủng-tánh* tức *Chủng-tộc*, giai-cấp giòng-họ nơi ấy mình sanh ra. Như : *Chủng-tánh* Bà-la-môn, *Chủng-tánh* Sát-đế-ly, *Chủng-tánh* Phệ-xá (Trưởng-giả), *Chủng-tánh* Thủ-đà-la (Cư-sĩ) và *Chủng tánh* hèn hạ không đáng kể là Chiên-đà-la.

Niết-bàn-Kinh, quyển 25 : Tỷ như một vị lương - y, có tài trị bệnh, chỉ thấy người bệnh mà chẳng nhìn *chủng-tánh* của họ, chẳng kể cho họ tốt tướng hoặc xấu hình, giàu sang hoặc nghèo hèn ; người trị cho tất cả. Phật và Bồ-tát cũng như thế. Các ngài chỉ thấy chúng-sanh vướng Phiền-não bệnh, mà chẳng nhìn *chủng-tánh* của họ, chẳng kể cho họ tốt tướng hoặc xấu hình, giàu sang hoặc nghèo hèn ; các ngài đem lòng từ mẫn mà thuyết-pháp với tất cả. Chúng-sanh nghe rồi, phiền não bệnh liền dứt.

Chủng-tánh trụ 種 性 住 : Một trụ-vị trong *Lục chủng trụ*.

Bực Bồ-tát đối với Thập-trụ, ở trong Thập-trụ, được cái chủng-tánh của Phật-đạo, được cái Phật chủng-tánh hay Phật-tánh. Như vậy kêu là *Chủng-tánh trụ.*

(Xem : *Lục chủng trụ*)

Chủng-tộc 種 族

1.— **Chủng-loại** của người, xét theo nước da mà phân-biệt giống người. Như *chủng-tộc* da trắng, da vàng v.v. Pháp : Race.

2.— Giống người, lấy theo đất nước mà phân biệt nhau. Như *chủng-tộc* Trung-Hoa, *chủng tộc* Ấn-Độ. Tức *Dân-tộc.* Pháp : Race, Peuple.

3.— Giai-cấp, dòng-họ sang hoặc hèn. Tức *chủng-tánh*, kêu tắt : *chủng.* Pháp : Caste, Clan.

Chủng-Trí 種 智.— Qui a la Connaissance de tout *(fr.)* :

Tức là *Nhứt thiết chủng-trí.* Tiếng dùng để xưng Phật, cái Trí-huệ của Phật. Phật có cái Trí hiểu biết tất cả các loại pháp, cho nên xưng là *Nhứt thiết chủng Trí* hay *Chủng-Trí.*

Chủng-tử 種 子.— Hrich *(scr.)*.— Grain, germe *(fr.)*

1.— Hột, hột giống,— cái mầm ở giữa hột. Âm theo Phạn : *Hột-rị* (Hrich).

2.— Tiếng thí-dụ để gọi cái *Phật-chủng-tánh, Phật-tánh, Phật chủng-tử* ở nơi ta. Tỷ như cây cỏ sanh lên là do cái mầm giống (chủng-tử), cái chánh-nhơn (nhơn duyên chánh thức) nó ở trong cái *A-lại-da thức* (Tâm linh chứa đủ các thức, các thứ quả-báo), nó có sức sanh ra các pháp hữu-lậu và vô-lậu, cho nên gọi là Chủng-tử.

Chủng-tử đối với *Hiện-hành pháp.*

Chủng-tử thức 種 子 識 :Cái thức mầm giống. Tức là cái *A-lại da thức* (Alaya). Vì cái thức *A-lại-da* là cái thức chánh gốc, cái thức cốt yếu, do nơi nó mà phát sanh mọi pháp, mọi vật, tỷ như do hột giống mà sanh cây, sanh hoa, sanh quả, cho nên kêu là *chủng-tử thức.*

Chư hạnh 諸 行 Các hạnh. *Hạnh* (Hành), nghĩa là : dời đổi từ chỗ nầy đến chỗ kia (thiên lưu). Pháp hữu-vi do nhơn-duyên mà sanh ra, thiên lưu trong ba đời, từ đời quá khứ đến đời hiện tại, sang đời vị-lai. Pháp hữu-vi ấy rất nhiều, hoặc ở nơi tâm, hoặc ở nơi cảnh, đều kêu chung là chư hạnh. (Xem : Hạnh).

Niết-Bàn-Kinh, quyển hai : Nay ngươi hãy xem, các cảnh - giái của Phật đều là vô-thường. Tánh và tướng của *chư hạnh* (các hạnh) lại cũng như vậy.

(Đó là lời Phật phán với ông Thuần-Đà).

Cũng trong **Niết-bàn-Kinh**, quyển hai, ông Thuần - Đà nói với ngài Văn- Thù rằng : « . . . Nếu là *hạnh*, đó là pháp có sanh có diệt. Tỷ như bọt nước, chóng nổi lên và chóng tiêu tan ; lại như những việc văng lai, lưu chuyển, dường như bánh xe lăn qua. Tất cả *chư hạnh* lại cũng như vậy.

Chư hữu 諸 有 Các cảnh có chúng-sanh, có quả-báo. Về quả-báo của chúng-sanh, hễ có *nhơn* thì có *quả*, nên kêu là *có* (Hữu). Có ba cảnh có (*Tam Hữu*), bốn cảnh có (*Tứ Hữu*), bảy cảnh có (*Thất-hữu*), hai mươi lăm cảnh có (Nhị thập ngũ hữu).

Niết-Bàn-Kinh, quyển bốn : Rời khỏi các cảnh có (*chư hữu*), mới kêu là Niết-bàn. Ở trong Niết-bàn ấy, không có những cảnh có (*chư hữu*).

(Ly *chư hữu* giả, nãi danh Niết-bàn. Thị Niết-bàn trung, vô hữu *chư hữu*.)

Chư kiến 諸 見 Các ý kiến, các sở-kiến. Tức là các tà-kiến của những phàm-phu, hai thừa. Tất cả có sáu mươi hai kiến. *Chư kiến* ấy là lưới bao phủ cái chơn-trí vậy,

Niết-Bàn Kinh, quyển hai :

Chúng-sanh Phiền não bệnh,
Thường vi *chư kiến* hại ;
Viễn ly Pháp y-sư,
Phục thực tà độc dược.

Dịch nghĩa :

Bệnh Phiền não chúng-sanh,
Thường bị *chư kiến hại* ;
Rời xa Thầy thuốc Pháp
Uống ăn tà độc dược,

(Xem : *Kiến, Lục thập nhị kiến*).

Chứng 證

Nói về nhà tu học, cái chánh-trí vô-lậu khế-hiệp với Chơn-lý, như *chứng đạo, chứng minh.*— Nhìn nhận là thật, làm chứng cho một sự thệ-nguyện như : *chứng thật, chứng minh, chứng-tri.* Phàm người phát tâm tu hành, nên cầu một vài vị sư có đạo đức *chứng minh* cho mình trong khi thọ lễ truyền giới, hoặc cầu Phật *chứng-tri* cho mình và ủng hộ mình.

Chứng đạo 證 道 Chứng-ngộ cái lý chơn-thiệt của trung - đạo.

Chứng đắc 證 得 Dùng cái chánh-trí mà chứng-ngộ cái chơn-lý như thật ; chứng và được.

Chứng đức 證 德 Chứng ngộ các đạo - pháp khác nhau của : Phật, Bồ-tát, Duyên-giác, Thinh-văn.

Chứng giác 證 覺 : Chứng đắc Phật-đạo và giác-ngộ Chơn-lý.

Chứng ngộ 證 悟 Dùng cái chánh-trí mà chứng tri Chơn-lý, bèn tỉnh ngộ, hiểu ra vậy.

Chứng nhập 證 入 Dùng cái chơn-trí như thật mà chứng đắc Chơn lý. *Chứng nhập* từng bực hay trọn vẹn trong các quả-vị của thừa Thinh-văn, thừa Duyên-giác, thừa Bồ-tát.

Chứng quả 證 果 Chứng được quả-vị Phật, quả-vị Bồ-tát (trong mười địa-vị), quả-vị Duyên-giác, hoặc quả-vị Thinh-văn (trong bốn quả-

vị : Tu-đà-hoàn, Tư-đà-hàm, A-na-hàm, A-la-hán). Tức là trước thì *tu nhơn-vị*, sau thì *chứng quả-vị*.

Chướng 障 Obstructions (*fr.*)

Chướng ngại, che lấp, ngăn bít. *Chướng* là một tên của phiền não.— Phiền não ngăn bít Thánh-đạo, làm hại thiện-tâm.

Chướng có *tam chướng, ngũ chướng, thập trọng chướng.*

Tam chướng : 1.— *Tham,* 2.— *sân,* 3.— *si.* Ba mối phiền-não thông thường mà các nhà tu học cần phải dứt. **Tam chướng** cũng là :

1.— *Phiền não chướng,* như tham-dục, sân-nhuế, ngu si, và vô số các mối chướng-ngại khác tùng theo tham, sân. si.

2.— *Nghiệp chướng,* như ngũ nghịch, thập ác.

3.— *Báo chướng,* như bị đọa ở Địn-ngục, Ngạ-quỉ, Súc-sanh, phỉ báng Chánh-pháp, chẳng tin Tam-bảo (Nhứt-xiển-đề).

Ngũ chướng: Năm sự ngăn ngại đối với hàng phụ nữ dẫu có tu hành cho đắc đạo, năm quả-vị chỉ để riêng cho nam-thân: *Phạm thiên-vương, Đế-Thích, Ma-vương, Chuyển-luân-Thánh-vương, Phật thân.* (Diệu-pháp liên-hoa kinh).

Thập trọng chướng (Mười chướng-ngại nặng):

1.— *Dị sanh tánh chướng* (Chướng-ngại vì sanh nơi tộc-tánh lạ).

2.— *Tà hạnh chướng* (Chướng-ngại do những sự hành động tà vậy).

3.— *Ám độn chướng* (Chướng-ngại vì ngu tối, chậm lụt.

4.— *Vi tế phiền não hiện hành chướng* (Chướng ngại về những mối phiền-não nhỏ nhặt hiện hành)

5.— *Ư hạ-thừa bát Niết-bàn chướng* (Nhập Niết-bàn của bực hạ-thừa (La-hán), ấy là một mối chướng ngại, là vì về sau còn phải tu học thêm nữa.

6.— *Thô tướng hiện hành chướng* (Chướng-ngại vì tướng thô hiện hành).

7.— *Tế tướng hiện hành chướng* (Chướng-ngại vì tướng nhỏ nhặt hiện hành).

8. — *Vô tướng trung, tác gia hành chướng* (Chướng-ngại vì trong chỗ không tướng mà tác hành thêm ra.)

9. — *Lợi tha trung, bất dục hành chướng* (Chướng ngại vì trong chỗ lợi ích cho người ta, mà chẳng chịu hành động).

10. — *Ư chư pháp trung, vị đắc tự-tại chướng* (Ở trong các pháp mà chưa đắc tự-tại, ấy cũng là một sự chướng ngại).

Mười mối trọng chướng trên có chép trong *Duy-thức-luận*, phẩm thứ chín.

(Xem : *Nhị chướng*).

D

Da-du-đà-la 耶 輸 陀 羅 Yaçôdharâ *(scr.)*

Con gái của ngài Thiện-giác vương (Soupraboudha), một bực mỹ nữ đức-hạnh song toàn. Đức vua Tịnh-Phạn (Souddhodana) vì sợ Thái tử Tất-đạt-đa (Siddharta) lên non tu hành mà làm cho ngài mất dòng, nên ngài kén bà công-chúa *Da-du-đà-la* cho thái tử. Nếu có vợ có con thì bị thê-thằng tử-phược, thái-tử khó mà tự giải-thoát để xuất-gia.

Một đàng khác, Thái-tử nghĩ rằng : Dẫu có vợ có con rồi đi tu, cũng chẳng hại gì. Mấy đức Phật trước cũng đều làm như vậy.

Sau khi tranh tài theo phong-tục cao sang ở Ấn-Độ, Ngài tỏ ra mình là người đệ-nhứt về văn và võ, thì bà *Da-du-đà-la* về với ngài. Ở với Ngài tới chừng sanh được một trai là La-hầu-La (Rahoula) thì Thái-tử bỏ đền đài trong một đêm mà lên rừng, Ngài quyết chí tu cho đến khi thành Phật mới trở về.

Trong khi Ngài tu khổ-hạnh trên non thì bà *Da-du-đà-La* cũng trì Giái-hạnh tại nhà. Sáu năm qua, Ngài thành Phật. Ngài có trở về độ bà con họ Thích, độ con ngài. Bà *Da-du-đà-La* cũng xuất-gia và đắc quả Thánh.

Trong hội Pháp-hoa, đức Phật có thọ-ký cho bà *Da-du-đà-La*, bảo rằng sau khi thờ phụng một trăm ngàn vạn ức đức Phật, bà sẽ thành Phật hiệu là Cụ-túc-thiên-vạn quang-minh (Raçmiçatasahasraparipûrnadh--vadja) Như-lai.

Và trong nhiều quyển Kinh, đức Phật có cho biết rằng Ngài và bà Da-du-đà-la vốn có nhơn-duyên với nhau rất khắng khít, tương ứng, cho nên chẳng những bà làn vợ Ngài trong đời Ngài thành Phật, mà trong biết bao đời đã qua, trong vòng Luân-hồi, bà đã từng sanh ra mà làm vợ ngài đề vùa giúp ngài trong mọi việc của bực Bồ-tát.

Da-xá (Da-xa) 耶 舍 (耶 奢) Yasas (*scr.*)

Thinh-văn La-hán, dệ-tử của đức Phật Thích-Ca. Ông là con của một vị trưởng-giả ở thành Ba-la-nại (Bénarès), nhà cự-phú. Ông rất thông-minh trí-huệ.

Một hôm, bỗng tinh ngộ, chán sự đời, bèn bỏ nhà, lội qua sông Ba-la-na (Varana), đến ra mắt đức Phật nơi vườn lộc-dã (Mrgadava). Nghe đức Phật giảng Tứ diệu-đế, ông xin quy-y nhập Pháp, vào hàng Tỳ-kheo.

Cha, mẹ và vợ ông đi tìm ông nơi vườn Lộc - dã, khi nghe Phật thuyết pháp, cũng thọ giái làm người tu tại-gia.

Lúc ấy, có bốn vị trưởng-giả ở thành Ba-la-nại, Tỳ-ma-la (Vimala), Tu-bà-hầu (Soubâhou), Phú-lan-na-ca (Pournajit), Già-bà-bạt-dế (Gavâmpati) hay tin ấy, đồng đến ra mắt Phật. Bốn vị nầy cũng thọ-giái xuất-gia và đắc-quả La-hán một lượt với Da-xá.

Về sau, năm mươi vị trưởng-giả ở nước khác, bạn bè với Da-xá, cũng đến ra mắt Phật. Nghe Phật thuyết pháp, tất cả đều xin xuất-gia và tu đắc quả La-hán.

Dá-ly-bà-đô-Ca 波 離 婆 闍 迦 Pataliputra (*ser.*)

Một phái tu hành ngoại-đạo ở tại thành Pataliputra, hồi Phật ra đời. Người ta thường gọi họ là phái Dá-ly-bà-đô Ca (Pataliputra) vì họ ở tại thành ấy.

Dạ-ma (thiên) 夜 摩 (天) Yāma (*ser.*)

Người Tiên, cảnh Tiên thứ ba trong sáu cảnh ở cõi Dục-giái: Tứ thiên vương thiên, Đao-lợi-thiên, *Dạ-ma thiên*, Đầu-suất thiên, Hoá-lạc-thiên, Tha-hoá tự-tại thiên

Dạ-ma dịch nghĩa: *Thời phân* 時 分, *Thiện phân* 善 分, *Tri thiện phân* 知 善 分. Chư Thiên ở cảnh ấy hưởng đủ các sự sung-sướng về ngũ ngũ dục, mỗi lúc thường nói ra mấy lời : khoái a ! Khoái a ! Tại nhơn-gian mà muốn sanh lên cảnh trời *Dạ-ma*, thật là công phu lắm, phải làm phước-đức cho nhiều, nhứt là phải tu thiền-định cho bền chí.

Dạ-ma cũng kêu là : *Tô-dạ-ma, Tu-diễm-ma, Diệm-ma, Tu-dạ-mà.*

Dạ-Xoa 夜 叉 Yakchas (*scr*)

Cũng viết : *Dược-Xoa.* Có nghĩa : Dõng kiện, khinh-tật, quí nhơn (trọng người). Những chúng sanh bình-bồng phiêu - bạc, thường rất hung dữ, thuộc về loài ác quỉ. Theo chuyện xưa tích cũ. loài *dạ-xoa* thích hãm hại nhơn-dân, chúng nó có thể hóa ra làm người hoặc làm những chúng-sanh khác. Hình thù chúng nó dữ-tợn, lạ lùng : hoặc nhiều tay, nhiều mắt, nhiều chơn, nhiều đầu, nanh chĩa ra khỏi miệng, bén nhọn như dao. Chúng nó đuổi bọn tội-nhơn lại cho loài ác-thú bắt mà ăn thịt...

Lại có trăm ngàn *Dạ-xoa* cùng ác-quỉ, răng nhọn như gươm, mắt sáng như diện nháng, móng tay như đồng, móc ruột, thẻo, chém. Lại có *Dạ-xoa* cầm kích lớn đâm vào mình người có tội, hoặc đâm vào miệng, vào mũi, vào bụng, vào lưng, tung lên rồi đâm tiếp, hoặc để trên giường cho chim ưng bằng sắt moi mắt ... Đó là bọn *Dạ-xoa* ở âm-cảnh, tùy theo nghiệp-lực cảm-ứng của người mà hành phạt vậy. Cũng có những kẻ dạ-xoa hồi tâm hướng thiện. đến trước mặt Phật và xin qui-y thọ giới, làm đệ-tử Phật.

Loài *Dạ-xoa* có ba thứ : thứ ở trên mặt đất, thứ ở hư-không và thứ ở cõi trời.

Thường thì loài *Dạ-xoa* rất ác, song hễ qui-y thọ giới rồi thì rất trọng địa vị làm người và thường ủng-hộ những người trì Kinh. Cho nên trong tám hạng chúng-sanh hầu theo Phật mỗi khi Ngài giảng Kinh Đại-thừa, thì có hạng *Dạ-xoa* dự nghe một cách cung-kính.

Trong kinh **Dược-sư Như-lai bổn-nguyện công-đức**, có mười hai vị *Dược-xoa thần-tướng* thệ nguyện ủng hộ những người trì Kinh Dược-sư. Mười hai vị ấy lại có bạch Phật rằng như có ai đau thì nên tụng kinh Dược-Sư, kế lấy sợi tơ ngũ sắc mà kết danh hiệu mười hai vị ấy vào đàn, chừng mạnh thì lấy ra. Mười hai vị *Dược-xoa* ấy là: 1) Cung-tỳ-la đại-tướng, 2) Phạt-chiết-la đại-tướng, 3) Mê-xí-la đại-tướng, 4) An-đề-la đại-tướng, 5) Át-nể-la đại-tướng, 6) San-đề-la đại-tướng, 7) Nhơn-đạt-la đại-tướng, 8) Ba-di-la đại-tướng, 9) Ma-hổ-la đại-tướng, 10) Chơn-đạt-la đại-tướng, 11) Chiêu-đồ-la đại-tướng, 12) Tỳ-yết-la đại-tướng.

Dả-thọ Bì-đà 冶 受 皮 陀 Yajur-Véda (scr.)

Bộ thứ nhì trong Bốn bộ kinh-luận cốt yếu của đạo Bà-la-môn. (Xem: *Bì-đà, Phệ-đà.*) Cũng viết: Dạ nhu Phệ-đà. Dịch: Tự-Minh.

Danh - Quang (Phật) 名 光 (佛) Yasaprabhasa (Bouddha) (scr.)

Một đức Phật Như-lai, quốc-độ của Ngài ở   về phương Hạ đối với cõi Ta-bà.

Khi đức Phật Thích-Ca giảng kinh A-Di-Đà, đức Phật Danh-Quang và vô số chư Phật ở phương Hạ có tỏ lời khen và khuyên chúng-sanh nên tin kinh A-Di-Đà.

Danh.Sắc 名色 Nâma-Rûpa (scr.).— Nom et forme

Danh-Sắc tức là Chúng-sanh.

Danh-Sắc là nói gồm về *Ngũ-Uẩn.* Thọ, Tưởng, Hành, Thức bốn Uẩn ấy là *Danh* ; còn Sắc (hình - thể) là Uẩn *Sắc.* Bốn Uẩn : Thọ, Tưởng, Hành, Thức đều là pháp tâm-thức, không có hình-thể mà mình trông thấy, chỉ dùng tên mà gọi, nên kêu là *Danh.* Chỉ có cái uẩn *Sắc* là vật-chất thì mình có thể thấy mà thôi. Tức là tinh-thần với vật-chất. *Danh-sắc* là một Nhơn-duyên trong *Thập* nhị *Nhơn-duyên.* Vì có *Danh-Sắc* nên có Lục nhập ; Diệt *Danh-Sắc* thì diệt Lục nhập.

Danh-tướng 名 相 Danh (tiếng) và tướng (hình tướng). Hết thảy mọi sự vật đều có danh, có tướng. tai có thể nghe tiếng kêu là *Danh* ; mắt có thể thấy hình kêu là *Tướng*, đều là hư - giả, chẳng hạp với tánh thiệt của Pháp. Kẻ phàm-phu phân-biệt cái danh-tướng hư giả ấy, khởi ra mọi sự lầm-lộn quấy. Lại chấp-nệ cái danh tướng của pháp-môn, quên mất cái chơn-lý vô-tướng, ấy là cái bịnh chung của kẻ học.

Danh.Tướng 名 相 (Như-Lai) Çaçikêtu (scr.)

Một đức Phật Vị-lai. Tu-Bồ-Đề (Subhûti), theo lời thọ-ký của đức Phật Thích-Ca, sẽ thành Phật hiệu là Danh-Tướng Như-Lai. Cõi thế-giái của ngài sẽ gọi là Bảo-Sanh (Ratnâsambhava), Kỳ-Kiếp của Ngài sẽ đặt tên là Hữu-Bảo (Ratnâvabhâsa).

Danh-Văn (Phật) 名 聞 (佛) **Yasa (Bouddha)** (*scr.*)

Một đức Phật Như-lai, quốc-độ của Ngài ở   về phương Hạ đối với cõi Ta-bà.

Khi đức Phật Thích-Ca giảng kinh A-Di-Đà, Phật Danh-Văn và vô-số chư Phật ở phương Hạ có tỏ lời khen tặng và khuyên chúng-sanh nên tin kinh A-Di-Đà.

Danh-văn-Quang (Phật) 名 聞 光 (佛) **Yasapra--bha (Bouddha)** (*scr.*)

Một đức Phật Như-lai, quốc-độ của ngài ở về phương Nam đối với cõi Ta-bà.

Hồi đức Phật Thích-Ca giảng Kinh A-Di-Đà, đức Danh-văn-Quang Phật và vô-số chư Phật ở phương Nam có tỏ lời khen ngợi Phật Thích-Ca và khuyên chúng-sanh nên tin kinh A-Di-Đà.

Dao-Tần 姚 秦 (Diêu-Tần) **Kutsha, Koutcha.**

Xứ *Dao-Tần* (Kutsha hay Koutcha), âm theo phạn : Khuất-chi (Kuçi), Ấy là một xứ miền Trung-Á, ở khoảng giữa Trung-Hoa và Ấn-độ, thọ ảnh-hưởng văn-hóa và đạo-đức của Ấn-độ, nhưng thường dâng lễ cống qua Trung-Quốc và có chịu ấn sắc của Hoàng-đế Trung-Hoa.

Xứ *Dao-Tần* (Kutsha) là quê-hương của ngài *Cưu-ma-la-thập*, nhà cao-tăng có qua Ấn-độ học Phật, kế qua Trung-Quốc mà dịch kinh Phật chữ Phạn ra chữ Hán hồi đầu thế-kỷ thứ năm. Ngày nay, Dao-Tần thuộc về xứ Tân-Cương.

Hồi thế-kỷ thứ bảy, ngài Huyền-Trang nhân đi thỉnh kinh bên Thiên-Trước, có ghé lại kinh-thành *Dao-Tần* (Kutsha), có nhận thấy rằng vua-chúa và nhơn-dân đều thọ ảnh-hưởng của Phật giáo Tiểu-thừa Tuy vậy, ngài Cưu-ma-la-thập hồi thế-kỷ thứ năm là người tu theo Đại-thừa.

Theo chố quan sát của Huyền-Trang, xứ Dao-Tần (Kutsha) là một xứ có văn minh và mỹ-thuật, cung-viện của vua kiến-trúc đẹp như cảnh Tiên, người trong xứ rất xuất sắc về âm-nhạc, hàng phụ-nữ trông rất diễm lệ. Nhơn-dân đều no đủ, giỏi giắn, siêng cần.

Hồi Huyền Trang ghé, kinh-thành Dao-Tần (Kustha) có chừng mười

ngôi Chùa với hai ngàn vi Tăng tu theo Tiểu-thừa Tát bà đa-bộ (Sarvâs-
-tivadin)

Dâm 婬 (淫) Fornication *(fr.)*

Tức *Dâm-dục*. Sa ngã vào việc sắc-dục, thỏa cái sở dục về xác thịt.

Dâm cũng có nghĩa : tham, tham-dục ; như ; *Dâm*, Nộ, Si (tức Tham,
Sân, Si). — Thái-quá phóng đảng, trây trúa : như *Dâm.từ* (lời nói phóng
đảng, trây trúa). — Tà, bất-chánh : như : *Dâm.từ* (Đền thờ tà-thần).

Dâm là việc mà hàng tu Xuất-gia (Tỳ-kheo, Tỳ kheo-ni, Sadi, Sa-di-ni)
nên tránh.

Còn hàng Phật-tử Tại-gia thì chẳng được tà dâm, làm chuyện bậy với
vợ người, con người

Phật thường so sánh sự *Dâm* như con rắn độc, như lửa độc, chúng
nó làm hại mình và thiêu rụi công-đức của mình. Nhà sư phạm *Dâm* thì
không thế giữ mình trong sạch, chẳng đắc phép thần-thông được.

Thủ-Lăng-nghiêm kinh, quyển sáu : Phật phán : Nầy A-Nan !
như người tu thiền-định mà chẳng đoạn *dâm*. tỷ như người nấu cát sạn
cho thành cơm. Dẫu trải qua trăm ngàn kiếp, cũng chỉ là cát nóng mà thôi.

Dâm dục 婬 欲 : Lòng tà dâm, sự giao-hiệp giữa nam và nữ, lòng
tham lam đối với sắc dục.

Diệu-pháp-Liên-hoa kinh, Phổ-môn phẩm : Nếu có những chúng-
sanh nào quá ham-mê sự *dâm-dục*, mà thường cung-kính niệm vái ngài
Quan-Thế-Âm Bồ-tát, liền thoát khỏi lòng tham-dục.

Dâm-giới 婬 戒 : Giái-cấm Dâm dục. Ấy là giái - cấm thứ nhứt
trong Cụ-túc giái của Tỳ-kheo và Tỳ-kheo-ni ; cũng kêu là : *Đại - dâm
giái* Nếu phạm giái ấy, thì kêu là *Phi Phạm-hạnh* (chẳng phải là Giái-
hạnh trong sạch.)

Dâm-giái lại là Giái-cấm thứ ba trong *Ngũ giái, Thập giái, Thập thiện.*

Phạm *Dâm-giái* tức là phạm tội xác-thịt, dầu với người-ta, thú-vật
hay qui, thần. Vì vậy, nhà sư xuất gia chẳng nên có vợ, lập gia-đình.

Dâm-hỏa 婬 火 : Lửa dâm. Lời thí-dụ. Tình dâm dục nóng nảy

như lửa, nó đốt cháy những thiện-căn, phước đức của người trong cuộc, nên kêu là *Dâm-hoả.*

Dâm la-võng 婬 羅 綱 . Lưới dâm, lưới tình. Lời thí dụ. Tình dâm dục tỷ như lưới, nó bủa vây người ta, chẳng đề cho họ thảnh-thơi, tự-tại, nên kêu là *Dâm la-võng.*

Dâm Nộ Si 婬 怒 癡 : Tham, Sân, Si. Ba mối phiền não căn-bồn, ba mối độc hại nhứt (*Tam-độc.*)

Cựu dịch (các kinh dịch trước ngài Huyền Trang) kêu là *Dâm Nộ Si*

Tân dịch (Các kinh dịch từ ngài Huyền Trang sắp sau) viết là *Tham Sân Si.*

Dâm-nữ 婬 女 : Gái dâm. Gái trắc nết, sống về nghề dâm tức là kẻ buôn hương bán phấn.

Niết-Bàn kinh, quyển 25 : Như có gặp *dâm-nữ,* đừng có thân ái họ. Nếu thân-ái *dâm-nữ,* thì thân mất mạng vong, tài bảo tiêu tán. Và cũng đừng gần những kẻ tệ ác.

Pháp-Hoa kinh, phẩm 14 : Phật có dặn các sư xuất-gia như vầy: không nên một mình vào hóa trai nơi nhà *dâm-nữ* hoặc đờn-bà góa trẻ tuổi. Chớ nên lấy cớ thuyết pháp mà thân-cận với họ.

> Tránh người giết vật đem về,
> Bán mà thủ lợi rộng bề no say ;
> Những phường nuôi *điếm* hại bầy,
> Những tay đánh võ, hát hay, địch đờn.
> Chẳng gần *đĩ thỏa dâm-nhơn,*
> Chẳng hề vui sướng trong cơn ấy nào !
> Đờn bà cầu đến thuyết trao,
> Thì đừng cười cợt, lăng xao làm gì ;
> Một mình chớ có nên đi,
> *E phường quỉ quyệt nó thì trở ngăn.* —

Tuy vậy, *dâm-nữ* cũng có thể tu hành Phật-Pháp, như : cúng-dường chư Tăng, cúng-dường Chùa Tháp, Phật-tượng, niệm Phật xưng danh. Nhờ công-đức ấy, ngay đời nầy, họ có thể thoát khỏi nghề dâm và các đời sau, họ sẽ khỏi mang thân ô-nhục phụ nữ.

Trong **Phạm-Võng** (**Bồ-tát giới kinh**) có chép : Chẳng những các hạng cao quí như : Tiên, Thần, vua, quan, Tỳ-kheo. Tỳ-kheo-ni, cùng hạng bình-dân, cho đến những hạng đê tiện, trụy lạc, như : hoàng-môn, dâm-nam, *dâm-nữ*, nô-tỳ, yêu quỉ, thảy đều có thể thọ trì Bồ-tát giới mà tu hành đặng thành Phật.

Dâm-tâm 淫 心 : Lòng dâm dục, ý thích dâm dục. Theo ý chánh của Phật dạy, chẳng đợi đến hành dâm mới phạm Giới, mà trong lòng muốn dâm cũng là phạm Giới rồi, vì do *dâm-tâm* mới xảy ra dâm-dục. Cho nên Phật thường dạy chư Tỳ-kheo phải dứt *dâm-tâm*

Thủ-Lăng-Nghiêm Kinh, quyển sáu : « A-Nan ! tại sao nhiếp tâm kêu là Giới ? Nếu chúng-sanh trong sáu nẻo ở các thế-giới chẳng có lòng dâm, thì họ chẳng liên miên trong vòng Luân-hồi. Người tu Tam-muội, cốt là ra khỏi Trần-lao ; nếu chẳng trừ được *dâm-tâm* thì không thể ra khỏi Trần-lao vậy . . . »

Dâm-từ 淫 祠 Miếu thờ tà-thần. Đó là những đình, miếu thờ thần không chánh đáng, nơi đó người ta giết mạng súc-sanh mà cúng tế.

Di-Đà 彌 陀 *Amitabhà (scr)*

Phật Di Đà. Tiếng kêu tắt *A Di-Đà Phật* là đức Giáo-chủ cõi Cực lạc (Soukhavati) bên phương Tây. (Xem : *A-Di-Đà* Phật.)

Niệm *Lục tự Di Đà* (Sáu chữ Di-Đà) là tiếng kêu tắt câu niệm «Nam-mô A-Di-Đà Phật».

Di-Đà Tam-Thánh 彌 陀 三 聖 : Ba Thánh Di-Đà. Cũng kêu : *Di-Đà Tam Tôn, A-Di-Đà Tam Tôn* Ba vị Đại-Thánh : A-Di-Đà Phật, Quan-Thế-Âm Bồ-tát, Đại thế-Chí Bồ-tát.

Ba vị Đại-Thánh ấy ngự ở cõi Tây phương Cực-lạc, phóng hào quang tiếp dẫn chúng-sanh Ba vị Đại-Thánh ấy hiện lại trước mặt nhà tu hành niệm Phật, rước họ về cõi Cực-lạc. Trên bàn thờ của kẻ tu Tịnh-độ, thường thờ ba vị Đại-Thánh ấy. Ở giữa là đức Phật A-Di-Đà, đủ cả hạnh Bi và hạnh Trí, nền Phước và nền Huệ.

Bên tả của Ngài là đức Quan-Thế-Âm Bồ-tát. chủ môn Bi, tức là nền Phước.

Bên hữu của Ngài là đức Đại-Thế-Chí Bồ-tát, chủ môn Trí, tức là nền Huệ.

Di-già-Ca 彌 遮 迦 Michaka (scr.)

Tổ thứ sáu trong 28 vị Tổ-sư nối truyền đạo Phật ở Ấn Độ. Ngài gốc ở cõi Ấn-độ miền trung. Khi tôn-giả được truyền Pháp rồi, ngài thường du hành lên miền Bắc Thiên-trước.

Biết rằng Bà-Tu-mật-đa (Vasumatra) là Pháp-khí để truyền Đạo, tôn-giả dạy rằng : Thầy ta là Đề-đa-Ca (Dhritaka) có nói rằng, thuở trước trong khi đức Thế tôn vân-du đến miền Bắc Ấn-độ, có phán với A-Nan rằng : Chừng ta tịch ba trăm năm, ở xứ nầy sẽ có ra đời một bực Thánh-nhơn, dòng Phả-la-đọa, tên là Bà-tu-mật sẽ làm vị Thiền-tổ đời thứ bảy. » Đức Phật đã có ghi trước như vậy, nay ngươi nên xuất-gia, thế phát.

Di-Lan-Đà 彌 蘭 陀 Milinda (scr., p.)

Hoàng đế ở Ấn-Độ. Trong quyển «Questions de Milinda, Tàu dịch là «Na-Tiên Tỳ-kheo Kinh», hoàng-đế Di - Lan - Đà (Milinda) có đem những đều nghi về Đạo-đức mà hỏi ông Tỳ-kheo Na-Tiên và được ông Na-Tiên chỉ giải cho một cách châu đáo. Quyển 'Questions de Milinda» hay là Milindapanha (Ba-ly) có dịch ra tiếng Pháp, là một quyển rất có giá trị về Phật-học, soạn giả là Long-Thọ (Nagarjuna) Bồ-tát, Tổ-sư thứ mười bốn trong Phật-giáo, thế-kỷ thứ hai theo dương lịch.

Di-Lan Đà là tên đặt ra, chớ chẳng có vị Hoàng đế Ấn Độ nào có tên ấy, song Tổ-sư soạn-giả có ý ám-chỉ rằng Di-Lan-Đà (Milinda) tức là vua Ménandre đồng thời với ngài. Và ngài dùng tên Na-Tiên (Naga-sena) để ám chỉ vào Ngài, vì tiếng Nagasena và Nagarjuna có phần giống nhau Như vậy, ngài soạn ra bộ kinh Di-Lan-Đà (Milinda) thỉnh pháp, Na-Tiên (Nagasena) giải đáp.

Di-Lặc 彌 勒 Maîtreya (scr.).— Milei (ch.)— Miro-kou (jap.)

Tàu cũng gọi tên ngài theo nghĩa là : Từ, Từ-thị 慈 氏, ngài cũng có tên A-Dật-Đa (Ajita), Dịch nghĩa : Vô-năng thắng. Ngài là Bồ-tát Ma-ha-tát, sẽ thành Phật kế đức Thích-Ca-Mâu-Ni. Trong lúc đức Thích-Ca thành Đạo và thuyết Pháp, đức *Di-Lặc* có dự thính theo hàng Đệ-tử. Ngài có nghe thuyết bộ **Diệu-Pháp Liên-Hoa** (Saddharma Pundarika) kinh. Đức Thích-Tôn có giảng về công-đức và các hạnh từ những đời trước của đức *Di-Lặc*, và cho hay rằng về sau đức *Di-Lặc* sẽ thành Phật hiệu là Maitrì (Maitreya, Di-Lặc, Từ tôn)

Tuy đức *Di-Lặc* còn là Bồ-tát, chớ người tu Phật đã gọi ngài là *Di Lặc Phật* hay Từ-tôn rồi.

Hồi thế-kỷ thứ năm, hai anh em ngài Vô-Trứ (Asangha) và Thiên-Thân (Vasubandhu) có tham-thiền hiện đến cung đức *Di-Lặc* và được nhờ ngài đem lý thâm-thúy Đại-thừa mà chỉ giáo cho.

Lại hồi thế-kỷ thứ bảy, ngài Huyền Trang trong khi du hành qua Thiên-trước, thường niệm danh hiệu đức *Di-Lặc*, được đức *Di-Lặc* ủng hộ cho khỏi tai họa. Ngài Huyền Trang có nguyện khi thác sanh lên cung Đâu-suất chầu đức *Di-Lặc*.

Đức *Di-Lặc* là một vị trong tám vị Đại Bồ-tát nầy:

1. Văn-thù-sư-ly Bồ-tát, 2. Quan-thế âm Bồ-tát, 3. Đắc-đại-thế Bồ-tát 4. Vô-tận-Ý Bồ-tát, 5 Bảo-đàn-hoa Bồ-tát, 6. Dược-vương Bồ-tát, 7. Dược-thượng Bồ-tát, 8. *Di-Lặc Bồ-tát*. Ai muốn sanh qua cõi Tây-phương Cực-lạc thế-giái của đức A-Di-Đà, song nghe Chánh-pháp mà chẳng định trí được, tới chừng nghe danh hiệu Phật Dược-sư lưu-ly quang Như-Lai, khi mạng chung được đức *Di-Lặc* và bảy vị Đại Bồ - tát trên hiện đến mà chỉ dẫn đường về Tây-Phương Cực-Lạc. (**Dược-sư Kinh**) Tính theo quyển «**Phật-tổ thống ký**», từ đức Thích-Ca cho đến khi đức *Di-Lặc* ra đời và thành Phật là tám triệu mười vạn tám ngàn (8.108.000) năm.

Tới chừng Phật *Di-Lặc* ra đời, con người sẽ sống đời 80 ngàn tuổi (Di-Lặc hạ sanh Kinh). Trước đức Phật Di-Lặc, hồi đức Phật Thích-Ca Mâu-Ni ra đời, con người ta hưởng thọ 100 tuổi. Và trước Phật Thích-Ca, có Phật Ca-Diếp ra đời, bấy giờ đời người là 20 ngàn tuổi (**Soạn tập bá duyên Kinh**, Avâdana Çataka).

Đức Phật Di-Lặc sẽ thuyết pháp Ba kỳ nơi cột cây Long-Hoa, độ vô-số chúng-sanh. Ngài hưởng thọ sáu muôn tuổi. Chừng ngài nhập Niết-bàn, nền Chánh-pháp của ngài sẽ trụ thế sáu muôn năm. Kế, đó nền Tượng-pháp cũng sẽ trụ thế sáu muôn năm.

Kinh nói về đức **Di-Lặc**, có những quyển : Di-Lặc bổn Kinh, Di-Lặc thượng-sanh Kinh, Di-Lặc hạ-sanh Kinh, Di-Lặc đại thành Phật Kinh.

Di-Lặc Hạ sanh Thành Phật Kinh 彌 勒 下 生 成 佛 經

Viết tắt : *Di-Lặc Hạ sanh Kinh.* Kinh chữ Phạn, ngài Tam tạng Pháp-sư Nghĩa-Tịnh đời nhà Đường bên Trung-Hoa có dịch ra chữ Hán. Phật-tử Đoàn-Trung Còn dịch ra chữ Việt. Kinh nầy do ông Xá-ly-Phất khởi thỉnh Phật Thích-Ca thuyết diễn. Đức Phật giảng rằng, về sau, Bồ-tát Di-Lặc sẽ rời cung Đâu-suất, giáng sanh nơi cõi nhơn-gian, ngồi nơi cội cây Bồ-đề tên là Long-Hoa mà thành Phật. Lúc bấy giờ thọ-mạng của người đời là tám mươi ngàn tuổi. Lúc ấy, nhằm thuở Thánh-vương Hướng-Khư trị vì. Cha của Bồ-tát tên là Thiện-Tịnh, làm Đại-thần Quốc-sư ở triều vua. Mẹ của ngài là bà Tịnh-Diệu. Khi đức Bồ-tát thành Phật, ngài độ cho cả trào vua, độ cho cha mẹ và nhơn dân trong nước đều tu hành. Ngài có mở ra ba kỳ thuyết pháp : kỳ đầu độ được chín mươi sáu ức người, kỳ nhì độ được chín mươi bốn ức người, kỳ ba độ được chín mươi ba ức người.

Đức Phật Thích-Ca có giảng rằng : ai muốn sanh về cõi của đức Phật vị-lai là Di-Lặc, thì từ nay khá tu hành Ngũ Giái, Bát giái, Thập thiện, Cụ-túc giái và làm hạnh Bồ-tát.

Di-Lặc thượng sanh Kinh 彌 勒 上 生 經

Viết trọn chữ : *Quán Di-Lặc Thượng sanh Đâu-Suất Thiên Kinh.*

Kinh nầy do ông Ưu-ba-Ly khởi thỉnh, nhơn đó đức Phật giảng rằng : còn mười hai năm nữa, ông A-Dật-Đa tịch diệt, sẽ sanh lên cung Đâu-suất, làm Bồ-tát Di-Lặc chưởng quản cung ấy. (Xem : *Quán Di-Lặc Thượng Sanh Đâu-suất Thiên Kinh.*)

Di-lệ-xa 彌 戾 車

Chữ Phạn, dịch nghĩa : ác-kiến, tức là kẻ có ý-kiến xấu xa, dữ tợn ; chỗ tụ họp của những kẻ ác-kiến. Cũng viết : *Miệt-lệ-xa.*

Diêm-la (vương) 閻 羅 (王) Yama (*scr*), Roi des Ombres.

Vua Diêm-la, thống lãnh cõi Âm, có quyền thưởng phạt những vong-hồn. Cũng viết : *Diêm-ma-la, Diệm-ma, Diễm-ma, Diêm-ma Pháp-vương Diêm-vương.* (Xem : *Diễm-ma*)

Diêm-ma Pháp-vương 閻魔法王 Yama (*scr.*) Roi des Ombres.

Cũng kêu là *Diêm-vương, Diêm-ma Pháp-vương.* Người-ta cũng gọi ngài là *Tử-vương,* vua cõi Âm

(Xem : *Diễm-ma, Diễm-ma Pháp-vương.*)

Diêm-phù (thọ) 閻浮 (樹) Jambud (*scr.*)

Cây Diêm-phù, một thứ cây thường mọc ở Thiên-trước.

Theo **Niết-Bàn-Kinh,** trong một năm, hình trạng cây *Diêm-phù* thay đổi ba lần : lần đầu, đơm hoa xem rất đẹp đẽ sáng chói ; lần thứ nhì, sanh lá sum sê thạnh mậu ; vào lúc cuối năm thì lá rụng còi cọc, trông khô khan như chết. —

Hồi đức Thích-tôn còn làm thái-tử, ngài đi ra khỏi hoàng thành, vào trong làng quê, ngồi nơi cội một cây *Diêm phù* mà tham-thiền lần đầu.

Diêm-phù đàn kim 閻浮檀金 *Diêm-phù :* Cây Diêm-phù (Jambud). *Đàn :* sông Na-đề, âm tắt là *đàn. Kim :* kim-sa, cát bằng vàng. *Diêm-phù đàn kim :* Thứ cát bằng vàng ròng dưới sông gần cây Diêm-phù, ánh rất đẹp, chất rất mịn. Nói về vật chi màu vàng ròng chói rất đẹp, trong kinh thường gọi : *Diêm-phù đàn kim sắc, Diêm-phù đàn kim quang.*

Diêm-phù-đề 閻浮提 Jambudvîpa (*scr.*)

Một châu trong bốn châu ở Địa-cầu. Nó ở về phía Nam núi Tu-Di, cũng kêu là *Thiệm-bộ-châu,* tức là Trái đất chúng ta ở mà cõi Thiên-Trước choán một phần rộng lớn. Tên *Diêm-phù-đề* có bởi cây *Diêm phù* (Jambud), vì ở cõi nầy có cây linh kêu là *Diêm phù,* dưới bóng cây ấy, thái-tử Tất dạt-Đa (Siddharta) tham thiền nhằm khi người ta cày ruộng.

Người ta cũng gọi *Diêm phù-đề* là cõi Thiên Trước (Ấn-độ).

Theo Kinh, cõi *Diêm-phù-đề* của chúng ta bề vòng là 30.000

do-tuần, hình phân nửa mặt trăng, dân sống đến trăm tuổi là cùng. Cõi của ta kém sút hơn ba cõi kia, dân chúng phải làm cực khổ mới có mà ăn. Cõi nầy lại chứa đầy những kẻ bịnh, khổ. Tuy vậy, ta cũng được vui vì sự nầy: chính là ở cõi *Diêm phù-đề*, đức Phật Thích-tôn giáng sanh vậy. Ở cõi *Diêm-phù-đề*, có dãy núi Hỷ-mã-lạp-sơn, phía trên Thiên-Trước là cao hơn hết

Còn ba cõi kia trong Hoàn-cầu là : Bắc Cu-lư - châu (Uttra-Kuru), Tây Ngưu-hạ-châu (Godana), Đông Thắng-thần-châu (Purva-videha)

Diêm-phù-na-đề-kim-quang (Như-lai) 閻 浮 那 提 金 光 Djambûnadaprabha (*scr.*)

Một đức Phật vị-lai. Theo lời thọ-ký của đức Thích-Ca Mâu-Ni, thời Ca-Chiên-Diên (Kâtyayana) sẽ thành Phật, hiệu là *Diêm-phù-na-đề-kim-quang* (Djambûnadaprabha)

Diêm-vương 閻 王 Yama (*scr.*)

Vua dưới Âm, thống lãnh cõi Chết, dùng phép bình-đẳng mà trị những vong-hồn đã phạm tội ở Dương-gian.

(Xem : *Diễm-ma, Diễm-ma Pháp-vương*).

Diệm - Kiên (Phật) 猒 肩 (佛) Mahârkiskanda (Bouddha) (*scr.*)

Một đức Phật Như-lai, quốc-độ của ngài ở   về phương Bắc đối với cõi Ta-bà.

Hồi đức Phật Thích-Ca giảng Kinh A-Di-Đà, Phật Diệm - Kiên và vô-số chư Phật ở phương Bắc có tỏ lời khen tặng và khuyên chúng-sanh nên tin kinh A-Di-Đà.

Diệm-ma (thiên) 猒 摩 (天) Yâma (*scr.*)

Cũng viết : *Dạ-ma-thiên, Tô-dạ-ma-thiên. Diệm-ma-thiên* có hai nghĩa : 1.— cảnh trời Diệm-ma ; 2.— vị Tiên (Thiên) ở cảnh Trời ấy.

Cảnh *Diệm-ma thiên* là một cảnh Tiên trong sáu cảnh ở cõi Dục-giới, trên cảnh Đao-lỵ thiên, dưới cảnh Đâu-suất thiên. (Xem : Tam-giới.)

Theo **Niết-Bàn Kinh**, ai tu phép Duyệt-ý Tam-muội thì chẳng mắc vào cảnh *Diệm-ma thiên.*

(Xem : *Dạ ma-thiên*)

Diệm-Vương-quang Phật 焰王光佛 **Amitabha** (*scr.*)

Một danh hiệu của Phật A-Di-Đà. A-Di-Đà (Amitabhâ) là chữ Phạn, có 13 nghĩa, mà *Diệm-Vương-Quang* là một nghĩa, một danh hiệu. *Diệm-Vương-Quang Phật*, cũng viết *Viêm* (炎) *Vương - Quang Phật*, nghĩa là đức Phật mà hào quang sáng chiếu như ánh lửa, nhưng chiếu rất xa, rất sáng, không thứ hào-quang nào bằng.

(Xem : *A-Di-Đà Phật thập tam hiệu*)

Diệm-ma 琰魔 **Yama** (*scr.*)

Cũng đọc : *Viêm-ma* (炎厚), *Diệm-ma* (琰魔), *Diêm-ma* (閻魔), *Diêm-ma-la, Diêm-la.* Đều là âm theo tiếng Phạn, có nghĩa là *phược*, tức là buộc trói tội nhơn. *Diễm-ma* là cảnh âm, cảnh địa-ngục, nơi đây những hồn bị trừng trị nặng, nhẹ tùy theo tội phạm của mình hồi ở dương-thế.

Diệm-ma giới ; Thế-giới của vua *Diễm-ma.* Có kinh chép rằng *Diễm-ma* giới ở tại phía dưới cõi Thiệm-bộ Châu, cách năm trăm do-tuần. Xứ ấy vuông vức cũng là năm trăm do-tuần.

Diệm-ma Pháp-vương : Cũng viết *Diễm-ma vương, Viêm-Vương, Diêm Vương.* Vua cõi **Diệm-ma**, ngài khuyến khích kẻ làm lành trừng trị kẻ tà ác, cho nên kêu ngài là *Pháp-vương.* Cũng kêu ngài là *Bình-đẳng vương,* vì ngài lấy lòng công bình mà trị những kẻ tội nhơn. ngài lấy mực bình đẳng chớ không tư vị.

Diệm-ma sứ : Tức là qui-tốt, tay sai khiến của vua Diễm-ma. Những kẻ phạm tội nặng, chừng thác thì bị Diễm-ma sứ, qui sứ bắt giải nạp đến vua Diễm-ma đặng ngài trừng trị, tra khảo bằng những cách đau đớn ở Địa ngục.

Diễn-môn 衍門

Môn bộ Đại-thừa. *Diễn* là chữ *Ma-ha-diễn*, 魔訶衍 nói tắt, dịch là *Đại-thừa* ; *Môn* là bộ-môn. Tiểu-thừa kêu Đại-thừa là *Diễn-môn.*

Diễn-na 衍那 **Yana** (*scr.*) — **Véhicule** (*fr.*)

Thừa (thặng) : cổ xe. Như : Đại-thừa (Mahayana), Tiểu-thừa (Hinayana)
(Xem : *Thừa*)

Diệt 滅 **Nirdha** (*scr.*). — **Nirodha** (*p*). — **Destruc-**
-tion, extinction (*fr.*). —

Dứt — Tiêu mất — Lụt mất — Tắt mất. *Diệt* đối·với : *Sanh,* —
Khởi. — *Diệt* cũng đồng nghĩa với : *Đoạn, Tuyệt, Trừ, Tịch, Hoại.*

Thành Duy thức Luận có chép : Từ cái có (hữu) trở về với cái
không (vô), và trong thời-gian *không* đó tức là *diệt.* —

Diệt là một tướng trong bốn tướng hữu-vi (*Tứ hữu-vi tướng*) : sanh
trụ, dị, *diệt.*

Diệt là một Chơn-lý trong bốn Chơn-lý (*Tứ diệu đế*) ; Khổ, Tập,
Diệt, Đạo.

Diệt bệnh 滅 病 : *diệt* : diệt trừ phiền não, *bệnh* : tật, mối lầm.
Ấy là một mối lầm của nhà tu hành nói rằng mình cần phải diệt trừ cho
tận hết các phiền não, làm dứt hẳn thân-tâm và căn-trần, hầu có đắc
quả Viên-giác. Đó là *diệt-bệnh,* vì cái Chơn-tánh của Viên·giác chẳng phải
do nơi sự trừ-diệt mà được. *Diệt·bệnh* là một trong Tứ bệnh (Xem : *Bệnh.*)

Diệt chủng 滅 種 : Dứt hột giống (chủng-tử). Phật - tánh, mãi
mãi chẳng thành Phật. Ấy là hạng người tà ác, ngang nghịch, chẳng tin
Pháp lành, mất thiện-căn, Phật-tánh, không thể tu hành và thành Đạo.

Diệt-đế 滅 諦 **Nirdha-aryasatya** (*scr.*) — **Vérité**
«Destruction de la Douleur» (*fr.*) ·

Chơn-lý dạy về sự dứt trừ khổ não. Ấy là một trong *Tứ diệu-đế* :
Khổ-đế, Tập đế, *Diệt-đế* và Đạo-đế. *Diệt-đế* cũng kêu là : *Diệt Thánh-Đế,*
Diệt khổ-đế. Tịch-diệt, Chơn-đế. Diệt, âm theo Phạn : Ni-lâu-đà (*Nirdha*),
nghĩa là : dứt, trừ, làm cho tắt. *Đế* : Lẽ chơn thiệt.

Diệt-đế là như vầy : 1. Nhà đạo đức thấy rằng đời là khổ, mỗi
người đều chịu bao nhiêu lối khổ. 2. Các sự khổ ấy vì đâu mà có, tức
là vì lòng tham·luyến. 3. Bây giờ muốn dứt khổ thì phải hạ cái lòng
tham luyến ấy xuống, bỏ đi các sự tríu mến, trục chúng-nó ra khỏi mình,
không còn biết đến chúng nó nữa. Điều thứ ba nầy tức là *Diệt - đế.*

4.— Mà muốn tiện dứt khổ, trừ lòng tham ái là nguồn gốc sự khổ, thì phải thi hành chơn-lý thứ tư, Đạo-đế, tức là *Bát chánh-đạo*.

Trong khi thi-hành *Diệt-đế*, nhà đạo dùng liên tiếp nhau bốn tướng (*Diệt-đế tứ tướng*) : Diệt, Tịnh, Diệu, Ly. Bốn tướng ấy cũng kêu là : Tận, Chỉ, Diệu, Xuất.

Đối với phiền não, tham-luyến, mình cố sức mà dứt trừ, chẳng để cho chúng nó não loạn. Đó là tướng *Diệt* (Tận).— Những lửa tham ái, sân hận. mê si lầm lạc đều tịch tĩnh nơi mình ; những tướng hữu-vi đều ngừng nghỉ. Đó là tướng *Tịnh*. (Chỉ).— Mình đã rời ra khỏi các mối khổ-não, phiền-lụy, mình trở nên lành (thiện), thường. Đó là tướng *Diệu*.— Mình được an-ổn vô cùng, tuy là ở thế mà rời khỏi các sự ô nhiễm. Đó là tướng *Ly* (Xuất).

Trong Chơn-lý thứ ba có đủ bốn tướng Diệt, Tịnh, Diệu, Ly ; mà bởi thi hành tướng Diệt trước nhứt, cho nên kêu là *Diệt-đế*.

Diệt Định 滅 定 **Akincanyāyatana-Samâdhi** (*scr.*)

Tức là *Vô-sở hữu xứ Định*. Ấy là phép Tam-muội (Đại-định) rất cao, tâm-ý không nhiễm, không nương vào một cảnh nào hết, không tương ứng với một pháp nào hết. Ấy là phép định của bực Thánh. Trên phép định nầy, còn phép Phi-tưởng Phi phi tưởng xứ Định (Naisvasam- -nānasamjnāyatana-Samâdhi). Khi vào phép *Diệt Định* thì tâm-trí vượt tới cõi Vô-sắc giới. Đạo-lực phải mạnh lắm mới được. Vì lướt qua phép *Diệt-định* và đắc nhập phép Phi tưởng Phi phi tưởng Định một cách vô-lậu thì nhà đạo đắc quả Thánh, quả Phật và nhập Niết-bàn.

Diệt Định trí thông 滅 定 智 通 : Phép thần-thông của bực mà tâm-trí đắc phép Diệt-Định, Nhà đạo nếu đắc nhập phép Diệt-Định và phép Đại-tịch Định (Phi tưởng phi phi tưởng xứ định) thì tự-nhiên hiện ra những thuật phi thường. *Diệt Định trí thông* là một trong mười phép thần - thông (*Thập-thông*) của bực Phật, Thánh.

Diệt-độ 滅 度 **Nirvana** (*scr.*) :

Dịch nghĩa chữ *Niết-bàn* (Nirvana). Đồng-nghĩa :*Tịch-diệt, Bất-sanh, Vô-vi, An-lạc, Giải thoát*.

Diệt : Tiêu-trừ nhơn quả của vòng sanh-tử, luân-hồi ; trừ diệt cái quả của các mối khổ; chúng khổ đều dứt, chẳng sanh ra nữa.

Độ : Qua khỏi, tức qua khỏi bến mê mà đến mê lành, qua khỏi nguồn sanh-tử, biển trầm-luân.

Diệt-độ có hai thời-kỳ :

1.— Thời-kỳ thành Đạo, đắc Niết-bàn mà còn ở thế. Tức là *Hữu-dư Niết-bàn*.

2.— Thời-kỳ tịch diệt, nhập diệt, thần-hồn ra khỏi thể xác. Tức là *Vô-dư Niết-bàn*.

Nhưng trong các Kinh thường dùng chữ *Diệt-độ* với nghĩa *Vô-dư Niết-bàn*, tịch diệt, nhập diệt.

Niết-Bàn kinh quyển 25 : Hàng Thinh-văn Đệ-tử tuy có huệ-nhãn, nhưng vì phiền não che án huệ-nhãn, làm cho tâm họ điên đảo, chẳng thấy cái Chơn thân, cho nên họ tưởng rằng Phật đã *Diệt-độ*. Nhưng thật ra, Phật chẳng có *Diệt-độ*.

Diệt hậu 滅 後 Après le Nirvana :

Sau khi Phật nhập Niết-bàn. *Diệt* : Tịch diệt, nhập diệt, Niết-bàn. *Hậu* : Sau. *Diệt-hậu* tức là : Nhập diệt dĩ hậu. Như : Sau khi Phật vào Niết-bàn, ngài Ca-Diếp (Kaçyapa) đứng ra nắm giữ mối Đạo, cầm quyền Sơ-tổ.

Diệt lý 滅 理 : Chơn-lý tịch diệt. Tức là Niết-bàn. Ấy là cái chơn-lý diệt khổ, dứt phiền não để vào cảnh yên lặng hoàn toàn.

Diệt nghiệp 滅 業 : Dứt nghiệp. Ấy là nói bực thành Đạo, đắc Niết-bàn, trừ xong việc nhơn-quả, không còn tạo-tác nhơn - duyên, không còn mắc lấy quả-báo, không còn bị trói buộc vào cuộc luân - hồi, đã dứt lòng luyến-ái.

Diệt-pháp 滅 法 : Pháp tịch-diệt. Cũng kêu : Vô-vi pháp. Tu hành phương-pháp diệt hết các tướng, trở nên yên-lặng, thân - tâm đối cảnh chẳng còn cảm-động, không ưa, không ghét, không ham, không chán, không vui, không buồn, không mừng, không giận.

Lại có nghĩa : phép trừ diệt. Ấy là một trong bốn pháp - tướng : sanh, trụ, dị, diệt. Các vật trong thế gian nầy đều bởi sự vô-thường mà tiêu diệt : hoặc đã tiêu diệt, hoặc hiện tiêu diệt, hoặc sẽ tiêu diệt. Kêu chung là *diệt-pháp*.

Diệt-quả 滅 果 : Quả tịch-diệt. Tức là *Niết-bàn*. Ấy là nói những nhà tu hành đắc Đạo, được cái diệu-quả tịch-tĩnh.

Diệt-quán 滅 觀 **Méditation sur l'extinction** (*fr.*)

Phép quán-tưởng sự diệt. Ấy là một trong hai phép quán-tưởng sanh và diệt (sanh diệt nhị quán). Tu *thập nhị nhơn-duyên* thì trước quán tưởng về sự sanh (Sanh-quán).

1.— Bởi nương vào sự *Vô-minh* nên sanh ra Hành.

2.— Nương vào *Hành* nên sanh ra Thức.

3.— Nương vào *Thức* nên sanh ra Danh-sắc.

4.— Nương vào *Danh-sắc* nên sanh ra Lục nhập.

5.— Nương vào *Lục-nhập* nên sanh ra Xúc

6.— Nương vào *Xúc* nên sanh ra Thọ.

7.— Nương vào *Thọ* nên sanh ra Ái.

8.— Nương vào *Ái* nên sanh ra Thủ.

9.— Nương vào *Thủ* nên sanh ra Hữu.

10.— Nương vào *Hữu* nên sanh ra Sanh.

11.— Nương vào *Sanh* nên sanh ra Lão-Tử.

Đó là phép Sanh-quán, tức là môn lưu chuyền, luân-hồi.

Kế đó, quán tưởng phép *Diệt-quán*.

1.— Diệt *Vô-minh* tức nhiên diệt Hành.

2.— Diệt *Hành* tức nhiên diệt Thức.

3.— Diệt *Thức* tức nhiên diệt Danh-sắc.

4.— Diệt *Danh-sắc* tức nhiên diệt Lục-nhập.

5.— Diệt *Lục-nhập* tức nhiên diệt Xúc.

6.— Diệt *Xúc* tức nhiên diệt Thọ.

7.— Diệt *Thọ* tức nhiên diệt Ái.

8.— Diệt *Ái* tức nhiên diệt Thủ.

9.— Diệt *Thủ* tức nhiên diệt *Hữu.*

10.— Diệt *Hữu* tức nhiên diệt Sanh.

11.— Diệt *Sanh* tức nhiên diệt Lão-tử và các mối khổ não bệnh tật tùng theo.

Đó là phép *Diệt-quán,* tức là môn hoàn diệt, trở về nơi tịch diệt, yếu nghỉ.

Diệt-tận định 滅 盡 定 Nirodhasamâpatti (*p.*)

Phép thiền-định diệt tận. Cũng kêu là *Diệt thọ tưởng Định, Diệt-tận Tam-muội, Tịch-diệt định.* Trong khi vào phép Định ấy thì các mối suy nghĩ trong tâm đều dứt, mà các mối thọ-cảm do lục-thức đối với lục-trần cũng đều dứt luôn. Ấy là phép Đại-định rất cao của người chứng đắc quả A-la-hán (Arhat, quả thứ tư) và quả Phật. Với phép *Diệt-tận định,* nhà Đạo vượt lên khỏi từng trời Phi tưởng phi phi tưởng. Phép ấy rất dài, nhà thiền ngồi Đại-định cho tới bảy ngày bảy đêm mới ra khỏi Định. Vào phép Định ấy một cách tinh-thông, tư tưởng nhà đạo lên tới Niết-bàn.

Diệt-tận Định là phép rốt ráo trong : *Bát Giải-thoát Tam-muội, Cửu thứ đệ Định.*

Bực Thánh-giả nhập Định và xuất Định như vầy : Vào Sơ Thiền Định, lên Nhị Thiền Định, Tam Thiền Định, Tứ Thiền Định, rồi lên Không Vô-biên xứ Định, Thức Vô-biên xứ Định, Vô sở hữu xứ Định, Phi tưởng phi phi tưởng xứ Định, sau rốt mới vào tới *Diệt tận Định.* Khi ra, bắt từ *Diệt-tận Định,* tư-tưởng nhà Đạo xuống lần hồi cho tới Sơ Thiền-Định mà ra khỏi Định.

Bực La-hán muốn vào *Diệt-tận Định* thì phải ngồi thiền - định lâu. Chớ bực Phật Như-Lai có thể trong phút chốc lướt qua khỏi Tứ Thiền, Tứ Định và vào *Diệt tận-Định.* Bắt từ Sơ Thiền mà lên lần cho tới *Diệt-tận Định,* kêu là Thuận-Định. Rồi bắt từ *Diệt-tận Định* mà lần xuống cho tới Sơ Thiền, kêu là Nghịch-định.

Nếu vào *Diệt -tận Định* tức vào Niết-bàn, mà ở luôn trong đó, thì bực Thánh-giả nhập diệt.

Diệt-tướng 滅 相 : Tướng tiêu diệt, tịch-diệt, chơn không, tự

mình rời khỏi các tướng *Diệt tướng* là một tướng, một trạng-mạo trong bốn tướng hữu-vi : Sanh, Trụ, Dị, *Diệt.* Tức là cái tướng hiện ra để tỏ bày cái cảnh điêu tàn, tắt nghỉ, tiêu diệt của mỗi vật khi sắp vào cõi quá khứ, cõi không. Như người ta sau khi trải qua ba thời kỳ : sanh lên, trụ lại, già-cả tật-bệnh, kế đến thời kỳ sắp chết là thời kỳ thứ tư. Ở vào thời kỳ nầy, kêu là *diệt-tướng*, con người ta tê liệt, suy lụn cũng như cây đèn gần tắt.

Diệt-tướng cũng có nghĩa : Tướng tịch tĩnh, tướng chơn-: hư, tướng lặng lẽ, rời khỏi hai cảnh sanh và tử. Tức là tướng chơn-không

Diệt-tướng lại có nghĩa : Rời khỏi các tướng. Tức là dứt khỏi sự trói buộc của các phiền não, luyến ái, trong tâm chẳng mong cầu sự chi nữa, ấy là dứt hẳn cái nhơn phiền não vậy

Diệt - trí 滅 智 : Cái trí dứt phiền-não. Ấy là cái lý trí của nhà đạo thi-hành *Diệt-đế*, chơn-lý thứ ba trong *Tứ diệu-đế*. Cái lý trí ấy chiếu liễu một cách rỡ ràng, quyết dứt khổ, trừ phiền não.

Diệu 妙 Excellent, délicat, sublime (*fr.*)

Tốt đẹp, sáng láng, ngon ngọt, sạch sẽ, tinh tế, nhiệm mầu. Những đức ấy nói không xiết, nghĩ không cùng. Tức là cái lý thật tướng vậy. *Diệu* trái với *Thô, Trược*. *Diệu* tức là thoát khỏi Phiền não, *Ngũ-dục* của Phàm-phu ; nhơn đó được *Ngũ-diệu* của Thánh-giả.

Chư Phật và chư Đại Bồ-tát có rất nhiều chỗ *diệu*. Như : *cảnh diệu, trí-diệu, hạnh diệu, vị* (ngôi-vị) *diệu, pháp diệu, cảm-ứng diệu, thần thông diệu, thuyết pháp diệu, quyến-thuộc diệu, lợi-ích diệu* ; lại thêm *bổn nhơn diệu, bổn-quả diệu, quốc-độ diệu, thọ-mạng diệu, Niết-bàn diệu.*

Diệu-Âm (Bồ-tát) 妙 音 (菩 薩) Gadgadasvara (*scr.*)

Một vị Đại Bồ-tát theo hầu Phật Tịnh-Hoa Túc-Vương-Trí ở cõi thế-giới Tịnh-quang-trang-nghiêm Cũng kêu : Diệu-Âm Đại-sĩ.

Hồi đức Phật Thích-Ca giảng kinh Pháp-Hoa tại cõi Ta-bà, đức *Diệu-Âm Bồ-tát* có bạch với Phật Tịnh-Hoa Túc-Vương-Trí đề cho mình hiện qua cõi Thế-giái Ta-bà mà cúng-dường Phật Thích-Ca và nghe giảng kinh Pháp-Hoa.

Ngài *Diệu-Âm* là bực Bồ-tát rất oai mãnh, tu đắc nhiều phép thiền Tam-muội, từ trước đã có cúng dường và phụng sự vô số chư Phật. Và ngài có nhiều nhơn-duyên ở cõi Ta-bà, thường hiện đến cõi Ta-bà mà hóa độ chúng-sanh. Khi thì hiện làm Phạm-Vương, khi thì hiện làm Đế. Thích. Có khi ngài hiện làm Tự-tại-thiên, Đại Tự-tại thiên. Có khi ngài hiện làm Thiên đại tướng quân, Tỳ-sa-môn thiên-vương. Cũng có khi ngài hiện làm Chuyển-luân thánh-vương, cũng có khi hiện làm tiểu-vương. Ngài cũng hiện ra làm trưởng-giả, cư-sĩ và quan cận thần tể tướng nữa. Ngài cũng hiện làm kẻ dân quê, người Bà-la-môn, Tỳ-kheo, Tỳ-kheo-ni, Ưu-bà-tắc, Ưu-bà-di. Ngài lại hóa ra thân đờn bà con gái, làm vợ làm con kẻ trưởng-giả, cư-sĩ. Ngài cũng làm con trai của họ nữa. Như vậy đặng giảng dạy kinh Pháp-hoa. Ngài còn hóa thân trong các hạng Long, Thần, Yêu, Quỉ nữa. Ngài lại đem thân chôn vào miền Địa-ngục hắc ám. Ngài cũng lẫn lộn trong bọn Ngạ-quỉ, ma đói. Ngài lại còn chui vào thai bào của thú vật, ở theo những đám súc-sanh... Ở cõi Ta-bà và ở cõi Tịnh-Quang-trang-nghiêm, *Bồ-tát Diệu-Âm* là đấng chở che, bảo bọc, cứu nạn, cứu khổ cho chúng-sanh vậy.

Về môn thiền-định Tam-muội, *Bồ-tát Diệu-Âm* được những phép nầy:

1. Diệu-tràng tướng Tam-muội (Dhvadjâgrakêyûra).
2. Pháp-hoa Tam-muội (Saddharma - Pundarika)
3. Tịnh-đức Tam-muội (Vimaladatta).
4. Túc-vương hý Tam-muội (Nakchatrarâdja-vikridita)
5. Vô-duyên Tam-muội (Anilâmbha)
6. Trí-ấn Tam-muội (Djnânamudra)
7. Giải nhứt thiết chúng-sanh ngữ ngôn Tam-muội (Sarvaruta-Kâuçalya)
8. Tập nhứt thiết công-đức Tam-muội (Sarva-punyasamutchtchaya)
9. Thanh-tịnh Tam-muội (Prasâdavatî)
10. Thần thông du-hý Tam-muội (Riddhivikridita).
11. Huệ-cự Tam-muội (Djnânôlka)
12. Trang nghiêm vương Tam-muội (Vyûharâdja)
13. Tịnh quang-minh Tam-muội (Vimalaprabhâ)
14. Tịnh-tạng Tam-muội (Vimalagarbha)
15. Bất cộng Tam-muội (Apkritsna)
16. Nhựt triền Tam-muội (Suryâvarta)

Diệu âm (điểu) 妙 音 (鳥) Karavinka (scr.)

Tiếng dịch nghĩa chữ *Ca-lăng-tần-già* (Karavinka). Ấy là loài chim tốt lạ ở Ấn-độ, tiếng kêu êm ái vô cùng. Lại ở cõi Cực-lạc thế-giới của Phật A-Di-Đà cũng có loài chim ấy, dùng tiếng thanh-nhã, êm ái mà thuyết các phép lành cho chúng-sanh nghe.

Bởi tiếng chim ấy rất thanh nhã, êm ái, nên người ta so sánh giọng nói của Phật hòa nhã, trong trẻo như tiếng chim *Diệu-Âm* (Ca-lăng-tần-già).

Diệu-Âm-Nhạc thiên 妙 音 樂 天 Vị trời Diệu-Âm-Nhạc

Đó là một hiệu khác của ngài *Biện-Tài thiên*; vị trời bà kêu là *Biện - Tài Thiên-nữ*.

Diệu-cao (sơn) 妙 高 (山) Mérou (*scr.*)

Núi thất-bảo rất đẹp và cao hơn hết. Tức là núi Tu - Di. (Xem : Tu-Di).

Diệu-Đức (Bồ-tát) 妙 德 (菩 薩) Mânjuri (*scr.*)

Một vị Đại Bồ-tát. Kêu theo Phạn : Văn-Thù, Văn - Thù - sư - Ly, Mạn-thù-thất-Ly.

Văn-Thù (Mânju) dịch ra *Diệu*. Sư-ly (Ri) dịch ra *Đức*.

Trong **Vô-lượng-thọ Kinh** kêu là Diệu-Đức Bồ-tát. Ngài cỡi Su-tử xanh, hầu theo bên tả đức Phật Thích-tôn. Còn ngài Phổ-Hiền thì cỡi Bạch-tượng sáu ngà, chầu bên hữu đức Thích-Ca.

Ngài **Diệu-Đức** tiêu biểu cho cái Trí, cái Chứng cái Bát-nhã ; còn ngài Phổ-Hiền tiêu biểu cho cái Lý, cái Hạnh, cái Định (Tam-muội). Tu cả hai phương pháp của hai ngài Diệu-Đức và Phổ-Hiền kêu là Song tu.

(Xem : *Văn-Thù Bồ-tát*.)

Diệu-giác 妙 覺 Giác ngộ mầu-nhiệm.

Giác-ngộ lấy mình, giác-ngộ cho kẻ khác, (tự giác, giác tha), hạnh giác-ngộ tròn-trặn đầy đủ mà chẳng có thể suy nghĩ bàn-bạc tới được, kêu là *Diệu-giác*, tức là *Chánh-giác* không chi trên được của Phật - quả vậy. Hai thừa Thinh - Văn và Duyên-Giác chỉ tới giác ngộ lấy mình, không có công giác-ngộ cho kẻ khác. Bồ-tát giác-ngộ lấy mình, giác-ngộ cho kẻ khác, song làm mà chưa tròn-trặn đầy đủ. duy có Phật là hai bề giác-ngộ tròn-trặn đầy đủ, mà thể giác-ngộ chẳng có thể suy nghĩ bàn bạc tới được.

Diệu - Pháp 妙 法 Saddharma (*scr.*), Sudharma (*scr.*).— La Bonne Loi (*fr.*)

Cái Pháp đệ nhứt tối thắng, không có thể suy xét bàn luận cho cùng. Viết theo Phạn : Tát-đạt-ma (Saddharma).

Như bộ Kinh vi diệu nhứt mà Phật thuyết gọi là *Diệu-pháp liên-hoa Kinh* (Saddharma pundarika-sûtra.)

Cái *Diệu-pháp* của Phật ví như chiếc thuyền, có thể cứu vớt chúng-sanh ra khỏi biển sanh-tử, ấy là *Diệu-pháp thuyền.*

Cái *Diệu-pháp* của Phật soi tỏ cho thế-gian khỏi bị hắc ám, cũng như ánh đèn, ấy là *Diệu-pháp Đăng.*

Trong **Vô-lượng-thọ Kinh,** về phẩm Đạo-tràng bảo-thọ có chép rằng : Khi gió nhỏ từ từ lay động, thời các cây báu, diễn ra những tiếng *Diệu-pháp* vô-lượng. Tiếng ấy chuyền lan ra, phổ khắp các cõi Phật. Ai nghe tiếng ấy, được Pháp-nhẫn sâu, trụ nơi Chẳng thối chuyền...

Diệu-Pháp Đường 妙法堂 là tên một pháp-đường, lại tên là *Thiện-Pháp đường,* tại góc tây-nam cõi trời Đạo-ly. 33 vị trời thường khi nhóm tại đó đặng luận tường những việc nào như pháp và chẳng như pháp.

Đức Đế-Thích (Indra) vua chư Thiên 33 cảnh trời, thỉnh thoảng ngự lại *Diệu-pháp đường* mà thuyết pháp, dạy đạo lý cho chư Thiên (Tiên) ở miền Đạo-ly (Tam thập tam thiên).

Diệu-pháp-Khẩn-na-la vương 妙 法 緊 那 羅 王 Sudharma (*scr.*) Roi des Kinnaras.

Một vị vua loài Khẩn-na-la (scr : Kinnaras), tức là loài thần có tài tấu nhạc Pháp.

Hồi Phật sắp diễn Kinh Diệu-pháp liên-hoa gần núi Kỳ - xà - quật, *Diệu-pháp Khẩn-na-la vương* với ba vị vua khác trong loài Khẩn-na-la, mỗi vị đều có dắt theo rất nhiều quyến - thuộc, hiện đến mà nghe Phật thuyết pháp.

Diệu-Pháp Liên-Hoa-Kinh 妙 法 蓮 華 經 Sad-dharmapundarika-sûtra (*scr.*). — Lotus de La Bonne Loi (*fr.*)

Một bồn Kinh rất tọ tát trong đạo Phật, do ngài Pháp-sư Cưu-ma-la-Thập phụng chiếu dịch ra chữ Hán lối năm 400 theo Tây-lịch. *Diệu-Pháp liên-hoa Kinh* là bộ kinh của phái Thiên-thai tông và của phái Pháp-hoa tông.

Có dịch ra chữ Pháp (Le Lotus de la Bonne Loi). Kêu tắt là *Pháp - Hoa Kinh*. Đại-ý của *Diệu - pháp liên - hoa Kinh* là như vầy : «Các chúng-sanh đều có Phật - tánh. Tuy họ tạm thời còn mờ ám, sa ngã hoặc bị đọa lạc, chớ sau nầy họ cũng sẽ trở nên giác-ngộ. Vậy những ai đương mê lầm là mê lầm tạm thời mà thôi.»

Trong lời chúc lụy của Phật với chư Bồ-tát (Phẩm Như-lai thần-lực, phẩm 21), Phật có dạy rằng : *Kinh Diệu-Pháp Liên-hoa* công-đức vô lượng, vô-biên, kể không xiết. Bao nhiêu những pháp của Phật, bao nhiêu những sự cao thượng của Phật, bao nhiêu những lực thần của Phật, bao nhiêu những môn bí-thuật của Phật, bao nhiêu những sự sâu xa thẳm thẳm của Phật, ta đều có dạy vắn tắt trong kinh Pháp-Hoa hết . . .

Lại trong phẩm 23, Phật có giảng về công hiệu của *Kinh Pháp-Hoa* như vầy : Kinh nầy tức là Phật Như - lai. Nó chở che, đỡ gạt cho chúng-sanh khỏi các nỗi tai nạn, giải thoát cho chúng-sanh khỏi các lối khổ não. Nó như ao đối với kẻ khát, như lửa đối với kẻ lạnh, như áo quần đối với kẻ rách, như đoàn trầy buôn đối với bọn thương - khách, như bà mẹ đối với bầy con, như chiếc ghe đối với người muốn qua sông, như thầy thuốc đối với người đau, như đèn đối với kẻ ở trong tối, như bửu-châu đối với kẻ muốn được giàu sang . . .

Trong phẩm 28 (Phổ Hiền Bồ-tát), đức Phật có phán rằng : Bực thiện-nam, thiện-nữ nào được bốn cái pháp dưới đây thì có thể thọ trì Kinh Pháp-Hoa :

1. Người ấy phải được chư Phật ủng hộ, ban lành.

2. Người ấy phải sanh nầy căn lành cội đức nơi mình,

3. Người ấy phải có lòng Chánh-định chắc quyết.

4. Người ấy phải nhận thấy mình có quả Phật vì muốn cứu vớt chúng-sanh.

Diệu pháp liên-hoa kinh bằng chữ Pháp (Lotus de la Bonne Loi) là một áng văn rất có giá-trị trong văn-chương chữ Pháp, quyển nầy do ông E. Burnouf dịch từ chữ Phạn ra, in tại Paris năm 1852;

Phần Kinh là 283 trương, kể cả phần chú-thích đến 434 trương.

Diệu-Quang (Bồ-tát) 妙 光 (菩 薩) Varaprabha (scr.)

Một đức Bồ-tát hồi đời quá khứ. Ngài là tiền-thân của Văn-Thù-Sư Ly Bồ-tát.

Hồi đức Nhựt-Nguyệt-Đăng-Minh Như-lai ra đời, có một đức Bồ-tát theo học đạo với Phật tên là *Diệu-Quang*, ông nầy có dắc theo 800 đệ-tử.

Ngài *Diệu-Quang* Bồ-tát khai hóa cho 800 vị đệ-tử ấy ; trong số 800 vị đệ-tử, có một vị tên là Cầu-Danh Bồ-tát, ưa sự lợi, danh, ưa người-ta cúng dường và ưa giao du với hàng sang trọng. Cầu-Danh Bồ-tát tức là Di-Lặc Bồ-tát vậy.

Diệu-Quang Bồ-tát cũng có khai-hóa cho tám vị vương-tử con của Phật Nhựt-Nguyệt Đăng-Minh. Tám vị nầy đều lần lượt thành Phật, và vị sau rốt đã thành Phật hiệu là Nhiên-Đăng.

Diệu-Quang đường 妙 光 堂

Tòa giảng-đường ở cảnh *Tứ thiên-vương thiên*. Cũng như ở cảnh trời Đế-Thích có tòa Diệu-pháp đường, ở cảnh trời Tứ thiên vương, có tòa *Diệu-quang đường*.

Trong «Phạm-võng kinh» có ghi rằng đức Phật Thích-Ca có hiện lại *Diệu-quang đường* mà thuyết Thập thế-giới hải.

Diệu-Sắc Thân Như-lai 妙 色 身 如 來

Đức Phật Diệu-Sắc Thân Như-lai. Cái phép bố thí cho ma đói (ngạ-quỉ) kêu đức Phật A-Súc phương Đông là *Diệu-Sắc Thân Như-lai*.

(Xem : *A-súc*).

Diệu-tánh viên minh 妙 性 圓 明

Cái Tánh mầu nhiệm vốn tròn trịa và sáng tỏ. Cái Tánh ấy sẵn có ở nơi Phật và chúng-sanh. Nó rời khỏi tên và tướng. Từ xưa đến nay, vốn chẳng có thế giới và chúng sanh. Nhơn *Vọng* mới có *Sanh*, nhơn *Sanh* mới có *Diệt*. *Sanh* và *Diệt* kêu là *Vọng*, dứt *Vọng* kêu là *Chơn*.

Diệu-Thiện Công-chúa 妙 善 公 主 Đức Quan-Âm Bồ-tát từng xưng là Diệu-Thiện Công chúa. Bà nầy là một hiện thân của ngài Quan-Âm Bà là con gái thứ ba của vua Diệu-Trang Vương. Bỏ sự sang trọng nơi cung điện, bà ra đi tu, nêu cái gương *khổ hạnh* cho chúng-sanh.

Người Á-Đông ta theo đạo Phật, mỗi năm, đến những ngày vía của ngài Quan-Âm Diệu-Thiện, đều có cúng vái ngài. Những ngày vía ấy là :

> 19 tháng hai, ngày đản-sanh.
>
> 19 tháng sáu, ngày xuất-gia,
>
> 19 tháng chín, ngày thành đạo.

Diệu-Trang-Nghiêm (Vương) 妙 莊 嚴 （王）
Çubhavyûha (*scr.*)

Một vị vua hồi đời quá khứ, cách nay vô-lượng, vô biên Kiếp, lúc ấy có Phật Vân-Lôi-Âm Túc-Vương-Hoa-Trí (Djaladhara-gardjitaghôchasus- -vara-nakchatrarâdjasamkusumitâbhidjna) ra đời.

Nhờ hai hoàng tử Tịnh-Tạng (Vimalagarbha) và Tịnh-Nhãn(Vimalanêtra) biến phép thần thông mà khuyến khích, vua và hoàng hậu bỏ ngôi mà xuất-gia đầu Phật.

Vua và hoàng hậu có cởi bảo-châu nơi cổ mà cúng dường Phật Vân-Lôi-Âm-Túc-Vương-Hoa-Trí Nhơn dịp ấy, được Phật thọ ký cho rằng về sau vua sẽ thành Phật, hiệu là Ta-La-Thọ Vương (Calêndrarâdja) . . .

Trong khi chờ lên địa vị Phật, vua Diệu-Trang-Nghiêm thành Bồ-tát Bất thối-chuyền, hiệu là Hoa-Đức (Padmaçri). Trong hội Pháp-Hoa, ngài Hoa-Đức Bồ-tát có chầu Phật Thích-Ca và được Phật Thích-Ca tán thán công-đức tu trì.

Diệu-tràng-tướng 妙 幢 相 Cảnh thành-đô của vua Hướng-Khư, nơi ấy đức Di-Lặc sẽ giáng sanh và thành Phật, vào thuở người ta sống đời 80.000 tuổi. Ông Cưu-ma-la-thập âm theo Phạn *Si-đầu-mạt.*

Chừng đức Di-Lặc giáng sanh, cha ngài tên là Thiện-Tịnh (Tu-Phạm-ma) là người Bà la-môn quí phái, làm chức Quốc-sư ở triều vua Hướng-Khư Mẹ ngài là bà Tịnh-Diệu (Phạm Ma-Bạt-Đề), đẹp đẽ và phước đức bực nhứt.

Do-diên 由 延 Yojana (*scr.*)

Cũng kêu : *Do tuần*, Du-thiện na, *Du-xà-na*. Tên số-mục để đo đường bên Thiên-Trước thời xưa. (Xem : *Do-tuần*, *Du-thiện-na*)

Do-tuần 由 旬 Yojana (*scr.*)

Cũng đọc theo phạn là : Do-diên, *Du-thiện-na*, *Du xà-na* (Yojana). Tên số-mục để đo đường bên Ấn-độ hồi xưa. Một *do-tuần* bằng 16 dặm (lý) bên Tàu. Nếu một dặm (lý) là 576 thước tây, thì một *do-tuần* là 9.216 thước tây.

Vô-lượng Thọ Kinh : Hoặc có Phật-quang chiếu ra bảy thước, hoặc một *do tuần*, hay là hai, ba bốn, năm *do-tuần*, như vậy lần lên cho chí chiếu tất cả các cõi Phật.

Dõng-Thí (Bồ-tát) 勇 施 (菩 薩) Pradânaçura (*scr.*)

Một đức Bồ-tát-Ma-ha-tát. Hồi đức Phật Thích-Ca sắp tịch, đức *Dõng-Thí Bồ-tát* có hiện lại nghe thuyết kinh Diệu-Pháp Liên-Hoa.

Trong hội Pháp-Hoa. do đức Phật chứng minh, ngài *Dõng Thí Bồ-tát* muốn ủng-hộ bực Pháp-sư trì Kinh, có truyền mấy câu Thần chú nầy :

1.— Thoa-lệ (Thoualê). 2.— Ma-ha-thoa-lệ (Mahathoualê). 3.— Úc-chi (Ukchy). 4.— Mục-chi (Mukchy). 5.— A-lệ (Alê). 6.— A-la-bà-đệ (Arhavadê). 7.— Niết-lệ-đệ (Nirlêdê). 8.— Niết-lệ-đa-bà-đệ (Nirlêdhavadê). 9.— Ý-trị-ní (Hytrêyni). 10.— Vĩ-trị-ní (Vytrêyni) 11.— Chỉ-trị-ní (Chytrêyni). 12.— Niết lệ-trì-ni (Nirlêtryni). 13.— Niết-lệ-trì-bà-đề (Nirlêtryvadhê).

Ai thọ trì mấy câu Thần-chú ấy thì được ngài *Dõng-Thí Bồ-tát* ủng hộ cho khỏi mọi sự tai hại.

Du 偷 Adinnâdânạm (*p.*) .— Vol (*fr.*)

Ăn cắp, lấy lén tiền bạc hoặc đồ-vật của kẻ khác. Cũng đọc : *Thâu*. Đồng-nghĩa : *Đạo*. Thường viết : *Du-đạo*,

Du-đạo (Thâu-đạo) 偷 盗 Trộm cắp, trộm cướp. Lấy một cách phi pháp tiền của hoặc đồ-đạc chẳng phải của mình. Ấy là một tội lớn trong Luật nhà Phật, tội thứ nhì trong *Ngũ giái*, *Thập Thiện*, trong bốn tội *Ba-la di* của Tỳ-kheo, trong tám *Ba-la-di* của Tỳ-kheo-ni, và cũng là tội thứ nhì trong *Bồ-tát giái*.

Bực Phật-tử chân chính chẳng hề phạm tội *du-đạo*, cho đến trong tâm cũng chẳng hề nảy ra cái ý phạm. Bực ấy lại còn cầu cho tất cả chúng-sanh đều được tâm ý trong sạch. Người lại còn làm ngược lại, nghĩa là đem tiền của, đồ vật ra mà châu cấp, bố thí, cúng dường (Xem : *Đạo*)

Du tâm 偷 心 : Lòng muốn lấy trộm. Theo lý chánh của Phật, chẳng những lấy trộm là phạm giới, cho đến trong tâm nảy ra ý-kiến muốn lấy trộm cũng là phạm giới rồi ; vì trước là do tâm sai khiến, rồi mới hành động bằng thân.

Thủ Lăng-Nghiêm Kinh, quyền sáu : Phật phán : « Nầy *A*-Nan ! lại nữa, nếu chúng-sanh trong sáu nẻo ở thế-giới chẳng có lòng trộm cắp, thì họ chẳng bị nghiệp sanh-tử nối hoài chẳng dứt. Người tu Tam-muội, cốt là ra khỏi Trần-lao, nếu chẳng trừ bỏ *du-tâm* thì chẳng ra khỏi Trần-lao được... »

Du 遊

Đi chơi, vui chơi, chơi xem, đi từ xứ này đến xứ kia. *Du* có hai cách : hoặc bằng thân thể, hoặc bằng tâm-thức.

Du hành 遊 行 : Đi chỗ nầy chỗ kia mà truyền bá đạo-lý ; đi tới chùa nầy chùa kia mà tu học. Đời nhà sư là một đời *du-hành* ; chính Phật ngày xưa cũng dùng lối *du-hành* mà độ chúng-sanh. Trong Bồ-tát Giới-Kinh, có khoản Khinh-Giới 37, cấm Bồ-tát *du-hành* đến những nơi nguy nan . — Đồng-nghĩa : *hành-cước.*

Du-hý 遊 戲 : Thích tình trong sự ngoạn-cảnh. Ấy là nói cái tâm-thức của nhà thiền - định du ngoạn từ cảnh nầy đến cảnh kia. Như *Du-hý Tam-muội,* tên một phép Thiền-định kêu là « Du-hý ». Chư Phật và chư Bồ-tát, vì muốn cứu-tế chúng-sanh, nên dùng phép *Du-hý Tam-muội,* biến hiện đi các nơi một cách vô-ngại.

Du-hý thần thông là phép thần thông đi ngoạn cảnh, của chư Phật và chư Bồ-tát. Các ngài tu đắc Đạo, mặc tình đưa thần-thức du ngoạn đến các cảnh-giới. Các ngài dùng phép *du-hý thần thông* của mình mà đến các nơi đặng giáo-hóa, cứu hộ chúng-sanh.

Du hóa 遊化 : Du-hành các xứ mà giáo-hóa. Ấy là một phương-tiện độ thế thường dùng của Phật. Tăng Các ngài truyền đạo, giáo-hóa ở một xứ nầy rồi, bèn *du-hóa* đến xứ khác, nước khác. Đức Phật từng *du-hóa* các nước trong cõi Thiên-Trước.

Du hư-không Thiên 遊虛空天 : Hàng chư Thiên du ngoạn trong cõi hư-không. Tất cả có năm hàng chư Thiên (Ngũ loại Thiên) :

1.— *Thượng-giái thiên* : chư Thiên trong cõi Sắc-giái và trong cõi Vô sắc-giái. Ấy là chư Thiên rất cao.

2.— *Hư-không thiên* : Chư Thiên ở bốn cảnh (Tô-dạ-ma thiên, Đâu-suất thiên, Hóa-lạc thiên, Tha-hóa tự-tại thiên) trong cõi Dục-giái.

3.— *Địa-cư thiên* : Chư Thiên ở hai cảnh (Tứ-thiên-vương thiên và Đao-ly thiên) trong cõi Dục-giái, trên núi Tu-Di.

4.— *Du hư-không thiên* : Các vì nhựt, nguyệt và tinh-tú đi lại trong chốn hư-không.

5.— *Địa-hạ thiên* : Chư Thiên dưới mặt đất, như A-tu-la, Diêm-ma-vương (Diêm-vương) v.v.

Du-phương 遊方 : Du-hành khắp bốn phương vì đạo-lý. Như *du-phương tăng* là nhà sư hành-cước đến các nơi, gặp kẻ có duyên phần thì truyền dạy đạo lý, và kết tình tri-thức với các nhà học cao.

Du tăng Địa-ngục 遊增地獄 : Càng đi nửa thì địa-ngục càng tăng thêm. Ấy là nói kẻ bị đọa Địa-ngục, hết ở cảnh Địa-ngục nầy rồi thì lưu chuyển đến cảnh Địa-ngục khác, càng lưu-chuyển thì sự trừng phạt càng nặng thêm, mãi cho đến khi mãn tội. (Xem : *Thập lục du tăng Địa-ngục*).

Du tâm Pháp-giới 遊心法界 : Khiến cho tâm mình du-lịch khắp cõi Pháp-giới quan sát thấy đủ muôn pháp khác nhau.

Du-tiên 遊仙 : Vị Tiên-nhơn đi vân-du ở miền thế-gian. Những nhà sư tu núi, đắc ngũ-thông, thỉnh thoảng du-hành nơi thế-tục để giáo-hóa nhơn-loại

Du-đầu-Đàn (vương) 輪 頭 檀 (王) Souddhodana (scr.)

Tên theo Phạn, cha của thái-tử Tất-Đạt-Đa tức Phật Thích - Ca-Mâu-Ni, chồng của bà Ma-Da ; ngài làm vua tại thành Ca-tỳ-la. Tên ngài dịch nghĩa là : *Tịnh-Phạn vương*.

(Xem : *Tịnh-Phạn vương*)

Du-già 瑜 伽 Yoga (*scr.*).— Union du Soi indivi--duel avec le Soi universel (*fr.*)

Du-già (Yoga) là tiếng Phạn, dịch nghĩa là *phối-hiệp, tương - ứng*. Tức là những phương pháp tu-hành, luyện đạo mục đích là làm cho thần-hồn của mình (Jivâtma) phối-hiệp với cái Hồn chung cùng bao quát vạn vật (Paramatma). Tức là cách tu tập đặng đạt sự tương ứng, tương đồng giữa mình và Võ-trụ bao la, đặng về với đức Chí-Tôn Sáng tạo, tức là đức Đại-Nhựt Phật vậy.

Pháp-môn *Du-già* đã có trước khi đức Thích-tôn ra đời. Cho đến khi Ngài thành Đạo và mở Đạo, có nhiều sư *Du-già* đến thọ giáo với Ngài.

Dầu nhà sư đạo Phật hay thầy tu ngoại-đạo, đều có thể tu theo pháp-môn *Du-già*. Tức là tu thiền-định kiên cố, cho Thần-Trí phối hiệp, dung-hòa, tương-ứng với chư Phật, chư Bồ-tát ở các cõi. Như hồi thế-kỷ thứ năm, hai ngài Thiên-Thần (Vasubandhu) Bồ-tát và Vô-Trú (Asangha) Bồ-tát nhập định lên cung Đâu-Suất chầu đức Di-Lặc (Maitreya Như-lai và được Ngài truyền Kinh Đại-thừa và mấy bộ Luận *Du-già*.

Du-già giáo 瑜 伽 敎 .— La doctrine du Yoga :

Giáo-pháp Du-già. Cũng kêu : *Mật-giáo*. Môn Du-già Mật-giáo sở trường về Tam Mật: Thân, Khẩu, Ý. Ai chứng ngộ ba chỗ bí mật ấy thì thành Phật. Đức Phật Thích-tôn có khen giáo-pháp Du-già và gọi là : *Du-già Liễu-nghĩa chi Giáo*. Ấy là khoa giáo sâu kín, bí mật, chứa đủ nghĩa. Còn các khoa khác về *hiền-giáo* thì chẳng đủ nghĩa, chẳng hết nghĩa (*Bất-Liễu nghĩa*).

Du-già luận 瑜 伽 論 . — **Yoga** — **Çastra** (*scr.*)

Bộ sách rất có danh về đạo Phật, do ngài Di Lặc Bồ-tát giáng xuống đại-tự A-du-đà (Ayodhya) mà truyền cho ngài Vô-Trứ Bồ-tát hồi thế kỷ thứ năm dương-lịch.

Viết trọn chữ : *Du-già sư địa-luận* (Yoga-çarya-bhûmi-çastra).

Du-già sư 瑜 伽 師 . — **Yoguys** (*scr.*). — **Maître en Yoga** (*fr.*) : Thầy tu Du-già. Ấy là những vị xuất-gia trong ba thừa (Thinh-văn thừa, Duyên-giác thừa, Bồ-tát thừa) nhờ nghe Đạo, nghĩ Đạo và tu Đạo mà được Du-già tùy phần hay trọn vẹn, bèn ra đi điều-phục và giáo-hóa chúng-sanh. Lại, Phật là một vị Sư Du-già, ngài được Du-già trọn vẹn, tùy theo chỗ tương ứng, đem phép Du-già mà điều-phục, giáo hóa các hàng Thánh đệ-tử, khiến cho ai nấy lần lượt đều tu Chánh-hạnh.

Nhà sư Du-già sở trường về môn thiền-định. Theo bộ **Du-già** quyển 28, nhà sư Du-già có hai phép tu : 1.— Tưởng tu ; 2.— Thất Bồ-đề phận tu.—

Bên Ấn-độ, nhà sư Du-già, tức là *Du-chỉ* (Yoguys) là hàng cao cấp trong đạo Bà-la-môn. Chính người ta tuyển ra trong hạng sư Du-già một vị đứng làm Giáo-chủ đạo ấy trong nước. Được làm sư Du-già thì có phước-đức vô-lượng, vì người-ta nói rằng kẻ thế dầu có luân chuyển đến mười triệu đời, cũng không được phước đức bằng một đời làm sư Du-già. Bực sư Du-già có quyền dự vào một ban chưởng-giáo hợp lại là 70 vị Trưởng lão.

Của cải tùy thân của một vị Sư Du-già là : một cây gậy linh, một bầu nước (bát) với một mảnh da lộc để ngồi và nằm. Người giữ tịnh-giới, tuyệt không dâm dục. Người ăn mỗi ngày vào khoảng trời lặn và chỉ ăn một bụm cơm đựng trong lòng bàn tay mà thôi. Người không ăn trầu. Mỗi tháng cạo râu tóc một lần. Người mang guốc bằng cây và sống bằng cách khất thực.

Sư Du-già ngó mọi người như nhau, gác mình ra ngoài thế-cuộc và xem như không các cuộc chuyển biến to lớn trong đời, các cuộc nghiêng ngã của những quốc gia, xã hội. Người gìn giữ giác-quan, diệt sự giận hờn, tham ganh, dâm dục, với những mối phiền não phát động nơi lòng ; như vậy để đắc Trí-huệ hầu có nhập cõi Chơn-linh

Ngày nầy qua ngày kia, người tọa thiền nhập định, tham học

các phép huyền linh, thường chuyện văn với Tiên-Thánh và có thuật khiến qui sai Thần.

Du-già sư địa luận 瑜 伽 師 地 論.— Yogâ-çarya bhûmi-Çastra *(scr.)* :

Bộ Luận giải về cách tu-hành, điều-phục và giáo-hóa của nhà sư Du-già. Ấy là bộ Luận rất có giá trị về Phật-giáo Đại-thừa, do ngài Di-Lặc Như-lai truyền cho ngài Vô-Trứ (Asan-gha) Bồ-tát.

Hồi thế kỷ thứ năm dương-lịch, ngài Di-Lặc từ trên cung Đâu-Suất, giáng xuống cảnh đại tự xứ A - du - dà (Ayodhya) mà truyền giáo cho ngài Vô-Trứ năm bộ Luận :

1. — Du-già sư địa-luận (Yogâ-çarya-bhûmi-çastra)
2. — Phân biệt Du-già luận (Vibhâga-Yogâ-çastra)
3. — Đại-thừa trang nghiêm luận (Mahâyâna-lamkâra-çastra)
4. — Biện trung biện luận (Madhyânta-vibhâga-çastra)
5. — Kim-cang Bát-nhã luận (Vajracchedikâ-prajnâ-paramita-Çastra).

Bộ *Du-già sư địa luận*, kêu tắt là *Du-già luận*, tất cả có một trăm quyển, tóm lược có năm phần :

1. — *Bồn địa phần* : Lược giải và phân biệt đủ 17 địa-cảnh của nhà sư Du-già.

2. — *Nhiếp quyết trạch phần* : Nhiếp thọ, giải quyết và chọn lựa lý-nghĩa sâu kín, cốt yếu của 17 địa-cảnh trên.

3. — *Nhiếp thích phần* : Lược nhiếp và giải thích nghi-tắc trong các Kinh.

4. — *Nhiếp dị môn phần* : Trưng ra danh nghĩa khác nhau của các Pháp trong các Kinh.

5. — *Nhiếp sự phần* : Lược nhiếp sự và nghĩa của các điều cốt-yếu trong ba Tạng (Tam Tạng).

Hồi thế kỷ thứ bảy, Ngài Huyền Trang qua Thiên-Trước, được ngài Giái-Hiền luận-sư truyền cho học-thuyết của bộ «*Du-già sư địa luận*».

Du-già tông 瑜 伽 宗 .— La Secte Yoga :

Tông-phái Du-già. Cũng nói : *Du-chi tông* (Yogisme), *Mật-tông*, *Chơn-ngôn-tông*. *Du-già-tông* gồm các nhà tu-hành theo Tam mật (thần, khầu, ý). Ấy là một tông-phái Đại-thừa, thờ đức Đại-Nhựt Phật (Ma-ha Tỳ-lư-giá-na, Mahavairocana), tín-đồ giữ tịnh hạnh và tham-thiền cho cảm ứng, giao thông với Sức linh của đức Đại-Nhựt Phật.

Du-già tông (Chơn-ngôn tông) lấy quyển *Đại Nhựt Kinh* (Mahavairocanabhisambodhisûtra) làm Kinh căn-bổn, và cũng phụ vào những quyển Kinh Kim-cang, như quyển Kim-cang đảnh Kinh (Vajrasekharatantrarajasutra). Tín-đồ *Du-già* tông (Chơn-ngôn tông) lúc nào cũng cần giữ mình cho tương ứng (du-già) với hạnh-nghiệp của Phật:

1.— *Thân* thì làm Phật-sự.

2.— *Khẩu* thì nói lời lành.

3.— *Ý* thì niệm Phật, đức Bổn-tôn Đại-Nhựt Phật.

Tông ấy có chế ra ba món để tiện tương ứng vời Phật:

1.— *Ấn* do nơi bàn tay kết lại để thế cho nghiệp thanh-tịnh của *thân.*

2.— *Chú*, Chơn-ngôn do nơi miệng đọc để thế cho nghiệp thanh-tịnh của *khẩu.*

3.— *ý* thì gom sức tưởng vào đức Bổn-tôn Đại-Nhựt Phật thì được nghiệp thanh-tịnh về *ý.*

Trong khi ngồi đạo-tràng hoặc nhập thiền-định mà có đủ Ba mật ấy thì nhà đạo tương ứng (du-già) với Phật, đồng thể với Phật, thành Phật trong lúc ấy vậy. —

Du-già tông lại có nghĩa tông-phái Đại-thừa Du-già (Duy thức) sáng-lập bởi hai vị Bồ-tát Vô-Trứ và Thiên-Thân hồi thế kỷ thứ năm, hai vị ấy được Bồ-tát Di-Lặc truyền cho các pháp-môn về Tâm-linh. Đối với phái Đại-thừa *Trung-luận tông* của ngài Long-Thọ Bồ-tát.

Du-già-na (giảng-đường) 偷遮那 (講堂)

Ngôi chùa to lớn ở xứ A-du-đà (Ayodhya) miền trung Ấn-độ. Vào thế kỷ thứ năm dương-lịch, hai anh-em ngài Vô-Trứ (Asanghà) Bồ-tát và Thiên Thân (Vasubandhu) Bồ-tát từng trụ tại đó mà hóa đạo. Chính tại ngôi Chùa ấy, ngài Thiên-Thân Bồ-tát bỏ giáo-lý Tiểu-thừa mà hoan nghênh giáo-lý từ-bi bác ái và thuyết siêu hình của Đại-Thừa.

Và tại Giảng-đường Du-già-na, ngài Di-Lặc Bồ-tát từ cung Đâu-suất giáng xuống truyền giáo cho ngài Vô-Trứ năm bộ Luận rất có danh trong Phật-học giới:

1.— Du-già sư địa luận (Yogâ-çarya-bhumi-çastra)

2.— Phân biệt Du-già-luận (Vibhâga-Yogâ-çastra)

3.— Đại-thừa trang nghiêm luận (Mahâyana-lamkaraçastra)

4.— Biện trung biện luận (Madhyânta-Vibhâga-Çastra)

5.— Kim-cang Bát-nhã luận (Vajracchedikâ-prajnâ-paramita-çastra)

Qua thế-kỷ thứ bảy, ngài Huyền-Trang qua Ấn-Độ, có ngụ tại Giảng-đường Du-già-na và viếng xứ A-du-dà (Ayodhya).

Du-lan già (tội) 偷 蘭 遮 (罪) Aniyada (scr.).— Cas ambigus (fr.)

Dịch nghĩa : Bất định tội.

Theo trong 250 giới Tỳ-kheo, *Du-lan-già* là hai tội :

1.— Tỳ-kheo ngồi với đờn-bà nơi chỗ kín.

2.— Tỳ-kheo ngồi với đờn-bà nơi chỗ trống. Tàu dịch hai tội ấy, kêu chung là *Nhị bất định* (Aniyada), kêu riêng là : Bình xứ bất định, Lộ xứ bất định. Là vì tuy biết là phạm tội, nhưng Giáo-hội còn điều tra coi tội nặng hay nhẹ. (Xem rõ: *Hai giới không định.* (Nhị bất định) trong quyển Tăng-đồ nhà Phật.)

Lại nữa, *Du-lan già* cũng có nghĩa như trong Niết-bàn Kinh nói dưới đây :

"Niết-bàn Kinh" : Như có người Trưởng-giả, tạo lập chùa Phật, đem những chùm hoa mà cúng dường Phật. Có vị Tỳ-kheo, thấy hoa kết trong xâu, chẳng hỏi mà lấy liền, thì phạm *Du-lan-già*. Lại như ai vì lòng tham, phí-hoại chùa tháp thờ Phật, người ấy cũng phạm *Du-lan-già*. Các *Tỳ-kheo* và Cư-sĩ chẳng nên thân cận với kẻ phạm ấy.

Du-thiện-na 踰 繕 那 Yojana (scr.).

Cũng đọc là : *do-tuần, do-diên, du-xà-na*. Số mục để đo đường bên Ấn-độ hồi xưa. Một *du-thiện-na* bằng 16 dặm (lý) bên Tàu. Cũng có chỗ nói một *du-thiện-na* bằng 80 dặm, 60 dặm, hoặc 40 dặm Tàu.

Dưới số *du-thiện-na* là số *Câu-xá*, hay *Cu-lô-xá* (Kleça) là một khoảng chừng một dặm.

Dục 欲 Kâma (scr, p.).— Désir (f.)

Ý muốn, sự ham muốn năm món :

1.— Sắc (Hình-sắc).

2.— Thinh (tiếng tốt).

3.— Hương (mùi thơm).

4.— Vị (đồ ăn vật uống).

5.— Xúc (sự đụng chạm, như nam nữ đụng chạm nhau).

Sự dâm dục (Pháp : désirs, désirs sensuels) .— Muốn, mong cầu (Pháp : désirer).

Trong quyển **Đại-thừa nghĩa chương** có giải rằng : *Dục* là sự yêu mến nồng nàn cảnh trần (thâm ái trần cảnh).—

Dục tức là *tham*. **Thiên-thai tứ giáo nghi tập chú** có giải rằng : Vì đa *dục*, cho nên chúng-sanh chẳng trông thấy, chẳng quan sát một cách trong sạch.

Trong các Kinh đạo Phật đều có dạy rằng : Lòng *dục* là nguồn gốc các khổ-não. Cho nên ai ham muốn nhiều thì khổ não nhiều, ai ham muốn ít thì khổ-não ít. Còn không ham muốn thì không khổ não, tức là Niết-bàn.

Dục cũng có nghĩa : *sự dâm dục*, tình ái giữa vợ chồng, giữa kẻ nam người nữ. Như *Ly dục* là lìa khỏi *Sắc dục*.
Vô-lượng-Thọ Kinh : Ly *dục*, thâm chánh-niệm ; Tịnh huệ, tu Phạm-hạnh.

Tứ Thập nhị chương Kinh : Ly *dục* tịch tĩnh, đó là sự thắng trồi hơn hết.

Diệu pháp liên hoa Kinh, phẩm Phổ-môn : Như có chúng-sanh thường sa ngã trong vòng dâm *dục*, thường niệm và cung-kính đức Quan-Thế-Âm, thì được lìa khỏi sự dục.

Về dục, có : *Tam dục, Tứ dục, Ngũ dục, Lục dục* (xem riêng mỗi khoản.)

Chữ *Dục* đã giải ở trên, tức là *ác - dục*, sự muốn xấu, thô. Lại có *thiện-dục*, sự muốn tốt đẹp, thanh bai. Mối *Dục* nầy có sức dẹp trừ phiền-não, tà ác. Như nói : *Dục* tu Phật-pháp, *Dục* vãng sanh Tịnh-độ, *Dục* thành Phật-đạo. *Dục* là căn-bổn của các thiện-pháp vậy.

Niết-Bàn kinh, quyển 37 : Đối với Tam thập thất Phẩm, *Dục* là Căn-bổn ... Từ khi mới phát Đạo-tâm cho tới lúc đắc quả Chánh-đẳng Chánh-giác. *Thiện-Dục* là căn-bổn vậy.

Cho nên cái *Dục* xấu thì nên xa, mà cái *Dục* tốt thì chẳng nên bỏ

DỤC-ÁI 欲 愛 Lòng ưa thích các sở dục. Kẻ phàm phu hay đem lòng ham muốn, ưa thích năm cảnh xúi giục : Sắc, Thinh, Hương, Vị, Xúc. Đó là *Dục-ái*. Đối với *Pháp-ái* là lòng ưa thích (Hỷ lạc) Chánh-pháp, Đạo-lý của bực Bồ-tát . — Lại *Dục-ái* là lòng ham muốn Ngũ-dục của các chúng-sanh trong cõi Dục giới. Đối với *Sắc-ái* là sự ưa thích về hình-sắc của chúng-sanh ở cõi Sắc-giới.

DỤC-GIÁC 欲 覺 Tri-giác tham dục, cảm giác ham muốn. Một trong *Tam ác giác*. Đối với năm trần, năm căn đem lòng ưa thích, đó kêu là *Dục-giác*.

Đại Bát Niết-Bàn Kinh, quyển 23 : Hoặc khi vì có nhơn-duyên, đáng lẽ sanh ra *Dục-giác*, nhưng Bồ-tát lặng thinh chẳng thọ. Tỷ như người đoan-chánh và tịnh-khiết, ắt chẳng thọ nhận một thứ phần dơ nào cả. Như hòn sắt nóng, chẳng ai lấy tay mà cầm...

DỤC-GIÁI 欲 界 **Kâmadhâtu hoặc Kâmavaca--ra** (*scr.*) .— **Rigion du Désir** (*fr.*)

Một cảnh giới trong ba cảnh giới : *Dục-giới* (Kâmavacara), Sắc-giới (Rûpâvacara), Vô-sắc giới (Arûpâvacara). *Dục-giới* tức là cảnh giới của các chúng-sanh ưa thích về ngũ dục : sắc-dục, thinh-dục, hương-dục, vị-dục, xúc-dục.

Nơi *Dục-giới* có những hàng chúng-sanh nầy : Địa-ngục, Ngạ-qui, Súc-sanh, A-tu-la (qui-thần), Nhơn-gian, Lục dục thiên (Tứ thiên vương thiên, Đạo-lý thiên hay là Tam thập tam thiên, Dạ-ma thiên, Đâu-suất thiên, Hóa-lạc thiên, Tha-hóa tự - tại thiên).

Địa-ngục, Ngạ-qui, Súc-sanh là ba chốn trụy lạc, nơi ấy chúng-sanh vừa bị khổ-não vì quả-báo, vừa sát phạt nhau.

A-tu la và *Nhơn-gian* tức là cõi thần và cõi người. có hiền, có dữ ; hiền thì lo tu tập, sẽ được hưởng phước-lạc ; còn dữ thì sẽ bị đọa.

Lục dục thiên là sáu từng trời, nơi ấy chư thiên (tiên) vừa hưởng các phước lạc về ngũ-dục, vừa trông nom cho những hàng A-tu-la, Nhơn-gian và Địa-ngục, Ngạ-qui, Súc-sanh. Các ngài ủng-hộ nền đạo-lý, xem xét thế-gian, che chở cho người hiền-đức tu hành khỏi bị bọn hung thần hại-phá. Ở cung Đâu-suất, có đức Di-Lặc thường giáo-hóa cho chư Tiên.

Dục-giới thiên ngũ dâm 欲 界 天 五 淫

Kêu tắt: *Dục thiên ngũ dâm*. Năm cách dâm của chư thiên (tiên) nam và nữ *ở sáu* cung trời Dục-giới.

1,2 - Những chúng-sanh ở cung *Tứ thiên-vương* và cung *Đao-ly thiên* thì hành dâm như người ta ở trên mặt đất.

3.— Những chúng sanh ở cung *Dạ-ma thiên* thì ôm ấp với nhau mà thành dâm.

4.— Những chúng-sanh ở cung *Đẩu-suất thiên* thì nắm tay nhau mà thành dâm.

5.— Những chúng-sanh ở cung *Hóa-lạc thiên* quay mặt vào nhau mà cười tức là hành dâm.

6.— Những chúng-sanh ở cung *Tha hóa tự-tại thiên* quay mặt ngó nhau tức là hành dâm.

(Vì lẽ ngó thì sanh dâm dục, tức là dâm dục, cho nên trong các Kinh Phật thường dạy chư đệ-tử không nên dòm ngó đờn bà).

Dục-hải 欲 海

Biển tham dục, biển ham muốn. Lòng ái dục của người đời là lai-láng mênh-mông và sâu thâm - thẩm như biển cả. Các mối tham-vọng của họ là vô cùng vô tận, được món nầy, cầu món khác, ham muốn mãi mãi.

Dục-hỏa 欲 火

Lửa dục. Các mối tham dục của người đời nung đốt họ như lửa. *Lửa dục* ấy đốt cháy các công-đức, thiện-căn của mình nếu mình không biết dập tắt nó.

Dục-hữu 欲 有

Một cõi hữu (có) trong Tam-hữu: Dục-hữu, Sắc-hữu, Vô-sắc hữu; tức là Dục-giới, Sắc-giới, Vô-sắc-giới. Vì cái nghiệp-nhơn quả-báo của chúng-sanh chiêu cảm, đưa họ đến cõi Dục-giới, họ trông ra thấy rõ ràng có cảnh Dục-giới, nên kêu là Dục-hữu.

Dục·lạc 欲 樂

Sự vui thích của sở dục. Tức là vui sướng, thỏa thích trong ngũ dục. Sự vui của chúng-sanh trong cõi Dục giới. — Vua Tịnh-Phạn sợ Thái-tử bỏ ra đi tu mà mất dòng, nên tạo cho Thái-tử những cảnh đền đài rực rỡ, cung-phi mỹ nữ tuyệt trần, chọn những quan-viên lo các yến-tiệc, các cuộc khiêu vũ, để cho Thái-tử hưởng các sự dục-lạc nơi cung điện mà quêa con đường tu-niệm.

Dục lưu 欲 流 Dòng nước dục. Những sự lầm lạc, mê dục do tham, sân, si khiến người ta lưu chuyền mãi trong cõi Dục-giới, chẳng khác nào một dòng nước chảy mạnh lôi cuốn người ta và cây cối, đồ đạc. Vì sự so sánh ấy, nên gọi là dục-lưu.

Dục ma 欲 魔 Loài ác-ma dâm dục. Ấy là những âm-hồn ham dâm, quanh quần theo những chốn uế-trược, đốc xúi người ta sa ngã, phạm tà dâm. — Cũng nói về hạng ma hiện ra nữ-thân mà thử lòng những nhà tu-hành thanh-tịnh.

Dục nhiễm 欲 染 : Nhiễm trước vào các sở dục. Vì bị nhiễm ngũ-dục mà chẳng có ý kiến chơn-chánh, chẳng tinh-tấn thọ trì Chánh-pháp. Bởi dục-nhiễm cho nên người ta giải đãi với sự Trì Giái, Tu Định và Tu Huệ.

Dục-tánh 欲 性 : Tánh ham muốn. Cái bổn-tánh của chúng-sanh là có rất nhiều mối dục vọng : người muốn giàu sang, kẻ muốn luân hồi hưởng phước, có kẻ muốn lên cảnh tiên, có kẻ muốn về cõi Tịnh-độ của chư Phật v.v. Đức Phật vì lòng từ bi nên thuyết pháp độ họ tùy theo dục-tánh của họ,

Dục-tham 欲 貪

I. — Lòng tham đối với các sở dục, đối với Ngũ dục : Sắc, Thinh, Hương, Vị, Xúc.

Phàm loại túc Luận, quyển 3, trương 2 : Sao gọi là Dục-tham ? Đối với các sở dục, khởi lòng tham và các mối tình nương theo lòng tham : nắm lấy, giấu giếm, phòng hộ, đam trước, ái lạc.

II.— Lòng tham đối với cõi Dục-giái của chư Thiên nơi ấy có đủ các sự khoái lạc về Ngũ-dục. *Dục-tham* đối với : *Sắc-tham, Vô-sắc tham.*

Trong đạo Phật, người tu đắc quả A-na-hàm, thoát khỏi *Dục-tham,* chừng thác sanh lên cõi Sắc-giái, rồi nhập Niết-bàn. Người đắc quả A-la-hán thoát khỏi Sắc-tham và Vô-sắc Tham, chừng thác nhập ngay Niết-bàn.

Niết-Bàn Kinh, quyển 38 : Giải thoát *Dục-tham* tức là Niết-bàn. Giải thoát Sắc-tham và Vô-sắc Tham, tức là Niết-bàn.

Dục-thích 欲 刺 : Mũi nhọn tức là lòng dục. Tấm lòng ham mê Ngũ dục tỷ như mũi nhọn, nó đâm những chúng-sanh tham dục, làm cho họ đau đớn, khổ não.

Dục-tiễn (tiến) 欲 箭 : Mũi tên dục. Các mối dục vọng, các đều ham muốn về Sắc, Thinh, Hương, Vị, Xúc tỷ như mũi tên độc. Ai vướng các mối dục ấy thì chẳng khác nào bị hại do mũi tên bắn ra. Vì so sánh như vậy nên gọi là *dục-tiễn*.

Duy 唯 , 惟

Chỉ có một mà thôi : Đáng kể hơn hết, bao gồm tất cả. Rõ rệt, trồi hơn hết.

Như : *Duy hữu Nhứt thừa.* Chỉ có Một thừa, tức là Đại-thừa, Phật-thừa.

Duy tâm : Chỉ có cái tâm là đáng kể, hệ trọng, bao gồm tất cả Duy lại có nghĩa : Dạ, Phải.
Như mỗi khi Phật giảng nghĩa, chư Thinh-văn và Bồ-tát vừa ý thì đáp rằng : Duy nhiên.

Duy Nhứt thừa 唯 一 乘 Cũng nói *Duy hữu Nhứt Thừa.* Đạo Phật chỉ có Một thừa. Nương theo thừa ấy thì sẽ thành Phật Chớ chẳng có Thừa thứ hai, Thừa thứ ba. Tức là chẳng có Thinh-văn thừa, Duyên - Giác thừa, Bồ-tát thừa. Chẳng qua ban đầu, Phật tùy căn cơ mà dắt dẫn các nhà tu hành. Đến sau, thấy ai nấy trong hàng chư Đệ-tử đều thuần thục, ngài mới đem lý Nhứt thừa, Phật-thừa mà ban truyền đề cho mọi người đều tu tập cho lên bực Như-lai.

Duy-tâm 唯 心 Chỉ do bởi tâm mà thôi. Tất cả các pháp đều do nơi tâm mà hiện, mà phát sanh ra. Ngoài tâm không có pháp, không có sự vật. Chính cái tâm gom góp vào nó tất cả, và tất cả đều do nơi nó mà khởi ra. Duy tâm cũng tức là *Duy thức.*

Duy Tâm-thức định 唯 心 識 定
Phép thiền-định về duy tâm-thức, phép quán tưởng chỉ có tâm-thức là nguồn gốc, vạn vật chẳng có do tâm-thức phát hiện mà thôi. Cũng viết : *Thức-tâm Tam-muội.* Đức Di-Lặc Bồ-tát sở trường về

phép *Duy Tâm-thức định*. Ngài tu hành phép ấy từ vô số Kiếp đã qua : từ Phật Nhựt-Nguyệt Đăng - Minh truyền cho ngài phép ấy, ngài tu trì cho tới đời Phật Nhiên-Đăng mới thành tựu trọn vẹn. Theo phép ấy, các cõi thế-giới của chư Phật, dầu tịnh, dầu uế, đều là không, chẳng qua do nơi Tâm mình biến hóa ra mới có. Ngài Di-Lặc Bồ-tát hằng đem phép ấy mà truyền cho các Phật-tử.

Duy thức 唯 識 : Duy có cái thức là thật. Còn vạn vật, đều là mộng ảo. Cho đến những cảnh giới cao như Dục-giới, Sắc-giới, Vô sắc-giới cũng đều là sự phát hiện của cái thức, tức là không thật. Duy thức tức là chỉ có cái *A-lại-da thức*, cái thức chúa tể với bảy cái thức tùng theo nó : *nhãn thức, nhĩ thức, tỷ thức, thiệt thức, thân thức, ý thức, mạt-na thức* (cái thức chấp trước).

Cái A-lại-da tức là đại khái. Tất cả bảy cái thức kia đều ăn vào nó và tùng theo nó hết. Cùng với bảy cái thức kia, cái A-lại-da thức phát lộ ra làm cho người ta nhận tựa hồ như có cuộc đời, thế-giới. Nếu nó và bảy cái thức kia không dung nạp lục trần, vạn vật thì tất cả vạn vật đều tắt mất. Vì vậy nên người ta nói *Duy thức*, tức chỉ có cái thức, cái tâm là đáng kể. Còn vạn vật, tức là các sự phát hiện đều như mộng, ảo, bào, ảnh.

Duy thức luận 唯 識 論 : Vidyamâtra-siddhi çâstra-Kârika (*scr.*) Bộ Luận nhận cho cái Thức là đáng kể. Bộ Kinh gốc chữ Phạn, do ngài Thiên-Thân Bồ-tát (Vasubandhu) hồi thế kỷ thứ năm soạn. Trong những cơn tham-thiền, ngài Thiên-Thân nhờ đức Di-Lặc (Mai-treya) hộ trợ nên soạn bộ luận ấy một cách tinh thông, rõ rệt.

Đến thế kỷ thứ bảy, ngài Huyền Trang dịch ra chữ Hán mà truyền bá ở Trung Quốc. Bắt từ đó, bộ Duy-thức luận thành ra bộ Kinh căn-bổn của *Duy-thức tông*, tức *Pháp-tướng tông*. Đại-ý của bộ Duy-thức luận là như vầy : Duy có cái thức, cái tư tưởng trong tâm là thật. Nó chứa tất cả vào trong nó. Vạn vật mà ta nhận thấy đều là sự phát hiện của nó, cho nên đều là mộng ảo cả. Cảnh Tam-giới, Dục-giới, Sắc-giới, Vô-sắc giới có hay không, đứng vững hay không, là do nơi tâm-thức mà thôi.

Duy thức tam thập luận tụng 唯 識 三 十 論 頌

Vijnana Mâtra - siddhi Trimsati Çastra Kari - ka (*scr.*):

Sách biên ba mươi bài tụng luận về Duy-Thức. Do Bồ-tát Thế-Thân soạn bằng chữ Phạn. Pháp-sư Huyền Trang dịch ra chữ Hán hồi thế kỷ thứ bảy. Cũng viết: Duy-thức tam thập tụng, Duy-thức tam thập luận. Trong ba chục bài ấy, 24 bài đầu nói về Tướng Duy-thức, 1 bài (bài 25) nói về Tánh Duy - thức, 5 bài cuối nói về Vị Duy-thức (Địa-vị người tu Duy-thức).

Duy-thức tánh 唯 識 性 : Tánh của duy-thức có hai thứ:
1. — Hư vọng. 2. Chơn-thật.

Hư vọng tức là chấp trước, hay thay đổi. — Chơn thật hay là *Viên thành thật tánh*, cái tánh tròn trịa, thành tựu, chắc thật. Hư vọng tánh cũng nói là: *thế-tục tánh*. — Chơn-thật tánh cũng nói là: *Thắng-nghĩa*, tức là Niết-bàn, Viên thành thật, lìa bỏ hư vọng.

Duy - thức tông 唯 識 宗 : Tông-phái dạy về thuyết duy-thức. Duy-thức tông tức là Pháp - tướng tông. (Xem : *Pháp - tướng tông*).

Duy - thức Trung - đạo 唯 識 中 道 : Mức Trung-đạo của thuyết Duy-thức. Cái Trung-đạo nầy sáng lập bởi phái Pháp-tướng tông (Duy-thức tông). Chính cái Duy-thức nó biến hiện ra tất cả vạn vật. Vậy nên phải nhận rằng vạn vật chẳng phải có, mà cũng chẳng phải không. Vì nếu có thì chính chúng-nó chẳng phải có, vì phải nương vào cái Duy - thức. Còn nói không thì rõ ràng ta thấy trước mắt bên tai. Nhận được cái lý chẳng có chẳng không, tức là *Trung-đạo* vậy.

Duy-da-ly 維 昧 離 Vaisali ou Vaiçâli (*scr.*)

Cũng viết : *Xá-ly-quốc, Tỳ-xá-ly, Tỳ - ly, Phệ-xá-ly,* có nghĩa: Quảng-nghiêm. Một đô-thị lớn ở Ấn-độ, thành nầy ở trong xứ Vrji, hồi Phật ra đời. Đức Phật có trụ tại thành *Duy-đa-ly* và có thuyết pháp tại đó. Toàn xứ *Duy-đa-ly* thuộc về kiến họ *Lê-xa* hay *Ly-sa* (Liçavi). Kiến họ nầy vì sự hiềm tỵ nhau nên chia ra làm ba phe. Thành *Duy-da-ly* rất phong phú, ở đó người ta ăn xài xuê lịch và lộng lẫy lắm, cho đến đức Phật (Thích-Ca) so sánh thành ấy như cảnh Tiên. Tại thành *Duy-da-ly* có một cô kỹ-nữ tài danh tên là Amraskyong-ma (Am-la-quả nữ). Cô có cúng dường đức Phật và thỉnh đức Phật về nhà cô đề cô phụng sự. Cô là tình-nhơn của vua Tần-bà-sa-la (Bimbasâra) nước Ma-kiệt (Magadha), và nhơn cuộc đi lại với vua, cô có sanh một người con trai. Thành *Duy-da-ly* có bị bịnh dịch. Dân chúng qua thành Vương-xá (Rajagrha) nước Ma-kiệt mà thỉnh đức Phật đến đề trừ bịnh-dịch. Ngài có ngự đến và có truyền chơn-ngôn cho A-Nau (Ananda), khiến A-Nan đi đến những chỗ ngài chỉ mà đọc, tức thì bịnh tuyệt.

Có một lúc, đức Phật từ xứ Spongbyed ngự lại thành *Duy-da-ly*, gần bờ Di-hầu (Markatahrada). Dân chúng liền hợp sức với nhau mà cúng dường thừa sự ngài, chớ không đề cho ai được quyền phụng sự riêng một mình.

Tại thành *Duy-da-ly*, đức Phật cho phép chư Tỳ-kheo ăn thịt trong khi đau.

Trước khi nhập Niết-bàn, đức Phật có ngự tại thành *Duy-da-ly*. Ngài phán với đệ-tử rằng : «Đến ba tháng sau, ta sẽ lìa bỏ thế-gian nầy. Chư đệ-tử phải nhớ lấy ba điều : 1.— Giái, 2.— Định, 3.— Huệ mà tu tập cho thành». Và sau khi Phật tịch, 700 vị tăng La-hán có nhóm Đại-hội tại thành *Duy-da-ly*. Ấy là hội Kết - tập kỳ nhì. (Xem : *Tỳ-xá-ly thành Kết tập*.)

Duy - đề - nan 維 祇 難 Vighna *(scr.)*

Biệt hiệu là *Chướng-ngại*, một vị Sa môn người Thiên-Trước, trước theo đạo thờ thần lửa, sau qui-y theo Phật-giáo. Ngài sang Trung-Hoa vào đời Tam-Quốc. Khởi sự dịch kinh chữ Phạn ra chữ Hán tại thành Kiến-Nghiệp. Năm 224 D.l., ngài dịch xong bộ Pháp-cú (Dhammapada) và bộ luật Udanavarga.

Duy - ma - cật 維 摩 詰 Vimalakirti *(scr.)*

Cũng viết : *Duy-ma cư-sĩ, Duy-ma-la-cật. Duy-ma, Duy-ma-la* (Vimala) : Tịnh, Vô-cấu. *Cật* (Kirti) : Danh, Xưng.

Duy-ma-cật tiếng phạn, kêu theo nghĩa : *Tịnh-Danh, Vô-cấu-xưng*. Ấy là một vị trưởng-giả ở thành Tỳ-xá-ly (Vaisali), đệ-tử tại-gia của Phật. Ông rất giàu có. Tuy làm cư-sĩ mà rất đa-văn, quảng-kiến, luận đạo-lý rất thông. Biện tài của ông ăn đứt các vị Đại-Thinh-Văn và Bồ-tát, cho đến Văn-Thù Bồ-Tát cũng luận đạo-lý không hơn Duy - Ma -Cật.

Ngài *Duy-ma-Cật* vốn là một vị Cổ Phật hiệu là Kim-Túc

Như-lai. ngài hiện lại nơi cõi Ta-bà nầy đặng ủng hộ Phật Thích-tôn trong cuộc hoằng-dương Phật-Pháp.

Duy-Ma-Cật Kinh 維 摩 詰 經 : Kêu trọn chữ : *Duy-Ma-Cật Sở thuyết Kinh.* Cũng kêu : *Bất Khả tư-nghị Giải thoát Kinh.* Bộ kinh Đại-thừa, do ngài A-Nan đọc lại trong kỳ kết-tập-hội, thuật những điều biện-thuyết cao siêu, tối thượng của ông Duy-Ma-Cật. Cư-sĩ nầy, mỗi khi gặp vị Đại-Thinh-Văn hay Bồ-tát làm hạnh Thuyết-pháp, Bố-thí, Thiền-định, Trì-bát khất-thực, Giáo-hóa, Xuất-gia v.v. mà thấy những chỗ thiếu sót, thì ông đứng về mặt Tối thượng Đại-thừa mà bồ khuyết cho. Nhứt là trong kinh có khoảng Vấn-đáp giữa Duy-Ma Cật và Văn-Thù-Sư-Ly là có giá-trị nhứt về lẽ Tối-thượng Đại-thừa.

Kinh *Duy-Ma-Cật* có tất cả 14 phẩm gom vào Ba quyển. Bổn chánh bằng chữ Phạn (Sanscrit), ngài Tam - Tạng Pháp-sư Cưu-ma-la-Thập vâng chiếu Hoàng đế Trung-Quốc mà dịch ra chữ Hán hồi thế kỷ thứ năm dương-lịch.

Duy - na 維 那 **Karmadana** (*scr.*)

Tức là vị Kiết-ma, Kiết-ma-đà-na. một vị trong Tam Sư, có phận sự thi tác các nghi-lễ, phép tắc ở Giáo-hội chư Tỳ-Kheo.

Duy-na là chữ Hán và chữ Phạn hiệp nhau. *Duy* là *cương duy* (giềng lưới), coi sóc mọi việc ở Giáo-hội, ở nhà Chùa. quản-lý cả sự và pháp. *Na* là chữ Phạn *Kiết-ma-đà-na* viết tắt.

Duy-na Tàu dịch là *Thứ đệ*, tức là vị sư có phận-sự thi-hành việc nào nên làm trước, việc nào nên làm sau, cho hạp với nghi-lễ. Cũng có nghĩa : chức-vị kế-tiếp chức-vị Thượng-tọa (Hòa-thượng). (Xem : *Kiết-ma*.)

Duy-vệ-la (quốc) 維 衛 羅 (國) **Kapilavastou** (*scr.*)

Kêu tắt : *Duy-vệ-quốc.* Kinh-đô vua Tịnh-Phạn. cha của thái-tử Tất Đạt-Đa sau thành Phật Thích-Ca Mâu-Ni. (Xem : *Ca - tỷ - la quốc*)

Duyên 緣 **Cause** (*fr.*)

Tức là phan-duyên, sự dính líu, níu-kéo, liên lạc, nương-vịn với nhau.

Do tâm-thức của con người nương-dựa. dính-dấp, liên-lạc với

mọi cảnh-giới vậy. Cũng như thức của mắt nương với cảnh mà thấy, ... thức của thân nương dựa, dính dấp với cảnh đụng-chạm mà nhận biết sự xúc-động, tâm-ý nương dựa với các pháp mà sanh ra mối nghĩ. Ấy là sáu thức nương níu với sáu trần vậy. Lấy tâm-thức làm *năng-duyên* (có tánh cách sanh ra duyên), lấy cảnh-giới làm *sở duyên* (chỗ chịu lấy duyên). Tâm-thức nương theo sự cảm-động với cảnh-giới mà tác dụng, ấy là duyên Tức là tâm phan duyên, nương vịn vào cảnh-giới vậy.

Cũng có nghĩa : mượn, nhờ vào, bồ trợ cho. Giả như nước có liên lạc với *gió*, có sức bồ trợ của gió mà thành ra sóng.

Lại cũng như cái *nhơn*, hột giống, nhờ có sự bồ trợ của *đất, nước, công săn sóc, vun phân* mà lớn lên, sau mới thành quả.

Nhơn với *duyên* có nương chịu, liên lạc, bồ-trợ cho nhau mà thành ra mọi vật, mọi pháp hữu-vi.

Duyên thì có duyên đã qua (quá khứ), duyên hiện tại, duyên sẽ tới (vị-lai). Như *thập nhị nhơn - duyên* dính níu với nhau mà làm cho người ta luân-hồi mãi.

Duyên thì có thiện-duyên, ác-duyên.

Như những ngài Quan-Thế-Âm, Địa-Tạng, Di-Lặc đều có nhiều *thiện duyên* với cõi Diêm-phù-đề nầy. Như vua Tần-bà-sa-la vì có *ác-duyên* nên sanh ra thái-tử A-xà-thế.

Như trên đã nói, *thập nhị nhơn-duyên* gồm cả ba thứ nhơn-duyên quá khứ, hiện tại, vị-lai, làm cho người ta luân-hồi khổ não mãi trong tam-giới.

Lại cũng có *bốn duyên* dưới đây làm cho con người lưu chuyển mãi từ cái thân nầy đến cái thân kia :

1.— Nhơn-duyên.

2.— Đẳng vô-gián duyên.

3.— Sở duyên duyên.

4.— Tăng thượng duyên.

1. — *Nhơn-duyên*, tức là chánh-nhơn, cái thần-thức.

2. - *Đẳng vô-gián duyên* : ấy là các thứ duyên liên-tiếp nhau có thứ lớp mà khởi lên, không hề ngừng, vì tâm-thức tiếp xúc với cảnh, với pháp.

3.— *Sở duyên duyên* : Duyên nầy kéo lấy duyên kia, nhờ nhau mà sanh ra, ấy cũng vì tiếp xúc với cảnh, với pháp.

4. — *Tăng thượng duyên* : Sáu căn cứ tiếp xúc với sáu cảnh mãi, càng làm cho cái sức dùng càng thêm lên, các duyên, các pháp càng mạnh thêm mà không bị ngăn trở vậy.

Luyên-giác 緣覺 Prateyka - Bouddha *(scr.)*

Cũng đọc theo Phạn : Bích-Chi Phật, Bích-chi-ca Phật-đà, Tất-lặc-chi-để-ca Phật, Bát-lạt-ế-già Phật-đà (Prateyka-Bouddha).

Duyên-giác cũng viết : *Độc-giác.*

Duyên-giác có hai nghĩa :

1. — Quán-tưởng lý *Thập nhị nhơn-duyên* bèn giác-ngộ, đoạn diệt mê-hoặc, chứng đắc chơn-lý.

2. — Nhơn xem cái duyên ngoài : hoa bay tan tác, lá rụng tơi bời, bèn giác-ngộ đối với vô-thường, đoạn diệt mê-hoặc, chứng đắc chơn-lý.

Duyên-giác với *Độc-giác* có khác nhan về chỗ nầy : Bực *Duyên-giác* có thể xuất-hiện ngay hồi Phật Như-lai còn tại thế. Còn bực *Độc-giác* thì ra đời và đắc đạo nhằm khi không có đức Phật Thế-Tôn.

Duyên-giác, Độc-giác là bực tự giác-ngộ, tự giải-thoát lấy mình, ưa sự êm lặng, ngồi thiền nơi vắng vẻ, chớ không ra đi hoằng Pháp, độ sanh như Phật Như-lai.

(Xem : *Độc-giác, Bích Chi Phật.*)

Duyên-giác thừa (thặng) 緣覺乘 Prateyka — Boudha — yana *(scr.)* .— Véhicule des Prateyka — Bouddhas *(fr.)*.

Cỗ xe của hàng Duyên-giác, tức là giáo-pháp dạy tu hành quán-tưởng cái lý chơn-không của *thập nhị nhơn-duyên* cho được giác-ngộ.

Duyên-giác thừa là một trong *tam thừa* : Thinh-văn thừa, Duyên-giác thừa, Bồ-tát thừa. Cũng kêu là : *Bích-chi Phật thừa.*

Đối với Bồ-tát thừa hay là Đại-thừa thì Thinh-văn thừa và *Duyên-giác thừa* đều thuộc về Tiểu-thừa. Vì bực giác-ngộ thành Thinh-văn La-hán, thành Duyên-giác (Độc-giác, Bích-chi Phật) là tự giải-thoát cho mình, chớ không ra đi giáo-hóa chúng-sanh như các hàng Bồ-tát.

Trong *Kinh Pháp-Hoa,* Phật thí dụ Tam-thừa như ba cỗ xe :

> Xe dê là Thinh-văn thừa.
> Xe lộc là Duyên-giác thừa.
> Xe bò là Bồ-tát thừa.

Cổ xe nào cũng đưa đến cõi An-lạc, cõi Niết-bàn hết.

Duyên khởi. 緣 起 Duyên cớ khởi xướng. Nghĩa là những sự vật chờ duyên cớ mà khởi lên; những công việc mà người-ta bắt đầu làm là do duyên cớ đưa đầy vậy. — Cũng có nghĩa : Việc vừa phát khởi.

«Lăng-giả-kinh» : Phật thuyết *duyên khởi*. —

Có bốn thứ *duyên khởi* : nghiệp-cảm duyên khởi, lại-da duyên khởi, Như-lai tạng duyên khởi, Pháp-giái duyên khởi.

Duyên nhựt 緣 日 Ngày có duyên. Chư Phật, Bồ-tát lấy ngày ấy mà kết duyên với chúng-sanh ở cõi Ta bà. Cứ theo trong Kinh-Luận thì ba mươi vị Phật, Bồ-tát, chia với nhau mỗi vị một ngày. Vậy nên biết lễ bái ngày nào thì được kết duyên lành với đức Phật hay đức Bồ-tát nào, tức là ngày ấy được sức ủng-hộ của đức Phật hay đức Bồ-tát ấy.

Ngày	Hồng-danh
1	Định - Quang Phật.
2	Nhiên-Đăng Phật.
3	Đa-Bảo Phật.
4	A-Súc Phật.
5	Di-Lặc Bồ-tát.
6	Nhị vạn Đăng Phật.
7	Tam vạn Đăng Phật.
8	Dược-Sư Phật.
9	Đại-Thông-Trí-Thắng Phật.
10	Nhựt-Nguyệt-Đăng-Minh Phật.
11	Hoan-Hỷ Phật.
12	Nan-Thắng Phật.
13	Hư-Không-Tạng Bồ-tát.
14	Phổ-Hiền Bồ-tát.
15	A-Di-Đà Phật.
16	Đà-la-ni Bồ-tát.
17	Long-Thọ Bồ-tát.

Ngày	Hồng danh
18	Quan-Thế-Âm Bồ-tát.
19	Nhựt-Quang Bồ-tát.
20	Nguyệt-Quang Bồ-tát.
21	Vô-Tận-Ý Bồ-tát.
22	Thí-Vô-Úy Bồ-tát.
23	Đắc-đại-thế-Chí Bồ-tát.
24	Địa-Tạng Bồ-tát.
25	Văn-Thù Sư-Lỵ Bồ-tát.
26	Dược-Thượng Bồ-tát.
27	Lư-Già-Na Phật.
28	Đại Nhựt Phật.
29	Dược-Vương Bồ-tát.
30	Thích-Ca Như-lai.

Những nhà tu-học đạo Phật, nếu mỗi ngày đều lễ bái thì được kết duyên lành với tất cả chư Phật, Bồ-tát ấy, được sức ủng hộ của chư Phật quá khứ, hiện tại, vị-lai và sẽ mau bước lên quả-vị Chánh-giác.

Dư-nghiệp 餘業 1.— Cái nghiệp còn thừa, còn lưu lại từ đời trước. Tức là cái quả - báo tai hại mà người ta chịu đời nầy, vì trong một đời trước người ta đã làm đều ác nghịch. Việc làm đời trước, kêu là *nghiệp-duyên* ; quả-báo đời nầy, kêu là *dư-nghiệp* hay *nghiệp-quả*.

Nhưng *dư-nghiệp* là tiếng gọi nghiệp-báo xấu xen vào quả báo tốt của nhà hiền-đức, của bực tu trì.

Giả như một vị vua rất hiền-đức, từng bố-thí cho nhơn-dân, cúng-dường cho chư Tăng, được thống-nhiếp các nước, nhưng lại bị con soán ngôi và giam cầm cho đến chết, sự tai hại ấy tức là *dư-nghiệp*. Lại như có người tu hành thành Thánh, đắc quả A-la-hán, nhưng phải chết vì nạn đói; sự chết đói đó tức là *dư-nghiệp*

2. *Dư-nghiệp* lại có nghĩa: Những việc làm-lạc trong đời nầy, còn lưu lại những đời sau. Như *dư-nghiệp* của những kẻ phàm-phu làm cho họ còn lưu chuyển trong Lục đạo Luân-hồi mà chịu khổ não. Lại các nhà đắc đạo trong Thinh-văn-thừa cũng còn *dư-nghiệp* : hạng Tu-đà-hoàn đã dứt xong ba nghiệp lầm (Thân-kiến, Nghi-kiến, Giới thủ kiến), còn bảy *dư-nghiệp* (Tham, Sân, Sắc-ái,

Vô sắc ái, Mạn, Trạo, Vô-minh) lưu lại dời sau Hạng Tư-dà-hàm còn hai lần *dư-nghiệp* : hạng ấy sau khi thác, sẽ sanh lên cõi chư Thiên, rồi kế đó sanh trong cõi người mới đắc quả La-hán. Hạng A-na-hàm còn một lần *dư-nghiệp*: sau khi thác, hạng ấy sẽ sanh lên cõi chư Thiên, ở đó tu tập một thời-gian thi sẽ đắc quả La hán.

Dư-thiên-vương 餘 天 王 Vaisravana (*scr.*)

Một vị thiên-vương có hiện đến nghe Phật thuyết pháp và có nguyện hộ trợ Tam-bảo.

Dược 藥 Bhaichad (*scr.*).— Médicament (*fr.*)

Âm theo Phạn: *Bệ-sái* (Bhaichad). Thuốc. Bất kỳ món chi dùng trị bệnh được, đều kêu là *dược*. Đối-nghĩa : *Bệnh*.

Theo **Niết-Bàn-Kinh**, quyển 39 :

Về thân-bệnh, có ba chứng, tam bệnh : 1.— nhiệt-bệnh, 2.— phong-bệnh, 3.— lãnh-bệnh. Thì người ta dùng ba món thuốc, tam dược : 1.— Đối với nhiệt-bệnh, người-ta dùng tô (beurre) mà làm thuốc. 2.— Đối với phong-bệnh, người ta dùng dầu mà làm thuốc. 3.— Đối với lãnh-bệnh, người ta dùng đường mà làm thuốc.

Về tâm-bệnh, có ba chứng, tam bệnh : 1.— Tham, 2.— Sân, 3.— Si. Người-ta cũng dùng Tam dược mà trị : 1). Đối với Tham, người-ta dùng phép Bất-tịnh quán, tức là suy xét đến sự chẳng sạch của các pháp. Đối với Sân, người-ta dùng phép Từ-tâm quán. Đối với Si, người ta dùng Nhơn-duyên Trí, tức là cái Trí soi các Nhơn-duyên, thấy từ gốc cho đến ngọn.

Dược-Sư (Phật) 藥 師 (佛) Bhaichadjyaguru (*scr.*)

Một đức Phật thường ủng hộ cho người ta được tiêu tai trừ tội. Tên ngài âm theo Phạn: *Bệ-Sái-xã-lũ-rô*. Tên ngài cũng kêu là : *Dược-Sư-Lưu-Ly-Quang Như-lai*. (trọn chữ theo nghĩa chữ Phạn) Cõi của ngài kêu là *Tịnh-lưu-ly*, đối với cõi Ta-bà thì ở về phía Đông, phải trải qua những cõi Phật nhiều như số cát mười con sông Hằng-hà mới tới cõi của ngài.

Đức Phật Dược-Sư, hồi còn làm Bồ-tát, có phát mười hai câu nguyện dưới đây :

1.) Nguyện dời sau, khi ta thành Phật rồi, nơi mình ta sáng rỡ, chiếu ánh ngời soi tỏ vô lượng, vô số, vô-biên thế-giới ta sẽ dùng ba mươi hai tướng của bực Đại trượng phu với tám mươi tướng phụ tốt đẹp là thân trang nghiêm của ta mà độ cho hết thảy các chúng-sanh đều giống y hệch như ta.

2.) Nguyện đời sau, khi ta thành Phật rồi, thân ta như ngọc lưu ly, trong ngoài sáng chiếu, trong sạch không nhớp nhơ, sáng soi rộng lớn, công đức bao la vòi vọi, thân lành an trụ, bủa sáng trang nghiêm hơn nhựt nguyệt, chúng-sanh tối tăm thảy nhờ tỏ ngộ, bèn tùy chí ý mà làm các sự nghiệp.

3.) Nguyện đời sau, khi ta thành Phật rồi, bèn dùng vô-lượng, vô-biên sức trí-huệ và phương tiện của ta mà độ các chúng-sanh, hễ muốn thọ dụng món chi đều có xài không hết, chẳng để cho chúng-sanh thiếu hụt đâu.

4.) Nguyện đời sau, khi thành Phật rồi, nếu các chúng-sanh hành theo tà-đạo, ta sẽ độ cho an trụ trong đạo quả Bồ-đề, nếu họ tu theo hai thừa Thinh-văn và Độc-giác, ta sẽ dùng pháp Đại-thừa mà dạy dỗ cho họ đắc nhập.

5.) Nguyện đời sau, khi ta thành Phật rồi, nếu có vô-lượng, vô biên các chúng-sanh tu theo pháp ta, giữ gìn phạm hạnh, ta sẽ độ cho hết thảy đều không phạm giới, đủ giới tam-tụ; dầu rủi có phạm, khi nghe danh ta rồi thì thanh-tịnh trở lại, khỏi đọa lạc vào chỗ ác lụy.

6.) Nguyện đời sau, khi ta thành Phật rồi, nếu có các chúng-sanh thân thể hèn yếu, căn cơ chẳng đủ, xấu xa ngu ngốc, đui điếc câm ngọng, cùi cụt khòm lùn, lác xùi điên cuồng, dẫy dẫy bệnh khổ, hễ nghe danh ta rồi thì tất cả đều đặng đoan-chánh trí-huệ, căn cơ trọn đủ, không có bệnh khổ.

7.) Nguyện đời sau, khi ta thành Phật rồi, nếu các chúng-sanh mắc phải nhiều bệnh ép ngặt, không ai cứu, không chỗ về, không thầy, không thuốc, không bà con, không gia-quyến, nghèo hèn khổ sở, hễ nghe danh hiệu ta vừa được một bận thì các bệnh đều hết, thân tâm an lạc, nhờ đủ bà con, tất cả đều no đủ sung túc mãi cho đến khi thành Phật.

8.) Nguyện đời sau, khi ta thành Phật rồi, nếu có các hàng nữ-nhơn vì mang thân gái mà bị trăm đều dữ nghịch bức bách, bèn sanh lòng quá nhàm chán, nguyện bỏ thân gái, hễ nghe danh ta rồi thì tất cả đều đặng chuyền gái thành trai, có đủ tướng trượng-phu, như vậy mãi cho đến khi thành Phật.

9.) Nguyện đời sau, khi ta thành Phật rồi, bèn độ cho các chúng-sanh ra khỏi lưới ma, giải thoát cho họ khỏi các mối ràng buộc của ngoại-đạo ; nếu họ sa đọa các nơi thấy sai, tưởng quấy, thì ta sẽ chỉ dẫn cho và đặt an vào nơi Chánh-kiến, độ lần cho họ tu tập các hạnh Bồ-tát đề mau thành Phật.

10.) Nguyện đời sau, khi thành Phật rồi, nếu các chúng-sanh lâm vào phép vua luật nước, bị buộc trói đánh đập, cầm xiềng lao ngục, hoặc sắp bị chém giết, với bị tai nạn, bị mắng nhiếc không biết bao nhiêu mà kể, buồn rầu bức tức, thân tâm chịu khổ, hễ nghe danh ta, liền nhờ sức oai - thần phước - đức của ta mà đặng thoát khỏi tất cả các mối khổ lo.

11.) Nguyện đời sau, khi ta thành Phật rồi, nếu các chúng-sanh đói khát eo ngặt, vì miếng ăn mà phạm những việc quấy ác, hễ nghe danh ta bèn chuyên trì giữ niệm, thời ta lấy món ngon thượng diệu mà cho ăn no đủ, kế đó ta mới lấy Pháp-vị mà độ cho an vui một cách rốt ráo và đặt an vào đó.

12.) Nguyện đời sau, khi ta thành Phật rồi, nếu các chúng-sanh nghèo không có áo mặc, bị muỗi mòng chích cắn, bị lạnh bị nóng, đêm ngày phiền muộn, nếu nghe danh ta bèn chuyên niệm thọ trì, theo như ý muốn liền đặng biết bao là món đồ mặc tốt đẹp, lại đặng hết thảy các món báu trang nghiêm, hoa đẹp, hương thơm, nhạc trống đủ thứ, ta tùy theo chỗ muốn mà cho hưởng một cách đầy đủ. --

Đức Phật Dược-Sư có hai vị Bồ-tát chầu hai bên : bên trái là ngài Nhựt-Quang-Biến-Chiếu Bồ-tát. bên phải là ngài Nguyệt-Quang Biến-Chiếu Bồ-tát. Thờ ba vị ấy, kêu là *Dược-Sư Tam-tôn.*

Dược - Thượng (Bồ-tát) 藥 上 (菩 薩) **Bhaï-chadjyarâdjasamudgāta** (*scr.*)

Một bực Bồ-tát Ma-ha-tát du hành. Ngài có hiện đến hội Pháp-Hoa mà ủng-hộ đức Phật Thích-Ca và nghe đức Phật Thích-Ca thuyết pháp.

Thuở xưa, ngài *Dược-Thượng Bồ-tát* có sanh làm hoàng-tử *Tịnh-Nhãn* (Vimalanêtra), con vua Diệu-Trang-Nghiêm (Çubhavyûha), cùng với anh là hoàng-tử Tịnh-Tạng (Vimalagarbha) tức là Dược-Vương Bồ-tát (Bhaïchadjyarâdja) biến phép thần thông mà giáo-độ cho cả triều-đình vua Diệu-Trang-Nghiêm và nhơn-dân trong nước qui-y theo Phật Vân - Lôi - Âm - Túc - Vương - Hoa - Trí (Dja-

-ladhara - gardjitaghôchasusvara - nakchatrarâdjasamkusumitâbhidjna), vì thuở ấy có đức Phật Vân-Lôi-Âm-Túc-Vương-Hoa-Trí ra đời.

Vì nguyện-lực xưa, nên hai ngài Dược-Vương và *Dược-Thượng Bồ-tát* thường cùng nhau ra đời trong một nhà đặng ủng - hộ Phật-Pháp.

Lại có một tích nầy : Hồi đời quá khứ, cách nay rất xa, có đức Phật ra đời, hiệu, Lưu-ly Quang-Chiếu Như-lai. Kỳ-kiếp ấy tên là Chánh-an-ổn ; Quốc-độ tên là Huyền thắng-Phan. Đức Phật ấy nhập Niết-bàn rồi, vào thời kỳ Tượng-pháp, có một ngàn vị Tỳ-kheo phát tâm tu hành. Trong đó có một vị tên là Nhựt-Tạng, thông minh đa-trí, thuyết pháp Đại-thừa Đại-huệ bình-đẳng cho đại chúng nghe. Trong chúng hội, có một vị trưởng-giả tên là Tinh-tú-Quang, nghe pháp Đại-thừa, sanh lòng hoan hỷ. Bèn đem chất A-lê-lặc (một thứ cây làm thuốc) và các thứ thuốc khác mà cúng dường ngài Nhựt-Tạng Tỳ-Kheo và chư chúng. Rồi phát tâm Đại Bồ-đề. Lúc đó, em của ông Tinh-tú-Quang là Điện-quang-Minh cũng theo anh mà căm các thứ lương-dược cúng dường ngài Nhựt-Tạng với Đại-chúng và phát đại thệ-nguyện. Lúc ấy, Đại-chúng hoan-hỷ, bèn gọi ông anh là Dược-Vương Bồ-tát và ông em là *Dược-Thượng Bồ-tát*.

Từ đó đến các đời sau, hai anh em ngài Dược Vương Bồ-tát và Dược-Thượng Bồ-tát hằng ra đời với nhau một lúc trong một nhà hoặc cùng nhau du hành đến chỗ Phật mà ủng hộ Phật-Pháp, giáo hóa chúng-sanh.

(Xem : *Dược-Vương Bồ-tát*).

Dược-Vương (Bồ-tát) 藥 王 (菩 薩) Bhaîchadyarâdja (scr.)

Một vị Đại Bồ-tát. Ngài không có giáng-sanh hồi đức Phật Thích-Ca ra đời, mà ngài có du-hành đến nghe đức Thích-tôn giảng Kinh, nhứt là Kinh Diệu-Pháp Liên-Hoa.

Thuở xưa, cách nay chẳng biết bao lâu, có ra đời đức Phật Nhựt-Nguyệt-Tịnh-Minh-Đức (Tchandravimalasûryaprabhâsaçri). Lúc ấy, có Bồ-tát *Nhứt-Thiết Chúng-sanh Hỷ-Kiến* (Sarvasattvapriyadarçana) đem thân mình ra thiêu mà cúng dường Phật Nhựt-Nguyệt-Tịnh-Minh-Đức. Tới chừng sanh ra trở lại, làm thân hoàng-tử, thế mà Bồ-tát cũng xin phép cha mẹ, xuất gia hầu theo Phật Nhựt-Nguyệt-Tịnh-Minh-Đức Và khi Phật ấy tịch rồi. thì Bồ-tát đốt cánh tay mình trước tro tàn xá-ly của Phật ấy mà cúng-dường. Bồ-tát ấy thuở xưa, tức là *Dược-Vương Bồ-tát vậy.*

Đức Phật Thích-Ca có dạy rằng : Ai nghe giảng về sự tu hành tưởng đạo của *Dược-Vương Bồ-tát* thuở trước mà phổ truyền ra thì được công-đức rất lớn ; đờn-bà thì về sau khỏi làm thân phụ nữ. Và ai nghe mà thấu nhập, ắt sẽ được sanh qua thế-giới Cực-lạc của Phật A-Di-Đà.

Trong hội Pháp-Hoa, do đức Phật chứng minh, Ngài *Dược-Vương Bồ-tát* muốn ủng-hộ những nhà trì Kinh, có truyền ra mấy câu chú này : 1. An-nhĩ (Annhy) 2. Mạn-nhĩ (Mannhy). 3. Ma-nề (Maney). 4. Ma-ma-nề (Mamaney). 5. Chỉ lệ (Kilê) 6. Già-lê-dệ (Yalêdhê) 7. Tha-mã (Thamâ). 8. Tha lý-đa-vĩ (Thaleydavey). 9. Thiên-để (Tyndhê). 10. Mục-để (Mukdhê) 11. Mục-đa-lý (Mukdhaley). 12. Ta-lý (Tsaley). 13. A-vĩ-ta-lý (Aveytsaley) 14 Tang-lý (Thanley). 15. Ta-lý (Tsaley). 16 Xoa-duệ (Soavê). 17. A-xoa-duệ (Axavê). 18 A-Kỳ-nhị (Agni). 19. Thiên-Để (Tyndhê). 20. Tha lý (Thaley). 21. Đà-la-ni (Dhârani). 22. A lô-già-bà-tại phả-giá tỳ-xoa-nhị (Arugabâtaphayatixani). 23. Nề-tỳ-thế (Nêbhithâ). 24. A-tiện-đá-lá-nề-lý-thế (Athgandharanêleythâ). 25. A dản đá-ba-lệ-thâu-trại (Adhandhabhaletûtrê). 26. Âu-cứu lệ (Aukhuthey). 27. Mâu-cứu-lệ (Mukhutlê). 28. A-la-lệ (Arhalê). 29. Ba-la-lệ (Barhalê). 30. Thủ-ca-sĩ (TûKyaçi). 31. A-tam-ma-tam-lý (Athyammathyaniley). 32. Phật đà-tỳ-kiết-ly-diệt-để (Buddhabhiçairidikdhê). 33. Đạt-ma-ba-ly-si-để (Dharmabaraçi). 34 Tăng-già-niết-cù-sa-nề (Shamghanirkhouçanê). 35. Bà-xá-bà-xá-thâu-trại (Bhaçabhaçatûtrê). 36 Mạn-đá-lá (Mândâra). 37. Mạn-đá-lá-xoa-dạ đa (Mândâraxayadha). 38. Vưu-lâu-đá (Vhoulôdâ) 39. Vưu-lâu-đa-kiều-xá-lá (Vhoulôdhakunxara). 40 Ác-xoa-lá (Akxara). 41. Ác-xoa-dã-đa-dã (Akxayâdhayâ). 42. A-bà-lô (Abharu). 43. A-ma-nhã-na-da-dạ (Amajnânadhayâ).

Dược-Vương Bồ-Tát xưa kia có sanh ra làm hoàng tử Tịnh-Tạng (Vimalagarbha) cùng với em là hoàng tử Tịnh - Nhãn (Vimalanêtra) đều hóa phép thần thông mà độ vua Diệu - Trang - Nghiêm với quần thần, nhơn-dân tu theo Phật Vân-Lôi-Âm Túc-Vương Hoa-Trí.

Dược-xoa 藥 叉 Yakchas (*scr.*)

Cũng viết : *Dạ-xoa.* Một loại trong tám loại chúng-sanh. (Xem: *Bát bộ chúng.*) Hạng qui thần thường hãm hại người ta. (Xem : *Dạ-xoa.*)

Đ

Đa-Bảo (Phật) 多 寶 (佛) Prabhûtaratna (*scr.*)

Một đức Phật quá khứ. Ngài ở một cõi thế-giới gọi là

Bảo-Tịnh (Ratnaviçuddha). Thuở xưa, ngài có nguyện rằng về sau, bao giờ có đức Phật nào diễn **Diệu-Pháp-Liên-hoa kinh** thời ngài hiện lại trong Bảo tháp mà nghe đức Phật ấy. Ngài có nghe đức Thích-Ca Mâu-Ni diễn **kinh Diệu-Pháp-Liên-Hoa**. Và ngài có phán ra những lời xưng-tán đức Phật Thích-Ca.—

Trong *Địa - Tạng Kinh* có chép : Lại thuở xưa, cách nay vô-lượng, vô số, Hằng-hà sa số Kiếp, có đức Phật ra đời, hiệu là *Đa-Bảo Như-Lai.* Như có nam-tử, nữ-nhơn nghe danh hiệu đức Phật ấy, không bao giờ phải đọa Nẻo ác, thường ở cảnh Thiên-thượng, hưởng các sự vui thắng-diệu.

Đa đà-a-già-đà 多 陀 阿 伽 陀 Tathàgatha (*scr.*)

Một hiệu trong *Thập hiệu* của Phật. Cũng viết : *Đa-đà-a-già-độ.* Thường kêu theo nghĩa : *Như-lai.* (Xem : *Như-lai.*)

Đa-đà-a-già-độ 多 陀 阿 伽 度 Tathàgatha (*scr.*)

Cũng đọc : *Đa-đà-a-già-đà.* Tiếng phạn, dịch nghĩa : *Như-lai.* Một hiệu trong *Thập hiệu* của Phật.

Tức là : nương theo cái Thật-tánh của Chơn-như mà đến Thành Chánh-giác. Thành Đạo. Lại cũng có nghĩa theo *Kim-Cang Kinh* : Không do đâu mà lại, cũng Không đi đâu, nên kêu là Như-lai (*Đa-đà-a-già-độ.*) (Xem : *Như-lai.*)

Đa - già - la (hương) 多 伽 羅 (香)

Một thứ cây bên Thiên-Trước, mùi rất thơm. Tàu dịch : *Mộc hương* (cây thơm).

Người ta dùng thứ cây ấy mà tán ra thành bột. hoặc vò viên, làm thành món phết, rồi đem cúng Phật, tức là Đa-già-la hương.

Đa-la (thọ) 多 羅 (樹) Sala (*scr.*)

Cây đa-la, tức là cây thốt-nốt. Tên một giống cây, dịch là *Ngạn thọ* (cây ở bờ*)* hay *Cao-tùng thọ* (cây cao vót).Hình nó như cây tung-lư, mình cứng như sắt, lá dài và đông đặc, dầu mưa to lâu ngày, mà cái chỗ bóng lá che xuống vẫn khô như ở dưới mái nhà. Thứ gỗ khô của cây đa-la có thể khắc bản in chữ, các sở in kinh-điển nội và ngoại đạo đều dùng nó. Trái nó chín thì màu đỏ, như trái thạch-lựu lớn, người ta phần nhiều ăn trái nó. Tại miệt Đông-Ấn-Độ, cây ấy mọc rất nhiều.

Trong **«Niết-Bàn Kinh»** có chép; «Vị Tỷ-kheo phạm tội

Ba-la-di, tỷ như cây *đa-la* bị đốn ngang . . . Có những cây cỏ như mã-xi thảo, ta-la-sí thọ, ni-ca-la thọ, hễ nhánh và thân bị đốn rồi thị sanh ra trở lại. Chẳng như cây *đa-la*, hễ bị đốn rồi thì không sanh lại.

Đa-ma-la 多 摩 羅 Tamâla (*scr.*)

Thứ cây quí, lá rất thơm.

Đa-ma-la-bạt 多 摩 羅 跋 Tamâlapa (*scr.*)

Một thứ chiên đàn hương. Cây Đa-ma-la-bạt rất thơm, người ta dùng cây ấy mà cất tháp, khắc tượng Phật, hoặc đốt lấy hương mà cúng Phật, Tàu dịch là *Tánh vô cấu* (tánh không dơ), hay là *Hoắc diệp hương* (hương của lá cây hoắc).

Đa - ma - la - bạt   chiên - đàn - hương   (Như-lai)
多 摩 羅 跋 梅 檀 香 (如 來)
Tamâlapatrachandanagandha(*scr*)

Một đức Phật vị-lai. Đức Phật Thích-Ca Mâu-ni có thọ-ký cho Ma-ha Mục-kiện-Liên (Mahâmaûdgalyâyana), dạy rằng về sau, Mục-kiện-Liên sẽ thành Phật hiệu là Đa-ma-la-bạt-chiên-đàn-hương Như-lai. Cõi thế của Phật ấy tên là Ý-lạc (Manôbhirâma) ; kỳ kiếp của ngài gọi là Hỷ-mãn (Ratiprapûrna).

Đa-văn 多 聞 Dhanada (*scr.*)

Nghe nhiều biết rộng. Một hạnh tu của người đạo Phật. Ấy nhờ thường gần Phật, nghe Phật thuyết pháp các kinh mà thọ trì, như ông A-Nan được xưng là *Đa-văn* đệ nhứt. Lại nhờ gần gũi với thầy hay bạn giỏi, giảng nghĩa-lý sâu xa cho mình nghe mà tu hành. Lại nữa, người thọ trì, đọc tụng, thơ-tả, giải thuyết các kinh điễn của Phật, tự mình hiểu rộng và truyền bá sự hiểu rộng cho đời, cũng gọi là *Đa-văn*. *Đa-văn* là một cái của cải về tinh thần của Bồ-tát, một phần trong *Thất Thánh-tài*. Trong Thủ-Lăng-Nghiêm kinh, ông A-Nan buồn giận vì mình *Đa-văn* mà chưa toàn *Đạo-lực*.

Đa-văn Chủ 多 聞 主 , Đa-văn Thiên 多 聞 天 :

Tiếng tôn xưng ngài *Tỳ-Sa-Môn* (Vaisramana) là vị Thiên-Vương quản trị phương Bắc, trong hàng *Tứ-Thiên-Vương*. Chẳng những trong khi Phật trụ thế, ngài thường ngự đến nghe Phật thuyết-pháp và tự mình thọ trì ủng hộ, mà sau khi Phật diệt độ, hễ nghe có Pháp-sư hữu danh tại đâu thì ngài cũng hiện lại mà nghe

Pháp và ủng hộ. Vì vậy nên được xưng là *Đa - văn - Chủ*, *Đa-văn - Thiên*.

Đa-văn đệ nhứt 多 聞 第 一 , **Đa - văn - sĩ** 多 聞 士 : Tiếng xưng ông A Nan (Ananda), Đệ - tử thị - giả của Phật. Đức Phật có 1.250 Đệ - tử xuất - gia, đều đắc quả La-hán. Trong 1.250 vị ấy, có mười vị trồi hơn hết, mỗi vị có cái sở trường riêng của mình, ấy là *Thập đại Đệ-tử*. Trong Thập đại Đệ tử ấy, A Nan là người nghe nhiều hơn hết các bài thuyết pháp của Phật; vã lại đã nhiều đời trước, A.- Nan đã từng có phước-đức và trí - huệ mà được nghe Pháp và thọ trì, và trong nhiều đời sau, A - Nan cũng vẫn theo hạnh *Đa - văn* ấy, cho nên được Phật xưng là *Đa - văn đệ - nhứt* (Bực đệ - tử nghe nhiều hơn hết), và *Đa - văn Sĩ* (Bực Bồ - tát nghe nhiều hơn hết.)

Trong **Niết-bàn kinh,** Phật có căn dặn chư Bồ - tát xuất-gia và tại - gia : Sau khi Phật diệt - độ, ông *Đa - văn Sĩ* (A-Nan) sẽ lãnh phần giảng lại với chư Phật - tử các bài thuyết pháp của Phật, để giáo - hội chép mà đóng thành *Kinh.*

Đa - văn Tạng 多 聞 藏 : Kho tàng Đa - văn. Tiếng Phật xưng A - Nan, thị - giả của Ngài. Là vì A - Nan có đủ tám thứ Bất Khả tư nghị. Trong thời - gian hầu gần Phật trên hai mươi năm, A - Nan

1.— Chẳng hề đi theo Phật, mỗi khi Phật được thỉnh ăn riêng.

2.— Chẳng hề thọ y phục cũ của Phật do Phật tặng.

3.— Khi nào người đến nơi Phật, chẳng hề sái lúc.

4.— Những khi theo Phật vào ra nơi nhà vua, nhà hào quí, chẳng hề có lòng Dục đối với nữ-nhơn ; đối với Thiên-nữ, Long-nữ cũng thế.

5.— Thọ trì 12 bộ kinh do Phật thuyết diễn, nghe rồi thì chẳng hề hỏi lại.

6.— Tuy chưa đắc Trí biết tâm kẻ khác, nhưng người thường biết các chỗ nhập Định của Như - lai.

7.—Tuy người chưa đắc Nguyện - Trí, nhưng người có thể hiểu rành chỗ sẽ đắc của chúng-sanh khi họ đã đến nơi Như-lai : hoặc đắc bốn quả Sa - môn trong đời hiện - tại, hoặc đời sau mới đắc, hoặc sẽ đắc Nhơn - thân , Thiên - thân.

8.— Như - lai có điều chi bí mật, người đều biết rõ.

A-Nan lại còn đắc đủ tám pháp nữa, nên được xưng là *Đa -*

văn Tạng. Tám pháp là :

1.) Tín-căn kiên cố, 2.) Tâm người chất trực, 3.) Thân không bệnh khổ, 4.) Thường cần tinh - tấn, 5.) Đầy đủ Niệm - tâm, 6.) Lòng không kiêu mạn. 7.) Thành-tựu Định-ý, 8.) Nương theo sự nghe mà sanh Trí huệ.

Đà-la-ni 陀 羅 尼 Dhârani *(scr.)*

Đà-la-ni hay *Đà-ra-ni* (Dhârani) là tiếng phạn. dịch nghĩa : *Trì (Giữ), Tổng-trì* (Giữ tất cả), *Năng-trì* (có sức giữ gìn), *Năng-giá* (có sức che lấp).

Trì, Tổng-trì. Năng-trì : Có sức giữ gìn, nhóm họp tất cả các pháp lành, chẳng để cho tản lạc, tỷ như một món đồ tốt có sức chứa nước, nước chẳng chảy ra.

Năng-giá : Những đều chẳng lành, những đều ác trong tâm vừa khởi ra, liền bị che ngăn, chẳng sanh ra được.

Như có muốn làm ác, phạm tội, thì trì giữ liền, khiến cho chẳng xảy ra. Như vậy kêu là *Đà - la - ni.*

Có bốn thứ *Đà - la - ni:*

1.) *Văn Đà - la - ni* hay là *Pháp Đà - la - ni:* Đối với những Giáo - pháp của Phật, nghe rồi bèn giữ lấy chẳng quên.

2.) *Nghĩa Đà - la - ni:* Đối với nghĩa lý của các pháp, giữ gìn, ghi nhớ tất cả mà chẳng quên.

3.) *Chú Đà - la - ni* hay là Chơn - ngôn, Thần-chú (Formules magiques): Đối với những câu bí - mật của chư Phật, của chư Bồ-tát truyền lại để ủng hộ nhà tu hành, trừ khử các sự độc ác, thì thọ trì tất cả chẳng quên. *Đà - la - ni* nầy đi với Pháp-ấn (Mûdrâ) và Linh-phù (Mandāra).

4.) *Nhẫn Đà - la - ni:* Đối với cái thật - tướng của các pháp, mình nhẫn-nhục, an - trụ, trì nhẫn cho thân - tâm khỏi xao động.

Theo quyển *Quán Vô - Lượng Thọ kinh*, bực vãng - sanh về cõi Cực-lạc, dự hàng Thượng phẩm Thượng sanh, nhờ trải qua các cõi chư Phật mà thờ trọng, nên được chư Phật thọ - ký và được vô - lượng trăm ngàn pháp - môn *Đà - la - ni.*

Đại 大 Mahâ *(scr.)* .— Grand *(fr.)*

Chữ *Đại* do tiếng Phạn là *Ma-ha* 摩 訶, là nghĩa : thể-tích rộng lớn ; là nghĩa : bao bọc khắp cả. Lại có những nghĩa : nhiều lắm, trổi hơn hết, màu nhiệm, chẳng có thể nghĩ-bàn tới được, tức như những đức - tánh cùng trí-huệ của bực Phật, Bồ-tát, Thánh, đều gọi là *đại*. Cũng có nghĩa ; tôn xưng, vì kính trọng mà gọi là *đại*. Lại có nghĩa : chất đại - khái, như : *Tứ đại, Ngũ đại, Lục đại* (Phạn: Mahâbhûta, pháp : élément, nghĩa là vật lớn ở khắp võ-trụ. *Đại* đối với *Tiểu*. Có khi cũng viết : *Thái*.

Đại A-Di-Đà Kinh 大 阿 彌 陀 經 **Amita-bha — Vyûha — sûtra** (scr.)

Tức là bộ Vô - Lượng-Thọ kinh (Ami·abha -vyûha -sûtra), một trong ba bộ Kinh chánh của Tịnh - độ - tông :

1.) Vô-Lượng-Thọ kinh, 2.) A - Di - Đà kinh, 3) Quán Vô-Lượng Thọ kinh.

Vì *Vô-lượng-Thọ kinh* và A - di - đà kinh đồng hiệu, đồng nghĩa, vã lại bộ *Vô - lượng Thọ kinh* thì lớn hơn, cho nên người ta gọi là : *Đại A-di-Đà kinh*. Người ta cũng gọi là *Đại - bổn*.

(Xem : *Vô-Lượng-Thọ kinh.*)

Đại A-la-hán 大 阿 羅 漢

Vị A-la-hán lớn. là tiếng kêu tặng bậc A-la-hán tuổi lớn, đức cao.

1.250 vị đệ - tử thường hầu theo đức Phật mà nghe thuyết pháp, thuyết kinh, cố ý tuyên dương, hộ trợ Pháp Phật, ấy là 1.250 vị *Đại A-la-hán.*

(Xem : *A-la-hán*).

Đại Ái-Đạo (Tỳ-Kheo-ni) 大 愛 道 (比 丘 尼) **Mahâpradjâpati** (ser.)

Kêu theo Phạn ; *Ma-ha Ba-xà-ba-đề* (Mahâpradjâpati). Bà là dì ruột của đức Phật. Mẹ của đức Phật, bà Ma-da sanh Phật ra bảy ngày thì qui Tiên. Bà dì là *Đại Ái-Đạo* nuôi nắng ngài cho tới lớn.

Sau khi Phật thành Đạo, bà nhờ có A-Nan giới-thiệu, Phật truyền giới xuất-gia cho bà. Bà là người phụ-nữ xuất-gia trước nhứt. Kế có nhiều người phụ-nữ khác xuất-gia, noi gương bà. Bà thường ở tại thành Ca-tỳ-la-vệ mà tiếp nhận và truyền giới cho những người phụ-nữ muốn xuất gia, tu Phật.

(Xem : *Ba-xà-ba-đề*).

Đại Ảo-sư 大 幻 師 **Grand Magicien** (fr.)

Tiếng xưng Phật. Phật có tài nhứt trong việc thuyết pháp giải rằng mọi sự mọi vật đều là ảo-hóa, chẳng thật, chẳng bền ; ngài lại có tài nhứt trong việc biến hóa vật nầy vật nọ, cho nên ai nấy đều xưng ngài là *Đại Ảo-sư.*

Tiếng *Đại Ảo-sư* lại là tiếng mà bọn Lục Sư ngoại-đạo dùng để gọi Phật. Chính họ chẳng hóa tác ra được một phép thuật nào, nhưng thấy Phật thần thông biến hóa vô-lượng, nên họ ghét mà gọi ngài là *Đại Ảo-sư.*

Niết-bàn kinh, quyển 30 : Khi bọn Lục sư đến thành Câu-thi-na, họ xướng lên rằng : " Ớ các người ! nên biết rằng : Sa-môn Cồ-Đàm là *Đại Ảo-sư.* Ông ấy đi khắp sáu cảnh đô-thành lớn (Lục đại-thành) mà cuống hoặc thiên-hạ.

Đại Bà-La-môn 大 婆 羅 門 Mahâ Brahmane (scr.).— Grand Brahmane (fr.)

Vị Bà-La-môn lớn. Một hiệu của đức Phật. Bà-La-môn là dòng trên hết trong bốn dòng ở Ấn-Độ, dịch là *Tịnh-hạnh chủng* (dòng họ giữ hạnh thanh-tịnh), nghĩa là dòng họ bỏ thói tập-nhiễm của đời mà chuyên tu hạnh thanh-tịnh vậy. Đức Phật vốn là dòng Bà-La-môn, cho nên kêu ngài là *Đại tịnh-hạnh,* cũng kêu là *Đại Bà-La-môn.*— *Đại Bà La-môn* lại là tiếng dùng để gọi người trong dòng Bà-La-môn có thế-lực lớn, chức vị cao.—

Đại Bà-La-môn cũng là tiếng xưng vị sư Bà-La-môn, nhà tu-hành giữ tịnh-hạnh theo đạo Bà-la-môn.

Đại bạch liên hoa 大 白 蓮 華

Hoa sen trắng lớn. Lại kêu là *Đại bạch-hoa* (hoa trắng lớn), do tiếng *Ma-ha man-đà-la hoa* dịch ra.

Đại-bản 大 坂 Ôsaka (jap.)

Một thành phố lớn bên Nhựt, gần thành Kinh-đô (Kyôtô).

Tại Đại-bản, có chùa Tứ-thiên-vương- (Shitennôji) do ngài Thánh-đức Thái-tử cất ở bờ biển Mer intérieure năm 587, dời về Đại-Bản năm 593. Các nhà sư ở Đại-bản, cũng như các nhà sư ở Kinh-đô và ở Nại-lương, tuy tâm qui-y Phật-Pháp mà cũng còn dạ yêu dân thương nước, trong khoảng thế kỷ 15, 16, từng cầm thương lên ngựa mà đương cự với các nhà cầm quyền. Mấy ngôi chùa ở Đại Bản trước kia là những đồn-lũy rất kiên cố, mà binh-tướng là nhà sư với tín-đồ.

Đại Bát-Niết-bàn 大 般 涅 槃 Mahâ-Pari-Nirvâna (scr.). — Mahâ-Pari-Nibbana (p.)

Danh-từ do chữ Hán-Việt và chữ Phạn hiệp thành. Đọc trọn theo Phạn : *Ma-ha Ba-ly Niết-ban-na*.

Đại (Phạn : *Ma-ha*) : Lớn.

Bát (*Ba-ly*) :. trọn vẹn, nhập, vô-dư.

Niết-bàn (*Niết-bàn-na*) : Diệt, Tịnh, Tĩnh, *Lạc*, *Giải-thoát*.

Đại Bát-Niết-bàn là sự nhập diệt, sự trong-sạch, sự lặng lẽ ngơi nghi, sự an lạc, sự giải thoát lớn lao và hoàn toàn của Phật. Tức là cảnh *Vô-dư Niết-bàn*, của Phật. Còn cảnh *Vô-dư Niết-bàn*, cảnh diệt-độ của La hán và của Duyên-giác thì kêu là *Bát Niết-bàn* hay *Niết-bàn*.

Nhưng *Đại Bát-Niết-bàn* của Phật cũng kêu tắt là : *Đại Niết-bàn, Bát-Niết-bàn, Niết-bàn*.

Những vị La-hán và Duyên-giác khi tịch diệt, vào cảnh *Bát Niết-bàn*, đó chẳng qua là cảnh tạm nghi mà thôi. Mấy vị ấy còn tu tập nữa, rồi về sau sẽ thành Phật, sẽ nhập cảnh *Đại Bát Niết-bàn*.

Đại-Bát Niết-bàn có đủ những pháp nầy : Thường, Lạc, Ngã, Tịnh, Bất sanh (chẳng sanh). Bất lão, (chẳng già), Bất bệnh (chẳng bệnh), Bất tử (chẳng chết). Bất cơ (chẳng đói), Bất khát (chẳng khát), Bất khổ, Bất não, Bất thối (chẳng lui), Bất một (chẳng lặn).

Tuy Phật có thị hiện nhập cảnh *Đại Bát-Niết-bàn*, nhưng chiếu theo những pháp vừa kể, thì Phật chẳng có nhập cảnh *Đại-Bát Niết-bàn*. Chính Phật có tuyên bố như vậy trong *Đại Bát-Niết bàn kinh*. Và ai hiểu như vậy tức là hiểu Nghĩa sâu xa bí mật của *Đại Bát Niết-bàn*..

Đại-Bát Niết-bàn kinh 大 般 涅 槃 經 Mahâ — Pari — Nirvâna — Sûtra (*scr.*) .— Mahâ - Pari - Nibbana — Sutta (*p.*)

Kêu tắt : *Niết - bàn kinh*. Bổn Kinh Đại - khái về Đại-thừa mà Phật thuyết gần thành Câu-thi-na, khi ngài sắp vào Đại Bát-niết-bàn.

Bổn kinh nầy nguyên chữ Phạn, ngài Đàm - vô - Sấm, Sư Thiên - Trước ở Tàu hồi đời Bắc - Lương có dịch ra chữ Hán, tất cả là 42 quyển, 52 phẩm.

Sa - môn Thích Pháp - Hiển, người Trung - Hoa, đời Đông - Tấn, cũng có dịch từ chữ Phạn ra chữ Hán, *Đại Bát Niết - bàn kinh*, nhưng mỏng hơn, tất cả là 19 phẩm, từ Duyên khởi Niết - bàn cho đến Quân phân xá - ly.

Đại Bát - Niết - bàn kinh là kinh giảng giải cái Phật - tánh một cách hoàn toàn, cho nên Phật khen kinh ấy là *Như-lai Mật-tạng.*

Đại-Bát Niết-bàn kinh là kinh sở trường dạy về bốn đức Ba-la-mật *Thường, Lạc, Ngã, Tịnh* của Phật, dạy chư Bồ-tát tu bốn đức ấy đặng thành Phật, đắc Niết-bàn của Phật.

Đại-bất-khả-khí-tử-bộ 大 不 可 棄 子 部 Avantaka *(scr.)* .—

Một chi phái của đạo Phật, sáng lập sau đức Thích-Ca, ở Ấn-độ.

Đại-bi 大 悲 Kârunika *(scr.)* .— Miséricorde, Miséricordieux *(fr.)*

Đức đại-bi. Tiếng tôn xưng Phật. *Bi* là *thương xót,* là nghĩa nguyện cứu sự khổ cho kẻ khác. Lòng thương xót của Phật và của Bồ-tát đối với chúng-sanh rất rộng lớn, cho nên kêu là *Đại-bi.* Đại-bi là một mối lòng lớn trong bốn mối lòng của Phật và của Bồ-tát: *Đại-từ Đại-bi, Đại-hỷ, Đại-xả.* Bốn mối lòng quảng-đại, vô cùng, vô tận, vô-lượng ấy kêu là *Tứ-vô-lượng, Tứ vô-lượng tâm.*

Chư Phật và chư Bồ-tát lại có cả hai đức nầy: *đại-bi* và *Đại-trí.* Hai đức tu ấy kêu là: *Phước Huệ song tu,* hoặc là: *Bi Trí nhị môn.*

Vì lòng *Đại-bi,* nên các ngài chẳng nỡ trụ ở cảnh Niết-bàn. **Mà bởi sức đại-trí,** nên các ngài không ở trong vòng sanh-tử, luân-hồi.

Trong **Đại nhựt kinh** có chép : Tâm Bồ-đề làm nhơn, lòng *Đại-bi* làm căn-bổn

Trong **Phổ Hiền Hạnh nguyện kinh** có chép : *Đại-bi* làm thân, *Đại-bi* làm cửa (môn), *Đại-bi* làm đầu (thủ), dùng pháp *Đại-bi* mà làm phương tiện.

Lại trong *kinh Niết-bàn* phẩm mười một có chép : Chư Phật Thế-tôn trong ba đời quá khứ, hiện tại và vị-lai đều lấy lòng *Đại-bi* làm căn-bổn. Giả như không có lòng *đại-bi,* thì các ngài đâu có được gọi là Phật.

Đại-bi Adhimâtrakârunika *(scr.)* lại là tên một đức Phạm thiên-vương ở về phương Đông-Nam (theo kinh Diệu-pháp liên-hoa).

Đại-bi Bồ-tát 大 悲 菩 薩 Tiếng thông dụng để gọi ngài Quan-thế-Âm Bồ-tát (Avalôkitêcvara Bodhisattva). Là vì trên từ chư

Phật, chư Đại Bồ-tát, dưới các chúng - sanh đều công-nhận đức Quan-thế - Âm là bực Bồ - tát Đại-bi. Ngài chuyên tâm thi - hành pháp-môn từ-bi, cứu nạn cứu khổ cho tất cả chúng - sanh.

Đại - bi ngưu 大 悲 牛 Tiếng so sánh, dùng để tôn xưng Phật. Chúng - sanh tỷ như những bò con (độc - tử) khờ dại, lầm lạc ; Phật tỷ như Bò cha hoặc Bò mẹ, đem lòng thương xót mà dìu dắt con, cho nên gọi là Đại bi ngưu. Cũng như nói : *Ngưu-vương*.

Niết - Bàn kinh, quyển 38 :

Phật tùy thế gian như độc - tử.

Thị cố đắc danh *Đại-bi Ngưu*

Đại - bi Tam - muội 大 悲 三 昧 : Phép thiền - định về lòng *Đại - bi*. Phép nầy gồm thâu các công đức về lòng *Đại.bi*. Chư Phật và chư Bồ - tát, nhờ nhập - định phép ấy, đắc lòng *Đại - bi*, đi trong Tam giới cứu độ tất cả chúng-sanh khổ não, hoạn nạn.

Đại-bi tâm 大 悲 心.— Lòng đại-bi. Ấy là lòng thương xót của Phật và của chư Bồ-tát, muốn cứu khổ tất cả chúng-sanh. Kêu tắt : *Đại-bi*.

Đại - bi tâm đà - la - ni 大 悲 心 陀 羅 尼 Kârunika - hridaya - dhârâni (*scr.*) .— Formule magique de la Miséricorde (*fr*).

Viết trọn chữ : *Thiên thủ thiên nhãn vô ngại Đại-bi tâm Đà-la-ni.*— Cũng viết: *Đại-bi chú.* Ấy là câu thần chú của ngài Quan-Thế-Âm truyền lại, có đức Phật Thích-Ca chứng minh. Câu thần chú ấy rất oai-lực, làm tiêu các tai nạn, nghiệp - chướng, độ cho các sở cầu đều được như ý. Người tại-gia, xuất-gia đều niệm được. Trước khi tụng, nên khởi lòng đại bi đối với tất cả chúng sanh và xưng niệm danh hiệu của ngài Quan-Thế-Âm. Trọn câu chú như vầy :

1. Nam-mô hắt ra đất·na đa ra dạ da. 2.Nam mô A-rị-da. 3.Bà-rô-yết-đế thước bát ra da. 4.Bồ-đề-tát-đóa-bà-da. 5.Ma-ha-tát-đoá-bà-da 6.Ma-ha-ca-rô-ni-ca-da 7.Án. 8.Tát bàn ra phạt duệ. 9. Số đất-na đát-tả.10.Nam-mô tất-kiết-lặt đoá y mông a rị da.11.Bà-rô kiết đế thất Phật ra lăng đà bà. 12.Nam-mô na-ra-cần-trì. 13.Hê rị ma ha bàn - đa sa mế. 14.Tát-bà a-tha đậu du bằng. 15-A-thệ-dựng.16.Tát bà tát đa na ma bà tát đa na ma bà già. 17. Ma-phạt đặc đậu 18.Đát điệt tha. 19.Án a bà rô hê. 20 Rô-ca-đế. 21. Ca-ra-đế 22.Di-hê-rị. 23.Ma-ha Bồ-đề tát đóa. 24. Tát bà tát bà. 25. Ma-ra-

Ma-ra. 26.Ma-hê ma-hê rị đà-dựng. 27.Cu rô cu rô yết mông, 28.Độ rô độ rô phật xà da đế 29.Ma ha phật xà da đế 30.Đà ra đà ra. 31. Địa rị ni. 32.Thất Phật ra da. 33.Giá ra giá ra. 34 Mạ mạ phạt ma ra 35.Mục đế lệ. 36.Y hê di hê. 37.Thất na thất na 38.A ra sâm Phật ra xá rị. 39.Phạt sa phạt sâm. 40.Phật ra xá da. 41.Hô rô hô rô ma ra. 42.Hô rô hô rô hê rị 43 Ta ra Ta ra. 44.Tất rị tất rị. 45.Tô rô tô rô. 46.Bồ-đề dạ Bồ đề dạ. 47.Bồ đà dạ Bồ-đà dạ. 48.Di-Đế rị dạ. 49.Na ra cần trì. 50 Địa rị sắt ni na. 51.Ba dạ ma na. 52.Ta bà ha. 53.Tất đà dà. 54.Ta bà ha. 55 Ma ha tất đà dạ. 56.Ta-bà-ha 57.Tất đà dụ nghệ. 58.Thất bàn ra dạ. 59. Ta - bà - ha. 60. Na - ra - cần - trì. 61. Ta - bà - ha. 62 Ma - ra na - ra. 63. Ta - bà - ha. 64 Tất ra tăng a mục khê da. 65 - Ta bà ha. 66 Ta - bà ma - ha a - tất đà dạ. 67. Ta - bà - ha. 68. Giả - kiết ra a - tất - đà - dạ, 69. Ta - bà - ha. 70. Ba đà-ma yết tất đà dạ. 71. Ta - bà - ha. 72. Na - ra cần trì bàn già ra da. 73 Ta bà - ha. 74. Ma - bà - rị thắng yết ra dạ. 75. Ta - bà - ha . 76. Nam - mô Hắt ra đát na đa ra dạ da. 77. Nam - mô A - rị - da. 78. Bà - rô - kiết - đế. 79. Thước bàn ra dạ. 80. Ta - bà - ha. 81. Ấn tất điện đô. 82. Mạn - đa - ra. 83. Bạt- đà-da. 84. Ta - bà - ha.

Đại Bồ-đề 大 菩 提 Mahâ — Bodhi (scr.)

Đạo lớn, sự Giác lớn. Đạo của Phật đối với đạo của Thinh-văn, Duyên - giác, kêu là *Đại Bồ-đề*. Nghĩa là đức vô lậu của hai Thừa là đạo chẳng lớn ; đức vô-lậu Huệ của Phật là Đạo mới lớn vậy.

Đại Bồ-tát 大 菩 薩 Bodhisattva — Mahâsattva (scr.)

Vị Bồ - tát lớn.Bồ-tát có vị lớn, vị nhỏ : Bồ-tát sơ tâm là nhỏ, Bồ - tát thâm - hạnh là lớn. Đại Bồ - tát cũng kêu trọn theo Phạn là *Bồ - tát Ma - ha - tát* (Bodhisattva - Mahâsattva). (Xem : *Bồ - tát*).

Đại-bổn 大 本 Amitabha — Vyũha — Sûtra (scr.)

Bổn kinh lớn. Tức là bổn *Vô - lượng - Thọ Kinh*. Người phái Thiên - thai và phái Tịnh - độ có trì tụng ba bổn kinh nầy :

1.) *Vô - lượng - Thọ kinh* (Amitabha-vyũha-sûtra hay Amitayus--sûtra) giảng về hạnh - nguyện của Phật A - di - Đà.

2.) *A - Di - Đà Kinh* (Sukhavati-Vyũha-sûrta) giảng về cõi Tịnh.

độ của đức Phật A - Di - Đà.

3.) *Quán Vô - lượng - Thọ Phật Kinh* (Amitayus - dhyāna - sûtra) giảng về 16 phép niệm Phật để vãng sanh về cõi Cực-lạc.

Trong ba bổn Kinh ấy, *Vô - lượng - Thọ Kinh* và *A - Di - Đà kinh* thì đồng nghĩa, nhưng vì bổn *Vô - lượng Thọ kinh* lớn hơn, nên người - ta gọi là *Đại - bổn* ; còn bổn *A - Di - Dà Kinh* thì nhỏ hơn, nên chư tu - hành gọi là *Tiểu - bổn*.

Đại Ca-Diếp 大 迦 葉 Mahâ — Kaçyapa (*scr.*)

Ngài Đại Ca - Diếp, tức là Ma - ha - Ca - Diếp, một vị đại đệ - tử trong mười vị đại đệ - tử của Thế - tôn. Ngài Đại Ca - Diếp được Phật khen là giữ hạnh Đầu - đà (tu khổ - hạnh) đệ nhứt. Và chừng Phật tịch, ngài Ca - Diếp lên nắm quyền Giáo - hội Tăng-già, làm Sơ - tổ nối truyền cái Đạo Pháp của đức Phật.

(Xem : *Ma - ha Ca - Diếp*)

Đại-chúng 大 衆 Mahasamgha (*scr.*) .— Grande communauté (*fr.*)

Một nhóm đông người tu học. Do tiếng Phạn là *Ma - ha tăng - già* 摩訶僧伽 (Mahasamgha) dịch ra *Đại - chúng* hay là *Đa chúng*. Chúng nghĩa là đông người, khác với ba, bốn người.

(Xem : *Chúng*)

Đại Dâm-giới 大 婬 戒

Giới - cấm lớn : sự Dâm dục. Đối với ông sư (tỳ - kheo) và bà sư (tỳ - kheo - ni) là người đã thọ Cụ - túc - giới, thì *sự dâm-dục* là tội phạm lớn nhứt và đứng đầu, cho nên kêu là *Đại Dâm-giới*. Ấy là giới thứ nhứt trong Bốn *Ba - la - di* của Tỳ - kheo, và cũng là giới thứ nhứt trong tám *Ba - la - di* của Tỳ-kheo-ni. Cũng viết : *Dâm - giới*. *Dâm*, dịch theo Phạn là : *Phi-phạm-hạnh* (Chẳng phải hạnh trong sạch) , là vì một khi nhà sư đã gần - gũi với đờn-bà, thì kể là chẳng giữ hạnh trong sạch. Trái lại, nhà sư hằng giữ mình trong sạch, chẳng có vợ, chẳng phạm đều dâm dục nào với người ta, thú vật, quỉ, thần, thì được xưng là *Phạm-hạnh, Tịnh-hạnh* . Và nhà sư nào chẳng bao giờ làm chuyện dâm với đàn bà, cho đến trong ý cũng chẳng khởi lòng dâm, lòng tríu, thì đáng gọi là *Tịnh - hạnh cụ - túc*.

Đại Diệm Kiên (Phật) 大 猷 肩 (佛) Ma-

-hârkiskanda (Bouddha) (*scr.*)

Một đức Phật Như - lai, quốc - độ của ngài ở về phương Nam đối với cõi Ta - bà.

Hồi đức Phật Thích-Ca giảng kinh A - Di - Đà, đức Đại-Diệm kiên Phật và vô số chư Phật ở phương Nam có tỏ lời khen Phật Thích-Ca và khuyên chúng - sanh nên tin kinh A - Di - ĐÀ. Đại - Diệm Kiên Phật cũng là một đức Phật Như - lai, quốc - độ ở về phương Thượng đối với cõi Ta - bà (theo quyển *A Di-Đà kinh*)

Đại-đạo 大 道

Đạo lớn. Tức là *Phật - đạo*, Đạo - lý to lớn, sâu xa, thâm diệu của Phật. Cũng có nghĩa : *Đại-thừa.* Như : Ngài Cầu - Danh Bồ - tát tuy giải - đải và ham lợi - dưỡng, danh - vọng, thế mà có thiện - căn, được thấy vô . số Phật, cúng dường chư Phật, tùy thuận mà thi - hành *Đại-đạo*, có đủ sáu hạnh Ba - la - mật, được thấy Phật Thích - Ca và sẽ thành Phật, hiệu là Di - Lặc.

Đại-đạo lại có nghĩa ; Đại - giác, Đại Bồ - đề. Tu thành *Đại-đạo* tức là tu thành Phật .

Đại Đạo tâm 大 道 心 : ấy là bực Bồ - tát. Viết trọn theo Phạn : Bồ - tát Ma - ha - tát, dịch ra *Đại - đạo tâm*. Bực đem hết tâm - lực mà cầu Đại - đạo, quyết thành Phật.

Đại-Đạo-sư 大 道 師 Nayaka (*scr.*) .— Grand Conducteur (*fr.*)

Đạo - sư hay *Đại - Đạo - sư*, ông thầy tài đức lớn lao, chỉ dắt đường lối cho chúng - sanh trong ba cõi để đến nơi Giải thoát. Ấy là một danh hiệu của Phật.

Khi đức Thích - tôn mới giáng-sanh, ông tiên A - tư - Đà (Asi-ta) có mách rằng nếu về sau ngài ở tại nhà thì sẽ làm bực Chuyền luân thánh vương, còn nếu ngài ra đi xuất - gia thời sẽ làm đến bực *Đại - Đạo - sư.*

Qui - nguyên trực - chỉ : Có Phật Thích - Ca là *Đại-Đạo-sư*, ngài chỉ cõi thanh - tịnh, tức là An-lạc quốc ; Phật A - Di - Đà là Tịnh - độ-sư.

Đại-địa 大 地

Địa-vị cao lớn. Có tất cả Mười Địa vị cao lớn, nên kêu là *Thập*

Đại Địa.

Bồ-tát, từ Kiến-đạo trở lên, phân ra làm Mười Địa-vị (Thập Địa). Vì là địa-vị cao nên kêu là *Đại-Địa.*

Đại-Điên (Thiền-sư) 大 顚 (禪 師)

Một vị Cao-tăng người Tàu, đời nhà Đường, thế kỷ thứ chín. Ngài tu ở chùa Linh-sơn, xứ Triều-châu.

Ngài có công lớn trong việc nâng đỡ đạo Phật, là làm cho một bực văn-tài đệ nhứt về Nho-học thuở ấy là Hàn-Dũ qui ngưỡng Phật pháp. Trước khi gặp *Đại-Điên Thiền-sư*, Hàn-Dũ từng dâng sớ lên vua Hiến-tông (806-820) mà công-kích đạo Phật, nhơn đó Hàn-Dũ bị đày. Sau gặp ngài *Đại-Điên* đủ ngài giảng giải cho nghe, Từ đó Hàn-Dũ sùng mộ, lại còn tuyên truyền đạo Phật nữa.

Đại-đức 大 德 Bhandanta (*scr.*) Daitoku (*jap.*).— Révérend, Vénérable (*fr.*)

Tiếng dùng để xưng mấy nhà tu hành, nhứt là mấy ông sư bực Tỳ-kheo. Giữa chư Tỳ-kheo, ông nầy kêu ông kia là *Đại-đức.* Người tu tại-gia, khi nói chuyện với người tu xuất-gia, cũng xưng là *Đại-đức*, tức là người có phước đức nhiều, đạo-hạnh cao.

Đại - Giác 大 覺 Le Grand Illuminé (*fr.*)

Bực Giác-ngộ lớn - lao, hoàn toàn. *Đại-giác* tức là Phật. Chữ Phật, Phật-đà (Bouddha) là tiếng Phạn, dịch ra : *Đại-giác.*

Bực phàm-phu thì còn mê, lầm, chẳng giác ngộ. La-hán, Duyên-giác và Bồ-tát đều là những bực đắc đạo, song sự giác-ngộ chẳng bằng Phật. Chỉ có Phật là thành thật giác - ngộ, sự sáng suốt tỉnh táo của Ngài cùng tột, hoàn-toàn, cho nên kêu là *Đại-giác.*

Trong các hàng giác - ngộ mà đắc Đạo, La-hán và Duyên-giác thì tự giác mà chẳng giác tha , tự độ lấy mình chớ chẳng độ được chúng - sanh. Bồ-tát thì vừa tự giác vừa giác-tha, nhưng mà sự giác-ngộ ấy chưa đầy đủ. Chỉ có Phật là tự giác và giác t ha trọn vẹn, cho nên chỉ gọi Phật là *Đại-giác* mà thôi.

(Xem : *Giác.*)

Địa-Tạng Kinh phẩm nhứt: Phật danh *Đại-giác*, cụ nhứt thiết trí (Đức Phật hiệu là *Đại-giác*, Ngài có đủ hết thảy trí, tức là cái Trí hiểu biết tất cả).

Đại - hà 大 河 Grand fleuve (*fr.*)

Sông cái, sông lớn. Tiếng thí dụ đề gọi chốn Sanh-tử (Luân-hồi).

Niết-bàn Kinh: Những kẻ ngoại-đạo ấy, trôi-giạt chìm-đắm nơi *Đại-hà* là dòng Sanh-tử vô-biên, thế mà họ lại lìa xa bực Vô-thượng Thuyền-sư (Phật) ! . . .

Đức Phật đã tự mình qua khỏi vô-biên Sanh-tử *Đại-hà*, lại còn khiến cho chúng-sanh đều được qua khỏi nữa. Cho nên gọi ngài là Vô-thượng-Sư. —

Đại-hà lại là tiếng thí-dụ đề gọi *phiền não*, như nói: *Phiền não đại-hà*.

Niết - Bàn kinh, quyền 23 có giải : Tại sao Bồ - tát quán-tưởng rằng phiền - não nầy giống như *đại - hà* ? Giả như có một con sông cái kia, dòng nước chảy mau như ngựa chạy, có thề lôi cuốn con tượng tơ (hương - tượng) . Dòng sông cái phiền-não cũng như vậy ; nó có thề lôi cuốn tới bực Duyên - giác. Vì vậy cho nên Bồ - tát quán-tưởng rằng phiền não giống như *đại - hà*. Vì con sông ấy *rất sâu*, khó mà dụng tới đáy, cho nên kêu là *hà* (sông cái) ; không thề lội tới bờ, cho nên kêu là *đại* (lớn). Dưới sông ấy, có nhiều thứ ác-ngư (cá *độc*). Cảnh *phiền não đại-hà* cũng như thế. Chỉ có Phật và Bồ-tát mới dụng tới đáy mà thôi, cho nên kêu là *rất sâu*. Và chỉ có Phật và Bồ-tát mới lội tới bờ mà thôi, cho nên kêu là *lớn*. Trong cảnh ấy, có nhiều thứ hại những chúng-sanh si mê, cho nên kêu là *cá độc*. Vì vậy cho nên Bồ - tát quán tưởng rằng phiền não giống như *Đại-hà*.

Đại-hải Océan 大 海 *(fr.)*

Biền lớn. Cũng viết **Cự-hải.**

Theo «**Hoa Nghiêm kinh sớ**» phần thứ 14, *Đại - hải* có đủ mười tướng : 1. Lần lần sâu thêm, 2. Chẳng thọ tử - thi, 3. Nước các chốn khác ra đến đó thì mất tên, 4. Toàn cả đồng một mùi nếm (vị), 5. Có chẳng biết bao nhiêu là trân-bảo, 6. Không ai dò tới đáy, 7. Rộng lớn không lường, 8, Thân lớn, vật lớn thì ở đó, 9 Nước triều chẳng quá hạn. 10. Mưa lớn bao nhiêu đều rút hết.

Đại-hải chúng 大 海 衆

Chúng Biền cả. Tiếng dùng đề *gọi chư Tăng, các nhà tu-hành*. Mọi dòng nước đều chảy ra Biền, đồng có một vị mặn của muối ; bốn dòng họ ở Ấn-độ, xuất-gia, tu học đều đồng một vị, dường như Biền vậy, kêu là *Đại hải chúng*. Lại là nghĩa chúng tu nhiều như nước ở biền cả, sâu rộng khó lường, cho nên kêu là *Đại - hải chúng*.

Đại-hỷ 大 喜

Tức là *Đại-hỷ tâm*. Lòng vui vẻ, đức vui vẻ quảng-đại của Phật, Bồ-tát. Ấy là đức thứ ba trong bốn đức vô-lượng, *Tứ vô-lượng*.

Đại-hỷ nghĩa là : vui vẻ với tất cả chúng-sanh. Ai đến với mình mình cũng vui vẻ ; gặp ai, mình cũng vui vẻ ; biết ai làm phải, làm lành, tu các đức-hạnh, mình tỏ lòng vui vẻ.

Đại hòa - thượng 大 和 尚

Hoà-thượng là tiếng xưng ông thầy sãi thọ đủ giái, đứng ra che chở, dìu dắt cho hàng mới xuất-gia ; còn *đại hoà-thượng* là bực hòa thượng đức cao, tuổi lớn.

Đại hỏa 大 火

Lửa lớn, lửa dữ gây tai hại cho người và vật. Tức là ngọn lửa mà mình không kềm chế được. Lửa là có ích, như dùng để nấu ăn nấu uống, để hơ cho ấm, để thắp cho sáng. Nhưng không kềm chế được để nó bùng ra, thành ra *đại-hỏa* thì rất nguy hại. Lửa dữ có ba thứ :

1.- *Lửa quả-báo* tức là lửa có hình-tướng mà mình xem thấy, từ nơi Địa-ngục đến cảnh Sơ-thiền. Ở nơi Địa-ngục, lửa đốt tội nhơn. Ở cảnh Ngạ-qui, lửa hiện ra cho loài qui đói ăn nhằm mà phỏng miệng, thiêu thân. Ở cảnh Súc-sanh thì chúng bị lửa thiêu đốt nấu nướng. Ở đường Tu-la cũng bị *đại-hỏa* mà nguy thân. Loài người, bị nạn *đại-hỏa* mà cháy thân-thể, nhà cửa, xóm làng, thành thị. Cho đến chư tiên ở cảnh Sơ-thiền thiên cũng không tránh khỏi nạn đại-hỏa, nhứt là về lúc mạt-kiếp.

b) *Lửa ác-nghiệp* tức là sức đốt phá của những việc làm xấu xa do nơi tâm-ý, lời nói và thân thể tay chơn ; thiêu hủy những công-đức của chúng-sanh.

3) *Lửa phiền - não* là sức nung - đốt của các dục vọng của chúng-sanh, tức là lửa tham-ái, lửa sân - hận, lửa ngu si.

Trong Diệu pháp-Liên hoa kinh về phẩm Phổ-môn có chép : Như ai trì niệm danh-hiệu của ngài Quan-thế-Âm, nếu có vào trong lửa lớn (*đại-hỏa*) thì lửa chẳng có thể đốt cháy ; ấy nhờ sức oai thần của đức Bồ-tát vậy.

Đại-Huệ (Bồ-tát) 大 慧 (菩 薩) Mahâmati (*scr.*)

Một đức Bồ-tát. *Âm theo Phạn : Ma-ha Ma-đề (Mahâmati).* Đức Đại-Huệ Bồ-tát có bạch Phật xin giải bày học-thuyết của đạo Phật và nguồn gốc của đạo Phật.

Đại huệ đao 大 慧 刀 Sabre de grande In--telligence (fr.)

Gươm (dao) đại trí-huệ.

Gươm là biểu-hiệu của Trí-huệ. Về đạo Phật, người ta dùng cái Trí-huệ lớn mà chặt dứt ái tình và các sự lầm-lạc, cũng như người ta dùng dao bén mà chặt đồ, cho nên gọi là *Đại-huệ đao.*

Đại-hùng 大 雄 Grand Héros (fr.)

Đấng Đại-hùng. Đó là đức-hiệu của Phật. Phật có sức lớn, hàng phục được bốn loại ma, cho nên kêu là *Đại-hùng.* (Về bốn loại ma, xem : *tứ ma*).

Đại y 大 衣 Samghati (scr.)

Áo lớn. Trong ba thứ áo của nhà sư, thì áo tăng-già-lê là lớn hơn hết, nên kêu là *Đại-y.* (Xem : *Tăng-già-lê*).

Đại-y 大 醫 Grand Médecin (fr.)

Ông thầy thuốc đại-tài. Cũng viết : *Đại - y vương, Lương-y, Đại lương-y.* Tiếng tỷ - dụ đề xưng Phật, Bồ-tát.

Tỷ như vị *Đại-y,* biết rõ bệnh-căn của người đời và biết thuốc để trị bệnh, hễ dạy bệnh nhơn dùng thuốc gì thì tự nhiên dứt bệnh.

Phật và Bồ-tát cũng như thế. Các ngài biết rõ bệnh căn là phiền não và biết thuốc để trị phiền não bệnh là pháp - giáo ; hễ dạy chúng-sanh thọ pháp nào, thì tự nhiên dứt phiền não. Vì vậy nên xưng Phật. Bồ-tát là *Đại-y.*

Tỷ như vị *Đại-y* thấy người đời vướng ba thứ bệnh : phong bệnh, nhiệt-bệnh, thủy-bệnh. Đối với kẻ bị phong-bệnh, thì dạy dùng thuốc có chất tô (beurre), chất dầu. Đối với kẻ bị nhiệt-bệnh, thì dạy dùng thuốc có chất đường táng (thạch-mật). Đối với kẻ bị thủy bệnh, thì dạy dùng thuốc nước gừng.

Phật và Bồ-tát cũng như thế. Các ngài thấy phàm-phu chúng-sanh vướng ba thứ bệnh : tham-dục, sân-nhuế ngu-si. Đối với chúng-sanh bị bệnh tham-dục, các ngài dạy phép quán tưởng cái cốt-tướng (thi thể hư nát). Đối với chúng-sanh bị nhuế, sân-nhuế. các ngài dạy phép quán-tưởng Từ-bi. Đối với chúng-sanh bị bệnh ngu-si (vô-minh), các ngài dạy phép quán tưởng Thập nhị nhơn-duyên. Nhờ vậy mà hết bệnh. Cho nên đối với chúng-sanh, Phật và Bồ - tát là *Đại-y, Lương-y, Đại-y vương.*

Đại-y-vương 大 醫 王

Vua thầy thuốc lớn. Ấy là tiếng tỷ-dụ tôn xưng bực Phật, bực Đại Bồ-tát.

Phật là bực cao tài, biết bệnh-căn của chúng-sanh, nên trị cho lành, vì vậy nên gọi Ngài là bực *Đại-y-Vương.*

Bệnh-căn của chúng-sanh có hai : thân và tâm. Mà tâm-bệnh thị nhiều hơn thân-bệnh. Phật tùy tiện mà dùng phương pháp đề trị cho lành.

Đại khiếu địa-ngục 大 叫 地 獄

Địa - ngục la lớn. Đó là một ngục trong tám địa-ngục lớn. Lại kêu là *Đại khiếu-hoán địa-ngục* (địa - ngục kêu la lớn). Nghĩa là ngục tốt đã đem kẻ tội đun sôi nấu nướng rồi, gió nghiệp thời cho sống lại, rồi lại bắt bỏ vô lò sắt nóng ung hơ nữa, đau đớn cực quá, cất tiếng la lớn, cho nên đặt tên ngục vậy.

Đại-khổ 大 苦 Mahâ — Duhkha (*scr*). — Grande douleur (*fr* .)

Nỗi khổ to tớn.

Sự hoạn nạn lớn lao, làm cho người ta rầu-buồn, đau đớn thái quá. Như nói : người ta nhìn thấy cảnh lao-ngục buộc trói giam-cầm, gông cùm xiềng xích, mà cho là *đại-khổ.*

Sự khổ chánh đại, do nơi đó mà sanh nảy vô-số sự khổ khác. Như nói : *Bát khổ* (Tám nỗi khổ) đều là *đại-khổ.*

Đại-Không 大 空 Grand Vide (*fr*)

Cảnh không lớn. Ấy là cảnh không-tịch rốt ráo của Đại-thừa. Còn cảnh *không* thiên-lệch (khư khư chấp *không* một cách thiên - lệch) của Tiểu-thừa, kêu là *thiên-không.* Vậy *Đại-không* đối với *thiên-không. Đại-không* cũng kêu là *Không,* tức là Niết-bàn của Đại-thừa vậy. (Xem: *Không*).

Đại-không là một trong *Thập-bát không,* tức là các phương

Đông, Tây, Nam, Bắc và Trung-ương đều chẳng thật, tất cả đều là *Đại-không*.

Đại-không chiến-cụ 大 空 戰 具 : Đồ đánh giặc của Đại-Không. Tức là những chày kim cang và các món võ khí mà các lực sĩ ở cảnh người và ở cảnh thần tiên dùng để bảo hộ Phật - pháp.

Những chiến-cụ không có hình thể mà người đời nhận thấy (vô-tướng chiến-cụ), cũng kêu là *Đại-không chiến-cụ*.

Lại những chiến-cụ do cái Trí đại-không (Trí thần thông đắc lý Đại-không) xuất hiện, cũng kêu là *Đại-không chiến-cụ*.

Đại-không tam-muội 大 空 三 昧 : Phép đại-định về Đại-không. Tức là phép *Tam Tam-Muội* : 1') Không tam-muội (Phép định xét về lẽ Không, Vô ngã), 2') Vô-tướng tam-muội (Phép định xét về không có tướng để tiện việc diệt, tịnh, diệu, ly) ; 3') Vô-nguyện tam-muội (cũng kêu : *Vô-tác tam-muội, vô khởi tam-muội*, phép định để dứt tạo ra các nhơn-duyên hữu-lậu).

Đại Kiếp 大 劫 Mahâkalpa (*scr*).— Grand kalpa (*fr.*)

Một kiếp lớn. Đối với Tiểu Kiếp và Trung kiếp.

Một Đại Kiếp có bốn lần Trung kiếp. Tính ra có đến 1.344.000.000 năm.

Muốn tính cho đầy đủ thì nên tính như vầy :

Một Đại kiếp, tức là một thời kỳ thành và hoại của một tam thiên đại thiên thế-giái. Một Đại-kiếp có bốn trung kiếp, tức là bốn thời-kỳ : Thành kiếp, Trụ kiếp, Hoại kiếp, Không kiếp. Một Trung kiếp có hai chục Tiểu kiếp, vậy một Đại kiếp có 80 Tiểu kiếp. Một Tiểu kiếp có hai thời : thời giảm và thời tăng. Thời giảm khởi đầu từ thọ-mạng của người-ta lâu được 84.000 năm, rồi cứ mỗi một trăm năm giảm đi một năm, giảm mãi đến khi thọ-mạng của người ta chỉ còn có 10 năm. Hết cái khoảng trăm năm mà người ta chỉ sống có 10 năm. thì sang thời tăng. Bắt từ đây trở đi, cứ 100 năm lại tăng lên một năm, tăng mãi đến khi thọ - mạng của người-ta lâu được 84.000 năm như lúc đầu. Vậy thì :

Mỗi thời giảm hay mỗi thời tăng có :

(84.000 — 10) x 100 = 8.399.000 năm.

Mỗi Tiểu kiếp (hiệp lại là 1 thời giảm với 1 thời tăng) có : 8.399.000 x 2 = 16.798.000 năm.

Mỗi Trung kiếp có : 16.798.000 x 20 = 335.960.000 năm.

Mỗi Đại kiếp có : 335.960.000 x 4 = 1.343.840.000 năm

Hết một Đại-kiếp thì hết một tam thiên đại thiên thế-giới. Rồi thì một cõi tam thiên đại thiên khác lại thành ra Cứ luân chuyển như vậy mãi.

Đại-lạc 大 樂

Sự vui sướng lớn. Tức là sự vui sướng của Phật, Bồ-tát, sự vui sướng hoàn toàn trong sạch, chẳng có một mảy phiền-não, đau khổ. Cũng kêu : *Thường-lạc.*

Ấy là một đức trong bốn đức của Niết-bàn : Đại-thường. *Đại-lạc*, Đại-ngã, Đại-tịnh (hay Th'rờng, *Lạc*, N'gã, Tịnh).

Đại-lạc của Phật, của Niết-bàn có bốn đức-tánh, *tứ lạc* :

1.) Đoạn trừ các mối lạc (vui sướng) của phàm-phu, vì nếu chẳng đoạn trừ các mối vui sướng ấy thì vẫn còn khổ náo.

2.) Được cái Đại tịch-tĩnh, sự yên lặng to lớn, chẳng có một mảy náo động.

3) Hiểu biết tất cả.

4.) Thân chẳng hư hoại, dường như chất kim - cang, tức là chẳng phải cái thân phiền não, cái thân vô-thường.

Đại-Lạc-Thuyết (Bồ-tát) 大 樂 說 Mahâpratibhâna (scr.)

Tức là một đức Bồ-tát rất ưa thuyết pháp, thuyết pháp một cách vui vẻ không chán. Ngài là một bực Đại Bồ-tát, Bồ-tát du-hành. Ngài có đến nghe đức Phật Thích-Ca diễn kinh « Diệu-Pháp liên-hoa ».

Sau khi đức Phật Thích-Ca hỏi: Về sau nầy có ai lãnh phần tuyên truyền kinh Diệu-Pháp liên-hoa,—thì đức Dược-Vương Bồ-tát và đức *Đại-Lạc-Thuyết* có đứng ra mà lãnh phần hộ trì và giảng giải Kinh ấy; dầu cho xả bỏ thân mạng, hai ngài cũng không nao.

Đại-Lực (Bồ-tát) 大 力 (菩 薩) Mahâvikramin (scr.)

Sức lực thần-thông lớn,

Một đức Bồ-tát du-hành. Ngài có hiện lại nghe đức Phật Thích-Ca diễn Kinh Diệu-Pháp liên-hoa.

Đại-mãn Ca-lâu-la vương 大 满 迦 樓 羅 王 Mahâpûrna (*scr.*), Roi des Garudas *(scr.)*

Một vị vua trong loài Ca-lâu-la (scr.: Garudas), tức là loài chim thần cánh vàng.

Hồi đức Phật sắp diễn kinh Diệu-pháp Liên-hoa, *Đại-mãn Ca-lâu-la vương* với ba vị vua khác trong loài Ca-lâu-la, mỗi vị đều có dắt theo rất nhiều quyến-thuộc Ca-lâu-la, hiện lại núi Kỳ-xà-quật mà dự nghe Phật thuyết pháp.

*(*Xem : Ca-lâu-la.*)*

Đại Mục-kiện-Liên 大 目 犍 連 Mahả Maud- -galyâyana (*scr.*)

Một vị Đại đệ-tử của Phật, tên là *Mục - Kiện - Liên.* Vì là một vị Đại-đức, thần thông đệ-nhứt trong hàng đệ-tử của Phật, nên được xưng là *Ma-ha Mục-Kiện-Liên* tức *Đại Mục-Kiện-Liên.*

*(*Xem : *Mục-Kiện-Liên.*)*

Đại-ngã 大 我

Cái Ta to lớn. Ấy là cảnh Niết-bàn mà Phật chứng được. Cũng viết : *Chơn-ngã, Thật-ngã.* Đối với : *Bổn-ngã, Vọng-ngã.*

Phật đắc tám đức Tự-tại (*Bát Tự-tại*), rời khỏi mọi sự hệ lụy ; đối với muôn pháp, hằng được tự-tại, đó tức là Đại Niết-bàn, tức là *Đại-ngã,*

Đại-ngã cũng kêu tắt *Ngã.* Trọn bộ Niết-bàn kinh hay luận về lý *Đại-ngã* ấy, và sở trường về bốn lý : Thường, Lạc, *Ngã,* Tịnh.

Niết-Bàn Kinh, quyển 23 : Tại sao lại gọi là Đại Niết-bàn ? Vì có cái *Đại-ngã,* cho nên kêu là Đại Niết-bàn. Niết-bàn là vô-ngã (chẳng có cái bổn-ngã riêng biệt, hẹp hòi), nhưng vì có cái đức Đại Tự-tại, cho nên kêu là *Đại-ngã.*

Đại-nguyện 大 願

Sở nguyện lớn. Lòng nguyện cho chúng-sanh đều thành Phật. Lại là lòng của Phật, của Bồ-tát, muốn cứu-độ tất cả chúng-sanh. Lòng muốn đó rất lớn, phổ cập tất cả chúng-sanh, cho nên kêu là *Đại-nguyện.*

Đại-nguyện cũng kêu là *Nguyện-vương*. Như 48 điều nguyện của đức Phật A-Di-Đà hồi làm vị Tỳ-kheo tên là Pháp-Tạng, 12 điều nguyện của Phật Dược-Sư Lưu-ly-Quang hồi còn làm Bồ-tát, đều là *đại-nguyện*.

Đại Nhẫn thế-giới 大 忍 世 界 Saha (*scr.*)

Thế-giới cả nhịn, tức là cõi *Ta-bà thế-giới* vậy, bởi vì ở cõi ấy, khổ-não rất nhiều ; thế mà Phật và Bồ-tát nhịn được, chịu giáng xuống cõi ấy chớ không chịu lìa, vì vậy nên chư Phật gọi cõi Ta-bà là *Đại-Nhẫn thế-giới*.

Ở cõi Ta-bà, chúng-sanh phần nhiều là độc ác, đất đai nhiều nơi chẳng yên tịnh, những ai nhẫn tâm lắm mới ở đó mà tu hành được, mà hóa độ được, cho nên cõi ấy gọi là *Đại-nhẫn thế-giới*.

(Xem : *Ta-bà thế-giái*.)

Đại nhiệt địa-ngục 大 熱 地 獄

Địa-ngục nóng lớn. Đó là một nơi ngục trong tám địa-ngục lớn. Lại kêu là *Đại-nhiệt-đại địa-ngục* (địa-ngục lớn nóng quá), lại kêu là *Đại-thiêu trích địa-ngục* (Địa-ngục đốt nướng lớn). Nghĩa là ngục-tốt đem kẻ tội kia đặt vô trong thành sắt, buông lửa dữ đốt thành, trong ngoài đều đỏ, mà hơ nướng nó đi. Lại có hầm lửa, lửa cháy rực rỡ, hai bờ hầm ấy lại có núi lửa, bắt kẻ tội kia xiên trên cây xoa sắt, đặt vô trong lửa, da thịt cháy xém, đau khổ muôn phần.

Đại-nhựt-kinh 大 日 經 Mahâvairocanabhis--sambodhisûtra (*scr.*).— Dainichikyô (*jap.*)

Kinh chỉ rõ cõi Liên-hoa-tạng thế-giới của đức Đại-Nhựt Phật (Ma-ha Tỳ-lư-già-na, Đại Tỳ-lư-già-na : Mahavairocana), do đức Phật Thích-Tôn thuyết.

Đại Nhựt Kinh là một bộ kinh căn-bổn của *Chơn-ngôn-tông* (Mật tông, Du-chỉ-tông) giải rõ giáo-lý ẩn mật, chỉ cho các nhà tu hành vào vòng hào quang của đức Đại Nhựt Phật bằng ba sự tu trì, Thân, Ngữ, Ý.

Đại-Nhựt Như-lai 大 日 如 来 Mahavairo--cana (*scr.*).— Đại Niti Niorai (*jap.*)

Theo phái Mật-giáo, thì đức *Đại-Nhựt Như-lai* bao gồm và thay thế cho tất cả các đức Phật. Đức Thích-Ca Như-lai cũng làm một với đức *Đại-Nhựt-Như-lai*.

Đức *Đại-Nhựt Như-lai* có đủ năm cớ Trí nầy: 1. Trí ngài bao gồm Pháp giới; 2. Trí ngài thấy ra các chúng-sanh trong mười cõi; 3. Trí ngài trông ra các chúng-sanh một cách bình-đẳng; 4. Trí ngài có thể phán đoán và mách bảo một cách đúng đắn; 5. Trí ngài có thể thi hành các đều thiện.

Hào quang của đức *Đại-Nhựt Như-lai* biến chiếu khắp cả, nên người ta cũng gọi tên ngài là *Biến-chiếu Như-lai*; lại cũng gọi ngài là *Tối-cao-hiền-quảng-nhãn-tạng Như-lai*,—*Thường-trụ tam thể diệu-pháp thân Như-lai*. Tên ngài viết theo phạn: *Ma-ha-tỳ-lư-già-na* (Mahavairocana), *Tỳ-lư-già-na* (Vairocana).

Đại Niết-bàn 大 涅 槃 Mahâ — Pari — Nir- -vâna (*scr.*) Nirvana définitif ou final (*fr.*)

Đại Niết-bàn đối với *Niết-bàn*.

Đại Niết-bàn là cảnh vui sướng to lớn, cảnh giải thoát, yên nghỉ hoàn toàn của Phật Như-lai. *Niết-bàn* là cảnh vui sướng nhỏ hẹp, cảnh giải thoát, yên nghỉ tạm thời của chư La-hán, vì các ngài còn trở xuống trần mà tu cho đến đắc quả Như-lai, đắc *Đại Niết-bàn*.

Đại Niết-bàn là lý thể Đại-thừa.

Niết-bàn là lý thể của Tiểu-thừa. Những vị Thinh-văn(La-hán) và Duyên-giác chẳng có những đức Đại-từ, Đại-bi, Đại-hỷ, Đại-xả, nên chỉ đắc *Niết-bàn* thôi. Còn chư Bồ-tát tu bốn đức ấy, chư Phật có đủ bốn đức ấy, cho nên đắc *Đại Niết-bàn*.

Hạng Tiểu-thừa tu tam-học (Giới, Định, Huệ) nên đắc *Niết-bàn*. Hạng Đại-thừa tu Lục độ (Bố-thí, Trì-giới, Nhẫn-nhục, Tinh-tấn, Thiền-định, Trí-huệ) nên đắc *Đại Niết-bàn*.

Hạng Tiểu-thừa chỉ tu Vô-thường, Vô-lạc, Vô-ngã, Vô-tịnh nên đắc *Niết-bàn*. Hạng Đại-thừa tu Thường, Lạc, Ngã, Tịnh, nên đắc *Đại Niết-bàn*. (Xem : *Niết-bàn*.)

Đại Niết-bàn kinh 大 涅 般 經 Mahâ — Pari — Nirvâ- -na — Sûtra (*scr.*).— Mahâ Pari — Nirvana Sutta (*p.*).— Le Livre de la Libération définitive (*fr.*)

Một bộ kinh có danh về Đại-thừa mà Phật thuyết trước khi nhập diệt, kinh ấy sở trưởng về bốn đức Thường, Lạc, Ngã, Tịnh. Phật dạy rất rành bốn lý ấy đặng cho chư Bồ-tát tu hành Cho đến nhập Đại Niết-bàn.

(Xem : *Đại Bát Niết-bàn Kinh.*)

Đại oai-đức 大 威 德 Mahâtêdjas, Mahâtêd- -jô (*scr.*)

Oai đức lớn. *Oai lớn* thì có *thế phục ác,* tức là dẹp trừ mọi sự tà, ác, cho nên chúng kiêng sợ. *Đức lớn* thì có *công hộ thiện,* tức là hộ trì mọi sự chánh, thiện, cho nên chúng kính mến. Như vậy kêu là *đại oai-đức.* Như *đại oai-đức* của Minh-vương, của Bồ-tát của Ca-lâu-vương.

Niết-bàn kinh : Dầu là nhơn-loại, dầu là thiên thần, những ai thọ trì, đọc tụng kinh Đại-thừa của Phật, rồi chỉ bảo, giảng dạy cho những kẻ khác nghe, tuy là mình không thông đạt hết nghĩa lý sâu kín, chớ mình cũng nhờ đó mà được *đại oai-đức.* Cho nên những ai muốn hại hạng người ấy, thì tự họ bị hại trước.

Đại-Oai-đức, Ca-lâu la Vương 大 威 德 迦 樓 羅 王.— Mahâtêdjas (*scr.*), roi des Garudas (*scr.*) :

Vị vua loài Ca-lâu-la, tên là *Đại-Oai-đức. Ca-lâu-la* (Garudas) dịch nghĩa : *Kim-sí-điểu,* loài chim cánh vàng.

Hồi đức Phật sắp diễn **kinh Diệu-Pháp Liên-hoa,** *Đại Oai-đức Ca-lâu-la vương* với ba vị vua khác trong loài Ca-lâu-la, mỗi vị có dắc theo rất nhiều quyến-thuộc, hiện đến núi Kỳ-xà-quật mà nghe Phật thuyết pháp. (Xem: *Ca-lâu-la.*)

Đại Oai-đức Tạng (Tam-muội)

大威德藏 (三昧).- Mahâtêdjôgarbha (scr.).— L'Essence de la grande Splendeur (fr) Phép đại-định kêu là Đại Oai-đức Tạng.

Ấy là một phép trong nhiều phép Tam-muội của hai vị hoàng-tử Tịnh-Tạng (tiền - thân của Dược-Vương Bồ-tát) và Tịnh-Nhãn (tiền-thân của Dược-Thượng Bồ-tát) có nói trong phẩm Diệu-Trang-Nghiêm bồn-sự (Diệu-Pháp Liên-Hoa-Kinh).

Đại-Phạm 大 梵 Mahā — Brahma (*scr.*)

Hàng Thiên-thần ở cõi trời Sắc-giới (Rūpadhātu). *Đại* (Mahā): lớn. *Phạm* (Brahma): Hàng Thiên-thần thanh-tịnh, dứt đường dâm-dục, ở cõi trời Sắc-giái. Cũng kêu: *Đại-Phạm-thiên.*

Đại-Phạm cũng là tiếng xưng tặng đề gọi ngài Quan-Thế-Âm Bồ-tát.

Đại-Phạm như-ý thiên 大梵如意天 : Tức là *Đại-phạm thiên,* cảnh trời Đại-phạm, Thiên thần Đại-phạm. Chư-Thiên-thần ở cảnh trời ấy có oai-lực đắc mọi sự như ý, tự-tại, cho nên kêu là *Đại-phạm như-ý thiên.*

Đại-Phạm thiên 大梵天 : Có hai nghĩa : Cảnh trời Đại - phạm, Thiên thần Đại-phạm. Lại có khi cũng gọi vị vua cảnh trời ấy là *Đại-Phạm thiên.*

Ở miền *Sơ-thiền thiên,* trong cõi Sắc-giái, có bốn cảnh Phạm-thiên, từ dưới kể lên như vầy :

1) Phạm-thiên hay Phạm-thân-thiên (Brahmakayia)

2) Phạm-chúng thiên (Brahmaparsadya)

3) Phạm-phụ thiên (Brahmapurohita).

4) *Đại-phạm thiên* (Mahâ-Brahma)

(Xem : *Tam-giái*).

Mỗi cảnh trời đều có rất nhiều vị Thiên thần quản trị bởi một vị Thiên vương

Đại-Phạm thiên-vương 大梵天王 : Vị chúa tề cảnh trời Đại-Phạm. Ngài quản-trị cảnh Đại-Phạm thiên và luôn cả ba cảnh Phạm-phụ thiên, Phạm-chúng thiên, Phạm-thân thiên. Và ngài làm chủ luôn toàn cõi Ta-ba Tam-thiên Đại-thiên thế-giái nầy. Người ta cũng gọi ngài là : *Đại-Phạm-vương, Phạm-vương.* Kinh Tàu có chỗ dịch «*Đại-Phạm thiên-vương*» là *Ngọc-hoàng Thượng-đế.*

Như trong cuốn "*Ngọc-hoàng bồn-hạnh*" có nói rõ hạnh-nghiệp của ngài *Đại-phạm thiên-vương* vậy.

Đại-Pháp 大 法 **Mahâdharma** (*sct.*) .— **La Grande Loi** (**Doctrine**) (*fr.*)

Pháp-giáo lớn. Pháp-giáo sâu xa, huyền diệu của Đại-thừa, có sức độ tất cả các hạng chúng-sanh. — Giáo-lý do Phật thuyết ra đề dạy những trang đại-căn, đại-trí — Tiếng xưng tặng Giáo-lý do Phật truyền-bá.

(Xem : *Pháp*).

Đại-Pháp cổ 大法鼓 : Trống Pháp lớn, Đánh trống Pháp lớn.

Tiếng Tỷ-dụ để gọi sức thuyết-pháp cảnh tỉnh của Phật. Cũng như người-ta đánh trống để thức tỉnh bọn ngủ mê, hoặc thúc binh ra trận, Phật trỗi *Đại-Pháp cổ* làm cho chúng-sanh bừng mắt, ra khỏi cảnh mờ mịt sanh tử; làm cho họ dạn dĩ mà diệt trừ giặc phiền-não.

Đại-Pháp Khẩn-na-la vương 大法緊那羅王.— Mahâddhar--ma - Kinnaras - Râdja (scr .) : Một vị vua trong loài *Khẩn-na-la*, tên là *Đại-Pháp*, Khẩn-na-la (scr : Kinnaras) là loài thần có tài tấu nhạc Pháp. Hồi đức Phật sắp diễn Kinh Diệu-pháp liên-hoa tại núi Kỳ-xà-quật, *Đại-Pháp Khẩn-na-la vương* với ba vị vua khác trong loài Khẩn-na la, mỗi vị đều có dắt theo rất nhiều quyến-thuộc hiện đến mà nghe Phật thuyết pháp.

Đại-Pháp loa 大法螺 : Còi ốc Pháp lớn. Tiếng tỷ-dụ để xưng giọng thuyết-pháp, sức thuyết-pháp vang dội của Phật. Còi ốc biển thổi lên vang dội rất xa. Người-ta thổi để làm hiệu-lệnh trong các cuộc đại-lễ, tụ họp, đi đường, lâm trận. Cũng như tiếng còi ốc, tiếng thuyết-pháp của Phật có sức dõng mãnh vang dội khắp nơi. Vì vậy nên nói rằng Ngài thổi *Đại-Pháp loa*.

Đại-Pháp Luân 大法輪 .— Maha-Dharma-chakra (scr).— La Roue de la Grande Loi (fr.) : Bánh xe Pháp lớn. Tức là Giáo-pháp Đại-thừa do Phật thuyết ra để độ cho chúng-sanh mau thành Phật. Cũng như bánh xe lớn thì lăn tới chớ chẳng trở lui, Giáo-pháp Đại-thừa do Phật thuyết thì đưa chúng-sanh lên Phật-đạo, họ chẳng còn thối chuyển đối với quả Phật, cho nên gọi là *Đại-Pháp-Luân*.

Đại-Pháp-Sư 大法師 : Ông Thầy có Pháp lớn, Đạo cả, dùng Pháp lớn mà giáo-hóa cho chúng-sanh. Ấy là tiếng tôn xưng Phật.

Niết-Bàn-Kinh quyển 17. Phật biết hết các pháp, nên gọi ngài là *Đại-Pháp-Sư*, Phật biết hết nghĩa lý của các pháp, nên gọi ngài là *Đại Pháp-Sư*. Phật biết hết các thời buổi, nên gọi ngài là *Đại-Pháp-Sư*. Phật tự biết mình đủ (tri túc), nên gọi ngài là *Đại-Pháp-Sư*. Phật biết lấy mình (biết lẽ Ta), nên gọi ngài là *Đại-Pháp-Sư*. Phật biết rõ Đại-chúng, nên gọi ngài là *Đại-Pháp-Sư*, Phật biết tất cả các tánh-tình của các chúng-sanh, nên gọi ngài là *Đại-Pháp-Sư*. Phật biết căn-cơ lanh-lợi hoặc chậm lụt của chúng-sanh, nên gọi ngài là *Đại-Pháp-Sư*. Phật giảng lý Trung-đạo, nên gọi ngài là *Đại-Pháp-Sư*.

Đại-Pháp-vú (vỏ) 大法雨 : Mưa Pháp lớn. Lời tỷ-dụ để xưng tán sự thấm-nhuần của nền Đại-Pháp do Phật thuyết. Cũng như mưa đổ xuống làm cho các hàng thảo mộc trong rừng núi, trong đồng bái. theo đường sá đều thấm-nhuần mà nảy nở ; Phật thuyết pháp tầm nhuận cho các căn-tánh của chúng-sanh, từ hạng nhỏ thấp. hạng vừa vừa, cho đến hạng cao cả.

Đại phong tai 大 風 災

Tai-họa gió lớn. Đó là một trong ba tai họa lớn ; cuối kiếp khởi lên gió lớn, là cái tai-ách phá hoại cõi Thiền-thiên thứ ba nơi Sắc-giới.

Ba tai họa lớn là : nước. lửa gió, mỗi tai họa giết cả triệu ức chúng-sanh.

Đại - Quang (Phật) 大 光 (佛) Mahâprabha (Bouddha) (scr.)

Một đức Phật .Như-lai, quốc độ của Ngài ở ném về phương Tây đối với cõi Ta-bà.

Hồi đức Phật Thích-Ca giảng Kinh A-Di-Đà, Phật Đại-Quang và vô số chư Phật ở phương Tây có tỏ lời khen tặng và khuyên chúng-sanh nên tin kinh A-Di-Đà.

Đại Sa-môn 大 沙 門 Maha - Sramana (scr.) .— Grand Moine (fr.)

Đấng Đại Sa-môn Đó là tôn hiệu của Phật.

Lại là tiếng kêu thông thường để chỉ vị Tỳ-kheo. Còn *Tiểu Sa - môn* là tiếng dùng để gọi vị Sa - di, người chưa thọ Cụ - túc Giái.

Đại Sát giới 大 殺 戒

Giái trọng hệ : cấm giết người. Ấy là giái-cấm trọng hệ thứ ba của hàng xuất-gia: Tỳ-kheo và Tỳ-kheo-ni. Và cũng là Giái-cấm thứ nhứt trong Bồ-tát giái.

(Xem : *Sát-giái.*)

Đại-sĩ 大 士 Grand Héros (fr.)

Đại: Lớn. *Sĩ:* Hàng sĩ-phụ, nam-tử. Ấy là hàng sĩ-phu chí ý cao lớn. Cũng là tiếng tôn xưng đối với bực tu-hành ; như trong Niết-bàn Kinh, vua A-xà-Thế khi nói chuyện với các thầy Bà-la-môn, xưng hô là : chư *Đại-sĩ*.

Đại-sĩ cũng là tiếng dùng để xưng các bực *Bồ-tát*, vì Bồ-tát rất dõng mãnh ra đi cứu đời. Cũng có khi dùng để chỉ bực *Thinh-văn* có đủ hạnh Bồ-tát và bực *Phật*. Cũng kêu : *Đại-trượng-phu*.

Bực *Đại-sĩ* là hạng người đại từ, đại lực, vừa làm lợi lớn cho mình (quyết thành Phật), vừa làm lợi lớn cho người, cứu nạn cứu khổ và hóa độ chúng-sanh.— Lại, *Đại-sĩ* là bực lòng dạ quảng-đại, làm nổi Phật-sự.

Như những ngài : Quan-Âm, Địa-Tạng, Phổ Hiền, Văn-Thù v.v., đều đáng với cái danh *Đại-sĩ*. —

Khi Phật khởi sự giảng **Kinh Diệu-Pháp Liên-hoa**, có tám vạn vị *Đại-sĩ* theo hầu Phật để nghe Pháp và ủng-hộ sự thuyết pháp của Phật. Tất cả đều không thối-chuyển, tất cả đều theo một mục-đích : quyết tới quả Phật.—

Theo những Kinh Tịnh-độ, đức Phật A-Di-Đà hoặc ngự ở cõi Cực-lạc, hoặc hiện thân đi tiếp độ, thường có hai vị *Đại-sĩ* hầu theo : Ngài Quan-Thế-Âm chầu bên trái, ngài Đại-Thế-Chí chầu bên mặt, ánh sáng rực rỡ.

Đại-sĩ tiêm (xăm).— 大士籤 : Xăm Đại-sĩ, tức là Xăm Quan-Âm. Ở trong những cảnh đền, chùa có thờ tượng đức Quan-Âm Đại-sĩ, trước tượng ngài có một ống thẻ tre kêu là Xăm. Ai muốn quyết việc kiết, hung thì đến đó mà nguyện vái ngài và rút xăm. Vì tôn kính ngài, cử tên ngài, nên người ta gọi xăm ấy là *Đại-sĩ* tiêm (*xăm*).— Cũng kêu : *Quan-Âm linh xăm*.

Đại-sư 大師 **Grand maître** (*fr.*)

Bực Thầy cả.

Bực Thầy có học rộng, đức cao có thể khai hóa cho người ta, được Chánh-phủ công nhận, được quốc-dân và thiện-nam tín-nữ tín nhiệm, được Tăng-lữ tôn xưng Như các ngài : Đạt-ma *Đại-sư*, Hoằng-Pháp *Đại-sư* Truyền-Giáo *Đại-sư*.—

Đại-sư cũng là tiếng tôn-xưng để gọi Phật. Như : Cồ-Đàm (Gau-tama) *Đại-sư*, Như-lai *Đại-sư*.

Du-già-luận có chép rằng : Bực có thể dạy bảo các Thinh-văn đệ-tử, chỉ cho biết những việc nào nên làm, ấy lại *Đại-sư*.

Lại bực Đại-sư có thể chỉ dạy cho người thế-gian và xuất-thế-gian lìa bỏ các sự tà vạy, uế trược về ngoại-đạo.

Trong quyển **Phật Di-Giáo Kinh**, Phật có dạy rằng : Giới-luật tức là bực *Đại-sư* của các nhà tu Phật, Giới-luật thật không khác gì Phật vậy.

Diệu-pháp liên-hoa Kinh, an-lạc hạnh phẩm: Bực Bồ-tát thọ trì, đọc tụng, giải thuyết kinh Pháp-Hoa, đối với chúng-sanh, nên có lòng đại-bi; đối với Phật, nên tưởng là từ-phụ (cha lành); đối với chư Bồ-tát, nên tưởng là bực *Đại-sư* của mình vậy.

Đại tâm 大 心 Cœur magnanime (*fr.*)

Lòng dạ quảng-đại, thanh cao, đáng kính, đáng trọng. Tức là lòng dạ của bực Phật, Bồ-tát, quên mình mà lo giúp ích cho chúng-sanh, cứu độ chúng-sanh. Ấy là tâm đại-từ, đại-bi, đại-hỷ, đại-xả, đại-hùng, đại-lực, tâm giữ theo thệ-nguyện rộng lớn.

Đại tâm chúng-sanh 大心衆生 . Bực chúng-sanh có tâm lớn. Ấy là bực Bồ-tát lớn, như các ngài Di-Lặc, Quan-Âm, Địa-Tạng, chỉ lo giúp ích, cứu-độ cho các loài hữu-tình. *Đại-tâm chúng-sanh* là bực Bồ-tát quả-vị rất lớn, phước-đức và trí-huệ rất cao, còn chẳng bao lâu thì giáng thế làm Phật Như-lai.— Đọc theo Phạn : *Ma-ha-tát* (Mahâsattva).

Đại-tâm hải 大心海 : Biển đại-tâm. Ấy là tâm-trí của Phật, Bồ-tát rộng, sâu như biển, thương xót tất cả các loài chúng-sanh.

Đại-tâm lực 大心力 : Sức đại-tâm. Ấy là cái sức tâm-trí của Phật, Bồ-tát, cái sức ấy mạnh mẽ vô ngần, thần-thông, tự-tại, tùy dùng việc chi cũng đều vô ngại.

Đại-Tần 大 秦 Panjab, Penjab, Punjab

Xứ Tây-Bắc cõi Ấn-độ. Vào thế-kỷ thứ hai dương-lịch, xứ *Đại-Tần* rất thạnh, nhờ vua Ấn-độ người Hy-lạp bên Bactriane thiên đô lại đó. Như hồi thế-kỷ thứ hai trước Dương lịch, vua Ménandre thống-trị cõi Ấn-độ, đóng đô ở thành Xá-kiệt (Sâgalâ) xứ *Đại-Tần* vua Ménandre là người rất mộ Đạo trọng Tăng. Nhơn vua Ménandre,

Tổ - sư Long-Thọ bèn soạn ra quyển « Na-Tiên Tỳ-Kheo Kinh (Milinda-panha). Trong kinh ấy, dịch-giả biên xứ *Panjab* là *Đại-Tần.*

Trước vua Ménandre, hồi thế-kỷ thứ ba trước dương-lịch, vua A-Dục thống nhứt cõi Ấn-độ, có sửa sang xứ *Đại-Tần,* chọn thành Đắc-xoa-thi-la (Taksaçilâ) làm kinh-đô miền Tây-Bắc của cõi Ấn, ngài có phái con ngài là Thái-tử Câu-na-la lên cai-trị xứ ấy.

Hiện nay, người Tầu gọi xứ ấy *là Bàng-già-phồ.* 旁 遮 普

Đại-Thánh 大 聖

Bực Thánh lớn. Tức là bực *Đại A-la-hán.* Tiếng *Đại-Thánh* cũng dùng để gọi bực *Đại Bồ-tát* và bực *Phật.*

Đại-Thánh chủ 大 聖 主 : Bực *Đại - Thánh* chúa tể các Thánh. Tiếng tôn xưng đức Phật Thế-tôn.

Đại-Thánh tôn 大 聖 尊 : Bực *Đại-Thánh* mà tất cả Thần tiên và nhơn-loại đều tôn trọng. Tiếng tôn xưng đức Phật.

Đại-thân Ca-lâu-la vương 大 身 迦 樓 羅 王 Mâhakâya (scr.), Roi des Garudas (scr.)

Ấy là một vị vua trong loài Cu-lâu-ta (scr : Garudas), tức là loài chim thần cánh vàng.

Hồi đức Phật sắp diễn kinh Diệu-pháp liên-hoa, *Đại-thân Ca-lâu-la vương* với ba vị vua Ca-lâu-la khác, mỗi vị đều có dắt theo rất nhiều quyến-thuộc Ca-lâu-la, hiện lại núi Kỳ-xà-quật mà nghe Phật thuyết pháp.

(Xem : *Ca-lâu-la* .)

Đại-Thế-Chí (Bồ-tát) 大 勢 至 Mâhasthâ- -ma, Mâhasthâmaprâpta (scr.)

Bực Bồ-tát được cái thế-lực, oai-thần to lớn, cùng cực.

Một vị trong ba vị — Di-Đà, Quan-Âm, *Thế-chí* mà người ta thường thờ.

Cũng kêu là *Đắc-Đại-Thế* Bồ-tát. Kêu tắt *Thế-Chí* Bồ-tát. Kêu theo Phạn : *Ma-ha-na-bát* (Mâhasthâmaprâpta).

Theo **Kinh Bi-hoa,** một đời trước, ngài là thái-tử Ni-Ma, con vua Vô-Tránh-Niệm. Vua gặp Phật Bảo-Tạng, phát tâm và ngộ đặng Chơn-lý. Thái-tử cũng phát tâm tu hành, phụng-sự Phật Bảo-Tạng với chúng-tăng trong ba tháng và phát nguyện cầu thành Phật-đạo. Đức Phật Bảo-Tạng thọ-ký cho ngài, bảo rằng ngài sẽ là *Đại-Thế-Chí Bồ-tát* ở cõi Cực-lạc của đức Phật A-Di-Đà.

Đại-Thế-Chí oai-thần rộng lớn, dùng trí huệ sáng suốt soi khắp mười phương, khiến cho mọi loài chúng-sanh đều nhớ ơn đức ngài mà thoát khổ trong ba đường dữ. Ngài bước chơn tới đâu thì tất cả cõi đại-thiên thế-giới đều chấn động, làm cho cung điện của Ma-vương đều nghiêng ngả. Vì oai-thần như vậy nên gọi ngài là *Đại-thế-Chí*. Khi đức Phật Thích-Ca xuất thế, ngài *Đại-thế-Chí* có hiện thân đến làm đệ-tử đặng trợ dương Phật-sự, giáo-hóa chúng-sanh. —

Trong hội **Lăng-Nghiêm**, ngài *Đại-thế-Chí* có trình phép tu với đức Phật Thích-Ca như thế nầy : Tôi còn nhớ hồi thuở kia, gặp Phật Siêu-Nhựt-Nguyệt-Quang, Ngài có dạy tôi phép «Niệm Phật Tam - Muội». Ví như hai người, một bên chăm nhớ, một bên cứ quên, thì hai người ấy dẫu gặp nhau cũng như không gặp. Nếu hai người đều cò lòng nhớ nhau, thì bao giờ cũng gặp và chẳng xa nhau. Chư Phật đối với chúng-sanh như mẹ với con. Mẹ thương con, nhớ con. Song con chẳng thương, chẳng nhớ, thì phải xa nhau. Còn con có thương, có nhớ thì thường gặp nhau và chẳng cách biệt. Nếu chúng-sanh niệm Phật, nhớ Phật thì trong đời nầy hoặc trong đời sau, ắt sẽ gặp Phật, thấy Phật, gần Phật, được tâm sáng suốt. Tôi nhờ niệm Phật nên chứng được phép Vô-sanh nhẫn ở cõi nầy, tiếp dẫn người niệm Phật về cõi Tịnh-độ. —

Tùng theo Phật Di-Đà mà tiếp dẫn chúng-sanh, ngài *Đại-thế-Chí*, đứng về bên hữu. Và nơi cõi Tịnh-độ, *Đại-thế-Chí* cũng chầu theo bên hữu đức Phật A-Di-Đà, ủng-hộ Ngài trong các cuộc thuyết pháp. Còn đức Quan-thế-Âm Bồ-tát thì chầu bên tả. Trong Tam-tôn ấy, *Đại-thế-Chí* tiêu biểu cho nền *Trí-huệ* ; Quan-thế-Âm tiêu biểu cho đức *Từ-bi*. Trí-huệ và Từ-bi ủng-hộ nhau, hiệp thành ngôi *Chánh-Giác* tức là Phật, Phật A-Di-Đà.

Đại Thí-chủ 大 施 主 Mahâ — danapati (*scr.*) .— Grand donateur (*fr.*)

Vị Thí-chủ lớn nhứt, từng bố-thí cho tất cả chúng-sanh trong Lục-đạo, Tứ-sanh. Ấy là một tiếng tôn xưng Phật, một đức-hiệu của Phật.

Như đức Phật Thích-Ca, hồi còn ở cung điện nhà vua thì bố-thí mọi sự cần-ích vui sướng cho mọi người ; đến khi ngài đi tu và thành Phật, thì ngài bố-thí đạo pháp cho chúng-sanh tu hành để thành Tiên, thành Thánh. Vì vậy nên gọi Phật là *Đại Thí-chủ.*

Đó là nói đức Phật lúc ra đời. Mà khi ngài chẳng ra đời, dầu cho chúng-sanh cầu mọi sự vui sướng về vật chất, hay sự an-lạc về tinh thần, thì ngài cũng dùng oai-thần mà cung cấp cho.

Vì vậy, nên lúc nào Phật cũng vẫn là vị *Đại Thí-chú.*

Vô-lượng Thọ kinh : Ngã ư vô-lượng kiếp.

Bất vi *Đại-Thí-chủ.*

Phổ tế chư cùng khổ,

Thệ bất thành Chánh-Giác.

(Trong vô - lượng kiếp tới đây,

Nếu tôi không làm bực *Đại-Thí-chủ*

Phổ tế cho các hạng cùng khổ,

Thề chẳng lên ngôi Phật).

Đó là kệ tụng của ngài Pháp-Tạng Tỳ-Kheo (Tiền-thân Phật Di-Đà).

Diệu-pháp liên-hoa kinh, phẩm 22 : Đức Như-lai có lòng đại-từ, đại-bi, không có một mảy tham tiếc, sợ sệt ; Ngài có thể, đem cái Trí-huệ của Phật mà ban cho chúng - sanh, chính là cái Trí-huệ của Phật Như-lai, cái Trí-huệ tự nhiên. Như-lai là bực *Đại-Thí-chủ* của tất cả chúng-sanh vậy.

Đại-thí hội 大 施 會

Hội đại-thí. Hội mở ra cúng-dường cho hết thảy Sa-môn, Bà-la-môn, và bố-thí cho tất cả các kẻ bần cùng, hạ-tiện, cô-độc, các kẻ ăn-mày trong các ngoại-đạo kỳ mãn bảy ngày.

Một tên khác là *Vô-Già đại-hội.* (Hội lớn không có che lợp).

Hồi thế-kỷ thứ bảy dương - lịch, khi qua Thiên - Trước mà thỉnh kinh, ngài Huyền-Trang có dự một cuộc *Đại - thí hội* do vua Harsha, hoàng-đế thống-nhứt cõi Ấn-độ lập ra. Ngài có chép rõ trong bộ **Tây - du ký.** Xin lược thuật như dưới đây : Cuộc *đại-thí hội* mở ra nơi cánh đồng Prayûga, về lưu-vực sông Hằng, hễ đến năm năm thì tới lệ. Cánh đồng ấy bề vòng 15 dặm, bằng thẳng như mặt gương. Vua có cất sẵn cả chục toà nhà đề trữ vàng, bạc, châu, ngọc với cả trăm trại trữ các thứ hàng vải, có rào bốn phía. Ngoài rào có cất một toà nhà đãi ăn với cả trăm dẩy nhà khác.

Khi hoàng-đế ngự lại với các vì vua trong cõi Ấn-độ thì đã có cả trăm ngàn người chực sẵn. Nơi ấy có hành-cung của hoàng đế và của các vị vua.

Ngày đầu, vua đề cốt Phật lên bàn thờ và làm lễ. Đoạn phân phát đồ quí báu và quần áo tốt đẹp hơn hết. Và có đãi ăn, có nhạc trỗi.

Ngày kế, vua đề cốt đức Âditya, thần Thái-dương mà làm lễ và phân phát đồ quí và áo quần. Nhưng ít hơn ngày đầu phân nửa.

Ngày thứ ba, vua làm lễ đức Içvara và cũng bố thí như ngày thứ hai.

Ngày thứ tư, vua bố thí cho 10.000 Sa-môn. Mỗi vị lãnh 100 đồng vàng, một bộ áo vải, nhiều đồ ăn uống và hương, hoa.

Lần thứ năm, bố thí cho người Bà-la-môn, phát trong 20 ngày.

Lần thứ sáu, bố thí cho các ngoại-đạo trong 10 ngày.

Lần thứ bảy, bố thí cho đạo-sĩ loã thể ở các nước.

Sau rốt thì chần cấp cho các người nghèo khó, tật bệnh, không cửa không nhà, Thí trọn một tháng.

Đại-thiên thế-giới 大千世界

Tức là Tam-thiên đại-thiên thế-giới.

(Xem chữ Tam-thiên đại-thiên thế-giới).

Đại-Thông-Sơn-Vương (Như-Lai) 大通山王 (如來)

Một đức Phật quá-khứ. — Lại thuở xưa, có đức Phật ra đời, hiệu là *Đại-Thông Sơn-Vương Như-Lai*. Như có nam-tử, nữ-nhơn nghe danh hiệu đức Phật ấy, thì người đó được gặp Hằng-hà sa số Phật thuyết pháp dủ hết giáo-lý cho nghe, ắt là thành Đạo. (*Địa-Tạng Kinh*).

Đại-Thông-trí-thắng (Như-lai) 大通智勝如來
Mahâbhidjnâdjnânabhibhû (*scr.*)

Một đức Phật quá-khứ. Cõi thế-giới của Ngài tên là Hảo-Thành (Sambhava), Kỳ-Kiếp của Ngài tên là Đại Tướng (Mahârûpa).

Hồi ngài chưa đi xuất-gia, ngài là thái-tử con vua Chuyền Luân Thánh-Vương (Tchakravartin). Ngài có 16 người con trai. Khi ngài thành Phật, 16 vị vương-tử ấy đi xuất-gia và thành ra 16 Sa-di Bồ-tát. Hiện nay, 16 vị ấy đã thành Phật hết. Trong 16 vị Phật nầy, có đức A-Di-Đà và đức Thích-Ca-Mâ -Ni. Vậy đức Phật của chúng- ta, xưa kia là con ruột của Phật Đại-thông-trí-Thắng.

(Xem : Thập lục Phật).

Đại thủy 大 水

Nước lớn, nước dữ, có thể lôi cuốn, làm hại người và vật.

Nước dùng để nấu ăn nấu uống, để uống và để giặt, rửa. Nhưng nếu không kềm nổi, thành ra nạn *đại-thủy* thì rất nguy hại. *Đại-thủy* có ba thứ :

a') *Nước quả-báo* : Nó có hình sắc, tánh lỏng, mắt xem thấy đặng, cái sức tàn hại của nó từ Địa-ngục cho đến cảnh Đệ-nhị -thiền thiên. Ở Địa-ngục, chúng-sanh bị khổ trong biển nước muối, nước tro, trong chảo nước sôi, trong hầm nước tiểu. Ở cảnh Ngạ-qui, chúng-sanh thấy nước thì nước thành lửa, thành máu ; ở cảnh súc-sanh thì nước làm cho chết ngộp Ở cảnh Tu-la thì bị nước tràn ngập mà chết. Nơi cảnh người, nạn nước làm chìm ghe, tàu, trôi nhà cửa, người, vật. Ở thiên-thượng cho đến cảnh Đệ nhị thiền thiên cũng bị đại-thủy làm cho trôi giạt, nhứt là về lúc mạt-kiếp.

b) *Nước ác-nghiệp* : Nước vô-hình, do những việc tệ ác bằng thân, ngữ, ý tạo ra, có sức lôi cuốn chúng-sanh, làm cho họ mất công-đức.

c) *Nước phiền-não* : Tuy không có tướng mà sức lôi cuốn, sức phá hoại của nó rất ghê gớm, tức là nước dữ của lòng tham, lòng sân, lòng si.

Muốn tránh khỏi nạn lôi cuốn của nước, sự tai hại của nước, dầu nước quả-báo, nước ác-nghiệp hay nước phiền não, cần phải tu phép niệm Phật, trì trai-giái và tu Thiền-định. —

Trong **Diệu-Pháp Liên-Hoa Kinh** về phẩm Phổ-môn, có chép : Như ai bị nước lớn (*đại-thủy*) làm trôi, nhớ niệm danh hiệu của

Quan-Âm Bồ-tát, tức thì gặp đặng chổ cạn và ra khỏi cơn nguy.

Đại thủy tai 大 水 災 Tai họa nước lớn.

Đó là một trong ba tai họa lớn : nước, lửa, gió.

Nhằm thuở Hoại-Kiếp cuối cùng, cảnh *đại-thủy-tai* tràn ngập cõi thế-giới từ Vô-gián địa-ngục về cõi Dục-giái cho chí cảnh Thiền-thiên thứ nhì về cõi Sắc-giái, đâu đâu cũng đều bị cái tai họa nước lớn nó phá hoại rất ghê gớm.

Đại-Thuyền 大 般 Grand bateau (*fr.*)

Chiếc ghe lớn, chiếc tàu lớn. Tiếng tỷ-dụ đề gọi Pháp Phật. Tỷ như một chiếc *đại-thuyền* có thể đưa rất đông người từ mé biền nầy đến mé biền kia. Pháp Phật cũng như thế, có thể độ tất cả chúng-sanh qua khỏi biền khồ Luân-hồi và đến mé an - lạc là Niết-bàn, cho nên gọi là *Đại-thuyền*.

Cũng kêu : *Thuyền*.

Đại-Thuyền-Sư 大 般 師 Grand batelier, Con--ducteur d'un grand bateau (*fr.*)

Một đức-hiệu của Phật. Cũng kêu : *Vô-thượng Thuyền-sư*.

Tỷ như một vị *đại-thuyền-sư*, tức là một vị thuyền-trưởng rành đường sông cái và đường biền cả, có thể chở chuyên những hành-khách từ mé nầy đến mé kia. từ xứ nầy đến xứ khác. Phật cũng như thế, Ngài có thể dùng các phương tiện của Trí-huệ mà độ chúng-sanh, đưa họ từ bến Mê tới bờ Giác, từ chốn Luân-hồi khồ-não đến cảnh Niết-bàn an-lạc, nên người ta xưng Ngài là *Đại-Thuyền-Sư*.

Niết-bàn kinh : Phật phán với Lưu-Ly-Quang Bồ-tát : Nay ngươi muốn qua con sông cả sanh-tử (Sanh-tử Đại-hà), vậy ta có thề làm vị *Đại-thuyền-Sư* cho.

Đại-thừa (thặng) 大 乘 Mahâyâna (*scr.*).— Grand Véhicule (*fr.*)

Cồ xe lớn, tức là Giáo-pháp lớn (Đại-giác). Đối với Tiểu-thừa (Hinayâna) là cồ xe nhỏ, tức là Giáo-pháp nhỏ, Tiểu-giáo. Cũng kêu theo Phạn : *Ma-ha-diễn* (Mâhayâna). Cũng như một cồ xe lớn đưa được rất nhiều người đến một chổ xa, cũng như thế,

Đại-thừa đưa rất nhiều nhà tu học tới cõi Đại-giác, nơi ấy họ thành Phật Như-lai. Cũng như một cỗ xe nhỏ chở ít hành-khách hơn và chỉ đưa đến một nơi gần, nơi tạm, cũng như thế, *Tiểu-thừa* chỉ độ một số người đến cảnh tự giác-ngộ lấy mình, nơi ấy họ thành La-hán, hoặc Duyên-giác mà thôi.

Đó là Đại-thừa giáo, Đại-thừa Kinh, đối với Tiểu-thừa giáo, Tiểu-thừa Kinh. — Hiện nay, bên Á-Châu ta, phía Bắc thì *Đại-thừa phồ* hóa, con đường truyền bá bắt từ Bắc Ấn-độ mà lên Tây-Tạng, sang Tàu, Mông-Cồ, Cao-Ly, Nhựt-bổn, Việt-Nam, Còn phía Nam thì *Tiểu-thừa* phồ hóa, con đường truyền bá bắt từ Tích-lan mà qua Xiêm-la, Cao-Miên, Miến-Điện, Ai-Lao. Cho nên đạo Phật về miền Bắc, người ta gọi là *Bắc-tông* hay *Đại thừa tông*; còn đạo Phật về miền Nam, thì người ta gọi là *Nam-tông* hay *Tiểu-thừa tông*. —

Nhắc lại cuộc hoằng-hóa của đức Phật như thế nầy : Ban đầu Ngài định đem *Thinh-văn Thừa* hay *Tiểu thừa* mà độ chúng-sanh. Ngài dạy cho họ Tứ-diệu-đế để họ đắc quả La-hán. Kế đó, Ngài đem *Duyên-giác thừa* cũng có thể kêu là *Trung-thừa* mà độ chúng-sanh. Ngài chỉ cho họ tu Thập nhị nhơn-duyên đề đắc quả Duyên-giác (Bích-chi-Phật). Tấn lên nữa, Ngài đem *Bồ-tát-thừa*, tức là *Đại-thừa* mà độ chúng-sanh, dạy họ tu Lục độ để thành Bồ-tát Ma-ha-tát. Sau rốt, Ngài gom tất cả ba thừa vào một thừa (*Nhứt-thừa*), cũng kêu luôn là *Đại-thừa* hay *Phật-thừa, Thượng-thừa, Thắng-thừa, Vô-thượng-thừa, Vô-đẳng-thừa, Vô-đẳng-đẳng-thừa.* Ngài trao quả Phật cho chúng-sanh, ngài bảo cho ai nấy nên noi theo Giáo-pháp của Ngài mà tu cho thành Phật là bực Vô-thượng tôn.

Trong khoảng những năm sau rốt của Phật, Ngài hằng giảng giải *Đại-thừa* (Phật - thừa). Nhứt là trong hội Pháp-Hoa tại núi Kỳ-Xà-Quật (Linh - thứu - sơn), Ngài tuyên bố giáo-lý Đại-thừa rất đắc-lực, khiến cho vô-số chúng-sanh phát tâm dõng - mãnh quyết tu cho thành Phật.

Trong «**Diệu - Pháp Liên - Hoa Kinh**» phẩm Thí dụ, có nói rằng : Như có những chúng-sanh tùng theo Phật Thế-tôn mà nghe Pháp và tin lấy, thọ lấy, cần tu tinh-tấn, cầu cho được cái Trí biết tất cả (Nhứt thiết trí), cái Trí của Phật, cái Trí tự nhiên, cái Trí không thầy, cái Tri-kiến của bực Như-lai, cái Sức lực không sợ, lòng nhớ-tưởng thương xót và làm an-lạc vô-lượng chúng-sanh, làm lợi ích cho tất cả tiên và người, độ thoát tất cả, như vậy kêu là *Đại-thừa.*

Đại thừa A-tỳ-đạt-mạ tạp-tập luận ký .— 大 乘 阿 毗 達 磨 雜 集 論 述 記 .— Mahâyânabhidhamasamyukta Sangiti-Çastra de Sthi-ramati (scr.) :

Quyển luận Đại-thừa A-tỳ-đạt-mạ nầy bằng chữ Phạn, ngài Huyền Trang dịch lại chữ Hán vào thế-kỷ thứ bảy dương-lịch.

Đại-thừa Giái 大 乘 戒 : Giái-cấm của phái Đại-thừa. Cũng kêu là : *Bồ-tát giái.*

Như trong "*Phạm - võng kinh.* có chép rõ. *Đại-thừa Giái* hay *Bồ-tát Giái* có 10 điều trọng và 48 điều khinh. Giái nầy có in riêng một quyển, đề là "Bồ-tát Giái-kinh.. — Lại, *Tam tụ Giái* trong "Thiện giái kinh» cũng kêu là *Đại-thừa Giái.* — Thiên-thai tông gọi *Đại-thừa giái* là Viên-đốn Giái (Giái hạnh tròn-trịa và cấp-tốc).

Chơn-ngôn tông gọi là Tam-muội-da Giái (Giái-hạnh của nhà tu hành quyết đắc Phật-huệ).

Thiền-tông gọi là Vô-tướng tâm-địa Giái (Giái-hạnh của nền tâm-địa không tướng).

Đại-thừa kinh 大 乘 經 : Kinh điển Đại-thừa. Trong các sử-sách, điển-tịch dạy về Đạo Phật, có hai Giáo - pháp : Giáo-pháp cỡ lớn và Giáo-pháp cỡ nhỏ. Đối với chúng-sanh căn nhỏ, đức Phật đem Giáo-pháp cỡ nhỏ(Tiểu-thừa) mà dạy họ, như dạy về Tứ diệu đế, Thập nhị nhơn-duyên để họ tu cho tới quả Thinh-văn (La-hán) và quả Duyên-Giác Còn đối với chúng-sanh căn cơ lớn, Ngài đem Giáo-pháp cỡ lớn (Đại-thừa) mà dạy họ, như dạy về Lục độ Vạn hạnh để họ tu cho thành Bồ-tát và thành Phật.

Sau khi Phật tịch, chư đệ-tử hội họp lại mà kết tập thành kinh - điển, phân ra kinh - điển chứa Giáo-pháp cỡ lớn, tức *Đại-thừa kinh* và kinh điển chứa Giáo-pháp cỡ nhỏ, tức *Tiểu-thừa kinh.* Bao nhiêu những kinh-điển của mỗi phái hiệp lại thành một *Tạng.* Các kinh-điển của Tiểu-thừa kêu là Thinh-văn-Tạng, các kinh-điển của Đại-thừa kêu là Bồ-tát-Tạng.

Các kinh Đại-thừa có tất cả mười hai bộ (*Thập nhị Đại-thừa kinh*): 1. Tu-đa-la (Sûtra), 2. Kỳ-dạ (Geya), 3.Hoà-ca-la-na (Vyakarana), 4. Già-đà (Gàthà), 5. Ưu-đà-na (Udana),6. Ni-đà-na (Nidàna), 7. A-ba-đà-na (Avadāna), 8. Y-đế-mục-da-già (Itivrtaka), 9. Xà-đà-gia (Jātaka), 10. Tỷ-phật-lược (Vaipulya), 11. A-phù-đà-đạt-ma (Adbhutadharma), 12. Ưu-ba-đề-xá (Upadēsa).

Đại-thừa Mật-nghiêm-kinh 大 乘 密 嚴 經 : Một bộ kinh Đại-thừa của phái Mật-tông. (Chơn-ngôn tông) và Duy-thức-tông. Thường kêu là Mật-nghiêm-kinh

(Xem : *Mật-nghiêm-kinh*).

Đại-thừa Tam-tạng 大 乘 三 藏 :

Ba Tạng của phái đạo Phật Đại-thừa.

Tạng : Gồm chứa. Ba bộ *Kinh, Luật, Luận* gồm chứa đủ các văn-lý của đạo Phật phái Đại-thừa, nên kêu là *Đại-thừa Tam-Tạng.*

1') Bộ *Đại-thừa kinh-tạng* có những kinh : Hoa-Nghiêm, Pháp-Hoa, Niết-Bàn. v v. thì giải bày lý Trung-đạo, chỉ dạy những phương pháp tu hành chứng-quả của hạng Bồ-tát Đại-thừa.

2') Bộ *Đại-thừa Luật-tạng* có những quyển Phạm-võng và những quyển Giới-luật để chỉ cho biết cách tu trì Giới-luật của các hàng Bồ-tát Đại-thừa.

3') Bộ *Đại-thừa Luận-tạng* là những quyển chuyên ròng luận-biện, như «Khởi tín Luận», chép lại những chỗ quyết trạch, thuyên biện của chư vị Bồ-tát đại-thừa đã tu chứng.

Đại thừa Tam-Tạng kêu tắt Đại-tạng, bồn chánh bằng chữ Phạn hay Bắc Phạn (Sanscrit), đã có dịch toàn bộ ra chữ Tây-Tạng, chữ Hán. Còn Tiểu-thừa Tam-Tạng thì bồn chánh bằng chữ Ba-ly hay Nam Phạn (Pâli) ; những nhà tu hành nghiên-cứu đạo Phật miền Nam đều đọc được chữ ấy hết.

Đại-thừa trang-nghiêm luận 大 乘 莊 嚴 論 .— Mahâyânasûtralankâra çastra (scr).— Daijoshogoron (jap): Một bộ Luận rất có danh về đạo Phật phái Đại-thừa.

Bộ Luận nầy soạn bởi ngài Vô-Trứ (Asangha) Bồ-tát hồi thế-kỷ thứ năm. Ngài Vô-Trứ mỗi đêm nhập định, lên cung Đâu-suất được đức Bồ-tát Di-Lặc giảng giải Đạo-lý cho. Rồi sáng lại, ngài chép thành kinh-quyển. Ngài Vô-Trứ được đức Di-Lặc truyền cho nhiều bộ Luận, mà bộ *Đại-thừa Trang-nghiêm luận* là một.

Đại-tiên 大 仙 Maharishi, Maharchis (scr.)— Grand Ermite (fr.)

Đấng Đại-tiên. Những người hành đạo cầu trường sanh kêu là *Tiên*, Phật là bực rất tôn trong hàng Tiên nên xưng Ngài là *Đại-tiên* Kinh Niết-Bàn xưng Phật là *Đại-tiên*. Kinh Nhơn-Vương kêu Duyên-giác là *Đại-tiên*.

Trong **Niết-Bàn kinh** quyển hai, khi Phật sắp vào Niết-bàn. tám hàng chúng-sanh đều thỉnh Phật ở lại thế-gian. Trong bài kệ tụng thỉnh Phật đừng nhập Niết-bàn, có hai câu:

Viễn ly ư *Đại-Tiên*,

Cố vô hữu cứu hộ.

Dịch nghĩa: Rời xa đấng *Đại-Tiên*,

Chẳng có ai cứu hộ.

(Xem : *Tiên* .)

Đại-Tịnh 大 淨

1·) Bực đại-đức trong sạch. tinh khiết ; bực trong sạch. tinh khiết nhứt. Tiếng tôn xưng đức Phật.

Người ta xưng tặng Phật bằng nhiều đức-hiệu : Đại-Sa-môn, Đại Bà-la-môn, *Đại-Tịnh*, Đại-Trí. Đại Thí-chủ, Đại-pháp Sư.v.v.

2·) Đức trong sạch to lớn của Phật. của Đại Niết-bàn. Cũng kêu là *Thuần-tịnh*. tức là đức trong sạch hoàn toàn, không một mảy bất-tịnh.

Đại-tịnh là một đức trong bốn đức của Phật, của Niết-bàn Đại-thừa. Ấy là Đại-thường, Đại lạc. Đại-ngã, *Đại-tịnh*

Niết-bàn kinh, quyền 23 : Đức *Đại-tịnh* có bốn phần, trong-sạch:

a) Hai mươi lăm cảnh có trong Tam-giới đều là bất-tịnh, Phật có thể đoạn-tuyệt với 25 cảnh ấy, cho nên được trong-sạch.

b) Nghiệp của Phật là trong-sạch, còn nghiệp của phàm-phu là chẳng trong sạch, cho nên phàm-phu chẳng được Niết-bàn.

c) Thân của Phật là trong sạch, thường-trụ. Còn thân của phàm-phu là vô-thường, cho nên bất-tịnh.

d) Tâm của Phật là trong sạch, vô-lậu. Còn tâm của phàm-phu là hữu-lậu, ắt là bất-tịnh.

Đại Tỷ-Kheo 大 比 丘

Thầy đại Tỷ-kheo. Đó là tiếng kêu tôn hạng Tỳ kheo đức cao, tuổi lớn. Lại đối với sa-di thì kêu Tỳ-kheo là *Đại*. *Đại Tỷ-kheo* cũng viết : Đại Bật-sô 大 苾 芻.

Đại-Trí 大 智

Mahâ Prajnâ, Mahâ Djna, MahâVibhâshana (scr.)
Grande Sagesse, Grande Intelligence (fr.)

Trí-huệ lớn, lớn hơn hết. Ấy là cái Trí-huệ của Phật, Bồ-tát, thông đạt tất cả sự và lý. Cũng viết : *Đại trí-huệ, Đại-huệ*. Đối với *Đại-bi*.

Đại-trí cự 大 智 炬 : Ngọn Đuốc Đái-trí. Cái Trí-huệ lớn của Phật tỷ như ngọn đuốc soi sáng cho người ta làm công-việc hoặc đi đường lúc đêm hôm, nên được xưng là *Đại-trí cự*.

Niết-Bàn kinh, quyển 41 : Đức Như-lai dùng *Đại-trí cự*, đốt cây cờ của bọn Tà-kiến, cũng như ngọn lửa lớn đốt cháy cỏ khô và lá khô.

Đại-trí cự minh 大 智 炬 明 Ngọn đuốc sáng Đại trí-huệ. Ánh sáng ngọn đuốc Đại trí-huệ. Cái Trí-huệ của Phật tỷ như ngọn đuốc cháy sáng ; Tâm của chúng-sanh ở trong Phiền-não, tỷ như ở trong cảnh nhà tối.

Nếu được gần ngọn Đuốc ấy thì Tâm của chúng-sanh sáng ra, Phiền não dứt mất. Vì thế so sánh ấy, người ta gọi Trí Phật là *Đại-trí cự minh*.

Đại-trí-huệ hải 大 智 慧 海 : Biển Đại trí-huệ. Các đệ-tử của Phật hợp lại một chỗ rất đông, rất nhiều, dường như nước biển ; tất cả đều là người trí-huệ, cho nên gọi chung Đại-chúng ấy là *Đại trí-huệ hải*.

Niết-Bàn kinh, quyển ba : Phục vi như thị *Đại trí-huệ hải* chi sở vi nhiễu. (Vây quanh theo Như-lai, lại có các vị đầy, hiệp thành *Biển Đại trí-huệ*.

Đại Trí-huệ môn 大 智 慧 門 :Pháp-môn *Đại Trí-huệ*. Đối : *Đại Từ-bi môn*. Bồ-tát Văn-Thù sở trường về *Đại Trí-huệ môn*, đem pháp-môn ấy mà độ chúng-sanh.

Bồ-tát Quan-Thế-Âm sở trường về *Đại Từ-bi môn*, đem pháp-môn ấy mà cứu đời. Phật thị hoàn toàn cả hai pháp-môn : *Đại Trí-huệ môn* và *Đại Từ-bi môn.*

Vậy Phật-tử Đại-thừa phải tu cả hai pháp-môn mới mau đắc quả-vị Phật.

Đại-Trí Lương-Y 大 智 良 醫 : Ông thầy thuốc giỏi có Đại-Trí. Tiếng tôn xưng Phật. Phật tỷ như vị lương-y, ngài dùng các phương tiện của Trí-huệ mà trị bệnh phiền não của chúng-sanh. Vì thế so sánh ấy, nên trong kinh gọi Phật là *Đại-Trí Lương-Y.*

Đại-Trí Tạng 大 智 藏 : Tạng Đại-Trí của Phật. *Đại-Trí Tạng* của Phật tròn trịa như hòn ngọc, quả cầu, lại chiếu sáng như mảnh gương trong. Cái Đại-trí ấy tỷ như kho tàng to lớn, nên kêu là *Đại-Trí Tạng.*

Đại-Trí Văn-Thù 大 智 文 殊 : Ngài Văn-Thù Bồ-tát, bực Trí-huệ lớn hơn hết. Trong hàng Bồ-tát du hành đến ủng hộ Phật truyền Pháp, thì ngài Văn-Thù có Trí-huệ lớn hơn hết, nên được xưng là *Đại-Trí Văn-Thù.* Các nhà tu Phật thường niệm danh hiệu ngài như vầy : Nam-mô *Đại-Trí Văn-Thù Sư-ly* Bồ-tát Ma-ha-tát.

Cũng trong hàng Bồ-tát ủng-hộ Phật và cứu vớt chúng-sanh, ngài Quan-Thế-Âm có lòng từ-bi lớn hơn hết, nên được xưng là : Đại-Bi Quan-Thế-Âm.

Đại-Trí Xá-Ly-Phất 大 智 舍 利 弗 Ông Xá-Ly-Phất, người có Trí-huệ lớn hơn hết.

Trong hàng chư Đệ-tử La-hán của Phật, ông Xá-Ly-Phất là người có Trí-huệ cao cả hơn hết. cho nên được xưng là *Đại-Trí Xá-Ly-Phất.* Ông là một vị Đệ-tử bực nhứt trong mười vị bực nhứt của Phật, về Trí-huệ thì ông đứng bực nhứt.

(Xem : *Thập Đại đệ-tử*).

Đại Trượng-phu 大 丈 夫 Grand Héros *(fr.)*

Đại : Lớn. *Trượng-phu :* Người trai tráng, hàng nam-tử. *Đại trượng-phu* là bực nam-tử cao trồi hơn người thường về sức hùng dõng. phước đức, trí huệ. Ấy là tiếng để xưng Phật, Bồ-tát. Cũng kêu là *Đại-sĩ.*

'Di-Lặc Hạ Sanh Thành Phật Kinh' :

Đại Trượng-phu Tử-thị, — Từ ư Hỷ-túc Thiên, Lai thác bỉ phu-nhơn, — Tác hậu thân sanh xứ.

(*Đại Trượng-phu Tử-Thị* ta
Bấy giờ từ Đâu-suất-đà cõi Thiên,
Mượn bà gởi thức tự nhiên,
Đặng sau sanh xuống dưới miền trần ai.)

Đại Tu-Di (Phật) 大 須 彌 (佛) Mahamérou (Bouddha) (*scr.*)

Một đức Phật Như-lai. Quốc-độ của ngài ở ném về phương Đông đối với cõi Ta-bà.

Ngài là một đức Phật trong Hằng-hà sa-số Phật ở phương đông tỏ lời khen ngợi đức Phật Thích-Ca khi Phật-tổ giảng kinh A-Di-Đà.

Đại-tuyết-sơn 大 雪 山 MahâHimalaya (*scr.*)

Tiếng gọi cảnh núi *Hỷ-mã-lạp-nhã* (Himalaya) là dãy núi cao lớn nhứt trên thế-giái, ném về miền Bắc Ấn-độ ; núi ấy trên đảnh trong bốn mùa đều có tuyết đọng. Vì vậy cho nên kêu là *Đại-tuyết-sơn*. Cũng kêu : *Tuyết-sơn, Tuyết-lảnh*.

Đại-từ 大 慈

Đức Từ lớn, lòng Từ lớn. *Từ* là lòng thương tất cả chúng-sanh, sẵn lòng giúp cho họ được vui-sướng và lợi ích. *Từ* là cái đức mà các nhà học Phật nên tu. *Đại-từ* là cái lòng, cái đức sẵn có của chư Phật và chư Bồ-tát ; cái đức ấy thành tựu trọn vẹn là nhờ các Ngài đã tu tập nó, bồi bổ nó trong vô-lượng đời, vô-lượng kiếp. (Xem : *Từ*.) *Đại từ* cũng có nghĩa : đấng Đại-từ, tiếng dùng để tôn-xưng Phật, Bồ-tát. **Niết-bàn kỉnh**, quyển 38 : Duy nguyện *Đại-từ*: thính ngã xuất-gia. (Xin đấng Đại-từ (Phật) cho phép tôi xuất-gia).

Đại-từ-ân tự 大 慈 恩 寺

Chùa Đại-từ ân tại thành Trường An(Trung-Hoa), do vua Cao-tông vì ân-đức mẹ, xin cha là vua Thái tông cất để thờ Phật và làm chỗ dịch kinh cho ngài Huyền Trang. Chùa cất xong vào khoảng giữa thế-kỷ thứ bảy dương-lịch. Cũng kêu : *Từ-ân tự*.

Chính vua Thái-tông đứng ra làm lễ khánh thành Chùa ấy và giao quyền Thượng-tọa cho Huyền Trang.

Lúc ấy, ngài Huyền Trang từ Thiên-Trước trở về sau mười bảy năm du-hành, an trụ tại *Đại-từ-ân* tự mà làm Phật-sự: dịch kinh, thế độ, truyền pháp, giảng kinh. Ngài sở trường về học-thuyết Duy-thức luận. Đệ-tử của ngài là Khuy-Cơ cũng ở tại chùa ấy mà hoằng hoá pháp-môn Duy-thức, ông Khuy-cơ được xưng là *Từ-ân đại-sư*. Và học-thuyết Duy-thức luận tức *Pháp-tướng tông* phát khởi tại chùa *Đại-từ-ân*, cho nên người ta cũng gọi Pháp-tướng tông là *Từ-ân tông*.

Đại-từ đại-bi 大 慈 大 悲

Đức từ lớn, đức bi lớn. Lòng hiền lành lớn, giúp sự vui cho tất cả chúng-sanh là *đại-từ*. Lòng thương xót lớn, cứu bạt sự khổ cho tất cả chúng-sanh là *đại-bi*. *Đại-từ đại-bi* là đức từ-bi quảng-đại của Phật và Bồ-tát vậy.

Nhờ trong vô-lượng đời đã tu và hành sự giúp ích cho chúng-sanh, nhờ trong vô-lượng đời đã tu và hành sự cứu khổ cho chúng-sanh, cho nên Phật và Bồ-tát có đủ Đại-từ, Đại-bi.

Đại-từ, Đại-bi cùng đi với *đại-hỷ, đại-xả* là bốn đức vô-lượng (*Tứ vô-lượng, Tứ vô-lượng tâm*) của chư Phật và chư Bồ-tát.

Đại-từ, Đại-bi cũng có nghĩa: Đấng Đại-từ Đại-bi, tức là tiếng dùng để tôn xưng Phật, Bồ-tát.

Như: Nam-mô *Đại-từ Đại-bi* Bổn-sư Thích-Ca Mâu-Ni Phật! Nam-mô *Đại-từ Đại-bi* cứu khổ cứu nạn Quan-Thế-Âm Bồ-tát!

Đại-tự 大 寺 Vihara (*scr.*).— Couvent, Pagode (*fr.*)

Cảnh Chùa lớn. Âm theo Phạn: *Tỳ-ha-la* 鼻 訶 羅 (Vihara). Cũng kêu: *Tinh-xá*.

Tỳ-ha-la dịch nghĩa: *Du*, tức là cảnh nhà đề cho chư Tăng du-hành ghé nghỉ trong khi đi giáo-hoá. Còn chữ *Đại-tự*, tự mà người-ta dùng để gọi nhà Chùa, chữ ấy nghĩa là *tư* (ty), công-xá. Là vì hồi đời nhà Hán, thế kỷ đầu theo dương lịch, chư Tăng bên

Ấn độ vào đến Trung Hoa, ngụ tại Hồng-lô *tự* (toà quan Hồng-lô). Rồi từ đó tới sau, người-ta mới gọi nhà Chùa là *Tự, Đại-tự.* (Xem : *Tịnh-xá, Tự*),

Đại-tự-tại-thiên 大 自 在 天 Mahâmahes--vara, mahêsvara (*scr.*)

Từng trời *Đại-tự-tại-thiên* ở bực cao hơn hết trong cõi Sắc-giới (Rūpadhatu). Ở đó, có ngài *Đại-Tự-Tại thiên-chủ* quảng trị cõi Tam thiên thế-giới.

Đạo Bà la-môn rất thờ trọng ngài. Người ta cũng gọi ngài là Vi-nữu (Vishnou), *Đại-tự-tại thiên-thần,* kêu tắt : *Đại Tự-tại Thiên.*

Trong **Diệu-Pháp Liên-Hoa Kinh,** giảng về sự từ bi cứu thế của ngài Diệu-Âm Bồ-tát và ngài Quan-Thế-Âm Bồ-tát, Phật có phán rằng vì sự hoá độ chúng-sanh, ngài Diệu-Âm Bồ-tát và ngài Quan-Thế-Âm Bồ-tát khi thì hiện ra làm Phật, làm Bích-chi Phật, làm Thinh-văn La-hán, khi thì hiện ra làm Phạm-Vương, Đế-Thích, Tự-tại-thiên, *Đại-tự-tại-thiên,* Thiên Đại-tướng quân, Tỳ-sa-môn thiên-vương. Có khi hiện ra các thần khác trong các hạng chúng-sanh. Hai ngài cũng chẳng nệ sự khổ-hạnh mà hiện thân vào các chỗ nguy như Địa-ngục. Ngạ-quỉ, Súc-sanh. Như vậy để giáo-hóa chúng-sanh cho thấu nhập Phật-lý

Trong **Thụy Ứng Kinh** có chép rằng : Một hôm, vua Tịnh-Phạn cùng ngự với Thái tử đến viếng đền thờ vị thần *Đại-tự-tại-thiên.* Thái-tử vừa đến trước chánh-điện thì tượng chư thần đều một lượt lễ bái ngài. Vua kinh khủng, khen rằng : «Con ta được chư thiên-thần tôn trọng rất mực, chắc là bực Phật chớ chẳng sai !»

Đại Tự-Tại Thiên-tử 大 自 在 天 子 . — Le fils du Dêva Mahêsvara : Vị Tiên ở cảnh trời Đại-Tự-Tại , tùng theo ngài Đại Tự-Tại Thiên-chủ.

Hồi Phật sắp giảng **Kinh Diệu-Pháp Liên-Hoa,** ngài Tự-Tại Thiên-tử (Le fils da Dêva Içvara) và ngài *Đại Tự-Tại Thiên-tử,* hai vị ấy có dắc theo ba ngàn vị Thiên-tử đến chầu Phật và nghe Pháp.

Đại-tượng vương 大 象 王

Con tượng lớn hơn hết, làm vua trong loài tượng (voi). Tiếng tỷ-dụ để xưng Phật. Đối với *Hương-tượng* (con tượng còn tơ) là tiếng tỷ-dụ để xưng hàng Thinh-văn, Duyên-giác.

Niết-Bàn kinh : Tỷ như có một con sông, dầu cho một con hương-tượng lớn nhứt cũng không đụng tới đáy, cho nên người ta gọi con sông ấy là đại-hà. Hàng Thinh-văn, hàng Duyên-giác, cho đến hàng Thập trụ Bồ-tát, vì chẳng thấy trọn Phật-tánh, cho nên cảnh của các vị ấy gọi là Niết-bàn, chớ chẳng phải Đại Niết-bàn. Như ai thấy Phật-tánh một cách tỏ rõ trọn vẹn thì mới đắc Đại Niết-bàn. Cảnh Đại Niết-bàn ấy, chỉ có bực *Đại-tượng vương* mới đụng tới đáy mà thôi,

Đại-tượng vương tức là Phật vậy.

Đại-viên-mān đà-la-ni thần chú uế tích chơn-ngôn 大 圓 滿 陀 羅 尼 神 咒 穢 迹 真 言 Mahâpûrna (*scr.*).— Ta-yuan-man (*ch.*)

Đọc câu chú đà-la-ni nầy thì được thoát khỏi các sự đau khổ hoạn nạn và được toại các ý muốn. Những ai ở cõi nầy bị chúng-sanh ở cõi trời hay ở địa ngục khuấy rối, hay bị những phái nghịch làm bối rối, cứ niệm chú nầy thì được yên ổn.

Sau khi Phật tịch, câu thần chú nầy cứu vớt loài người và bảo trợ Phật-pháp.

Đại vọng-ngữ giới 大 妄 語 戒

Giới-cấm quan-trọng : chẳng được nói láo. Kêu là *Đại vọng-ngữ giới*, vì ai phạm một cách cố ý thì chẳng còn được ở trong Giáo-hội Tỷ-kheo hoặc Giáo-hội Tỷ-kheo ni. Ấy là đại-giới thứ tư trong bốn *Ba-la-di* của Tỷ-kheo, trong tám *Ba-la-di* của Tỷ-kheo ni.

Như vị Tỷ-kheo nào khoe dối rằng : «Tôi có phép linh, tôi có đại-huệ đức của Phật Thánh, tôi biết cái nầy nhờ thần-linh mách, tôi biết cái kia nhờ thiên-nhãn» Rồi vị ấy bị khai hay tự khai tội với Giáo-hội rằng : «Thật tôi không thông gì hết, tôi không thấy gì hết, tôi nói dối rằng tôi thông đạt đó.» Nếu điên hay ngỡ lầm mà phạm thì thôi, chớ cố ý láo để loè thì bị khép vào Ba-la-di pháp và bị trục-xuất ra khỏi Giáo-hội.

Đó là *Đại vọng-ngữ giới* của Tỷ-kheo.

Đại vọng-ngữ giới của Tỳ-kheo-ni cũng như thế.

Đại Vô-Lượng-Thọ Kinh 大 無 量 壽 經
Amitabha - Vyūha - Sûtra (*scr.*)

Bổn kinh lớn giảng về Phật Vô-Lượng Thọ (A-Di-Đà). Tức là «*Vô-Lượng-Thọ Kinh* »

Nhưng người-ta gọi là *Đại Vô-Lượng-Thọ Kinh* để phân biệt với bổn *A-Di-Đà-Kinh.* Vì *A-Di-Đà* tiếng Phạn đồng nghĩa với *Vô-Lượng-Thọ* tiếng Hán, nhưng bổn A-Di-Đà kinh thì nhỏ, còn bổn Vô-Lượng-Thọ Kinh thì lớn, nên người-ta gọi bổn lớn là *Đại Vô-Lượng-Thọ Kinh.*

(Xem : *Vô-Lượng-Thọ Kinh*).

Đại-xả 大 捨

Tức là : *Đại-xả tâm.* Lòng thí-xả to lớn của Phật, Bồ-tát ; do nơi nổi lòng ấy, Phật và Bồ-tát thí-xả mọi vật cho tất cả chúng-sanh. Ấy là đức cả thứ tư trong *Tứ vô-lượng.*

Niết-Bàn kinh : «Không có chi ủng-hộ mình, đó kêu là *Đại-xả.* (Tức là không cần người, không cần vật để chở che mình.) Như không thấy tướng ta và tướng người, không thấy tướng pháp, không thấy thân mình, mà thấy tất cả các pháp (chúng-sanh và phi chúng-sanh) đều như nhau, vốn không hai, đó kêu là *Đại-xả.* Tự mình đem tất cả mọi sự vui thích của mình mà thí cho người khác, đó là *Đại-xả.*»

(Xem : *Xả.*)

Đàm-Đế 曇 諦 Dharmasatya (*scr.*)

Tàu cũng gọi ngài là Pháp-Thiệt 法 實 . Sa-môn Ấn-độ (người Parthe) dịch kinh tại Lạc-Dương năm 254 (đời Tam-quốc).

Đàm-ma 曇 摩 Dharma (*scr.*).— Dhamma (*p.*).—
Loi, Doctrine, Principe (*fr.*)

Cũng viết : Đàm-mô (Đàm-vô). Dịch nghĩa : Pháp.
(Xem : *Pháp.*)

Đàm-ma-ba-la 曇 羅 摩 波 羅 **Dharmapâla** (*scr.*)

Một vị Cao-Tăng, Bồ-tát người Thiên-Trước hồi thế kỷ thứ sáu dương-lịch. Tên ngài dịch nghĩa là *Hộ-Pháp.*

Ngài *Đàm-ma-ba-la* có thọ trì giáo-lý Du-già (Pháp-tướng) của hai vị Tổ hồi thế-kỷ thứ năm là Vô-Trứ và Thiên-Thân. Ngài có biên giải rất rành bộ Duy-thức-luận của Thiên-Thân, làm thành bộ Thành-Duy-thức luận.

Ngài truyền Pháp cho Giái-Hiền luận-sư, Thượng-toạ chùa Na-lan-đà. Và ngài Giái-Hiền truyền cho Huyền Trang, Cao-tăng-Trung-Quốc qua thỉnh kinh hồi thế-kỷ thứ bảy.

(Xem : *Hộ-Pháp*).

Đàm-ma-Ca 曇 摩 迦 **Dharmakara** (*scr.*)

Dịch : Pháp-Tạng, Pháp-Bảo-Tạng. Cũng viết : *Đàm-ma-Ca-Lưu.* (Xem : *Pháp-Tạng.*)

Đàm-ma-ca-la 曇 摩 迦 羅 **Dharmakâla** (*scr.*). — **T'an - mouo - kia - louv.** (*ch.*)

Tàu cũng gọi ngài là Pháp-Thời 法 時 (Fa-cheu). Sa-môn Ấn-Độ, dịch kinh tại Lạc-Dương (Lao-Yang) từ năm 222 đến năm 250 (đời Tam-Quốc).

Đàm-ma-Ca-Lưu 曇 摩 迦 留 **Dharmakara** (*scr.*)

Dịch: Pháp-Tạng, Pháp-bảo-tạng (Tỳ-kheo). Tiền-thân Phật A-Di-Đà. Vua Thế-tự-tại xuất-gia, lấy pháp-hiệu là Đàm-ma-Ca-Lưu (Pháp-Tạng Tỳ-kheo). Cũng viết : Đàm-ma-Ca. (Xem : *Pháp-Tạng*).

Đàm-ma-da-xá 曇 摩 耶 舍 **Dharmayasas** (*scr.*). — **T'an - mouo - ye - chee**

Tàu cũng gọi ngài là Pháp-Xưng : 法 稱 (Fach'eng) . Sa-môn Ấn-Độ (người Afghan), dịch kinh tại Trường-An (Tch'ang-nan) từ năm 407 đến năm 415.

Đàm-ma-La-Sát 曇 摩 羅 察 **Dharmaraksha** (*scr.*)

Ông sư Đàm-Ma-La-Sát người Thiên - Trước. Dịch là Pháp-Hộ, người nước Nguyệt - chi. Mỗi ngày ông đọc muôn lời, qua mắt đều nhớ. Trước ở đất Đôn-hoàng (Touen-hoang), về sau ở đất Thanh-Môn, Năm thứ bảy đời Thái-khương (Tấn Võ-đế — cuối thế kỷ thứ ba), dịch kinh Chánh Pháp-Hoa (Xem : *Pháp-Hộ*).

Đàm-ma-mật-đa 曇 摩 密 多 **Dharmamitra** (*scr.*) **T'an-mouo-mi-touo** (*ch.*)

Tàu cũng gọi ngài là Pháp-Tú 法秀 (Fa Siou) Sa-môn gốc xứ Afghanistan, dịch kinh tại Kien-Ye từ năm 424 đến năm 442.

Đàm-Ma-Nan-Đề 曇 摩 難 提 **Dharmnanendin** (*scr.*)

Tàu gọi Pháp-Hỷ 法喜 (Fa-Hi.) Sa-môn dịch kinh tại Trường-An (Tch'ang-Nan) từ năm 384-391.

Đàm-ma-Tỵ 曇 摩 卑 **Dharmapriya** (*scr.*).—

Tàu cũng gọi ngài là Pháp-Thiện 法 善 (Fa-chan). Sa-môn Ấn-Độ dịch kinh tại Kiến-Khương (Kien-K'ang) năm 400.

Đàm-Ma-Trì 曇 摩 持 **T'an mous T'ch'eu**

Tàu kêu Pháp-Huệ 法 慧 hay là Pháp-Hải 法 海.

Sa-môn dịch kinh tại Trường-An năm 367 nhà Tiền-Tần 前 秦.

Đàm-mô (vô) 曇 無 **Dharma** (*scr.*).— **Dhamma** (*p.*).— **Loi, Principe, Doctrine** (*fr.*)

Cũng viết : Đạt-ma. Dịch nghĩa : Phép.
(Xem : *Pháp.*)

Đàm-Quả 曇 果 **Dharmapala** (*scr.*).—

Sa-môn Ấn-độ dịch kinh tại Lạc-Dương năm 207 đời Hậu-Hán.

Đàm-vô (mô) 曇 無 **Dharma** (*scr.*).— **Dham- -ma** (*p.*).— **Loi, Principe, Doctrine** (*fr.*)

Cũng viết : Đạt-ma. Dịch-nghĩa : Pháp.
(Xem : *Pháp.*)

Đàm-vô-Đức 曇 無 德 Dharmagupta (*scr.*)

Một bực Đại-sư rất có danh trong cuộc tuyên-truyền đạo Phật, vào đời vua A-Dục, lối thế-kỷ thứ ba trước dương-lịch. Ngài Đàm-vô-Đức có ra đi khai hóa dân tộc ở nước A-ba-lan-đa-ca (Aparantaka), thuộc về cõi Ấn-độ.

Đàm-vô-đức bộ 曇 無 德 部. Một chi-phái đại-khái về đạo Phật cổ cựu, sáng-lập hồi thế-kỷ đầu dương-lịch. Phái nầy rất chân-chính về Luật-học. Vì hoài-niệm công-đức ngài Đàm-vô-Đức, các sư đệ-tử chịu ảnh-hưởng của ngài, nên đặt tên phái ấy là *Đàm-vô-đức bộ*. Cũng kêu là *Pháp-mật bộ*.

Đàm-vô-Sấm 曇 無 讖 Dharmaraksha (*scr.*).—

Cũng gọi theo nghĩa: *Pháp-Phong* 法 豐 kêu tắt: *Sấm-sư*. Một vị Sa-môn người Thiên-Trước, sang Tàu dịch kinh tại triều Bắc-Lương (502-556). Ngài rất sở trường trong việc dịch Luật. Trong các nhà sư dịch Giới-Luật chữ Phạn ra chữ Tàu, ngài *Đàm-vô-Sấm* diễn-dịch và sắp đặt khéo léo hơn hết. Ngài có dịch «*Bồ-tát Giới-bổn*», rất được giới tu-hành hoan nghinh và nạp dụng làm kinh-giới tu-trì.

Ngài cũng có phụng chiếu dịch bộ «*Đại-bát-Niết-bàn kinh*», là bộ kinh rất có giá-trị về Đại-thừa, mà Phật thuyết lúc sắp vào Niết-bàn.

Đàn 檀 Dâna (*scr.*). — Dons, Offrandes, générosité (*fr.*)

Đàn là tiếng Phạn, đọc trọn chữ: *Đàn-na* (Dâna), dịch nghĩa: *Thí, bố-thí, cúng-dường.* (Xem: *Bố-thí.*)

Đàn Ba-la-mật 檀 波 羅 蜜.— Dânaparamita (scr).— La Générosite, Vertu cardinale (fr.): Kêu trọn theo Phạn: *Đàn-na Ba-la-mật-đa.* Dịch nghĩa: *Bố-thí Đáo Bỉ-ngạn, Bố-thí-độ, Thí-độ.* Ấy là đức đầu tay trong sáu đức cả, *Lục-độ* của Bồ-tát, của người tu Đại-thừa quyết thành Phật.

Đàn và *Đàn Ba-la-mật* khác nhau như thế nào?

Niết-Bàn kinh quyển 22: Thấy có người xin, rồi sau mới cho, đó, kêu là *Đàn* (Thí), chớ chẳng phải *Đàn Ba-la-mật.* Như chưa có ai xin, tự mình mở lòng mà thí, đó mới kêu là *Đàn Ba-la-mật*. Như thỉnh thoảng mới thí, thì kêu là *Đàn* (Thí), chớ chẳng phải *Đàn Ba-la-mật*. Còn thường hay bố thí thì kêu là *Đàn Ba-la-mật*.

Thí cho người-ta rồi sanh lòng hối tiếc, đó kêu là *Đàn* (thí), chớ chẳng phải *Đàn Ba-la-mật*. Thí rồi chẳng hối tiếc, mới kêu là *Đàn Ba-la-mật*. Bồ-tát đối với tài vật, e vua quan bốc lột, trộm cướp xâm đoạt, lửa cháy tiêu tan, nước cuốn đi mất, bèn vui lòng thí cho người, đó kêu *Đàn Ba-la-mật*. Thí mà mong sự báo, đó kêu là *Đàn* (Thí), chớ chẳng phải *Đàn Ba-la-mật*. Thí mà chẳng cầu báo, mới đáng gọi là *Đàn Ba-la-mật*.

Nếu vì sợ sệt, vì danh tiếng, vì lợi-dưỡng, vì việc gia-đạo, vì mong hưởng cảnh Tiên, vì kiêu-mạn, vì muốn hơn người, vì kẻ quen thân, vì cầu báo mà bố-thí, như vậy chẳng qua như cách đổi chác ở chợ mà thôi !...

Đàn-chủ 檀主 .= Dânapati (scr).— Donateur (fr): Người chủ nhà bố-thí, người đứng ra lo việc bố-thí, cúng-dường. *Đàn-chủ* là tiếng đôi, Phạn và Hán, cũng như *Đàn-gia*. Đọc trọn theo Phạn: *Đàn-việt* (Dânapati). Dịch nghĩa: *Thí-chủ*.

Đàn-độ 檀度 .— Dânaparamita (scr.).— La Générosité, vertu cardinale (fr): Tiếng đôi, Phạn và Hán, đọc trọn theo Phạn: *Đàn Ba-la-mật*, *Đàn-na Ba-là-mật-đa*.

Dịch nghĩa: *Bố-thí Đáo Bỉ-ngạn*, *Bố-thí độ*, *Thí-độ*. Hạnh đầu tay trong *Lục-độ* của Bồ-tát.

Đàn-na 檀那 .— Dâna (scr).— Don, offrandes, générosité (fr) dịch nghĩa: *Thí, Bố-thí, cúng-dường*.

Đàn-thí 檀施 .— Dâna (scr).— Dons, générosité (fr): *Đàn* là tiếng Phạn, *Thí* là tiếng Hán-việt, hai tiếng đều một nghĩa.

Ấy là việc bố-thí, lòng lành cung cấp cho người thiếu thốn.

Đàn-tín 檀信 .— Pieux donateur (fr): Người thí-chủ tín-ngưỡng, người đàn-việt tín-thí.

Đàn-việt 檀越 .— Dânapati (scr).— Donateur (fr.): *Đàn-việt* là tiếng âm theo Phạn, dịch nghĩa: *Thí-chủ*. Ấy là những vị chủ-nhơn có hằng tâm hằng sản, thường hay cúng-dường cho chư Tăng, cung phụng cho nhà chùa.

Kim-Vân-Kiều : Gió quang, mây tạnh thành thơi,

Có người *đàn-việt* lên chơi cửa già.

Phạm-Võng Kinh : Thà đem lưới sắt nóng quấn khắp mình ngàn vòng ; chớ chẳng hề đem cái thân phá Giái nầy nhận hết thảy mọi đồ y phục của người *đàn-việt* tín tâm.

Đàn chỉ 彈 指

Khảy ngón tay. Ấy là một thời gian rất ngắn. Phép tính thời-giờ của người Ấn-độ rất tỷ mỷ.

Như : Hai chục *niệm* bằng một lần nháy mắt (thuấn).

Hai chục lần nháy mắt bằng một lần *Khảy ngón tay* (đàn chỉ).

Trong quyển «Quán Di-Lặc thượng sanh Đâu-suất thiên kinh» có chép : Nầy Ưu-ba-ly, chừng ta tịch diệt rồi, những hàng Tỳ-kheo, Tỳ-kheo-ni, Ưu-bà-tắc, Ưu-bà-di, Thiên, Long, Dạ-xoa, Càn-thát-bà, A-tu-la, Ca-lầu-la, Khần-na-la, Ma-hầu-la-già, trong các hàng Đại-chúng ấy, nếu ai nghe được danh-hiệu đức Di-Lặc Bồ-tát Ma-ha-tát, nghe rồi liền hoan-hỷ, cung kính, lễ bái, thì người ấy chừng mạng chung, trong khoảnh khắc như *Khảy ngón tay*, liền được văng sanh về cảnh Trời Đâu-suất.

Đao-đồ 刀 途

Đường dao. Đó là một đường trong ba đường, tức là tên khác của *đường* ngạ-quỉ (ma đói), bởi vì ma đói đã bị đói khát mà lại còn bị đánh khảo bằng dao kiếm, trượng cho nên kêu là *Đường dao.*

(Xem : *Tam đồ*).

Đao-ly (lợi) (chư thiên) 忉 利 (諸 天) Trâyas-trimças (*scr.*)

Chư thiên ở cõi trời Đao-ly. Cũng viết : *Đạo-ly.* Tiếng Phạn là *Đao-ly,* dịch là *Tam thập tam thiên* (33 cảnh trời), là cõi trời thứ nhì trong sáu cõi trời Dục-giới, ở chót núi Tu-di, nơi tám muôn do-tuần trên cõi Diêm-phù đề, bốn phía đều tám cảnh trời ($4 \times 8 = 32$), thêm vào cảnh trời Hỷ-kiến-thành của Vị Trung-ương Đế-Thích ngài ở, cọng là 33 cảnh trời.

(Xem : *Tam-giái*).

Đáo bỉ Ngạn 到 彼 岸 **Paramita** (*scr.*)

Qua tới Bờ bên kia. Kêu theo Phạn : Ba-la-mật-đa (Paramita). *Bạ-la* (Para): Bỉ Ngạn ; *Mật-đa* (Mita) : Đáo. Tức là vượt qua biển sanh-tử khổ-não, tới nơi Chánh-đạo là cảnh Niết-bàn an-lạc, tức là Bờ bên kia. —

Đáo bỉ ngạn là tiếng dùng để xưng hàng Như-lai. Trong **Niết-bàn kinh**, có phân ra bốn hạng chúng-sanh :

1') *Thuận-lưu*, tức là hạng phàm-phu.

2) *Nghịch-lưu*, tức là những vị đắc những quả Tiểu-thừa, từ quả Tu-đà-hoàn lên tới quả Duyên-giác

3) *Chánh-trụ* là hàng chư Bồ-tát.

4) *Đáo bỉ-ngạn* là hàng Bồ-tát đã đắc quả Như-lai. thành Phật . —

Đáo bỉ-Ngạn lại là tiếng gọi chung bốn hàng Thánh-giả : A-la-hán, Bích-chi-Phật (Duyên-giác), Bồ-tát, Phật. Các vị ấy tỷ như con Thần-Qui (Rùa thần) : con Qui có thể ở dưới nước hay lên trên bờ một cách tự-tại. Bốn hàng Thánh-giả cũng như thế. Khi xuống Thế-gian, vào chốn Luân-hồi, tỷ như con Qui xuống nước; Khi ra khỏi Thế-gian, lên cảnh Niết-bàn, tỷ như con Qui lên ở trên bờ. Lại nữa, con Qui có thể ẩn-tàng năm phần của thân-thể mình ; các hàng Thánh-giả cũng như thế, giữ kín Ngũ căn của mình. Các ngài xét thấy thế nào là Phiền não, cho nên gọi là *Đáo bỉ Ngạn*.

Đạo 道 **Marga** (*scr.*) — **Maggo** (*p*).— **Voie, Re--ligion** (*fr.*)

Mạt-già (Marga), *Đạo*, nghĩa là có tánh cách thông tới, đưa tới, tức là con đường thông tới chỗ đã nhứt định.

Có khi chỉ là một đường, một nẻo, một nơi tựu họp Như : *thiện đạo, ác đạo, lục đạo, ngũ đạo*. — Cũng có nghĩa : con đường tôn-trọng, Đạo-lý, Tôn-giáo Như : *Phật-đạo, Thánh-đạo*. Lại có nghĩa : Bồ-đề (Bodhi), Chánh-đẳng Chánh-giác. Như *Đạo-tâm, Đạo-thọ, Đạo-trường*.

Đạo cũng có nghĩa : đạo Lão (Lão-giáo, Đạo-giáo), như nói : Nho, Thích, *Đạo*; hoặc : Nho - gia, Thích - gia, *Đạo* - gia.

Cốt yếu, *đạo* có ba thứ:

1')*Hữu-lậu đạo* : đạo hữu-lậu, do nghiệp lành hoặc nghiệp ác của con người đưa tới cảnh sướng hoặc cảnh khổ. Như thân làm lành, miệng nói lành, ý tưởng lành, ba nghiệp lành ấy thông tới cảnh phước lạc của loài người hoặc thần, tiên. Còn như làm ác, nói ác, tưởng ác, ba nghiệp ác ấy thông tới cảnh độc-dữ của Địa-ngục, Ngạ-quỉ. Súc-sanh, hoặc cảnh người nghèo khổ, hoạn nạn.

2') *Vô-lậu đạo*: đạo vô-lậu, đường giải thoát. Ấy là con đường cao thượng đưa những nhà tu học có tâm giải thoát. Như Bát Chánh Đạo, Thinh-văn Đạo, Duyên-giác Đạo, Bồ-tát Đạo. Nhà tu hành nương theo nền Vô-lậu đạo để tới Niết-bàn.

3') *Đạo* tức là thể Niết-bàn, nền Chánh-giác, quả Bồ-đề. Mức cao siêu, cùng cực, vượt khỏi các mối chướng-ngại, được tự-do, tự - tại. Như: Đạo nhãn, Đạo tâm, Đạo-thọ.

Theo **Câu-Xá-Luận**, đạo là con đường đưa đến Niết-bàn. —

Đạo vẫn trường tồn, lúc nào cũng có, cho nên lúc nào mình cũng tu học được. chớ chẳng phải đợi đến lúc Phật ra đời. Nhưng trong khi Phật hiện ra ở thế, chúng-sanh dễ mà hành *đạo* đắc quả, vì nhờ có Phật giáo-hoá, chỉ đường. —

Đạo có dễ (*dị đạo*), có khó (*ran đạo*). Như ở cõi Ta-bà thế-giới này đầy *ngũ trược* mà tu theo phép *Lục độ vạn hạnh* thì rất khó mà thành *Đạo*, ấy là đạo khó Còn ở tại cõi nầy mà tu phép Tịnh-độ, niệm Phật A-Di-Đà cầu về Cực-lạc thì rất dễ dàng, ấy là *đạo dễ*. Vậy chúng ta nên tinh tấn mà tu trì pháp -môn niệm Phật.

Đạo-cấm : 道 禁 Những sự nghiêm-cấm trong đạo Phật. Tức là Giới-cấm để hạn chế những sự tà ác của các hạng tu-hành xuất-gia và tại-gia, nam và nữ. Nhứt là những giới trọng như: cấm sát sanh, cấm trộm cướp, cấm dâm dục, cấm nói láo.

Ai chẳng tuân theo, tức là phạm *đạo-cấm*.

Đạo-chúng 道 眾 : Chúng tu-hành đạo-nghiệp. Ấy là nói chung những vị xuất-gia, cùng nhau tu trì tại chùa, từ bực nhỏ tuổi còn làm *Sa-di* giữ *Thập-giới*, cho đến bực lớn tuổi, từ 20 tuổi sắp lên, làm *Tỳ-kheo*, giữ *Cụ-túc giới*.

Đạo-cụ 道 具 : Đồ-đạc của thầy tu.

Tức là bộ áo ba cái với những món đồ mà ông thầy tu cần dùng trong khi lữ hành, trong lúc vân du, kêu là *đạo-cụ*. — Lại như có hạng thầy tu vào tịnh-thất mà tham-thiền trong một thời-gian, trong khi vào thất thì đem đủ đồ cần dùng như quần áo, cơm nước, chén bát, dầu đèn, hương hoa, kinh tượng, Tất cả những món ấy kêu là *đạo-cụ*. — Theo Luật xuất-gia, *đạo-cụ* của một vị Tỳ-kheo hợp lại những món nầy: một bộ áo Cà-sa, một cái bát đựng cơm, một cái mền để trải nằm hoặc lót ngồi, một bao đựng kim, chỉ, một sợi dây lưng, một tấm vải để lọc nước mà uống, một bình đựng nước.

Đạo-duyên 道 緣 Nhơn-duyên của đạo Phật. Ấy là : những sự liên lạc với nền đạo đức, những vị ủng hộ Phật pháp, những vật giúp ích cho Tam-bảo.

Đạo-đế 道 諦 Marga-aryasatya (scr). — La Vérité «La Voie qui mène à la Destruction de la Douleur» (fr) : Chơn-lý về Đạo diệt khổ. Ấy là chơn-lý thứ tư trong *Tứ diệu-đế*: Khổ. Tập, Diệt, *Đạo*. Trong bốn chơn-lý ấy, *Đạo-đế* là chơn-lý cốt-yếu, vì nó chỉ dạy đủ các phương pháp tu hành để diệt các mối đau khổ, phiền não. *Đạo-đế* hiệp lại là tám nẻo chánh (*Bát chánh đạo*) : 1. Chánh Kiến. 2. Chánh Tư-duy. 3. Chánh Ngữ. 4. Chánh Nghiệp. 5 Chánh Mạng. 6. Chánh Tinh-tấn. 7. Chánh niệm. 8. Chánh Định . — Ai tu hành theo *Đạo-đế* một cách rốt ráo thì đắc quả Thánh. (A-la-hán).

Đạo đức 道 德 Doctrine, Morale, Vertu (fr) : *Đạo* là Chánh-pháp. *Đức* là đắc đạo, chẳng để cho sai lạc nền Chánh-pháp . — Nguyên-lý tự nhiên, cái Chơn-tánh là *đạo*. Vào được lòng người, cảm ứng với người là *đức*. —

Đạo-đức tức là nền Pháp-giáo mà người ta nên theo để trở nên từ thiện, để thoát khỏi các khổ-não.

Đạo giao 道 交 : Đạo và người qua lại với nhau, cơ và ứng xứng với nhau. Thiện-căn của chúng-sanh phát động, đó là cơ. Cảm-động sức Đại-từ Đại-bi của Phật, đó là *ứng*. Hai bên vừa vặn với nhau, xứng hạp với nhau, kêu là *đạo giao*.

Đạo-giáo : 道 教 Religion (fr.) — Nền tôn-giáo, giáo-lý của Thánh-đạo. Ấy là tiếng gọi chung các học-thuyết của các nền tôn - giáo lớn trên thế - giới. — *Đạo-giáo* (Taoïsme) lại là Lão-giáo, nền tôn-ciáo thờ đức Nguyên-thủy-Thiên-tôn là Thái-thượng-Lão-quân.

Đạo-hạnh : 道 行 : Học đạo và tu hành. Ấy là sự chuyên cần học đạo, nghiên cứu kinh-điển và sự giữ gìn giái-luật tinh-nghiêm, thân-tâm thanh-tịnh. — *Đạo-hạnh* cũng có nghĩa : sự thi hành đạo đức, tức là *Tam học, Lục độ.*

Đạo hóa 道 化 Sự giáo-hóa về đạo lý. Ấy là nói bực Thánh-hiền dùng đạo-pháp mà giáo-hóa cho chúng-sanh. Như dạy cho họ biết Tam qui, Ngũ giái, biết những chơn-lý cốt-yếu trong đạo Phật, sửa tâm tánh họ bằng những lời lành, những lẽ chánh trong tôn-giáo,

Đạo ý 道 意 Bodhihrdaya (scr.) . — Cœur d'Éveil (fr.) : Tâm-ý hướng về quả Chánh-giác. Ý mong cầu quả Vô-thượng Bồ đề, quyết tu hành cho thành Phật. Cũng viết : *Đạo-tâm, Bồ-đề tâm, A-nậu-đa la Tam-miệu Tam-bồ-đề tâm (ý).*

Đạo-khí 道 氣 : Sức cảm khí của Đạo.

Nền đạo lý của Phật, sức từ-bi hỷ-xả của Phật cảm-ứng với lòng người tu-niệm, khiến họ dõng-mãnh. tinh-tấn trên đường Đạo, không lung lay đối với những sự cám dỗ, đe dọa. Họ lại còn có thể xả bỏ thân-mạng vì Đạo nữa.

Đạo-khí 道 器 : Bực người chứa, giữ mối Đạo.

Khí : đồ để đựng, chứa. Cũng như cái bát là món đồ để đựng đồ ăn của ông thầy tu khất thực, Bồ-tát là bực có sức dung nạp đạo lý của Phật, nên kêu là *Đạo-khí.* Như A-Nan là *Đạo-khí* của đức Phật Thích-Tôn, vì nhớ đủ hết những bài thuyết-pháp của Phật, cho nên sau khi Phật tịch, ông đứng ra kết-tập trọn tạng Kinh mà lưu truyền cho hậu thế. *Đạo-khí* cũng kêu là *Pháp-khí.*

Đạo-kiểm 道 檢 : Sự kiểm-xét Đạo đức, sự kiểm-điểm đạo-hạnh của mình. Đó là nói nhà tu hành giữ Đạo, thấy Đạo, tự mình xem xét Đạo-hạnh của mình.

Niết-bàn kinh, quyển 14 : ... Cho nên tuy nay tôi thấy người ấy tu khổ-hạnh, không não không thiệt, trụ nơi *Đạo-kiểm,* giữ hạnh thanh-tịnh, nhưng tôi chưa tin được.

Đạo-lạc 道 樂 : Sự vui thích về Đạo-lý.

Tu hành mà vui thích, coi kinh điển mà khoái ý, tham thiền mà vui dạ, hiểu biết đạo mà vui, bàn giải giáo-lý không chán, đó là

Đạo-lạc. Lúc nào đối với Đạo cũng cảm mến, ham mộ, chẳng ưa thích việc thế gian, ấy là *Đạo-lạc*.

Đạo lý 道 理 Principes, Docirine (fr): Những nghĩa lý ttong nền tôn-giáo. Ấy là những nghĩa lý chơn chánh, thuần-túy trong đạo Phật mà xưa nay các vị Thánh-hiền đều công nhận, những nghĩa lý cốt yếu mà người đạo Phật cần phải học cho biết đặng dễ bề tu-hành.

Như những lý Linh-hồn, Luân-hồi, Nhơn-quả, Lục đạo, Niết-bàn, Tam qui, Ngũ giái, Tam bảo, Tiểu-thừa, Đại thừa v.v. đều là *Đạo-lý*.

Đạo-ly thiên 道 利 天 .— Trāyastrimças (scr.) .— Région des Trente trois cieux (fr): Cảnh của chư Thiên (Tiên) cõi *Dục-giái*, thuộc về *Lục dục thiên*. *Đạo-ly* là tiếng Phạn dịch nghĩa: *Tam thập tam thiên*. Cũng viết: *Đạo-ly thiên*. Ở cõi Dục-giái, *Đạo-ly thiên* ở trên cảnh Tứ thiên vương thiên, mà ở dưới cảnh Tô-dạ-ma thiên (Xem: *Tam-giái*). Ngài Đế-Thích quản-trị toàn cảnh ấy. *Đạo-ly thiên* tức là Tam thập tam thiên ở trên đảnh núi Tu-Di, cách cõi Diêm-phù đề 84.000 do-tuần, bốn hướng có 8 cảnh trời (4 x 8 = 32), ở giữa là Hỷ-kiến thành của ngài Đế-Thích làm vua, cọng tất cả là 33 cảnh.

Hồi Phật Thích-tôn ra đời, có nhiều chúng-sanh, hoặc người, hoặc ngạ-quỉ, hoặc những linh hồn dọa lạc ở cảnh Địa-ngục, cảnh Súc-sanh, nhờ nghe Phật giảng Kinh mà tỉnh ngộ, khi lâm-chung thì sanh lên cảnh *Đạo-ly thiên*.

Trong quyển **Tri-húc** có nói rằng : Một khoảng một trăm năm ở nhơn-gian không bằng một ngày một đêm ở *cảnh Tiên Đạo-ly* ; một Đại-kiếp ở cõi Ta-bà không bằng một ngày một đêm ở cõi Cực-lạc thế-giái.

Đạo-lực 道 力 : Sức của Đạo đức, Thế-lực của Đạo-quả. Ai tu-hành Giái-Định-Huệ mà được cái Đạo-thể. tức nhiên có cái *Đạo-lực*, Sức mạnh về tinh thần để cho mình dùng. Những vị tu-trì đắc Đạo, tức nhiên có *Đạo-lực*, do đó chẳng sợ sệt. Cái *Đạo-lực* có thể ủng-hộ mình, mình có thể dùng nó mà cứu-độ chúng-sanh. Như, nhà có *Đạo-lực* thì không một thần-quỉ nào, một kẻ ác-nghịch nào ám hại nổi. — Mỗi khi đức Địa-Tạng Bồ-tát du hành đến đâu, cái *Đạo lực* của ngài làm cho chúng-sanh ở đó thoát khỏi vòng tham lam, sân-hận, ngu-muội và khỏi cảnh đoạ-lạc đau khổ.

Như ai ở đời nầy mà tu hành và đắc Đạo quả, như đắc quả Tu-đà-hoàn, Tư-đà-hàm v.v, thì đời sau dẫu chẳng tu hành, hoặc dẫu sanh ra nơi chỗ xấu tệ, cũng chẳng hề phạm đều ác, ấy nhờ cái *Đạo-lực* vậy.

Đạo-môn 道 門 : Cửa Đạo. Ở trong Đạo-pháp, nương theo thầy, bạn mà học Kinh, Tu thiền, bỏ những việc thế gian. - Vào trong cảnh Đạo, theo một tôn-giáo, phụng hành một tôn-chỉ Đạo. — *Đạo-môn* cũng có nghĩa : Đạo-giáo, Lão-giáo (Taoisme).

Đạo-nghiệp 道 業 : Sự nghiệp đạo-đức.

Đối với *Phước-nghiệp* là sự nghiệp của phước đức. Làm các việc phước, như cúng dường, bố-thí thì chiêu cảm cái quả-báo sanh lên cảnh Tiên hoặc sanh làm người nhàn-lạc, phú-quí. Đó là *phước-nghiệp*.

Làm các việc tu-trì, như giữ giới, niệm Phật, thiền-định thì sẽ được cái quả-báo vào hàng Thánh, hàng Phật. Đó là *Đạo-nghiệp*. —

Có lòng Bồ-đề kiên-cố, dốc chí thành Đạo, bèn tu các nghiệp, hành *Lục-độ* cho có công-phu, đó cũng là *Đạo-nghiệp*.

Đạo-nhãn 道 眼 : Mắt Đạo. Nhờ tu hành thanh-tịnh, nên sự thấy rất thông suốt, vi-diệu, thấy suốt qua không gian và thời giàn, sức thấy không bị chướng ngại như con mắt thịt (*nhục-nhãn*) của kẻ phàm-phu. — *Đạo-nhãn* cũng có nghĩa : Quan sát đạo lý, thấy qua các giáo-pháp, phân biệt chánh, tà, chơn, vọng. —

Ngài Mục-Liên dùng *Đạo-nhãn* ngó xuống cảnh Âm, thấy mẹ đương bị khổ sở ở cõi Ngạ-quỉ. —

Nhiều vị Bồ-tát có *Đạo-nhãn* thấy rõ các giáo-pháp của các bậc Giáo-chủ, đem so sánh với đạo Phật, bèn tinh-tấn mà tu theo Phật-đạo.

Đạo-nhơn 道 人 . — Religieux (fr) : Nhà tu hành. Người có đạo, ăn chay niệm Phật, tụng kinh và mặc-y phục thầy tu. — Bực tu-hành xuất-gia, *Tăng-nhơn* tức là *Đạo-nhơn* (Trí-độ luận). — Thầy tu núi, chịu khổ hạnh, có phép thần-thông, đạo-thuật. Như ông *A-tư-đà* (Asita) *đạo-nhơn* có phép thần thông, biết Phật giáng sanh, bèn hiện đến cung vua Tịnh-Phạn mà chầu đức Thái-tử Thích-Ca .—

Những vị tu hành không phải người thế-tục, mà cũng chẳng thọ giới xuất-gia theo nghi-pháp, cũng gọi là *đạo-nhơn* .— Những vị thần-tiên hiện ra ủng-hộ cho người đời, cứu vớt những kẻ hoạn-nạn, cũng gọi là *đạo-nhơn.*

Lại mấy vị tu Tiên, theo Đạo-giáo (Lão-giáo) cũng là *đạo-nhơn.*

Đạo-pháp 道 法 : Chánh-pháp của Đạo.

Những phương-pháp, nghĩa-lý của nền Chánh-đạo, ai tu theo đó thì được giải-thoát. Như : *Tứ-diệu đế* là *đạo-pháp* của nhà tu hành muốn đắc quả La-hán. *Thập-nhị nhơn-duyên* là *đạo-pháp* của nhà tu hành muốn đắc quả Duyên-giác Lục-độ là *đạo-pháp* của hạng tu-trì Bồ-tát hạnh quyết thành Phật. Pháp-môn niệm Phật là *đạo-pháp* của người tại-gia hoặc xuất-gia muốn vãng sanh về cõi Cực-lạc của đức Phật A-Di-Đà.

Đạo-quả 道 果 : Kết-quả của sự tu hành đạo-lý. Tu là *nhơn*, thành là *quả*. Như tu theo Thinh-văn thừa thì lần lượt chứng bốn *đạo-quả* : 1. Tu-đà-huờn (Srotappanna), 2. Tư-đà-hàm (Sakragamin) 3. A-na-hàm (Anagamin), 4, A-la-hán (Arhat). Xem : *Tứ-quả.*

Còn tu theo Đại - thừa thì lần lượt lên mười quả-vị Bồ-tát và sau rốt đắc thành quả Phật.—

Tu hành chơn-thật, tinh-tấn thì *đạo-quả* mau thành-tựu.

Đạo quang 道 光 : Ánh sáng (quang-minh) của Đạo. Bực tu-hành được cái đạo-thể thanh-tịnh, xa lìa mọi thứ lầm lạc, cấu nhiễm, chiếu phá những mối vô-minh (si mê) của mình và của người. Bực ấy có cái ánh sáng hiện ra trên gương mặt và tỏa ra bốn phương. Cái *đạo-quang* ấy chứng tỏ cho nhà có đạo-đức. Như *đạo-quang* của Phật, của Bồ-tát, của chư Tiên (Thiên). - Cái *đạo-quang* của Phật sáng rỡ vô cùng, êm dịu vô cùng, chiếu đến ai thì người ấy lấy làm sung sướng, nhẹ nhàng, nhu nhuyễn nơi thân-tâm.

Đạo-Sanh 道 生 .— Dôshô (s j.) : Một nhà sư Nhựt-Bổn hồi thế kỷ thứ năm dương-lịch. Ngài *Đạo-Sanh* thường hay tuyên dương cái thuyết nầy : ở đâu cũng có Phật và bao giờ cũng có Phật.

Đạo-sĩ 道 士 : Bực sĩ-phu có Đạo.

Ban sơ, tiếng ấy dùng để chỉ các vị Tỳ-kheo, Thích-tử. Về sau, người-ta gọi *đạo-sĩ* là những vị tu Tiên, tu thiền-định và khổ-hạnh trong núi, những vị ẩn-cư luyện đạo, có pháp thuật.

Đạo-sĩ lại là những nhà tu theo Đạo-giáo (Lão-giáo), có thuật-pháp giao-tiếp với qui thần, có tài ảo-thuật.

Đạo-tâm 道 心 .— Bodhihrdaya (scr) Cœur d'Éveil (fr): Tâm đạo. *Đạo-tâm* cũng kêu là *Đạo-ý, Bồ-đề tâm*. Tâm ý của người ngộ Đạo, quyết tu hành cho đến thành Phật, đắc quả Chánh-giác (Đạo). Có *Đạo-tâm* là người trọng Tam-bảo, tin Kinh-pháp của Phật, ưa bố-thí, cúng dường, ăn chay, niệm Phật, giữ giới và tham thiền.

Người mà *Đạo-tâm* kiên cố, chẳng hề thối chuyển, tức là bực Bồ-tát dõng-mãnh vậy.

Đạo-Thái 道 泰. Tao-Tái (ch.): Cũng kêu : *Thích Đạo-Thái*, một vị Sa-môn người Trung-Quốc có hành-cước qua Thiên Trước và khi trở về thì dịch kinh Phật ở trào Bắc-lương lối năm 439.

Đạo-Thánh-đế 道 聖 諦 .— Marga-aryasatya (scr.).— La Vérité "La Voie qui mène à la Destruction de la Douleur" (fr.): Tức là *Đạo-đế*, chơn-lý về Đạo diệt khổ, chơn-lý thứ tư trong *Tứ Diệu-đế, Tứ Thánh-đế*.

Muốn thi hành *Đạo Thánh-đế*, tức nhiên phải thi-hành *Bát Thánh-đạo* hay *Bát Chánh-đạo*.

Đạo-thể 道 體 : Cái bổn-thể của Đạo.

Cái *đạo-thể* không phải thấy được như thân thể của mình, nó ở nơi tâm của nhà có công tu-học Giới-Định-Huệ, của bực lâu đời tu hạnh Bồ-tát. Đối với bực đắc Thánh-đạo, Phật-đạo thì cái *đạo-thể* ấy rất vững vàng, đầy đủ.

Trong quyển **"Đạo-đức chi đức luận"** có chép : Nầy, Đạo-thể vốn hư-vô, mà vạn vật thì có hình . —

Nhưng mà có khi người ta cũng kêu tôn thân-thể nhà đạo, bực Tiên, bực Thánh là *đạo-thể, ngọc-thể*.

Đạo-thọ 道 樹 .— Bodhidruma (scr) .— Arbre de la Science (fr) : Cây Đạo. Cũng kêu : *Bồ-đề thọ.* Ấy là cây Tất-ba-la (Pippala), trong rừng Già-da (Gaya), gần mé rạch Ni-liên-thiền (Najranjâna) bên Thiên-Trước. Đức Thích-tôn ngồi nơi gốc cây ấy mà thiền-định cho tới đắc Đạo, nên về sau người-ta gọi cây ấy là *Đạo-thọ.*

Theo hai quyển *«Quán Di-Lặc thượng sanh Đâu-suất-thiên Kinh»,* và *«Di-Lặc hạ sanh thành Phật Kinh»* thì đức Di Lặc sẽ thành Phật nơi cội cây *Đạo-thọ* tên là Long-Hoa.

Đạo-thông 道 通 : Phép thần-thông của nhà đạo. *Thông* tức là thông suốt, tự nhiên sáng láng, tùy ý dùng thân và căn của mình một cách tự-tại, vô - ngại.

Nhà tu hành đắc quả vô-lậu, như La-hán, Duyên-giác, Đại Bồ-tát, Phật, thì có đủ sáu món *Đạo-thông (Lục-thông)* : 1. Thiên-nhãn thông, 2. Thiên-nhĩ thông, 3. Túc-mạng thông, 4. Tha-tâm thông, 5, Thần-túc thông, 6. Lậu-tận thông.

Còn những nhà tu hành chưa đắc quả vô-lậu, còn ở trong cảnh hữu-lậu, tức còn tríu mến, thì lần lượt có từ phép *Đạo-thông* thứ nhứt là Thiên-nhãn-thông cho đến phép thứ năm là Thần-túc thông.

Đạo-thuật 道 術 : Kỹ thuật của đạo-pháp. Những phép rất tinh thông bề trong và bề ngoài, phía tại thế và phía xuất thế, phép biến, hiện rất tinh vi của nhà đạo.

Đạo thủy 道 水 : Nước đạo　Cũng như nhờ có nước nên người-ta rửa sạch những món dơ dáy, ô nhiễm; cũng như thế, nhờ có đạo nên người ta tẩy sạch thân tâm bị cấu nhiễm bởi cảnh trần. Vì tỷ-dụ ấy nên gọi là *đạo-thủy.*

Đạo-Tín (đại-sư) 道 信（大 師）

Tổ đời thứ tư ở Đông-độ, do ngài Tăng-Xán truyền Pháp. Ngài Đạo-Tín sanh tại huyện Quảng-tế, tỉnh Kỳ-Châu, họ Tư-mã. Theo quyển *«Phật tổ Chánh-tông đạo ảnh»,* đến năm 14 tuổi, Đạo-Tín đến lễ bái Tổ thứ ba và bạch rằng :

— Xin Hoà-thượng mở pháp-môn Giải thoát

— Có ai buộc trói ngươi sao ?

— Không ai trói buộc tôi cả.

— Sao lại cầu Giải-thoát ?

Nghe xong, Đạo-Tín liền đại ngộ, Đắc Pháp rồi. ngài trụ tại núi Phá-đầu và về sau viên-tịch tại đó. Đến triều Đại-Tông (763-779) nhà Đường có sắc thụy phong ngài là Đại-Y thiền-sư, và phong toà tháp của ngài là Từ-Vân tháp. Đạo-Tín là thầy của Ngũ-tổ Hoằng-Nhẫn, ông nầy lại là thầy của Lục-tổ Huệ-Năng.

Đạo-trí 道 智 : Cái trí chứng Đạo. Ấy là cái trí-huệ của người chứng được lý Đạo-đế là đế thứ tư trong *Tứ diệu-đế.* — Giáo-phái Tiểu-thừa có phân ra mười cỡ trí-thức (*thập trí*), mà *Đạo-trí* là một : 1. Thế-tục trí, 2. Pháp-trí, 3. Loại-trí, 4. Khổ-trí, 5, Tập-trí 6. Diệt-trí, 7. Đạo-trí, 8, Tha-tâm trí, 9, Tận-trí (Lậu-tận trí), 10. Vô-sanh-trí. — *Đạo-trí* có hai hạng 1. hạng học (hữu-học) tức là hạng còn học tập ; 2. hạng vô-học, tức là hạng đắc quả Thánh A-la-hán. Nhưng dầu ở hạng hữu học, nhà đạo được cái *Đạo-trí* thì quyết nhập diệu cái Đạo-đế cho hoàn-toàn, tức là quyết thi hành *Bát chánh-đạo* cho rốt ráo đề đắc Niết-bàn.

Đạo trường (tràng) 道 場 : Bodhimandala (*scr*).

Khoảnh đất Đạo. Khoảnh đất nơi ấy Phật ngồi đại-định mà thành Đạo. Cảnh *Đạo-trường* của đức Thích-tôn ở về miền Trung Ấn-độ trong nước Ma-kiệt-dà (Magadha). gần mé rạch. Ni-liên-thiền (Nairanjâna) tại rừng Già-da (Gaya), trên cây Đạo-thọ (Đạo-trường thọ) phủ tàn che mát. — Về sau, người ta dùng chữ *Đạo-trường* mà gọi những chỗ dưới đây :

1. Chỗ cúng Phật, tức là nơi Chánh-điện ở nhà Chùa.

2') Chỗ tụng Kinh hằng ngày.

3') Chỗ Pháp-sư giảng đạo, truyền đạo.

4') Chỗ thanh-tịnh nơi ấy vị sư tu luyện, tham-thiền. —

Nơi *Đạo-trường*, thường có những vị Thần ủng hộ Pháp-sư, ủng hộ nhà tu-luyện, ủng hộ vị tụng-niệm, cũng như trước kia mấy vị ấy đã từng ủng hộ Phật. Ấy là *Đạo-trường thần.* Mấy vị nầy cũng kêu là *Hộ-pháp thần.*

Đạo-tục 道 俗 . — Ecclésiastique (moine) et laïque : Người đạo, kẻ tục. Người xuất-gia thọ đủ giới-hạnh (Cụ-túc giái) trong Đạo, hằng ngày tu tập đạo lý, cất mình ra ngoài cảnh xao-xuyến của thế gian, cho nên kêu là *Đạo.*

Kẻ tại-gia chỉ thọ một ít phần Giới-hạnh trong Đạo, tuy ham mộ Đạo-lý mà còn bận việc làm ăn, đương ở trần thế đầy ác-trược, khó bề tu học, kém sức trí-huệ, cho nên kêu là *Tục. Đạo tục* cũng kêu là *Tăng tục.*

Đạo-Tuyên 道宣 .— Tao-suan (ch.) : Đại-sư người Trung Quốc, sáng lập Luật-tông (Lu-tsoung) hồi thế kỷ thứ bảy dương - lịch. Ngài tu ở núi Nam-Sơn, cho nên người ta thường gọi ngài là *Nam-Sơn đại-sư.* Ngài tu trì rất tinh-tấn ; mộ xem Kinh-Luật và giữ Giới rất đúng. Ngài có soạn nhiều quyền giải-luận về Giới-Luật. Ngài thường lấy bộ *Tứ Phần -Luật Đàm-vô-đức-bộ* (Dhramagupta-Vinaya) mà cho đệ-tử tu học. Trong quyển «Giáo Giới Nghĩa» của ngài soạn, ngài có khuyên người tu học giữ Giới, vì có giữ Giới mới sanh Định, có sanh Định mới phát Huệ.

Vì ngài có công rất lớn trong sự truyền bá Giới-Luật, nên người ta gọi ngài là Tổ-sư phái Luật-tông. Ngài tu Thiền-định rất hiệu quả, chư Tiên thường hiện xuống hầu ngài. Và nhiều vị đệ-tử của Phật cũng có hiện lại bàn luận đạo lý với ngài. Đức La-hán Tân-đầu-lô (Pindola), đệ-tử của Phật có hiện đến khen ngài *Đạo-Tuyên* rằng : Từ khi Phật tịch đến giờ, chỉ có một mình ngài có công truyền bá Tạng Luật nhiều hơn hết.» *Đạo-Tuyên* là người đồng thời với ngài *Huyền Trang* Pháp-sư. Vua Thái - Tông có triệu ngài *Đạo-Tuyên* và ngài Huyền Trang phiên dịch Kinh Luận. *Đạo-Tuyên* Đại-sư tịch năm 667 dương lịch, hưởng thọ 72 tuổi.

Đạo-vị 道位 : Ngôi vị tu hành trong Đạo. Những nhà tu hành được ngôi vị cao hay thấp là tùy nơi mình đã tu lâu hay mới tu, tùy nơi phước đức và trí-huệ của mình nhiều hay ít.

Như trong hàng Thánh, ta thấy bốn *Đạo-vị* (Đạo-quả) là : Thinh-văn La-hán, Duyên-giác, Bồ-tát, Phật.—

Theo học-thuyết Đại-thừa, *đạo-vị* của Bồ-tát có mười bực (thập vị, *thập địa*) ; chúng được bực thứ mười, Pháp-vân địa thì Bồ-tát lên ngôi Phật.—

Trong hàng Tăng - chúng ở nước ta, từ trên xuống dưới, có những, *đạo-vị* nầy : Hòa-thượng, Yết-ma, Giáo-thọ.

Đạo-vị 道味 : Mùi đạo, ý-vị đạo đức. Cũng như người ưa ăn những món ngon vật lạ, gặp phải thì lấy làm thích ; cũng như thế.

người mến Đạo, đối với Đạo lý, ở nơi thanh-tĩnh tu-trì, hoặc nghe giảng giải đạo đức, thì lấy làm sung sướng. Đó là *Đạo-vị.* Lại như những vị Pháp-sư có tài hùng-biện, làm cho người nghe không mệt, không chán, cùng là những vị soạn-giả dịch Kinh, viết sách Đạo một cách lưu loát làm cho người càng đọc càng ưa, đó là *Đạo-vị.*

Đạo 盜 Adinnâdânam (p.). -- Vol (fr.)

Cũng kêu : *Du-đạo.* Lấy trộm, lấy lén món gì không phải của mình mà người ta chẳng cho. Tội nầy do nơi thân.

Đạo là tội phạm thứ nhì trong Ngũ giới, trong Thập thiện, trong Tứ Ba-la-di pháp của nhà sư, trong Bồ-tát giới.

Trong **Phạm-vōng kinh,** về khoản *Đạo-giới,* có nói rằng : Như một vị đệ-tử Phật nào mà tự mình ăn cắp, khiến người ăn cắp, dùng phương-tiện mà ăn cắp, đọc chú mà ăn cắp, nhơn ăn cắp, duyên ăn cắp, phép ăn cắp, nghiệp ăn cắp, cho đến ăn cắp đồ người ta đề cúng qui thần, ăn cắp bất kỳ là món chi, dầu là một cây kim, một cọng cỏ, cũng đều phạm tội ăn cắp.

Ở bên Thiên-trước, một vị Tỷ-kheo bay Sa-di mà lấy trộm một món đồ đáng giá năm tiền thì bị trục-xuất.

Cũng ở bên Thiên-trước, kẻ thế mà lấy trộm món chi đáng giá năm tiền (bằng một tiền ở Tàu ; 1 tiền : 1/10 lượng bạc) mà đem đi quá năm bàn chơn thì bị xử tử.

Đạo-sư 導 師 Nâyoka(scr. e p).— Conducteur (fr)

Đạo : Chỉ dẫn, đem đường, mở lối.

Sư : Thầy, Chủ.

Cũng kêu : *Đại đạo sư ,— Tiếng xưng Phật và Bồ-tát.

Cũng như một vị chủ đoàn, rành đường núi dắc một đoàn trầy-buôn tuông rừng lướt bụi, và đưa họ đến cảnh thị-thành,— Phật và Bồ-tát là bực *Đạo-sư,* đưa chúng-sanh từ trong rừng mê mà đến cảnh sáng suốt: Niết-bàn.

Lại, cũng như một vị chủ đoàn, rành đường biển, dắc một đoàn lái-buôn lướt qua biển rộng và đưa đến nơi đề buôn bán cho có lợi to, — Phật và Bồ-tát là bực *Đạo-sư,* đưa chúng-sanh từ nơi biển luân-hồi khổ não đến mé lành giải thoát :Niết-bàn.

Đối với chư Bồ-tát, *Đạo-sư* là tiếng dùng đề chỉ Phật.

Như, trong **Diệu - pháp liên-hoa kinh**, Tự phẩm, ngài Di-Lặc Bồ-tát hỏi ngài Văn-Thù Bồ-tát rằng : Vì cớ nào mà hôm nay ngài *Đạo-sư* phóng hào-quang từ nơi giữa lông mày chiếu ra các cõi thế - giới ? —

Hồi đức Thích-tôn mới vừa thành Đạo, ngài đương suy nghĩ phép phương tiện để độ chúng-sanh thì chư Phật thập phương hiện lại khen ngài rằng : «Lành thay Thích-Ca-Văn, bực *Đạo-sư* đệ nhứt. Ngài nên dùng phương tiện tùy nghi mà thuyết-Pháp.»
Xem : *Đại-Đạo-Sư.*

Đạo-Sư Bồ-tát 遊 師 菩 薩 .— Simha-Bôdhisattva : Một vị Bồ-tát Ma-ha-tát. Chữ *Simha* có nghĩa là Sư-tử. Sư-tử là vua thú, dắt đường cho chúng thú, vì vậy nên Dịch giả phiên *Simha* là Đạo-Sư. Khi Phật diễn Kinh Diệu-Pháp-Liên-Hoa tại núi Kỳ-xà-quật, gần thành Vương-xá, ngài *Đạo-Sư Bồ-tát* có hiện lại dự nghe.

Đạo-thủ 遊 首 Meneur, Chef *(fr.)*

Người đứng đầu để hướng dẫn, chỉ huy. Cũng như nói : Đạo-sư, Thủ-lãnh,

Đại Bát Niết-bàn Kinh, quyển 32 : Giới (Giới - cấm) là trang Đạo-thủ của các Thiện-căn, cũng như vị Thượng-chủ kia dẫn đầu một đoàn khách-thương.

Đảo 倒 Xô ngã, lật ngã. Không đứng vững. Làm nghịch, tưởng ngược. Như trở trên làm dưới, lấy trắng làm đen, việc phải mà cho là quấy, việc quấy mà cho là phải. Tức *điên-đảo.*

Đảo-huyền 倒 懸 : Treo ngược. Do theo tiếng Phạn : *Vu-lan-bồn, Ô-lam-bà-nã* mà dịch ra. *Đảo-huyền* là một tội rất đau khổ cho những hồn đã phạm tội ở thế gian, nơi âm-cảnh họ bị cái khổ treo ngược : đầu trở xuống đất, chơn đưa lên trời. Muốn cứu cái khổ *đảo-huyền* ấy, phải cúng-dường Tam-bảo ; nhơn Rằm tháng Bảy, tụng *Vu-lan bồn kinh* và cúng trai tăng, làm các việc bố-thí.

Đảo-kiến 倒 見 : Ý kiến điên đảo. Ấy là cái tư-tưởng quấy, hiểu ngược sự thật. Như đối với cảnh buồn khổ mà thấy là vui sướng, hoặc đối với cảnh vui sướng mà thấy là buồn khổ. (Xem : *Tứ điên-đảo.*)

Đảo-ngã 倒 我 : Cái vọng-tưởng chấp lấy thân mình. Cái

bổn-ngã vốn không thật, thế mà nhận cho nó là thật, là bền, bèn sanh lòng ham mến, đó là *đảo-ngã*.

Đảo-phàm 倒 凡 : Kẻ phàm-phu điên-đảo ; ý-kiến trái-ngược của phàm-tình, chẳng hạp với Đạo Giải thoát. .

Đảo-thuyết 倒 説 : Lý-thuyết ngược ngạo, trái với Chánh-pháp. Lời nói ngang trái, chẳng hạp lý Kinh, ngược với lẽ Tấn-hoá, lẽ Giải-thoát. Cũng như nói : *Tà-thuyết.*

Đảo-tưởng : 倒 想 : Tư tưởng điên đảo.

Ấy là những tư tưởng không đứng vững, trái ngược đối với Chánh-đạo. Cũng viết : *Điên-đảo tưởng.* Như đối với *Ngũ uẩn*, từ cái Sắc tới cái Thức, mà tưởng là Thường, Lạc, Ngã, Tịnh, đó là *Đảo-tưởng* mà tất cả phàm-phu đều mắc lấy. Tấn lên một bực, những hàng tu học Hai thừa (Thinh-văn thừa và Duyên-giác thừa) cho rằng tất cả đều là Vô-thường, Vô-lạc, Vô-ngã, Vô-tịnh. Cho đến đối với Niết-bàn, Phật-tánh, Như-lai, Tam-bảo cũng cho là như thế, đó cũng là *Đảo-tưởng.* Hễ có *đảo-tưởng*, tức là có sống và thác. Có sống và thác, tức là tướng hữu-vi.

Niết-Bàn kinh, quyển 37 : Tất cả chúng-sanh, khi chưa đắc Chánh-đạo, đều có *Đảo-tưởng.* Tại sao kêu là *Đảo-tưởng ?*
Ấy là : đối với những vật mà chẳng phải là Thường, họ tưởng là *Thường.* Đối với những vật chẳng phải là Lạc (Vui), họ tưởng là *Lạc.* Đối với những vật chẳng phải là Tịnh (Sạch), họ tưởng là *Tịnh.* Đối với những pháp không, họ tưởng là *Ngã.* Đối với những thứ chẳng phải là nam, nữ, lớn, nhỏ, ngày, đêm, năm, tháng, y phục, phòng xá, giường gối, mà họ tưởng là nam, nữ v.v.

Tư tưởng chấp trước, cũng kêu là *Đảo-tưởng.*

(Xem : *Trước tưởng.*)

Đát-thát-a-Kiệt 怛 闥 阿 竭 Tathàgata (*scr.*)

Cũng viết : *Đa-đà-a-già-đà, Đa-đà-a-già-độ.* Dịch nghĩa : Như-lai. Một hiệu trong *Thập hiệu* của Phật (Xem : *Như-lai.*)

Đạt-lại lạt-ma 達 賴 喇 嘛 Dalaï — Lama (*tib.*)

Đạt-lại, tiếng Tây-Tạng : Bực người trồi thắng ; — tiếng Mông-Cổ. Biển lớn. Lạt-ma : Nhà sư.

Cũng gọi là *Hoạt-Phật* (Bouddha vivant), Phật-sống, ngài là chúa-tể đạo Phật Lạt-ma-giáo ở Tây-Tạng, và cũng là chúa-tể toàn cõi nước Tây-Tạng. Ngài ngự tại điện Bồ-đà-lạc-ca- (Potala), Kinh-đô Lạp-tát (Lhassa). Người Tây-Tạng rất kính ngưỡng ngài, tin-tưởng rằng ngài là hóa-thân của đức Quan-Thế-Âm Bồ-tát.

Tuy làm vua, mà ngài sống theo hạng thầy tu, ăn chay và chẳng có vợ, con, cho nên dân-chúng rất đem lòng sùng mộ. Bởi vua không phải là bực truyền tử, cho nên sau khi một vị Hoạt-Phật thăng hà, thì người-ta tin rằng thần-thức ngài chuyền hóa vào một gia-đình có phước-đức, mấy thầy tu chức lớn bèn lo đi tầm một trang thiếu-niên có đủ phước-tướng mà họ nhận là vị *Đạt-lại lạt-ma* tái sanh, chừng ấy họ mới rước về đền mà tôn lên ngôi Hoạt-Phật.

Ở Tây-Tạng, dầu thầy tu, dầu kẻ tại thế, ai được vị *Đạt-lại Lạt-ma* ban phép lành thủ hộ thì người ấy lấy làm vinh hạnh vô-cùng. Biết bao người từ các nơi xa, đến chiêm ngưỡng điện Bồ-đà-lạc-ca và hướng về phía cung của ngài mà làm lễ !

Đạt-ma 達 磨 Dharma *(scr.)* — Dhamma *(p.)* — Loi, Doctrine, Principe *(p.)*

Pháp. (Xem : *Pháp.*)

Đạt-ma (đại-sư) 達 磨 (大 師) Bodhidharma *(scr.)* —

Cũng viết : *Bồ-đề đạt-ma*, vị Tổ 28 ở Ấn-độ và Sơ-tổ Thiền-tông ở Đông-độ. Thời-kỳ hết sức trọng hệ của đạo Phật ở Tàu là về đời Lương (vua Võ). Lúc ấy, vào ngày hai mươi mốt tháng chín (ta) năm 520, có một ông hoàng tử xuất-gia, đạo hiệu là **Đạt-ma** *đại-sư* vào đến Quảng-đông (Canton) bằng đường biển. Rồi từ Quảng-đông, ngài sang Kiến-Khang 建 康 , kinh-đô của vua Võ-đế nhà Lương và ngài giảng đạo cho Võ-đế nghe. Thấy tăng-chúng ở Kiến-Khang đối với ngài một cách lạt lẽo, ngài bèn lên phía Bắc về nước Nguy. Ngài chẳng ở kinh-đô Nguy là thành Lạc-Dương, mà vào ở trong núi Tung, tại chùa Thiếu-Lâm 少 林. Nơi đẩy, ngài tịch lối năm 529, sau khi độ được một số đông tín-đồ. Trong mấy năm sau cùng của ngài, ngài ngồi yên, ngó mặt vào vách mà trầm tư mặc tưởng. Bồ-đề Đạt-ma là đệ-tử của giáo-tổ thứ hai mươi bảy, Bát-nhã-đa-la (Prajnâtara).

Giáo-lý của ngài Đạt-ma là sự tham-thiền cho tỏ ngộ, thấy cái

Phật-tánh nơi mình. Như vậy được thì thành Phật Chẳng cần đi kiếm Phật ở cõi Thiên-Trước, ở cõi Tây-phương, chỉ tầm đức Phật ở nơi ta mà thôi. Chẳng cần buộc mình theo sự lễ-bái, theo các tập-tục trong Tăng-đồ, chẳng cần nghiên-cứu cho nhiều Kinh-điển, chỉ gia công tham-thiền cho tỏ ngộ là thông tất cả.

Ngài truyền Tâm-ấm cho đức Huệ-Khả đặng nối Pháp-lý cho ngài.

Thiền-tông tôn ngài Đạt-Ma làm Sơ-tổ. Và chư Tổ nối tiếp Chánh-truyền là : 2.) Huệ-Khả, 3.)Tăng-Xán, 4.) Đạo-Tín, 5.) Hoằng-Nhẫn, 6.) Huệ-Năng.

Người-ta cũng lấy tên ngài (*Đạt-ma tông*) mà gọi Thiền-tông.

Đạt-ma (Phật) 達摩 (佛) Dharma (Bouddha) (*scr.*)

Một đức Phật Như-lai, quốc-độ của Ngài ở về phương Hạ đối với cõi Ta-bà.

Khi đức Phật Thích-Ca giảng Kinh A-Di-Đà, Phật Đạt-ma và vô-số Chư Phật ở phương Hạ có tỏ lời khen và khuyên chúng-sanh nên tin kinh A-Di-Đà.

Đạt-Ma-Ba-la 達摩波羅 Dharmapâla (*scr*). —

Một vị Bồ-tát hồi thế-kỷ thứ sáu dương-lịch.

Tàu cũng gọi ngài là *Hộ-pháp* 護法 (Hou-Fa). *Hộ-pháp* tức là tên dịch nghĩa chữ Dharmapâla. Và người-ta cũng gọi: *Đàm-ma-ba-la.* Ngài là đệ-tử của Dignaga, ông nầy là đệ-tử của hai anh em Vô-Trứ Bồ-tát và Thiên-Thân Bồ-tát. Ngài có soạn bộ *Thành duy thức luận* mười quyển. Ngài là thầy của Giải-Hiền luận-sư; vị nầy làm Thượng-tọa chùa Na-lan-đà hồi thế-kỷ thứ bảy, có truyền những lý các kinh-luận của Vô-Trứ, Thiên-Thân và của *Đạt-ma-ba-la* cho Huyền-Trang từ Trung-Hoa qua Thiên-Trước.

Đắc 得

Được. Đồng nghĩa với : *hoạch, tự tại.*

Được là nhờ ở thiện-căn, nhơn-duyên, phước-đức từ trước. Như : *Đắc văn Kinh-Pháp, Đắc kiến Phật* (Được nghe Kinh-Pháp, Được thấy Phật).

Được là nhờ sức bố-thí, cúng dường. Như : *Đắc Phước-đức*.

Được là nhờ sức cầu nguyện, tụng Kinh. Như : *Cầu tắc đắc, Đắc công-đức*.

Được là nhờ sự tu hành : Trì Giái, Nhẫn-nhục, Tinh-tấn, Thiền-định, Trí-huệ. Như : *Đắc Đạo, Đắc Pháp, Đắc thần-thông, Đắc A-nậu-đa-la Tam-miệu Tam-bồ-đề* (Chánh-Giác) v . v · Đắc đây tức là Chứng đắc.

Nhưng theo chơn-lý **Kinh Kim-cang Bát-nhã Ba-la-mật** thì không có cái chi gọi là *đắc*. Vì ngũ-uẩn vốn không Không có sắc, thọ, tưởng, hành, thức thì không có lục căn, lục trần, lục-thức, thì đâu có mười hai nhơn-duyên từ vô-minh tới lão-tử, đâu có Tứ diệu đế : Khổ, Tập, Diệt, Đạo. Thì đâu có cái gì kêu là Tri (Biết), là *Đắc* (Được) . — Thế thí cái lý *chứng đắc* chỉ là tạm vậy thôi.

Đắc Đạo 得 道 : Được Đạo. Cũng nói : *Đắc Bồ-đề*. Do tu tam học : Giái, Định, Huệ mà giác-ngộ, dứt các đều lầm lạc, phiền-não; cái trí-huệ chứng được diệu-lý. Đắc đạo có nhiều bực : Đắc đạo thành *A-la-hán*, đắc thành *Duyên-giác, Bồ-tát* và *Phật*. Đắc đạo thành Phật, Như-lai thì quả-vị cao-trồi hơn hết, ấy là sự Giác-ngộ cùng tột vậy.

Như đức Thích-tôn *đắc Đạo* nhằm ngày mồng tám tháng chạp, sau khi trải qua sáu năm tu trì khổ-hạnh. Ngày *đắc Đạo* của Phật là một ngày vía, các nhà tu hành theo đạo Phật đến ngày đó đều lễ bái xưng tụng công-đức của Phật.

Đắc đối trị 得對治 : Được cái phép ứng đối mà trị. Tu được phép nầy, đối với phiền-não chưa phát sanh thì làm cho chẳng sanh ra được ; đối với phiền-não đã phát sanh thì dùng thiền-định mà đoạn tuyệt. Ai còn đương tu tập phép nầy, kêu là *tu đối trị*. Tu tập thuần thục, thành tựu, kêu là *Đắc đối trị*, hay *Đắc đối trị đạo*.

Đắc nhập 得 入 : Được vào. *Đắc* : Chứng đắc. *Nhập* : Ngộ nhập. Như Đắc nhập Phật-thừa, Đắc nhập Phật-đạo, Đắc nhập Không-lý v . v ·

Đắc Pháp 得 法 : Chứng đắc pháp-lý. Đắc pháp cũng tức là *đắc Đạo, đắc Qủa, đắc Diệu-lý*. Như Đắc Pháp lý, Qủa-vị củ

Thinh-văn, Duyên-giác, Bồ-tát, Phật .— Cái Pháp thì tự mình tu học mà được hoặc là do bực trên trước truyền cho mà được. Như đức Thích-Ca *đắc Pháp* do đức Phật Nhiên-Đẳng truyền cho ; chư Tứ-chúng trong hội Pháp-Hoa *đắc Pháp* do đức Thích-tôn chúc truyền ; ngài Lục-tổ Huệ-Năng *đắc Pháp* do ngài Ngũ-tổ Hoằng-Nhẫn truyền cho .— Nhưng chính ra, mình đã sẵn có cái Pháp, cái Chơn-tánh thanh-tịnh rồi, thì bực tôn-sư mới truyền mà khai thông cho vậy.

Đắc Quả 得果 : Được Quả-vị. Cũng nói : *Đắc Đạo.* Lấy sự tu hành làm *nhơn*, lấy sự thành công làm *quả.* Tức là công-phu tu hành được *kết quả*, được thành tựu vậy. Nhà tu hành trong Tam-thừa hoặc là đắc quả *Thinh-văn La-hán,* hoặc là đắc quả *Duyên-giác,* hoặc là đắc quả *Phật Như-lai.* — Riêng về thừa Thinh-văn, nhà tu hành đắc *bốn quả* :

Tu-đà hoàn, Tư-đà-hàm, A-na-hàm, A-la-hán.

Đắc Tam-ma-địa 得三摩地 : Được phép Tam-ma-địa (Samâdhi), tức là phép đại-định huyền-vi. Tam-ma-địa cũng viết : *Tam-muội, Tam-ma-đề, Tom-ma-đế* Bực tu học cao, lúc vào phép định Tam-ma-địa, mải chú vào một mục đích mà thân thể và tinh thần chẳng còn xao động. Do sức đại-định ấy mà hiện ra nhiều phép thần thông ; như thân ngồi một chỗ mà "thần-thức đi đến các cõi Phật, các cõi Tiên ; biết được các sự bí ẩn từ quá khứ, hiện tại cho đến vị-lai ; hiểu các thứ âm thinh của các loại chúng-sanh ; nghe ra các thứ tiếng trong võ-trụ ; thấy các việc cách xa muôn dặm.

Đắc thắng nghĩa 得勝義 : Được cái nghĩa lý, pháp-lý cao hơn hết. Tức là *đắc Niết-bàn, đắc Đạo.* Thắng nghĩa cũng nói là *Thắng quả.*

Đắc tịnh-lự 得靜慮 : Được sự yên lặng nhờ suy nghĩ. Rời khỏi các mối dục, đắc tới chỗ nguyên-đề. Lòng dứt tuyệt các mối : tham dục, sân nhuế, ngu si, kiêu mạn, hồ nghi. Không còn lo lắng, sầu não, bức rức, nóng nảy.

Đắc tu 得修 : Được phép tu. Đắc nhập pháp-môn tu định.- Đắc phép tu *Chánh-định* trong Bát chánh-đạo.

Đắc tu lại là một phép trong bốn phép tu : 1` Đắc tu.

2· Tập tu. 3· Trừ khử tu. 4· Đối trị tu.

Đắc tu: Đối với các pháp lành chưa phát sanh, có ý muốn cho các pháp ấy sanh ra, bèn tu tập cho được.

Tập tu: Đối với các pháp lành đã phát sanh ru nơi mình, thì khiến cho trụ lại mãi, đừng cho thất lạc, lại còn giảng rộng ra cho người ta hiểu mà tu theo.

Trừ khử tu: Nếu có những pháp chẳng lành sanh nảy ra nơi mình, vì có lòng muốn trừ tuyệt, bèn để ý mà tu trừ.

Đối trị tu: Đối với những pháp chẳng lành chưa sanh khởi ra nơi mình, thì tu tập mà khiến cho chúng-nó chẳng sanh ra được.

Đắc-Đại.Thế (Bồ-tát) 得大勢 (菩薩) **Mâhasthâ- -maprâpta** (scr .)

Tức là ngài *Đại-Thế-Chí Bồ-tát.* (Xem : *Đại Thế-Chí*). *Đắc đại thế*: Được cái thế-lực, oai-thần to lớn. Kêu theo Phạn: *Ma- ha-Na-Bát* (Mâhasthâmaprapta).

Trong *kinh Dược-sư*, đức Phật có phán với ngài Mạn-thù-thất-Ly (Văn-Thù Bồ-tát) rằng : Nếu được nghe thấy danh hiệu của đức Được sư lưu-ly-quang Như-lai thì lúc sắp chết, có tám vị Bồ-tát tên là : Văn-thù-sư-ly Bồ-tát, Quan-Thế-Âm Bồ-tát, *Đắc-Đại-Thế Bồ-tát*, Vô-Tận-Ý Bồ-tát, Bảo-Đàn-Hoa Bồ-tát, Dược-Vương Bồ-tát, Dược-Thượng Bồ-tát, Di-Lặc Bồ-tát, — tám vị Bồ-tát ấy cỡi mây ở trên không lại, chỉ bảo đường lối, liền được tự nhiên hóa sanh ở trong các thứ hoa báu nhiều màu ở cõi Phật A-Di-Đà, (nếu người mạng chung muốn sanh về cõi ấy). —

Đắc-xoa-thi-la 得叉尸羅 **Taksaçila, Taxila** (scr.)

Một cảnh thị-tứ ở Ấn-độ hồi xưa, hiện nay thuộc về xứ Bàng-già-phồ (Punjab). Hồi đời vua *A-Dục* là Hoàng-đế toàn cõi Ấn-độ hồi thế-kỷ thứ ba trước dương-lịch, vua sửa sang thành *Đắc-xoa-thi-la* lại rất nghiêm-trang và làm thành Kinh-Đô miền Tây-Bắc. Vua có phái hoàng tử Câu-na-la (Kunala) lên cai trị miền ấy.

Hồi thế kỷ thứ bảy, ngài Huyền Trang, Cao-tăng Trung-Quốc nhơn khi du-hành đến Thiên-trước, có ghé lại thành *Đắc-xoa-thi-la.*

Đẳng 等

Bình đẳng, tất cả đều bằng với nhau, đều đồng như nhau, — Đẳng bậc, ngôi vị.

Đẳng chánh giác 等正覺 : Tức là Chánh đẳng Chánh giác. Tiếng phạn : Tam-miệu Tam-bồ-đề (Samyasambodhi) . Đẳng : bực, quả-vị . Chánh: chơn-chánh . Giác : Trí giác ngộ . *Đẳng chánh giác* là quả giác - ngộ chơn chánh của người hiểu biết tất cả .

Đẳng diệu giác vương : 等妙覺王 : Tiếng tôn xưng Phật. Đẳng : đẳng bực. Diệu giác: sự giác-ngộ cao siêu, tinh tế. Vương : Bực dẫn đầu. Chư Phật là bực dắt dẫn chúng-sanh, giác-ngộ đạo-lý một cách đầy đủ, cao tốt.

Đẳng-giác: 等覺 : Tức là Phật. Quả-vị Sáng suốt. Chư Phật giác-ngộ một cách bình đẳng như nhau, một đức Phật tức là chư Phật trong Mười Phương, chư Phật trong mười Phương tức là một đức Phật. - Bồ-tát tu đủ công - hạnh, nhơn và quả đều trọn vẹn, có thể đi làm Phật, cũng gọi là Đẳng-giác.

Đẳng hoạt địa-ngục: 等活地獄. — Sanjiva *(scr.)* :

Cảnh địa-ngục nơi ấy ai nấy đều sống trở lại và cấu xé nhau. Cũng viết : *Tưởng Địa-ngục, Hoạt Địa-ngục.* Ấy là một cảnh trong *Bát đại địa-ngục.* Ở cảnh *Đẳng-hoạt Địa-ngục,* từ ngón tay của chúng-sanh mọc ra những móng bằng sắt, dài và bén. Họ thường giận nhau, cứ tưởng làm hại nhau, họ lấy móng tay mà cấu xé nhau, rách da, rơi thịt, và tưởng cho kẻ nghịch đã chết. Kế ngọn gió lạnh thổi đến, da, thịt họ sanh ra trở lại, họ đều sống trở lại và toan hại nhau nữa.

Đẳng nguyện: 等願 : Các đều thệ-nguyện mà chư Phật thi hành đồng một lượt tất cả. Đã nguyện những đều gì thì làm cho đều đủ, không bỏ qua một đều nào.

Tứ hoằng thệ-nguyện cũng gọi là đẳng nguyện. Ấy là bốn đều nguyện lớn mà các nhà tu học Đại-thừa cần phải thi hành trọn đủ.

Đẳng nhứt đại xa: 等一大車 : Lấy Cỗ xe lớn (Đại-thừa) mà cho tất cả. Thí-dụ ở kinh Pháp-Hoa, người trưởng-giả đem Cổ xe lớn thắng bằng bò trắng mà cho các con để đi chơi chỗ nầy chỗ kia. Cũng như thế, đức Phật đem Cỗ xe lớn (Đại-thặng, Đại-thừa) mà cho chư đệ-tử, Cỗ xe ấy đưa đến ngôi-vị Phật.

Đẳng niệm : 等 念 : Lòng tưởng nhớ một cách bình đẳng. Đối với các chúng-sanh, Phật thương tưởng một cách bình đẳng.

Đẳng quán : 等 觀 : Sự quan sát, sự quán-tưởng bình đẳng, trông ra các chúng-sanh đều coi như nhau ; thấy sự và lý đều như nhau .

Đẳng tâm : 等 心 : Lòng bình đẳng ; đối với chúng-sanh, kẻ oán người thân, mình coi như nhau. Lại đối với các hạnh tu, như thập thiện, lục độ, đều để tâm tu đều đủ hết.

Đẳng trí : 等 智 : Cái trí biết đều đủ tất cả vừa sự vừa lý của các pháp. Tức là cái trí của Phật.

Đẳng từ : 等 慈 : Lòng từ bình đẳng đối với tất cả chúng-sanh Chư Phật và Bồ-tát thương đồng hết các chúng-sanh, muốn giúp cho ai nấy đều được các sự an vui, lợi ích.

Đâu-lâu-bà 兜 樓 婆

Một thứ cỏ bên Thiên-trước, mùi rất thơm. Người ta dùng cỏ ấy mà chế ra dầu thơm. Cỏ ấy lại là món thuốc rất quí.

Trong Kinh **Diệu-pháp-liên-hoa**, Bồ-tát Nhứt-thiết-chúng-sanh-hỷ-Kiến sắp sửa thiêu thân mà cúng Phật. Người bèn ăn vào chất *Đâu-lâu-bà* và nhiều chất khác có mùi thơm, như : chiên-đàn, huân-lục, tất-lực-ca, trầm-thủy, giao-hương.

Đâu-suất (Đâu-suất-đà) 兜 率 (兜 率 陀) Tushi-ta (scr.)

Cảnh Trời Đâu-suất về Thượng-giới, ở cõi Dục-giới (Xem : *Tam giái*). Đâu-suất, Đâu-suất-đà dịch nghĩa : Tri-túc, Hỷ-túc, Diệu-túc, Thượng-túc. Cũng viết : *Đổ-sử-đa*. Hiện nay, đức Di-lặc (Mai-treya) có đủ 32 tướng của bực Như-lai, ngự tại cung *Đâu-suất* mà giáo hóa cho những ai có thiện-duyên sanh lên cõi ấy, và dắt dẫn chư Bồ-tát. Ngài thường hiện ra các pháp-thân, cho đi khắp các cõi mà thuyết pháp, tùy tiện độ chúng-sanh. Chừng đúng thời kỳ, ngài sẽ giáng sanh làm Phật, kế tiếp đức Thích-Ca Mâu-Ni của chúng ta.

Và trước kia, đức *Thích-Ca Mâu-Ni* chưa thành Phật, thì làm Bồ-tát Hộ-Minh ngự nơi cung *Đâu-suất*. Chừng ngài từ giã cung Đâu-suất mà xuống trần làm Phật thì ngài phó chúc lại cho **đức**

Di-Lặc, dặn đức Di-Lặc kế tiếp ngài nơi cung ấy mà giáo-hóa chư Tiên và chư Bồ-tát.

Hồi thế kỷ thứ năm dương-lịch, hai anh em *Vô-Trứ* (Asangha) và *Thiên-Thân* (Vasubandhu) có tham thiền lên cung *Đâu-suất*, được đức Di-Lặc giáo-hóa và truyền Kinh-Pháp.

Hiện nay, ở cung *Đâu-suất*, có rất nhiều vị Bồ-tát tiếp tay với đức Di-Lặc trong cuộc giáo-hóa chúng-sanh.

Những vị Bồ-tát trước khi giáng thế làm Phật, đều trụ nơi cung *Đâu-suất*. Mấy vị ấy kêu là *Bổ-xứ Bồ-tát* hay lá *Nhứt sanh Bổ xứ Bồ-tát*. Đều là bực tự-tại, thần thông, thường du hóa đi tế-độ chúng-sanh và du hành đến các cõi Tịnh-độ của chư Phật.

Có Kinh chép rằng: Một ngày một đêm ở cảnh *Đâu-suất* bằng 400 năm ở chốn nhơn-gian. Nếu tính theo một năm 360 ngày thì một năm ở cảnh trời *Đâu-suất* bằng 14 vạn 4.000 năm ở cõi nầy.

Đại Bát Niết-Bàn Kinh, quyển 32 : Trong cõi Dục-giới, cảnh *Đâu-suất-đà* thiên là tốt hơn hết. Dưới cảnh ấy, chư Thiên có lòng phóng-dật; trên cảnh ấy, chư Thiên có căn ám-độn. Cho nên cảnh ấy là tốt hơn hết. Ai tu Thí, tu Giái, sẽ sanh ở cảnh trên, hoặc cảnh dưới. Ai tu Thí, Giái, Định, sẽ sanh ở cảnh *Đâu-suất Thiên*.

Đầu-đà 頭 陀 Dhudanga (*p.*)

Tàu dịch: *Đào-thải* 淘汰, *Tu-trị* 修治, nghĩa là phủi bỏ tấn-cấu của phiền-não, khiến cầu Phật-đạo. Về hạnh *Đầu-đà*, Kinh Ba-ly biên ra 13 mục, Kinh Tàu biên ra 12 mục :

1. Tỷ-Kheo phải mặc Tam-y bằng vải dơ lượm được (納 衣 Nạp y, 糞掃衣 Phấn tảo y).

2. Tỷ-Kheo chỉ mặc nội Tam-y mà thôi (三 衣 Tam-y, 但三衣 Đản Tam-y).

3. Tỷ-Kheo phải ăn vật thực mà mình đi xin (乞食 Khất thực, 常乞食 Thường khất thực).

4. Tỷ-Kheo phải đi khất thực từng nhà (Mục nấy *trùng vớ*

mục trên, cho nên trong kinh chữ Hán chẳng có chép ra).

5. Tỳ-Kheo phải ngồi một chỗ mà ăn, đứng dậy thì hết ăn (一 坐 食 Nhứt tọa thực — 食 Nhứt thực).

6. Tỳ-Kheo chỉ ăn vật thực trong bát của mình đã xin được (一 揣 食 Nhứt súy thực, 節 量 食 Tiết lượng thực).

7. Tỳ-Kheo hễ thôi ăn giờ ngọ rồi thì không ăn trở lại trong ngày (不 作 餘 食 Bất tác dư thực).

8. Tỳ-Kheo phải ở nơi rừng vắng (阿 蘭 若 處 A-lan-nhá xứ, dịch là: 遠 離 處 Viễn-ly xứ, 空 閒 處 Không-nhàn xứ)

9. Tỳ-Kheo phải ở nơi cội cây (樹 下 坐 Thọ hạ tọa).

10. Tỳ-Kheo phải đứng và ngồi nơi chỗ trống, không ở dưới bóng cây, không có che lợp (露 地 坐 Lộ địa tọa).

11. Tỳ-Kheo ở nơi mồ mả (塚 間 坐 Trủng gian tọa).

12. Tỳ-Kheo ở nơi có Giáo-hội định (隨 坐 Tùy tọa)

13. Tỳ-Kheo đứng và ngồi từ mặt trời lặn cho tới mặt trời mọc, chớ không được nằm (常 坐 不 臥 Thường tọa bất ngọa).—

Theo trong kinh Phạm-Võng (Bồ-tát Giới, điều Khinh-giải 37) có chép: Phật-tử thường năm nên tu hai kỳ Đầu-đà: Kỳ thứ nhứt từ rằm tháng giêng tới rằm tháng ba; Kỳ thứ nhì từ rằm tháng tám tới rằm tháng mười. Như lúc hành Đầu-đà, đừng vô những nơi nguy-nan như là: cõi nước dữ, vua hung bạo, đất đai chỗ thấp chỗ cao, cây cỏ rậm rạp, sư tử, cọp sói, nước lụt, hỏa tai, bão tố

Đầu-đà đệ nhứt 頭 陀 第 一 . Người khéo giữ hạnh đầu-đà hơn hết trong hàng đệ-tử xuất-gia của Phật. Tiếng mà Phật Thích-Ca dùng để khen hạnh tu của ông *Ma-ha Ca-Diếp.* Đó là hạnh tu sở trường của ông ấy. Trong 1.250 vị Tỳ-Kheo của Phật, có 10 vị được xưng là đệ nhứt; trong 10 vị ấy, ông *Ma-ha Ca-Diếp* được xưng là *Đầu-đà đệ nhứt* hoặc *Đầu-đà vi tối*
    (Xem: *Thập đại đệ-tử, Ma-ha Ca Diếp.*)

Đậu-Khư 豆 佉 Duhkha (scr.)

Chữ Phạn, dịch : Khổ, nghĩa là bức não.
(Xem: *Khổ*.)

Đế 諦

Dùng về danh từ (nom), *Đế* nghĩa là : Chơn lý cần phải thầm xét, tu tập ; đạo lý chơn thật, chánh-đáng đưa người lên chố tấn-hóa, giải thoát. Như : *Nhị đế, Tứ đế.*—

Dùng về tĩnh từ (adjectif), *Đế* nghĩa là : chín chắn, chơn chánh, thành thật. Như : Đế ngứ, Đế thật, Đế trí.—

Dùng về phó từ (adverbe), Đế nghĩa là : Kỹ càng, tường tận, rành rẽ, tỏ rõ. Như : Đế quán, Đế sát, Đế thính.

x^xx

Trong các kinh-pháp của Phật, có hai bề chơn-lý (*nhị đế*) :

1.— Chơn lý đề cho người tại thế, bực phàm-phu tu tập lần hồi, kêu là *Tục-đế, Thế-đế*.

2. Chơn lý đề cho hàng xuất - gia, hàng Thánh - giả tham cứu. Chơn lý nầy cao siêu, rốt ráo, vô-lậu, vộ-vi, kêu là *Chơn - đế, Thắng nghĩa đế, Đệ nhứt nghĩa đế.*

Sau khi thành Đạo, đức Phật ngự đến Vườn Lộc-dã (Mrgadava) gần thành Ba-la-nại (Bénarès) mà chuyền Pháp-luận. Ngài thuyết pháp về *Tứ-đế* (Tứ chơn đế, Tứ diệu đế, Tứ thánh đế). Bốn đế ấy là :

1. *Khổ-đế* : Đời toàn là các sự khổ, con người và chư thiên chỉ luân-hồi trong các nỗi khổ thôi.

2. *Tập đế* : Chúng-sanh khổ là vì lòng ham muốn, lòng phiền não tích tập.

3. *Diệt-đế* : Vậy phải lo mà trừ khổ, dứt phiền não.

4. *Đạo-đế* : Muốn trừ khổ, dứt phiền não, phải thi-hành đạo Bát Chánh (Chánh kiến, Chánh tư duy, Chánh ngữ, Chánh nghiệp, Chánh mạng, Chánh tinh-tấn, Chánh niệm, Chánh định). Ai tu theo *Tứ đế* ấy thì thành La-hán, nhập Niết-bàn.

Đế ngứ 諦 語 : Lời nói chơn chánh, thành thật. Những lời thốt ra đều chơn thật, chẳng giả dối, chẳng láo xược, đều là những lời dạy người ta làm lành, lánh dữ, tu học đạo lý.

Đế quán 諦 觀 : Suy xét cho chín chắn, quan sát cho tường tận. Như đối với một lý-nghĩa nào mà mình chưa thông, chưa hiểu, chưa chứng, chưa đắc thì cần phải *đế-quán*.

Đế sát 諦 察 : Xem xét cho tường tận, quan sát cho tinh rẽ. Chú ý mà suy nghiệm đặng tránh sự lầm lộn. Đồng nghĩa với : Đế-quán.

Đế-thật 諦 實 : Sự thành thật rốt ráo, chẳng sai chạy, chẳng, chinh lệch. Dứt sự tương đối. Tức là pháp chơn-như, bình đẳng.

Đế thính 諦 聽 : Nghe cho kỹ, nghe cho rõ. Khi có một vị đệ-tử nào khải thỉnh Phật thuyết một thời kinh, trước khi thuyết, Phật thường căn dặn rằng : « Đế thính ! Thiện tư niệm chi.» (Hãy *Nghe cho kỹ* ! Và hãy suy nghiệm cho chín chắn.)

Đế trí 諦 智 : Cái trí-huệ chơn thật. Cũng như mặt trời làm cho tan sự tối, cái *đế trí* làm cho tiêu tan các sự ám muội của phiền não, đả phá cái vô-minh.

Đế-lê-phú-bà 帝 黎 富 婆 Trapousha (*scr.*)

Cũng dịch là : *Đế-vị* 提 謂 .

Một người trong hai người thương-khách đi qua chỗ cây Bồ-đề với một đoàn xe hàng hóa. Thấy đức Phật ngồi thiền nhập định nơi cội cây, người thương khách với bạn là *Bhalli Ka* (*Bạt-lê-Ca*) bèn đến cúng dường cho Phật.

Ấy là hai người đệ-tử tu tại-gia đầu tay của đức Phật, vì lúc bấy giờ đức Thích-Ca mới thành Phật, sắp đi truyền đạo.

Đế-Thích 帝 釋 Indra (*scr.*) .— Çakra, l'Indra des Dêvas (*scr. et fr.*)

Đức Đế-Thích là vua ở trời Đạo-Lý, cõi Dục-giới. Đạo Bà-la-môn rất sùng bái ngài. Tiếng Phạn thường gọi ngài là *ÇaKra* và *Çata-Kratu* (Đế-Thích); cũng có khi gọi là *Kauçika* (Kiều-Thi-Ca). Bộ Diệu-pháp-liên hoa Kinh tiếng pháp chép tên ngài : ÇaKra, l'Indra des Dêvas. Biểu-hiệu của ngài là sét (foudre, vajra),

Đức Đế-Thích là vua chư Tiên ở miền Đạo-ly, miền nầy có 33 cảnh. Miền của đức *Đế-Thích* ở thượng tầng cõi Trung-giới.

cao hơn miền của Tứ thiên-vương và thấp hơn miền Dạ-Ma.— Ngài ngự trong cảnh đền đài bằng ngọc, kêu là *Hỷ-Kiến Thành.*

Hồi đức Thích-Ca giáng-sanh tại thành Ca-tỳ-la-vệ, đức *Đế-Thích* có ngự xuống rước mừng.

Chính ngài khuyến khích đức Thích-Ca xuất-gia, ngài đến thọ trì Giáo-lý nơi Phật hồi đức Phật thắng bọn Ma-Vương. Ngài có nghe pháp và vấn đạo về đức Cao-cả hơn hết, ngài hỏi về những phương pháp để thoát khỏi Địa-ngục, ngài có khuyên người Sukasika qui-y theo Phật. Lúc Phật gần tịch, đức Đế-Thích có ngự đến với Bốn vì đại thiên vương, ngài lấy làm buồn mà thấy Phật sắp tách khỏi cõi đời. Đức Phật có dặn bọn thần A-tu-la (Asuras) đừng phá rối đức *Đế-Thích.*

Vừa là một vị Thiên-đế theo đạo Bà-la-môn và theo đạo Phật, đức *Đế-Thích* có nguyện với Phật rằng ngài hằng hộ trợ Tam-Bảo.

Chẳng những là trong đời hóa thân làm Phật, mà trong các tiền-thân của đức Thích-Ca làm Bồ-tát độ đời, chuyển thân trong các hạng chúng-sanh thì đức *Đế-Thích* cũng đã từng hiện ra mà thử hạnh tu của đức, Bồ-tát và hộ trợ ngài luôn.

Trong **Niết-Bàn-Kinh**, có chép : Đức *Đế-Thích* thấy nơi mình hiện ra *Ngũ suy tướng.* Ngài biết rằng mình sắp mất ngôi vị Thiên-chủ và sắp đọa lạc xuống những cảnh dưới. Ngài liền ngự đến thành Vương-xá, tại núi Kỳ-xà-quật mà chiêm bái đức Phật. Đức Thế-tôn liền diễn-giải, trừ những mối buồn rầu, nghi ngại, điên đảo, tham mến của đức Đế-Thích.

Tinh ngộ, đức Đế-Thích liền phát tâm cầu Pháp-thân Phật và Trí-huệ Phật. Nhơn đó, đức Phật thọ-ký cho. Liền đó, đức Đế-Thích tự nhiên được tăng mạng, được thêm phước đức trí-huệ và được trở về ngôi vị của mình.

Lại trong **Niết-Bàn kinh**, quyển 33 có chép :

Người-ta có thể dùng rất nhiều danh-từ để gọi đức *Đế-Thích:*

1') Đế-Thích 帝 釋

2.) Kiều-Thi-Ca 憍 尸 迦

3') Bà-sa-bà 婆 蹉 婆

4') Phú-lan-đà-la 富 蘭 陀 羅

5') Ma-Pháp-Bà 摩 法 婆

6˙) Nhơn-đà-la 因 陀 羅
7˙) Thiên-nhãn 千 眼
8˙) Xá-chỉ-Phu 舍 脂 夫
9˙) Kim-cang 金 剛
10˙) Bảo-đỉnh 寶 頂
11˙) Bảo-tràng 寶 幢

Đế-Thích bình 帝 釋 瓶

Bình Đế-Thích. Đó là cái bình báu của trời Đế-Thích vậy.

Phàm muôn vật cần dùng, tự nhiên ở trong bình ấy tuôn ra. Lại kêu là *Đức-bình* 德 瓶 (bình đức), *Hiền-bình* 賢 瓶 (bình hiền), *Kiết-tường-bình* 吉 祥 瓶 (bình điềm lành).

"Trí-độ-luận", 13: Có một người kia thường cúng-dường trời (thiên). Người ấy nghèo khó, nhưng một lòng cúng-dường trọn mười hai năm để cầu phú-quí. Một ngày kia, vị trời thương tình, tự hiện thân đến và hỏi rằng: «Nhà ngươi muốn cầu những chi ? » — «Tôi muốn cầu phú quí, hễ lòng muốn chi đều đặng nấy.» Vị trời liền ban cho một vật tên là *đức - bình* mà nói rằng : " Ngươi có cần món chi thì tự nhiên trong bình nầy hiện ra.» Người ấy được rồi, lấy làm vừa ý, không có món chi muốn mà chẳng được.

Đế-Thích Võng 帝 釋 網

Lưới Đế-Thích. Đó là cái lưới báu treo tại cung vua Đế-Thích, kêu tắt là *Đế võng* 帝 網 (lưới của Vua). Các sư Hoa-nghiêm dùng để thí dụ với duyên khởi của mọi đức không hề hết.

Lại là tên chú của nhà huyễn-giả nước Thiên - trước. Như lưới của Vua Đế-Thích có thể hiện ra hết thảy mọi việc, chú ấy cũng có thể hiện mọi việc cho người ta thấy vậy.

Đế-bà 提 婆 Dêva (*scr.*) Dieux (*fr.*)

Đề-bà là tiếng âm theo Phạn (Dêva), dịch là *Thiên*. Ấy là những vị Tiên, trước làm người ở nhơn-gian, khi thác chuyển thân lên các cõi trời Dục-giái, Sắc-giái và Vô sắc giái. Ấy là những vị đã từng tu *Ngũ giái*, *Thập thiện* hoặc *Cụ-túc giái*, nhờ có công-đức nên sanh lên làm Tiên ở cảnh *Thiên- đường* (*Dêvakhan*), thân- tướng đẹp đẽ, mặt mày sáng suốt, hào quang chiếu diệu, các sở hành đều được tự-tại, hưởng các phước-lạc. (Xem : *Thiên.*)

Đề-Bà lại là tên vị Tổ-sư thứ 15 trong hàng 28 vị Tổ-sư nối nhau truyền đạo ở Ấn-độ. Viết trọn theo Phạn là *Ca-na Đề-bà* (Kanadêva), dịch nghĩa : Thánh Thiên. Ngài là một đức Bồ-tát hồi thế kỷ thứ ba dương-lịch, đệ-tử thọ Pháp của Long - Thọ (Nagarjuna) Bồ - tát. *Đề - Bà* là một bực tu hành cao, lầu thông Kinh - luận và có biện tài nhứt trong đời. Ngài có soạn bộ Bá-Luận (Çata-Çastra) giải bày về Trung-Đạo rất hay, ông Cưu-ma-la-thập (Kumara-jiva) có dịch bộ ấy ra chữ Hán.

Những nhà tu -học theo Tam-luận Tông thờ ngài làm Giáo-tổ tông ấy. Trong phái Tam-luận Tông, có hai vị Giáo-tổ sáng-lập và ba bộ Kinh-Luận :

1') *Long - Thọ Bồ - tát* soạn ra bộ Trung-Luận (Madhyamaka-Çastra) và bộ Thập nhị môn-luận (Dvâdaça-Nikaya-Çastra) ;

2') *Đề-Bà Bồ-tát* soạn ra bộ Bá Luận (Çata-Çastra).

Đề-Bà lại là tiếng kêu tắt *Đề-bà-đạt-đa* (Devadatta), vị đệ-tử bà con chú bác với Phật, xuất - gia đầu Phật, nhưng đem lòng ác nghịch muốn hại Phật mà cầm quyền Giáo-chủ đạo Phật.

Đề-bà-đạt-đa 提婆達多 Dêvadatta (*scr.*)

Một vị đệ - tử của Phật, dòng họ Thích, con nhà chú đối với đức Thích-tôn, anh ruột của A-nan-đà (Ananda).

Viết tắt: *Đề - bà.* Cũng kêu : *Điều-đạt, Điều-bà-Đạt, Điều-đà-đạt-đa.* Dịch nghĩa : *Thiên-thọ* (chư Thiên truyền cho), *Thiên dữ* (chư Thiên đem cho), *Thiên nhiệt* (chư Thiên lấy làm nóng nảy, bứt rứt).

Số là bà mẹ của ông *Đề-bà-đạt-đa* chẳng có thai, bèn đến các đền mà cầu-khẩn với chư Thiên đặng sanh con. Nhơn cuộc cầu đảo mà được có thai, sanh ra con trai, nên đặt tên là *Thiên-thọ, Thiên-dữ.*

Lại một nghĩa nữa : Hồi ông *Đề-bà-đạt-đa* sắp ra khỏi lòng mẹ, thì chư Thiên lấy làm nóng nảy, bứt rứt, vì biết trước rằng sau nầy ông sẽ làm việc hại Phật, phá Tăng. Nhơn biết như vậy, nên các thầy đoán số khiến cha của ông là Bạch-phạn vương đặt tên là *Thiên-nhiệt*.

Đề-bà-đạt đa vốn là một vị vương tử đa văn, túc trí, nghề văn nghiệp võ song toàn. Song tánh hay đố - ky. Từ khi chưa xuất-gia, đã có dịp gây ác-cảm với đức Phật rồi. Lúc ấy, các vị công tử đương chơi trong một cảnh vườn hoa. Có một bầy nhạn bay qua. *Đề-bà-đạt-đa* vốn cao tài, dương cung bắn sa một con nhạn. Nhạn ấy rớt vào vườn hoa của Thái-tử. Ngài lượm con nhạn lên, an ủy và rịt thuốc. *Đề - bà - đạt - đa* sai người qua đòi con nhạn do mình bắn sa. Thái-tử chẳng khứng, vì lòng từ-bi nên thả con nhạn bay đi.

Về sau, thấy Thái-tử tu thành Phật, *Đề-bà-đạt-đa* đi theo mấy vị Thích - tử mà xuất gia đầu Phật. Nhưng thường hay đố-ky và ngạo mạn, tự cho mình chẳng kém Phật. Chính *Đề-bà-đạt-đa* đứng ra phá sự hoà - hiệp nơi Giáo-hội Tăng-già, phân rẽ Tăng - chúng, tách mình ra toan lập một Giáo - hội khác. Ông lại xúi Thái - tử A - xà thế (Ajâtasatrou) giết vua cha mà soán ngôi. Ông phái người đến toan giết lén Phật, song đến nơi thì người ấy qui - y đầu Phật. Ông lại thả tượng dữ ra để hại Phật, song tượng cũng cảm sức lành của Phật mà đảnh lễ và lui về. Sau rốt, ông đứng dưới núi mà quăng đá lên, trúng chơn Phật chảy máu.

Đối với những sự hại Phật, phá Tăng ấy, ở về người khác thì phải đọa nơi Địa-ngục vô-gián. Nhưng ông *Đề-bà-đạt-đa* vốn có công-đức vô-lượng từ các đời trước, nên được Phật từ bi hỷ xả cho, mà Phật lại còn thọ-ký cho nữa.

Trong hội *Pháp-Hoa*, đức Phật có thuật rằng : Hồi kỳ Kiếp quá - khứ, *Đề-bà-đạt-đa* làm một vị Tiên - nhơn biết diệu - lý Đại-thừa. Còn Ngài thì làm một ông vua, song mến Đạo nên bỏ ngôi đi tu, theo hầu hạ vị Tiên-nhơn ấy. Ngài đi hái trái, lượm củi về nấu nướng cho vị Tiên-nhơn ấy ăn, tối lại thì đấm bóp. Nhờ cái công hạnh vì Pháp quên mình ấy nên Ngài mau thành Phật.

Cũng trong hội *Pháp-Hoa*, đức Thích-tôn có thọ-ký quả-vị Phật cho *Đề-bà-đạt-đa*. Ngài phán rằng : Về sau, *Đề-bà-đạt-đa* sẽ thành

Phật, hiệu là Thiên - vương (Dêvarâdja). cõi thế - giới của Phật ấy tên là Thiên - đạo (Dêvasôppâna).

Trong «Niết-bàn kinh» , Phật có phán : Tùy thuận thế gian, Đề-bà-đạt-đa (Điều-bà-Đạt) thị hiện ra việc hoại Tăng, hóa tác rất nhiều hình - mạo sắc - tượng; đó là vì giúp cho Phật chế-định Giới - luật. Những hàng trí giả liễu đạt, đối với việc ấy, chớ nên đem lòng sợ sệt.

Đề-Bà Thiết-Ma 提婆設摩 Dêvasarman (scr.). —

La-hán, tịch năm 380 trước dương - lịch.

Đề-đa-Ca 提多迦 Dhritaka (scr.)

Tổ thứ năm trong 28 vị Tổ - sư nối truyền đạo Phật bên Ấn-độ.

Theo Truyền đăng lục, ngài là người nước Ma-già-đà (Maga-dha). Tên thiệt của ngài là Hương-tượng, chừng thọ-giới xuất-gia với Tổ thứ tư, Ưu - ba - cúc - đa, thì Tổ đổi tên ngài ra pháp-hiệu là Đề-đa-Ca. Lúc cầu xuất-gia thì Tổ thứ tư hỏi ngài rằng : Thân người xuất-gia hay tâm ngươi xuất-gia.

— Tôi đến xuất gia chớ chẳng phải vì thân, vì tâm. Cái tâm chẳng sanh, chẳng diệt, tức là thường-đạo, chư Phật cũng là thường (không sanh, không diệt). Tâm không hình tướng, thể cũng như vậy. Về sau, ngài phó chúc Đạo-lý cho Tổ thứ sáu là Di-già-Ca.

Đề-hòa-Kiệt-ra 提和竭羅 Dipankara (scr.)

Cũng viết : Đề - hoàn - Kiệt Dịch : Đính - Quang , Nhiên - Đăng Như - lai).

Đề-hoàn-Kiệt 提洹竭 Dipankara (scr.)

Cũng viết : Đề - hoà - kiệt - ra. Dịch : Đính - Quang, Nhiên - Đăng (Như - lai).

Đề-hồ 醍醐

Một món ăn rất ngon, rất bổ, gốc là sữa bò.

Niết-Bàn Kinh : " Do chất *nhũ* (sữa) mà sanh ra chất *lạc* ; do chất *lạc* mà làm ra chất *sanh-tô* ; do chất *sanh-tô* mà làm ra chất *thục-tô* ; do chất *thục-tô* mà làm ra chất *đề-hồ* —

Người ta so-sánh bốn món cùng một gốc ấy với bốn Quả trong bốn Thừa : Quả *Thinh-văn* (La-hán) tỷ như *nhũ* (sữa tươi) ; Quả *Duyên-giác* tỷ như *lạc* ; Quả *Bồ-tát* tỷ như chất tô còn sống hoặc đã chín (*sanh thục tô*; Quả *Phật Thế-tôn* tý như *đề-hồ*.

Cũng như trong bốn món ăn, món *đề-hồ* là ngon nhứt, bồ nhứt, trong bốn Quả-vị, Quả-vị Phật Thế-tôn là cao nhứt, quí nhứt.

Nhũ, lạc, sanh-tô, thục-tô, *Đề-hồ*, kể rành ra là năm món ăn, kêu là *Ngũ chủng ngưu vị*, ngũ vị. Trong năm món ăn ấy, *Đề-hồ* là ngon nhứt, bồ nhứt.

Ở miền Tuyết-sơn (Himalaya), có thứ cỏ tên là Nhẫn-nhục. Nếu bò cái ăn thứ cỏ ấy thì khi sữa chảy ra, tự nhiên hóa thành *đề-hồ* (fromage).

Đề-hồ kinh 醍 醐 經 : Kinh bồ ích bực nhứt, tỷ như món đề-hồ là ngon nhứt, bồ nhứt trong *Ngũ chủng ngưu vị*. Ấy là tiếng mà người trong phái Thiên-thai tông dùng đề xưng *Pháp-Hoa kinh* và *Niết-bàn kinh*.

Thật vậy, trong các kinh-điển mà Phật thuyết, Pháp-Hoa kinh và Niết-bàn kinh là kinh-điển vi-diệu nhứt.

Đệ-nhị Thiền 第 二 禪 Deuxième degré de Mé--ditation (*fr.*)

Phép Thiền-định thứ hai, bậc Thiền-định của người đã vượt qua bậc *Sơ-Thiền*.

Cũng viết : *Nhị Thiền, Nhị Thiền-Định*.

(Xem : *Nhị Thiền*.)

Đệ nhứt nghĩa 第 一 義

Ý nghĩa bực nhứt. Trong những Kinh-pháp do chư Phật và chư Bồ-tát thuyết ra giáo-độ chúng-sanh, có những kinh-pháp đề cho hàng tại-thế thọ-trì, có những kinh pháp đề cho hàng xuất-gia tu học, Những Kinh pháp sau đây có tánh cách lìa thế-tục, ý-nghĩa cao hơn, sâu hơn, đưa vào Thánh-vị, cho nên kêu là *Đệ nhứt nghĩa*.

Đệ nhứt nghĩa đế 第 一 義 諦 : Chơn-lý có ý-nghĩa bực nhứt. Trong Giáo-pháp của Phật, có hai bề chơn-lý (nhị đế) :

1°) *Chơn - Đế* là chơn lý thật nghĩa, để cho hàng Thánh-giả, bực xuất - gia xét hoặc nghe. Vì ý nghĩa cao, sâu, huyền diệu, vô-vi, cho nên cũng kêu là *Đệ nhứt nghĩa đế, Thắng nghĩa đế.*

2°) *Tục-Đế* là chơn-lý để cho các hàng thiên, nhơn tại tục, các bực phàm-phu học và tu, có tánh - cách hữu-vi; cũng kêu : *Thế - Đế.*

Niết - Bàn Kinh : Những lẽ «nhứt thiết hạnh vô - thường », "chư pháp vô ngã», «Niết-bàn tịch - diệt" đều là *Đệ nhứt nghĩa đế.* Hàng Trung - trí (Thinh - văn, Duyên - giác) thì biết như vậy. Còn hàng Thượng - trí (Phật, Bồ - tát) thì biết rõ hơn và giải ra nghĩa lý vô-lượng, vô-biên, chẳng có thề kể cho xiết.

Xem: *Thế - Đế.*

Đệ nhứt nghĩa Không 第 一 義 空 : Nghĩa Không bực nhứt. Ấy là nghĩa Không của Đại-thừa. Tiếng *Đệ nhứt nghĩa Không* là lẽ Không chí cực của Phật và Bồ - tát ; đối với lẽ Không thiên - lệch, hẹp-hòi của Tiểu - thừa (Thinh - văn và Dnyên-giác), cho nên kêu là Đệ nhứt nghĩa Không. *Đệ nhứt nghĩa Không* tức là lẽ Trung - Đạo, Bồ - tát chẳng thấy Không cùng chẳng Không.

Niết - Bàn Kinh : Bực Bồ - tát Ma - ha - tát quán tưởng lẽ *Đệ nhứt nghĩa Không,* ắt là vô sở kiến. Cho nên Bồ - tát, kêu là vô sở đắc. Nếu còn có chỗ đắc thì kêu là Ngũ kiến. Bởi Bồ-tát đã đoạn tuyệt vĩnh-viễn Ngũ kiến, cho nên đắc lẽ *Đệ nhứt nghĩa Không.*

Đệ nhứt nghĩa Pháp 第 一 義 法. Những pháp-giáo, những pháp - môn, những công việc trồi thắng của bực Xuất-gia, của hàng Giải thoát, của hạng Thánh - giả kêu là *Đệ nhứt nghĩa Pháp.* Đối với *thế-pháp. Đệ nhứt nghĩa pháp* thì ý nghĩa chẳng dời đổi, chẳng hư hoại, chẳng tiêu diệt, một bề trong sạch, như nhiên.

Đệ nhứt nghĩa Thiên 第 一 義 天. Bực Tiên nghĩa đệ-nhứt. Thiên (Tiên trên Trời) là từ cảnh Tứ thiên vương cho đến cảnh Phi tưởng Phi phi tưởng. Các vị Tiên ở những cảnh ấy là Vô - thường, cho nên chịu Luật : Sanh, Lão, Bệnh, Tử. Trên các vị Tiên ấy, còn bực *Đệ nhứt nghĩa Thiên,* ấy là Phật và Bồ-tát. Phật và Bồ-tát là Thường-trụ, chẳng biến-đổi. Bởi Thường-trụ nên chẳng Sanh, chẳng Lão, chẳng Bệnh, chẳng Tử. *Đệ nhứt nghĩa Thiên* có thề khiến chúng-sanh dứt trừ Phiền não.

Như ai có lòng Tin, lòng Tinh-tấn, lòng Niệm, Thiền - định, Trí-huệ, có thể đắc địa vị *Đệ nhứt nghĩa Thiên*.

Đệ-nhứt Thiền 第 一 禅 Premier degré de Mé- -ditation (*fr.*)

Phép Thiền - định thứ nhứt, bậc Thiền - định ban sơ trong bốn bậc Thiền (Tứ Thiền). Cũng viết: Sơ - Thiền, Sơ Thiền-định. (Xem : Sơ- Thiền).

Đệ-tam Thiền 第 三 禅 Troisième degré de Mé- ditaton (*fr.*)

Phép Thiền - định thứ ba, bậc Thiền - định của người đã đắc hai bậc thứ nhứt và thứ nhì.

·Cũng viết : Tam Thiền, Tam Thiền-định.

(Xem : Tam Thiền).

Đệ-tứ Thiền 第 四 禅 Quatrième degré de Médi- -tation (*fr.*)

Phép Thiền-định thứ tư, Bậc Thiền-định cao trổi của người đã vượt khỏi ba bậc đầu. Cũng viết: *Tứ Thiền, Tứ Thiền-Định*.

(Xem : *Tứ Thiền*).

Đệ-tử 第 子 Disciple (*fr.*)

Học trò về Đạo lý.

Đệ : em. Vì trí mình kém hơn trí thầy, mình phải tùng theo thầy mà học Đạo, cũng như em nương theo anh.

Tử : con. Vì sự hiểu biết về Đạo lý của mình do nơi thầy mà được phát sanh, cũng như con khôn là nhờ cha dạy bảo.

Trên đường Đạo lý, qui-y thọ giáo với vị Sư nào thì đối với vị Sư ấy, mình tự nhận là *đệ-tử*. Có khi, đối với vị Sư khác lớn tuổi tu và có hạnh- đức, mình cũng tự xưng là **đệ-tử** vì tánh cách cung-kính.

Còn đối với phái đạo, nền đạo mà mình theo thì mình là *tín - đồ* (pháp : adepte). —

Đệ-tử cũng là tiếng gọi những vị xuất-gia theo Phật mà tu học, hồi Phật còn trụ thế. Còn những người tại-gia được Phật truyền Tam-Qui Ngũ-giới, đờn-ông thì kêu là *Ưu-bà-tắc* ; *đờn-bà, Ưu-bà-di*.

Đức Phật có 1250 đại *đệ-tử*, thảy đều là đại A-la-hán. thường châu theo Ngài mà nghe giảng Kinh thuyết Pháp. Trong số ấy, lại có mười đại *đệ-tử* có hạnh tu lớn nhứt, mỗi vị sở trường một phép tu (*Thập đại đệ - tử*).—

Đệ-tử của Phật phân ra làm bốn hạng : hai hạng xuất-gia là Tỳ-kheo và Tỳ-kheo-ni, hai hạng tại-gia là Ưu-bà-tắc và Ưu-bà-di.—

Chúng ta ngày nay dầu cách xa Phật, chẳng đặng trực tiếp thọ - trì cái Pháp do Phật ban truyền, nhưng hằng ngày chúng - ta nương mình nơi Phật, ăn ở theo lời Phật dạy, vậy chúng ta cũng là *đệ - tử* của Phật. Và tuy đức Phật đã tịch, ngài vẫn là vị Bổn-Sư của chúng ta và của tất cả những người tu - học hoặc chịu ảnh hưởng của Phật-Pháp.

Để-lật-xa 底栗車 Tiryagyoni (*scr.*) .— Animal, Animaux (*fr.*)

Dịch : Súc - sanh, bàng-sanh, hoành - sanh. Một loại chúng-sanh trong *Tam đồ, Tam ác đạo , Lục-Đạo.* (Xem : *Súc-sanh*).

Địa 地 Bhũmi (*scr.*) .— Terre (*fr.*)

Đất.

1') Trái đất, *Địa - cầu* (Pháp: Monde) là năm châu: Á, Âu, Mỹ. Phi, Úc.

2') Khu vực, phần đất, như : *Địa phương, Địa cuộc, Địa phận.*

3') Chất, cõi, như : *Địa, Thủy, Hỏa, Phong,* tức *Địa-đại.*

4') Địa vị, như : *Thập Địa* của *Đại-thừa* Bồ-tát.

5') Cảnh-giái trong tâm, như : *Tâm-địa.*

Địa - cư 地居 .— Bhauma (scr.).— Cư-ngụ ở đất. *Địa-cư* là miền sanh sống của những loại chúng-sanh cư-ngụ trong đất và trên mặt đất. Đối với *Hư - không cư* (scr: Antariksavasina) là miền sanh sống của những loại chúng-sanh cư-ngụ nơi không gian. (Xem : *Tam giới*).

Như *Địa-cư thiên* là những vị Tiên ở cõi đất này, thay mặt chư vị Thiên-Tiên mà cai quản chúng-sanh cõi Địa-cư. *Địa-cư thiên,* cũng viết : *Địa-Tiên.*

Địa-đại 地大 : Đất là một chất lớn, một cõi lớn, pên kêu là

Địa-đại.

Địa-đại là một trong Tứ đại: *Địa, Thủy, Hỏa, Phong,* — trong Ngũ đại: *Địa, Thủy, Hỏa, Phong, Không.* — trong Lục đại: *Địa, Thủy, Hoả, Phong, Không, Thức,* — trong Thất đại: *Địa, Thủy, Hỏa, Phong, Không, Thức, Kiến.*

Địa-đại có bốn tánh-chất: 1') Sắc, 2') Vị, 3') Hương, 4') Xúc. — (Xem: *Tứ đại*).

Địa động thụy 地 動 瑞 : Điềm lành đất chấn động, rung rinh. Tức là *Lục chủng chấn động:* 1') Động, 2') Khởi, 3') Dõng, 4') Chấn, 5') Hống, 6') Kích.

Khi có một đại-sự vừa xảy ra, hoặc sắp hiện ra, làm lợi - lạc cho chúng-sanh, thì có *Địa động thụy.* Như hồi Phật sắp diễn kinh Pháp-Hoa gần thành Vương-xá, trong núi Kỳ-xà-quật, thì có *Địa động thụy.* Nhơn điềm ấy, ngài Di-Lặc Bồ-tát bạch hỏi ngài Văn-Thù-Sư-Ly giảng lẽ cho Đại-chúng nghe. Ngài Văn-Thù-Sư-Ly bèn cho biết rằng mỗi khi một đức Phật sắp diễn Diệu - Pháp-Liên-Hoa kinh đặng truyền Phật-huệ cho chúng-sanh, thì có hiện ra *Địa-động-thụy.*

Địa Luận tông 地 論 宗 : Một tông phái trong đạo Phật, dùng bộ *Thập Địa Luận* (Dasabhûmi - Çastra) làm kinh căn - bổn. Cũng viết : *Thập Địa tông.*

Địa-ngục 地 獄 Niraya *(scr)* — Naraka *(p.)* — Enfer *(fr.)*

Chỗ trừng trị, hành phạt những kẻ phạm tội hồi ở dương-gian. Đọc theo Phạn: Na-ra-ca, Na-lạc-ca (Naraka), Nê-lê-giả (Niraya)—, dịch : *Địa-ngục.*— Địa-ngục có những nghĩa nầy:

1'/ *Bất lạc, Bất khả lạc:* Ấy là nơi chẳng vui, chẳng có thề vui được, vì có đủ mọi lối khổ.

2'/ *Bất khả cứu tế:* Không thể cứu cho thoát khỏi được, vì cảm-ứng các sự ác đã làm.

3') *Ám-minh:* Nơi tối tăm, chúng-sanh ở cảnh ấy không hề nghe biết Đạo lý, Chánh-pháp.

4')*Địa-ngục:* Cảnh ngục-thất, cảnh hành phạt ở dưới đất.

Địa-ngục là một đường trong *Lục-đạo*, một cảnh trong *Lục-thú*. Về lý thì những kẻ ác độc, tuy ở đời này, chớ đã ở cảnh *Địa-ngục* rồi đó. Về sự thì *Địa-ngục* là nơi có đủ mọi lối khổ, đau, hoặc ở dưới đất, hoặc ở kẹt núi, hoặc ở theo sông, rạch, hoặc ở theo biển-giả hay đồng-nội. —

Đọa *Địa-ngục* là những kẻ hồi làm người phạm những tội lớn như *Ngũ nghịch, Thập ác.*

Địa-ngục có ba thứ :

1'/ *Căn-bổn Địa-ngục, Địa-ngục* gốc rễ, chánh thức. Ấy là những cảnh : *Bát đại Địa-ngục (Bát nhiệt địa ngục), Bát hàn Địa ngục.*

2'/ *Cận-biên Địa-ngục, Thập lục du tăng Địa-ngục.*

3'/ *Cô-độc Địa-ngục.* (Xem riêng tên mỗi Địa-ngục ấy). —

Trong **Địa-Tạng-Kinh**, có chép : Những cảnh *Địa - ngục* đều ở trong núi Thiết-vi (núi bao bọc toàn sắt). *Địa-ngục* lớn có 18 sở, thứ nữa có 500, thứ nữa có trăm ngàn, tên gọi đều khác nhau. Còn *Địa-ngục Vô-gián* thì ghê hơn hết, chung quanh là tám vạn dặm, thành bằng sắt cao một vạn dặm; trên mặt thành lửa cháy khắp cả không lúc nào ngưng…

Nhơn kể tên các *Địa-ngục* với Thánh-mẫu Ma-Da (mẹ của đức Phật Thích-Ca), ngài Địa-Tạng Bồ-tát có giảng rằng : Về phương Đông cõi Diêm-phù - đề, có cảnh núi tên Thiết-vi. Núi ấy tối om, không có ánh sáng mặt trời, mặt trăng rọi tới. Trong núi có *Đại Địa-ngục Cực Vô-gián,* lại cũng có *Địa-ngục Đại A - tỷ.* Lại có những cảnh *Địa-ngục* nữa tên là : Tứ giác (Bốn sừng), Phi đao (dao bay), Hoả-tiễn (Mũi tên lửa), Giáp sơn (Núi ép), Thông sang (Đâm lủng), Thiết xa (Xe sắt), Thiết sàng (Giường sắt), Thiết ngưu (Trâu sắt), Thiết y (Áo sắt), Thiên nhận (Ngàn mũi nhọn bén), Thiết lư (Lừa sắt), Dương đồng (Nước đồng nấu sôi), Bảo trụ (Ôm cột đồng), Lưu hoả (Lửa táp) Canh thiệt (Kéo lưỡi ra cày), Toả thủ (Chém đầu), Thiêu cước (Đốt gót chơn), Đạm nhãn (Móc mắt), Thiết hoàn (Viên sắt cháy đỏ), Tránh luận (Cãi lẫy mà đánh giết nhau), Thiết thù (Trái cân sắt), Đa sân (Hay giận dữ).

Lại còn những cảnh *Địa-ngục* khác như là : Khiếu hoán (Kêu gào), Bạt thiệt (Lôi lưỡi), Phẩn niệu (Phẩn và nước tiểu), Đồng tỏa (Khóa đồng), Hỏa tượng (Voi lửa), Hỏa cầu (Chó lửa), Hoả mã (Ngựa lửa), Hoả ngưu (Trâu bò lửa), Hỏa sơn (Núi lửa), Hỏa thạch (Đá lửa), Hỏa sàng

(Giường lửa), Hỏa lương (Rường lửa), Hỏa ưng (Chim ó lửa), Cứ nha (Cưa răng), Bác bì (Lột da), Ẩm huyết (Uống máu), Thiêu thủ (Đốt tay), Thiêu cước (Đốt chơn), Đảo thích (Đâm ngược), Hỏa ốc (Nhà lửa), Thiết ốc (Nhà sắt), Hỏa lang (Chó sói lửa).

Trong những *Địa-ngục* như thế, lại còn những *Địa-ngục* nhỏ, hoặc một, hai, ba, bốn cho đến trăm ngàn cái, thảy đều không giống nhau.

Địa-ngục tội-báo 地 獄 罪 報

Tội-báo hành hạ những tội nhơn ở Địa-ngục. Do sự làm ác ở dương thế, khi thác dọa Địa-ngục, họ cảm thấy mình bị trừng phạt như vầy : Hoặc có Địa-ngục nơi ấy người ta kéo lưỡi kẻ có tội mà cho trâu cày. Hoặc có Địa-ngục nơi ấy người ta lấy trái tim kẻ có tội mà cho qui Dạ-xoa ăn. Hoặc có Địa-ngục nơi ấy người ta đun sôi vạc nóng mà nấu thân thể kẻ có tội. Hoặc có Địa-ngục nơi ấy người ta đốt cột đồng cho đỏ, rồi bắt kẻ có tội ôm vào. Hoặc có Địa-ngục nơi ấy người ta thổi cho lửa dữ bay gộp lại, áp vào kẻ có tội. Hoặc có Địa-ngục toàn là giá lạnh. Hoặc có Địa-ngục là vô số phẩn và nước tiểu. Hoặc có Địa-ngục nơi ấy bay tới những cây gai bằng sắt. Hoặc có Địa-ngục nơi ấy nhiều gươm giáo bằng lửa đâm vào kẻ có tội. Hoặc có Địa-ngục nơi ấy kẻ có tội chỉ bị đánh nhằm bụng nhằm lưng. Hoặc có Địa-ngục đốt cháy tay chơn kẻ tội. Hoặc có Địa-ngục rắn sắt quấn chung - quanh mình kẻ tội. Hoặc có Địa-ngục chó sắt rượt kẻ tội. Hoặc có Địa-ngục nơi ấy lửa sắt hành hạ kẻ tội.

Địa-Tạng (Bồ-tát)　地 藏（菩 薩）
Ksitigartha, Kshigarbha *(scr.)*

Một đức Bồ-tát đại-từ, đại - bi, thệ nguyện độ thế rất rộng lớn. Ngài là Giáo-chủ cõi U-minh. *Địa* : Đất. *Tạng* : Trùm chứa.

Bồ-tát có lập đại-nguyện tế-độ tất cả chúng-sanh cũng như đất chở muôn sự muôn vật, nên gọi là *Địa.*

Tuy ngài hiện thân ở Hằng-hà sa số thế-giới, độ vô-số chúng-sanh, mà không một thế-giới nào, một chúng-sanh nào ra ngoài tự tâm của ngài, nên gọi là *Tạng.*

Trong khi phát tâm, ngài có nguyện rằng : *Địa ngục mà còn*

chúng-sanh thì ngài chẳng thành Phật. „ Vậy nên ngài hóa thân trong Lục-Đạo mà độ chúng-sanh : hiện thân *Diệm-ma Sứ-giả* mà hóa-độ ở Địa - ngục, *Trì-Bảo Sứ-giả* mà hóa-độ loài ngạ-quỉ, *Đại-lực Sứ-giả* mà độ loài súc-sanh, *Đại-Từ Thiên-nữ* mà độ loài A-Tu-la, *Bảo-tạng Thiên-nữ* mà độ loài người, *Nhiếp-Thiên Sứ - giả* mà độ cõi Trời.

Chịu lời phú chúc của đức Phật Thích-Ca, mỗi ngày, buổi sáng ngài nhập định đặng quan sát các cơ-cảm trong Thập-phương thế-giới mà giác ngộ chúng-sanh.

1.500 năm sau khi đức Phật Thích-Ca diệt độ, năm thứ tư hiệu Vĩnh-Huy, *Địa-Tạng Bồ-tát* có giáng sanh ở nước Tân-la, nơi nhà họ Kim, lấy tên là *Kim-Kiều-Giác.* Hai mươi bốn tuổi; ngài lên núi tu, nhập định 75 năm, đến năm 99 tuổi thì tịch.

Trong kinh *Địa-Tạng*, ngài Kiên-lao địa - thần có nói rằng : Hễ ai làm miếu, cất khánh, tô vẽ hình ngài Địa-Tạng và cúng dường lễ bái ngài thì được mười điều lợi ích dưới đây : 1- đất cát chỗ mình ở trở nên thạnh mậu, 2- nhà cửa bình yên mãi, 3- người thác trước được sanh lên cõi Trời, 4- người hiện còn thêm tuổi thọ, 5- Cầu gì cũng được toại ý, 6- không có tai nạn nước lửa, 7- mọi sự hư hao đều trừ hết, 8 - Các điềm dữ trong lúc chiêm bao đều dứt, 9- những khi ra vô đều có Thần ủng hộ, 10 - Gặp nhiều nhơn duyên Thánh-Đạo.

Địa-tiền 地 前 : Đứng trước Địa - vị. Địa-vị mà mình chưa chứng đắc ; đối với địa-vị ấy, mình còn ở vòng ngoài. Đối-nghĩa : *Địa-thượng.*

Địa-Thần 地 神 : Những vị thần ở cõi đất, có quyền hạn trực - tiếp đối với chúng-sanh cư-ngụ nơi mặt đất. — Những loài quỉ mà có lòng ủng hộ Phật-pháp, kính mộ và hộ trợ các nhà tu hành, cũng xưng là *Địa-thần.*

Địa, Thủy, Hoả, Phong 地 水 火 風 Prithin, Apas, Téja, Vayu (scr) :

Đất, Nước, Lửa, Gió (không-khí).

Địa (Phạn : Prithin) có bốn tánh-chất : 1') Sắc, 2') Vị, 3') Hương, 4') Xúc.

Thủy (Phạn : Apas) có những tánh - chất : làm cho đất ướt, có hình thể (sắc), có vị (mùi - vị), dụng nó được (xúc), nó thấm nhuần vào các vật.

Hỏa (Phạn : Téja) có hai tánh-chất : 1') sắc (hình-sắc), 2') Xúc (dụng được).

Phong, (Phạn : Vayu) có tánh-chất : xúc (dụng được), thinh (tiếng).

(Xem : *Tứ đại*)

Địa-thượng 地 上 : Trên Địa-vị. Bồ-tát đã đắc một hay nhiều Địa-vị trong *Thập địa*, từ Hoan-hỷ Địa cho đến Pháp-vân Địa, thì đối với Thập địa, mười Địa vị ấy, kêu là *Địa-thượng*.

Còn Phàm-phu Bồ-tát, tức những người trông thấy Thập địa, ngưỡng mộ Thập địa, nhưng chưa chứng đắc một địa vị nào, đối với hạng ấy, Thập địa kêu là *Địa-tiền*. Tức là người đứng phía trước, nhưng chưa bước lên.

Điên-đảo 顚 倒

Điên : ngã nhào ; *đảo* : lộn ngược, xô ngã. *Điên-đảo* là chỉ kẻ có ý kiến xáo lộn, ngược ngạo. Cũng gọi là *đảo*. Như đối với việc *phải*, tưởng là *quấy*, đối với việc *quấy*, tưởng là *phải*. Ấy là ý kiến quấy, bậy, nghịch với Chơn-lý, Chánh-pháp.

Trong bài **Ma-ha Bát-nhã Ba-la-mật-đa tâm kinh** có đoạn nầy : Bởi không có cái chi là đắc, bởi bậc Bồ-đề-tát-đóa (Bồ-tát) nương theo Bát-nhã Ba-la-mật-đa (độ Trí-huệ), nên trong tâm không có đều gì ngăn trở. Và nhờ trong tâm không có đều gì ngăn trở, nên bậc Bồ - tát không hề thấy mình lo sợ, bèn xa lìa mộng-tưởng điên đảo, rốt cuộc đắc Niết-bàn trọn vẹn.

Trong bài **kinh Sám - hối**, đoạn đầu có mấy hàng nầy : «Tôi là đệ - tử tên *mỗ* cùng chúng - sanh trong Pháp-giới, từ đời vô-thủy cho đến nay, bị vô-minh che án, *điên - đảo*, mê hoặc, bèn do nơi lục-căn, tam-nghiệp mà quen với những pháp chẳng lành, tạo rộng thập ác, cùng ngũ vô-gián, cho đến tất cả các thứ tội, vô-lượng, vô-biên, nói ra chẳng hết. »

Có *bốn điên đảo* của hạng phàm - phu và cũng có *bốn điên đảo* của bực tu-học hai thừa : Thinh-văn thừa và Duyên-giác thừa.

Bốn điên đảo của phàm-phu :

a) *Thường điên-đảo :* Các pháp trong thế gian đều là Vô-thường, mà họ cho là Thường.

b) *Lạc điên đảo :* Ở trong thế gian đều chịu các mối Khổ, thế mà họ cho là Lạc (Sướng, Vui).

c) *Ngã điên đảo :* Ở trong thế gian, vốn không có cái ngã, cái ta, cái bản-thể chủ-tể, thế mà họ chấp là Ngã.

d) *Tịnh điên đảo :* Các pháp trong thế gian đều là Bất-tịnh (không trong sạch), thế mà họ cho là Tịnh.

Bốn điên đảo của nhị thừa :

a) *Vô thường điên đảo :* Đối với Niết-bàn là Thường, thế mà họ kể cho là Vô-thường.

b) *Vô-lạc điên đảo :* Đối với Niết-bàn là Lạc (Sướng), thế mà họ kể cho là Vô-lạc, Khổ não.

c) *Vô-ngã điên đảo :* Đối với Niết-bàn là Ngã (Chơn - ngã, Chơn-như, Phật-tánh), thế mà họ kể là Vô-ngã.

d) *Vô-tịnh điên đảo :* Đối với Niết-bàn là Thanh-tịnh, thế mà họ cứ kể cho là Vô-tịnh, Uế-trược.

(Xem: *Nhị Điên đảo, Tam Điên đảo*).

Điện 殿 Caitya *(scr.)* Édifice *(fr.)*

Một tòa nhà trong ấy có một cái phòng rộng để đức Phật thuyết pháp.

Đền thờ thường có để dành lại tro tàn, tóc hoặc là đầu móng tay của một đức Phật hay là của một bậc mà người ta rất sùng bái.

Muốn cất điện và giữ gìn điện, phải theo thể lệ chỉ trong Kinh. Những ai cất điện và làm lễ đi vòng theo điện thì được công-đức. Có nhiều điện thờ móng tay và tóc của Phật, tại núi Gaya, tại Vagud và nhiều nơi khác.

Người ta cũng có cất điện thờ tro tàn của đức Xá-ly-Phất (Çariputra) và đức A-nan. Có hai cái điện ở Tỳ-xá-li (Vaiçâli) và ở Hoa-thị (Pâtaliputra) thờ đức A-nan. Ai cất một cảnh nhà bằng cây chiên-đàn để thờ Phật, có công-đức cũng bằng cất điện.

Điều 調

Điều hoà, làm cho thuần-thục, thanh nhã.

Điều ý 調意 : chế phục, chế ngự ý ác, làm cho trở nên thuần-hòa.

Điều - ngự 調御 : kềm chế. Tất cả chúng-sanh đều như cuồng tượng, ác mã. Phật chế ngự được tất cả, cũng như bực có tài kềm voi điên, ngựa dữ.

Điều - ngự sư 調御師 : Tức là Phật.

Điều-ngự trượng-phu 調御丈夫 viết trọn : *Vô-thượng sĩ điều-ngự trượng-phu*. Một hiệu trong *thập hiệu* của Phật. Phật điều-phục, chế-ngự chúng-sanh, ủng hộ họ, khiến cho họ xa lối mê, khai mở sự chứng ngộ; đối với họ, ngài là bực đại trượng-phu.

Điều phục 調伏 : Điều hòa và chế phục. Điều hòa. chận, giữ ba nghiệp thân. khẩu, ý, Chế *phục* và trừ diệt những sở hành xấu.

Như nói : Bực hành đạo Bồ-tát. vì muốn *điều-phục* những vị Tỳ-kheo phạm Giái. nên chung cùng với họ trong việc Đạo đức sáng suốt, mà chẳng chung cùng với họ trong những tập-tục lầm lạc. (Niết-Bàn kinh, *Như lai tánh phẩm*).

Chữ điều-phục nghĩa nhẹ hơn *hàng-phục* Điều-phục là làm cho kẻ cứng cỏ tùng phục ; còn *hàng-phục* là làm cho bọn nghịch tùng-phục.

Như nói : *điều-phục* chư ác đệ-tử ; *hàng-phục* tà ma, ngoại-đạo.

Điều-bà-Đạt 調婆達 Dêvadatta (*scr.*)

Một vị đệ-tử của Phật. Cũng viết : *Điều-bà-đạt-đa, Điều-Đạt, Đề-bà-đạt-Đa.*

(Xem : *Đề-bà-đạt-Đa*)

Điều-Đạt 調達 Dêvadatta (*scr*).

Một vị đệ-tử xuất-gia của Phật. dòng họ Thích, đối với Phật là con nhà chú, anh ruột của ông A-Nan (Ananda). Viết tắt là *Điều-Đạt*, viết trọn là *Điều-bà-đạt-đa.* Cũng có kinh gọi là *Đề-Bà, Đề-bà đạt-đa.* Dịch nghĩa: *Thiên-Thọ* (chư Thiên trao cho), *Thiên-Dữ* (chư Thiên đem cho), *Thiên-Nhiệt* (chư Thiên lấy làm nóng nảy, bứt rứt).

Ông *Điều-Đạt* là người bạn ác, xúi giục thái tử A - xà - thế

(Ajatasatrou) ở thành Vương-xá giết vua cha là Tần-bà-sa-la (Bim-bisâra) mà soán ngôi. Rồi chính ông sẽ tầm kế mà giết Phật để cầm quyền giáo-chủ đạo Phật. Những việc ác của *Điều-Đạt* có chép trong quyển «*Quán Vô-Lượng-Thọ Phật Kinh*» và trong nhiều Kinh-Luật khác. (Xem: *Đề-bà-đạt-đa*).

Đinh-luân-vương Bồ-tát 丁輪王菩薩 Usnîsaca-kravartibodhisattva(*scr.*).- Chorinnôbosatsu(*jap.*)

Đính-Quang (Như-lai) 錠光 (如来) Dipankara (*scr*)

Một đức Phật hồi đời quá khứ, cách nay chẳng biết là bao nhiêu Kiếp. Âm theo Phạn: *Đề-Hoàn Kiệt, Đề-hòa-kiệt-ra* (Dîpan-kara). Dịch nghĩa: *Đính-quang* (Cái bình hương ánh sáng chói-lòa) Cũng dịch là *Nhiên-Đăng* (cây đèn đốt sáng). Kêu như vậy là vì từ hồi Phật ấy còn làm thái-tử, toàn thân Ngài chiếu sáng, xa trông như một cái bình đốt hương, như một cái bình đèn cháy sáng rực rỡ. Đến khi Ngài thành Phật, người ta cũng gọi luôn bằng tên ấy.

Kinh Vô-lượng-Thọ, Kinh Hoa-Nghiêm gọi Ngài là *Đính-quang; Kinh Kim-Cang, Kinh Diệu-Pháp-Liên-Hoa* gọi Ngài là *Nhiên-Đăng* Cũng có kinh khác gọi Ngài là *Đề-Hoàn-Kiệt* 提洹竭 hoặc *Đề-hòa-kiệt-ra* 提和竭羅 : Thảy đều dịch hoặc âm theo chữ *Dîpankara* vậy.

(Xem: Nhiên-Đăng).

Định 定 Dhyana (*scr.*).— Samâdhi, Samâtha (*scr.*) Méditation, Contemplation (*fr.*)

Tâm quan sát, chuyên chú về một cảnh (sự, hoặc lý) mà không lìa tán, không động địa.

Định tức là *Định-tâm, Thiền-định, Tham-thiền, Tịnh-lự, Tư-duy, Quán-tưởng, Tam muội, Tam-ma-địa, Xa-ma-tha.*

Định đối với : *Tán, Loạn.*

Định là một sở tu-học trong ba sở tu-học nương chịu nhau : *1.Giới, 2 Định, 3.Huệ.* Giữ *Giái-hạnh* thì được thanh-tịnh nơi thân-tâm. Thân-tâm thanh-tịnh thì mới *Định* được. tức là không tán-loạn, yên - trụ vào đạo lý, lòng quấy ác không phấn khởi. *Định* được thì sanh *Huệ*, dứt phiền não, được thong dong, tự-tại, sáng suốt. Môn *Định* thì rộng rãi, sâu xa vô cùng. Người đương tu học tầm thường nên *Định* tâm mà trừ lần lòng tán loạn, tư tưởng vô ích, tà, ác. Mà bực giải thoát, đắc những quả La-hán, Duyên-giác, Bồ-tát, Phật cũng cần *Định* mãi.

Định có *Định hữu-lậu* của hàng tu tập phước-đức, cầu lấy sự. Và có *Định vô-lậu* của bực dõng-mãnh thoát khỏi các sự ràng-buộc của thế-trần, trí-lý bao la, vô tận.

Định thông thường kêu là *Thiền, Thiền-na* (Dhyana), ấy là tiếng chung.

Còn *Đại-định, Tam-muội, Tam-ma-địa* (Samādhi), sự quán-tưởng bền bỉ, lâu dài, cơn bấy giờ thân tâm chẳng hề động địa, chỉ chuyên chú vào một cảnh, ấy là sự *Định* của các nhà thành đạo.

Nhà đạo khi ngồi ngay, xếp chơn (kiết-già phu tọa), tâm-thức trụ vào một chỗ, kêu là Vào Định (*Nhập Định*). Khi hết định, mở mắt, nói chuyện và đứng dậy, kêu là Ra Định (*Xuất Định*). Còn như bất kỳ giờ nào, hoặc khi ngồi, khi nằm, khi đứng, khi đi, cũng đều để tâm hoặc niệm Phật, hoặc tưởng Đạo, chiêm nghiệm Pháp lý chẳng hề xao lảng, chẳng hề tán động, ấy là *Thường Định*.

Nhà đạo suy nghĩ việc chánh đáng, pháp-lý giải-thoát, dứt khổ, hoặc trì niệm danh-hiệu Phật, thân-tướng Phật, cảnh Tịnh-độ của Phật cho kiên cố, ấy là *Chánh định*. Còn để tâm suy nghĩ về giáo-pháp của bọn tà-sư, niệm tưởng những lẽ có tánh cách trói buộc, luyến ái, lợi mình hại người, ấy là *Tà-định*.

(Xem: *Ngũ Định*).

Định lại có những nghĩa: an; đặt an; sắp đặt trước, về sau chẳng ai cải, đổi được, như Nho nói *Định-mạng*, Phật nói *Định-nghiệp*.

Định Huệ 定慧

Thiền-định và Trí-huệ.

Định Huệ thường đi cặp với nhau, không rời. *Định Huệ* cũng kêu là: *Nhị môn, Nhị Pháp.*

Định (*Thiền-định*), *Huệ* (*Trí-huệ*) là hai độ cao nhứt trong Lục độ Bồ-tát hạnh: Bố-thí, Trì-giới, Nhẫn-nhục, Tinh-tấn, *Thiền-định Trí-huệ.*

Vô-lượng-thọ Kinh: *Định, Huệ* của đức Như-lai cứu-cánh

thông đạt vô cùng; đối với hết thảy các pháp, Ngài được tự-tại.

Niết-bàn Kinh: Có khi Phật diễn thuyết một món: Đạo của chư Phật vốn là một, chẳng có đến hai. Có khi Phật diễn thuyết hai món: Định, Huệ. Có khi Phật diễn thuyết ba món: Kiến, Trí, Huệ...

(Xem: *Nhị Pháp*).

Định-nghiệp 定業 Karma (*scr.*)

Thường kêu là *Nghiệp*. Cái Nghiệp đã định sẵn một cách chắc chắn, không cải đổi được. Đó là cái Nghiệp-nhơn định sẵn chỗ thọ quả sướng hoặc khổ trong khi mình luân-hồi. *Định-nghiệp* có hai thứ : định-nghiệp lành và định-nghiệp dữ. Cái định-nghiệp lành sắp đặt sẵn cái quả-báo vui sướng cho mình hưởng. Cái định-nghiệp dữ sắp đặt sẵn cái quả-báo buồn khổ cho mình chịu

Định-Quang (Phật) 定光 (佛) Dîpankara (*scr.*)

Đức Phật Định-Quang, cũng viết : *Đinh-Quang*. Tiếng Phạn là *Đề-Hoàn-Kiệt Phật*, dịch ra tiếng Hán là *Định-Quang Phật* 錠光佛 lại dịch là *Nhiên-Đăng Phật* 燃燈佛 . Đức Phật Thích-Ca từng tự xưng là *Nho-đồng*, về thuở đức Phật *Nhiên-Đăng* ra đời, ngài mua cái hoa sen năm cộng cúng Phật, để được cái dấu ký biệt thành Phật về sau.

Thủ-Lăng-Nghiêm Kinh, quyển 5: Ông Hư-Không-Tạng Bồ-tát bạch với đức Phật Thích-Ca rằng: "Hồi thuở đức Phật *Định-Quang*, ở trong giáo-hội của đức Phật ấy, ngài và tôi đều được cái Thân Vô-biên.

(Xem: *Nhiên-Đăng*).

Định-tán 定散

Định và tán. *Định* là thiền-định, là tâm thường đậu vào một cảnh vậy. Tán là tán loạn, là tâm thường vịn dựa vào sáu cảnh, lúc đó chẳng trụ vậy. Tâm định ấy là trang hiền-thánh tu nên; tâm tán là tự-tánh của kẻ phàm-phu. Tâm định có vô-lậu, hữu-lậu khác nhau; tâm tán có cái thiện, cái ác và cái vô-ký (không thiện không ác).

Hai thứ tâm ấy (định và tán) gồm hết tất cả các tâm.

Định-tụ 定聚

Định : Thiền-định. *Tụ* : nhóm, bọn, loại. *Định-tụ* cũng gọi *Chánh-định tụ*. Ấy là nhóm người tu thiền-định có công-năng, rốt ráo thì nhập Niết-bàn. *Định* tức là nhơn, còn Niết-bàn là quả. Nhà tu hành có *định-tụ* thì có cả phước-đức và địa-vị.

Định-tụ là một trong Tam tụ :

1) *Định-tụ* hay *Chánh-định tụ* là hạng tinh-tấn mà tu theo phép Tam thừa của Phật, rốt cuộc sẽ đắc quả La-hán, Duyên-Giác, Bồ-tát hay Phật. Tức là tu bất thối chuyển.

2) *Tà-định tụ* là hạng người tu hành theo tà-giáo, sa ngã qua *Lục đạo* luân-hồi.

3) *Bất-định tụ* là nhóm người tu hành chẳng định, khi tấn, khi thối, khi thăng, khi trầm tùy theo nhơn-duyên.

Trong *Vô-lượng-Thọ Kinh*, ngài Pháp-Tạng Tỳ-kheo tiền-thân của Phật A-Di-Đà có nguyện điều thứ mười một như vầy : Như tôi được làm Phật mà trong nước, các hàng thiên, nhơn chẳng trụ vào *định-tụ* mà tu cho tới đắc Đạo nhập Niết-bàn, thì tôi chẳng giữ lấy ngôi Chánh giác.

Định-tự-tại-vương Bồ-tát 定自在王菩薩

Một vị Bồ-tát Ma-ha-tát. Tên ngài có nghĩa : Nhờ sức đại-định mà được tự-tại, giải thoát, thần thông lớn.

Khi đức Phật ngự lên cung trời Đao-lỵ mà thuyết pháp độ mẹ và chư thiên, ngài *Định-tự-tại-vương* có khải thỉnh Phật giảng về hạnh từ-bi độ chúng-sanh tội khổ của ngài Địa-Tạng Bồ-tát.

Phật giảng xong, ngài Định Tự-tại-vương Bồ-tát bạch rằng : «Chúng-tôi là ngàn, vạn, ức Bồ-tát Ma-ha-tát, nương theo oai-thần của Phật, nguyện sẽ diễn rộng *kinh Địa-Tạng bổn-hạnh* đặng làm lợi-ích cho chúng-sanh trong cõi Diêm-phù-đề nầy.

Đỉnh (Đảnh) 頂

Chót đầu; đầu, tức là chỗ cao hơn hết trong người. — Phàm chỗ nào cao hơn hết, vật chi cao hơn hết, cũng gọi là *đỉnh*, như : sơn-đinh (đỉnh núi), ốc-đinh (đỉnh nhà, nóc nhà). — Lấy đầu mà đội cũng kêu là *đinh*, như : đinh thiên lập địa (đội trời đứng đất, tức là: đầu đội trời, chơn đạp đất).

Đỉnh đái 頂 戴 : Đầu đội. Ý nói kính trọng mà vâng theo, kính lễ mà nhận lấy.

Lương Võ-đế văn: *Đinh đái* phụng trì, chung bất xả ly (Kính lễ vâng giữ, mãi mãi chẳng bỏ rơi.)

Đỉnh đọa 頂 墮 : Đọa ở cảnh cao. Nằm yên ở cảnh cao, chẳng chịu tấn lên nữa. Bực Bồ-tát tu được địa vị *Thập tín*, dứt khỏi hai mối lầm (*Nhị hoặc*: lầm về ý kiến, lầm về lòng nghĩ), chẳng còn chìm đắm nơi *Tam đồ*, được sáu căn xây dùng mọi công-đức, bèn an phận, chẳng tinh-tấn tu thêm để lên địa vị *Thập-trụ*. Như vậy kêu là *Đỉnh đọa*.

Đinh lễ 頂 禮 : Lấy đầu làm lễ. Ấy là cách làm lễ cung kính nhứt, vì đầu là phần cao trọng nhứt của mình, dập xuống bàn chơn là phần thấp hèn nhứt của Phật hay của vị Tôn-giả. Lạy hình tượng của Phật, Bồ-tát cũng kêu là *đinh lễ*. Đồng nghĩa: *Ngũ thể đầu địa*.

Đinh-pháp 頂 法 : Pháp ở bực cao, Pháp vượt lên tới đỉnh. Khi được *Noãn-pháp* rồi, người ta được *Đinh-pháp* Các căn lành sanh ra, đó kêu là *Đinh-pháp*.

Pháp nầy cao trỗi, dường như đỉnh đầu, nó đụng chạm căn lành, làm cho căn lành nầy nở thêm mãi cho đến khi đầy đủ, cho nên kêu là *Đinh-pháp*.

(Xem: *Noãn-pháp*).

Đinh-Sanh 頂 生 (Sanh ra từ nơi đỉnh đầu) : Một vị *Chuyển luân Thánh-vương* hồi đời quá khứ, tiền thân của Phật Thích-Ca.

Niết - Bàn Kinh: Hồi thuở quá khứ, người ta sống dai vô-lượng. Thuở ấy, có một vị vua tên là Thiện-Trụ. Khi vua lên ngôi mà trị vì, nhơn dân sống đến tám muôn bốn ngàn tuổi. Thuở ấy, trên đỉnh đầu vua, nổi lên một cái bọc thịt, mềm dịu như bông gòn. Cái bọc ấy lớn lần lên, nhưng không làm cho vua đau đớn chi hết. Sau rốt, nó nứt ra làm hai; liền đó, hiện ra một đồng-tử hình thù rất đẹp, không ai bằng. Thấy vậy, vua bèn đặt tên cho con là *Đinh-Sanh* (Sanh ra từ nơi đỉnh đầu). Thái-tử *Đinh-Sanh* lớn lên, vua Thiện-Trụ truyền ngôi và vào núi mà tu cho tới mãn số là tám muôn bốn ngàn tuổi.

Lần lượt, vua *Đình-Sanh* có được bảy vật báu là: 1.Luân bảo, 2.Tượng bảo, 3.Mã bảo, 4.Ma-ni châu, 5.Nữ bảo, 6.Chủ tạng thần, 7.Chủ binh thần. Ngài dùng sức ủng-hộ của *Thất bảo* ấy mà thống nhiếp *Tứ châu* và làm *Chuyển luân Thánh-vương.*

Đỉnh sào 頂巢 : Ổ chim trên đỉnh đầu. Ngồi thiền kiên cố, mình mẩy chẳng động, cho đến chim làm ổ trên đầu. Đức Phật Thích-Ca đã từng tu qua hạnh ấy.

Đỉnh-tướng 頂相 .—Sahasrâra (scr.).— Chakra du sommet de la tête (fr.): Cái tướng hình bánh xe cả ngàn cây căm, hình hoa sen cả ngàn bèn ở trên đỉnh đầu của Phật, Bồ-tát. Cái tướng ấy là một trong tám chục tướng phụ của Phật. Nó không phải là tướng xác thịt, phải là chư thiên, chư thần hoặc người có mắt huệ mới thấy được nó. Còn kẻ phàm-phu chẳng thấy, cho nên kêu trọn chữ là *Vô kiến đỉnh-tướng* (cái tướng trên đỉnh đầu mà người thường không thấy).

(Xem: *Vô kiến đỉnh-tướng*)

Đỉnh thạch 頂石 ; Đội đá. Chẳng chi nặng nề, mệt nhọc cho bằng đội đá. Cuộc luân-hồi cũng nguy cấp như thế, cho nên người ta gọi *luân-hồi* là *đỉnh thạch.*

Đọa 墮 Damner, Damné *(fr.)*

Suy lụn, sa, lạc, từ cảnh cao mà rớt xuống cảnh thấp, từ cảnh sang mà rớt xuống cảnh hèn. Như từ cảnh người, cảnh Tiên (Thiên) mà sanh ra trong các cảnh Địa-ngục, Ngạ-quỉ, Súc-sanh, kêu là *đọa,* tức là *đọa Tam đồ.*

Trong Niết-Bàn Kinh quyển ba, có nói. *Đọa* tức là Tứ ác-thú (Địa-ngục, Ngạ-quỉ, Súc-sanh, A-tu-la). *Đọa* lại cũng là : Đọa ở Địa-ngục thường cho tới đọa ở A-tỳ Địa-ngục.— Người ta sở dĩ *đọa,* vì trước đã phạm tội bằng thân, ngữ, ý.— *Đọa* thường có nghĩa là sa-lạc nơi Địa-ngục, chịu các sự hành-hạ.— *Đọa* cũng có nghĩa : dự. Như nói : *Đọa tăng-số,* tức dự vào số Tăng chúng. Như người mới vừa xuất-gia, mặc cà-sa, dẫu chưa thọ giái Sa-di, nhưng có người trưởng-giả đến thỉnh chư Tăng, thì cũng thỉnh luôn người chưa thọ giái Sa-di ấy, người ấy bỗng nhiên được *đọa* vào số Tăng.

Đọa tại nhị biên 墮 在 二 邊 : Lạc qua hai bên. Tức là lạc qua hai lối cực-đoan : 1) Sung sướng thái-quá, 2) Khổ - hạnh thái-quá. Kẻ nào lạc vào hai nẻo ấy thì chẳng có thể đắc Đạo. Phải giữ Trung-đạo, tức không ham sung sướng quá, cũng chẳng nên hành khổ thân thể thái quá.

Đoàn-thực 摶 食

Một cách ăn trong bốn cách ăn (Tứ thực) Đoàn thực, nghĩa là vo tròn miếng ăn mà bỏ vào miệng. Cũng viết : đoạn-thực, món ăn cắt ra từng miếng. Đoàn-thực là cách ăn thông thường của người đời.

(Xem : Tứ thực).

Đoạn 斷

Chặt đi, dứt đi, như đoạn khổ. — Đoạn tức là : phi thường, vô-thường ; trái với : thường. phi đoạn, như : đoạn-kiến đối với thường-kiến,

Đoạn chứng 斷 證 : Chặt bỏ điều vọng, hoặc ; bèn chứng được thắng-quả. Như : Đoạn phiền-não, chứng Bồ-đề.

Đoạn diệt 斷 滅 : Chặt dứt. Tức là có cái ý kiến chặt dứt đi cái lý nhơn quả nối tiếp nhau.—Đó là Đoạn-diệt kiến, tức Đoạn-kiến.

(Xem : Đoạn-kiến).

Đoạn đạo 斷 道 : Cái đạo-vị chặt bỏ sự mê-hoặc. Như : thấy đạo, đoạn cái ý kiến mê hoặc ; tu theo đạo mà đoạn sự mê hoặc.

Đoạn đầu tội 斷 頭 罪 : Tội bị chặt đầu. Ấy là bốn tội phạm của Tỳ-kheo : dâm, đạo, sát, vọng. Ba-la-di tội, chữ phạn dịch nghĩa : đoạn đầu tội. Vị Tỳ-kheo phạm bốn tội ấy thì mất hết tư cách. chẳng khác nào người ta bị chặt đầu.

Đoạn khổ pháp 斷 苦 法 : Cái pháp chặt dứt các mối khổ. đó là cái giáo-pháp đắc Niết-bàn của Tiểu-thừa.

Đoạn-Kiến 斷 見 : Ý kiến cho là dứt tuyệt ; Ý-kiến của kẻ chấp không, chấp vô-thường ; ý kiến của kẻ cho rằng thân-tâm con người ta, qua một đời này thì dứt hết, chẳng có chi là tội, phước, luân-hồi. Trái với thường-kiến là cái ý kiến cho rằng thân-tâm là thường trụ, chẳng diệt. Cả hai ý kiến ấy đều là biên kiến, ý kiến thiên một bên, tức là ý kiến đối địch vậy.

Đoạn-kiến cũng là cái ý kiến chấp Khổ, Không, Vô-ngã, Bất-tịnh của hạng tu học Tiểu-thừa. Đối *Thường-kiến* là ý kiến của hàng Đại-thừa thấy các lẽ Thường, Lạc, Ngã, Tịnh của Chơn-như, Phật-tánh, Niết-bàn.

Niết-Bàn kinh, quyển 34 : Có những chúng-sanh phát sanh cái *Đoạn-kiến*, họ nói rằng : «Tất cả chúng-sanh, hễ thác rồi thì thôi ; chẳng có nghiệp-báo thiện hoặc ác chi nữa mà thọ lãnh» Ta vì hạng người ấy, nên dạy rằng : « Quả - báo thiện hoặc ác, thật các chúng-sanh đều phải thọ lấy».

Đoạn phục 斷伏 : Đoạn-tuyệt và chế - phục.

Diệt hột giống, nguồn gốc của các phiền não tức là *đoạn*. Chế *phục* các phiền não hiện hành, kêu là *phục*.

ĐÔ-ĐỀ 都提 **Dhuti** (*scr.*) : Một đệ-tử của Phật Thích-Ca lúc Ngài trụ thế.

Một hôm, đức Phật ngự vào nhà một người nọ tên *Đô-Đề*. Người nầy đi vắng. Trên chiếc giường thấp, một con chó cỏ đương ăn một dĩa đồ ăn. Thấy Phật, con chó nhảy xuống đất và sủa ngài. Đức Phật phán với nó rằng : Hà tiện, người bị đọa rất lớn rồi, chưa tởn sao ? — Con chó đi vào nằm trong xó, rất buồn tủi. Khi Đô-Đề về, anh thấy con chó buồn. anh hỏi trong nhà có ai làm khổ nó chăng. Kẻ gia-nhân bảo là Phật. Anh rất giận, đến hỏi Phật. Đức Phật phán sự thật với anh rằng : "Con vật ấy là cha của anh hồi trước. Ông ấy vì tội hà-tiện nên bị đọa làm chó, hãy còn giữ tiền của. Anh hãy bảo ông ấy chỉ vàng bạc ổng đã giấu kín, cho đến anh cũng không biết.» Đô-Đề trở về nhà và bảo với con chó rằng : «Nầy chó ơi ! Đời trước, ngươi là cha ta, cái gì mà ngươi có thì ta có quyền hưởng. Vậy hãy chỉ tiền của mà ngươi giấu bấy lâu». Con chó chung xuống giường thấp, và cào đất. Đô-Đề theo chỗ đó mà đào và thấy một cái kho vàng. Từ ấy, anh tin theo Phật, có nhờ Phật chỉ giáo về đều lành đều ác và luật nhơn-quả.

ĐỘ 度

Chở người ta bằng đò. Lấy sự Sanh-tử (Luân hồi) thí-dụ với biển, *độ* là chở người ta qua biển Sanh-tử vậy. Và lấy sự mê muội, khổ não thí-dụ với sông, *độ* là đưa chúng-sanh khỏi sông mê, sông ân ái, sông khổ - sở.

Như đức Phật Thích-Ca khi mới đắc Đạo, bắt đầu chuyển Pháp-luân, ngài *độ* ông Kiều-Trần-Như. Đến khi Ngài sắp nhập Niết-bàn, thì *độ* ông Tu-Bạt-Đà-La. Tức là : trong những vị đệ-tử nhờ Phật *giáo-hóa mà đắc quả* La-hán, vị trước nhứt là Kiều-Trần-Như và vị sau rốt là Tu-Bạt-Đà-La. — Trọn đời Phật, những ai đáng *độ* thì Ngài *độ* cho tất cả, dầu là chư Thiên, Thần, Qui, dầu là Người. Còn những ai chưa được *độ* thì Ngài lưu lại nhơn-duyên (tức là Pháp-bảo, Tăng-bảo) để *độ* họ vậy. —

Quan-Âm Thị Kính :

Sư rằng : nầy Đạo từ-bi,
Rộng đường phổ *độ*, hẹp gì giai duyên !

Lại như Địa-Tạng Bồ-tát, vì sức thệ-nguyện to lớn, vô cùng, cho nên từ bao nhiêu Kiếp đến nay, đối với những chúng-sanh nào đã đáng *độ* thì ngài *đã độ* rồi ; đối với những chúng-sanh nào dương đáng độ thì ngài cũng sẽ *độ*.

Thủ-Lăng-Nghiêm-Kinh quyển sáu, A-Nan có bạch Phật : Tôi thường nghe Như-lai nói rằng :«Tự mình chưa được *độ*, nhưng trước *độ* người, đó là sự phát tâm của Bồ-tát. Tự mình đã giác-ngộ tròn vẹn, lại có thể giác-ngộ cho người, đó là chỗ ứng thế của Như-lai. — Tôi nay mặc dầu chưa được *độ*, nhưng nguyện *độ* cho tất cả chúng-sanh đời Mạt-kiếp».

Ở trên, chứ *độ* dùng về động-từ. Dùng về danh-từ. *độ* nghĩa là đại-hạnh tu trì cho đến khi đắc quả Phật, đại-hạnh đưa đến ngôi Phật. Tức như : *Lục độ* (sáu nền đại-hạnh của Bồ-tát).

Độ lại có hai cảnh: tự độ *và* độ tha:

Tự độ 自度 : Độ lấy mình. Tức là nhà tu học khi tỏ ngộ thì tự tu hành lấy cho đến thành Đạo, chớ không cần thầy. — Cũng có nghĩa : Trước lo *độ* lấy mình, tu hành cho chứng quả, rồi sau sẽ đi *độ* người. Ấy là cách tu-học của hai hàng Thinh-văn thừa và Duyên-giác thừa.

Độ tha 度他 : Độ kẻ khác, độ chúng-sanh. Khi tỉnh ngộ rồi, khi đắc Đạo rồi thì ra đi giúp cho người ta tỉnh ngộ, giải sự lầm-lạc, mê hoặc cho người ta, cho chúng-sanh, cùng là chỉ phương pháp cho người ta tu hành để đắc Đạo như mình. Như gương đức Thích-tôn ra đi *độ* đời. Cùng là chư Bồ-tát như các ngài Quan-âm, Địa-Tạng, v.v. lúc nào cũng lo *độ* người, thoát khổ cho chúng-sanh. —

Nhơn sự tự độ và độ tha, Lục-tổ Huệ-Năng có bạch với Thầy là Ngũ-tổ Hoằng-Nhẫn rằng : «Lúc mình mê thì nhờ thầy *độ*, khi tỉnh rồi thì mình *độ* lấy mình . . . »

Theo như trên, *độ* là dùng về động từ (verbe). Nhưng chữ *độ* cũng dùng về danh từ (nom)   có nghĩa là : phương pháp, nền hạnh đưa từ bến mê tới bờ Giác, chở chúng-sanh từ biển luân-hồi đến bờ Niết - bàn. Như : Lục *độ* : Thí-*độ*, Giới - *độ*, Nhẫn-*độ*, Tấn - *độ*, Thiền-*độ*, Trí-*độ* (Huệ-*độ*). Cũng kêu theo Phạn : Ba-la-mật (Paramitas). —

Độ sanh 度生

Tế-độ chúng-sanh, Độ thoát chúng-sanh. Dìu dắt chúng-sanh từ nơi mê tối đến chỗ sáng suốt bằng các phương tiện khéo xảo của hàng Bồ-tát, Phật.

"Qui-nguyên trực chỉ" : Đức Phật Di-Lặc sẽ trụ thế tám muôn tuổi, thuyết pháp *độ sanh*.

Độ thế 度世

Đưa qua cõi thế. *Độ* là đưa qua bằng đò, là đưa ra khỏi, *độ thế* tức là *xuất thế* (ra khỏi thế), nghĩa là đưa ra khỏi thế-gian, đưa chúng-sanh khỏi biển luân-hồi khổ não, đến mé lành Niết-bàn, đến thế-giới an-lạc của Phật, Thánh. —

Lại có nghĩa tế-độ cho người thế-gian, cho các chúng-sanh trên thế-giới.

Độ thoát 度脫

Độ cho thoát khỏi. Nghĩa là siêu độ, giải thoát cho khỏi các nổi khổ não, lầm-lạc, mê-hoặc trong vòng sanh-tử.

Như trong đời đức Thích-tôn, từ khi thành Đạo đến lúc nhập diệt, ngài *độ thoát* cho chẳng biết bao nhiêu chúng-sanh, từ hạng Thiên, hạng Thần, hạng người cho đến những chúng-sanh bị đọa trong ba nẻo : Địa-ngục, Ngạ-Quỉ, Súc-sanh. —

Một đức Phật đời quá khứ, Sư - tử - phấn - tấn - cụ - túc vạn hạnh Như-Lai có phán rằng : «Muốn chứng được cái thân Phật đủ 32 tướng chánh và 80 tướng phụ, cái thân có ngàn phước trang-nghiêm thì cần phải lâu đời *độ thoát* tất cả những chúng-sanh chịu các khổ-não».

Đồ-sử-đa (thiên-cung) 覩史多 (天宮) Tushita (ssr.)

Cung trời Đô-sử-đa. Thường viết : *Đâu-suất, Đâu-suất-đà*. Dịch nghĩa : Tri-túc, Hỷ-túc, Diệu-túc, Thượng-túc (thiên-cung). Ấy là cung trời nơi miền Dục-giái, hiện nay Bồ-tát Di-Lặc (Mai-treya) làm vị Thiên-chủ nơi cung ấy.

Trong "Du-già" chép là *Đô-sử-đa*. Ở cung trời ấy, có rất nhiều vị Bồ-tát sau nầy sẽ giáng sinh với đức Di-Lặc mà tu cho đến nhập Niết-bàn.

(Xem : *Đâu-suất*).

Đỗ Thuận 杜順 Touchon (ch.)

Tổ sáng lập phái Hoa-nghiêm tông ở Tàu, ngài tịch năm 640, hưởng thọ 84 tuổi.

Độc 毒 Danger, dangereux (fr.)

Ác, hại, — điều chi, vật chi, người chi hại được kẻ khác đều kêu là *độc*. — Bỏ thuốc độc vào vật đề hại kẻ khác, cũng kêu là *độc*. — Đau đớn, khổ não, — oán hận.

Có ba điều độc hại nhứt đối với thiện-căn mà Kinh gọi là *Tam độc* : Tham, sân, si.

Có bốn thứ độc, *tứ độc* ở loài rắn độc, rồng độc :

1· *Kiến độc* : thấy nó thì bị độc.

2· *Xúc độc* : đụng tới nó thì bị độc.

3· *Khỉ độc* : ngửi hơi nó cũng bị độc. (*Hư độc* : tiếng húyt gió cũng độc hại).

4· *Khiết độc* : bị nó gặm cũng bị độc.

Tứ đại, bốn chất nơi thân chúng-sanh : địa, thủy, hỏa, phong cũng có bốn thứ *độc* của loài rắn độc, cho nên gọi là tứ đại độc xà.

Độc-khí 毒氣 : Hơi độc Về thế-tục, người ta dùng hóa học mà chế ra *độc-khí* đề hại những kẻ nghịch, nhứt là trong cuộc chiến-tranh. Về đạo lý, những chúng-sanh triêm nhiễm bởi ba mối phiền não tham, sân, si đều túa ra *độc-khí* có thề hại những kẻ đến gần.

Độc-khí 毒器 : Món đồ đựng những chất độc. Tiếng dùng đề

chỉ cái thân thể của con người. Như nói : Nhìn thấy cái thân như là *độc-khí*.

Độc-long 毒龍 : Rồng độc. Hạng rồng nầy ngó người nào thì người ấy chết, phóng độc khí đến ai thì người ấy cũng chết.

Những kẻ sanh ra làm *độc-long* là do đời trước có thọ Giới tu hành, nhưng trở lại phá Giới, sa ngã trong các phiền não tham dục, sân hận, si mê.

Cho nên thấy kẻ tu hành phá Giới, người ta gọi là *độc-long*, tỷ như rồng giữ có thể hại người.

Độc-tiến (tiến) 毒箭 : Mũi tên có tẩm thuốc độc. Tiếng tỷ-dụ để gọi phiền não. Cũng như mũi tên có tẩm thuốc độc, phiền não có thể hạ mạng người. *Độc-tiến* có bốn thứ : tham dục, sân nhuế, ngu-si, kiêu-mạn.

(Xem: *Tứ độc tiến*).

Độc-thọ 毒樹 : Cây độc. Ấy là cây mà lá, trái, thân, rễ đều độc địa, có thể hại mạng người; hoặc là giống cây ăn tươi nuốt sống những kẻ gần. *Độc-thọ* là tiếng tỷ-dụ để gọi hàng Tỳ-kheo ác-tâm phạm Giới, phá hại các vị tu-hành thanh-tịnh.

Độc-xà 毒蛇 : Rắn độc. Tiếng tỷ-dụ để gọi bốn chất (*Tứ đại*). Toàn thân con người từ trong tới ngoài đều hiệp thành bởi bốn chất lớn (*Tứ đại*) : Đất, Nước, Lửa, Khí. Trong bốn chất ấy, chất nào thạnh lắm hoặc suy lắm cũng làm cho thân người bệnh tật, phiền não, hư hại. Cho nên nói rằng Tứ đại tức là bốn thứ *rắn độc* (tứ chủng *độc-xà*). Hễ bốn thứ *rắn độc* ấy chẳng điều hòa, thì chúng nó hại người ta, hoặc hại thân, hoặc hại tâm, hoặc hại cả thân tâm.

Lại nữa, *độc-xà* là rắn có đủ bốn thứ độc.

1') *Kiến-độc*: nó ngó mình đủ hại mình.

2') *Xúc-độc* : nó đụng mình đủ hại mình.

3') *Khiết-độc*: nó cắn mình có thể hại mình.

4') *Hư-độc*: Tiếng húyt gió của nó cũng hại mình.

Tứ đại (Đất, Nước, Lửa, Khí) tức thân thể của kẻ nam người nữ cũng độc hại như vậy, nên gọi *tứ đại* là *độc xà*, tứ *độc-xà*, tứ *Đại độc-xà*.

Độc-giác 獨 覺 Prateyka-Bouddha (*scr.*)

Đức Phật tự tỏ-ngộ lấy mình chớ không ra đi giáo-hóa chúng-sanh. Cũng kêu là *Duyên-giác.* Cũng kêu theo Phạn: *Bích Chi Phật, Tất-lặc-chi-đế-ca Phật* (Prateyka-Bouddha).

Bực *độc-giác* thường vui với sự tịch-tĩnh, một mình lo tu-hành; tu-hành được thành công nhằm lúc không có Phật Như-lai ra đời, tự mình giác ngộ lấy, rời khỏi vòng Sanh-tử luân-hồi. Vì vậy nên gọi là độc-giác.

Độc-giác có hai hạng : 1. Lân dác dụ, 2. Bộ hành.

Lân giác dụ : Một mình lo tu-hành lấy, không có bạn lữ, tỷ như con kỳ-lân một sừng.

Bộ hành : Cùng với đoàn (bộ) bạn-lữ tu-hành, nhưng chỉ có một mình mình giác-ngộ.

Cả hai hạng độc-giác ấy thành đạo đều là nhằm lúc không có Phật Thế-tôn ra đời.

Bực *Độc-giác* thuộc về thừa bực trung trong ba thừa : Tiểu-thừa (La-hán), Trung-thừa (độc-giác), Đại-thừa (Bồ-tát, Phật). Nhưng cũng có nhiều Kinh khép hàng Thinh-văn La-hán và hàng Độc-giác (Bích-chi Phật) vào Tiểu-thừa, và hàng Phật, Bồ-tát vào Đại-thừa.

(Xem : *Bích-chi Phật*).

Đối trị 對 治

Dùng lời nói đối lập, dùng *ý tứ* đối chọi để sửa trị ý kiến thiên lệch của kẻ khác. Như gặp kẻ *ác độc* thì khuyên nên *từ bi;* gặp kẻ *ngu si* thì chỉ cho họ *quan sát nhơn duyên.* Phật thường dùng phép *đối trị* mà dạy các đệ-tử. Ngài Lục Tổ Huệ-Năng, trong Pháp Bảo đàn Kinh, cũng thường dùng phép *đối trị* mà phá chỗ chấp trước của các trang tu học.

Đối trị môn 對 治 門 : Pháp-môn đối trị. Đó là pháp-môn phá chấp trước, phá thiên kiến, tà-kiến để đem lại sự hiểu biết chơn thật.

Niết-bàn kinh, quyển nhứt: Lại có vô số chư Ưu-bà-tắc, thọ trì Ngũ giái, vẹn đủ oai nghi... Ưa quan sát sâu xa các *đối trị môn*, như : Khổ, Lạc.— Thường, Vô-thường.— Tịnh, Bất-tịnh.— Ngã, Vô-ngã.— Thật, Bất-thật.— Qui-y, Phi qui-y.— Chúng-sanh, Phi chúng-sanh.— Hằng, Phi hằng.— An, Phi-an,— Vi, Vô-vi.— Đoạn, Bất-đoạn,—

Niết-bàn, Phi Niết-bàn, — Tăng-thượng, Phi Tăng-thượng.

Đốn 頓

Tức khắc, mau lẹ, không chần chờ. Đối với Tiệm là lần lượt theo thứ-bực, theo trình-độ.

Pháp-Bảo đàn Kinh. phẩm Định Huệ : Chánh-giáo xưa nay vốn không có *đốn, tiệm*. Mà tánh người ta có lanh lợi, có khờ khạo. Người mê tu theo phép *tiệm*; người tinh hạp với phép *đốn*, tự nhiên biết đặng bổn Tâm, thấy đặng bổn Tánh.

Đốn chi 頓旨 : Ý nghĩa, tôn-chỉ đốn-ngộ, ý tứ bày ra dạy cho người ta tu thành một cách tấn tốc. Như đốn chỉ của những kinh : Hoa-nghiêm, Kim-cang, Pháp Bảo Đàn.

Đốn cơ 頓機 : Căn-cơ. căn tánh mau lẹ, lớn lao, có thể nghe đốn-giáo mà đốn-ngộ Phật-đạo. Như *đốn-cơ* của Long-nữ Ta-kiệt-la vừa nghe Phật thuyết pháp thì thành Phật.

Đốn đoạn 頓斷 : Đoạn diệt tức thì. Các phiền não tức khắc đều bị đoạn tuyệt.

Đốn giác 頓覺 : Giác ngộ tức khắc. Bực người chẳng cần tu tập lần hồi như kẻ thường, mà có thể giác ngộ tức-tốc một cách trọn vẹn.

Đốn-giáo 頓教

Có hai nghĩa : 1°l Dạy cho thành tựu tức khắc.

         2°l Dạy cho bằng giáo-pháp vắn tắt đại-thừa.

Đốn-giáo đối với *tiệm-giáo*.

1. Thường phải trải qua chẳng biết bao nhiêu kiếp tu - hành mới thành công đắc quả, thoát ra khỏi vòng sanh - tử, đó là lý của *tiệm-giáo*.

Còn cái phép dạy cho ngộ nhập mau chóng, tốc thành Phật-quả, đó là *đốn giáo*.

2. Đối với chúng-sanh còn chậm lụt, ban đầu dạy cho pháp-lý tiểu-thừa, kế lần lần dạy đến pháp lý đại-thừa, đó là *tiệm-giáo*.

Còn đối với hạng chúng-sanh thuần-thục, cơ duyên đều đủ rồi, liền thuyết cho pháp lý đại-thừa, đưa thẳng lên ngôi-vị Phật, đó là *đốn-giáo*.

Nói cho chính ra, không có *đốn-giáo* và *tiệm-giáo*. Chỉ là phương tiện giáo-hoá của đức Phật. Đối với chư đại đệ-tử, chư Bồ-tát thông-minh mẫn-đạt, Ngài dạy cho mau đắc quả Phật, nên kêu là *đốn-giáo*. Còn đối với những người còn nhiều tríu - mến, nghiệp còn nặng, thì Ngài chỉ lần đường tu đặng học tập lấy, nên kêu là *tiệm-giáo*.

Về đời Đường bên Trung-Quốc, đệ-tử của Ngũ-tổ Hoằng-Nhẫn là **Huệ-Năng** có danh về sự truyền khoa *đốn-giáo*, dạy cho người ta ngộ nhập tức thời, thấy cái Tự-Tánh tức khắc. Còn **Thần-Tú** có danh về khoa *Tiệm-giáo*, dạy người ta tu tập lần lần, từ thấp đến cao.

Đốn ngộ 頓 悟 : Tỉnh ngộ tức khắc. Có một hạng người có tâm to lớn, nghe thẳng giáo-lý Đại-thừa, tu hành cái Pháp lớn, liền chứng ngộ Phật quả. Trái với hạng người trước nghe pháp nhỏ, đắc quả nhỏ, rồi sau mới lần lên nghe pháp lớn, đắc quả lớn. Hạng sau này kêu là *tiệm ngộ*. Cũng vì vậy mà có hạng *Đốn ngộ Bồ-tát*, *Tiệm ngộ Bồ-tát*.

Đốn thành chư Hạnh 頓 成 諸 行 : Mau thành tựu các hạnh tu. Y theo pháp Viên-dung. Bồ-tát bèn tu hành theo. Nếu chí tâm đoạn cho tuyệt một mối lầm (hoặc), tức nhiên các mối lầm đều bị đoạn tuyệt tất cả. Ấy là chỉ tu cho trọn thành một Hạnh thì các Hạnh khác cũng đều thành hết. Giả như trong Lục Độ, chỉ tu một Hạnh *Bố-thí* cho thành-tựu thì các Hạnh *Trì-Giái, Nhẫn-nhục, Tinh-tấn, Thiền-định, Trí-huệ* đều thành tựu ngay.

Đốn thuyết 頓 說 : Thuyết dạy pháp vắn tắt cho mau thành đạo. Như ngài Lục-tổ đại-sư thường dùng *đốn-thuyết* mà độ các hàng đệ-tử tại-gia và xuất-gia. *Đốn-thuyết* đối với *Tiệm-thuyết* là phép dạy lần hồi, từng bực.

Độn 鈍

Ngu độn, chậm lụt, không sáng, không sắc. Đối với *lợi* là thông-thái minh-mẫn, mau lẹ, sáng suốt, sắc sảo.

Độn-căn 鈍 根 : Kẻ căn cơ ngu độn, chậm lụt, không hiểu nổi không thọ-trì nổi Phật-đạo. Đối với kẻ độn-căn thì nên truyền khoa tiệm-giáo, dạy cho họ tu tập lần lần. Còn đối với bực *lợi-căn* thì nên truyền khoa đốn-giáo, giúp cho họ ngộ nhập mau lẹ, tức tốc.

Theo tông Thiên-thai, Bồ-tát có hai hạng: hạng *độn-căn* và hạng *lợi-căn*. Hạng *độn-căn* tu tập theo hai môn tiểu-thừa: Thinh-văn-thừa, Duyên-giác thừa. Hạng *lợi-căn* thì hành theo môn Đại-thừa, Nhứt-thừa để thành Bồ-tát Ma-ha-tát hay là Phật.

Độn-sử 鈍 使 : Mối sai khiến phần ngu độn. Trong Thập sử (thập phiền-não), ta có thể phân ra làm hai phần : độn-sử và lợi-sử. Mê sự kêu là *độn-sử*, như : tham, sân, si, mạn, nghi.

Mê lý kêu là *lợi-sử*: thân kiến (ngã kiến), biên kiến, tà kiến, kiến thủ kiến, giái thủ kiến.

Đông an-cư 冬 安 居

Kỳ an-cư nhằm mùa đông (kết hạ an-cư, coi qui-thức ở chữ *An-cư*). Hằng năm chư Tăng khởi từ ngày 15 tháng 10, qua ngày 15 tháng giêng năm tới thì thôi, trong thời kỳ ấy cấm chỉ ra ngoài, giảng học, tu dưỡng, kêu là *Đông an-cư*.

Đông-đại-tự 東 大 寺 To daiji (*jap.*)

Một ngôi chùa cổ bên Nhựt, tại cố-đô Nại-lương (Nara).

Hồi năm 740, hoàng-đế Nhựt có thỉnh một vị pháp-sư người Cao-ly giảng Kinh Hoa-Nghiêm tại Đông-đại-tự. Pháp-sư ở đó giảng đến ba năm.

Tại Đông-đại-tự, cho đến nay, các sư còn giỏi lý Hoa-Nghiêm.

Hồi năm 746, đức vua Shômu (724-748) có ra lịnh lên một cốt Phật 15 thước 9 tây bề cao trong vòng Đông-đại-tự.

Tại Đông-đại-tự, có nhiều cốt Phật đúc rất khéo xảo.

Và Đông-đại-tự cũng như nhiều ngôi chùa lớn ở Nhựt, chẳng những là nơi tu hành, mà là nơi hội họp của các nhà thông-thái, những nhà chí-sĩ, lại cũng vừa là trường dạy học, nhà thương, viện tế bần.

Đông-độ (thổ) 東 土

Cõi đất phương Đông. Tiếng dùng để gọi : cõi Trung-Hoa, —vùng chịu ảnh hưởng Phật-giáo bằng văn-tự Trung-Hoa. Trong văn-chương Phật-giáo, thường dùng *Đông-độ* để đối với *Tây-thiên*.

Đạo Phật chánh thức truyền qua *Đông-độ* hồi đời vua *Minh-đế* nhà Hậu-Hán, vào thế kỷ đầu *dương-lịch.* —

Những *Tổ-sư* chánh-thức truyền nối đạo Phật ở *Đông-độ* bắt đầu từ *Sơ-tổ Bồ-đề-đạt-ma* (Boddhihdarma), hồi thế-kỷ thứ sáu *dương-lịch.*

(xem : *Tổ-sư (Đông-độ), Bồ-đề-đạt-ma .*)

Đông-Kinh 東 京 Tokyô (*jap.*)

Kinh-đô hiện thời của nước Nhựt, tại đây có đền vua (Thiên-hoàng). Từ 1868 tới nay thì vua đóng đô tại Đông-Kinh. Từ 1868 trở lại năm 794, vua đóng đô tại Kinh-đô (Kyôto) và từ 794 trở lại 710, vua đóng đô ở Nại-lương (Nara).

Đông Phật-bà-đề 東 弗 婆 提 Purva — Videha(*scr.*)

Châu Phất-bà-đề ở phương Đông. Vì châu ấy ở ném về phương Đông đối với núi Tu-di, nên người ta kêu chung là *Đông Phất-bà-đề.*

(Xem: *Phật-bà-đề*).

Đông-Phật 東 佛 Aksobhya (*scr.*). — Souddha de l'Est (*fr.*)

Một đức Phật trong bốn đức Phật Thiền ở bốn phương. Ngài ngự ở phương Đông, mở trí Bồ-đề và giúp cho chúng-sanh phát Huệ.

Đông-Sơn-trụ-bộ 山 東 拄 部 Purvasaila (*scr.*)

Một chi-bộ trong năm chi bộ của Phật-giáo Tiểu-thừa, giáo-tổ của chi-bộ nầy là đức Ma-ha-Ca-Diếp, đệ-tử của Phật, Chi-bộ nầy lập sau kỳ kiết-hội tại thành Hoa-Thị (Pâtalaputra) năm 246.

Đông Thắng-thân châu 東 勝 身 洲 Purva — Vi- -deha (*scr.*)

Châu Đông-Thắng-thân. Đó là một châu trong bốn châu lớn, vị trí tại trong biển Hàm-Hải về phía đông núi Tu-di. Vì cái thân hình của người ở châu ấy so với người châu khác là hơn, cho nên kêu là *Thắng thân.*

Đông-Thắng-thân châu cũng kêu là *Đông-Thắng-thân châu,* vì dân là *chư Thần,* hiện nay sống đến sáu trăm tuổi. — Lại cũng kêu theo Phạn là

Phất vu-đại châu (Purva-Videha), Phất-bà-đề.

Đột-cát-la (*giới*) 突 吉 羅 (戒) Siksakaraniya (*scr.*)

Những giái nhỏ vặt trong giái-bổn Tỳ-kheo và Tỳ-kheo-ni. Cũng kêu : *Bá chúng học pháp.*

Trong Giái-luật Tỳ-kheo, Tứ trọng cấm là 4 giái trọng hệ nhứt, còn Đột-cát-la là 100 giái vi-tiểu nhứt. Vị sư nào phạm *Đột-cát-la* thì sám hối và tự sửa mình lấy, khỏi cần phát lộ trước Giáo-hội.

(Xem rõ *Bá chúng học pháp* trong quyển «Tăng đồ nhà Phật»).

Đức 德

Tức là *công-đức, phước đức, đạo đức.*

Điều lành (thiện) , sự ăn ở theo giái-hạnh, việc có ích lợi cho chúng-sanh, ấy là *đức.*

Như bực đắc Đạo, thành Phật có đủ *bốn đức* này :

Thường : Lúc nào cũng có chớ chẳng biến đổi.

Lạc : Lúc nào cũng vui vẻ, an-lạc.

Ngã : Lúc nào chơn-thể cũng có sẵn, tự tại.

Tịnh : Lúc nào cũng thanh-tịnh, không nhiễm.

Bốn đức ấy kêu là *Tứ đức Ba-la-mật.*

Đức bổn 德 本 : Cội đức. Căn-bổn của Phật-quả, của Bồ-đề quả; gom vào tất cả các đều lành, muôn hạnh.

Như chư Đại Bồ-tát là những bực đã vun trồng *cội đức* từ lâu (cửu thực *đức-bổn*), đã từng tu trì tịnh-hạnh ở trước mặt vô số chư Phật, đã từng được chư Phật tỏ lời xưng tặng, thường tu Phật-huệ, có đủ các phép thần thông lớn, biết tất cả các pháp-môn.

Đức-bổn cũng gọi là *thiện-căn, thiện-bổn.*

Đức-điền 德 田 : Ruộng đức. Các hàng đắc đạo như La-hán, Bồ-tát, Phật là đức-điền. Các ngài có đủ các công - đức thắng trồi, cúng dường cho các ngài tức là gieo trồng trên ruộng đức, sẽ được quả đức tốt lành vậy. Đồng nghĩa với *phước-điền.*

Đức-hải 德 海 Biển đức. Công-đức sâu, rộng như biển.

Đức-hạnh 德 行 : Làm xong việc lành kêu là đức. Ấy là việc lành sẵn có, đã làm. Tu cho thành đạo kêu là *hạnh.* Ấy là việc lành đương làm. Tức là những đều thiện mình đã làm và sẽ làm. Như là công-đức với đạo-hạnh vậy. Như *Tam học, Lục độ* chính là đức-hạnh của các nhà tu học Đại-thừa.

Đức-hương 德香 Sự thơm tho của đức. Người có đức thì danh bay thơm như hương. Chính cái đức cũng thơm tho như hương.

Đức-phong 德風 Gió đức. Ngọn gió thanh ở cõi Cực-lạc chứa đủ muôn đức, nên kêu là đức-phong.

Đức-sĩ 德士 Tiếng gọi mấy vị Tăng. Vì các ngài là bực tu trì giữ Giới-hạnh trong sạch, những lo sửa mình và tham cứu kinh-điển. Đối với *Đại-sĩ* là tiếng để xưng chư Bồ-tát.

Đức-Tạng Bồ-Tát 德藏菩薩 Çrīgarbha (ser.) : Một vị Bồ-tát hồi đời quá-khứ.

Ngài Đức-Tạng Bồ-tát được Phật Nhựt-Nguyệt-Đăng-Minh thọ-ký. Đức Phật nầy phán rằng Đức-Tạng Bồ-tát sẽ thành Phật tiếp theo Ngài, biệu là *Tịnh-Thân* Như-lai (Vimalanêtra).

Đức-xoa-ca (Long-vương) 德叉迦 (龍王) **Tak--chaka** (*scr.*)

Một vị Long-vương (Vua loài Rồng), cung điện ở nơi Biển cả.

Hồi Phật sắp diễn Kinh Diệu-pháp Liên-hoa, *Đức - xoa - ca* Long-vương với bảy vị Long-vương khác, mỗi vị đều có dắc theo rất nhiều quyến-thuộc, hiện đến núi Kỳ-xà-quật mà nghe Phật thuyết pháp. (Xem : *Long-vương*).

Đường 唐

Nhà Đường. Một triều-đại Trung-Hoa, lâu dài 288 năm, từ 618 đến 905 theo dương-lịch; có 21 đời vua : vị sáng lập là vua Cao-tồ và vị cuối cùng là Ai-đế.

Nhà Đường rất thạnh hành về nhiều phương diện : chánh trị, tôn giáo, văn chương, mỹ thuật... v v.

Trong đời nhà Đường, có nhiều vị cao-tăng đi Thiên-trước học Đạo và thỉnh kinh. Như *Huyền-Trang* đi năm 629, về năm 645; *Nghĩa-Tin* đi năm 673, về năm 695; *Huệ-Nhựt* đi năm 701, về năm 719.

Và ngay ở trong nước, cũng có nhiều vị cao-tăng đắc đạo và có công truyền bá Phật-pháp. Như *Đạo - Tuyên*, biệt hiệu là Nam-sơn đại-sư, Tổ-sư Luật-tông ; *Viễn - Công*, Tổ - sư Tịnh - Độ tông ; *Huệ-Năng*, Lục-tổ Thiền-tông.

Trong đời nhà Đường, có hai người đồng thời có danh tiếng lớn hơn hết là ngài *Đường Tam-tạng Huyền Trang* và vua *Đường Thái-tông.*

Đường Tam-tạng 唐 三 藏 : Tiếng tôn xưng ngài *Huyền Trang.* Vì đại-đức *Huyền-Trang* đi Thiên-Trước thỉnh về Tam-Tạng kinh, và chính ngài cũng thông hiểu cả Ba tạng, cho nên đời gọi ngài là *Đường Tam-tạng.* (Xem: *Huyền Trang* .)

Đường Thái-tông 唐 太 宗 : Vua Thái-tông nhà Đường. Ấy là vị vua đời thứ hai, trong 21 đời vua nhà Đường. Trong 21 đời vua ấy, *Đường Thái-tông* là người có danh tiếng lớn hơn hết. (Xem : *Thái-tông*)

E

Ê-lan-nhã *(hà)* 臨 蘭 若 (河) **Hiranyavatî** *(scr.)*

Cũng đọc : *A-ly-la-bạt-đề*, đọc tắt *Bạt-đề*, dịch nghĩa : *Hữu kim* (có vàng)

Một con sông gần thành Câu-thi-na (Kouçinagara). Gần bờ sông nầy có một cảnh rừng nhỏ, nơi rừng có một cặp song-thọ. Đức Phật từ thành Duy-da-ly (Vaiçali) ngự đến đây thì nhập tịch.

Gia-trì 伽 持 **Protection** *(scr)*　　**G**

Phụ giúp và giữ gìn. Ấy là nói sức Phật phụ trợ cho những người yếu đuối và giữ gìn cho họ khỏi sa lạc ; sức mật-hộ của Phật.

Đồng-nghĩa : *hộ-niệm.*

Những người tu hành thường tụng Kinh, niệm Phật, đọc Chơn-ngôn và tin tưởng Tam-bảo, thì được sức *gia-trì* của Phật, Bồ-tát.

Nhờ vậy, họ tinh-tấn trên đường tu học.

Lại nữa, Pháp-giới cũng có sức *gia-trì* : như những tư-tưởng lành, những giới-luật, các đều thiện mà mình đọc thấy trong kinh-diễn, đều có thể ủng hộ cho mình thêm sức lực và giữ gìn mình ở trong Chánh-đạo.

Già - Bà - Bạt - Đế 伽 婆 跋 帝 **Gavâmpati** *(scr.)*

Một vị Đại Thinh-văn, Đại-La-hán, Đại Đệ-tử của Phật. Cũng viết : *Kiều-Phạm Ba-Đề*, *Kiều-Phạm-Bát-Đề*, *Ca Phạm-Ba-Đề* . Dịch nghĩa : *Ngưu-vương, Ngưu-chủ, Ngưu-tướng, Ngưu-thi* . (Xem : *Kiều-Phạm-Ba-Đề* .)

Già - da 伽 耶 Gâya (*scr.*) — Éléphant (*fr.*)

Già-da là tiếng Phạn, nghĩa là con tượng (voi). Tức là *Già-da-sơn*, Tàu dịch *Tượng-đầu-sơn*, cảnh núi trên đỉnh giống hình đầu voi, núi ấy ở gần sông Ni-liên-thiền (Nairanjana), về phía Bắc xứ Ưu-lâu-tần-loa (Uruvilva). Chính đức Phật thành Đạo ở vùng đó. Nhơn đó, người ta gọi là *Chánh-giác sơn, Phật Già-da*.

Già-da Ca-Diếp 伽 耶 迦 葉 Gâya-Kâçyapa (scr.): Một vị trong ba vị Ca-Diếp, ban xưa làm sư ngoại-đạo thờ Thần Lửa; sau cùng ba anh em đều qui Phật, làm Đệ-tử chơn, cao của đức Thế-tôn, dự hàng Thánh-chúng. Ba anh em Ca-Diếp là : 1°l Ưu-lâu-tần-loa Ca-Diếp (Uruvilvâ-Kâçyapa), 2°l *Già-da Ca-Diếp* (Gâya-Kâçyapa), 3°l Na-đề Ca-Diếp (Nadi-Kâçyapa). Ông Ưu-lâu-tần-loa Ca-Diếp có 500 đệ-tử, ông *Già-da Ca-Diếp* có 250 đệ-tử, ông Na-đề Ca-Diếp có 250 đệ-tử. Ba ông ấy với một ngàn đệ-tử đều thọ Giới xuất-gia theo Phật.

Ông *Già-da Ca-Diếp* có được Phật thọ-ký quả Phật. Nhơn thọ-ký cho 500 vị La-hán, đức Phật có mách rằng ông Già-da Ca-Diếp và 500 vị sẽ lần lượt thành Phật, đồng một danh hiệu là Phổ-Minh (Samantaprabhâsa) Như-lai.

Già-da thành 伽 耶 城 : Thành Già-da.
Thành phố nầy ở khít bên núi Già-da, cách chỗ Đạo-tràng (cây Bồ-đề, chỗ Phật thành Đạo) chừng hai chục dặm (lý). Khi Phật thành Đạo, ngài từ giã cây Bồ-đề ở Già-da sơn mà vào *Già-da thành*. Kế ngài ngự đến thành Ba-la-nại (Bénarès) mà độ năm vị Chơn-nhơn.
Người ta cũng gọi *Già-da thành* là *Giác-thành*, vì đức Phật đắc Đạo ở miền ấy.

Già - da - đa - xá 伽 耶 多 舍 Samghàyaças (*scr.*)

Tổ đời thứ 18 trong lịch-đại 28 Tổ-sư Tây-thiên. (Xem : *Tăng già-da-xá*.)

Già - đà 伽 陀 Gàthà (*scr.*) — Strophe (*fr.*)

Cũng viết : *Già-tha, Kệ, Kệ-đà* . Tiếng Phạn, dịch nghĩa : *cô khởi tụng, phúng tụng*.

Già-đà là bài ca-tụng bốn hàng, bốn câu, *tứ cú kệ* (Pháp : Strophe de quatre vers) mà thỉnh thoảng Phật đọc trong khi thuyết-pháp để biểu dương một ý nghĩa tinh-túy, cho dễ bề cảm-hoá Đại-chúng.

Già-đà hay *Già-đà kinh* lại là một thể thuyết-pháp, một thể kinh trong *Thập nhị Bộ kinh* . Trong kinh-điển của Phật, có 12 phần khác nhau, riêng phần kệ-tụng hợp lại là các bài thi-ca, mỗi bài là bốn hàng. Tỷ như bài dưới đây :

> *Chư ác mạc tác,*
> *Chúng thiện phụng hành;*
> *Tự tịnh kỳ ý,*
> *Thị chư Phật giáo.*

Dịch nghĩa : Đừng làm mọi điều ác,
> Hãy làm các việc lành;
> Nên giữ lòng trong sạch,
> Đó là lời Phật dạy.

Các bài ca tụng như vậy trong kinh-điển Phật-giáo, hiệp lại kêu là *Già-đà-kinh.—*

Già-đà lại là tên vị thuốc làm tiêu được mọi thứ độc.

Già-lam 伽藍

Cảnh già-lam . Đó là nơi sân vườn của tăng-chúng trụ-trì.

Ngày nay dùng làm tiếng kêu chung nơi chùa-chiền .Cũng kêu : *Tăng-già-lam, Tăng-già-làm-ma.*

Già-tha 伽他 Gàtha *(scr.)* —Strophe *(fr.)*

Bài thi tụng, vịnh đề xưng-tán công-đức hoặc để tỏ bày mối đạo do lòng cảm-khích mà thốt ra.

Cũng viết : *kệ, kệ-đà, già-đà.* Đó là lối âm theo chữ phạn *Gā-tha.* Còn dịch nghĩa là : *Cô khởi tụng* (bài tụng khởi lên một mình), *Phúng-tụng, tụng.*

(Xem : *Kệ*)

Giác 覺

Phàm có sự cảm xúc nên phân biệt được; kêu là *giác,* như : *cảm giác, giác-tri .* — Mỗi cảm giác, mỗi tri giác đối với người, vật, như *tam ác giác* (dục-giác, sân giác, hại giác.) Tự mình biết trước, rồi nói cho người ta biết sau, dạy bảo cho kẻ hậu tiến, như: tiên tri *giác* hậu tri.— Bực hiền-trí, cũng xưng là *giác*, như: *tiên giác.*— Biết rõ ràng không lầm lạc.— Sự chân-thật — Sự giác ngộ một cách sáng suốt, tức chữ Phạn kêu là *Bồ-đề* (Bodhi), Phật, Phật-đà (Bouddha). Chữ Hán cũng kêu là *Đạo.* Trái với *Mê.* Bực đắc Đạo, trở nên sáng suốt, kêu là *Giác.* Hạng tăm tối, lầm lạc, kêu là *Mê. Giác* có hai mối:

1) *Giác sát:* Tỉnh ngộ thấy ra những điều quấy, ác mà dứt.

2) *Giác-ngộ:* Khai ngộ Chơn-lý mà theo.

Trong hàng đắc Đạo, *giác-ngộ* có nhiều bực: La-hán, Duyên-giác, Bồ-tát, Phật. Đối với Phật, sự *Giác* thật là tròn trịa, sáng lạn hoàn-toàn, nên kêu là *Đại-Giác, Giác-Hùng, Giác-Vương.*

Cái *Giác* vẫn ở nơi các hạng chúng-sanh, chớ chẳng phải chờ đến thành Thánh, thành Phật mới có. Song bởi chúng-sanh chẳng tự biết mình, cứ say *mê* về mộng huyễn, rồi chìm đắm trong sự sống chết, không biết tỉnh ra. Còn đối với các vị đắc Đạo, như Thánh, Phật, các ngài dứt hết phiền-não, trừ hết mê lầm, lấy lại được cái Chơn-tánh thanh-tịnh, chẳng sanh chẳng diệt, ấy là *giác* vậy. Tỷ như kẻ ngủ với người thức: ngủ là mê, thức là *giác;* mê là chúng-sanh, *giác* là Phật.

Bực đắc Đạo trong hai thừa Thinh-văn và Duyên-giác, kêu là *Tự giác.*

Bực đắc Đạo trong thừa Bồ-tát, kêu là *Tự giác, giác tha.*

Bực đắc Đạo thành Phật, kêu là *Tự giác, giác tha, giác-hạnh viên-mãn.*

Giác chi 覺支   Những chi-phần giác-ngộ. Tất cả là bảy chi phần. Cũng kêu: *Giác ý, Bồ-đề phần,* Phạn : Bodhyanga, Ba-ly : Bojjhangā. (Xem : *Thất giác ý.*)

Giác Đạo 覺道   Đạo Đại-giác, Đại-Đạo Chánh-giác.— Cũng có nghĩa : Thất giác chi và Bát chánh đạo, viết tắt là *Giác Đạo.*

Giác giả 覺者   Bouddha (scr.) : Bực giác ngộ, sáng suốt. Âm theo Phạn : *Phật-đà* (Bouddha), dịch nghĩa *Giác-giả.* Tức là bực có đủ hai đức giác: *giác sát* thì dứt phiền-não, *giác-ngộ* thì thấu chân-lý. Bực ấy lại có đủ ba tánh: *tự giác, giác tha, giác-hạnh viên mãn* (giác ngộ lấy mình, giác ngộ cho người, cả hai hạnh giác ấy mình đã làm xong.)

Giác-hải 覺海   Biển giác. Đạo Phật lấy sự giác-ngộ làm tôn-chỉ; cái tánh giác-ngộ ấy sâu, rộng và trong như Biển cả, cho nên kêu là *Giác-hải.*

Thủ-Lăng-Nghiêm Kinh, quyển sáu:

Giác-hải tánh trừng viên,

    Viên trừng giác nguyên diệu,

    Nguyên minh chiếu sanh sở,

    Sở lập, chiếu tánh vong.

Dịch nghĩa

    Tánh Biển giác lắng trong và tròn trịa,

    Lắng trong và tròn trịa thì cái bổn-nguyên giác-ngộ chiếu diệu,

    Cái bổn-nguyên chiếu-diệu soi tới chỗ sanh,

    Chỗ lập đã xong thì cái tánh chiếu cũng dứt.

    Giác-hải lại là tên một ngôi chùa lớn ở Nam-Việt, gần châu thành Chợ-lớn, vùng Phú-lâm, cất năm Mậu tý (1887) chủ chùa là bà Hồ-thị-Lộc. Bà giao quyền coi sóc cho ông Thủ-tọa Nguyễn-Minh-Sự, ông nầy tịch năm 1908. Kế nghiệp là sư Nguyễn-văn-Tường, quê quán ở Vĩnh-thạnh (Gò-Công), sanh năm 1863, pháp-danh Từ-Phong. Ông được phong chức Hòa-thượng năm 1924, sau khi giữ chức Yết-ma từ năm 1912.

GIÁC-HIỀN 覺賢 Bouddhabhadra(scr.) Âm theo phạn: *Phật-đà-bạt-đà-la*. Một vị Sa môn người Thiên-Trước, vốn dòng họ Thích. Ông qua truyền đạo bên Trung-Hoa, ở tại kinh-thành Kiến-Khương từ năm 398 đến năm 429 mà dịch kinh chữ Phạn ra chữ Hán. Năm 418, ông có dịch xong bộ Hoa-Nghiêm kinh (scr: Avatamsaka-sûtra) về sau thành bộ kinh chánh của phái Hoa-nghiêm tông.

GIÁC-HOA 覺華 Hoa Chơn-giác, hoa Trí-huệ. Cái Chơn-giác, cái Trí-huệ nầy nở ra, dường như hoa sen đương nở, cái Chơn-giác ấy tỷ như hoa sen, nên kêu là Giác-hoa.

GIÁC-HOA ĐỊNH-TỰ-TẠI-VƯƠNG NHƯ-LAI 覺華定自在王如來

    Một đức Phật ở cõi Ta-bà hồi đời quá khứ, cách nay không biết bao nhiêu Kiếp. Đời sống của ngài là bốn trăm ngàn vạn ức A-tăng-kỳ Kiếp.

    Về đời Tượng-pháp của đức Phật ấy, có một cô gái Bà-la-môn nhơn mẹ vừa khuất, bèn đến chiêm lễ tượng Phật *Giác-Hoa-Định-Tự-Tại-Vương* tại chùa, cầu cho biết hồn mẹ ở về cảnh nào. Đức Phật *Giác-Hoa-Định-Tự-Tại-Vương* bèn khiến cho thần-thức cô gái ấy đến cõi Địa-ngục. Nơi đây, qui-vương cho cô biết rằng nhờ phước đức cúng Phật và bố-thí của Thánh-nữ, hồn-thần bà mẹ được thoát cảnh Địa-ngục mà lên cảnh Tiên. Cô gái Bà-la-môn ấy tức là tiền-thân của Địa-Tạng-Bồ-Tát. (Xem: **Địa-Tạng Kinh**, phẩm nhứt.)

GIÁC-HÙNG 覺雄 Bực Giác-ngộ có sức oai mãnh nhứt. Tiếng tôn xưng đức Phật. Cũng kêu: *Thế-Hùng. Phật* tức là *Giác*, vì ngài có

oai-đức hơn hết, dõng mãnh hơn hết, nên đời gọi ngài là *Giác-Hùng*.
Giác: Bouddha, *Hùng*: Héros.)

GIÁC-Ý 覺意 Bodhyanga(scr.).— Bojjhanga— (p.).—États d'esprit
constitutifs de l'Éveil (fr): Tức là bảy phần giác-ngộ khác nhau, mà
trước hết là cái Ý, nên kêu là *Thất giác ý*. *Giác-ý* cũng gọi là
Giác-chi. *Bồ-đề-phần*.

Giác-ý Tam-muội 覺意三昧

Bodhyanga-Samâhi (scr.): Phép Thiền-định « Giác-ý » Ấy là tư tưởng
cho nhập-diệu về bảy phần Bồ-đề : 1) Ý, 2) Phân-biệt, 3) Tinh-tấn
4) Khả, 5) Y (Khinh an), 6) Định, 7) Hộ. Ai đắc phép Tam-muội
ấy, có thể làm cho các phép Tam-muội khác của mình biến thành
vô-lậu.

Giác-Kiết-Tường 覺吉祥 Bouddhasrỳnâna (scr.): Tên một đức
Bồ-tát.

Giác-Khải 覺鎧 Bouddhavarman (scr.): Âm theo phạn: *Phù-đà Bạt*
Ma 俘陀跋摩 Một vị sa-môn người Ấn-độ, dịch Kinh bên
Trung-hoa hồi thế-kỷ thứ năm dương-lịch.

Giác-liễu 覺了 Giác-ngộ một cách rõ rệt, thông suốt. Giác-ngộ
mà thông cả sự và lý.

Giác-lộ 覺路 Con đường Chánh-giác Đường tu-hành, noi theo đó
thì đến mức Chánh-giác, thành Phật.

Giác-Mẫu 覺母 Đức-hiệu của Văn-Thủ Bồ-tát. Muốn thành
Phật, phải tu cả hai pháp-môn : Trí và Bi. Mà Trí là phần trọng hệ;
nhờ đó, nhà tu-hành mau thành Phật. Nhơn đức Văn-Thù Bồ-tát
chủ-tể Trí-môn, chư Bồ-tát đều nương môn ấy mà thành Phật, nên
người ta xưng ngài Văn-Thù là *Giác-Mẫu* (Bà mẹ của nền Chánh-
giác, là mẹ của Phật).

Giác-Minh 覺明 Bouddhayasas (scr.) : Âm theo Phạn : *Phật-đà*
da-xá 佛陀郁舍. Một nhà sư Thiên-Trước, người Afghanistan, sang
Trung-Hoa, dịch Kinh tại Trường-An hồi thế-kỷ thứ năm dương-lịch.

Giác-ngạn 覺岸 Bờ giác, cảnh ngộ đắc Đạo. Trên biển trầm-luân,
bờ bên nây là *mê-muội*, sóng phiền não trập-trùng ; bờ bên kia là
giác-ngộ, an-lạc, dứt hết khổ-não, thành Thánh, thành Phật. Vì thí-
dụ ấy, nên kêu cảnh đắc Đạo là *Giác-ngạn*. Đối với : *Mê-tân*
(Bến mê). Cũng như nói : *Bỉ ngạn* (Bờ bên kia).

Giác-ngộ 覺悟 Hội được Chơn-lý, Mở mang Chơn-trí.

Về *giác-ngộ*, có nhiều trình-độ. Như kẻ phàm-phu tỉnh ra, nhậm rằng thân nầy là cội khổ, đời mình là khổ, bèn tinh-tấn tu hành phép tại-gia hoặc phép xuất-gia, đó là *giác-ngộ*. Đến như đức Phật thành Đạo nơi cội Bồ-Đề, lên bực Chánh-đẳng Chánh-giác, cũng là *Giác-ngộ*, tức *Đại-giác đại-ngộ*.

Giác-ngộ Trí 覺悟智 Tức là Trí-huệ giác-ngộ của Phật. Cái Trí của Phật, sáng suốt và cao sâu, có thể hiểu rõ và thông đạt hết các pháp, cho nên kêu là *Giác-ngộ Trí*.

Giác-phần 覺分 Bodhipakkhika (p.) : Kêu theo Phạn Hán : *Bồ-đề phần*. Tức là những phần giác-ngộ. Tất cả là 37 phần hợp thành quả Bồ-đề (Xem : *Tam thập thất Đạo phẩm*).

Giác-quan 覺觀 Tiếng mới dịch là *Tầm-tư* 尋伺 là : tìm xét. Tiếng cũ dịch là : *giác-quan*, nghĩa là : cảm xét. *Giác* : Suy xét một cách thô sơ ; *quan* : suy xét một cách tinh-tế. Người có *giác-quan* thì lòng quyết-đoán được sâu rộng ; kẻ kém *giác-quan* thì tâm phán-định chỉ là nông cạn thôi. *Giác-quan* có hai thứ : Thiện giác-quan, ác giác-quan.

Kẻ phàm-phu vì *ác giác-quan*, nên tư-tưởng chấp-trước, diên-đảo. Bực Thánh-nhơn nhờ *thiện giác-quan*, cho nên tùy thuận thế-pháp mà tư-tưởng chẳng chấp-trước, chẳng diên-đảo.

Giác-sơn 覺山 Núi giác. Lời thí-dụ : cái Diệu-giác của Phật cao như núi, cho nên kêu là *Giác-sơn*.

Giác-tánh 覺性 Cái tánh giác-ngộ sẵn có của mình. Cái tự-tánh của mình vốn là giác-ngộ, nó lìa khỏi tất cả các sự mê-muội, giả-dối, nhưng rất ít người tự biết .— Cũng có nghĩa : cái tánh linh giác-tri của mình, tức là cái *tâm-thức*.

Giác-tâm 覺心 Bodhihrdaya, Bodhiçitta (scr.).— Esprit d'Éveil (fr.) : Cái tâm sẵn giác-ngộ của mình. Cái diệu-tâm, cái linh-tánh mà mỗi người đều có sẵn nơi mình, cái tâm ấy từ xưa đến nay vốn nó giác-ngộ, chẳng mê lầm, chẳng giả dối. Cũng viết : *Đạo-tâm, Bồ-đề tâm*.

Giác-tha 覺他 Giác-ngộ cho kẻ khác. Đó là hạnh cốt-yếu để độ thế của Bồ-tát. Khi tự biết rằng mình đã giác-ngộ rồi, thì tùy tiện thuyết pháp khiến cho những kẻ khác được khai-ngộ, giúp cho họ rời khỏi những mối mê, lầm, khổ-não trong vòng Luân-hồi.

Giác-thành 覺城 Tức là thành Già-da (Gâya). Đức Phật đắc Đạo ở núi Già-da, gần thành Già-da, thuộc về nước Ma-kiệt-đà (Magadha). Nhơn đó, người ta gọi *Già-da thành* là *Giác-thành* ; cũng như người ta gọi cây Tất-ba-la (Pippala) chỗ Phật thành Đạo là *Giác-thọ, Đạo-thọ, Bồ-đề thọ*.

Giác-thành lại có nghĩa : thành-trì giác-ngộ. Ấy là lời thí-dụ. Người đã ở trong thành-trì giác-ngộ rồi, thì tất cả những mối lầm chẳng còn vào đó được, cho nên kêu là *Giác-thành.*

Giác-thọ 覺樹 Boddhidruma (scr.).— Arbre de la Science (fr.). Tiếng dùng để xưng cây *Tất-ba-la* (Pippala) ở tại núi Già-da, trong nước Ma-kiệt-đà (Magadha). Nhơn đức Thích-tôn ngồi thiền-định nơi cội cây ấy mà thành Phật, về sau người ta chẳng gọi cây ấy bằng tên thiệt, mà xưng là *Giác-thọ Đạo-thọ, Bồ-đề thọ.* (Xem : *Bồ-đề thọ.*) —

Giác-thọ lại là tiếng thí-dụ để chỉ cái căn-bổn Chánh-giác nơi mình. Mình phải trồng cây ấy, nương dựa vào nó, vì nó có vô-lượng công-đức, cũng như xưa kia đức Phật nương dưới bóng cây ấy mà thành Đạo vậy.

Giác-vị 覺位 Địa vị, ngôi vị Chánh-giác. *Giác-vị* là địa vị của người thành Phật vậy.

Giác-vương 覺王 Đức vua của Chánh-giác. Tiếng tôn xưng Phật. Đối với nền Chánh-giác, Phật được tự-tại, trọn đủ, cho nên người ta xưng Ngài là *Giác-vương.*

Giái (Giới) 界

LoKa, Dhatu (scr.). — *Monde, Localité, Région (fr.)*

Cõi, cảnh, cảnh-giái ; — Hạn, giái-hạn ; Địa-vị, cảnh-ngộ ; — Khu, khu - vực. — Lại có nghĩa : Hạng người, như : Thương-giái, Phật-học giái.— Ly-gián (làm cho chia lìa).

Về *Giái* là cảnh, cảnh-giái, thì có mười tám Giái (*Thập bát Giái*), như nói : Âm, Nhập, *Giái.* Lại như : *Thế-giái* (Phạm : Loka, Pháp : Monde).

Về *Giái* là địa vị, cảnh-ngộ, như nói *Tam giái* : Dục-giái (Phạn ; Kàmadhàtu), Sắc-giái (Phạn : Rùpadhàtu), Vô-sắc giái (Arùpadhàtu).

Giái hệ 界繋 Sự hệ thuộc với cõi, với địa vị. Những pháp về sắc hoặc về tâm mà có hệ-thuộc với Dục-giái, Sắc-giái hoặc Vô-sắc giái, thì kêu là *Giái-hệ.* Như *Thập bát giái* thì có những phần hệ-thuộc với Dục-giái, có những phần hệ-thuộc với Sắc-giái và có những phần hệ-thuộc với Vô-sắc giái.

Giái ngoại 界外 Cõi ngoài. Những cõi Tịnh-độ của chư Phật không có ở trong khoảng *Tam giái,* thì kêu là *Giái ngoại.* Còn những cảnh-giái *Lục Đạo* Luân-hồi đều có ở trong Tam-giái, nên kêu là *Giái nội.*

Về *Giái ngoại* tức là về Tịnh-độ, tông Thiên-thai có phân ra hai cảnh:

1.— Phương-tiện hữu dư-độ,

2.— Thật-báo vô chướng-ngại độ.

Giái ngoại giáo 界外教 Giáo-lý dạy cho siêu thoát miền Tam giái, Lục đạo. Ấy là những pháp-môn dứt trừ các ý kiến sai lạc, các mối mê lầm, diệt các phiền-não đề thành La-hán, thành Phật. — Pháp-môn vãng sanh Tịnh-độ, cũng kêu là *Giái ngoại giáo*. Đối với *Giái nội giáo*.

Giái nội 界内 Cõi trong. Tức là Tam giái : Dục-giái, Sắc-giái, Vô-sắc giái. Những chúng-sanh còn mê muội, chưa dứt lòng tríu mến, còn lên xuống, qua lại trong Tam giái, Lục đạo, chưa thoát ra được, nên kêu là *Giái nội*. Đối với *Giái ngoại* là cảnh Niết-bàn, các Tịnh-độ của chư Phật, như Cực-lạc thế-giái của Phật A-Di-Đà.

Giái nội giáo 界内教 Giáo-lý còn ở trong vòng Tam giái. Ấy là những pháp-môn dạy cho chúng-sanh làm người có phước-đức, hoặc sanh lên ba cõi Tiên : Dục-giái, Sắc-giái, Vô-sắc giái. Như: Ngũ giái, Thập thiện, tu Bố-thí v.v.

Giái nội hoặc 界内惑 Những mối lầm ở cõi trong. Người tu hành mà chỗ thấy và chỗ nghĩ còn thiên lệch, tà vạy, lầm lạc, nhơn đó sẽ chiêu cảm cuộc sanh-tử trong Tam-giái, đó kêu là *Giái nội hoặc*.

Giái phần (phận) 界分 Một phần trong hai cõi Giái ngoại và Giái nội. Người ta quen gọi những kẻ chứng tri chút ít là *Giái phần*, vì họ sẽ dự một phần trong Tam giái : Dục-giái, Sắc-giái hoặc Vô-sắc giái ; chớ họ chưa được siêu thoát ra ngoài Tam-giái.

Giái thú 界趣 Tam Giái và Lục thú. *Tam Giái* là Dục-giái, Sắc-giái, Vô-sắc giái. *Lục thú* hay *Lục-đạo* là sáu nẻo luân-hồi : Địa-ngục, Nga-qui, Súc-sanh, Thần-qui, Nhơn-loại, Thiên-thượng.

Giái thú là cảnh của chúng-sanh còn xuống lên, qua lại, chưa được giải-thoát. Đối với : *Niết-bàn, Tịnh-độ*.

Giái (Giới) 戒

Pratimoksha, Sila (scr.). — Règles (fr.). Cũng viết theo Phạn: Ba-la-đề-mộc-xoa (Pratimoksha), *Thi-la* (Sila). Một sự học trong *Tam học*, một độ trong *Lục độ*, *Giái* là những điều luật đề phòng ngừa và tránh cho thân thể, lời nói và tâm ý khỏi phạm điều quấy. Như : Ngũ giái, Bát giái, Thập giái, Cụ-túc giái, Bồ-tát giái, Tam Tụ giái.— **Niết-bàn Kinh** có nói : Giái là những pháp lành nâng chịu lấy mình một cách vững vàng cũng như những nấc thang bằng đá. — Hàng Đệ-tử xuất-gia của Phật, đã thọ *giái*, nhưng còn tham hưởng ngũ dục : Sắc, Thinh, Hương, Vị, Xúc, như vậy có khác nào kẻ đem vàng mà đổi lấy thau.

Trong quyển **Anh-lạc bổn nghiệp** có nói : Những chúng-sanh vào trong biền Tam-bảo thì lấy Lòng *tin* làm căn-bổn, còn những ai nương náu trong nhà Phật, nơi chùa chiền, thì lấy *Giái* làm căn-bổn.

Tu hành thì phải giữ *Giới*, vì có giới mới sanh *định*, có định mới phát *huệ*, phát huệ thì minh tâm kiến tánh, dứt các mê lầm.

Ai muốn thọ *Giới* thì đến trước ban Tăng-già mà làm lễ xưng Tam-qui và xin thọ trì Giới-cấm, sau khi ấy thì khá tinh-tấn theo đường lành, đừng có phạm Giới, phá Giới.

Bực xuất-gia thì mỗi kỳ rằm, nguơn có lệ làm lễ Bố-tát, tức là đọc *Giới-luật* đặng cho nhớ và luôn dịp xưng tội xả tội với nhau.

Bực tại-gia thì mỗi tháng hai kỳ, đối trước tượng Phật thờ tại nhà hoặc tại chùa mà làm lễ sám-hối, ăn-năn những tội lỗi bằng thân, khẩu, ý đã phạm từ trước và quyết về sau giữ *Giới* mà tu trì.

Những bực tu hành trì *Giới* thì được những món quả-báo dưới đây:

1. Có trì Giới, mới có trật tự.

2. Có trật tự, mới có sự không bất bình.

3. Không bất bình, mới có vừa ý.

4. Có vừa ý, mới có hỷ-lạc.

5. Có hỷ-lạc, mới có thanh-tịnh.

6. Có thanh-tịnh, mới có an tâm.

7. Có an tâm, mới có định.

8. Có định, mới có huệ.

9. Có huệ, mới có chán năm trần (sắc, thinh, hương, vị, xúc).

10. Có chán năm trần, mới có lìa thọ-cảm.

11. Có lìa thọ-cảm, mới có dứt tội lỗi.

12. Có dứt tội lỗi, mới có giải thoát.

13. Có giải thoát, mới chứng Niết-bàn.

Phạm-Võng Kinh: Trong khi trì *Giới* nầy (Ba-la-để-mộc-xoa của Bồ-tát), như đương tối mà gặp sáng, như người nghèo được của báu, như người bệnh được lành mạnh, như kẻ bị cầm tù ra khỏi ngục, như kẻ đi xa được về. Nên biết cho *Giới* này là bậc Đại-sư của Chúng tu. Nếu đức Phật còn trụ ở đời, thì ngài không khác gì *Giới* vậy.

Đại Bát Niết-bàn Kinh, quyển 11 : Phật có khuyên các nhà tu hành nên trì Giới cho kiên cố, coi đó như cái bao nổi mà mình dùng để lội qua Biển cả. Nếu cái bao nổi ấy xì hơi, thì người ta chìm giữa biển. Bồ-tát trì Giới cũng thế, dầu bỏ đi một phần Giới nhỏ nào, cũng chẳng được tới nơi Giải-thoát.

Giới ba-la-mật 戒波羅密 Sila paramita (scr.).— La Moralité parfaite (L'observation des Règles), Vertu cardinale (fr.). Cũng kêu là *Giới-độ*.

Giới là một trong sáu độ (Ba-la-mật), tức là *Thi-la ba-la-mật-* 尸羅波羅密, hết thảy giới-hạnh của các hạng người tại-gia, xuất-gia, tiểu-thừa, đại-thừa vậy. *Ba-la-mật* dịch là *Độ* 度, là nghĩa vượt qua biển Sanh-tử. *Giới* là cái phép mầu vượt qua Biển Sanh-tử, cho nên kêu là *Ba-la-mật*.

Theo quyển «Tam tạng pháp số», Giới-độ (Giới Ba-la-mật) có ba thứ :

1. *Nhiếp luật-nghi giới* : Trì giới-luật do Phật ban hành, có đủ các oai-nghi.

2. *Nhiếp thiện-pháp giới* : Thân, khầu, ý lúc nào cũng làm đều lành, giữ gìn đều lành. Cần hiểu biết các thiện-pháp, các môn học thế-gian và xuất thế-gian.

3. *Nhiêu ích hữu-tình giới* : Đem lòng từ bi hỷ xả mà đối với chúng-sanh, giúp cho họ sự vui sướng, lợi ích; trừ cho họ các nạn, khổ. Giữ lòng bình-đẳng, làm sự lợi-ích.

Ba thứ giới ấy nếu giữ trọn, kêu là *Thi-độ tam hạnh*, tức là giữ Bồ-tát giới vậy.

Giới-cấm 戒禁

Sila. Pratimoksha(scr)— *Règles, Défenses (fr.)* Tức là: *Giới ác cấm phi*.

Răn chuyện dữ, cấm đều bậy. *Giới* và *Cấm* là hai chữ đồng nghĩa, nói và viết chung cho rõ nghĩa vậy thôi. *Giới-cấm* cũng viết : *Cấm-giới*. Viết theo Phạn : *Thi-la* (Si la), *Ba-la-đề-mộc-xoa* (Pratimoksha). Ấy là những đều cấm-chế trong Luật, mà người tu hành không được phạm.

Giới-cấm thủ kiến 戒禁取見 Ý-kiến khư khư chấp nệ Giới-cấm. Ấy là một ý-kiến, một sở kiến quấy trong *Ngũ kiến* : Thân kiến, Biên kiến, Tà kiến, *Giới-cấm thủ kiến*, kiến thủ kiến. (Xem: Kiến.) *Giới-cấm thủ kiến* cũng viết : *Giới thủ kiến*. Ấy là ý-kiến của hạng tu Tiểu-thừa, khư khư chấp lấy giới, tự trói buộc mình trong những sự cấm-chế, mà chẳng biết phương-tiện độ chúng-sanh.

Tỷ như có một ông sư, thấy một người đờn-bà đương làm nạn lửa hoặc nạn nước, tự mình cứu được, mà nệ mình là đờn-ông còn người ta là đờn-bà, cho nên chẳng lại gần mà cứu vớt. Đó là *Giới-cấm thủ kiến*

Giái.đàn 戒壇

Mandâra (scr.) Viết theo Phạn: Man-đà-la (đàn), chỗ tinh-nghiêm nơi ấy nhà sư truyền giái cho đệ-tử, bực nầy thọ giái tại-gia, giái xuất-gia (cụ-tục giái) hoặc Bồ-tát giái (Tam tụ giái).

Vào thế-kỷ thứ tám, bên Nhựt, triều-đình có cất thành một cảnh *giái-đàn* rất tôn nghiêm tại chùa Đông-đại tự ở kinh thành Nại-lương (Nara), sau khi ấy nhà vua và hoàng-tộc lần lược xin thọ trì Bồ-tát-giái.

Hồi đức Lục-tổ Huệ-Năng ở thế-kỷ thứ bảy, đời nhà Đường thọ Cụ-túc giái, thì tại *giái-đàn* có năm vị đại-đức làm lễ truyền giái và chứng minh : Ngài Trí-Quang Luật-sư làm *Thọ giái sư*, ngài Huệ-Tịnh Luật-sư làm *kiết-ma*, ngài Thông-Ứng Luật-sư làm *giáo-thọ*, ngài Kỳ-đa-La Luật-sư làm *Thuyết giái* và ngài Mật-Đa Tam-tạng làm *Chứng giái.—*

Theo quyển **Hoằng giái đại-học** của sư Ca-cơ đời Khương-Hy (1662-1723), ban truyền Giái ở một *giái-đàn*. căn phải đủ mười vị sư : 1 Hòa-thượng, 1 Kiết-ma, 1 Giáo-thọ, 7 Tôn-chứng. Như ở nơi biên-địa, hoặc chư Tỷ-kheo không được đông thì năm vị Sư cũng được : 1 Hòa-thượng, 1 Kiết-ma, 1 Giáo-thọ 2 Tôn-chứng.

Giái, định, huệ 戒定慧

Giái-cấm, thiền-định, trí-huệ là *Tam học*, ba việc tu học của chư Phật-tử : phòng điều quấy, ngăn điều dữ, kêu là *giái*; ngừng lo nghĩ, tịnh nhơn-duyên, kêu là *định*; phá sự dữ, chứng sự chơn, kêu là *huệ.—*

Học *Giái*, học *Định*, học *Huệ* tức là Học Luật, học Kinh và học Luận là học ba Tạng trong đạo Phật. Vì trong tạng Luật, có chứa đủ các Giái-luật để cho nhà tu hành biết mà phòng ngừa thân thể, lời nói và ý tứ. Trong Tạng Kinh, có đủ các lý cao siêu để cho nhà tu hành thầm xét, thiền-định. Trong tạng Luận, có đủ các bài biện luận mở mang trí-huệ, giúp cho nhà tu hành được cái Chơn-trí.—

Giái, Định, Huệ, ba sự tu-học ấy rất quan thiệp với nhau, tuy là ba, nhưng đồng một thể. Là vì, nhà tu hành có giữ *Giái* một cách thanh-tịnh mới vào cõi *Định*; nhờ Thiền *Định* mới phát Huệ. Có *Huệ* mới chứng Chơn-lý, đoạn tuyệt các mối tà ác.

Giái-Hiền (luận-sư) 戒賢(論師)

Silabhadra (Scr). Âm theo Phạn : Thi-la-bạt-đà-la 尸羅跋陀羅 —Một vị Đại-sư Ấn-độ hồi thế-kỷ thứ bảy dương-lịch, Thượng-tọa chùa Na-lan-đà, ngôi chùa lớn nhứt ở Thiên-Trước. Ngài có đem giáo-lý của Vô-Trứ và bộ Duy-Thức-Luận của Thiên-Thân mà truyền lại cho Huyền-Trang, hồi ngài Huyền Trang qua Ấn-độ mà thỉnh Kinh học Đạo. Hội ấy, *Giái-Hiền* làm Thượng-tọa tại chùa Na-lan-đà (Nâlanda), ở về Ấn-độ miền Bắc, trong lưu-vực sông Hằng-Hà. Chùa Na-lan-đà là chùa to lớn nhứt và có danh nhứt ở Ấn-độ hồi ấy, có trên 10.000 thầy tu học theo Đại-thừa.

Giái-Hiền vốn được chánh-truyền mối Đạo từ hai đức Bồ-tát Vô-trứ (Asangha) và Thiên-Thân (Vasubhandhu) hồi thế-kỷ thứ năm Dương lịch.

Hồi Huyền Trang đến Chùa Na-lan-đà mà đỉnh lễ *Giái - Hiền luận-sư*, thì trưởng-lão Thượng-tọa cho biết rằng trước đó, ngài lâm bệnh, muốn tịch cho rồi. Nhưng ngài thấy hiện lại ba vị Bồ-tát : Văn-Thù, Quan-Âm và Di-Lặc, khuyên ngài trụ thế mà chờ Cao-tăng bên Tàu qua đặng ngài truyền Đạo.

Khi truyền chánh pháp cho Tam-Tạng Huyền-Trang, ngài *Giái-Hiền* được một trăm lẻ ba tuổi.

Trong «Tây-vực-ký» của ngài Huyền-Trang có viết tên ngài theo Phạn là Thi-la-bạt-đà-la 尸羅跋陀羅

Giái-hương 戒香

Sự thơm của Giái. Giái tức là hương. Đó là tiếng tỷ-dụ, nghĩa là cái đức trì Giái nó thơm-tho, hun ra bốn phương, ví như mùi hương vậy.

Người giữ Giái thì được sự thơm-tho, nhẹ nhàng, gần ai thì họ cảm mến, yêu vì, nên kêu là *giái-hương*. *Giái-hương* là một phần trong năm phần hiệp lại thành cái Pháp-thân : *Giái hương*, Định-hương, Huệ-hương, Giải-thoát hương, Giải-thoát tri-kiến hương.

Nhà tu hành có đủ năm sự thơm tho ấy, đem chúng nó mà cúng-dường lên Phật thì quí hơn các sự cúng-dường.

Trong bài Kệ Kết Kinh ở *Bồ-tát Giái Kinh* có câu :

Hằng dụng *Giái-hương* đồ oánh thể,

Thường trì Định-phục dĩ tư thân.

(Hằng dụng *Giái-hương* tô mình sạch;

Thường trì Định-phục để nuôi thân.)

Giái-luật 戒律

Giái-cấm Pháp-luật trong đạo. Tức là 5 giái, 10 thiện-giái cho chí 250 giái, 348 giái là những pháp luật phòng chí sự tà-phi của môn-đồ nhà Phật vậy.

Đó là những *Giái-luật* tại-gia và xuất-gia. Lại còn *Giái-luật* thông đồng cho hàng tại-gia và hàng xuất-gia, ai trì cũng được, ấy là *Bồ-tát giái* có 10 điều trọng và 48 điều khinh; tức là *Tam tụ giái*. *Giái-luật* của đạo Phật có chứa đủ trong tạng Luật là một tạng trong *Tam tạng*

Giái-luật cũng có nghĩa là tạng Luật chứa đủ các cấm-giái, như nói : Giái-luật, A-tỳ-đàm, Tu-đa-la.

Giái-lực 戒力 Sức lực trì giái. Như có công-lực trì ngũ giái thì sanh ở nhơn-gian; có công-lực trì thập thiện giái thì được sanh ở thiên-thượng.

Giái-Nhựt (vương) 戒日(王) *Çri-Harsha (scr.)* Nhà vua đại anh-hùng, thống nhứt Ấn-độ hồi thế-kỷ thứ bảy Dương-lịch. Tên ngài viết trọn theo phạn : *Çri-Harsha*, viết tắt : *Harsha*, dịch nghĩa : *Giái-Nhựt vương*.

Vua rất mộ Phật-pháp, thường cúng-dường cho chư Tăng. Hồi Thầy Huyền Trang quá Thiên-trước, vua có thỉnh Thầy lại kinh-đô của ngài là thành Khúc-nữ (Kanauj). Vua mở ra nhiều cuộc thuyết-pháp để cho Huyền Trang cổ võ giáo-lý Đại-thừa, làm cho rất nhiều người trong phái Bà-la-môn qui-y Phật-Pháp và một số đông các sư Tiểu thừa theo về Đại-thừa.

Vua lại rất có nhân, cứ mỗi kỳ năm năm, mở ra một cuộc *Bối-thí hội*, cúng-dường cho Tăng-chúng và nhà sư các môn phái, bố-thí cho các hạng người cô, quả, bần cùng. Cúng-dường và bố-thí một cách quảng đại trong mấy tháng trời.

Vua *Giái-Nhựt* thăng hà lối năm 647 Dương-lịch. Từ đó tới nay, chưa có vị Hoàng-đế Ấn-độ nào được công-nghiệp và đức-nghiệp bằng ngài.

Giái-tử 戒子 Người đệ-tử cầu thọ Giái-luật để tu trì. *Giái-tử* có nhiều hạng :

Người thiện-nam cầu thọ Pháp Giái để tu tại nhà, ấy là hạng *Ưu-bà-tắc.*

Người thiện-nữ xin thọ trì Giái-cấm và cũng ở nhà mà tu học, ấy là hạng *Ưu-bà-di.* Ưu-bà-tắc và Ưu-bà-di đều thọ Ngũ giái, (Năm Giái) hoặc Bát-Giái (Tám Giái).

Người mới vào tu nơi Chùa, chưa đúng hai mươi tuổi, cầu thọ Thập Giái (Mười Giái), nam là *Sa-di*, nữ là *Sa-di-ni*.

Người đã ở chùa, từng học nghi thức và Kinh Kệ, đã trên hai mươi tuổi, thọ giái Cụ-túc, nam thọ 250 Giái, kêu là *Tỷ-kheo*; nữ thọ 348 Giái, kêu là *Tỷ-kheo-ni*. Sa-di, Sa-di-ni, *Tỷ-kheo*, Tỷ-kheo-ni là những hạng tu hành xuất-gia.

Ngoài ra, lại có hạng *Giái-tử* cầu thọ Bồ-tát giái, tức là Đạo-tục thông hành giái là 10 điều trọng, 48 điều khinh, Người tại-gia hoặc xuất-gia dõng mãnh đều thọ trì được hết.

Giái tướng 戒相 Tướng giái nghĩa là hiện ra cái tướng răn ba nghiệp (thân khẩu, ý).

Như : Ngũ giái có năm tướng, năm hình-trạng ngăn cấm. Bát giái có tám tướng ngăn cấm. Thập giái thì có mười tướng. Cụ-túc giái thì có 250 thể-cách ngăn cấm cho người nam, 348 thể-cách ngăn cấm cho người nữ.

Phạm *Giái-tướng* tức là phạm nhằm một hình-trạng, một thể-cách trong Giái-luật, cần phải sám-hối một cách nhiệt thành.

Giải 解 1º) Mở ra: gỡ ra cho khỏi. Như *giải-thoát* (Rời khỏi phiền-não, luân-hồi). *Giải hạ* (Ra khỏi an cư hạ tọa, tức là ngày rằm tháng bảy âm-lịch). Đối với *Kết, Hệ, Phược*.

2º) Hiểu rõ, hội lý. Như : *Giải hành* (Hiểu rõ và tu hành, tức là giải lý, hành sự). *Giải Không* (Hiểu rõ cảnh Chơn-không. Như Tu-bồ-Đề được Phật khen là vị Tỷ-kheo Giải Không đệ nhứt). *Giải ngộ* (hội lý và chứng ngộ).

3º) Giảng giải nghĩa lý, điều Luật cho rõ ràng. Như theo trong tạng Luật, một nhà sư trước khi truyền giái tại-gia hay xuất-gia, phải *giải* cho đệ-tử hiểu rõ ràng về giái-thể, luật-nghi đặng cho người ta biết mà tu trì.

Giải-đãi 懈怠 Biếng nhác, trễ nải.. Trái với *tinh-tấn*. Nhà tu hành *giải-đãi* thì chẳng ra sức mà tu giái định huệ, thường ham ăn, ham ngủ, ham nói chuyện, giỡn, cười.

Vậy *giải-đãi* là một mối thù nghịch mà nhà học đạo cần phải trừ đi vậy.

Trong **Niết-Bàn Kinh**, Phật có phán rằng : Vì các ngươi cho nên từ xưa tới nay, đã trải qua bao nhiêu Kiếp, ta xả thân, mạng, tài-vật cầu quả Vô-thượng Bồ-đề. Vậy chừng ta tịch diệt rồi, các ngươi nên tu hành cho rộng lớn thêm để ra khỏi cảnh Tam hữu (Tam giái, Ba cõi có chúng-sanh), chớ đừng có *giải-đãi* nữa.

Giải đãi quốc 懈怠國 Cõi biếng nhác. Có một hạng người nhờ niệm

Phật, nhờ có làm công-đức ở thế-gian nên sanh qua một cõi ở về phương Tây đối với cõi Ta-bà, khoảng giữa đường về cõi Cực-lạc. Ở cõi ấy, họ ham hưởng sự khoái-lạc chớ không tinh-tấn mà tu hành, niệm Phật thêm nữa, cho nên họ chẳng được vãng sanh đến cõi Cực-lạc mà thấy Phật A-Di-Đà. Ấy là *Giải đái quốc vậy.*

Giải-thâm-mật kinh 解深密經

Sandhinirmonasûtra (scr.) .— Gijimmikkyô (jap.).

Quyển Kinh nầy gốc chữ Phạn. Ngài Huyền-Trang có dịch ra chữ Tàu vào thế-kỷ thứ bảy. Mới đây, có một   , soạn-giả người Pháp so sánh bổn chữ Tây-Tạng và bổn chữ Tàu mà dịch ra chữ Pháp. *Giải-thâm-mật Kinh* là một bộ Kinh của Pháp-tướng tông (Từ-ân-tông). Kêu tắt là : *Thâm-mật Kinh.*

Đọc theo Phạn nương theo Tàu : San-địa Niết-mộ-chiết-na 珊地 涅暮折那.

San-địa (Sandhi) : Thâm-mật ; Niết-mộ-chiết-na (nirmocana) : giải.

Giải-thoát 解脫 *Moksha (scr.).—Délivrance, Se délivrer* (fr.) Âm theo phạn : *Mộc-đề, Mộc-xoa (Moksha). Giải* là lìa khỏi sự trói buộc, được tự-tại, mở những dây trói buộc của Nghiệp làm (hoặc-nghiệp).

Thoát là ra ngoài Quả khổ Tam-giái (Dục-giái, Sắc-giái, Vô-sắc giái) *Giải-thoát* đối với : *Kết, Hệ-phược.*

Giải-thoát tức là *Niết-bàn,* nó là thể Niết-bàn, vì lìa tất cả sự trói buộc. Như sự giải-thoát khỏi *Ngũ uẩn,* từ Sắc Giải-thoát tới Thức Giải-thoát, kêu là năm thứ Niết-bàn (*Ngũ chủng Niết-bàn*).

Giải-thoát cũng kêu là *Thiền-định,* như Tam Giải-thoát, Bát Giải-thoát, Bất tư nghị Giải-thoát Vì nhờ cái đức của Thiền-định mà thoát ra khỏi vòng trói buộc, trở nên tự-tại.

Giải-thoát là một phần trong *Ngũ phần Pháp-thân.*

Đạo Phật cũng kêu là *Giải-thoát đạo;* Giái-hạnh đạo Phật cũng kêu là *Giải-thoát giái;* áo cà-sa cũng kêu là *Giải-thoát phục, Giải-thoát y,* vì thảy đều có tánh-cách Giải-thoát.

Giải-thoát có hai thứ 1) *Tánh-tịnh giải-thoát:* bổn-tánh của chúng sanh vốn thanh-tịnh, không có cái tướng hệ-phược, nhiễm-ô.

2) *Chướng tận giải-thoát;* bổn-tánh của chúng-sanh tuy thanh-tịnh, nhưng vì từ vô thủy đến nay họ bị

phiền-não làm mê hoặc, chẳng có thể hiển hiện ra cái bổn-tánh của mình, nên nay mới đoạn tuyệt cái hoặc chướng ấy mà được giải-thoát, tự-tại.

Giải-thoát có hai cảnh : về sự và về lý.

1) *Về sự*, tức là *giải-thoát* khỏi vòng khổ-não, tai nạn đương trói buộc *cái thân*. Như *Giải-thoát* khỏi ba nẻo : Địa-ngục, Ngạ-quỉ, Súc-sanh,— *Giải-thoát* khỏi pháp luật, tù rạc, khỏi nạn thủy, nạn hỏa, nạn cướp, nạn thú dữ.

2) *Về lý*, tức là *Giải-thoát* khỏi tất cả những mối phiền-não, những dây luyến-ái đã từng trói buộc *cái tâm*. Như *giải-thoát* khỏi vòng Luân-hồi mà đắc các quả Thánh : La-hán, Duyên-giác, Bồ-tát, Phật.

Về *lý*, lại có hai lẽ *Giải-thoát* ·

a) *Tâm thiện Giải-thoát* : Tâm-ý khéo *giải-thoát* thì lìa khỏi các mối trói buộc là Tham, Sân, Si.

b) *Huệ thiện Giải-thoát* : Trí-huệ khéo *giải-thoát*, không bị chướng-ngại bởi một pháp nào, biết rõ, thông hiểu tất cả. Đó là hai lẽ *giải-thoát* của Bồ-tát.

Niết-Bàn Kinh : Đức Phật tự mình đã *Giải-thoát*, lại đem Pháp *Giải-thoát* mà diễn thuyết với chúng sanh. Cho nên gọi Ngài là Vô Thượng Sư.

Giải-Thoát Bồ-tát 解 脫 菩 薩 : Danh-hiệu một vị Bồ-tát Ma-ha-tát du hành. Trong hội thuyết kinh *Địa-Tạng bổn-hạnh* nơi cung trời Đao-ly, đức Phật có cho biết rằng thuở xưa, ngài Giải-Thoát Bồ-tát là một bà mẹ vì phạm hai tội *sát hại* và *hủy mạ* nên bị đọa ở Địa-ngục lớn, sau sanh lên đội lốt kẻ hạ-tiện và chết yểu. Kế sắp bị đọa nữa, nhưng nhờ có hiếu-nữ là Quang-Mục mở Bồ-đề tâm nguyện cứu bạt cho, nên mới khỏi các tội báo. Nhờ đó, người mới dễ bề tu hành mà bước lên địa-vị Bồ-tát Bất thối-chuyển.

Giáng sanh 降 生 Sanh xuống, đức Như-lai do cảnh trời Đâu-suất sanh xuống đời vậy. *Giáng sanh* cũng kêu là *Đản sanh*, *Đản nhựt* (Ngày mà bực Phật, bực Thánh sanh ra).

Ngày *Giáng-sanh* của đức Phật Thích-tôn là ngày mồng tám tháng tư, lối 560 năm trước Dương-lịch. Theo nhiều Kinh Đại-thừa, Ngài *giáng-sanh* năm 563 trước Dương-lịch.

Ngày Phật Thích-Ca giáng-sanh, theo phong-thổ bên Ấn-độ, vừa hết xuân qua hạ, là lúc khí trời mát mẻ, điều-hòa.

Ngay bữa Phật *Giáng sinh* thì có các vị Phạm-thiên, Đế-Thích và Tứ-thiên-vương đón rước Ngài và tắm cho Ngài bằng các thứ nước thơm.

Vì cái tích ấy, cho nên sau thành lệ. Sau khi Phật diệt, mỗi năm đến ngày *Giáng sanh* thì những chùa chiền và những nhà tu tại-gia đều làm lễ tắm rửa tượng-cốt Phật.

Giáng sanh đối với *nhập diệt, tịch diệt*. Phật Thích-tôn nhập diệt vào ngày rằm tháng hai, năm 479 trước dương-lịch theo nhiều Kinh Đại-thừa.

Giáng thế 降世 Xuống đời. nghĩa là chư Phật, Bồ-tát sanh ra ở đời, do chỗ cao mà giáng xuống cõi đời hạ-liệt vậy.

Giảng 講 *Prêcher (fr.)* Đàm luận về đạo-lý, phân-giải Kinh điển, giải thích Kinh, Luật, Luận. Như đức Thích-tôn sau khi thành Đạo lần lượt đi khắp Ấn-độ mà *giảng* Đạo, thuyết pháp 49 năm.

Giảng-diễn 講演 Prêcher (fr.) : Giải bày ra một cách rộng rãi cho người ta dễ hiểu. Như đem một bài Kinh mà nói rộng ra, đem một chơn-lý giải bày ra, cốt để cho những ai chưa hiểu, nghe qua đều lãnh hội. *Giảng diễn* tức là thuyết minh (nói rõ ràng ra).

Giảng-đề 講題 Sujet du Discours (fr.). Đề-mục bài giảng, đề-mục bài thuyết-pháp. Những vị Pháp-sư trước khi lên đàn thuyết-pháp, đều có định sẵn *giảng-đề*. *Giảng-đề* ấy sẽ ghi trên một tấm bảng trước *giảng-đường*.

Giảng-đường 講堂 Phòng thuyết-pháp, nhà giảng đạo-lý. Trong những ngôi chùa lớn, sự sắp đặt rất phân-minh. Trong chùa, ngăn ra nhiều căn, nhiều nhà, như : *giảng-đường* (nhà thuyết pháp), Chánh-điện hay Đạo-tràng (chỗ thờ Phật), Pháp bảo phường (nhà trữ Kinh), Tăng-phòng (chỗ mấy vị sư nghỉ ngơi) v.v.

Nơi cảnh Tiên của đức Đế-Thích ở Hỷ-Kiến Thành, có toà *giảng-đường*, nhà giảng đạo thuyết pháp kêu là *Diệu-pháp đường*, hay *Thiện-pháp đường*.— Tòa nhà thuyết pháp bên cõi Cực-lạc của Đức Phật A-Di-Đà. kêu là *Thất-bảo giảng-đường*.

Trong *Vô-lượng-Thọ Kinh* có chép : *Giảng-đường*, tinh-xá, cung-điện, lầu-quán nơi cõi Cực-lạc của đức Phật A-Di-Đà đều trang-nghiêm bằng bảy món báu, tự nhiên hóa thành.— Đức Phật A-Di-Đà hội chư Bồ-tát, Thinh-văn lại nơi cảnh *Thất bảo giảng-đường* mà rộng tuyên Đạo-giáo, diễn sướng Diệu-pháp, không ai là chẳng hoan-hỷ.

Giảng nghĩa 講義 Expliquer (fr.) : Bày tỏ ý nghĩa của những bài trong Kinh, Luật, Luận. Đem những chữ khó, những khoản đáng nghĩ ra mà giải cho tỏ rõ. Như Ngài Lục-tổ Đại-sư *giảng nghĩa* về Đốn-giáo và Tiệm-giáo, về lẽ Tịnh-độ duy tâm v.v.

Giảng thuyết 講說 Diễn giải, nói năng cốt để giáo-hóa người ta. Đối với người chưa hiểu đạo thì *giảng thuyết* cho họ biết rõ những lý cốt-yếu trong đạo Phật ; đối với người ngờ vực thì *giảng thuyết* cho họ chắc quyết ; đối với người đương tu học thì *giảng thuyết* mà mở mang, dìu dắt họ. Bực *giảng-thuyết* giỏi kêu là có *biện-tài*.

Trong **Vô-lượng Thọ Kinh**, Phật có phán với A-Nan rằng : Ở cõi của đức Phật ấy (Phật A-Di-Đà), các hàng Bồ-tát vãng sanh, những ai có thể *giảng thuyết* thường tuyên bố Chánh-pháp, tùy thuận Trí-huệ, không trái, không mất.

Giảng-tông 講宗 Tông phái diễn giải, luận bàn. Các *tông* đạo Phật, trừ ra *Thiền-tông* và *Luật-tông*, đều là *Giảng-tông*. Vì các tông đều giảng thuyết kinh-nghĩa, đàm luận phương-pháp tu hành, chỉ rộng ra cho phái đồ, nên kêu là *Giảng-tông*. Riêng có hai tông thì không như vậy. *Thiền-tông* chỉ cách tham-thiền để trực giác mà thôi. Còn *Luật-tông* thì trưng ra bộ Luật, cứ theo Giới-luật mà tu trì thì đắc quả.

Giao-hương 膠香 Một thứ keo, nhựa cây thông (tùng). *Giao-hương* mùi rất thơm, người ta dùng nó mà chế ra dầu thơm, phấn thơm. Lại cũng dùng làm thuốc

Giáo 教 *Enseignement, Doctrine, Enseigner (fr.)*

Dùng về động-từ (verbe), nghĩa là : Dạy dỗ, khuyên nhủ, sai khiến. Dùng về danh-từ (nom), nghĩa là : sự giáo hóa, cuộc giáo độ, sự dạy bảo về phong-hóa, về đạo-lý: việc chỉ dạy cho người ta làm lành. Cũng có nghĩa: nền tôn-giáo là khoa giáo dạy người tu học, như Phật-giáo, Bà-la-môn giáo, Nho-giáo.

Phật tùy lúc, tùy dịp, tùy tình ý của chúng-sanh, tùy nhơn-duyên mà thuyết *giáo* với chúng-sanh.

Đối với hàng căn-tánh chậm lụt, Ngài dạy cho cách tu tập lần lần, ấy là *Tiệm-giáo*.

Đối với hàng căn tánh lanh lẹ, thuần thục, Ngài dạy vắn tắt đặng thi hành cho mau thành quả Phật, ấy là *Đốn-giáo*.

Đối với hàng thượng đạt, cao trổi hơn nữa, Ngài dạy một cách tròn trịa, đầy đủ, đưa đến chỗ Cứu-cánh, ấy là *Viên-giáo*.

Hồi mới thành Đạo, chưa có Giáo-hội đông đảo, đức Thích-tôn dạy sơ lược cho người ta tu học, ấy là môn *Lược-giáo*. Đến chừng có đông đủ đệ-tử, có các vị đắc quả La hán, có chư Bồ-tát các phương du hành đến đông đủ để nghe thuyết, thì Phật dạy một   cách rộng rãi, cao siêu. Ấy là môn *Quảng-giáo.*

Vì các thời-kỳ *Giáo-hóa* của đức Thích-tôn khác nhau, cho nên người ta phân các cuộc thuyết Kinh của ngài ra làm *Tam thì giáo* hoặc *Ngũ thì giáo.* (Xem : *Tam thì giáo Ngũ thì giáo*).

Giáo-chủ 教 主 Chủ nền Tôn-giáo. Như đức Thích-Ca Như-lai. là Giáo-chủ ở cõi Ta-bà. Đức Phật Di-Đà là Giáo-chủ ở cõi Cực-lạc.

Giáo-điển 教 典 Các kinh, truyện của nền Tôn-giáo, chứa lấy Giáo-lý. Tức là *Kinh-điển.*

Giáo-hành 教 行 Giáo-pháp và sự tu hành. Tùy theo Giáo-pháp mà tu hành, kêu là *Giáo-hành.*

Giáo-hóa 教 化 Cũng viết : *Khuyến hóa.* Dạy dổ cho người ta tu tập, khiến họ đổi tánh dữ ra tánh lành. Dùng mọi phương tiện để khiến cho mọi người cảm-hóa mà trở nên hiền lành.

Mỗi vị Bồ-tát, trong khi thi-hành Phật-sự, việc chánh-đáng hơn hết là *Giáo-hóa* chúng-sanh.

Trong "*Diệu-pháp liên-hoa kinh*", phẩm Ngũ bá đệ-tử thọ-ký, đức Thích-tôn có để lời khen ông Phú-lâu-Na, phán rằng đã bao đời, ông Phú-lâu-Na từng làm Phật-sự, *giáo-hóa* chúng-sanh, độ họ chứng ngộ Phật-huệ.

Giáo hối 教 誨 Dạy răn. *Giáo* là khuyên bảo người ta làm những việc phải lẽ ; *Hối* là răn he người ta đặng họ đừng làm những việc trái lẽ.

Trong « *Niết-bàn kinh* » có chép :

Bực *A-xà-lê* tức là thầy *Giáo hối* : đối với hàng hậu học, người dạy như vầy : Việc nầy nên làm, việc kia chẳng nên làm.

Giáo-lý 教 理 Lẽ của tôn-giáo, của đức Giáo-chủ. Cũng viết : *Đạo-lý.*

Giáo lý hành quả 教 理 行 果 Y theo tôn-giáo (giáo-điều) và pháp-lý mà tu hành và lần lượt đắc các quả-vị. Đó là tự sức mình tu theo Đạo-môn của Phật, Thánh, mà được chứng đắc quả vậy. *Giáo* là các điều mà Phật đã dạy. *Lý* là nghĩa-lý trong kinh-điển. *Hành* là thuận theo Giáo và Lý mà tu hành. *Quả* là do tu hành mà đắc các quả Thánh.

Giáo-môn 教 門 Cửa Giáo-pháp, cửa Đạo. Dùng giáo-pháp mà vào cửa của nền Tôn-giáo.— Cũng có nghĩa : môn-phái của Đạo-lý. Trong một nền Tôn-giáo, tỷ như Phật-giáo, có nhiều môn-phái, mỗi môn-phái kêu là một *Giáo-môn*.

Giáo ngoại 教 外 Giáo-pháp ở ngoài. Phật giáo có hai đường : Giáo nội và Giáo ngoại.

Giáo nội là pháp-giáo y theo lời Phật dạy, y theo câu văn trong Kinh-điển mà truyền thọ.

Giáo ngoại là pháp-giáo rời khỏi lối dạy dỗ trong Kinh-điển, người nầy đem Phật-tâm mà ấn vào tâm của người khác vậy.

Lại nữa, trong các tông-phái đạo Phật, Thiền-tông là pháp *Giáo ngoại*; còn các tông khác là pháp *Giáo nội*.

Giáo ngoại biệt truyền 教 外 別 傳 Lối truyền riêng theo Giáo ngoại. Ở trong Thiền-tông, người ta chẳng đỗ theo lời nói trong văn-tự, trong Kinh-điển. Người ta chỉ đem Tâm của Phật, của Tổ mà ấn vào tâm của đệ-tử, tín-đồ. Đó là cách chỉ thẳng tâm người, thấy Tánh thành Phật. Lối truyền thọ ấy kêu là *Giáo ngoại biệt truyền*.

« Qui nguyên trực chỉ » : Ông Liêm-Khê (thế-kỷ thứ 12 d.l) ban sơ có đến cầu học với ngài Nam Thiền-sư ở Hoàng-long, được ý-chỉ về *Giáo ngoại biệt truyền*.

Giáo ngữ 教 語 Lời của Phật dạy chúng-sanh. Cũng viết : *Giáo sắc*.

Giáo-thọ 教 授 Bực Thầy dạy đạo, truyền giáo cho đệ-tử. Cũng viết theo Phạn : *A-xà-lê* (Acarya). Hòa-thượng, Kiết-ma, *Giáo-thọ* kêu là Tam Sư. Trong mỗi cuộc lễ truyền thọ giới-thể xuất-gia, phải có đủ ba vị sư ấy. Ngài Hòa-thượng để bảo lãnh, dìu dắc trên đường tu. Ngài Kiết-ma chỉ giái-hạnh, luật-lệ cho biết để cư xử nơi chùa chiền và ngoài xã hội. Ngài *Giáo-thọ* lãnh phần dạy chữ nghĩa và đạo-lý. Bên Thiên-trước, theo giái-luật, một vị Tỷ-kheo có việc đi xa thì có hai vị sư cùng đi với: một vị Thượng-tọa, một vị *Giáo-thọ* (A-xà-lê).

Hồi Ngũ-tổ Hoằng-Nhẫn làm Hòa-thượng ngôi Chùa Đông-thiền tại huyện Hoàng mai (Kỳ-châu) thì ngài Thần-Tú lãnh quyền *Giáo-thọ*, dạy chữ nghĩa và đạo lý cho tất cả chúng Tăng ở Chùa. Khi Ngũ-tổ truyền cho mỗi vị sư làm Kệ dâng lên ngài thì ai nấy đều phó thác sự làm Kệ ấy cho Thần-Tú là thầy *Giáo-thọ* của họ. Chẳng thối thoát được, Thần-Tú có làm bài Kệ nầy:

> Thân thị Bồ-đề thọ,
> Tâm như minh kính đài ;
> Thời thời cần phất thức,
> Vật sử nhạ trần ai.

> Thân là cây Bồ-đề,
> Tâm như cái gương tỏ ;
> Thường khi lo phủi chùi,
> Đừng đề đóng bụi lọ.

Giáo võng 教 網 Lưới giáo pháp. Lời Tỷ-dụ. Giáo-pháp của Phật bủa giăng, bao trùm tất cả các chúng-sanh trong mười phương các cõi thế-giái.

Ha-lê-lặc 詞 梨 (黎) 勒 *Haritaki (scr.)*   H

Cũng viết: *Ha ly-lặc* 呵 利 勒 Cây Ha-lê-lặc, trái Ha-lê-lặc. *Ha-lê-lặc* dịch nghĩa : vị Thiên-chủ sắp đến (Thiên-chủ tương lai). Trái *Ha-lê-lặc* dùng làm thuốc, công-dụng nhiều cách. Trái ấy cỡ như trái táo.

Về giống *Ha-lê-lặc*, từ trái, rễ, thân cây, nhành, lá, hoa, hột, thảy đều đắng.

Đại Niết-bàn kinh, quyển 26 : Như *Ha-lê-lặc* là đắng, nó có thể làm cho vật khác trở nên đắng... Bồ-tát tu Không, lại cũng như vậy; nhờ tu Không, nên thấy tất cả các pháp, tánh vốn là Không tịch.

Ha-ly-bạt-ma : 訶 棃 跋 摩

Harivarman (scr.)

Một đức La-hán hồi thế-kỷ thứ tư thứ năm Tây-lịch, đồ-tử của Cưu-ma-la-đa (Kumarilabhatta). Ngài là người Thiên-trước. Ngài có soạn bộ Thành-thiệt-luận (Satya-siddhi-çastra), trích những lý vững chắc trong mười tám phái-bộ của đạo Phật cố cựu. Rồi thì ngài Cưu-ma-la-thập dịch bộ Thành-thiệt luận ra chữ Hán. Bộ kinh nầy sau thành kinh cán bổn của phái Thành-thiệt tông, Ngài Ha-ly-bạt-ma thì trở nên Giáo-tổ soạn-giả, còn Cưu-ma-la-thập là giáo-tổ dịch-giả của tông ấy.

Ha-ly-đế 訶 利 帝 *Harîtî (scr.)*

Một bà chằn (La-sát nữ), vợ của Bàn-xà-Ca (Pandaka) mà người ta gọi là đại-qui thần vương. Bà có 500 đứa con, bà thích ăn thịt con nít của người. Người ta đến thưa với Phật. Đức Thích-Ca bèn chuyển thần-lực, bày phương-tiện mà giáo-độ bà. Bà qui-y nhập pháp, tu chứng quả La-hán. Bà có nguyện đi hộ-trợ hàng phụ-nữ trong cơn sanh-sản, nên những kẻ tại-gia thường hay trì niệm tên bà khi hữu-sự.

Tên bà cũng viết: *Ha-lê-đế, A-rí-đề*, nghĩa là : Hoan-hỷ. Người ta cũng gọi bà là *Quỉ tử Mẫu* vì bà sanh ra năm trăm quỉ con.

Tỳ-nại-da tạp-sự, quyển 31 : Thuở xưa, tại thành Vương-xá, có một vị Độc-giác ra đời, mới thiết Đại-hội. Trong ngày Đại-hội, có 500 người nghe biết, cùng nhau tới dự. Đi dọc đường, họ gặp một người đàn-bà chửa chắn bẹ, bưng thùng sữa. Họ rủ bà đi dự Hội. Bà ấy đi theo. Tới nơi, thấy sự vui vẻ, bà ra múa góp vui, không ngờ bị trụy thai. Thấy vậy, những người kia bỏ đi, để một mình bà chịu đau đớn. Bà liền tìm bán thùng sữa, mua được 500 trái am-ma-la. Ngay lúc đó, vị Độc-giác tới thăm hỏi, an ủi bà. Bà dinh lễ, dâng trái am-ma-la cúng dường. Bà phát thệ nguyện : « Tôi nguyện sau dây sanh vào thành Vương-xá nầy, ăn thịt hết những con của những kẻ ở dây. » Do lời nguyện ấy, sau bà sanh ra làm con gái của quỉ Sa-la dược-xoa trong thành Vương-xá, kết hôn với Bàn-xà-ca dược-xoa. Bà sanh được 500 con. Hằng ngày bà cứ bắt những con trai, con gái ở thanh Vương-xá mà ăn thịt. Một hôm, đức Phật dùng phương-tiện giấu một đứa con của quỉ-nữ ấy. Bà buồn rầu, đi tìm con, biết nó dương ở bên Phật. Bà vào xin Phật. Đức Thế-Tôn bảo : « Nhà ngươi có 500 đứa con, mất một đứa còn thương tiếc. Huống chi những người khác chỉ có một, hai đứa mà bị mất con, há chẳng đau xót sao ? » Phật khuyên quỉ nữ bỏ việc sát sanh. Ngài truyền Ngũ giới cho bà. Thành Ưu-bà-di, bà bạch rằng : « Từ nay tôi không ăn thịt trẻ con, thì phải làm sao ? » Phật dạy : « Nhà ngươi đừng lo. Từ nay trở đi, nơi nào có Thinh-văn đệ tử của ta, mỗi khi ăn cơm, đều gọi đến tên mẹ con ngươi, chúng ngươi sẽ được no đủ. Nhưng đối với giáo-pháp của ta, mẹ con ngươi phải hết lòng bảo-hộ, ủng hộ Già-lam và các Tăng-Ni. » Mẹ con bà Ha-ly-dế vui vẻ phụng hành.

Hà lực Bì-đà　荷　力　吠　陀　*Rig-Vêda* (scr.)

Bộ thứ nhứt trong Bốn bộ Kinh-luận cốt yếu của đạo Bà-la-môn (Xem : *Bì-đà, Phệ đà*).

Hạ　下.

Đối với : *Thượng*. Dùng về động-từ (verbe), nghĩa là **xuống**, thì nên đọc *há*, nhưng người ta quen đọc *hạ* ; Như : *Hạ* (Há) dài, *Hạ* (Há) lầu. Ở phía dưới, tầng dưới ; như : Sơn *hạ*, lầu *hạ*. — Ở địa-vị dưới, giai-cấp hèn, thế-lực nhỏ yếu : như : *hạ-căn, hạ-đằng, hạ-ngu*. — Ở phía sau, tại phần sau ; như : *hạ thiên, hạ quyển* (trong một bộ kinh sách). — Tiếng tự khiêm của người ở bực dưới, như : *Hạ quan*. — Hàng-phục, đánh dẹp ; như : *Hạ thành*.

Hạ-căn　下根　Căn-tánh thấp, kém, yếu, ở bực dưới chót. Đối với : *Trung-căn, Thượng-căn. Hạ-căn* là tiếng dùng để gọi hạng phàm phu;

Trung-căn là tiếng dùng để gọi hạng Thinh-văn, Duyên-giác. *Thượng-căn* là tiếng dùng để gọi hạng Phật, Bồ tát.

Hạ-chúng 下衆 Chúng tu bực dưới, bực thấp. Ấy là hạng tu học thọ giái sau mình, kém thấp hơn mình. Như đối với một vị Ty-kheo đã tu học lâu, thì những vị Tỳ-kheo tân-học là *hạ-chúng*. Lại đối với hạng Tỳ-kheo, những hạng : Sa-di, Sa-di-ni, Ưu-bà-tắc, Ưu-bà-di đều là *hạ-chúng*. Trái với : *Thượng-chúng*.

Trong « **Bồ-tát giái kinh** » có dạy : Trong hàng *Hạ-chúng*, nếu có những người giỏi Kinh-luật, thì hàng *Thượng-chúng* không ngại gì mà hỏi han, tu học nơi mấy người ấy, như trong khi ấy chẳng gặp thầy hay bạn giỏi. (Xem : *Chúng*.)

Hạ-địa 下地 Cảnh-giái thấp, kém ; địa-vị dưới, nhỏ, yếu. Đối với : *Thượng-địa*. Tam giái phân ra *Cửu địa* (chín cảnh-giái) ; cảnh-giái thấp, kém kêu là Hạ-địa ; cảnh giái cao, trỗi kêu là *Thượng-địa*. — Bồ-tát có *Thập địa* (mười địa-vị) ; địa vị dưới, nhỏ, yếu kêu là *Hạ-địa* ; địa-vị cao, lớn, mạnh kêu là Thượng-địa.

Hạ giái (giới) 下界 Cảnh-giái dưới, cõi dưới. Tức là cõi người. Đối với : *Thượng-giái*, tức là cõi Tiên, cảnh Thiên-thượng.

Hạ ý-thức 下意識 Subconscience (fr.) : Danh-từ Tâm-lý học, ấy là sự tác-dụng của cái tinh-thần, sự tác-dụng nầy không hiển hiện ra, tự nó ẩn dưới cái ý-thức, nhưng nó vẫn hoạt động mà tự cái ý-thức chẳng biết. Thí dụ : Khi mình xem một quyển Kinh lần đầu, mình chưa hiểu, chưa diễn giải trôi chảy. Mình bèn để đó, sau một vài tuần lễ, mình coi trở lại, mình sẽ hiểu rõ hơn, và mình diễn giải một cách gọn gàng. Như vậy là nhờ sức làm việc của cái *hạ ý thức* đó.

Hạ khẩu thực 下口食 Ăn bằng   cúi miệng xuống. Ấy là một trong bốn phương-pháp tà-mạng của vị Tỳ-kheo. *Hạ khẩu thực* là) phép nuôi thân bất-chánh của vị Tỳ-kheo tự mình trồng vườn, làm ruộng hòa hiệp thuốc-thang đặng cầu lấy sự ăn sự mặc. (Xem : *Tà-mạng*.

Hạ-liệt thừa 下劣乘 Cỗ xe (Pháp-giáo) cỡ nhỏ thấp, yếu ớt. Ấy là tiếng chê bai, bài xích hạ-thừa, tiểu-thừa.

Hạ-ngu 下愚 Kẻ rất ngu độn, mê muội. Hạng người không hề biết tu học và chẳng chịu tu học. Đối với *Thượng-trí*.

Hạ phàm 下凡 Tức là *trần-thế*, *nhơn-gian*, *hạ-giới*. Đối với *Thiên-thượng*, *Thiên-đường*, *Tiên-cảnh* (danh từ Đạo-giáo) .— Lại có nghĩa : sanh xuống nhơn-gian. Như một vị Tiên (Thiên) tự mình giáng sanh ở cõi người, kêu là *hạ phàm*.

Hạ-sanh 下生 Sanh xuống. Ở cảnh-giới trên, sanh nơi cảnh giái dưới, kêu là *hạ-sanh*. Như ở Thượng-Thiên, sanh nơi nhơn-gian. Ở nhơn-gian, sanh nơi miền Địa-ngục, Ngạ-qui, Súc-sanh, cũng kêu là *hạ-sanh*. Nhưng nếu vì nghiệp trọng mà *hạ-sanh* thì kêu là *Đọa*.

Hạ-thừa 下乘 Cỡ xe, tức là Pháp-giáo cỡ nhỏ, thấp, *Tiểu-thừa*. Đối với : *Thượng-thừa*, tức là *Đại-thừa*.

Hạ 夏

Mùa hạ (hè). Theo dương-lịch, *mùa hạ* (Pháp: été) khởi ngày 21 hoặc 22 tháng 6 d.l. và dứt ngày 22 hoặc 23 tháng 9 d.l. Theo âm-lịch thì khoảng ba tháng từ tháng tư, tháng năm đến tháng sáu là *mùa hạ*.

Về thời-tiết *mùa hạ* ở Ấn-độ, vì trời thường mưa, chẳng tiện giao thông ; và đương lúc cây cối và côn-trùng sanh nảy : muốn khỏi đạp và hại cây-cối với côn-trùng, cùng là tránh mưa, chư tăng có lệ ở tại chùa-chiền, tịnh-xá mà tu học trong *mùa hạ*. Lệ an-cư ấy khởi ngày 16 tháng tư âm-lịch đến rằm tháng bảy âm-lịch. Ấy là ba tháng tu học rất đắc lực (nhưng gặp năm mà có tháng nhuần trong khoảng mùa hạ, thì chư-tăng an-cư đến bốn tháng). Vì vậy nên một *hạ* là một tuổi tu của vị Tỳ-kheo.

Hạ an-cư 下安居 Kỳ ở yên một chỗ mà tu học. Ấy là thời-kỳ từ 16 tháng 4 đến rằm tháng 7, chư Tăng nhóm họp lại một ngôi chùa mà tu học, chẳng ai được ra khỏi chùa, trừ những vị trong ban Tri-sự mà thôi.

Hạ giải 下解 Ngày *hạ giải* là ngày chót trong kỳ an-cư mùa hạ, tới ngày đó thì giải-tán, tức là Rằm tháng bảy Âm-lịch vậy. Ngày *hạ giải* là ngày rất vui của chư Tăng Thập-phương, vì mỗi vị đều được thêm một tuổi tu. Lại nhằm ngày *hạ giải*, có cuộc tụng Giới-bổn (Bồ-tát) trước khi các sư chia tay mà ra đi hoằng hóa. Những ai cúng-dường cho chư Tăng trong ngày ấy thì được phước-đức rất lớn.

Hạ-lạp : 夏臘 Trọn năm (tuổi) tu. Cũng kêu: *Pháp-lạp, Giới-lạp*. Tỳ-kheo an-cư được một mùa hạ, kể là một *hạ-lạp*, tức là một tuổi tu. Giáo-hội xét theo *hạ-lạp* số nhiều hoặc số ít mà sắp đặt ngôi-thứ của vị Tỳ-kheo, ngôi-thứ ấy kêu là *lạp-thứ*.

Hạ-thủ 夏首 Ngày đầu trong kỳ an-cư mùa hạ. Tức là ngày chánh-thức nhập hạ. 16 tháng tư Âm lịch.

Hạ-tọa 臘坐 Ngồi mùa hạ, tức là ngồi an-cư trong mùa hạ. Cũng kêu: *Tọa hạ*. Những vị Tỳ-kheo cao niên, trong mùa hạ, hằng ngồi tham-thiền trong Tăng-phòng, Tịnh-thất, chớ chẳng đi chỗ nầy chỗ kia, cho nên kêu là *hạ-tọa*.

Hạc-lặc-na 鶴 勒 那 *Haklenayaças* (scr.)

Tổ-sư đời thứ 23 trong hàng 28 vị tổ-sư nối nhau nắm giữ Đạo Phật ở Ấn-độ. Theo quyển « Truyền đăng lục », ngài là người gốc ở xứ Nguyệt-Chi, dòng Bà-la-môn, cha tên là Thiên-Thắng (千 勝).

Ngài được Tổ-sư đời thứ 22 là Ma-nô-la (Madura) phó Chánh-Pháp và truyền Y Bát.

Khi đắc Pháp rồi, ngài Hạc-lặc-na vào miền trung Ấn-độ mà hoằng-hóa Đạo-lý; ngài phó cái Pháp lại cho ngài Sư-Tử xong thì tịch.

Hải 海 *Sagara* (scr) — *Mer* (fr.)

Biển. Nước cả trăm con sống đổ về một chỗ, nước tích-tụ có mùi mặn nên kêu là *Biển* (*Hải*) Còn *Biển* cả kêu là *Đại-hải, Dương*. Trong văn-chương Trung-Hoa, người ta nhận rằng bốn phía cõi Trung-Hoa (vừa nước Trung-ương vừa các miền biên-thùy Nhung Địch) đều bao bọc bởi biển, cho nên người ta dùng chữ *Tứ hải* để chỉ toàn cả Trung-Hoa. Nhơn đó, chữ *Hải nội* có nghĩa : trong nước ; *Hải ngoại* là nước ngoài.

Trong văn chương Phật và văn-chương Nho, người ta dùng tiếng *Hải* (*Biển*) làm thế so-sánh để gọi những vật tụ-hợp rất nhiều, thành một khối lớn, rộng, đo lường chẳng xiết. (Xem : *Thập thể giới hải*).

Hải-châu 海 珠 Hột châu báu dưới đáy biển. Tiếng thí-dụ để gọi những vật khó kiếm, khó được.

Hải-chúng 海 眾 Giáo-hội chư tăng, giáo-hội những nhà tu-hành. Các nhà tu hành trong một tôn-giáo, một môn-phái, hòa-hiệp lại một chỗ, thuần là một mùi-vị, như mùi mặn của nước biển, nên kêu là *Hải-chúng*. Lại nữa, số người hòa-hiệp rất nhiều, đếm không xiết, nên kêu là *Hải chúng*.

Hải-hội 海 會 Hội lớn như Biển. Ấy là cuộc hội-hiệp của Thánh-chúng, đức sâu như Biển, số nhiều như các giọt nước Biển.

Cũng như Biển là nơi các nguồn nước đổ dồn lại thành ra sâu, rộng, cũng như thế, các bực Đạo-đức trong Pháp-giới Mười phương trên từ Phật, Bồ-tát, Duyên-giác, Thinh-văn La-hán, cho đến các hàng Tiên, Thần, Người đều hội lại, nên kêu là *Hải-hội*. Như : Liên-trì Hải-hội, chư Phật Hải-hội, Tịch-quang Hải-hội.

Hải-Ý Bồ-tát : 海 意 菩 薩

Ngài *Hải-Ý Bồ-tát* là một vị Bồ-tát ở cõi thế-giới Bảo-Trang-nghiêm. Ngài vì chúng phát khởi, thuyết ra « Hải-ý kinh ».

Hải thử ngạn chiên-đàn 海 此 岸 梅 檀 Santal Uragasâra

(scr.) : Thứ chiên-đàn rất quí. Lại có thứ Kiên-hắc chiên-đàn (Santal Kalânusârin) cũng quí như vậy. Theo **Kinh Pháp-Hoa** phẩm 23, một phần nhỏ nhít là sáu thù (một thù bằng nửa lượng) của hai thứ chiên-đàn ấy giá-trị bằng trọn cõi thế-giới Ta-bà nầy.

Thế mà đức Bồ-tát Nhứt-Thiết-chúng-sanh Hỷ-kiến (tiền-thân của đức Dược-Vương Bồ-tát) hóa ra trên không-trung đầy những mạt chiên-đàn ấy mà đổ thành mưa để cúng dường Phật Nhựt-Nguyệt-Tịnh-Minh-Đức.

Trong « **Quán Di Lặc thượng sanh Đâu-suất thiên kinh**», có chép : Có vị Đại-Thần tên là Hương-Âm, từ trong các lỗ chơn lông nơi thân, phóng ra hương thơm vi-diệu của chất *Chiên-đàn Hải thử ngạn*. Hương thơm ấy như mây, làm thành trăm sắc báu và bao phủ theo cung-điện bảy vòng.

Hải-Triều Âm : 海 潮 音 Tiếng sóng biển. Lời tỷ-dụ để gọi :

1) Tiếng thuyết pháp của Phật, oai mãnh, hùng tráng, vang dội khắp nơi, tỷ như tiếng sóng biển.

2) Thinh-danh của Phật, Bồ-tát bủa khắp các nơi, ai nghe tới cũng kinh sợ, tỷ như tiếng hùng vĩ của sóng biển.

3) Tiếng chúng tăng đọc kinh kệ, nghe hùng tráng và bủa rộng ra xa, dường như tiếng sóng biển.

Thủ-Lăng-Nghiêm Kinh, quyển nhì : Phật hưng từ bi, ai mẫn A-Nan cập chư Đại-chúng, phát *Hải-triều âm,* biến cáo đồng hội. (Phật lấy lòng từ-bi, thương xót ông A-Nan và tất cả Đại-chúng, bèn phát ra tiếng *Hải-triều âm* mà nói khắp với đồng hội).

Hàm 含

    Ngậm, chứa, bao dung. Như : Hàm-linh, hàm-loại, hàm-nộ, hàm-sanh, hàm-súc, hàm-tiếu, hàm-tình, hàm-thức.

Hàm-linh 含靈 Loài có linh-hồn, linh-tánh. Đồng-nghĩa : chúng-sanh, hàm-loại, hàm-sanh, hàm-tình, hàm-thức. Nhưng tiếng *hàm-linh* thường dùng để chỉ loài người. Như : Đạo tế *hàm-linh.*

Hàm-loại 含類 Chúng loại có ngậm chứa cái thức. Tức là chúng-sanh, hữu-tình, hàm-sanh, hàm-tình, hàm-thức.

Hàm-nộ 含怒 Giận thầm. Giận ghét trong bụng, mà dằn lấy, chẳng tỏ ra bằng lời nói, bằng hành-động.

Hàm-sanh 含生 Sattva (scr.) — Créatures, êtres (fr.) : Có ngậm chứa cái sanh-mạng nơi mình. Như người ta và thú-vật đều có sanh-mạng, nếu cái sanh-mạng ấy ra khỏi mình thì chết. Tức là : chúng-sanh, hữu-tình.

Hàm súc 含蓄 Có ý-tứ mà không bày tỏ ra ; cái ý-tứ này chứa lấy một cái ý-tứ khác, cũng như trong đại-thề có đủ các chi-tiết, phần đại-khái bao quát phần tiểu-tiết.

Hàm tiếu 含笑 — Sourire (fr.) : Mỉm cười, cười không ra tiếng. Nhà đạo-đức khi thấy một cảnh lành, một người phải, một việc hay thì *mỉm cười.* Cái *mỉm cười* của đức Phật tùy cảnh ngộ mà có một cái ý-nghĩa. Trên hội Linh-sơn, ngài *mỉm cười* mà truyền Pháp cho Ca-Diếp, tức là trao nền Đạo cho Ca-Diếp chấp chưởng mà làm vị Sơ-tồ sau khi Phật tịch.

    Trong bộ Soạn-tập bá duyên kinh (Avadâna Çataka), đức Phật nhìn thấy cuộc liên tiếp về nhơn-quả của ông Phú-Lâu-Na (Purma) thì ngài *mỉn cười*. Cái *mỉn cười* ấy có nghĩa là ngài sắp thọ-ký quả Phật cho ông Phú-Lâu-Na. Kế đó, ngài mách rằng về sau ông Phú-Lâu-Na sẽ thành Phật, hiệu là Purnabhadra (Puana : Đầy đủ, Bhadra : Hiền, thông-minh)

Hàm-tình : 含情 Ngậm chứa cái tình-thức, có cảm-giác mà biết. Tức là chúng-sanh, hữu-tình, hàm-linh, hàm-thức. (Xem : *Chúng-sanh*)

Hàm thức 含識 Ngậm lấy cái tâm-thức, cái tánh tri-giác. Đồng-nghĩa : chúng-sanh, hữu-tình, hàm-linh, hàm-sanh.

Hán Minh-đế 漢明帝

Vua Minh-đế nhà Hậu-Hán (Đông-Hán) 25—219 dương-lịch. Vua Minh-đế tên Trang, con Vua Quang-Võ, ngài ở ngôi 18 năm, Mậu-ngọ (58)— Ất-hợi (75), kỷ-nguyên là Vĩnh-Bình.

Ngài lên ngôi được ba năm, đến năm 61, đêm mồng tám tháng tư, ngài nằm chiêm-bao, thấy một Người Vàng cao trên một trượng, đầu có hào quang như mặt trời, ngực có hình chữ Vạn 卍 bay liệng trên hư-không, và khiến ngài qua Thiên-Trước mà thỉnh Kinh, ắt đất nước sẽ được thạnh-trị. Sáng lại, ngài lâm trào, bàn với quần-thần. Có một vị bác-sĩ tên là Vương-Tuấn tâu với Vua rằng Người Vàng đó là Phật, đã giáng-sanh ở Thiên-Trước một ngày nhằm mồng tám tháng tư đời Vua Chiêu-Vương nhà Châu.

Sua đó, vua phái sứ-đoàn 18 người do hai ông Thái-Hâm và Vương-Tuân cầm đầu qua Thiên-Trước thỉnh kinh, tượng Phật và thỉnh Tăng. Vua chánh-thức công-nhận Đạo Phật ở Trung-Hoa. (Xem : *Minh-đế.*)

Hàng ma 降魔

Hàng phục ác-ma vậy. Thuở Phật sắp thành Chánh-giác, ngồi đạo-tràng Bồ-đề, vị Trời thứ sáu nơi Dục-giới hiện lại, hóa ra tướng ác-ma, làm ra các phương hại để thử Phật, hoặc dùng lời dịu-ngọt dối gạt, hoặc dùng oai dữ-dội hiếp-bức, Phật đều hàng phục được hết.

Hàng-phục 降伏

Hàng: chịu tùng phục. *Phục* : Cúi xuống, chịu tội, chịu thua. Dùng oai-lực thâu phục ngoại-đạo, bắt phải hàng đầu về mình vậy.

Như trong khi đức Phật ngồi đại-định nơi cội Bồ-đề, ánh hào-quang tủa khắp Mười phương, thì loài Ma đến thử thách, phá hoại. Phật dùng sức

Trí-huệ, sức Từ-bi mà khiến cho vua Ma và binh-tướng của Ma, mỹ-nữ của Ma đều *hàng-phục*.

Dùng tài, trí, thế-lực, binh tướng mà thâu phục những kẻ nghịch, ác. Như nói: Bực Chuyển-luân thánh-vương dùng Bảy báu mà đi khắp bốn phương, đối với những ai chưa *hàng-phục* thì ngài khiến cho *hàng-phục*, đối với những vua chúa, những dân-tộc đã *hàng-phục*, thì ngài khiến cho, được yên-ổn.

Hàng-phục tức là làm cho những kẻ chống-cự, chiến-đấu trở nên tùng phục mình, chịu ở dưới quyền mình. Còn *điều-phục* là khiến cho những kẻ chưa thuần thục, chưa tin cậy, trở nên qui thuận với mình.

Hàng-phục tọa 降 伏 坐

Cách ngồi hàng-phục, cũng kêu *Hàng ma tọa*, nghĩa là phép ngồi hàng phục ác ma. Cách ngồi như vầy : trước hết đem bàn chơn bên hữu áp vào vế bên tả, thứ đến đem bàn chơn bên tả áp vào vế bên hữu. Trái lại kêu là *Kiết-tường tọa* 吉 祥 坐.

Hành, hạnh 行

Hành. — Samskâras (scr.) .— Impression (fr.) : Sự chuyển động từ trong tâm trí mà phát khởi ra, tức là cái nhơn-duyên tạo-tác các pháp hữu-vi lưu-hành trong ba đời, từ đời trước, đến đời nầy và qua đời sau. *Hành* là một uẩn trong *Ngũ uẩn*, một nhơn-duyên trong *Thập nhị Nhơn-duyên*. Đó là ý hành, tức là cái Nghiệp từ đời quá khứ còn roi lại. Trong Thập nhị Nhơn-duyên, Vô-minh (phiền-não từ đời quá-khứ là nhơn-duyên đầu tay) ; *Hành* (cái nghiệp từ đời quá-khứ) là nhơn-duyên thứ hai ; do nơi đó, cái Thức vào thai bào. *Hành* (I x cuter) cũng là hành-động bằng lời nói, nhứt là bằng thân thể tay chơn. Như : *hành thiện, hành ác*.

Hành cũng có nghĩa : đi. Như : Hành-cước, hành trụ tọa ngọa.

Lại có những nghĩa : lưu-động, lưu-hành. — đi tuần-phòng, đi thanh - tra.

Cũng đọc *Hạnh*, tức là nết-hạnh, việc quen làm. Như: *Đức-hạnh, Đại-hạnh Phổ-Hiền ; Bồ-tát hạnh, Phật-hạnh, khổ-hạnh tam hạnh*. 行 cũng đọc *Hàng*, nghĩa là : Lớp lang, thứ tự, bầy ra từng dãy. Như : bảy lằn *hàng* cây (Thất trùng hàng thọ) ở cõi Cực-lạc.

Hành-chứng 行 證 Tu hành và chứng-ngộ. Đó là hai thời-kỳ : thời-kỳ trước là tu hành, thời-kỳ sau là chứng Quả, ngộ Đạo.

Hành-cước 行 脚 Pèlerinage (fr.) : Đi bộ, Nhà sư hoặc thiện-nam tín-nữ đi bộ từ xứ này qua xứ kia để viếng những chùa xưa, miếu cổ để chiêm ngưỡng những bực thầy có đạo-đức, đó kêu là *Hành-cước*.— Người Tây-Tạng cho rằng nếu ai *hành-cước* cho đến kinh thành Lạp-tát (Lhassa) mà làm lễ những ngôi chùa và điện Bồ-đà-lạc ca (Potala) của đức Phật sống Đạt-lại-lạt-ma thì được phước đức rất lớn, khi thác sẽ vãng sanh về cõi Cực - lạc. Còn trong khi *hành-cước*, dầu chẳng tới mục-đích mà chết giữa đường thì cũng được phước lớn, ắt về cảnh Tiên.

> Nhớ ngày *hành-cước* phương xa,
> Gặp sư Tam-Hợp vốn là tiên-tri.   (Kim Vân Kiều)

Cũng viết : Hành hương.

Hành đạo 行 道 Cứ theo phía tay mặt mà đi chung quanh Phật nhiều lần, kêu là *hành đạo*. Đó là nghi-thức của người Ấn-độ tỏ dấu tôn-kính đức Phật.

Lại có nghĩa : thi hành đạo-lý, ăn ở theo đạo-hạnh, tuân theo những phép Phật đã dạy.

Người *hành-đạo* kêu là hành-giả.

Hành-giả 行 者 Người tu-hành đạo Phật, y theo những pháp Phật dạy trong Kinh, Luật, Luận mà gìn giữ, học hỏi, suy xét.

Quán Vô-Lượng-Thọ Phật Kinh : Ai muốn về cõi Cực-lạc thì nên tu ba phước nầy :

1) Hiếu dưỡng cha mẹ, phụng thờ sư trưởng, từ tâm chẳng giết, tu mười nghiệp lành.

2) Thọ trì tam qui, giữ đủ giới-hạnh, chẳng phạm oai-nghi.

3) Phát tâm Bồ-đề, tin sâu lẽ Nhơn-quả, tụng kinh Đại-thừa khuyến tấn *hành-giả*.

Hành-giả cũng có nghĩa : Thầy tu giữ hạnh Đầu-đà, mỗi bữa đi bộ vào xóm mà xin ăn, rồi về chùa mà tu học.

Hành-giả lại có nghĩa : kẻ hầu hạ nơi nhà chùa, ở nơi phương-trượng mà chịu việc sai khiến.

Hành-giải 行解 Tu hành và hiểu rõ. Nhờ xem kinh điển, ăn chay, giữ giái, lễ Phật, suy xét mà người ta hiểu rõ những lẽ mầu nhiệm, sâu xa.

Hành giải lại có nghĩa : cái tâm thức du hành và hiểu rõ những cảnh mình gặp. Như những nhà tu thiền, cho cái tâm-thức mình lìa khỏi xác thân, giả như cho nó đi đến cảnh Tiên, cảnh Thần, cảnh Qui, cảnh Địa-ngục v.v..., bèn hiểu rõ ràng các cảnh ấy.

Hạnh-giáo 行教 Khoa-giáo về giái-hạnh. Trong đạo Phật, có hai khoa giáo : Hóa-giáo và Hạnh-giáo. *Hóa-giáo* là khoa giáo-hóa cho người đạo kẻ tục, tức đem Kinh, Luận ra mà diễn giảng.

Hạnh-giáo là khoa giái-hạnh chế riêng cho Tỳ-kheo, tức nương theo bộ Luật mà tu trì và chỉ dạy cho các sư biết mà gìn giữ giái-hạnh.

Hành-khất 行乞 Mendier (fr.) Đi xin ăn. Ấy là nói vị *Tỳ-kheo* (Khất-sĩ) tu hạnh Đầu-đà, ôm bình bát đi từng nhà mà hóa trai.

Cũng kêu : *Thác bát* (cầm bát), *Hành bát* (đi bát), *Hóa trai*.

Hành-khổ 行苦 Sự khổ cứ dời đổi, biến chuyển mãi. Hết thảy các pháp hữu-vi đều dời đổi, biến chuyển mãi, từ đời quá-khứ, đến đời hiện-tại, sang đời vị-lai, không một phút nào thường trụ, an ổn, sự ấy làm cho mình khổ, nên kêu là *Hành-khổ*. Ấy là một nỗi khổ trong *Tam khổ* :

1.— *Khổ-khổ* (Khổ nầy thêm vào khổ kia, như tật, bệnh, đói, khát v.v...)

2.— *Hoại-khổ* (Nhớ thương người nầy, lo lắng việc kia mà khổ).

3.— *Hành-khổ* (Khổ vì sự thế vô thường, biến chuyển mãi).

Niết-bàn Kinh, quyển 41 ; Phật phán : Ở trong chốn *Hành-khổ* nầy, ở chốn Sanh-tử Đại-hải nầy, các ngươi nên siêng tu Tịnh-tâm, dừng bỏ lòng niệm Huệ, cầu cho mau dược Chánh-trí, mau ra khỏi các cảnh có (luân-hồi).

Hạnh nghiệp 行業 Việc tạo-tác sự-nghiệp. Như Bồ-tát tùy căn-tánh của chúng-sanh mà làm những *hạnh-nghiệp,* hoặc thuyết-pháp giáo-hóa, hoặc soạn tập kinh-diển mà truyền đạo, hoặc bố-thí, hoặc cứu nạn, cứu khổ v.v...

Hạnh-nguyện 行願 Sở hành và chí-nguyện, tự mình làm theo chí-nguyện. Hai món đó bồ trợ cho nhau, ắt thành Đại-sự. Ai giữ *Hạnh nguyện* cho bền vững thì mau thành Chánh-giác. Như *Hạnh nguyện* của đức A-Di-Đà, *Hạnh-nguyện* của ngài Địa-Tạng.

Hành-nhơn 行人 Người tu-hành đạo Phật. Đồng nghĩa *Hành-giả, tu-hành-nhơn.*

Hạnh-quả 行果 Hạnh-nghiệp và quả-báo. Trước thì tu-hành, sau là dắc quả, cái quả-báo y theo sự tu-hành của mình vậy. Đó là *hạnh-quả* lành Còn như ai làm chuyện độc-ác thì sẽ bị quả-báo khổ não, đó là *hạnh-quả* dữ.

Hành, trụ, tọa, ngọa 行住坐卧 Đi, dứng, ngồi, nằm. Đó là bốn oai nghi, bao gồm hết cử-chi động-tác của người tu Phật. Người tại-gia hay xuất-gia cũng đều phải giữ bốn cách *đi, dứng, ngồi, nằm* cho tề-chỉnh. Người tu Phật, chẳng những trong lúc tọa thiền nhập-định mới tưởng sự lành, mà bất kỳ trong lúc nào, hoặc *đi,* hoặc *dứng,* hoặc *ngồi,* hoặc *nằm* đều phải niệm Phật, nhớ lấy Chánh-pháp.

 Hành, trụ, tọa, ngọa, cũng kêu : *Tứ oai-nghi.*

Hành-tượng 行像 Đưa tượng Phật di khắp trong thành-phố. Ở các nước miền Tây-vực, mỗi năm đến ngày Phật giáng-sanh, thì nhà chùa và thiện-tín làm trang-nghiêm cốt Phật, để lên xe mà dưa di trên các nẻo đường trong thành-phố. Ấy là *hành-tượng.*

Hành-uẩn 行蘊 Samskârâs-skanda (scr.) L'agrégat "impressions" (fr.) : Cái uẩn hành. Thân-tâm con người hiệp bởi *ngũ uẩn* : Sắc, thọ, tưởng, *hành,* thức. Kẻ chẳng giác-ngộ thì cái chơn-tánh bị năm món ấy che lấp di. Riêng cái *hành* tức là những pháp hữu-vi phất sanh nơi lòng, chuyển biến từ đời trước tới đời nầy và qua đời sau, ấy là cái tâm-thức đối cảnh mà đem lòng ham muốn hoặc ghét giận.

 (Xem : *Ngũ uẩn*).

Hảo-tướng 好 相 Tướng tốt. Những điềm tốt lành mà người tu Phật nhận thấy trong những khi lễ bái, niệm Phật, ngồi thiền hoặc chiêm-bao. Ấy là những tướng nầy : Phật hiện lại xoa đầu mình, thấy ánh-sáng, thấy hoa, cùng các tướng lạ khác. Hễ thấy được *Hảo-tướng* thì các tội đều tiêu-diệt.

Trong **Bồ-tát Giới kinh**, về khoản Khinh-Giới 23, có chép : Phật-tử có thể đối trước tượng Phật. Bồ-tát mà xin thọ Bồ-tát Giới. Nhưng phải đề ra một kỳ thất hoặc nhiều kỳ thất mà sám-hối. Trong khi ấy, nếu thấy *hảo-tướng*, tức nhiên được Giới. Bao giờ sám-hối và nguyện thọ Giới mà chưa thấy *hảo - tướng* thì chẳng được Giới.

Hắc 黑 *Noir, obscur, mauvais(fr.)*

Nghĩa trắng là : đen, tối. Nghĩa bóng là : dữ, quấy. Đối với : *bạch*.

Hắc-ám 黑 時 Tối tăm không rõ rệt, chẳng có ánh-sáng mặt trời chiếu tới. Như nói : Địa-ngục là miền *Hắc-ám*.— Việc dê-tiện làm lén lút, chẳng có tánh cách công khai,— Việc làm trong bóng tối, không ra giữa công-lý.

Hắc-ám Thiên 黑 闇 天 Tên vị nữ. Thiên-thần có quyền đem các sự suy bại, hư hao lại cho chúng-sanh. Vị *Hắc-ám Thiên* thì hình-trạng xấu thô, áo quần rách rưới, mình mẩy dơ dáy, da thịt nứt nẻ, da nhăn, tóc bạc. Bà hiện đến nhà nào thì nhà ấy phải suy lụn, tan nát. Thường khi, những kẻ phàm-phu sau khi được vị *Công-đức Thiên* ban phước lợi, thì tiếp nhận các sự hư, hoại do vị *Hắc-ám Thiên* thi thố. Đó là hạp với cái chơn-lý : hết cơn giàu thạnh, đến hồi nghèo suy vậy.

Hắc bạch 黑 白 Đen và trắng, tức ác và thiện. Cũng như nói : thiện ác, thị phi.

Hắc bạch phân-minh, thành-ngữ có nghĩa : rõ ràng đen và trắng, phân biệt đều phải với đều quấy, sự thiện với sự ác, chớ nên lẫn lộn.

Hắc-nghiệp 黑 業 Việc làm mờ ám ; do những việc đen đúa, xấu xa bằng thân, ngữ, ý từ trước chiêu cảm những quả-báo đau khổ về sau, kêu là *Hắc-nghiệp*. Đối với : *Bạch-nghiệp*. Tất cả có bốn thứ nghiệp :

i) Hắc-nghiệp, 2) Bạch-nghiệp, 3) Hắc-nghiệp bạch-nghiệp (nghiệp lành xen *với nghiệp dữ*), 4) Bất hắc bất bạch nghiệp (nghiệp vô-lậucủa Phật Thánh không mồng cầu quả-báo). (Xem : *Tứ nghiệp* nơichữ *Nghiệp*.)

Qui-nguyên trực chỉ : Chúng-sanh bị *hắc-nghiệp* ngăn bít nặng nề, cho nên chẳng thấy hào-quang của Phật.

Hắc-nguyên 黑蚖 Con nguyên (rắn) đen-đúa độc-hại, có thể giết người. Tiếng dùng để chỉ phiền-não độc-hại.

Hắc-nguyệt 黑月 Tuần trăng tối. Đối với : *bạch-nguyệt* là tuần trăng sáng. Tính theo âm-lịch, một tháng có hai tuần trăng. Từ mồng một đến rằm (hoặc 14 nếu tháng thiếu) là *bạch-nguyệt*. Từ 16 đến 30 (hoặc 29) là *hắc-nguyệt*. Trong kỳ *hắc-nguyệt*, mặt trăng càng đêm càng tối lần. Mỗi lần cuối, kỳ *hắc-nguyệt* hoặc *bạch-nguyệt*, các nhà tu Phật đều đọc Giới-bổn và tụng sám-hối.

Hắc-phong 黑風 Gió đen đúa và bạo tợn. Ấy là luồng gió đen tối, nguy hại, bạo tợn, thình lình nổi lên giữa sông to biển cả, làm trôi giạt và chìm đắm ghe thuyền. Trong kinh có chép rằng *Hắc-phong* gây ra bởi loài ác-qui la-sát. Trong khi *Hắc-phong* thời nà làm trôi ghe thuyền, nếu ai biết tụng Kinh Đại-thừa, niệm danh-hiệu Phật, xưng danh hiệu Bồ-tát (như ngài Quan-Thế-Âm) thì thoát khỏi tai-nạn.

Hắc-sa Địa-ngục 黑沙地獄 Địa-ngục Cát đen. Ấy là cảnh Địa-ngục thứ nhứt trong Thập-lục Du-tăng Địa-ngục. Kẻ đọa ở Địa-ngục nầy, thấy gió nóng thời dậy lên, làm cho cát nóng-nảy và đen-đúa bay lại đốt thân tâm mình (Xem *Thập lục Du- tăng Địa-ngục.*)

Hắc tất thông : 黑漆桶 Nhựa đen của cây thông. Thứ nhựa ấy rất dính, người ta dùng làm sơn, làm keo. *Hắc tất thông* là tiếng tỷ-dụ dùng để chỉ rằng cái vô-minh và các phiền-não dính khắn vào người một cách kiên-cố, dày dặn, tựa như nhựa sơn của cây thông.

Hắc-thằng Địa-ngục : 黑繩地獄·— Kalasûtra (scr.) Địa-ngục dây đen. Tức là Địa-ngục dây trói, cưa, dao màu đen. Kẻ đọa ở Địa-ngục nầy thấy ngục tốt lấy dây sắt nóng mà trói mình, rồi mới chém, cưa. Cũng có gió độc thời làm cho những dây sắt nóng trói họ, thiêu đốt họ cháy cả da thịt hài cốt, khổ độc muôn bề. Ấy là một cảnh trong *Bát Đại Địa-ngục*.

Hắc thiên : 黑天 : Vị thiên-thần đen. Tức là *Đại Hắc Thiên-thần*, quyến-thuộc của Đại tự-tại thiên-vương (Mahamahesvara) ở cõi trời Sắc-giới. Tên ngài âm theoPhan. Lỗ-nại-La 嚕捺羅, dịch nghĩa : Bạo-Ác 暴惡; cũng kêu là : Ma-ha Ca-la 摩訶迦羅, dịch nghĩa : Đại Hắc 大黑